உஷா சுப்பிரமணியன்
கதைகள்

# உஷா சுப்பிரமணியன்
# கதைகள்

பிரசுரம்

Title : Usha Subramanian Kadhaigal
Author's Name : Usha Subramanian

Published by Ezutthu Prachuram



**Zero Degree Publishing**
No. 55(7), R Block, 6th Avenue,
Anna Nagar,
Chennai - 600 040

Website: www.zerodegreepublishing.com
E Mail id: zerodegreepublishing@gmail.com
Phone : 98400 65000

Ezutthu Prachuram First Edition: February 2021
ISBN : 978-81-949738-1-2
TITLE NO EP : 2

Cover Design & Layout : Vijayan Creative Studio

# முன்னுரை

**உ**ஷா சுப்பிரமணியன் கதைகளை எழுபதுகளின் தொடக்கம் முதல், ஒரு வாசகனாகத் தொடர்ந்து – வாசித்து வருகிறேன். சுமார் கால் நூற்றாண்டுக் கால இந்த வாசிப்பு அனுபவத்தில், முதலில் பெற்ற அனுபவம், ஒரு வகை அதிர்வை நான் எதிர் கொண்டதுதான். இந்த அதிர்வுக்கு, அவர் எடுத்துக் கொண்டிருக்கும் கதைக் கருக்கள் மட்டும் அல்ல காரணம். அவர் மொழிப் பிரயோகம் மட்டும் அல்ல. போலிக் கூச்சம் அற்ற, நேரிடையான, சொல்ல வந்ததை நேர்மையாகப் பதிவு செய்து விடுகிற, அவரது தைரியமான இலக்கியப் போக்கே காரணம்.

இந்தப் போக்கு அதிர்வைத் தர வேண்டிய காரணம் என்ன? ஒரு வகை, பூசி மெழுகுதலும், பண்பாட்டுச் சிலுவைகளைத் தாம் தான் சுமக்கிறோம் என்கிற மனப் பிராந்தியும், இது நாகரீகம், இது அநாகரீகம் என்று பொய்யாகப் புனைந்து கொண்ட லட்சுமணக் கோடுகளும் பல எழுத்தாளர்களின் தோள்களில் பாரமாக அமர்ந்து கொண்டு அழுத்திக் கொண்டிருந்த காலகட்டத்தில், அப்பொய்மைகளை உடைத்துப் போட்ட, தம் யதார்த்த தளத்தில் கம்பீரமாக நின்று கதைகளை எழுதியவர் உஷா.

வாழ்க்கையின் சாதாரண நடைமுறைகளைக் கதையாகச் சோப்புப் பெட்டி மாதிரி, உருவப் பரிமாணங்கள் அற்று எழுதிக் குவித்துக் கொண்டிருந்த பல எழுத்தாளர்கள் மத்தியில், வாழ்தலின் பிரச்னைகளை நிர்தாட்சண்யமாக எழுதியவர் அவர். இதுவே இவரது பலம். உஷா அவர்களின் கதைகளின் சாராம்சத்தை ஒற்றை வார்த்தையில் சொல்ல நேர்ந்தால், எனக்கு இப்படிச் சொல்லத் தோன்றுகிறது மீறுதல். மானுடச் சந்தோஷத்தை மனிதர்களிடம் இருந்து வெளியேற்றும் சகல சட்டங்களையும் மீறுதல் என்பதே, உஷாவின் எழுத்துப்போக்காக இருக்கிறது. இந்த ஆரோக்யமான அம்சத்தின் மீதுதான் உஷா தன் கதைகளைக் கட்டி இருக்கிறார்.

உஷா சுப்பிரமணியன் கதைகள் எனப் பெயரிட்ட இத்தொகுப்பில் உள்ள கதைகளை, அதன் சாராம்சத்தை அல்லது சுருக்கத்தை நான்

சொல்லிக் கொண்டிருக்க விரும்பவில்லை. ஏனெனில், சுருக்கம் அல்ல கதைகள். எவையின் சுருக்கமும் அல்ல கதைகள். கதைகள், வாழ்தலில் இருந்து பெற்ற அனுபவங்களைக் கலைப் பரிமாணத்தோடு தரும் ஒரு அலாதியான வடிவம். இதை எங்ஙனம் ஒரு முன்னுரையில் சொல்வது? எனவே, அவரின் கதை உலகத்துக்குள், அவரின் மனிதர்களின் பிரச்னைகளை ஒருவாறு தொகுத்துக் கொள்வதே உசிதம்.

உஷாவின் கதைகளில் ஆண்கள் பெண்கள், கணவர்களாகவும் மனைவியர்களாகவும் வருகிறார்கள். குடும்பம், என்று கண்ணுக்குத் தென்படாத ஓர் அசுர சக்தி, இவர்களை ஒரு கூரைக்குக் கீழே வாழ நிர்ப்பந்திக்கிறது. வேறு வழி இல்லை. அவர்கள் மேல், அவ்வகையான வாழ்க்கை திணிக்கப்படுகிறது. அவர்கள் காதலால் இணைகிறார்களா என்றால் இல்லை . அன்பு, புரிதல் எதுவும் இல்லை. கணவர்கள், தங்கள் மனைவிமார்களுக்கு வாழ்க்கைப் பிச்சைப் போட்டுத் தியாகிகளாகிறார்கள். அவர்களின் தலைக்குப் பின்னால் தர்ம சக்கரம் சுற்றுகிற மகான்கள். மனைவிமார்கள், தங்கள் தொழுவத்தில், புல்லும் பருத்திக் கொட்டையும் தின்று, வேளா வேளைக்குப் பால் கறந்து கொண்டு நிற்கிறார்கள். அவர்களுக்குக் கொம்பு இருப்பதை அவர்கள் மறந்து போகிறார்கள். மனைவிமார்கள், கணவர்களின் தொப்பிகளில் செருகப்பட்ட சிறப்பு இறகு. தேவைப்படும் போது எடுத்துக் கொள்ளும் வசதியும் உரிமையும் கொண்ட வங்கிப் பணம். உடல் மற்றும் அதைச் சுற்றிய ஆடை மாத்திரமே பெண். அவள் மனம் என்ற ஒன்றை, சிந்தனை என்ற ஒன்றை, ஆத்மா என்ற ஒன்றை இருக்கும் பொருளாக ஒரு போதும் ஏற்காத ஆண் என்கிற தன்முனைப்பு.

அதாவது, ஒடுக்குபவர்களும், ஒடுக்கப்பட்டவர்களும், ஒரு தொட்டியில் நீர் அருந்தும் ஏற்பாடு என்றே குடும்ப அமைப்பைச் சொல்லத் தோன்று கிறது. இந்த அமைப்பைக் கேள்விக்குள்ளாக்குகிறார் உஷா. இப்படிச் சொல்வதன் மூலம், ஆண் வெறுப்பை உமிழும் மிகச் சாதாரணப் பெண்ணியக் கதைகள் இவையோ என நீங்கள் எண்ணிவிடக் கூடாது. இவை, பெண்ணியக் கதைகள் அல்ல. மாறாக, மனிதக் கதைகள். மனிதர்களின் கதைகள். உஷா, பெண்ணின் மனசின் வழி, அவள் கண்களின் வழி உலகைப் பார்க்கிறார். எது, மனித குலத்தை, ஆண் பெண் இணைந்த வாழ்தலை மேன்மைப்படுத்துமோ, அதை நோக்கி வாசக தளத்தை முன் நகர்த்துகிறார். உண்மையில், பெண் நோக்கு என்பதே, சரியான நோக்கு. பெண்வழிச் சிந்தனையே, மனிதகுல முன்னேற்றச் சிந்தனை. உஷா, ஒரு பெண்ணாக இருப்பதால், இந்தக் கோணத்தை எடுக்கிறார் என்று சொல்லலாமா? இல்லை. அவர் ஆணாக இருந்தாலும், இதைத்தான் செய்திருப்பார். அவர், ஒருபோதும், தன் பால் பகுப்பை எந்தச் சூழ்நிலையிலும் வெளிப்படுத்தியது இல்லை. சிந்தனைக்கு, அறிவுக்கு வேட்டியும் இல்லை, புடவையும் இல்லை.

அது பால் கடந்த ஸ்திதி. உஷா, எப்போதும் ஒரு எழுத்தாளர். பெண் எழுத்தாளர் இல்லை. இது அவரது முக்கியச் சிறப்பு.

குடும்பம், உஷா அவர்களுக்கு ஒரு முக்கிய அலகு. எனினும், அவர் அதன் வழக்கறிஞர் இல்லை. சூழலின் உக்ரம், முரண் ஆகியவைகளில் அவர் கவனம் கொள்கிறவர். எதன் சார்பாகவும் வக்காலத்து வாங்குபவர் இல்லை. முடிவுகளை வாசகர்களிடம் விடுகிறார். அவர் தீர்ப்பு எழுதுவது இல்லை. அவர் கதைகள், மனிதர்களின் மூடத்தனத்தின் மேல் விடுத்த சரம். வைத்த விமர்சனம். 'உலகம் இன்பக் கேணி. இதை ஏன் இழக்கிறீர்கள், வாழ்க்கையை விற்று வேறு எதைத்தான் வாங்கப் போகிறீர்கள்' என்று கேட்கிற ஒரு தோழமைக் குரல். சந்தோஷத்தைச் சாகடித்துக் கொண்டு, ஏன் துன்பத்தை விதைக்கிறீர்கள் என்று கேட்கிறார். இரண்டாயிரம் வருஷத்து அழுக்கு மூட்டைகளை வெளுக்கச் சொல்கிறார். எழுத்து, இந்தப் பிரக்ஞையை ஏற்படுத்துவது தவிர வேறு எதைச் செய்ய இருக்கிறது?–

உஷாவின் கதைகள், குடும்ப எல்லைக்குள் நின்று விட்டவை அல்ல. உருவாகி இருக்கும் 'கார்பரேட்' மக்களின் புதிய வாழ்க்கையை, தொடக்கத்திலேயே எழுதியவர் அவர். அவர்களின் பொய்ம்மையை, கரன்சிகளைச் சேர்க்க அவர்கள் அணியும் சகல முகமூடிப் பகீரதப் பிரயத்தனங்களையும் முதல் முதலாக வெளியிட்டவர் அவர்.

உஷா பல விஷயங்களில், ஒரு முன்னோடி எழுத்தாளர். தீவிரமான விஷய உள்ளடக்கங்களை எடுத்துக் கொண்டு பாசாங்கற்று எழுதுவதில், அவர், அவருக்குப் பின்னால் வந்த பலருக்கும் வழி காட்டியவர். தமிழ் இலக்கியச் சூழலில், உண்மைகளை உரமாகச் சொல்வதே மங்கிக் கொண்டு வரும் நேரம் இது. இதை, உஷாவோடு சக பயணியாக, நடந்து கொண்டிருக்கும் நானாவது சொல்லியாக வேண்டும். அவருடைய பல கதைகள், அவை வெளிவந்த காலத்தில் பலத்த சர்ச்சைக்கும், கண்டனங்களுக்கும் ஆளானதை இன்று பலர் அறிய வாய்ப்பு இல்லை. என்றாலும், தனக்கென்று ஒரு தடத்தை உருவாக்கிக்கொண்டே அதில் நடந்தவர் அவர். இன்னொருவர் தடத்தில் அவர் நடந்தவர் இல்லை. எழுதுவதில் அவருக்கு இருந்த ஈடுபாடு, தவிர, தன்னை முன் நிறுத்திக் கொள்ளும் எந்த முயற்சியையும் அவர் மேற்கொண்டதும் இல்லை. தமிழ் எழுத்துச் சூழலில், ஒரு அபூர்வமான மனிதர் அவர்.

உஷா அவர்களின் கதை மொழி, மிக இயற்கையானது. பாத்திரம் சார்ந்த சாதி, மதம், வர்க்கம், சூழலின் தகிப்பு, மனநிலை ஆகியவைகளில் இருந்து பெறப்பட்ட மொழி. உரையாடல்கள், கச்சிதமானவை. வர்ணனைகள் இவர் கதைகளில் குறைவு. ஏனெனில், இவர் கதைகளின் தன்மை அப்படி. பாத்திரங்களின் முரண், பகைப்புலம் இவைகளில் கருக் கொண்டவை இவர் கதைகள். அவைகளின் தன்மைக்கேற்ப

மொழி அமைப்பை மாற்றுகிறார். கம்பெனிகளின் இயக்குநர்கள், தொழிலாளிகள், டிரைவர்கள், டிரைவரின் குடும்பத்தார்கள், வாழ்க்கை விளிம்பில் வாழ்பவர்கள், பன்றி மேய்க்கும் குடும்பத்திலிருந்து கலைக்டரானவரின் புதிய மொழி என்று பலப்பல மனிதர்களின் மொழிப் பிரயோகங்களும் நம்பத்தக்கவையாக எழுதப்பட்டிருக்கின்றன. நம்பகத்தன்மை முக்கியம், எழுத்தில்.

ஒடுக்குமுறைகளின் உச்சத்தில் இருந்து மீண்டவர்கள், பெண்கள், சிலர் சித்தரிக்கப்பட்டிருக்கிறார்கள். வாழ்க்கையின் மேல் உஷாவுக்கு இருக்கும் நம்பிக்கையின் வெளிச்சம் இது, பரவசம் தருகிற கதைகளாக அவை உயர்கின்றன. மீள வழி இல்லை என்கிற அந்தகாரம் இல்லை, இவர் கதைகள், மீள முடியும் என்பதை அவர் வெளிப்படையாகச் சொல்லவில்லைதான். அவருடைய கலை அனுமதிக்கிற அளவில், விடுதலைக் குரல் உள் நாதமாக ஒலித்துக் கொண்டுதான் இருக்கிறது.

சிறுமைகள் மேல், உஷாவுக்கு இருக்கும் வெறுப்பு, உன்னதமானதாக நான் கருதுகிறேன். கோபம் கொந்தளிக்கும் இடங்களிலும், பாத்திரங்களை வகைப்படுத்திவிடாமல் கதை நாகரிக தளத்திலேயே வைக்கும் போக்கு சிலாகிக்கச் செய்கிறது. உஷா சுப்பிரமணியன் எதை வலியுறுத்துகிறார்? கணவன் – மனைவி, பெற்றோர்– பிள்ளைகள்; முதலாளிகள் – தொழிலாளிகள், என நேர்ந்துவிடும் உறவுகளில் உண்மைகளை விரும்புகிறார். பரஸ்பரப் புரிதல்களை வேண்டுகிறார். மனிதர்கள், எவ்வுறவைக் கொண்டவராயினும் பரஸ்பரம் பரிவைக் கோருகிறார். உண்மை, புரிதல், பரிவு இவைகளை இந்த வாழ்வெனும் நரகங்களில் இருந்து நமக்கு விடுதலை நல்கும் என்கிறார். இவைகளே அவர் கதைகள்– நமக்குத் தரும் சாவிகள். நாம் பூட்டிய கதவுகளைத் திறக்க இவையே சாவிகள்.

உஷா சுப்பிரமணியன் அவர்களின் கடந்த முப்பது ஆண்டுகளின் இலக்கிய விளைச்சலை இத்தொகுப்பு உணர்த்தும். இவைகள் பிறந்து, பிரசுரமான காலத்தில் தோற்றுவித்த அதே உணர்வை, திருப்தியை இன்னும், இப்போது வாசிக்கும் போதும் தருகின்றன என்பதே, கதைகளாக இவை பெற்ற வெற்றியை உறுதிப்படுத்திக்கொண்டு நிற்கின்றன.

இவைகளை மீண்டும் வாசிக்கக் கிடைத்த மகிழ்ச்சி எனக்குள் நிறைகிறது. வாசகர்க்கும் இந்த உணர்வு ஏற்படும் என்று நம்புகிறேன்.

தோழமையுடன்,<br>
**பிரபஞ்சன்**<br>
சென்னை – *14.*

# என்னுரை

இந்தத் தொகுப்பிலுள்ள கதைகள் எழுபதுகளில், ஏறக்குறைய நாற்பத்தைந்து ஆண்டுகளுக்கு முன் எழுதப்பட்டவை. ஒரு தலைமுறை கடந்து வாழ்க்கையில்தான் எத்தனை மாறுதல்கள் பெரிய நகரங்களில் தமிழ் மெல்லச் செத்துக்கொண்டிருக்கும் போது, சிறு நகரங்களிலும் வெளிநாட்டுத் தமிழரிடையேயும் தமிழிலே படிப்பதிலும் எழுதுவதிலும் ஒரு புது உத்வேகம் தோன்றியுள்ளது. இன்றய இளைஞர்கள் யார் இந்தப் பழங்கதைகளைப் படிப்பார்கள் என்ற கேள்விக்கு இவர்களின் ஆர்வத்தையே நான் பதிலாகக் கொண்டேன்.

நான் எழுதிய காலத்து வாழ்க்கைமுறை இன்றிலிருந்து மிகவும் மாறுபட்டது. அன்று நடுத்தர வர்க்கத்தின் வீடுகளில் தொலைபேசி கூடக் கிடையாது. நெருங்கிவிட்ட உலகில் கையெழுத்துப் போடத் தெரியாதவன் செல்பேசியில் கூட இரண்டு சிம்கார்ட் உள்ளது. பாண்டி பஜாரில் கன்னத்தில் அழுத்தும் செல் ஃபோன் வழியே “ஈரோடில் கிளையண்ட் மீட்டிங்கில் இருக்கிறேன்” என்று பொய் சொல்வது சாதனங்களின் சாதனை. தொலைக்காட்சியில் வயலும் வாழ்வும் பார்த்து மகிழ்ந்தவர்கள் இன்று OTTயில் uncensored படம் பார்க்கிறார்கள்.

பத்தியம் சமைக்க வந்த அம்மாக்களின் பெண்கள் இன்று கூகிள் பார்த்துதான் பச்சிளம் குழந்தைகளை வளர்க்கிறார்கள். இன்டர்நெட் ஐஸ்லேண்டில் ஏதோ வரும் மூலையில் வசிப்பவனின் ஜாதகத்தைப் பிட்டு பிட்டு வைக்கிறது. பராசக்தி இன்று காமெடி படமாகிவிட்டது. பாவாடை போன்ற பெல்பாட்டம் பாண்ட் அணிந்தவர்களுக்கு நான் எழுதிய கதை முழங்காலில் கிழிந்த தொடையைப் பிடிக்கும் ஜீன்ஸ் அணிந்தவர்களுக்கு கேலியாகக் கூட ஆகலாம். ஏன் நாயக, நாயகிகளுடன் இவர்களுக்கு ஏதாவது identity இருக்குமா?

குறிப்பாகக் காதலும், கற்பும், குடும்ப வாழ்வும் அன்றிருந்ததல்ல.

“கற்பில் சிறந்தவள் கண்ணகியா? மாதவியா? என்று கல்லூரி மாணவ மாணவியர் வாதிட்ட காலம் மலையேறிவிட்டது. மறைந்து மறைந்து கண்ணாலும் கடிதங்களாலும் வளர்த்த காதல் இன்று ‘கமிட்டெட்’ என்ற பெயரில் பொது விஷயமாகி விட்டது. சமயலறைக் கதவின் பின் ஒளிந்து ‘ஏங்க’ என்றுகூட அழைக்கத் தயங்கி, கால மெட்டியால் மெல்லத் தட்டிக் கணவனை அன்று அழைத்தார்கள். “டேய் அருண், நீயும் குழந்தைகளும் தோசை வார்த்து சாப்பிடுங்க” என்று கணவனை ஒருமையிலும், சிறுமையிலும் அழைக்கும் ஐ.டி. பெண்கள், ஆண்களுடன் நாடு இரவில் சரி சமமாக வேலை செய்கிறார்கள்.

சமுதாய மாற்றங்களுடன் நில்லாமல் கதை சொல்லியின் மொழி வழக்காடுதலும் மாறிவிட்டது. சுத்தத் தமிழும் வட்டார வழக்கும் எனக்கு எழுதிப் பழக்கமில்லை. அவதானிப்பது, பாவிப்பது போன்ற வார்த்தைகள் நான் அறியாதவை. நான் எழுதிய காலத்தில் பேச்சு வழக்கில் நிறைய ஆங்கில மொழிச் சொற்கள் கலந்துதான் எழுதினோம்.

வாழும் முறைகள் மாறினாலும் சமுதாய வழக்கங்கள், பேச்சு வழக்குகள், குடும்ப உறவுகள் மாறினாலும் என்றும் மாறாதவை மனிதக் கணிப்புகளும், உணர்ச்சிகளும்தான். நாணயம், நேர்மை, அன்பு, கருணை, பாதுகாப்பு உணர்வு எல்லாம் மாறாத கணிப்புகள். Human values. கொலைக்காரனும் குரூரமாக வதைத்தவனும் இன்றும் குற்றவாளிதான். அன்பாலும் கருணையாலும் அனாதைகளை ஆணைத்துச் செல்பவன் உபகாரிதான்.

என் கதைகளில் இப்படிப்பட்ட பல கதை மாந்தர்களைச் சந்திப்பீர்கள். காலத்தைத் தாண்டியும் உங்களால் அவர்களை ஏற்க முடிந்தால் நான் மெத்த மகிழ்வேன். ஏன் வாசகர்களுக்கு நன்றி கூறுவேன்.

**உஷா சுப்ரமணியன்**<br>
*20.2.2021*

## உள்ளே...


1. புகை........................................................13
2. ஆவலுடன் எதிர்பார்க்கிறேன்................................34
3. பொதி கழுதைகள் ..........................................40
4. எனக்கும் ஒரு கதை உண்டு .................................48
5. பாதை........................................................77
6. தலைவன் ....................................................82
7. பாட்டியின் பயணம்.........................................90
8. போருக்குப் புறப்பட்டவள்..................................100
9. ஒரு முடிவு ஒரு ஆரம்பம் ..................................106
10. கிழியும் முகமூடிகள்.......................................111
11. அது என் பெயரில்லை .....................................119
12. உலக அழகியிடம் ஒரு ரகசியம்............................126
13. மாறுபாடுகள்................................................131
14. மிதியடிகள் .................................................138
15. உப்பும் நீரும் ...............................................146
16. ஸ்டேட்டஸ் .................................................154
17. பரமசிவம் சாப்பிட்ட பாயசம் !..............................168
18. த்ரில் ........................................................175
19. அவருக்கென்றும் ஒன்று !...................................180
20. ஏற்கமுடியுமா?.............................................187
21. யார் குற்றம்?...............................................195
22. நீயுமா புரூட்டஸ்?.........................................202
23. மாறுபடும் கோணங்கள்....................................232
24. பரிசு .........................................................239
25. லிஃப்ட் ப்ளீஸ் .............................................246
26. ஒரு லேபல் தேவை.........................................253
27. இவர்களும் அம்மாக்கள்தான் ...............................260
28. வேலை .......................................................271

29. வேஷங்கள்........................................................277
30. பொன் குழந்தைகள் ...........................................298
31. இதோ பணம் வருகிறது .....................................307
32. தர்மங்களும் நியாயங்களும் ............................314
33. அடங்காப்பிடாரி மருமகள்................................322
34. ஒழுக்கம் மட்டும் போதிக்க என்ன உரிமை ......328
35. அம்மாவுக்கு ஒரு இடம்.....................................336
36. முற்றுப் பெறாத முதல் காதல்கள் ....................349
37. எனக்குப் பொறாமை இல்லை...........................355
38. நான் கன்னி இல்லை ........................................362
39. தொழில் ரகசியம்...............................................371
40. அவனாவது உறங்கட்டும் ..................................376
41. ஜாதி - நிறம் - கொள்கை .................................381
42. வலி.......................................................................386
43. நீயுமா இப்படி? .................................................392
44. கார்ல் மார்க்சும் கத்தரிக்காய்ப் பொரியலும் .....402
45. கணிப்புகள் ......................................................405
46. வேலை வெட்டி இல்லாதவ .............................412
47. அவள் எடுத்த முடிவு .......................................419
48. உனுக்கொரு நாயம்... எனுக்கொரு நாயமா?...426
49. மறந்து விட்டோம் ............................................432
50. லட்சுமி..................................................................439
51. சாட்சி....................................................................446
52. நேரமில்லை எனக்கு.............................................455
53. சோலைவழிப் பாலைவனம் ..............................463
54. முதல் முறையாக !...........................................472
55. எது முக்கியம்?......................................................478
56. மனைவி மனுஷியானால் ..................................486

# புகை

**சு**சீலா ஆர்.எம்.ஓ–விடமிருந்து கேஸ் ஹிஸ்டரி ஷீட்டுக்களைப் பெற்றுக் கொண்டாள். “டாக்டர் சேகர் இருக்கார். ஹி வில் ஹெல்ப் யூ...” ஆர்.எம்.ஓ. பயபக்தியுடன் சொன்னார்.

அவள் படியிறங்கும் போது பின்னால் கிசுகிசு குரலில் இருவர் பேசுவது கேட்டது. "நம்ம வீட்டுப் பொம்பளைங்கள்ளாம் வீட்டு வேலைக்கே நேரம் பத்தாம திண்டாடுதுங்க, இந்தப் பெரிய மனுசங்க வீட்டுப் பொம்பளைங்க பொழுது போகாம பயித்தியக்கார ஆஸ்பத்திரியைத் தேடிக்கிட்டு வந்துடறாங்க."

சுசீலாவுக்குக் கோபம் வரவில்லை. உண்மைதானே? அவளுக்கும் அரைடஜன் குழந்தைகள், வீட்டில் பற்றாக்குறை, எதை வைத்து எதை மீட்கலாம் என்ற கவலை எல்லாம் இருந்தால் சமூகத் தொண்டு செய்ய என்று இந்த மனநோய் மருத்துவமனையையா தேடி வரப் போகிறாள்?

சேகர் சைகியாட்ரி என்னும் மனோதத்துவ மருத்துவத்தில் எம்.டி. செய்கிறான். துடிப்பான இளைஞன். இவனுடன் ஒவ்வொரு பேஷண்டின் சரித்திரத்தையும் அலசும்போது, அவன் 'டயக்னோஸ்'களைப் பகிர்ந்து கொள்ளும்போது, சுசீலாவுக்கு தான் ஒரு கோட்டீசுவரரின் மனைவி என்பது மறந்து விடும். பத்தாண்டுகளுக்கு முன் மாநிலக் கல்லூரியில் எம்.ஏ, வகுப்பில் முதல் பெஞ்சில் அமர்ந்து ஆசிரியரின் பேச்சை

ஆவலுடன் கேட்ட உணர்ச்சிதான் ஏற்படும்.

சில நோயாளிகளுக்குக் கடிதம் எழுதித் தந்தாள். “இங்கே என்னை அடிக் கிறாங்க. ஒதைக்கிறாங்க. சாப்பாடே போடறதில்லை. நான் சாப்பிட்டு நாலு வருஷமாகிறது... ம். ஆத்தா விலாசம் எழுதிட்டீங்களா?" ஒரு நோயாளி மிரட்டினான். சுசீலாவுக்குத் தெரியும், இந்தக் கடிதம் அவன் ஆத்தாவை அடையாது என்று. டாக்டர் சேகரிடம் சென்று, அதன் பிறகு மனோதத்துவ நிபுணரின் ஆராய்ச்சிக்குட்பட்டு இங்கேயே தங்கி விடும். ஆனாலும் நோயாளியை வருத்தப்படச் செய்ய மனம் இடம் கொடுக்கவில்லை தன்னை இங்கிருந்து அழைத்து செல்ல மாட்டாளா என அவனுக்கு. அவன் வாழ்வின் சாரமே எதிர்பார்ப்புத்தானே?

செக்கச் செவேலென்று ஒரு நோயாளி 'ராஜா மாதிரி என்பார்களே அப்படியிருந்தான். கண்களில் தான் எப்படிபட்ட சோகம். அவன் இங்கு வந்த இந்த நான்கு வருடத்தில் யாருடனுமே பேசியதில்லை. அவனைப் போல் ‘மானிக் டிப்ரெஷன்’ உள்ள நோயாளிகள் சில சமயம்– பேசுவார்கள், ஆடுவார்கள், பாடுவார்கள், திடீரென மாத நாட்கணக்கில் சோகத்துடன் அமர்ந்திருப்பார்கள். ஆனால் இவனுக்கோ சதா துக்கம்தான். இவன் தெருவில் பசி மயக்கத்தால் மயங்கி விழுந்து கிடந்தவன். காவல்காரர் ஒருவர் இவனை ஆஸ்பத்திரியில் சேர்த்த பின் நாலு நாள் ஸலைனும். க்ளூகோஸூம் ஏத்திய பிறகு இங்கே அனுப்பி விட்டார்கள். இங்கு வந்த புதிதில் அவன் எதையுமே சாப்பிட மாட்டான். நாட் கணக்கில் பட்டினி கிடப்பான். எங்கேயோ வெறித்து பார்த்த படியே உட்கார்ந்திருப்பான். சில சமயம் இரவு முழுவதும் கூட அப்படியே அமர்ந்திருப்பான் என்று நர்ஸ் சொல்லி யிருக்கிறாள். பல முறை ஷாக் கொடுத்தாகி விட்டது. இன்ஸூலின் ஏற்றியாய் விட்டது. எத்தனையோ ட்ரான்குலைஸர்கள், பெப்–அப் மாத்திரைகள். ஊஹூம்.... அவன் அசையவில்லை . ஒரே மாற்றம்– இப்போதெல்லாம் சாப்பாடு வைத்தவுடன் சாப்பிட்டு விடுகிறான், தானே சிரித்துக் கொள்கிறான். எப்போதாவது யாருக்கும் புரியாத பாஷையில் ஏதோ முணுமுணுக்கிறான்.

அவன் பேசாததால் அவன் யார் எந்த ஊர் போன்ற விவரங்கள் யாருக்கும் தெரியாது. 'யார் பெத்த பிள்ளையோ' என்று பிள்ளை பாக்கியம் இல்லாத சுசீலாவின் வயிறு அந்த இருபத்தைந்து வயது இளைஞனைப் பார்த்து குமுறும். "அவனை எப்படியாவது பேச வைக்க வேண்டும் என்று வலிகூட 'இன்ட்யூஸ்' செய்து பார்த்தோம். 'ஐயோ' என்று கத்தினான். அன்று முழுதும் அழுதுகொண்டே இருந்தானே தவிரப் பேசவில்லை."– சேகர் சொன்னான். சுசீலாவின்

வயிற்றை என்னமோ செய்தது.

"ஏழுமலை நன்றாக இருக்கிறாயா?" ஏழுமலை என்பது ஆஸ்பத்திரியில் செய்த நாமகரணம்.–

ஏழுமலை ஆகாயத்திலிருந்து பார்வையை அகற்றவில்லை. பெஞ்ச் ஒன்றில், முழங்காலை குத்திட்டு கைகளால் அணைத்த வாறு உட்கார்ந்திருந்தான்.

"சாப்பிட்டயா... சாப்பாடு நல்லா இருந்திச்சா?"

பதிலில்லை. பார்வையும் திரும்பவில்லை.

"எழுமலை. உனக்கு ஏதாவது வேணுமா?" அதே வெறித்த நோக்கு வெட்ட வெளியில் .

“இப்ப போயிட்டு வரேன். ஏதாவது வேணும்னா சொல்லு..." – சுசீலா நகர்ந்தாள்.

அவள் நகர்ந்த பின் ஏழுமலை மெல்ல எழுந்தான். அவனுடைய ஒவ்வோர் அசைவும் நகர்வதற்கே காலங்காலமாக, யுகயுகமாக ஆகும் போல் அவ்வளவு ப்ரயாசையுடன் இருந்தது.

சுசீலாவும், சேகரும் நர்ஸுடன் பேசிக் கொண்டிருந்தார்கள். ஏழுமலை அவர்கள் பின்புறம் வந்து நின்று கொண்டிருந்தான். 'சடக்'கெனத் திரும்பிய சுசீலாவுக்கு அவன் தன்னைப் பார்ப்பது போல் தோன்றியது. குரலைக் கனிவாக்கிக் கொண்டாள். "ஏதாவது ஹெல்ப் வேணுமா ஏழுமலை?"

எங்கேயோ பார்த்தபடி திருதிருவென்று விழித்தான் அவன். "பீடி.. பீடி. பத்து பைசாவுக்குப் பீடி..." ஏதோ பெரிய காரியத் தைச் செய்துவிட்ட திருப்தியில் திரும்பிச் சென்று பெஞ்சில் பழையபடி அமர்ந்தான். டாக்டர் சேகர் அவனை. பின் தொடர்ந்து ஓடினான்: "நர்ஸ் வாங்க, இந்த ஆள் பேச ஆரம்பிச்சுட்டான்..." சேகர் ஏழுமலையை எத்தனையோ கேள்வி கேட்டான். பீடி கேட்டதுடன், ஏழுமலை பழைய மோன நிலைக்கு சமாதிக்கு போய்விட்டான். சேகர் வெறுப்புடன் திரும்பி வந்தான்.

"சே.. சே...! என்ன பிழைப்பாய் போச்சு. பயித்தியத்தைக் கட்டி மாரடிக்கிறதுன்னு சொல்லுவாங்களே, எவ்வளவு உண்மையா இருக்கு பார்த்தீங்களா?"

“என்ன சேகர், அலுத்துக்கறீங்க... வெளியிலே இருக்கிறவங்களை விட உள்ளே இருக்கிறவங்க ஒண்ணும் அவ்வளவு மோசமாயிடல்லை. பாவம்! அவனுக்கு அல்ப ஆசை, எத்தனை வருஷமாய் அடக்கிக் கொண்டிருந்தானோ, ஒரு பீடி குடிக்கிற ஆசையை?” – சேகருடைய உப்பிய சட்டை பாக்கெட்டைப் பார்த்தவாறே சுசீலா பதிலளித்தாள்.

வீடு திரும்பும் வழியெல்லாம் அவள் எண்ணங்கள் அந்த பயித்தியக்காரனையே சுற்றி வந்தன. நான்காண்டுகளாக வாய் திறந்து பேசாதவன் முதல் முறையாகப் பேசியிருக்கிறான்! நிபுணர்களின் அன்புக்கும், கண்டிப்புக்கும், மிரட்டலுக்கும், உருட்டலுக்கும் பேசாதவன், அவளைப் பார்த்து தானாகவே பேசியிருக்கிறான். அவனுக்கு பீடி வேண்டும். ஒரே ஒரு பீடி. வாழ்வில் புகைக்கும் அவளுக்கும் ஏன் இத்தனை நெருங்கிய... தொடர்பு?

இந்தத் தொடர்பு தொடங்கிப் பத்து வருஷம் ஆகிறது.

அவள் எம்.ஏ., படிக்கிறாள். விரும்பி எடுத்துக் கொண்ட பாடம் மனோதத்துவம். ஹைஸ்கூல் தமிழ்ப் பண்டிதரின் மூத்த புதல்வி. அடுத்து மூன்று பிள்ளைகளும், இரண்டு பெண்களும் இருக்கும் போது கல்லூரிக்குப் போவது சுலபமான காரியமில்லைதான். ஆனால் அப்பா சுந்தரம்பிள்ளை இந்த விஷயத்தில் கண்டிப்பாக இருந்தார். பள்ளிப் படிப்பை முடித்ததுமே அம்மா முட்டுக்கட்டை போட்டாள்: “பிள்ளைப் பசங்களைப் படிக்க வச்சாலும் உண்டு. பொட்டைப் பெண்ணைப் போயி...”

அப்பாவுக்குக் கோபம் வந்துவிட்டது: "அட மூடமே. உன் பெண் எஸ்.எஸ்.எல்.ஸி–யிலே நானூத்து எண்பது மார்க் வாங்கியிருக்காடி. பிள்ளைக படிக்கலைன்னாலும் அவ என் பேர் எடுப்பாடி. என் தலையை அடகு வச்சானும் அவளைப் படிக்க வைப்பேன்" என்று எப்படியோ கல்லூரியில் சேர்த்து விட்டார்.

அவர் தலையை அடகு வைக்கவேண்டிய அவசியமே வரவில்லை . பி.யு.ஸி. முடிப்பதற்குள் அவளுக்கு மெரிட் கம் ஸ்காலர்ஷிப் கிடைத்தது. அதன் பிறகு ஒரே ஓட்டம்தான்– படிப்பு, படிப்பு என்று. எம்.ஏ., முடித்துவிட்டுக் கல்லூரியில் லெக்சரர் ஆகவேண்டும்... மற்ற தம்பி தங்கைகளையும் கல்லூரிக்கு அனுப்ப வேண்டும்... கொஞ்சம் பணம் சேர்ந்த பிறகு பி.எச்டி. செய்ய வேண்டும்... அவள் கனவு எல்லாம் கணவனைச் சுற்றி வராமல் கல்வியையே சுற்றி வந்தது.

அவளை எதிர்த்துச் சதி செய்து கொண்டிருந்தது அவள் அழகு. செல்வத்தை வாரித் தராத இறைவன் அழகை மட்டும் வஞ்சனை யில்லாமல்தான் வைத்திருந்தான். ஜாடை என்னவோ அம்மா மாதிரிதான் என்றாலும், இந்தக் குடும்பத்தில் யாருக்கும் இல்லாத பொன் சம்பங்கி நிறம் அவளுக்கு மட்டும் இருந்தது. அரைகுறை சாப்பாட்டிலேயே உடம்பில் அப்படி ஒரு தளதளப்பும் வாளிப்பும். கோடு தீட்டினாற் போன்ற மெல்லிய புருவம். நீண்ட, மை தீட்டாமலே கருமையான விழிகள் அளந்து வைத்தாற்போல் மூக்கும், விழியும். இந்த அழகைக் கண்டுதானே அவர்...?

ஞாயிற்றுக்கிழமை காலை நேரம். அப்பா தரையில் அமர்ந்து, வெறும் உடம்புடன் கடைக்குட்டி கோமளாவுக்குத் திருக்குறள் பாடம் சொல்லிக் கொடுத்துக் கொண்டிருக்கிறார். சுசீலாவும் அவள் தங்கையுமாகப் போட்டிப் போட்டுக் கொண்டு இட்லிக்கு மாவாட்டிக் கொண்டிருக்கிறார்கள்.

வாசலில் ஒரு பிரமாண்டமான கார் வந்து நிற்கிறது. முதலில் டிரைவர்தான் இறங்ரி வருகிறான். டிரைவரே ராஜா மாதிரி, மிலிடரி சார்ஜண்ட் மாதிரி, இல்லை... இல்லை டிராபிக் போலீஸ்காரர் மாதிரி, வெள்ளை வெளேரென்று உடையும், தலையில் ஹேட்டுமாக. (கோமளி படிப்பை மறந்துவிட்டுக் கதவருகில் வந்து எட்டிப் பார்க்கிறாள். “அக்கா, இந்த மோட்டாரைப் பாரேன்" என்று உட்புறம் திரும்பிக் குரல் கொடுக்கிறாள். விஜியும் சுசீலாவும் கூடக் கையில் மாவு வழிய தூக்கிக் கட்டிய தாவணியுடன் முற்றத்துக் கதவருகில் வேடிக்கை பார்க்க வருகிறார்கள்.

டிரைவர் வரிசையாக வெள்ளித் தட்டுகளை எடுத்து வருகிறான். அப்பா திடுக்கிட்டு, "நீங்க... யாரை?"

"நீங்கள் தமிழ் வாத்தியார் சுந்தரம் பிள்ளைதானே?"– பதிலுக்குக் காத்திராதவன் போல் பழங்கள், கற்கண்டு, சர்க்கரை எனச் சுமந்துகொண்டு வருகிறான். ஒருமுறை அவன் வரும்போது அப்பா மறக்காமல், "வாத்தியார்... கீத்யார் இல்லேப்பா. தமிழாசிரியர்" என்று திருத்தம் செய்கிறார். கோமளியும், வாண்டுகளும் ஆப்பிளையும், ஆரஞ்சுகளையும் ஆவலுடன் பார்க்கிறார்கள். அம்மா திறந்த வாயை மூடவில்லை. அப்பா மாத்திரம் நிதானமாகச் சட்டையை எடுத்து மாட்டிக் கொண்டார். பை அசிங்கமாய் பாதி கிழிந்து தொங்கியது. கண்ணாடியை மூக்குக்குமேல் தள்ளிவிட்டுக் கொண்டார். இத்தனை ஆர்ப்பாட்டத்திலும் குறும்புக்கார விஜி மாத்திரம், "பாருடீ, நம்ம

வீட்டுக்கு அலாவுதீனின் அற்புத விளக்கு வந்திருக்குடீ" என்று சுசீலாவின் தோளில் இடித்தாள். சுசீலா முன் உச்சி முடியை தள்ளிக் கொண்டபோது முகத்திலும் கொஞ்சம் மாவு ஒட்டிக் கொண்டது.

தட்டுக்களின் வரிசை ஓய்ந்ததும், டிரைவர் டிக்கியைத் திறந்து மடக்கும் அலுமினிய நாற்காலி ஒன்றை எடுத்துக் கொண்டு வந்து உள்ளே போட்டான். திரும்பிப் போய் பின் கதவைத் திறந்தவுடன், ஏர்கண்டிஷன் குளுமையை விட்டு இறங்க மனமில்லாதவன் போல நிதானமாக அந்த இளைஞன் இறங்கி வந்தான்.

ஏனோ அவனைப் பார்த்ததும் சுசீலாவுக்குப் பிஞ்சிலே பழுத்தவன் என்று தோன்றியது. மாநிறம்தான் என்றாலும் நல்ல ஆஜானுபாகுவான தோற்றம். தலை நிறைய முடி. ஷூவிலேயே முகம் பார்க்கலாம் போல் இருந்தது. டிப்டாப்பாக உடை. இம்ப்ரெஸிவ் பர்ஸனாலிடி என்று யாரும் பார்த்தவுடனேயே சொல்லி விடுவார்கள். வயது கட்டாயம் 'இருபத்தைந்து, அதிகம் போனால் முப்பதுக்குள்தான் இருக்கும். கறுப்புக் கண்ணாடியைக் கழட்டாமலே உள்ளே வந்து நாற்காலியில் உட்கார்ந்தான். சினிமா நடிகைகள் ஸெட்டுக்கு நாற்காலி தூக்கிக் கொண்டு போவார்கள் என்று சுசீலா கேள்விப்பட்டிருந்தாள். இவர் என்ன புது தினுசு நடிகர்?' சுசீலாவுக்குச் சிரிப்புத்தான் வந்தது.

வந்து அமர்ந்தவன் பாக்கெட்டில் இருந்து லைட்டரை எடுத்து 'க்ளிக் க்ளிக்' என்று இரண்டு முறை அழுத்தினான். சிகரெட்டை நிதானமாகப் பற்ற வைத்துக்கொண்டான். அந்த தோரணை, அலட்சிய பாவம் சுசீலாவின் கணிப்பிலே அவன் ஒரே நிமிடத்தில் விழுந்து விட்டான். சுந்தரம் பிள்ளையின் கண்டிப்பிலும், ஆசாரசீலத்திலும் ஒழுக்கத்திலும் வளர்ந்தவள் அவள். வெள்ளித்தட்டுக்களை எடுத்து வந்ததுக்காக மாத்திரம் அறுபதைக் காணப் போகிறவர் எதிரில் சாவதானமாகப் புகை விடுவது அவ்வளவு கண்ணியமாகப் படவில்லை. குறைந்தபட்சம் அனுமதி கேட்டுக் கொண்டாவது புகைக்கக் கூடாதா என்று தோன்றியது.

வந்தவன் சுற்றும் முற்றும் யாரையும் பார்க்கவில்லை. எல்லோரும் என்னையே பாருங்கள் என்ற தோரணையுடன் நேர்ப் பார்வையுடன் ஆரம்பித்தான். அப்பா ஒரு மூலையில் நின்று கொண்டிருந்தார். விஜி ஒரு ஸ்டூலைக் கொண்டு போட்ட பிறகுதான் அதில் அமர்ந்தார்.

"என் பேர் குமார். வயசு இருபத்தாறு ஆகிறது. என்னைப் பற்றி யாரைக் கேட்டீங்கன்னாலும் சொல்லுவாங்க. சேம்பர் ஆப் காமர்ஸ் பிரஸிடெண்ட். பத்து, பன்னிரண்டு கம்பெனிங்கள்ளே டைரக்டரா

இருக்கேன். அம்மா பத்து வயசிலே போயிட்டாங்க. அப்பா தவறிப் போய் ரெண்டு வருஷம்தான் ஆகிறது. தனியாத்தான் இருக்கேன்." இன்னும் நிமிர்ந்து உட்கார்ந்தான். சிகரெட்டை ஓர் இழு இழுத்தான்.

"இப்ப இங்க வந்தது என்னாத்துக்குன்னா, ஓங்க பொண் சுசீலாவைப் பெண் கேட்கத்தான்." – பேச்சை நிறுத்தி அழகாக ஒரு 'போஸ்' கொடுத்தான். சுசீலா பிரமை பிடித்தாற்போல அவனைப் பார்த்தாள். கையில் மாவு ஏற்கெனவே காய்ந்து வறவறன்னு இழுத்தது. விஜி "கிக்கிக்கிக்கீ" என்று டீன்–ஏஜ் சிரிப்பு சிரித்தாள். அம்மா கதவைத் தாண்டி உள்ளே சென்று அவன் எதிரிலேயே நின்று கொண்டாள். அப்பா முகத்தில் கூட ஒரே வியப்பு!

அவன் நிதானமாக நிறுத்தித் தொடர்ந்தான் : "உங்க பெண் சுசீலா, நான் ஆபீஸிலிருந்து வீடு திரும்பறப்போ தினம் க்யூ.எம்.ஸி. பஸ் ஸ்டாண்டிலே நிற்பா, பார்த்திருக்கேன். எனக்கு அவளைப் பிடிச்சிடுச்சி. அதுதான் எல்லாம் விசாரிச்சுட்டு இங்கேயே பெண் கேட்க வந்தேன்" திரும்பக் கவனமாகக் கையாண்ட மௌனம்.

"சாதியெல்லாம் நீங்க யோசிக்க வேண்டாங்க. அதெல்லாம் நான் விசாரிச்சாச்சு. நாங்களும் சைவப் பிள்ளைமார்தான். இப்ப நான் சைவன் இல்லையே தவிர பிள்ளைமார்ங்கற சாதி என்னமோ இருக்குது..." – ஒரு செயற்கை சிரிப்பு. சிகரெட் புகை.

"அதெல்லாம் யார் தம்பி இந்தக் காலத்துலே....?"– அப்பா ஏதோ முணுமுணுத்தார்.

"ஸ்டேடஸ் எல்லாம் பார்க்க வேண்டாம். திருநீர் மலையிலோ, வடபழநியிலோ சிம்பிளா மேரேஜ் முடிச்சுட்டீங் கன்னா நான் அப்புறம் பார்த்துக்கறேன். பத்து நாள்லையே, தை மாசம் இருபதாம் தேதி நாள் நல்லாயிருக்குன்னு ஐயர் சொன்னாரு." என்ன தன்னம்பிக்கை? என்னைப் போன்ற கோடீசுவரனை மறுக்க முடியுமா என்ற திமிரா?

சுசீலாதான் வெடுக்கெனக் குறுக்கிட்டாள்: "அப்பா, யோசிச்சிச் சொல்றதா சொல்லுங்க."

"குட். வெரி குட்." – அவன் எழுந்து விட்டான்: "எதுலையும் அவசரப்பட்டு முடிவெடுப்பது எனக்குப் பிடிக்காது." வணக்கமோ, போயிட்டு வரேன் என்றோ சொல்லவில்லை. "நாளைக்கு நம்ப பி.ஏ–.யை அனுப்பறேன், யோசித்துச் சொல்லுங்க."– அதே நேர்ப் பார்வையுடன் வெளியேறி விட்டான். டிரைவர் நாற்காலியைத் தூக்கிக் கொண்டு போனான்.

சுசீலா முற்றத்துக் கதவு அருகிலேயே உட்கார்ந்து விட்டாள். மாவுக் கையுடனே முகத்தை மூடிக் கொண்டு விக்கிவிக்கி அழ ஆரம்பித்து விட்டாள். விஜி, "என்னடி. கோடீசுவரன் உன்னைப் பரிசம் போட வருகிறான்" என்று குழந்தைத்தனமாகக் கேட்டாள். அப்பாவும் அம்மாவும் ஒன்றும் பேசாதவாறு ஒருவர் முகத்தை ஒருவர் பார்த்தவாறு உட்கார்ந்திருக்கிறார்கள்.

அதற்குள் அக்கம்பக்கம் கூடிவிட்டது. பக்கத்து வீட்டுக்காரர் "சேர்மன் எங்கே இங்கே வந்தார்?" என்று கேட்டுக் கொண்டே நுழைந்தார். விஷயம் கேட்டதும் மலைத்துவிட்டார். உங்க பெண் ரொம்ப லக்கி ஸார்! எங்க சேர்மன் மாதிரி ஒலகத்துலே மொத்தம் பத்து பேர்கூட இந்த வயசுலே இப்படி ஒரு பொஸிஷனுக்கு உசந்திருக்க மாட்டா. ஹார்வர்ட் எம்.பி.ஏ. ஸார்! பர்பெக்ட் ஜெண்டில்மேன். அவர் முகத்தைப் பார்த்தால் லேபர் ப்ராப்ளம்கூட அடங்கிவிடும் ஸார்..."– புகழ்ச்சி ஒரே உயர்வு நவிற்சி அணியாக இருந்தது. சுசீலா இன்னும் அழுது கொண்டிருந்தாள். அவளுக்கே காரணம் புரியவில்லை.

கலாட்டா ஓய்ந்ததும் அப்பா சுசீலாவைக் கூப்பிட்டார். என்ன சொல்லுவது என்பதுபோல முகத்தைப் பார்த்தார். "அப்பா, இதெல்லாம் வேண்டாம்பா. நான் எம்.ஏ. முடிச்சிட்டு லெக்சரர் ஆகப்போறேன். நீங்க ரிடையர் ஆனப்புறம் விஜியை, ரகுவை எல்லாம் காலேஜுக்கு அனுப்பணும்."

"தோ பாரு சுசீலா, நீ வேலைக்குப் போயி குடும்பத்தைக் காப்பாத்தணும்னு நா ஒன்னைப் படிக்க வைக்கலை. புத்திசாலிப் பெண்ணைப் பெத்ததுக்கு எங்கடமையைச் செய்யணும்னுதான் படிக்க வைச்சேன்."– குரல் வெகு கண்டிப்பாக ஒலித்தது. வெட்டொன்று துண்டு ரெண்டாகப் பேசும் அப்பாவிடம் சுசீலாவுக்குப் பயம் அதிகம்.

"இல்லைப்பா, இந்த ஆள் வேண்டாம்ப்பா" – குரல் ஈனஸ்வரத்தில் எழுந்தது.

"ஏன்?"– வியப்புடன் அவளைப் பார்த்தார்.

"அப்பா, அவரு ஓங்க எதிரிலே சிகரெட் பிடிச்சது, பெரியவருன்னு இல்லாம நாற்காலியிலெ உட்கார்ந்தது ஒண்ணுமே நேக்குப் பிடிக்கலைப்பா."

அப்பா குறுக்கும் நெடுக்கும் நடந்தார். வாஞ்சையுடன் சுசீலாவிடம் அமர்ந்தார். அவள் தலையைக் கோதிவிட்டார். "சுசீ, நோக்கு உலகம் புரியல்லை. இதப்போல வேற ஒரு கோடீசுவரன் உன் அழகைப்

பார்த்து மயங்கினான்னு வச்சுக்க, முதல்ல ஒன்னைக் கட்டிக்கறேன்னு சொல்லமாட்டான். வேற வழியிலே அடையத்தான் முயற்சி பண்ணுவான். இவன் அந்த மாதிரி பண்ணல்லை; கண்ணியமானவன். ஏழைத் தமிழாசிரியர் வீடு தேடி வந்திருக்கான். வேறொருத்தனா இருந்தா என்னைக் கூப்பிட்டனுப்பிச்சிருப்பான். நமக்கு சங்கடம் உண்டாக்க வேண்டாம்னுதான் இந்த நாற்காலிகூட. நம்ம வீட்டு உடைஞ்ச ஸ்டூலிலே உட்கார்ந்து அவன் பேண்ட் கிழிஞ்சா நமக்கு அவமானமாயிருக்கும்; மனசு கஷ்டப்படும். நல்லா யோசித்துத்தான் எல்லாம் செஞ்சிருக்கான்.

சிகரெட் விஷயத்தை மறந்திடு. இந்த காலத்திலே எந்தப் பையன்தான் சிகரெட் ஊதலை? வீட்டிலே பெரியவங்க, பெருந்தலை இல்லாம ஊதிப் பழக்கமாயிருக்கும். இதெல்லாம் மனசுலே வெச்சுக்காதேம்மா."

அப்பாவுக்குக்கூட யதார்த்தமாகச் சிந்திக்கவும், பேசவும் தெரியுமா? யோசித்துப் பார்த்தால் அப்பா சொல்வது சரி என்றுதான் பட்டது. ஊரார் சொல்வது போல் அவள் ரொம்ப அதிருஷ்டக்காரிதானா? இரவு தூக்கத்தில் இன்பக் கனவுகள் பல வந்தன. நடுவே ஒரு பயங்கர கனவு. நெருப்பு. ஒரு பொறியிலிருந்து ஒத்தை சிகரெட்டிலிருந்து கிளம்பி வரிசை வரிசையாகக் குடிசைகளைத் தீச்சுவாலையாக்குகிறது நெருப்பு. குடிசையின் நடுவில் அவள். அப்பா, அம்மா, தம்பி, தங்கைகள் எல்லோரும் வெளியேறி விடுகிறார்கள். அவள் மட்டும் உள்ளே... மூச்சுத் திணறுகிறது. உடம்பெல்லாம் எரிகிறது. வெளியே வர வழியில்லை. குடிசை வாசலில் ஒரு காவற்காரன். அவளை வெளியேவிட மறுக்கிறான். அத்துடன் நிற்காமல் அவள் உடம்பு முழுவதும் கையிலிருக்கும் சிகரெட்டால் சுடுகிறான். ஒரே வெப்பம். சூடு தாங்கவில்லை.

'வீல்' என்ற அலறலுடன் சுசீலா எழுந்தாள். அம்மாவும், அப்பாவும் ஓடி வந்தார்கள். "குழந்தைக்கு அக்கம்பக்கத்துக் கண்ணுதானுங்க" என்று அம்மா திருநீறு இட்டு விட்டாள்.

மறுநாள் திருவாளர் குமாரின் பி.ஏ. எனப்படும் ஐயர் ஒருவர் வந்தார்: "ஓங்க பெண் ரொம்ப அதிர்ஷ்டம் செஞ்சிருக்கா" என்று பெருமூச்சு விட்டார். முடிவை ஏற்கெனவே அறிந்தவர் போல கொண்டு வந்திருந்த வைர நகைகளையும், இருபது புடவை, பாத்திரங்களையும் கடை பரப்பினார். சுசீலா, காலேஜிலிருந்து அப்போதுதான் திரும்பினாள். அவளையே கண் கொட்டாமல் பார்த்தார் ஐம்பதைத் தாண்டிய பி.ஏ. "அட, ஓங்க பொண்ணு ஜோரரா சினிமா ஸ்டார் மாதிரி

இருக்கா. அதுதான் நம்ம சேர்மன் மயங்கிருக்கார்! பொண்களைப் பெர்றதுலேயும் அதிர்ஷ்டம் வேணும். எம்பொண்களைப் பாருங்க"– வளவளவென்று பேச ஆரம்பித்து விட்டார்.

"என்னம்மா! நகைகளையெல்லாம் பார்த்தியா? குமார் ஸார்தானே லிஸ்ட் போட்டுத் தந்தார். இன்னிக்கி பர்ச்சேஸ் மாத்திரம் அறுபதைத் தொட்டாச்சு. புடவைக் கணக்குத் தனி..."

சுசீலா அவரை கவனியாதவள் போல உள்ளே சென்றாள். 'சடக்கென பர்ஸனல் அஸிஸ்டெண்டுக்கு ஞானோதயம் ஆயிற்று – இன்னும் ஒரு மாதத்திற்குள் இதே பெண் முன்னாடிதான் நிற்கக்கூட முடியாது என்று. "அப்ப போயிட்டு வரேன்" என்று மகா பவ்யமாக, முழு நமஸ்காரம் செய்யாத குறையாக நகர்ந்தார்.

சுசீலா ஒரு பெண். புடவை நகைகளுக்கு அவள் அதிக மகத்துவம் அளித்ததில்லை. ஆனால் வாழ்வில் முதல் முறையாக இப்படிப்பட்ட புடவை, நகைகளைப் பார்த்ததும் மலைத்து விட்டாள். சிகரெட், நாற்காலி எல்லாம் மறந்துவிட்டது. குமார் என்னும் வருங்காலக் கணவன் வெகுவாக உயர்ந்து நின்றான்.

திருநீர்மலையில் நடந்த திருமணத்திற்கு அவன் பக்கத்திலிருந்து அஸிஸ்டெண்டுகள் நாலு பேர்தான் வந்திருந்தார்கள். "சித்தப்பா, பெரியப்பா எல்லாம் வருவாங்கன்னு சொன்னீங் களே?" என்று சுந்தரம்பிள்ளை மெள்ள இழுத்தார். குமார் பதிலே பேசவில்லை. திருமணம் அரை மணியில் முடிந்து விட்டது. அதற்குள் குமார் இரண்டு முறை சிகரெட் பிடித்தான். சைகை காட்டியதும் ஒரு செகரட்ரி, அய்யர்களுக்கு ஆளுக்கு ஆயிரம் ரூபாய் வெற்றிலை பாக்கில் வைத்துத் தந்தார். சுசீலாவின் அம்மா, அப்பா, தம்பி, தங்கைகள் மற்றும் அவர் தரப்பு உறவினர் அனைவருக்கும் தாராளமாகப் பதில் மரியாதை செய்யப்பட்டது. சுந்தரம் பிள்ளை வெற்றிலை பாக்கை மாத்திரம் எடுத்துக் கொண்டு, "நான் பட்டெல்லாம் கட்றதில்லீங்க" என்று மறுத்து விட்டார்.

அப்பா, அம்மாவிடமிருந்து விடை பெறவோ, ஆசி பெறவோ, அழவோகூட நேரமில்லை. சுசீலா, குமாருடன் காரில் பறந்துவிட்டாள்.

மாலை 'தாஜி'ல் டின்னர். ஆயிரம் பேருக்கு மேல் வந்திருந்தார்கள். பெரிய தொழிலதிபர்கள், செல்வச் சீமான்கள், நடிகர்கள், குமாரின் ஏராளமான உறவினர்கள். மதியம் முழுவதும் ஒரு ப்யூடி ஸ்பெஷலிஸ்ட் சுசீலாவுக்கு அலங்காரம் செய்தாள். சுசீலாவுக்குக் கண்ணைக் கட்டிக்

காட்டில் விட்டாற்போலிருந்தது. கை காலெல்லாம் வியர்த்தது. காரில் டின்னருக்குச் செல்லும்போது குமார் அவள் கையைப் பற்றிக்கொண்டது மிகவும் ஆதரவாக இருந்தது.

பரிசுகளில்தான் எத்தனை விதம். நாகரிகத்தில்தான் எத்தனை தினுசுகள்! குமார் ஓரிடத்தில் நிற்காமல், அவளை அழைத்துக் கொண்டு அனைவரிடமும் சென்று அறிமுகப்படுத்தி வைத்தான். கை குலுக்கிப் பேசினான். சுசீலா பழக்கப்படாத சூழ்நிலையில் தவித்தாள்.

டாடா, பிர்லாவுக்கு நிகராகக் கருதப்படும் நிபுணர் இந்தத் திருமண டின்னருக்கென சென்னை வந்திருந்தார். குமாரை அணைத்துக் கொண்டார். "இப்போத்தான் எனக்கு ஸந்தோஷமாக இருக்கிறது. திருமணம் ரொம்ப அவசியமானது. உன் மனைவி ரொம்ப அழகாக இருக்கிறாள்."

"அப்கோர்ஸ். மை ஸெலக்ஷன்!"– குமார் ஆணவத்துடன் சிரித்தான். சுசீலா கூனிக் குறுகினாள்.

கொஞ்சம் ஒதுக்குப்புறமாக நின்றபோது சுசீலா தைரியத்தை வரவழைத்துக் கொண்டு கேட்டாள். "ஏங்க, அப்பா, அம்மாவெல்லாம் டின்னருக்குக் கூப்பிடல்லையா?"

"தே வோன்ட் பிட் ஹியர்."– குமார் அலட்சியமாகப் பதிலளித்தான் "வா, சீப் மினிஸ்டர் வரார்..."

சுசீலாவுக்குப் பொட்டில் அடிபட்டாற் போல இருந்தது. இந்த இடத்தில் இந்தச் சூழ்நிலையில் அவள் கணவனுக்குச் சமதையாக இல்லா விட்டாலும் மூலையில் ஒதுங்கியாவது நிற்க அவள் பெற்றோருக்குத் தகுதி கிடையாது. ஆனால் அந்தப் பெற்றோரின் மகளுக்கு, அவள் அழகாக இருக்கிறாள் என்ற ஒரே காரணத்திற்காக அவனை அணைத்து நிற்க உரிமை உண்டு. உரிமையா, தகுதியா..? ஒரே குழப்பம்.

**அ**வள் கதவின் அருகே நிற்கிறாள். ஒரு பெண்ணின் வாழ்வில் மறக்க முடியாத நாள். உதவிக்கு அம்மா அழைக்கப்படவில்லை. டின்னரிலிருந்து நேரே படுக்கைக்கு வந்தாகிவிட்டது. ஒரு படுக்கை அறை இத்தனை பெரிதாக இருக்கத்தான் வேண்டுமா என்று தோன்றுகிறது. வட்டமான படுக்கை. வெல்வெட் விரிப்புகள். சுவரெல்லாம் வெண் தேக்கு இழைக்கப்பட்டிருக்கிறது. சாய்மான நாற்காலிகள். நாலாபுறமும் பணத்தின் அட்டகாசப் பிரதிபலிப்புகள்.

குமார் கட்டில் அருகில் ஒரு நாற்காலியில் அமர்ந்திருந்தான். ஆபீஸுகளில் இருக்குமே அது மாதிரி, சுழல் நாற்காலி, கறுப்பு லெதரில் குஷன் வைத்து, பின்புறம் உயர்த்தி தைக்கப்பட்டிருக்கிறது. இன்னும் டின்னர் உடைகள் கழட்டப்படவில்லை. சுசீலாவுக்கு ஏனோ இந்த உலகம் முழுவதிலும் தான் ஒருத்தி மட்டும் தனியாக நிற்பது போல, பயமாக இருந்தது. குமார் நாற்காலியில் உட்கார்ந்திருந்த தோரணை எப்போதோ காலேஜ் சாரிடி ஷோ சினிமாவில் வந்த 'மபியா' கொள்ளைக்காரன் மாதிரி இருந்தது. நேற்றுவரை மனத்தில் இருந்த இன்பமான கற்பனைகள் யாவும் இப்போது இல்லை.

குமாரின் கையிலிருந்த சிகரெட் புகைந்து கொண்டிருந்தது "கம் இன் சுசீலா!"– சிகரெட்டை ஒருமுறை இழுத்தான் தலையைச் சாய்த்து, வாயைக் குவித்துப் புகையை வெளியிட்டான். புகை ரவுண்டு ரவுண்டாக, சங்கிலித் தொடராக அறுபடாத வளையங்களாக மேலே சென்றது. சுசீலா வியப்புடன் பார்த்தாள். சிகரெட் புகையில் எப்படி அறுபடாத சங்கிலி வரும்?

“மொத்தம் முப்பத்திரண்டு. எல்லாம் ப்ராக்டிஸ்தான். கம் ஆன் பேபி!"

சுசீலா நகரவில்லை. அவன் எழுந்து வந்து தன்னை அணைத்து அழைத்துச் செல்லமாட்டானா என்று மனம் ஏங்கியது.

குமார் மறுபடியும் சிகரெட் புகையை சங்கிலியாக மாற்றினான். சுசீலா வேடிக்கை பார்த்தவாறே வளையங்கள் மேலே எழும்புவதைப் பார்த்தாள். கண்கள் மேலே செல்ல செல்ல, திடுக்கிட்டு நின்றாள். மேல் முழுவதும் என்ன கண்ணாடியா?

"ரூம் முழுவதும் க்ளாஸ். அசல் பெல்ஜியன் களாஸ் ஒன்லாக் ஆச்சு!"– குமாரின் நாற்காலி ஒரு சுற்றுச் சுற்றி நின்றது.

கண்ணாடியில் பார்த்தபோது வேகமாக அவன் நாற்காலியில் சுற்றியது, ப்ளாஸ்கில் ஐஸைப் போட்டுக் குலுக்கியது இருந்தது. உருவம் தெரியவில்லை.

'தன் அழகு இத்தனை பெரிய மனிதனை மயக்கியிருக்க அவன் கட்டாயமாகத் தன் அழகை, இளமையை பூஜை செய்வான் அவன் என்று எதிர்பார்த்திருந்தாள். அவள் மேல் அவனுக்கு அதீதக் காதல் இருக்கும் கட்டிப் பிடித்து அணைப்பான். அவள் அழகைப் புகழ்வான். போற்றுவான்...'– உண்மையில் அவள் கணிப்புத் தவறிவிட்டது.

“என்ன சுசீ, சுத்துமுத்தும் பார்த்துக்கொண்டே நிக்கறே? நமக்கு

எத்தனை அதிர்ஷ்டமிருந்தா இந்த மாதிரி வீடு, பணம், சௌகரியங்கள் எல்லாம் கிடைச்சிருக்கும்னு யோசிக்கறயா? யூ ஆர் லக்கி. எத்தனையோ பெரிய இடத்துப் பெண்கள் என்னைக் கணவனாக அடைய முயன்றும் என் கண் பார்வை உன் மேல்தானே விழுந்தது. எஸ்... யூ ஆர் வெரி லக்கி!"– விளையாட்டாகவோ விபரீதமாகவோ அவன் சொன்ன சொற்கள் அவளைச் சடாரெனத் தைத்தன.

"கம் ஆன் டார்லிங்! எதற்காகக் காத்திருக்கிறாய், கம் நியர் மீ."– இப்போது குரலில் அவசரம் தெரிந்தது.

அம்மா எப்போதோ சொன்னது ஞாபகம் வந்தது. அவள் மெல்ல நகர்ந்தாள்.

அவன் அவளைச் சிரிப்புடன் பார்த்தான்: "எங்கிருந்து ஆரம்பிக்கப் போகிறாய்? ஷூவிலிருந்தா, டையிலிருந்தா?" என்ன கேட்கிறார் இவர்? புரியவில்லை. அம்மா சொன்னபடி காலில் விழுந்து விடலாம்...

"ஸோ, ஷூவிலிருந்தா? எனக்கு அப்ஜெக்ஷன் இல்லை. லேஸை அவிழ்த்துவிடு முதலில்... தட் ஈஸ் குட்.... நெக்ஸ்ட் டை. நாட் கலையாமல் அவிழ். வெயிட். நான் ஹெல்ப் பண்ணுகிறேன். ஷர்ட் ஹாங்காங்கில் வாங்கியது... யெஸ். ஹாங்கரில் கசங்காமல் மாட்டிவிடு." அவளுக்கு இனிமேல் தாங்காது. விம்மியபடி கட்டிலில் சாய்ந்து விட்டாள்.

"ஸ்டுப்பிட் கிட்..." செல்லமாக அவளைக் கண்டித்தபடி அவன் எழுந்தான். உடைகளைக் களைந்தான். விளக்கை அணைத்தான்.

"இன்று, உனக்கு வாழ்வு அளித்ததற்காக, உன்னை சேம்பர் ஆப் காமர்சின் தலைவரின் மனைவியாக மாற்றியதற்காக எனக்கு நீ நன்றி சொல்லும் நாள். தாங்க்ஸ் கிவிங் டே. சுதந்திரமாக இரு. நான் ராட்சசன் இல்லை. கம் ஆன் பெட் மீ."

சுசீலா தன் பெண்மை அவமதிக்கப்பட்டதாக துடி துடித்தாள். பகிர்ந்து அருந்த வேண்டிய படுக்கையில் யாருக்கு யார் நன்றி கூறுவது? அவள் அழகு, பெண்மை எல்லாம் அவன் நான் அடைந்துவிட்டேன் என்று அகங்காரப் படத்தானா? அவள் அழகை, பெண்மையை நளினத்தை அவன ரசிக்கவில்லையா?

எத்தனையோ இரவுகள். அணைத்த விளக்கு திரும்ப எரியும்போது அவன் ஒரு பீடர் ட்ரக்கரின் நிர்வாகப் புத்தகத்துடன் படுக்கையில் சாய்ந்து அமர்ந்திருப்பான். ஒரு கையில் சிகரெட். புத்தகத்திலிருந்து

திரும்பாமலே, கண்ணை எடுக்காமலே சிகரெட் சாம்பலை அவள் வெண் வயிற்றில், புடவைக்கும் பிளவுஸுக்கும் நடுவில் தட்டுவான். சாம்பல் கூடாக விழும். அவன் சிரிப்பான். அவனுடன் கொஞ்சிக் உறவாடும், ஒரு நிமிடம் கூடப் பிரியாமலிருக்கும் அந்த சிகரெட்டைப் பிடுங்கித் தூர எறிந்துவிடலாம் போல இருக்கும் அவளுக்கு. அவள் சில சமயம் முரட்டுத்தனமான வேகத்துடன் அவன் கையைத் தடுப்பாள். அப்போதும் அவன் சிரிப்பான். “தட்டாதே. இது சாதாரண சிகரெட் இல்லை, டன்ஹில் சிகரெட். சூடு பட்டால்கூட இதமாக இருக்கும்” என்பான். நான் சிகரெட்டைப் பிடித்தவாறே அவளுடன் அவன் உறவாடுகையில் அவள் உள்ளம் அவமானத்தால் வெம்பும்.

அதே சிகரெட் இன்று பீடி ரூபத்தில் ஒரு மனிதனுக்கு வேண்டியிருக்கிறது. அவள் கணவனுக்கும் அவளுக்கும் நடுவே பள்ளம் தோண்டிய அதே சிகரெட் இன்று ஒரு பயித்தியத்துக்கு வெளி உலகத்துடன் உறவாடப் பாலமாக வேண்டியிருக்கிறது. கொடுத்தால் என்ன? சட்டப்படி இது குற்றம். ஆனால் அவளுக்குத் தெரியும். வேலைக்காரர்கள் நோயாளிகளுக்கு அடிக்கடி பீடி வாங்கித் தருவது வழக்கம்தான் என வீடு திரும்பும் வழியெல்லாம் மனம் பீடியையும், சிகரெட்டையுமே அசை போட்டது: "டிரைவர், நீ பீடி குடிப்பியா?"

டிரைவர் குற்ற உணர்வுடன் திரும்பினான்: "நோ மேடம். அதெல்லாம் முன்னத்தான். ஐயா கம்பெனியிலே வேலைக்கு வந்ததுலேந்து சார்மினார்தான். ஒண்ணும் வாசனை வரல்லியே?"– கவலையுடன் கேட்டான். அவள் பதில் சொல்லவில்லை.

“ப்ளேன் எப்ப வரது?”

"ஸிக்ஸ் தேர்டிங்க."

வீட்டுக்குச் சென்று உடை மாற்றிக் கொண்டு ஏர்போர்ட்டுக்குக் கிளம்பினாள்.

குமார் டைரக்டராகப் பணியாற்றும் கம்பெனிகளின் உயர் அதிகாரிகள் பலர் வந்திருந்தார்கள். குமார் ப்ளேனிலிருந்து கம்பீரமாக இறங்கி நடந்து வந்தான். வாய் சிகாரை அசைபோட்டது. கண்களை கூலிங் க்ளாஸ் மறைத்தது. எல்லோருக்கும் பொதுவான ஒரு பார்வை.

"மிஸ்டர் முகர்ஜி, பர்மிங்ஹமுக்கு நம்ம கொலாபரேடருக்கு ஒரு டெலக்ஸ் அடிச்சு , ஆஸ்டிரேலியன் எக்ஸ்போர்ட் ஆர்டர் பைனலைஸ்

ஆயிடிச்சின்னு இன்பார்ம்' செய்யுங்க..."

"மிஸ்டர் மேனன்! நீங்க நம்ப ராயல்டி தொகையிலே ஏதாவது சேஞ்ச் இருக்குமான்னு கான்ட்ராக்டைப் பாருங்க. அப்படியே, அக்கவுண்டண்டை வச்சிண்டு காஸ்ட் பர் பீஸ் ஓர்க் அவுட் பண்ணி நாளை சாயங்காலம் சொல்லுங்க...."

ஏர்போர்ட்டிலிருந்தே ஆணைகள் பிறந்தன.

"ஹாய் வெங்கி.... நீ எப்ப இங்கு வந்தாய்?" அவன் கவனம் திசை திரும்பியது. வெங்கி என்னும் வெங்கடேஷ், குமாரின் நண்பன். கோடீசுவரன் வீட்டுக் கன்றுக்குட்டி. அவன் ஏரியா பம்பாய். அவ்வப்போது துள்ளி விளையாட சென்னைக்கு வருவதுண்டு. வெங்கியுடன் பேச ஆரம்பித்தான்.

ஆபீஸர்கள் கலைய ஆரம்பித்தார்கள். சுசீலா தனியே நின்றாள். அப்போதுதான் அவளைக் கவனித்தது போல், "சுசீ, நீ வீட்டுக்குப் போ. நான் வெங்கியுடன் டாஜில் டின்னரை முடிச்சிண்டு வரேன். டோண்ட் வெயிட் பார் மீ!"– சிகார் பல்லில் அறைபட்டது.

சுசீலா காரில் ஏறினாள். டிரைவர் கதவை மூடினான். உதட்டைப் பல்லால் கடித்தாள். உதட்டிலிருந்து வந்த ரத்தம் உப்பாய் வாயில் கரைந்தது.–

அவன் காத்திருக்க வேண்டாம் என்றுதான் சொன்னான். அவளுக்குத்தான் தூக்கம் வரவில்லை. அவளுக்கு என்ன குறை? பணம், துணிமணி, நகைகள், நினைத்தால் வெளியே சென்று வர கார், டிரைவர். அவள் கேட்டு எதைத்தான் அவள் கணவன் மறுத்திருக்கிறான்? அவள் அவனை எதுவும் கேட்கும்படியான அவசியம் எப்போது வந்தது.

திருமணமாகி ஒரே வாரத்தில் அவன் காலையில் கிளம்பும்போது தயங்கித் தயங்கி "நான் வீடுவரை போயிட்டு வரட்டுங்களா?" என்று கேட்டாள். "அப்கோர்ஸ். ஓய் நாட்? அலமாரியிலே டென் தௌஸண்ட் இருக்கு. ஏதாவது வேணும்னா கொடு" என்று காரில் ஏறிக்கொண்டான். அவள் அவமானத்தில் துடித்து நின்றாள். அவ அப்பா, அம்மா என்ன பிச்சைக்காரர்களா? விம்மி விம்மி அழுதாள்.

ஆனால் நடந்ததென்ன? அப்பா மறைந்து நாலு வருஷம் ஆகிறது. குமார், பெயருக்குத்தான் எட்டிப் பார்த்து விட்டுப் போனார் என்றாலும், சடங்குகள் அவர் காசில்தான் நடந்தது. ரகுவும், தண்டாயுதமும், விஜியும் இந்தப் பணத்தில்தான் படித்தார்கள். விஜி திருமணம் அவர்

உதவியில் நடந்தது. தம்பிகளுக்கு வேலை அவர் அளித்ததுதான். பெரிய வேலை இல்லை – அவர்கள் தகுதிக்கேற்ற வேலைதான் என்றாலும், அதை அளித்தது அவள் கணவன்தான். அவள் விரும்பினாலும், விரும்பாவிட்டாலும் அவரது உதவி அத்யாவசியமாகிவிட்டது.

அவளை உலகுக்கு அவன் ராணியாகத்தான் சிங்காதனம் ஏற்றி யிருக்கிறான். எங்கே இந்த இடைவெளி, கம்யூனிகேஷன் கேப் வந்தது? கட்டாயமாக அவன் அகங்காரம் அவளிடம் தாழ்வுமனப்பான்மையை ஆட்டுவிக்கிறது. இதை மாற்றித்தான் ஆகவேண்டும்.

ஒரு குழந்தைக்காக அவள் ஏங்குகிறாள். இப்போது வயிற்றில் சிகரெட் சாம்பல் வெப்பம், சிகரெட் ஏந்திய விரலின் விளையாட்டு எல்லாமே பழகி விட்டது. ஆனால் ஏக்கம்... அது நாளுக்கு நாள் வளர்ந்துதான் வருகிறது. "நம்ப ரெண்டு பேருமா டாக்டரிடம் செக்–அப்பிற்குச் சென்று வரலாங்க..."– அவள் கெஞ்சுகிறாள்.

"நோ. சுசீ... என்னிடம் எந்தக் குற்றமும் இல்லை. நீ வேண்டுமானால் செக்–அப் செய்து கொள்." கண்டிப்பாக மறுத்து விடுகிறான். அவளும்தான் எத்தனை முறை டாக்டரிடம் சென்று 'கம்ப்ளீட்லி நார்மல்' என்று சர்டிபிகேட் வாங்கி வருவாள்? அவனிடம் ஒரு குறை இருந்து விட்டாலும் அதை அவன் அகங்காரம் ஒப்பாது. பேசி என்ன பயன்?

குமார் வீடு திரும்பும் போது மணி ஒன்றைத் தாண்டியிருந்தது. "சுசீ, இன்னும் தூங்கவில்லையா? பை தி வே, எல்லாரும் பத்து நாளிலே நான் ரொம்ப 'ட்ரிம்'மா ஆயிட்டேங்கறாங்க..... நீ ஏன் கமெண்டே செய்யல்லை?"

சுசீலாவுக்கு எந்த வித்யாசமும் தெரியவில்லை.

"சுசீ! உனக்காக இந்த தரம் ஒரு செண்ட் வாங்கி வந்திருக்கேன் பார்... ஒரு சின்ன பாட்டில் விலை பத்தாயிரம் ரூபாய்க்கு மேல். ஏர்போர்ட் ஷாப்பில் இருந்த பெண் திகைத்து விட்டாள். 'யுவர் வைப் ஈஸ் ரியலி லக்கி' என்று மாய்ந்து விட்டாள்.

சுசீலாவிடம் இருக்கும் நூறு செண்டு பாட்டிலுடன் நூற்றொண்ணாவது! அவள் என்றைக்கு செண்ட் போட்டுக் கொண்டாள்?

"என்ன உம்முனு இருக்கே? பத்து நாள் கழித்து வீடு வர கணவனை வரவேற்கிற அழகா இது?" – 'ஓஹோ' என்று சிரித்தான். ஆல்கஹால் சிரிப்பு.

"ஓகே. உன்னைப் பற்றிக் கேட்கிறேன்... நானில்லாத போது என்ன செஞ்சாய்?"

"யூனிவர்ஸிடிக்குப் போனேன். பி.எச்டி., செய்ய ரிஜிஸ்டர் செய்து கொண்டு விட்டேன்."

"குட். என்னை ரொம்ப மிஸ் பண்ணினாயா?"

"யெஸ்."

"எனக்கு வீட்டை நினைக்கக்கூட டயமில்லை. ம்..... அப்புறம்...?"

"மென்டல் ஹாஸ்பிடலுக்கு நேற்றுப் போயிருந்தேன்!"

"சோஷியல் ஓர்க்கா? உன்னைத் திரும்பிவர எப்படி வுட்டாங்க?" – அட்டகாசச் சிரிப்பு. வட்ட வட்டமான சிகரெட் புகை.

"அங்கே ஒரு நோயாளி பாருங்க, நாலு வருஷமாப் பேசாம இருந்தவன் நேற்று என்னிடம் பேசினாங்க.." – குரலில் ஒரே ஆர்வம்.

"அவ்வளவுதானே? நீ யாருன்னு கண்டுட்டு இருப்பான். நான் இங்கேயிருந்து வெளியிலே வந்ததும் உங்க புருஷனிடம் சொல்லி ஒரு வேலை போட்டுத் தரச் சொல்லுன்னு கேட்டிருப்பான். அப்படித்தானே?"

அவள் ஆர்வம் முழுவதும் பொசுக்கென அணைந்து விட்டது. குமார் ஏன் உலகம் முழுவதும், தன்னிடம் கையேந்துவதாக எண்ணிக் கொள்கிறான்? அவள் பதில் பேசவில்லை.

"நாளைக்கு அங்க போறபோது அந்தப் பயித்தியத்திடம் சொல்லு, எம் புருஷன் ரிடையர் ஆன பிறகு அவர் வேலையை உனக்குத் தருகிறாராம்னு." –இந்த போதைச் சிரிப்பு அவளுக்குப் பிடிக்காது.

"பத்து நாளா தனியா இருந்திருக்கேன். பயித்தியத்தைப் பற்றிப் பேச இதுவா டைம்?" – சிகரெட்டால் அவள் கழுத்தில் தட்டினான். ஒரு விநாடி என்றாலும் சுரீர்' எனச் சுட்டது. அவனைப் பின்தொடர்ந்து படியில் ஏறினாள்.

**அ**வள் வாரத்துக்கு இரு முறைகள் மனநோய் ஆஸ்பத்திரிக்குப் போவது வழக்கம். இருந்தாலும் இன்று மறுபடியும் போவது என்று முடிவு செய்தாள்.

ஏழுமலை பழையபடி கால்களை மடித்துக் கட்டியபடி வெறிக்கப் பார்த்துக் கொண்டு உட்கார்ந்திருந்தான். அவளை அடையாளம் கண்டு கொண்ட அறிகுறியே அவனிடம் இல்லை.

"ஏழுமலை, என்ன செய்யறே?"

பதிலில்லை.

"ஏழுமலை, உனக்கு பீடி வேண்டுமா?"

ஊஹூம். அசையவில்லை. அவள் பேச்சு அவன் காதில் பட்டதாகவே தெரியவில்லை. அன்று பீடி கேட்டவனை அவள் பீடியையே தூண்டிலாக வைத்து இந்த உலகிற்கு இழுக்க முயன்றாள்.

"அவன் திரும்ப 'டிப்ரஸ்ஸிவ் பேஸுக்குப் போய் விட்டான். நோ யூஸ்." – சேகர் சூள் கொட்டினான். சுசீலாவின் ஆர்வமும் எதிர்பார்ப்பும் குண்டூசியால் குத்திய பலூனாக வற்றி விட்டது.

வீட்டுக்கு வந்தாள். அறையில் குறுக்க நெடுக்க நடந்தாள். ஏழுமலையை எப்படியாவது பேச வைக்க வேண்டும். அவன் பேசுவது அவள் முயற்சியால் நடக்க வேண்டும். பீடி' என்ற சொல்லைப் புரிந்து கொள்ளாதவன் கட்டாயமாகப் பொருளைப் பார்த்தால் அடையாளம் கண்டுகொள்வான். பீடி தந்தால் மட்டும் போதாதே? நெருப்புப் பெட்டியை அவனிடம் தரலாமா...? பீடிக்கு எங்கு போவது... ஆனால் பீடி கேட்பவனுக்கு சிகரெட் தந்தால் கசக்கவா செய்யும்? மேஜை ட்ராயரை இழுத்தாள். வரிசை வரிசையாக சிகரெட் பாக்கெட்டுகள். அவற்றை பார்க்கும் போது வழக்கமான கோபம் வரவில்லை. ஆவலுடன் ஒரு பாக்கெட்டை எடுத்தாள். பாக்கெட்டுடன் தரலாமா..? அகப்பட்டுக் கொண்டால் சிரமம். ட்யூடி ப்ரீ ஷாப்பில் மாத்திரம் கிடைக்கும் இந்த சிகரெட், மருத்துவமனைக்குள் எப்படி வந்தது என்று ஆராய ஆரம்பித்தால், 2 + 2 என்று கணக்குப் போட அதிக நேரம் ஆகாது. பழைய நியூஸ் பேப்பர் ஒன்றைத் தேடி எடுத்து வந்து நன்றாகக் கசக்கினாள். பெட்டியில் இருப்பதை அப்படியே, பத்து சிகரெட்டையும் அதில் கொட்டிச் சுருட்டினாள். ஒரு நெருப்புப் பெட்டியும் ஞாபகமாக எடுத்துத் தன் ஹாண்ட் பாகில் வைத்துக் கொண்டாள்.

மருத்துவமனையில் நுழையும் போதே மனம் 'திக்'... 'திக்' என்று அடித்துக் கொண்டது. வேண்டுமென்றேதான் அவள் இன்று தாமதமாகக் கிளம்பியிருந்தாள். டாக்டர் சேகர் இந்நேரம் ரவுண்டுகளை முடித்துக்

கொண்டு வகுப்புக்குப் போயிருப்பான். நர்ஸ் ஒருத்தி அவளுடன் கூடக் கிளம்பினாள். வழக்கம் போலக் கடிதங்கள். சுமாரான நோயாளிகளுக்கு ஆறுதல் வார்த்தை. உறவினரைப் பார்த்து பேசுவதாக வாக்குறுதி.

ஏழுமலையைப் பெஞ்சில் காணோம். அக்கம்பக்கம் எங்கும் காணோம். ஏமாற்றமாக இருந்தது. ஒரு ரவுண்டு முடியப் போகும் தருணத்தில் தான் அவனைப் பார்த்தாள். அவனுக்கு அளிக்கப்பட்டிருந்த வார்டின் கதவருகே அவன் நின்றிருந்தான். ஒரு காலை மடித்து மறு முழங்காலில் தாங்கலாக வைத்திருந்தான். கைகள் இரண்டும் தலைக்கு பின்னே ஏதோ ரிஷிபுங்கவர் நிஷ்டையில் ஆழ்ந்திருப்பது போல் –

"ஏழுமலை, தபஸ் ஆயிடிச்சா?" – நர்ஸ் கூப்பிட்டாள். அவன் அசையவில்லை.

நர்ஸ் உதட்டைப் பிதுக்கியவாறே அறைக்குள் சென்றாள். சுசீலா ஒரு நிமிடம் தயங்கினாள். சடாரென ஹாண்ட் பாக்கைத் திறந்து பொட்டலத்தை வெளியில் எடுத்தாள். அதை அவன் கண் முன் ஆட்டினாள். அவன் ஒன்றும் புரிந்து கொண்டதாகத் தெரியவில்லை. அவள் சுற்றும் முற்றும் பார்த்தாள். அகப்பட்டுக் கொண்டால் மிகப் பெரிய அவமானமாகும். ஆனாலும், எப்படியாவது ஏழுமலைக்கு சிகரெட்டைக் கொடுத்தாக வேண்டும். ஒரு சிகரெட்டை வெளியில் எடுத்தாள். அவன் உதட்டில் அதால் மெல்லத் தட்டினாள். திடீரென நிஷ்டை கலைந்தவன் போல அவன் காலைக் கீழே போட்டான். 'லபக்' எனப் பொட்டலத்தைப் பற்றினான். முகத்தில் எந்த உணர்ச்சியும், நன்றியோ, மகிழ்ச்சியோ இல்லை.

சுசீலா நர்ஸ் வெளிவருவதைப் பார்த்தாள். சிவப்பு விளக்கு. சீக்கிரம் இங்கிருந்து வேறு இடத்திற்குச் செல்ல வேண்டும் – "இந்த பேஷண்டைப் பேச வைக்க முயற்சித்தேன். நோ யூஸ்." – நர்ஸிடம் கூறினாள். "அது பேசாதுங்க. நம் டைம்தான் வேஸ்ட்." நர்ஸுடன் அடுத்த வார்டுக்குச் சென்றாள்.

இரவு, குமார் சிகரெட் கையுடன் அவள் உடலில் விளையாடிய போது சிகரெட் சாம்பல் சூடாக மார்பிலும் வயிற்றிலும் விழுந்தபோது அவளுக்கு இதமாக இருந்தது. அவன் அடுத்த சிகரெட்டைப் பற்ற வைக்க எடுத்த போது அவளே லைட்டரை வாங்கி அதைப் பற்ற வைத்தாள். குமார் புகையைச் சுருள் சுருளாக அறுபடாத சங்கிலித் தொடர்களாக வெளியிட்ட போது, அவள் சின்னப் பெண் மாதிரி கிளுகிளு என்று சிரித்தாள்.

ஒரு வாரத்திற்குப் பிறகு இன்று தான் திரும்ப இங்கு வருகிறாள். ஏழுமலையை அவள் கண் தேடுகிறது. மரத்தடியில் காணோம். அவன் வார்டைத் தாண்டும் போது கவனத்துடன் பார்த்தாள். உள்ளேயுமில்லை வெளியிலுமில்லை. ஆவலைக் குரலில் காட்டாமல், "என்ன ஸிஸ்டர் சிவப்பா ஒரு இள வயசு ஆள் இருக்குமே? பேசவே பேசாதே – அது எங்க காணும்?" என்று நர்ஸைக் கேட்டாள்.

"அது போயிடிச்சுங்க."

"இவ்வளவு ப்ரீ – மெச்யூரா' டிஸ்சார்ஜ் பண்ண மாட்டீங்களே...?"

"டிஸ்சார்ஜ் செய்யலைங்க, அது பூடிச்சு!"

"ஓடிப் போயிட்டானா?"

"இல்லைங்க, செத்துப் போயிடிச்சு."

"என்ன?" – ஆயிரம் ஊசிகள் ஒரே கணத்தில் அவள் இதயத்தைத் துளை போட்டன.

"பெரிய பேஜார் கேஸ் ஆயிடிச்சி. யார் கையிலோ துட்டு வச்சி சிகரெட் வாங்கி ஊதியிருக்கான். எப்ப நெருப்புப் பத்த வச்சுண்டானோ தெரியலை! ஒரே புகை ரூம் முழுக்க. மத்ததுங்களும் நெனப்பில்லாம தூங்கிக் கெடந்து துங்க. நைட் ட்யூடி நர்ஸ் ஓடி வந்து நெருப்பை அணைச்சு , முதலுதவி செய்யறத்துக்குள்ளே ஆள் வெறும் கரித்துண்டாப் போயிட்டான். போலீஸ் கேஸுன்னு ஏகக் கலாட்டா ...."

சுசீலாவின் கீழே பூமியே பாளமாக வெடித்து அவளை விழுங்கியது. தலை 'கிர்'ரெனச் சுற்றியது. சுவரைப் பிடித்துக் கொண்டாள். "வருத்தப்படாதீங்கம்மா, உலகத்துக்கு ஒரு பயித்தியம் குறைச்சல். சாப்பாடு மிச்சம்." – நர்ஸ் பேசிக் கொண்டே நடந்தாள்.

வீட்டிற்கு வந்து அறைக் கதவைத் தாளிட்டபின் சுசீலா விக்கி விக்கி அழுதாள். அவள் அன்புடன் செய்த காரியம், ஒரு கொலைக்குக் காரணமாகி விட்டது. யாரிடம் சொல்வது? எப்படிப் பிராயச்சித்தம் செய்வது? குமாருக்குத் தெரிந்தால் கட்டாயம் மன்னிக்க மாட்டார். அவரைப் பொறுத்தமட்டில் திருட்டுத்தனமாகச் செய்த எதையும் ஒப்பமாட்டார்.

அவசர அவசரமாக முகத்தைக் கழுவிக் கொண்டாள். புடவையை மாற்றிக் கொண்டு கீழே இறங்கிச் சென்றாள். பென்ஸ் கார் வந்து

நின்றது. டிரைவர் கதவைத் திறக்க குமார் இறங்கி வந்தார். வலது கை நடுவிரலுக்கும் ஆள்காட்டி விரலுக்கும் நடுவே சிகரெட் புகைந்து கொண்டிருந்தது.

"ஹாய் சுசீ..." – அவளுக்கு எதிரில் நாற்காலியில் வந்து அமர்ந்தார். புகையை ஓர் இழு இழுத்தார். வட்ட வட்டமாக வளையங்கள். இந்தோ – அமெரிக்கன் பிஸினஸ் டெலிகேஷனின் தலைவராக மாத இறுதியில் அமெரிக்கா செல்வதாகச் சொன்னார். ஒரே சந்தோஷம், மகிழ்ச்சி. மூடு ஒரு மாதிரி என்று சுசீலாவுக்குப் புரிந்தது. சிகரெட் எப்போது வேண்டுமானாலும், எங்கு வேண்டுமானாலும் சுடும்.

ஓர் இழுப்பு இழுத்தவர் அவள் எதிர்பார்க்காத வகையில் அவள் முகத்தில் புகையை ஊதினார். கண் எரிந்தது. "சுசீ...! உனக்குப் பிடிக்காதல்லவா. அதனால் நான் இனிமேல் சிகரெட், சிகார், எதுவும் தொடப் போவதில்லை."

சுசீ ஆவலுடன் அவரைப் பார்த்தாள்.

"ஆமாம்... இனிமேல் பைப்பைத் தவிர எதையும் தொடப்போவதில்லை." சிரிப்பு அலையாக எழுந்தது: "அது தான் இனி என் ஸ்டேடஸுக்குத் தகுந்தது." சிரிப்பு, அகங்காரச் சிரிப்பு, ஆணவச் சிரிப்பு. வட்ட வட்டமாக புகை வளையம் எழுந்தது. சுசீ புகை நடுவில் வெறித்துப் பார்த்தாள்.

ஆனந்த விகடன் – *29.7.77.*

# ஆவலுடன் எதிர்பார்க்கிறேன்

இன்றுதான் கடைசி நாள். ஒரு ஆண்மகன் தன் வாழ்வின் அர்த்தத்தையே இழந்ததாக எண்ணவைக்கும் நாள். தன்னம் பிக்கை, சுயகௌரவம், சமுதாய மதிப்பு... அத்தனையும் ஒட்டு மொத்தமாகப் பதுங்கும் நாள்.

"சார்... பன்னிரண்டு வருடங்களுக்கு முன்னாடி நம்ம ஆபீஸிலேயே நடந்த விஷயம் இது. இன்னிக்குப் போய் இதைச் சொல்றேன்னு தப்பா நினைக்காதீங்க. ப்ரகாஷ்ராவ்னு ஒரு ரீஜினல் மானேஜர்... மாலை போட்டு, பொக்கே கொடுத்து அவரோட முப்பத்தஞ்சு வருஷ சர்வீஸைப் பாராட்டி வாழ்த்து மடல் வாசிக்கிறாங்க. தலைகுனிந்து அழுகையை அடக்கறார்னு நினைச்சுக்கிட்டிருக்கோம்... தொப்புனு தலையே சரிஞ்சிடுச்சு... மனுஷனால ரிட்டயர்மெண்ட்டுங்கற கொடுமையைத் தாங்கற சக்தியில்லை.. அஃப்கோர்ஸ்... நீங்க அப்படி யில்லை" என்றார் சக ஊழியர்.

ரிட்டயர்மெண்ட்டுங்கறது கொடுமையாவது... நாகராஜனுக்கு உதட்டைக் குவித்து 'உஷ்' என்று விசிலடிக்க வேண்டும் போலிருந்தது. அவர் இந்த நாளுக்காக எத்தனை வருடங்களாகக் காத்திருந்தார். கடந்த ஆறு மாதங்களாக எப்படிப்பட்ட திட்டமெல்லாம் போட்டிருக்கிறார்... இந்த விழா, பூச்செண்டு, வாழ்த்துரை எல்லாம் சீக்கிரமாக முடிக்க மாட்டார்களா என்றிருந்தது.

நாலு மணிக்கு ஆபீஸே கூடியது. நாகராஜன் எப்படி சாதாரண கிளார்க்காக ஆரம்பித்து, இன்று ஜி.எம். லெவலுக்கு உயர்ந்திருக்கிறார் என்று பேசினார்கள். அவர் ஒழுங்கு, நேரம் தவறாமை, கண்டிப்பு, கண்ணியம் எல்லாவற்றையும் விலாவாரியாக விளக்கினார்கள். இந்த

ஓய்வு, அவர் பண்புகளை மேலும் வளர்க்கும் என்று அவர்களாகவே கட்டியம் கூறினார்கள்.

"பாவிகளா... என்னைச் சீக்கிரம் போக விடுங்கடா.. பத்திரிகை ஆபீஸ் மூடுவதற்குள் போனால் தான் கடிதங்களை எடுக்க முடியும்... அதோடு டெய்லர் கடைக்கும் போக வேண்டும்."

"திரு. நாகராஜனின் ஓய்வு நம் அலுவலகத்துக்கு மிகப் பெரிய இழப்பு என்று கூறி, இந்த அன்புப் பரிசை அவருக்கு அளிக்கிறேன்..." வெள்ளித்தட்டு கைமாறியது. கைதட்டல் நாராசமாக ஒலித்தது.

"சார், நைட் ஒரு டின்னர் ஏற்பாடு பண்ணலாம்னு..."

"நோ... நோ... எனக்கு வயிறு சரியாக இல்லை. நான் என்ன இந்த ஊரை விட்டேவா போகிறேன். வேற ஒரு நாள் பார்க்கலாம்..." நாகராஜன் மெஷின் மாதிரி கைகுலுக்கிவிட்டு அவசரமாக காருக்குள் பாய்ந்தார்.

மவுண்ட்ரோடுக்குப் போகும் வழியில் யோசித்தார். 'சே.. என்ன வாழ்க்கை.. இருபத்திரண்டு வயசிலிருந்து மாற்றமில்லாத அலுப்பூட்டும் வாழ்க்கை . ஒரு பரபரப்பு... ஒரு சவால்... ஊஹூம் ஆபீஸ் வாழ்க்கையில் காமன் ஹாலில் இரும்பு மேஜையிலிருந்து, தடுப்புக்கு மாறித் தனி அறைக்குப் போனதுதான் மாற்றம் ..... மற்றபடி அதே லெட்ஜர், அதே டோட்டல், வரவு – செலவு... ஓய்வு ஒழிவில்லாத உப்புச் சப்பற்ற கணக்கு. தயிர்சாதம் கட்டிக்கொண்டு ஓட்டை சைக்கிளை மூச்சிரைக்க மிதித்துக் கொண்டு அலுவலகம் வந்த நாளிலிருந்து செகண்ட் ஹாண்ட் லாம்ப்ரட்டா, புதிய வெஸ்பா, கைனடிக் ஹோண்டா என்று மாறி, மூன்று வருடங்களுக்கு முன்புதான் கார் வாங்க முடிந்தது. அதில் பாக்கியிருக்கும் கடனைப் பிடித்துக் கொண்டுதான் ஓய்வுநிதி வரும்.

அலுவலக வாழ்க்கைதான் இப்படியென்றால்... வசுமதியைக் கைப்பிடித்த நாளிலிருந்து ஏதாவது ஒரு 'த்ரில்' இருந்திருக்கிறதா... ஹாலில் அப்பா, அம்மா, தங்கை படுக்க – அவர்கள் தூங்கிய பிறகுதான் கதவைக்கூட மூடமுடியும். ஆரம்பம் இப்படியென்றால் ரம்யாவும் ப்ரியாவும் பிறந்த பிறகு சதா குடும்ப பாரம்... குறுக்கும் நெடுக்குமாகக் குழந்தைகள், பள்ளி அட்மிஷன், டொனேஷனுக்குக் கடன், அம்மாவுக்கு மூட்டுவலி என்று ஓயாத தொல்லைகள். வசுமதியும் இவருமாகச் சேர்ந்து வெளியில் கிளம்பினாலே மகனுக்காக வாழ்வையே துறந்த அந்தத் தியாகச் சுடரான அம்மாவுக்கு, மகன் தன்னைவிட்டுப் பிரிந்து விடுவானோ என்ற பயம் வர... இவர்கள் கிளம்பும்போது தலைசுற்றல், கிறுகிறுப்பு எல்லாமாகச் சேர்ந்து வரும். "பரவாயில்லை... இன்னொரு நாள் பார்த்துக் கொள்ளலாம்..." என்று வசுமதி உடகார்ந்துவிடுவாள்.

அப்படி.. இப்படி இழுத்துவிட்டு அம்மா ஆறு வருடங்களுக்கு முன்புதான் போய்ச் சேர்ந்தாள்.

அதற்குள் ரம்யா , ப்ரியா வளர்ந்திருந்தார்கள். நகைச் சீட்டு, பாத்திரச் சீட்டு , கல்லூரிப் படிப்பு... அவர்கள் திருமணம். ஒன்றிலிருந்து மீள்வதற்குள் மற்றொன்று..

மற்ற விஷயத்தை விட்டு விடலாம். திட உணவு சாப்பிட ஆரம்பித்த திலிருந்தே காலையில் காபி... ஒன்பது மணிக்குக் கேப்பைக் கூழ்... மதியம் கேரியரில் தயிர்சாதம். வார நாட்களில் மூன்று நாட்கள் இரவில் இட்லி, இரண்டு நாட்கள் சப்பாத்தி, இரண்டு நாட்கள் தோசை... மாற்றமில்லாமல் எப்படி வருஷக்கணக்காக ஒன்றையே சாப்பிடமுடியும். இனியாவது வெரைட்டி தேவை... கட்டாயமாக வெரைட்டி!

டெய்லர் கடையில் காரை நிறுத்தினார் நாகராஜன். ப்ரியா அமெரிக்காவிலிருந்து வாங்கியனுப்பிய இரண்டாண்டுகளாக போடாமல் வைத்திருந்த ஜீன்ஸை சரி செய்யக் கொடுத்திருந்தார். "போட்டுப் பாருங்க சார்... உள்ளே கண்ணாடி இருக்கு..."

டிரஸ்ஸிங் அறையின் முழுநீளக் கண்ணாடியில் தன்னைப் பார்த்துக் கொண்டபோது, "ஐ ஆம், ரியலி ஹாண்ட்ஸம்..." தானாகவே பெருமிதப்பட்டுக் கொண்டார்.

ஜீன்ஸை கவரில் போட்டுக்கொண்டு பத்திரிகை ஆபீஸுக்குச் சென்று பாக்ஸ் நம்பரைக் கூறி கடிதங்களைப் பெற்றுக் கொண்டார். கவர் தடியாகவே இருந்தது. பதினைந்து இருபது கடிதங்களாவது இருக்கும் போலிருந்தது. எங்காவது தனியிடமாகச் சென்று உட்கார்ந்து ஒவ்வொன்றாகப் படிக்க வேண்டும். 'ஜிவ்' என்று ஏதோ ஒன்று உள்ளங்காலிலிருந்து உச்சந்தலைக்கு ஏறியது. மேகத்தின் நடுவே உடம்பே லேசாகி மிதப்பது போலிருந்தது ... அத்தனையும் பெண்களிடமிருந்து வந்த கடிதங்கள்... பெண்கள் என்றால் இளம்பெண்களாக இல்லாமல் இருக்கலாம். ஆனாலும் இனிமையான பெண்கள், உணர்வுள்ள பெண்கள்... இவரே தயங்கித் தயங்கி, ஆயிரம் யோசித்து மாசத்துக்கு ஒரு முறை அணைக்கும் போது, எந்தவித உணர்ச்சியும் இல்லாமல் மரக்கட்டை மாதிரி படுத்திருக்கும் வசுமதி மாதிரி பெண்களில்லை. ஆணின் தாபத்தைப் புரிந்து கொள்ளும் பெண்கள்.

கவரைப் பிரிக்குமுன் மெள்ள வருடினார். சுகமாக இருந்தது. வசுமதியிடம் முன்னமேயே சொல்லியிருக்கிறார் ...

"நான் ரிட்டயரான பிறகு தோளில் பையை மாட்டிக் கொண்டு ஜாலியாக ஒரு மாதம் ஊர் சுற்றப்போறேனாக்கும்."

"எங்கே போகப் போறீங்க?"

"எங்கியோ..."

"தெரியாதாக்கும், ஏதாவது கோயில், குளம்னு போவீங்க... போயிட்டு வாங்க.. நானும் அப்பாடான்னு பாலக்காட்டில் ரமணி வீட்டில் ஒரு மாசம் இருந்துட்டு வர்றேன்.."

நல்லவேளை, 'நானும் கூட வர்றேன்' என்று சொல்லவில்லை. அடிப்பெண்ணே... உன் கணவன் என்ன செய்யப் போகிறான் என்று தெரிந்தால் நீ நிம்மதியாகப் பாலக்காட்டில் தூங்குவாயா?' என்று மனதுக்குள் கேட்டுக் கொண்டார்.

முதல் கடிதத்தைப் பிரித்தார்.... "ஐம்பத்தெட்டு வயதான, இளமையும் துடிப்பும் வாழ்வை அனுபவிக்கும் ஆசையும் உள்ள மனிதருக்குப் பயணத்தின் போது கம்பெனி கொடுக்க ஒரு பெண் தேவை என்கிற உங்கள் விளம்பரத்தைக் கண்டேன். நீங்கள் கேட்டபடி என்னைப் பற்றிய முழு விவரங்களையும் இணைத்துள்ளேன். வயது முப்பத்தைந்து... இளமையான தோற்றம்... அமெரிக்காவில் ப்ரெஞ்சு ப்ரொபஸ ராக எட்டு வருடங்கள்... ஆஸ்திரேலியாவில் ஐந்து வருடங்கள்... இரு விவாகரத்துக்கள். சுதந்திரமான எண்ணங்கள்."

நாகராஜனுக்கு இது சரிப்படும் என்று தோன்றவில்லை. அவருக்கு தஸ்.. புஸ்' ஆங்கிலம், இங்கிலீஷ் சினிமா டயலாக் எதுவும் பிடிக்காது. அதோடு, வெளிநாட்டில் ப்ரொபஸர், உலகமறிந்த பெண்... அவரைப் போன்ற சாதாரண மனிதரால் சமாளிக்க முடியுமா?

அடுத்த கடிதத்துக்குப் போனார். அது சுத்தத் தமிழில் குண்டு குண்டுக் கையெழுத்தில் இருந்தது. இன்னும் இரண்டு மாதத்தில் ரிட்டயராகப் போகும் பள்ளி ஆசிரியை. திருமணமே செய்து கொள்ளாத தூயமேரி. சகோதரப் பாசத்துடனும் கனிவுடனும் பேணத் தயாராக உள்ள மூத்த சகோதரனுடன் இறைவன் துதிபாடும் தலங்களைத் தரிசிக்க விழைகிறேன்.' – அடிப்பாவி, வீட்டிலே 'மரக்கட்டை' என்று ஒதுக்கினால், கழுத்தில் பாறாங்கல்லையே கட்டிக்கொண்டாற்போல சகோதரனாம், பாசமாம்.. இந்த மாதிரி ஒரு கம்பானியன் இருந்தால் இரண்டே நாளில் ஐம்பது வயது கூடிவிடாதோ...

மூன்றாம் கடிதத்தில் பளிச்சென்று சினிமா நட்சத்திரம் மாதிரி ஒரு புகைப்படமே இணைத்திருந்தது. எம்.ஏ. படிப்பு. வயது முப்பதுதான். வசதியான வாழ்வும், வாழ்வை ரசிக்கவும் தெரிந்தவள். பாட்டு, நடனம் எல்லாம் அத்துப்படி. நாகராஜனுக்கு நாக்கில் ஜலம் ஊறியது. இவள்... இவளேதான். 'நான் உங்களுடன் ட்ராவலிங் கம்பானியனாக

வருவதை மிகவும் விரும்புகிறேன்...' அதன்பின் எழுதியிருந்த நாலு வரிகள் நாகராஜனின் மூச்சையே அடைக்கச் செய்து விட்டன. ஒரு மாதம் பயணம் செய்ய ரூபாய் ஐம்பதாயிரம். பதினைந்து நாளைக்கு முப்பதாயிரம். இதுதவிர, ப்ளேன் டிக்கெட், ஐந்து நட்சத்திர ஓட்டல் தனி... மற்ற பரிசுகள் உங்கள் இஷ்டம்..?' அடிப்பாவி.. உயர்மட்ட கால் கேர்ளா?

நாகராஜன் ஒவ்வொரு கடிதமாகப் புரட்டினார். எங்களை விட்டு விலகிவிட்ட என் தந்தையின் நிழலை உங்களிடம் காண விரும்புகிறேன்' என்ற பத்தொன்பது வயதுப் பெண். 'மகாப்பாவம்.. என் பெண்களை விடவும் சிறியவள்...'

'உங்களுக்கு ஏற்றுமதி பிஸினஸில் ஆர்வம் இருந்தால் நான் சம்மதம்.,.' என்று பிஸினஸ் கம்பானியனைத் தேடி வியாபார லாபம் பெற நினைக்கும் நாற்பது வயது டைவர்ஸி...'

இதில் எதுவும் சரிப்படும் என்று தோன்றவில்லை. கடைசிக் கடிதத்தையும் பிரித்தார். இப்போது அவர் எதிர்பார்ப்பு நிறையவே குறைந்திருந்தது.

'டியர் ஃப்ரெண்ட்' என்று ஆரம்பித்து அழகான ஆங்கிலத்தில் எழுதப்பட்டிருந்தது. என் வயது நாற்பத்தெட்டு... ஐந்தடி ஆறங்குல உயரம்... நேரில் பார்த்தால் கட்டாயமாக உங்களால் நாற்பதுக்கு மேல் மதிப்பிட முடியாது. பள்ளி நாட்களில் இந்தியாவில் பல மாநிலங்களிலும் வசித்துள்ளதால் பல மொழிகள் நன்கு பேசத் தெரியும். பங்கஜ் மல்லிக், சைகல், கஜல் முதற்கொண்டு இன்றைய ரெமோ பெர்னாண்டஸ்,

மைக்கேல் ஜாக்ஸன், அப்பாச்சி வரை எல்லோர் இசையையும் ரசிக்கத் தெரியும்.

'சைக்கிள் ஓட்ட, நடனமாடத் தெரியும். ஒரு பௌர்ணமி இரவில் ஜில்லென்ற நீரில் நீச்சலடிக்க ஆசை. புடவையைத் தூக்கிச் செருகிக்கொண்டு மலைச்சரிவில் சைக்கிள் ரேஸ் ஓட்ட விருப்பம் உண்டு. நிறையப் பேச வேண்டும். சிரித்துச் சிரித்துக் கும்மாளம் அடிக்க வேண்டும் என்று கனவு காண்கிறேன். ரோட்டோர டாபாவில் முள்ளங்கி பரோட்டாவை நின்று கொண்டே பச்சை மிளகாயைக் கடித்துக் கொண்டு சாப்பிட எப்படியிருக்கும் தெரியுமா?

ஒரு துடிப்புள்ள, ஆர்வமுள்ள மன இளமை பொங்கும், ரசனைமிக்க, பெண்ணின் தோழமையை நீங்கள் வரவேற்றால், என்னுடன் தொடர்பு கொள்ளலாம். முப்பது ஆண்டுகளாக ஒரு நடுத்தர வர்க்கக் குடும்பத்தின் ரசனையற்ற வாழ்வில் அலுத்துவிட்ட எனக்கு இந்த

வாய்ப்பு வரப்பிரசாதமாக இருக்கும்.

என் நட்பை விரும்பினால், போன் செய்து, 'பக்கத்து வீட்டிலிருந்து வசுமதியைக் கூப்பிடுங்கள்' என்று அழைக்கவும். அதன்பிறகு நானே உங்களுடன் தொடர்பு கொள்கிறேன். உங்கள் பதிலை ஆவலுடன் எதிர்பார்க்கிறேன்..."

வசுமதி நாகராஜன் என்ற பெயரும் அவரது விலாசமும் இருந்தன பக்கத்து வீட்டு போன் நம்பரும் கொடுக்கப்பட்டிருந்தது.

# பொதி கழுதைகள்

வெள்ளையன் ஒவ்வொரு துணி மூட்டையாகக் கழுதையின் மேலிருந்து இறக்கினான். கழுதையின் கால்களைச் சேர்த்துக் கட்டினான்.

"அப்பாருக்கு உடம்பு எப்படி இருக்கு?" பீடியைப் புகைத்தவாறே வந்த முருகேசன் கேட்டான். பதிலை எதிர் பாராமலே "அட, நீ சொமை தூக்கி வந்தியா, நாங்க காலை லேந்து வெள்ளாவி வச்சுக் காத்திருக்கோம். ஆத்துல தண்ணி விடுவனாம்னு ஒண்ணுங்காணும். பத்து நாளாச்சு இங்ஙன தண்ணிவிட்டு. வந்த தண்ணியை நம்ப பயிருக்கு விடுவனா, பொழப்புக்கு வுடுவனா..." பேசியபடியே நடந்து மறைந்தான்.

வெள்ளையனுக்கு ஒன்றும் புரியவில்லை. இந்தத் தொழிலுக்கு அவன் புதிது. போன மாதம் வரைகாலையில் கஞ்சி குடித்து வியாசம் எழுதி ஒழுங்காகப் பள்ளி சென்று வந்தவன். திடீரென அப்பாரு ரத்தவாந்தி எடுத்துப் படுக்கவும், பள்ளிக்கு முற்றுப்புள்ளி வைத்தாகிவிட்டது.

அப்பாரு படுத்து ஒரு மாதம் ஆத்தாளும் எப்படி யெல்லாமோ சாமாளித்துப் பார்த்தாள். அப்புறம்தான், "தம்பீ... அப்பாரு சொகமாகர வரைக்கும் படிப்பை நிறுத்திக்க, நா ஆத்தோரம் போனா இங்க இவரு வுயுந்து கிடக்காரு" என்றாள்.

உண்மையிலேயே அன்று அப்பாரு ஒடம்பு ரொம்பத்தான் மோசமாய் விட்டது. கிராம ஆஸ்பத்திரிக்கு அழைத்துச் சென்றால் அங்கு டாக்டரே இல்லை. "இங்க ஏது தம்பி டாக்டரு ..... வர்ற டாக்டரெல்லாம் பட்டணத்துக்கு மாத்தல் கேட்டு லீவு போட்டுட்டுல்ல போயிடறாங்க. நீங்க பெரியாஸ்பத்திரிக்குத்தான் போவணும்" என்றான் வாட்ச்மேன்.

அது ஒரு மாதம் முன். இந்த ஒரு மாதத்தில் நிலைமை இன்னும் மோசமாகிவிட்டது. சுத்தமாகச் சாப்பாடில்லை. வயிற்று வலி துடித்தார். வைத்தியர் பச்சிலை பலன் தரவில்லை.

வீட்டில் பட்டினி. நோயின் கொடுமை ஒருபுறம். தணியாத பசித் தீ மறுபுறம். அம்மா நெருப்பாகச் சுட்டாள். தங்கைகள் இருவரும் ஓயாத ஓலம். விவரம் புரியும் வயதில் வெள்ளையன் ஒருவனே! படித்துத் தானும் வாத்தியாராக வேண்டும் என்ற – அதன் கனவுகளை மிகச் சுலபமாக அழித்துவிட்டுப் பதினைந்து வயதில் ஒன்பதாண்டுப் படிப்பை அலட்சியமாக ஒதுக்கிவிட்டு, துணிகளை ஒவ்வொன்றாக ஆவியிலிட்டு அடுப்பை ஊதினான்.

"துணி வெந்தென்ன பலன், ஆத்திலே தண்ணி வந்தாத்தானே அலசி எடுக்க முடியும்?" ஒரு விரக்தியுடன் மரத்தடியில் சாய்ந்து கொண்டான்.

காலைக் கட்டிய கழுதை எம்பி எம்பிக் குதித்து அந்த வரண்ட பிரதேசத்தின் வைக்கோற்புல்லை நக்கிக் கொண்டிருந்தது வெள்ளையனுக்குப் பாவமாக இருந்தது!

"காலைக் கட்டினாலும், தலையைக் கட்டினாலும் எனக்கு ஒரு ஆத்தங்கரையும் ஒனக்குக் காஞ்ச புல்லும் கெடச்சுடுமே" கழுதையுடன் மானசீகமாகப் பேசினான்.

நாலுமணி நேரம் காத்திருந்து, தண்ணீர் வந்த பிறகு அடித்து அலசும்போது ஆயாவும் வந்து கூடத் துவைத்தாள். இருவருமாகத் துணிகளைக் கஞ்சி பிழிந்து மூட்டையாகக் கட்டி கழுதையின் மேல் ஏற்றி காலை அவிழ்த்து விட்டதும் கழுதை வேகமாக ஓட முயன்று துணிச் சுமையில் தடுக்கி ஒரு மெத்தனமான சோம்பலுடன் நடக்க ஆரம்பித்தது.

"நீ ஊட்டுக்குப் போயி துணியைக் காயப்போடு. நா, கரி வாங்கியாரேன்" வெள்ளை திரும்பி நடந்தான்.

வைத்தியர் எதிர்ப்பட்டார். "வெள்ளை ஒங்கப்பா ஒடம்பு பச்சிலை, மூலிகைக்குக் கேக்கலைப்பா. பேசாம ஆஸ்பத்திரிக்கு அழைச்சிட்டுப் போயிடு. அது வயித்துல கட்டி. அறுத்துத்தான் எடுக்கணும்..."

"நானும் அதுக்குத்தான் சாமி பார்க்குறேன். வண்டிச் சத்தத் துக்கு அடகு வக்க வீட்டில பாத்திரம்கூட இல்லை. இன்னிக்குத் துணி ஒருசொமை துவைச்சிருக்கேன். பணம் வந்தா நாளைக்கே ஆஸ்பத்திரிப் பக்கம் அழைச்சிட்டுப் போயிடறேன்...."

பருவமழை தப்பி பூமி எங்கும் வெடித்துக் கிடந்தது. மாடு , கன்றுகள் வற்றித் துவண்டு கிடந்தன. நிலம் வறண்டதன் பலன் சேரிப்புறத்து ஆண்களுக்கு வேலை இல்லை. பட்டணத்திற்குப் படையெடுத்து விட்டனர். மற்றவர்கள் புல் கிழங்குகளை கொத்திக் கொண்டிருந்தனர்.

கரி வாங்கும் போது கடைக்காரன் சொன்னான். "நகரத்திலே ஒருதுணி

சலவைக்கு நாப்பது பைசாவாம். இங்க நீங்க பத்து பைசா வாங்கறீங்க. வெலையை ஏத்திடு."

"இந்த கிராமத்திலே வெள்ளை வேஷ்டி கட்டறதே மொத்தம் நாலு குடும்பம். மத்தவங்களுக்குக் கட்டறத்துக்கே துணியைக் காணோம். வெலையை ஏத்தினா நாங்க வவுத்திலே ஈரத்துணியை போட்டுட்டு ஓட வேண்டியதுதான்."

வீட்டில் நுழைந்தபோது அப்பாரு வயிற்றைக் கையால் அழுத்தியவாறு குப்புறப் படுத்திருந்தார். வலியில் அவர் கண்சொருகி வாய் முணு முணுத்துக் கொண்டிருந்தது. ஆத்தா கலயத்தில் கஞ்சியை ஊற்றித் தந்தாள். "அப்பா சாப்டாரா?"

அவள் உதட்டைப் பிதுக்கினாள்.

"அப்பா..... அப்பா" வெள்ளையன் அவரை மெல்லத் திருப்பி உலுக்கினான்.

"வாயைத் திறங்க... கஞ்சி வூத்தரேன்."

"வலிக்குது" அவர் ஹீனமாக முனகினார்.

தலையை மடியில் வைத்து மெல்ல வாயில் ஊற்றினான். நாலு மிடறு குடித்தவர் போதும்' என்று சைகை செய்தார். "ஐயோ, வலிக்குது" வயிற்றைப் பற்றிக் கொண்டு துடித்தார்.

வெள்ளையன் காலையிலிருந்து எதுவும் சாப்பிடவில்லை. ஆனால் தந்தையின் வேதனையில் அவன் பசி கரைந்தது. அவன் தந்தை சுப்பையன் போன மாதம் வரை எவ்வளவு திடமாக இருந்தார். வியாதி வந்தாலும் காய்ச்சல், ஜுரம், மூட்டு வலி மனிதனாப் பிறந்தவனுக்கு வரத்தான் வரும். இப்படியா, 'நாளைக்கு எப்படியும் ஆஸ்பத்திரிக்கு அழைத்துச் சென்றாக வேண்டும். ரெண்டு ஆளுக்குப் பதினாலு , பதினாலு இருபத்தி எட்டு ரூபா. பஸ் சத்தம், பஸ் ஸ்டாண்டு வரையிலும் முருகேச மச்சான் வண்டியிலே அழைச்சிட்டுப் போ யிடலாம். ஆஸ்பத் திரிச் செலவுக்குப் பத்து ரூபா. நாப்பது ரூபா மொத்தம் வேணும். நூற்றி அறுபத்துச் சொச்சம் துணி. வீட்டுக்குப் பத்து ரூவா கடன் வாங்கணும்."ஆத்தாளிடம் விவரமாக எடுத்துக் கூறினான்.

மறுநாள் சூரியன் உச்சிக்கு வரும் போது துணிகளைத் தயாராக குறி வாரியாக மடித்துக் கழுதை முதுகில் ஏற்றினான்.

"ஆயா நான் துணிகளைப் போட்டுட்டு வரேன். நீ அப்பாரை தயார் செஞ்சு முருகேச மச்சான்கிட்ட வண்டிக்கு சொல்லிப் புடு..."

வெள்ளையன் கிளம்பும் சமயம் உள்ளிருந்து திடீர் ஓலம் எழுந்தது. அவன் தந்தை துடித்துக் கொண்டிருந்தார். அவர் வாயிலிருந்து ரத்தம் வடிந்து கொண்டிருந்தது. ஆயா அலறிய அலறலில் அக்கம்பக்கம் கூடினர். "போ தம்பீ , நீ துணியைப் போட்டுக் காசு வாங்கியா. நாங்க பாத்துக்கறோம். சீக்கிரம் ஆஸ்பத்திரிக்குக் கௌம்புங்க" அவனை அனைவரும் விரட்டினர்.

சாப்பாடு முடித்து வாயில் வெற்றிலை போட்டவாறு வெளி யில் அமர்ந்திருந்தார் சபாபதி. வெள்ளையன் வேகவேகமாகத் துணிகளை எடுத்து வைத்தான். "ஐயா அப்பாருக்கு ரொம்ப சீரியஸா ஆயிடிச்சு. ஒரு முப்பது ரூபா சீக்கிரம் தாங்க. ஆஸ்பத்திரிக்குக் கூட்டிப் போவணும். அப்புறம் சலவையில் கழிச்சுக்கங்க...."

இவன் பதட்டத்தைக் கவனிக்காதவாறு சபாபதி மெதுவாக வெற்றிலைக் காம்பைக் கிள்ளினார். "ஏண்டா ஓங்கப்பன் சீமானா, இந்தக் கிராமத்து வைத்தியம் வண்ணானுக்குப் போறாதா.... பஸ்ஸேறிப் போனாத்தான் பெருமையா?"

'அய்யா, அவரு ரத்த வாந்தி எடுத்துக் கெடக்காரு , நம்ம வயித்தியரே ஆஸ்பத்திரிக்குக் கொண்டு போங்கறாரு..."

"அப்ப... அவரைப் பணம் கேளு போய்... எத்தனை துணி எடுத்தாந்தே, எழுபத்தெட்டா... ம்... இதென்ன திட்டுத்திட்டா நீலம்... மல் துணியைக் கதர்துணிக் கணக்கா அடிச்சிருக்கே. அழுக்குப் போகாம இதென்னடா சலவை? விர்ரென்று துணி கீழே மண் தரையில் விழுந்தது.

"நா ஏழு ரூவாதான் தரப்போறேன். அதுவும் இப்ப காசில்லை. சாயந்தரமா வா."

"ஐயா தயவு பண்ணுங்க..." வெள்ளையன் அழுது விடுவான் போலிருந்தது: "ஆஸ்பத்திரி போவணும்..."

"நீ ஆஸ்பத்திரிக்குப் போகப் பணம் தர நான் என்ன ஒன் கடன்காரனா. மத்த ஊடுங்களுக்குப் போய்க் கேளு. அங்கெல்லாம் என்ன கொடுக்கறாங்கன்னு பாரு. அப்பொறம் இங்கே வா, நான் தரேன் .."

நின்று பலனில்லை என்று உணர்ந்த வெள்ளையன் கழுதையை விரட்டியபடி அடுத்த வீட்டிற்கு ஓடினான். வாயிற் கதவே பூட்டிக் கிடந்தது. அம்மா, அம்மா என்று பலமுறை அலறிய பிறகு ஒரு தலை வெளியே எட்டிப் பார்த்தது.

'ச்சூ... ச்சூ... வண்ணான் தீட்டல்லாம் வாசல்ல வெக்காதே... ஆத்துலே தெவசமாறது... போயிட்டு வா"

"அப்புறம் வர முடியாது. எங்க அப்பாரை ஆஸ்பத்திரிக்குக் கூட்டிப்போகணும். அவசரமா முப்பது ரூபாய் பணம் வேணும். வேணும்."

"என்னப்பா பண்றது. வழியிலே எலை போட்டிருக்கே. இப்ப துணியும் எடுக்க முடியாது, ஒரு மணி நேரம் கழிச்சு வாயேன்." தலை மறைந்தது.

"துணியை இங்க வக்கிறேன். எடுத்துக்குங்க." துணியை வாயிலில் வைத்து விட்டு வெள்ளையன், கழுதையை இழுத்துக் கொண்டு சபாபதி வீட்டுக்கு மறுபடியும் ஓடினான்.

"ஐயா, அவுங்க வீடு பூட்டியிருக்குது. நீங்கதான் பெரிய மனசு பண்ணித் தரணும். ஆஸ்பத்திரிக்குப் போகாட்டி அப்பா செத்துடுவாருங்க."

"அண்டாவா, பண்டமா எதை வச்சுட்டுக் காசு தரது? ஒன் கிட்ட காசு போனா திரும்புமா?"

"எப்படியும் தந்துடுவேன் சாமி.... நாற்பதாத் தாங்க."

"கடனிலே பேரம் வேறயா. இந்தா கழுதையை இப்படிக் கட்டிட்டு பணத்தை வாங்கிட்டுப் போ..."

"கழுதையையா?"

"ஆமா. பிரியாணி செஞ்சு சாப்பிடமாட்டேன். கவலைப்படாதே. இதுவே எனக்குச் சொமைதான். இருந்தாலும் பணம் திரும்பி வர ஒரு அச்சாரம் வேணாமா?" வெள்ளையன் கழுதையை அவர் வாயிற் புரத் திண்ணையில் கட்டிவிட்டுப் பணத்தைப் பெற்றுக் கொண்டு தலைதெறிக்க ஓடினான்.

ஆஸ்பத்திரி வாயிலேயே வாட்ச்மென் ரிஷாவை நிறுத்தினான்.. விசிட்டிங் கார்டு இருக்கிறதா என்று கேட்டான். "நல்லா இருக்கு, இப்ப ஆஸ்பத்திரியிலே சேர்க்கப் போறியா, போய்யா, போயிட்டு நாளைக்குக் காலையில் வாய்யா" என்று விரட்டினான். வெள்ளையன் ஒன்றும் புரியாமல் விழித்தான்.

"அவரு ஒடம்பு ரொம்ப ஜாஸ்தியா இருக்குதுங்க. ரத்தமா வாந்தி யெடுத்தாருங்க" விளக்கமாக எடுத்துக்கூற ஆரம்பித் தான். அவன் காதில் போட்டுக் கொள்ளாமல், "போடா, வழியை மறைக்காதே... படா ரோதனையாப் போச்சு" என்று முணுமுணுத்தான்.

ரிக்ஷாக்காரன் வெள்ளையனிடம் திரும்பினான். "அவுருக்கு டீக்கு , துட்டு ரெண்டு ரூபா குடு தம்பீ..." எனப் பரிந்துரைத் தான். வெள்ளையன் வாட்ச்மெனிடம் ரூபாயை நீட்டியதும், "போ, போ, போயி வலது பக்கமா திரும்பினா ஒ.பி.ல ஆராச்சும் இருப்பாங்க

கேளு போயி" என்றான்.

வெள்ளையனுக்குப் பயமாக இருந்தது. பணம் இருந்திருந் தால் முருகேச மச்சானையாவது கூட்டியாந்திருக்கலாம்.

அசிரத்தையாக விவரங்களைக் கேட்டு எழுதிக் கொண்ட ஒருவன் வெள்ளையனிடம் ஒரு சீட்டைத் தந்து, "போ... இத்தைக் காட்டு. உள்ளே கூட்டிப் போ" என்றான்.

இதற்குள் வெள்ளையனின் தந்தையின் கண்கள் சொருகி யிருந்தன. வெள்ளையனால் அவனை அழைத்துச் செல்ல முடியவில்லை. ஆஸ்பத்திரி வண்டியைத் தள்ளிக் கொண்டு சென்று கொண்டிருந்த யூனிபாரம் அணிந்த ஆள் ஒருவனிடம் கெஞ்சினான். வெள்ளையன். "ஐயா ஒரு கை குடுங்க... இல்லை... வண்டியிலேயானும் ஒக்கார வச்சுருங்க...."

"அட போடா, ஸ்பெஷல் வார்டுக்குப் போவுது வண்டி..." அவன் விரைந்தான்.

"ஆமாம்... நீங்கள்ளாம் ஆளை ஆஸ்பத்திரிக்குக் கூட்டியாரத்துக்குள்ளே ஆளே செத்துப்பூடும். இரு மெதுவாப் பிடி. நா ஒருகை தூக்கறேன்." வெள்ளை உடையுடன் வந்த அந்த நர்ஸம்மாவை நன்றியுடன் பார்த்தான் வெள்ளையன்.

அப்பாவின் வாயில், காலில் ஏதோ குத்தி பாட்டிலை மாட்டி விட்டார்கள். இரண்டு முறை அவனை 'மருந்து வாங்கி வா' என்று அனுப்பினார்கள். வெள்ளையனிடம் கையில் நாலு ரூபாயும் அறுபது பைசாவுமே பாக்கி நின்றது. ஆயா எப்படியாவது கடன் வாங்கிக் கொண்டு நாளை வருவதாகச் சொல்லியிருந்தாள். அவள் வரவில்லை என்றால் இவன் வீடே திரும்ப முடியாது. அப்பாருக்கு ஒடம்பு நல்லாச்சுன்னா, அவரையும் கூட்டில்ல போவணும்?

இரவு முழுவதும் கட்டில் அருகிலேயே உட்கார்ந்திருந்தான் வெள்ளையன். நல்லவேளை, அப்பாருக்குக் கட்டில் கிடைத்தது. மற்றவர்கள் ஆஸ்பத்திரி வராண்டாவில் பாயில் கந்தைத் துணியில் எனப் படுத்துக் கிடந்தனர்.

காலையில் வண்டியில் பாலும் ரொட்டியும் வந்தது. “டேய் பையா, எங்க அப்பாரு சாப்ட முடியாதுன்னு சொல்லாதே, இந்தா இந்த லோட்டாவிலே பாலை ஊத்திக்கோ. ஆளுங்க போன பொறவு நீ ஊத்திக்கலாம்" எனப் பக்கத்து பெட்காரன் அறிவுரை செய்து வெள்ளையனிடம் லோட்டாவை நீட்டினான். காசு செலவில்லாமல் காலை சிற்றுண்டி முடிந்தது.

ஒரு கூட்டமாக டாக்டர்கள் வந்தனர். ஆணும் பெண்ணுமாக வெள்ளை உடையில், கழுத்தில் குழாய் மாட்டி, தலையில் நின்ற டாக்டரின் கண்ணாடி, பேச்சு, பார்வை எல்லாம் கம்பீரமாக அழகாக இருந்தது. வெள்ளையன் விழி அகல அவர்களைப் பார்த்தான்.

டாக்டர் அப்பாவின் வயிற்றை அழுத்திய போது அவர் 'வீ'லென அலறினார். "யூ கேன் பீல் தி ட்யூமர், ஓபன் செய்து பார்த்து விடலாம். மாலிக்னன்சீ இருந்தாலும் இருக்கும். தியேட்டர் என்னிக்கு ஷெட்யூல் கிடைக்கும் ஸிஸ்டர்?"

ஸிஸ்டர் கையிலிருந்த பைலைப் பார்த்தாள் "நாலு நாள் ரொம்ப டைட் டாக்டர். எமர்ஜென்ஸிகூடக் கஷ்டம்தான்."

டாக்டர் உதட்டைப் பிதுக்கியபடி யோசனையில் ஆழ்ந்தார். 'டிஸ்ட்ரிக்ட் ஹெட்குவார்ட்டர்ஸ்ன்னு பேரு . ஒத்தை தியேட்டரை வச்சுக்கிட்டு மாரடிக்க வேண்டியிருக்குது. ஹெல்த் கேருக்குப் பணமிருக்காது. டெல்லியிலே ஒவ்வொண்ணா மீட்டிங் போட்டு எத்தனை லட்சம் செலவழிச்சு ஏர்போர்ட்டை வெள்ளையடிச்சேன்னு பேப்பர்ல பெருமை அடிச்சுப்பான். இந்த நாட்டுலே ப்ரயாரிடீஸ்' எல்லாமே தப்பு" அவரது பெரிய பேச்சைக் கேட்டனர். வெள்ளையனிடம் திரும்பினார் அவர். "ஏன் தம்பி ஒங்க கிராமத்து டாக்டரு என்ன சொன்னாரு, ரொம்ப நாளா வலி, சாப்பாடு எறங்காம இருக்கணுமே?"

"டாக்டரு யாரும் எங்க ஹெல்த் சென்டரிலே இரண்டு வருசமா இல்லைங்க. வயித்தியருதான் கட்டின்னு மருந்து தந்தாரு."

"ஐ டோல்ட் யூ... பாவர்டீ அண்ட் இக்னோரன்ஸ். ஏழ்மையும் அறியாமையும் சேர்ந்துதான் இருக்கும் இதோ பார் வீட்டிலே யாராச்சும் பெரியவங்க இருக்கறீங்களா? ஒங்க அப்பா வயித்தைக் கிழிச்சுத்தான் கட்டி எடுக்கணும்."

"நான்தாங்க பெரிய மவன். ஆத்தா நாளைக்கு வரும்."

"சரி வந்தா என்னை வந்து பார்க்கச் சொல்லு" டாக்டர் தன் பட்டாளம் புடைசூழ நகர்ந்தார்.

டாக்டர்கள் நகர்ந்ததும் பக்கத்து பெட்காரர் மறுபடியும் வந்தார். "கையிலே காசிருந்தா அந்தப்பக்கம் கறுப்பு கண்ணாடி போட்டிருந்தாரே அவரைப் போயி பாரு. வெளி ஆஸ்பத்திரியிலே ஒடனே கட்டியறுக்க ஏற்பாடு செஞ்சிடுவார். அவ்வளவு இல்லைன்னா ஒரு அம்பது, நூறு தந்தா இங்கியே சீக்கிரம் கவனிச்சுப்பாரு."

வெள்ளையன் தலையில் கை வைத்து உட்கார்ந்தான். ஐம்பதாவது, நூறாவது. நாளைக்குப் பிறகு சாப்பாட்டுக்கே அல்லவா பணமில்லை.

அவன் உடம்பு , மனசு எல்லாம் அலுத்துவிட்டது. அயர்ச்சியுடன் கட்டிலடியில் சுருண்டு படுத்தான்.

"டேய் தம்பி எழுந்திரு . பாரு உங்கப்பாரு உடம்பத் தூக்கிப் போடுது. போய் ஸிஸ்டரைக் கூட்டியா" யாரோ கத்தினார்கள். வெள்ளையன் கண்விழித்த போது பொழுது ஏறக்குறைய புலர்ந்திருந்து. அப்பாரின் வாயில் எச்சில் வழிந்து கொண்டிருந்தது. கையும் காலும் விலுக் விலுக்' என்று இழுத்துக் கொண்டிருந்தது. நெஞ்சிலிருந்து விசித்திரமான சப்தம் வந்தது.

ஸிஸ்டர் ஓடிவந்து ஊசி போட்டாள். வேறு ஒரு டாக்டர் வந்து படுதாவை இழுத்துக்கொண்டு நெஞ்சை அழுத்தினார், பிசைந்தார். வெள்ளையன் குழம்பியபடி, பதட்டத்துடன் நின்றான். "அப்பாருக்கு என்ன ஆச்சு , அவர் பிழைக்க மாட்டாரா, சபாபதி அய்யாவீட்டில் கட்டிய கழுதையை எப்படி மீட்பது?"

டாக்டர் வெளியே தலையை நீட்டினார். "தம்பி ஓங்க நயினா பூட்டாரு. வவுத்திலே கட்டி முத்தி நெஞ்சுக்கும் பரவியிருக்கும் போல இருக்குது. நீ அழாதே. ஊட்டுக்குப் போயி பெரியவங்க ஆராச்சும் கூட்டிட்டு வா. அப்பத்தான் பாடியைத் தருவாங்க நல்ல பையனில்லை" அவனை மெள்ளத் தட்டிக் கொடுத்து நகர்ந்தார்.

ஸிஸ்டர் ஊசிகளையெல்லாம் ஒவ்வொன்றாக வெளியிலெடுத்து முகத்தை வெள்ளைத் துணியால் மூடி படுதாவை முழுவதுமாகப் பரவவிட்டாள். அந்த வார்டின் பல ஏழைக் கண்கள் வெள்ளையனை அனுதாபத்துடன் பார்த்தன.

வெள்ளையன் விக்கி விக்கி அழ ஆரம்பித்தான். யார் யாரோ வந்து சமாதானப் படுத்தினார்கள். அப்பா யோயிட்டாருன்னு தெரிஞ்சா ஊருஜனம் ஆளுக்கு ஒரு ரூபா போட்டாலும் காரியம் செஞ்சிடுவாங்க. ஆனால் அதுக்குப் பிறகு வெள்ளையன் பள்ளிக்கூடம் போக முடியாது. 'வாத்தி' யாக முடியாது. ஆத்தங்கரையில் வெள்ளாவி வெச்சுக் கஞ்சி நனைச்சு , பொட்டி வச்சு, சபாபதி வீட்டிலும், குருசாமி வீட்டிலும் பேச்சுக்கேட்டு... "ஐயய்யோ , என் கழுதை போச்சே, நாலு கல்லு எப்படி பொதி சொமப்பேன், என் கழுதை போச்சே. ஆத்தாளும் நானுமா எத்தனைன்னு முதுகுலேயும், தலைலேயும் சுமக்க முடியும். கழுதையைக் கட்டிவுட்டுட்டுக் காசு கேட்டேனே கழுதை போச்சே...'" அழுது புலம்பினான் வெள்ளையன்.

ஒரு பொதி கழுதை தன் சுமையின் அழுத்தத்தில் இன்னொரு கழுதைக்காக தூக்கக் காத்துக் கிடந்தது.

# எனக்கும் ஒரு கதை உண்டு

"ஏய் , காலங்கார்த்தால் காப்பி கூடப் போடாம என்னடீ எழுதறே?" தாளில் பதிந்த கையின் அழுத்தத்தில் வலி 'சுரீர்' என்று தாக்கியது.

"பால் வராம காப்பி எப்படிப் போடறது? எழுந்தது எழுந்தாச்சு , எழுதுவமேன்னு..."

"பால் வரல்லையா?" ராஜீவின் விரல்கள் தோளிலிருந்து இறங்கின. "என்ன எழுதறே? கதையா... என்ன கதை சொல்லு. லவ் ஸ்டோரி..."

ஊஹூம்.. எனக்கு லவ் ஸ்டோரியெல்லாம் எழுத வராது... இது என்னோட கதை!

"அடி சக்கைன்னானாம்! நீ என்ன இந்திரா காந்தியா, உங்கதையை எல்லோரும் படிக்கறதுக்கு? இல்லை, கொள்ளைக்காரி பூலான் தேவியா? உனக்கும் எனக்கும் என்ன கதை?"

"உங்களுக்கும், எனக்கும் – ஏன், சாதாரண மனுஷாளுக் கெல்லாம் கதை கிடையாதா? நம்ம வாழ்க்கையே கதைதானே... எல்லா வாழ்க்கையிலும் தினம் ஆயிரம் சம்பவங்கள் நடக்கத் தானே செய்யறது சிலது எக்ஸைடிங்காக இருக்கும். சிலது அவ்வளவு இன்ட்ரெஸ்டிங்காக இருக்காது. அவ்வளவுதான்!"

"ஏய், வாழ்க்கையை இப்போ கொஞ்சம் எக்ஸைடிங்காகச் செய்யலாமே..."

சுமதி நிமிர்ந்து கணவனைப் பார்த்தாள். இந்த சந்தோஷமான நிமிடங்களுக்காகத்தான் சாதாரண வாழ்க்கை ருசிக்கிறது... காப்பிக்கு நேரமாகிறது என்று போலியாகச் சுணங்கச் சொல்கிறது... நாள் முழுவதும் ஆத்திரமூட்டும் கணவனைப் பொறுத்துக்கச் சொல்கிறது

... இன்னும் சொல்லப் போனால் கணவனைக் காதலிப்பதற்குக் காரணம்கூடப் புரிகிறது.

"ஏய், கண்ணை மூடிக்காதே... திரிதராஷ்டிரன் பிள்ளையாகப் பொறப்பான்."

"முப்பத்தெட்டு வயசில், ஸ்டெர்லைஸ் பண்ணின்டு பதிமூணு வருஷம் கழிச்சு கண்ணைத் திறந்திண்டிருந்தாக்கூட ஒண்ணும் பிறக்காது"

"ராட்சசி டீ நீ!"

"இல்லைன்னா, ராட்சசனோட வாழ முடியுமா?"

கதையைத் தொடரவில்லை. சமையல் துவங்கும் போதே நேரமாகிவிட்டது. இரவு நேரச் சந்தோஷங்கள் உறக்கத்தில் கலந்துவிடுவதால், காலை சந்தோஷங்கள் தொடரும் என்று எதிர்பார்த்தால் வழக்கமான அவசரங்களில் கரைந்து விடுகின்றனவே..... கோபிக்கக்கூட நேரமில்லை .

வரிசையாய் நாலு டிபன் பாக்ஸ்களை மேஜையில் வைத்து, பெரிய தாம்பாளத்தில் சாதத்தைக் கொட்டி ஆற வைத்து ...

"சனியனே, இன்றும் சோற்றைத் தின்காம கொண்டு வந்தே, தலை யிலே கட்டி விடுவேன்" என்று கடைசியைப் பார்த்து முறைத்து ..

"ஏன், குழம்பில் உப்புப் போட மறந்துட்டியா?" என்ற கேள்விக்கு முறைப்புத்தான் பதிலாக வருகிறது.

கதை எழுத வேண்டும், கதை என்று நினைத்தவுடன்தான் காலை நேர எக்ஸைட்மெண்ட் நினைவுக்கு வருகிறது... அது என்ன வேகம், என்ன ஆவலாதி... சிந்திக்கக்கூட நேரமில்லை, இது என்ன உந்துதல்... எத்தனை அழுத்தி அடக்கினாலும் ஏன் இலக்கியமும், ஸெக்ஸும் அடங்காப் பிடாரிகளாகத் திமிறி எழுகின்றன? மூடிய சிறைக் கதவுகளின் பின்னே உடைந்த தரையில் உதிர்ந்த உலக இலக்கியங்கள்தான் எத்தனை?

ஏன்... ஏன்?

அவளுக்குப் புரிகிறது. என்னால் எழுத முடிகிறது என்கிற ஈகோ... இது என் உடம்பு. இதால் அனுபவிக்க முடியும் என்று இறுமாப்பு... மனிதனுடைய சுயவிகசிப்புத் தேவையை இரண்டும் பூர்த்தி செய்கிறது. பூர்த்தியா? திருப்தி என்பது இல்லாத விஷயங்கள்... எத்தனை அனுபவித்தாலும் இன்னும் வேண்டும் என்று அலைபாயறதே மனசு.

என் கதையை எப்படித் துவங்கறது?

"நல்லவேளை, பொண்ணாப் பொறந்ததுக்கு , எங்காத்தைக் கொண்டு இந்த மட்டும் செகப்பா மூக்கும், முழியுமாப் பிறந்திருக்கா..." – பாட்டி

சொன்னபோது ரொம்பப் பெருமையாக இருந்தது. ஆனால் மாநிற அம்மா எப்படித் துவண்டிருப்பாள்?

அப்பாவுக்கு அவளை அலங்கரித்து வெளியே அழைத்துச் செல்ல ரொம்பப் பிடிக்கும். தான் உட்கார வைத்துத் தலையை பாப் வெட்டிவிடுவார். நாளைக்கு நாலு முறை உடை மாற்றுவார். பாட்டிக்கும் அப்பாவுக்கும் தங்கள் குடும்பத்து நிறமும், களையும் அவளுக்கு வந்திருப்பது பெரிய பெருமை...

அந்த வீட்டில் அம்மா இருக்கும் இடமே தெரியாது. சின்னவயதில் சுமதிக்கு அம்மாவைக் கண்டாலே பிடிக்காது. அம்மா, அப்பாவைப் போல கலகலவென்னு பேசமாட்டாள், சிரிக்க மாட்டாள். கண்களில் சதாமிரட்சி. சமையலறையில் வேலை செய்யாத போதும் அந்த இருட்டு அறையின் மூலையி லேயே குந்திக் கிடப்பாள். சுமதி சமயலறையில் எப்போதாவது எட்டிப் பார்த்தால், சடாரென அவளை இறுக அணைத்துக் கொள்வாள்.

அதற்குள் விடுவிடு' என்று மூச்சு முட்ட அலறியபடியே சுமதி ஓடுவாள். அம்மாவின் கண்களில் மிரட்சி மாறி ஏக்கம் நிழலாகப் படியும்.

"தான் பெத்த கொழந்தையை அனுசரிச்சிண்டு போகக்கூடத் துப்பில்லை..." என்று பாட்டி உருட்டி விழிப்பாள்.

பக்கத்து வீட்டில் ஒரு ராயர் குடும்பம் இருந்தது. அவர்கள் வீட்டில் மாது என்று ஒரு பையன். ஐந்து பெண்களுக்குப் பிறகு கடைக்குட்டி. அவனும் சுமதியும் ஒரே வயசுதான். மாது, சுமதி! ப்ராக்கைத் தூக்கி காட்டு!' என்று அவள் நான்கு வயது வயிற்றையும், தொடையையும் பார்த்து பிரமிப்பான், "நீ மட்டும் ஏண்டி இவ்வளவு வெள்ளையா, இருக்கே?" மாது, சுமதி விளையாட்டுகள் சில சமயம் பலத்த சண்டையில் முடியும், சுமதி மாதுவை அடித்து நொறுக்கி விடுவாள். அல்லது பல் பதியக் கடித்து விடுவாள். வலி தாங்காமல் மாது கையிலிருந்த பொம்மையால் அவளைக் கீறிய வடு இன்னும் வயிற்றிலிருக்கிறது.

சுமதி திருமணமாகி, கூச்சம் விலகி முதல் முறை வெளிச்சத்தில் நிர்வாணமானபோது ராஜு கேட்டான்: "இதென்ன வடு சுமதி?" "ஓ.. இதுவா? என்னோட நெய்பர் அண்ட் ப்ரெண்ட் மாதுன்னு ஒருத்தன்... அவன் தந்த பரிசு!"

ராஜு அவளைக் குழப்பத்துடன் பார்த்தான். "வயிற்றில் எப்படி?"

"நான் அவனைக் கடிச்சேன். அவன் என்னைக் கீறினான்..."

ராஜு பேசவில்லை. முகம் நிறம் மங்கியது.

எங்கே கடிச்சேன். அவன் எப்போ கீறினான்' என்று கேட்க வில்லை. கணவனைச் சீண்டினாள்... "எங்க ரெண்டு பேருக்கும் சேம் ஏஜ்... நாங்க கட்டில்லதான் புரளுவோம்..."

ராஜு திரும்பிப் படுத்துக் கொள்வான்.

"விவரமாய்ச் சொல்றேன் கேளுங்கோ... ஏன் முகத்தைத் திருப்பிக்கறேள்? கல்யாணம் ஆகிறவரைக்கும் ஒரு பெண்ணோட உலகத்திலே ஆண்பிள்ளையே இருக்கக்கூடாதோ?"

"ஸ்டாப் இட்!"

இந்த ஆண்கள் என்ன கோழைகள்... மனைவி தன்னை வேறு ஆணுடன் ஒப்பிட்டு விடுவாளே என்ற பயம்... அவ்வளவு தன்னம்பிக்கை யின்மையா?

சுமதி கலீர் எனச் சிரித்தாள். "நான் மாதுவைப் பார்த்தே பதினாலு வருஷமாறது... என்னோட ஆறாவது வயசிலே அவா ஊரை விட்டுப் போயிட்டா.."

"மாது தொடர்ந்து அங்கே வசிச்சிருந்தா?"

"மே பீ... அவனோட படுத்துண்டிருப்பேன்..."

"இதுதானே வேண்டாங்கறது..."

"எது... அசட்டுக் கேள்விக்கு அசட்டுப் பதில்தான் கிடைக்கும் !

ஆங்... நாலு வயசிலேயிருந்து எதுக்கு இருபது வயசுக்கு அவசரப்பட்டுண்டு வரணும்?

ஆயிரம் சண்டை போட்டாலும் மாதுதான் பெஸ்ட் ப்ரெண்ட்... ஆனா அப்பாவுக்கு அடுத்தபடிதான்.

அப்பா ஒரு வக்கீல் . முன்வாசலில் நீள நீள இருக்கும் பெஞ்சில் காலை வேளையில் நிறையப் பேர் உட்கார்ந் திருப்பா... அப்பாவுடைய ரூமில் புஸ்தகங்கள் அலமாரி முழுவதும் அடுக்கியிருக்கும்.

கட்சிக்காரர்கள் உட்காரும் இடத்தில் டைப்பிஸ்ட் மாமா இருப்பார். அவர் தான் குமாஸ்தா, டைபிஸ்ட், மானேஜர், எடுபிடி எல்லாம். வக்கீல் குமாஸ்தாக்கள் மட்டும் அன்றிலிருந்து இன்றுவரை ஒரே மாதிரித்தான் இருக்கிறா... காவியேறிய வேஷ்டி, பழைய கோட்டு, தலையில் குடுமி அல்லது வழுக்கை என்று தோற்றத்திலே பெரிய மாறுதலில்லை. அப்பா அவரை அய்யரே' என்று அழைப்பார். சிலசமயம் கோபத்தில் கத்துவார். மறுவினாடி குழைவார். அப்பாவுக்கு அய்யர் மாமா இல்லாமல் எந்தக் காரியமும் ஆகாது. கேஸ் கட்டு

தூக்கி வருவது முதல், ப்ளாஸ்கில் காப்பி எடுத்துச் செல்வது வரை எல்லாம் அவர்தான்! அய்யர் மாமா அப்பாவைவிட வயதில் ரொம்பப் பெரியவர். ஆனாலும் அப்பா முன் அதிகமாகவே மரியாதை காட்டுவார். அவர் குனியக் குனிய அப்பாவும் அதிகாரம் நிறையவே செய்வார்!

சுமதிக்கு அய்யர் மாமாவைச் சுத்தமாகப் பிடிக்காது. "வாடி குட்டி... ஒரு முத்தம் கொடு!" என்று அவர் தூக்கிய நேரங்களில் அவர் சவரம் செய்யப்படாத முகம் குத்தியது ஒரு காரணம் என்றால், சதா அவரிடமிருந்து வரும் புகையிலை – பாக்கு கலந்த வாசனை மற்றொரு காரணம்.

அய்யர் மாமா டைப் அடிக்கும் போது, பாட்டி நார்மடியை இழுத்து தலை மூடிக் கொண்டு, "அய்யரே, சித்த இங்க வாரும். தெருக்கோடிக்குப் போய் இஞ்சி, பச்சமிளகா வாங்கிண்டு வாரும்!" என்று விரட்டுவாள். அய்யர் விழித்தபடியே, "மாமா அவசரமா டைப் அடிக்கணும்னா" என்று மென்று விழுங்குவார். "எல்லாம் தெரியும்... போயிட்டு வாங்கோ." பாட்டி குரல் எழும்பும். அய்யர் அவசரமாக எழுந்திருப்பார்.

ஹைஸ்கூல் படிக்கும் போதுதான் அய்யர் மாமாவைப் பற்றிய ஒரு விஷயம் புரிந்தது. இந்த அழுக்கு வேஷ்டி, சட்டைக்குள் இப்படி ஒரு ஆங்கில அறிவா? அவர் டிக்ஷனரி பார்த்து டைப் அடித்ததில்லை. ஆனால் அவர் ஸ்பெல்லிங்கில் சின்னப் பிழைகூட இருக்காது. சிம்பிள், காம்ப்ளெக்ஸ், காம்பவுண்ட் சென்டன்ஸ் அவர்தான் சொல்லிக் கொடுத்தார். ப்ரெஸி ரைடிங் புரிந்தது அவரால்தான். ஆங்கிலத்தில் அவர் எழுதும் எஸ்ஸேயை மனப்பாடம் செய்து எழுதினால் வகுப்பில் முதல் மார்க்குக் கிடைக்கும்!

அதுமட்டுமா... தமிழிலும் அவர் படிக்காத பாடமோ, கற்காத ஸ்லோகமோ கிடையாது. செய்யுளைப் பதம் பிரித்துப் புரியவைத்து விடுவார். இவ்வளவு விஷயம் தெரிந்த மனிதர் ஏனிப்படி வக்கீல் குமாஸ்தாவாக வாடுகிறார் என்றுதான் புரியவில்லை. நிமிர்ந்து நிற்கத் தெரியாத மனிதனை உலகமே குட்டிக் குட்டிக் கீழே தான் தள்ளும் என்று தோன்றியது.

அய்யர் மாமாவின் பெண்டாட்டி, குழந்தைகள் வருடத்துக்கு ஒருநாள் நவராத்திரி அன்று வீட்டுக்கு அழைக்கப்படுவார்கள். பாட்டி, மாமி யிடம் நன்கு வேலை வாங்கிக் கொண்டு ஒரு தட்டில் வெற்றிலை பாக்கும், ஒரு ஒன்பது கெஜம் புடவையும் வைத்துத் தருவாள். அய்யர் மாமாவின் மூன்று பெண்களுக்கும் சீட்டித்துணி பாவாடை தைக்க... இந்தப் பெண்களும் சுமதி படித்த பள்ளியில்தான் படித்தார்கள்.

அப்படியும் அவர்களுடன் பேசியதில்லை. வீட்டுக்கு வரும் நாட்களில் அவர்கள் சமையலறை மூலையில் நிற்க, சுமதி வெளிவராந்தாவிலோ மாடியிலோ இருப்பாள்!

அய்யர் மாமாவின் கடைசிப்பெண் பார்வதி, சுமதி 'ஏ' செக்ஷனில் படித்தபோது, அதே வகுப்பில் 'பி' செக்ஷனில் படித்தாள். சுமதி அவளை ஒரு மனுஷியாகவே நினைத்த தில்லை. நிமிர்ந்து பார்க்கவே அருகதையற்றவள் என எண்ணியவளிடம் அழகா தெரிந்திருக்கும்? ஆனால் அவள் தைரியமும், துணிச்சலும் அதிரடித்தது .

பாட்டிக்கு பெண்களைக் கண்டாலே பிடிக்காது. எந்தப் பெண்ணைக் கண்டாலும், மொல்லு மொல்லென்று ஏதாவது குற்றம், குறை சொல்லிக் கொண்டிருப்பாள்... அதுவும் வயசுப் பெண்களைக் கண்டால் அவள் வாய் சும்மாயிராது. ஆயிரம் விபச்சாரிகளுக்கு இழுப்பாள். அல்லது அவர்கள் தோற்றம், நடத்தை இவற்றை விமரிசிப்பாள். எனவே அவள் பார்வதியை மேனாமினுக்கி என்றதை யாரும் பொருட்படுத்தவில்லை. பார்வதியைத்தவிர.

பார்வதியின் முகம் சிவந்தது. "ஏன் பாட்டி, என் பேச்சிலும் நடையிலும் என்ன குத்தம் கண்டேள்? அப்படி ஏதாவது இருந்தாலும் அதைச் சொல்ல நீங்க யாரு? உங்க பேத்தி ரெட்டைப் பின்னல் போடல்லியா, பவுடர் பூசிக்கல்லையா, மை இட்டுக்கவில்லையா... அனாவசியமா பிறத்தியாரைப் பத்திப் பேசாதேங்கோ."

அப்பா கூடப் பாட்டி எதிரில் நின்று ஒரு வார்த்தை பேசியதில்லை. இந்தப் பதிமூன்று வயதுப் பெண், இந்த வீட்டில் கைநீட்டிச் சம்பளம் வாங்கும் குமாஸ்தாவின் பெண், பாட்டியை எதிர்த்துப் பேசுவதாவது... அம்மா பயத்தில் மூலையில் ஒட்டிக் கொண்டாள். "அடிப்பாவி! என்னை எதிர்த்தா பேசறே?" பாட்டி கையைத் தூக்கியபடி பார்வதியைத் துரத்த, பார்வதி பாவாடையைத் தூக்கிப் பிடித்தபடி, "அடிச்சிடுவேளோ... என்னைக் கைநீட்டி அடிக்க நீங்க யாரு?" – நிமிர்ந்து நின்று கேட்டாள்.

"ஐயோ மாமி, நான் பண்ணின பாவம். இவ என் வயித்தில் வந்து பிறந்திருக்கா... ஓடுடீ , சண்டாளி... திரும்பிப் பார்க்காம போடி வீட்டுக்கு..." பார்வதியின் அம்மா அவளை விரட்ட , "நீ கூப்பிட்டாலும் நான் வர்றதா இல்லை!" என்றபடி பார்வதி தெருவில் இறங்கி ஓடினாள்.

அன்று பாட்டி கத்திய கத்தலும், தொடர்ந்து பல வருடங்கள் அந்தச் சிறுக்கிக்குப் பாடிய வசைகளும், கட்டிய பட்டங்களும் சுமதிக்கு அத்துபடி!

சுமதி பி. யூ.சி., படிக்கும் போது அது நடந்தது. பார்வதி பள்ளி யிறுதியுடன் படிப்பை முடித்துவிட்டு, டைப்ரைடிங் கற்று வந்தாள். திடீரென ஒருநாள் பார்வதி வீட்டைவிட்டு ஓடிவிட்டாள். "எவனோ குலம், கோத்திரம் தெரியாத வடக்கத்திக்காரனைக் கல்யாணம் பண்ணிப்பேன்னா... முடியாதுன்னேன். இப்படி ஓடியே போயிட்டாளே..." – அய்யர் மாமா புலம்பி அழுதார். வெறும் வாயை மென்று கொண்டிருந்த பாட்டிக்கு அவல் கிடைத்தது !

பார்வதி பத்து நாள் கழித்து காரில் வந்து இறங்கினாள். புடவைக்கடை வைத்திருந்த சிந்திக்காரரின் பிள்ளை கூட வந்தான். செக்கச் செவேலென்றிருந்த அவன் அமெரிக்காவில் பெரிய படிப்பெல்லாம் படித்திருக்கிறானாம்... அய்யர் மாமாவும், மாமியும் 'போடி வெளியே' என்று கத்தினார்களாம். பார்வதி கண்கலங்காமல் திரும்பி விட்டாள்.

பார்வதியை இப்போதும் சுமதி சந்திக்கிறாள். வெட்டிய தலை, ஸ்லிவ்லெஸ் ரவிக்கை, உதட்டுச் சாயம், ஷிபான் புடவை என்று போர்ட் காரிலிருந்து இறங்குவாள். அவளைத் தூரத்திலிருந்து பார்த்தவுடனேயே சுமதி தவிர்க்க முயலுவாள். வெறுப்பு, பொறாமை, சுயஇரக்கம் எல்லாம் கலந்த ஒரு பந்து நெஞ்சை அடைப்பது போலிருக்கும். ஆனால் பார்வதி சகஜமாக, "ஹாய் சுமதி ஹௌ ஆர் யூ?" என்று கைகுலுக்குவாள். "'பன்டி, பின்கி ஆண்டிகோ நமஸ்தே கரோ..." என்பாள். பொம்மை மாதிரி இருக்கும் இரண்டு குழந்தைகள் தேவதைகளாகக் கைகூப்பும்.

பெண்களுக்கு அழகும் தேவையில்லை. புத்தியும் அவசியமில்லை. அதிர்ஷ்டம் ஒண்ணு போதும் என்று நிறையப் பேர் சொல்றா... பார்வதியைப் பார்க்கிறபோது சிலசமயம் இது நிஜம்னுகூடத் தோணறது. ஆனா, பார்வதி இன்று சமூக அந்தஸ்தோட இருக்கக்காரணம் அதிர்ஷ்டம் மட்டும்தானா? அதற்கும் மேல ஒண்ணு... ஆமா, துணிச்சல்... நினைத்த காரியத்தை முடிக்கிற தைரியம்... எத்தனை பெண்கள் கிட்ட இது இருக்கு? சிமெண்டும் தாரும் போட்டு, இது தான் வழி' என்று பெரியவா குறிச்சு வச்சிருக்கற பாதையிலே நடக்கறது ரொம்பச் சுலபம். பாதை போட்டதிலேயிருந்து ஒரே வழியாத்தானே நடக்கறோம்? ஆனா துணிஞ்சு வழிதெரியாம போய், சேரும் இடம் தெரியாம கல்லு மண்டிக் கிடக்கும் ஒத்தையடிப் பாதையிலே நடக்கறது சுலபமில்லை. பாதி வழியிலே பாதை முடிஞ்சு போகலாம். கல்லும் முள்ளும் காலைக் கிழிக்கலாம். காட்டுமிருகமும், நாட்டு மனுஷர்களும் மேல தொடரவிடாம துரத்தலாம்... அத்தனையும் தாண்டி, துணிவோட கஷ்டங் களைச் சந்திச்ச பிறகு கூட இது வேற இடம் போற வழியாகலாம்...

வாழ்வில் காதல் வயப்படாத பெண்களே கிடையாது. ஆனால், காதலின்

'வேகம்' (intensity) தான் மாறுகிறது. நான் கூடத்தான் காதலித்தேன்... கடைசியிலே ஸொஜ்ஜி பஜ்ஜி தின்று, அபஸ்வரமான பாட்டைக் கேட்டு, அம்மா தந்த சீர் செனத்தி பட்டியலுக்கெல்லாம் வேறுபுறம் பார்த்தவாறு 'கவனிக்காமலிருந்த ' ஸ்ரீமான் ராஜகோபாலன் என்னும் ஒரு பாங்க் ஆபீஸரைக் கல்யாணம் பண்ணிண்டு, 'ஏன்னா'வுக்குப் பதிலாக 'இங்க பாருங்களேன்' என்று அழைத்து, மூணு குழந்தை களைப் பெற்றுக்கொண்டு, 'என்னைப் போலக் குடும்பத் தலைவியே கிடையாது' என்று இறுமாந்து... அப்பப்போ , நம்ம வாழ்க்கை யிலே ஏதாவது அர்த்தமிருக்கா என்று கேள்வி எழுகிறபோது, தமிழ்ப் பத்திரிகைகளுக்கு ஒவ்வொரு கதை எழுதி, நூறு ரூபாய்க்கு செக் வரும்போது லட்ச லட்சமாகச் சம்பாதித்து விட்டாற்போல மகிழ்ந்து போய் விடுகிறேன்...

புரிகிறதா, நான் ஏன் சாதாரணமானேன்னு...

ஆனா... மறுக்கறதுக்கில்லை . சாதாரணமாக வாழறதிலேயும் ஒரு சந்தோஷமும், சுகமும் இருக்கத்தான் செய்யறது.

நான் சொல்றது உண்மைதானே?

சுமதி என்கிற சாதாரண குடும்பத் தலைவியான என்னோட வாழ்விலேயும் காதல் இருந்தது... குங்குமப்பொட்டு வைச்சு, வைரத்தோடு போட்டு, மூக்குத்தி அணிந்த மாமிகளுக்குக் காதலிக்கவே தெரியாதுன்னு எல்லோரும் நினைக்கறா... இது ரொம்பத் தப்பான எண்ணம்...

நான் விவரம் தெரிஞ்ச நாளிலேயிருந்து காதலிச்சிண்டு இருக்கேன்... கல்யாணமாகி மூணு குழந்தை பெத்த பிறகும் காதலிக்கிறேன்! என் கணவனை மட்டுமில்லை; ஹிந்தி சினிமாவின் சூப்பர் ஹீரோ, தமிழ்ப்பட உலகின் பெரிய வில்லன் முதல், காஸ் ஸிலிண்டர் லீக் ஆகிறது என்று நான் ஆவேசமாக கத்த, குரலில் சிரிப்பு மாறாமல் அழகான ஆங்கிலத்தில் நாசூக்காகப் பதிலளிக்கும். நான் பார்த்தேயிராத காஸ் கம்பெனி மானேஜர்வரை அத்தனை பேரையும் காதலிக்கிறேன்...

இந்தக் 'காதல்' என்கிற வார்த்தை என் சிறுவயசில் எல்லாம் அவ்வளவு பிரபலமில்லை. சொல்லப்போனால் அன்றைக்கு மிக ஆபாசமாகக் கருதப்பட்ட வார்த்தை அது ....

நான் ஐந்தாவது படிக்கும் போது அடுத்து உட்கார்ந்திருந்த ராஜலட்சுமி ஒரு சின்னக்காகிதத்தில் 'காதல் என்று எழுதி கணக்குப் புத்தகத்தில் வைத்து என்னிடம் தந்தாள். தரும்போது சும்மாக் கொடுத்தாளா? 'கி...

கி' என்று வாயைப் பொத்திக் கொண்டு சிரித்தா. 'கா...த..ல்' இதைப் படிச்சதும் எனக்கும் சிரிப்புத் தாங்கவில்லை. அதுக்குள்ள அடுத்து உட்கார்ந்திருந்து பங்கஜம் கணக்குப் புத்தகத்தைப் பிடிச்சு இழுத்தா. புத்தகம் கைமாற, வகுப்பில் அலை அலையாக வெட்கச்சிரிப்பு.

கண்ணாடியை மூக்கின் மேல் ஏற்றிக் கொண்டு கணக்கு டீச்சர் உருட்டி விழித்தாள். சிரிப்புக்குக் காரணமான பேப்பர் பறிமுதல் செய்யப்பட்டது. படித்த டீச்சர் பதறி விட்டாள். க்ளாஸில் அத்தனை பேரையும் விலாவாரியாக விளாசிவிட்டாள். ஆரம்பித்தது ராஜலட்சுமி. ஆனால் அவள் கருங்காலித்தனத்தில் ஸ்பெஷல் பனிஷ்மெண்ட் பெற்றது நான்!

முளைச்சு மூணு இலை விடல்லை... செகப்புத் தோல் இருக்கற தைரியத்திலே காதலா கேட்குது காதல் உனக்கு? ஹெட் மிஸ்டரஸிடம் சொல்லி ஸ்கூலை விட்டே விரட்டறேன்...' டீச்சர் தேவடியாத்தனம் என்றெல்லாம் கத்தினாள்...

காதலே புரியாத வயசில் 'தேவடியாத்தனமா' புரியப் போகிறது? இத்தனை வயசான பிறகும் தேவடியாத்தனம் என்றால் என்னவென்று புரிகிறதே தவிர, இந்தக் காதலுக்கு மட்டும் அர்த்தம் புரியவேயில்லை.

ஆகவே, என்னுடைய காதல் அறிவு பிரம்படியில் துவங்கியது! இப்போ, என் பெண் வசுமதி எட்டாம் வகுப்பிலேயே ஆண், பெண் பாகங்களை எல்லாம் படம் போட்ட புத்தகத்தைப் பாடமாகவே படிக்கிறா... அதுவும், ஆண்பிள்ளைகளுடன் சேர்ந்து கோ – எஜுகேஷன் பள்ளியில் படிக்கிறா. மாதத்துக்கு ஒரு முறை 'ஸெக்ஸ் அண்ட் பேமிலி ரிலேஷன்ஸ்' என்று வகுப்பு வேற இருக்காம்! "ஸெக்ஸ் எஜுகேஷன் என்றால் என்ன சொல்லித் தருவா?" என்று ஒரு நாள் ஆவலை அடக்கமுடியாமல் அவளையே நேரில் கேட்டேன். "ஏம்மா, உனக்கு என்னன்னு தெரியாதா?" என்று நமட்டுச் சிரிப்புடன் என்னையே திருப்பிக் கேட்கிறாள் ! பாவிப் பொண்ணு மானத்தை வாங்கறது... இன்னும் கேட்டால், 'ஸெக்ஸ் என்றால் என்னன்னு தெரியாமலா எங்களை எல்லாம் பெற்றாய்?' என்று எதிர்கேள்வி போடும்! திரிசமன்.

ஸெக்ஸ் விஷயத்தை விட்டுட்டுக் காதலுக்கு வருவோம். இன்றும்கூட நான் புரிந்த அளவில் காதல் என்பது அன்பு செலுத்துவது .... எதிர் பாலினரிடம் ஏற்படுவது. எதிர்பாலினரிடம் அன்பு செலுத்துவது, அவர்களால் வசீகரிக்கப்படுவது எனும் போதே அதிலே உடம்பும் சம்பந்தப்பட்டு விடுகிறது. 'உடம்பு எந்த அளவில், மனசு எந்த அளவில்... ஒண்ணும் புரியவில்லை.

என் சின்ன வயதிலே அம்மா சமையலறை மூலையில் கரைந்து

போனதாலும், பாட்டியோட மொட்டைத் தலையும் நிறமற்ற புடவையும் வெறுப்பை அளித்ததாலும், அப்பாதான் எனக்கு எல்லாமானார். இப்போது கூட சிலசமயங்களில் ராஜுவுடன் நெருக்கமான சமயங்களில் ஏனோ அப்பா நினைவு வரும்... ஒரு பெண் குழந்தையின் வாழ்வில் முதல் ஆண் அவள் தந்தையைத் தவிர வேறு யாராக இருக்க முடியும்? அவளைவிடப் பெரிய அண்ணன்மார் இருந்திருந்தால் வேறுவிதமாக இருந்திருக்கலாம்...

அப்பா குளித்துவிட்டு வரும் சமயம் பாட்டி சந்தனக் கட்டையைத் தேய்த்து, உத்திரிணியால் நீர் சேர்த்து அரைத்து வைத்திருப்பாள். கடையில் விற்கும் சந்தனத்துக்கெல்லாம் அந்த மாதிரி 'குப்'பென்று நறுமணம் கிடையாது. சுவாமி கோவில் பிராகாரத்தில் ஒரு மணம் வருமே... உள்ளே நிற்கும் போது வானத்தில் லேசாக மேலே பறப்பது போன்று. அந்த உணர்வு அப்பாவை நெருங்கும் போது வரும்.

குளித்துவிட்டு வருபவர் இடுப்பில் துண்டு கட்டியவாறு நேரே ஸ்வாமி அறைக்குச் செல்வார். பாட்டி தரும் சந்தனத்தை நெற்றியிலும், தோளிலும், மார்பிலும் பூசுவார். நெற்றியில் சந்தனத்துக்கு நடுவே ஒரு சின்னக் குங்குமப்பொட்டு. மூக்கு ஆரம்பத்தில் கீற்றாய் விபூதி. அப்பா கண் மூடிப் பூஜை அறையில் நிற்பார். அவர் கண் திறப்பதற்கும் பாட்டி கற்பூரத்தட்டை நீட்டுவதற்கும் சரியாக இருக்கும்.

சமையலறையைத் தாண்டித்தான் பூஜை அறைக்குச் செல்ல வேண்டும். அப்பா உள்ளே வந்தாலே அம்மா வெளியேறி விடுவாள். அப்படி அவள் அடுப்படியில் வேலையாக இருந் தாலும் அப்பா ஏதோ பார்க்கக்கூடாததைப் பார்த்தாற்போல், "நகருடீ!" என்று கர்ஜிப்பார். அம்மாவை நகரச் சொல்லிவிட்டு என்னை அவர் அணைத்துச் செல்லும் போது எனக்குப் பெருமையாக இருக்கும். அம்மாவை மிதப்பாகப் பார்ப்பேன். அவள் வழக்கம் போல எங்கேயோ வெற்றுப்பார்வை பார்ப்பாள். அப்பா சொல்வது போல் சுத்த ஜடம்!

அப்பாவின் கன்னமே அலாதி... 'ஜில்'லென்று இருக்கும். அதில் சதா ஒரு சொர சொரப்பு. அவர் கன்னத்தில் அழுத்தித் தேய்த்தால் என் முகமே சிவந்து விடும். ஆனாலும் எனக்கு ரொம்பப் பிடித்த அனுபவம் அது!

என் வாழ்வில் ஆண்வாசனை என்பதே சந்தன மணத்தோடும், சொரசொரக் கன்னத்தோடும், மார்பில் அடர்ந்திருக்கும் முடியோடும் சம்பந்தப்பட்டுவிட்டது... இதில் வேடிக்கை என்னவென்றால், என் வாழ்க்கையில் நெருங்கி யிருக்கும் ஆணுடைய மார்பு வழவழவென்றிருக்கும். அருகில் சென்றால் பாத்ரூமில் புகைக்கும் திருட்டுத் 'தம்'மின் சிகரெட் நெடி அடிக்கும். கன்னம் மட்டும்தான்

ஆண்பிள்ளையாகப் பிறந்த காரணத்தால் சொர சொரவென்றிருக்கும்...

ஆவடி காங்கிரஸ் நடந்தபோது கூட்டத்தோடு கூட்டமாக நின்று நேருவைப் பார்த்தேன். அப்பா மாதிரியே சிவப்பாய் இருந்தார். புல்கானினும், குருஷ்சேவும் வந்த போது அப்பா, நான், அய்யர் மாமா மூவருமாக ஜெமினி ஸ்டூடியோ அருகில் நின்றோம். கபாலி தியேட்டரில் டெய்ஸி இராணி நடித்த சினிமா... ஜெமினி கணேசனிடம், 'நான் உன் பிள்ளை ' என்று சொல்லும் படம்... பெயர் மறந்து விட்டது. எல்லா வெளிஉலக அனுபவங்களும் அப்பா மூலம்தான் கிடைத்தன...

வயது காரணமோ இல்லை, விருப்பு வெறுப்புகளின் மாற்றங்களோ, பன்னிரண்டு வயதில் தொடங்கி அப்பாவும், நானும் கொஞ்சம் கொஞ்சமாக விலக ஆரம்பித்தோம். அப்பா சாதாரணமாகத் தோளில் கை போட்டால் கூட நான் தவிர்த்து விலகி ஓடினேன். "எப்போ ஒக்காந்துப்பளோன்னு வயத்துலே நெருப்பைக் கட்டிண்டு இருக்கேன்..." என்று பாட்டி வாய்க்கு வாய் புலம்பப் புலம்ப, சதா எனக்கு என் உடம்பைத் தவிர வேறு ப்ரக்ஞையில்லை.

பீரோக் கண்ணாடியில் பார்த்தால் எனக்கே பயமாக இருக்கு... ஸ்கூல்ல நாங்க திரும்பத் திரும்ப ஒரே விஷயம்தான் பேசறோம்... 'எளநீர் சாப்பிட்டால் சீக்கிரம் பெரியவளாகி விடுவாளாம்' என்று ஒருத்தி சொன்னதிலிருந்து தென்னை மரத்தைப் பார்த்தாலே பிடிக்கவில்லை. வயதுக்கு வந்துவிட்ட பெண்கள் இல்லவேயில்லை என்று மறுக்கிறார்கள். தாவணி போட்ட பெண்ணுக்குத் தங்கள் மார்பு வளர்ச்சி ரொம்ப முக்கியமாகத் தெரிகிறது. சீதாவின் அத்தை வெளிநாட்டில் இருக்கா, அவ ஒருநாள் கச்சை மாதிரி ஒரு பாடி போட்டுண்டு வந்தா. அதன் பேரு ப்ரேஸியர். சாப்பாட்டு இடைவேளையில் கதவு ஜன்னல் எல்லாம் மூடிவிட்டு அதை அவிழ்த்து எங்களுக்குக் காட்டினாள். ராஜகுமாரிகள் போடற மார்க்கச்சை மாதிரி இருந்தது. பின்னால் எலாஸ்டிக் போட்டிருந்தது. அது இன்னும் இந்தியாவிலே வரவில்லையாம். எல்லோருக்கும் அதைப்போல் நமக்கொண்ணு கிடைக்காதா என்ற ஏக்கம். ஆனால் சீதாவைக் கேட்கப் பயம்... சீதாவும் மார்பைத் தூக்கிக் கொண்டு இரண்டு நாள் பெருமையாக நடந்தாள். மூன்றாம் நாள் ஸயின்ஸ் டீச்சர் அவளைத் தனியாகக் கூப்பிட்டு, "நீ என்னடீ சினிமாக்காரியா, தூக்கிவச்சுக் கட்டிக்க... இந்த பாடியெல்லாம் போட்டுண்டு வரக்கூடாது" என்று நன்றாகத் திட்டிவிட்டாள். சீதாவுக்கு எல்லாமே இறங்கிவிட்டது.

நாங்கள் எல்லோரும் காலேஜுக்குப் போவதற்குள் இந்த ப்ரேஸியர் என்ற மாயாஜால உடை இந்தியாவுக்கும் வந்து விட்டது ! நான்

கூட பி.யூ.சி. படிக்கும் போது அப்பாவிடம் பொய் சொல்லிப் பணம் பெற்று ஒரு ப்ரேஸியர் வாங்கிப் பாடிக்கு அடியில் ரகசியமாக அணிந்து கொண்டேன்!

அம்மா உட்கார்ந்து கொள்ளும் நாட்களில் பாட்டி அடிக்கும் லூட்டி யிருக்கிறதே, தாங்காது... தான் வேலை செய்ய வேண்டியிருக்கிறதே என்ற ஆத்திரத்தில் அம்மாவுக்கு உணவாக முதல் நாள் குமுட்டியில் சுண்ட வைத்திருக்கும் வற்றல் குழம்பில், மூன்று நாட்களும் சோற்றை உருட்டித் தையல் இலையில் வைப்பாள். தொட்டுக்கொள்ள எதுவும் இருக்காது. படுக்கப் பாய்கூடக் கிடைக்காது. சின்ன வயசிலிருந்தே தூரமானாளிடம் போனால் சட்டையை உருவிப் பச்சைத் தண்ணியில் குளிப்பாட்டி விடுவா என்பது தெரியும். அவள் பார்வை பட்டாலே துளசி கூட வாடும் என்று கேள்விப் பட்டிருக்கிறேன்... நான் எப்படி இதிலிருந்து தப்பிக்கிறது?

தப்ப முடியவில்லை . ஒருநாள் யாரிடமும் சொல்லாம லிருந்தேன். மறுநாள் அம்மா கண்டுபிடித்து விட்டாள். "பயப்படாதே" என்றாள். மிருதுவாக. "அழாதே... பதிமூணு வயசே அதிகம்" என்றாள்.

பாட்டி அம்மாவை நடத்துவது போல் என்னை நடத்த வில்லை. கன்னிப் பெண்ணுக்குப் பாவம் கிடையாதாம். பட்டுத் துணியைப் போர்த்திக்கச் சொல்லி தலைவாரிப் பின்னிவிட்டா.. பத்து சேஷம் பார்க்காமல் முருங்கைக்காய் சாம்பார், பொடிமாஸ் எல்லாம் தந்தாள். எல்லார் வீட்டுக்கும் புட்டு செய்து வினியோகம் செய்தாள். மாமா திருச்சியிலே யிருந்து ஒரு பவுனும், பட்டுப்பாவாடை, தாவணியும் அனுப்பியிருந்தார். பாட்டி, "நான் இந்தக் காரியத்துக்கெல்லாம் வேண்டாம். சுமங்கலி நீயே போய், நல்லதா ஒரு சித்தாடை வாங்கிண்டு வந்துடு" என்று மனதார அம்மாவைக் கடைக்கு அனுப்பினாள்.

ஐந்தாம் நாள் ஸ்கூலுக்குப் போகிறதுதான் கஷ்டமாக இருந்தது. எல்லா பெண்களும் , " உனக்கும் வந்திருச்சா?" என்று கேட்டபோது வெட்கமாகவும் பெருமையாகவும் இருந்தது.

இதற்குப் பிறகுதான் எனக்கு அம்மா என்கிற மனுஷி பற்றிய ப்ரக்ஞை ஏற்பட்டது.

**வ**யது கிளப்பிய பிரச்சினை சந்தேகம். பெண் பருவம் அடைந்துவிட்டால் ஏனோ அவள் சதா தவறு செய்யக் காத்திருப்பதாகத்தான் உலகம் நினைக்கிறது அல்லது எதிர்பார்க்கிறது.

"முதுகுப் புடவையைப் போர்த்துடீ... கட்சிக்காரர் வர்ற நேரம்.

வாசப்புறம் போகாதே" என்று பாட்டி சதா துணப்பிக் கொண்டிருப்பாள். ஸ்கூல் விட்டால் வீடு, வீடு விட்டால் ஸ்கூல். அக்கம் பக்கம் எந்த வீட்டுக்குப் போவதற்கும் அனுமதி கிடையாது! எல்லா வீட்டுப் பெண்களும் நடத்தை கெட்ட வர்கள், அவர்கள் காற்று பாட்டியின் அருமைப் பேத்திமேல் பட்டால் அவளும் கெட்டுவிடுவாளாம்! ஒரு பத்திரிகைகூட , வாங்கவோ படிக்கவோ கூடாது. நான் பாட்டியிடம் சண்டைபோட்டு கல்கண்டும், அணிலும் மட்டும் வாங்கிப் படிக்க அனுமதி பெற்றேன்.

ஆறுவயசில் அடுத்த வீட்டு மாதுவுடன் அடித்துப் புரண்டிருக்கிறேன். யாரும் கவனிக்கக்கூட இல்லை. இரண்டு பேரும் உனக்கு என்ன இருக்கு, எனக்கு என்ன இல்லை' என்று ஆராய்ந்து கூடப் பார்த்திருக்கிறோம். இப்போது என்னடா என்றால், என் வகுப்புப் பெண்களுடன் பேசக்கூட அனுமதி மறுக்கப்படுகிறது!

பாட்டிக்கும் எனக்கும் ஓயாத வாக்குவாதம்... "உம் பொண்ணு பேசற பேச்சைக் கேட்டியா? பெரியவா, பெருந்தலைன்னு மரியாதை கிடையாது" என்று பாட்டி அம்மாவைப் பார்த்துக் கத்துவாள். அம்மா, "நீங்கதானே அவளுக்கு செல்லம் கொடுத்தேள்?" என்று குரல் தாழப் பதில் கொடுப்பாள்.

"நீ சாதனா வீட்டுக்குப் போயிட்டு வா. நான் பாட்டியிடம் சொல்லிக்கறேன்" என்று அனுப்பி வைப்பாள். "வெளியிலே போகலாம் ஆனால் எங்கே போறே, எத்தனை மணிக்கு வருவே என்பதை மட்டும் சொல்லி விட்டுப் போ!"

வாயைத் திறவா மௌனியாக இருந்த அம்மா தன் பெண்ணுக்காகப் பாட்டியிடம் வாதாடவும் செய்வாள். எனக்கே அம்மாவின் இந்தச்செய்கை விசித்திரமாக இருந்தது . சதா பாட்டியைச் சுற்றிய என் நாட்கள் முடிந்து விட்டன. இப்போதெல்லாம் எனக்குப் பாட்டியைப் பிடிப்பதில்லை.

அம்மாவின் உடன்பிறந்தவர்கள் என் பாட்டி எல்லோரும் அருகே திருச்சியில் தான் இருக்கிறார்கள். ஆனாலும் அவர் களுடன் எந்தப் போக்குவரத்தும் கிடையாது. எனக்கு ஐந்தாறு வயதாகும் போது தாத்தா இறந்ததற்கு அம்மா திருச்சி போன போது நானும் கூடப் போவேன் என்று கதறி அழுதேன். நினைவிருக்கிறது. ஆனால் பாட்டியும், அப்பாவும் என்னை அனுப்பவில்லை. அப்பாவும் போகவில்லை. அம்மாவை குருக்களாத்து மாமி துணையுடன் அனுப்பி வைத்தார்கள்.

அதன்பிறகு எப்போதோ ஒருமுறை அம்மா இரண்டு நாள் போய்வந்தாள். அம்மாவின் இரண்டு அண்ணாக்களும், ஒரு தம்பியும்

மெட்ராஸுக்கு வரும் போதெல்லாம் பூ, பட்சணம், புடவை என்று தட்டில் எடுத்து வருவார்கள். அப்பா அவர்களைக் கவனிக்காதது போல் அலட்சியம் செய்வார். பாட்டிதான் நாற்காலியில் உட்கார்ந்து கொண்டு அவர்களுக்கு இருக்கையளிக்காமல் நக்கலாகப் பேசுவாள். வார்த்தைக்கு வார்த்தை, 'அந்த காவேரிக்கரை சாமர்த்தியம் எங்களுக்கு வருமா' என்று கண்ணை உருட்டுவாள். வந்தவர்கள் என்னைக் கொஞ்சிவிட்டு, பாட்டி தரும் காப்பியை விழுங்கிவிட்டு, கதவுக் குப் பின்புறம் ஏக்கமாகப் பார்த்தவாறு நிற்கும் அம்மாவிடம், "அப்ப, நாங்க வரட்டுமா துளசி?" என்று விடை பெறுவார்கள்.

வளர வளர எனக்கு அப்பா மேலும், பாட்டி மேலும் கோபம் கோபமாக வந்தது. இது என்ன திமிர்... மாமாக்கள் மூவருமே படித்து நல்ல வேலையிலிருப்பவர்கள். பதவிசும், அமைதியும் கொண்டவர்கள். அவர்களை ஏன் இப்படி அலட்சியப் படுத்தணும்?

என் அம்மாவின் கடைசித் தம்பிக்குக் கல்யாணம் நிச்சயமாயிற்று. பெரிய மாமா தட்டில் வெற்றிலை பாக்கு, சக்கரையுடன் வந்து பாட்டியை நமஸ்கரித்து விட்டு கல்யாணம் சொல்லிப் போனார். கல்யாணம் மதுரையில்.

அம்மா நான் மதுரைக்குப் போய் வர்றேன் என்று சொல்லக்கூட இல்லை. நான் தான் அழுது ரகளை செய்தேன். "என் க்ளாஸ்மேட்ஸ் எல்லோரும் ஒவ்வொரு விடுமுறைக்கும் ஊர் ஊராப் போறா... என்னை மட்டும் எங்கேயும் கூட்டிண்டுப் போறதில்லை... வாங்கோ... நாம எல்லோருமா மதுரை போயிட்டு வரலாம்."

"அந்த மரியாதை தெரியாத குடும்பத்தில் எந்த விசேஷத் துக்கும் நான் போக மாட்டேன்." – இது அப்பா...

"கள்ளியாட்டம் வாயைத் திறக்காம இருந்துண்டு பெண்ணைக் கிளப்பி விட்டிருக்கா..." – இது பாட்டி.

"என்னை யாரும் கிளப்பல்லை. நானாத்தான் சொல்றேன். அம்மா வராளோ, இல்லையோ நான் விசுவம் மாமா கல்யாணத் துக்குப் போகத்தான் போறேன்". நான் கத்துகிறேன். எனக்கு இப்போதெல்லாம் வாய் பெருகிவிட்டது. எல்லோரையும் சிடு சிடு என்று கத்துகிறேன். குறிப்பாக வீட்டு மனுஷாளைக் கண்டாலே பிடிக்கவில்லை. பள்ளிக்கூடத்திலே படிப்பில் சுமார்தான் என்றாலும், ட்ராமா, பேச்சுப்போட்டி, டான்ஸ் என்று நல்ல பெயர் எடுத்திருக்கிறேன்... சந்திராவுக்கும், வித்யாவுக்கும் ஆரம்பித்த சண்டையில் வகுப்பே இரண்டாகப் பிரித்த போது, நான்தான் சேர்த்துவிட்டேன். டீச்சர்கள் கூட 'ஸ்வீட் கர்ள்' என்பார்கள்.

ஆனால் நான் வீட்டுக்கு வெளியேதான் இனிமையானவள். பாட்டி 'வாயாடீ' என்று திட்டினால், 'உங்க பேத்தி வேற எப்படியிருப்பேன்' என்று பதிலுக்குக் கத்துகிறேன். 'நீங்க சும்மா இருங்கப்பா!' என்று அப்பாவை மிரட்டுகிறேன்.

நான் மதுரைக்குப் போய்த்தான் தீருவேன் என்று அடம்பிடிக்கவும், அப்பாவுக்கும் பாட்டிக்கும் என்ன செய்வதென்றே தெரியவில்லை... இரண்டு பேரும் குசு குசு என்று கலந்தாலோசனை செய்தார்கள்.

அம்மாவும், பொண்ணும் நெஞ்சழுத்தக்காரிகள். போகணும்னு நினைச்சுட்டா யாரால தடுத்து நிறுத்த முடியும்? போய்த் தொலையட்டும்... எனக்கும் வயசாறது, உடம்பும் கூடக்கூட வர்றது... தனியா என்ன செய்வாள்னு தோணல்லைன்னா நாமென்ன செய்யறது?"

"ஏன் பாட்டி, உங்க உடம்பு உங்க கூடத்தான் வரும். அடுத்தவா கூடயா போகும்? உங்களை யார் தனியா சிரமப்படச் சொன்னா? மாமா உங்களைத்தானே வெத்தலை பாக்கு வச்சு அழைச்சார். நீங்களும் வர்றது..."

பாட்டி மறுத்துவிட்டாள். அம்மாவும், நானும் பாட்டி புலம்பலின் நடுவேயே புறப்பட்டோம். என்னிடமிருந்த அரை டஜன் பட்டுப் பாவாடைகளையும் எடுத்துக் கொண்டேன். முதல் முறையாக என் கஸின்ஸ் எல்லோரையும் சந்திக்கப் போறேனே...

ட்ரெயின் ஏறியதுமே அம்மாவிடம் ஏதோ மாற்றம் தெரிந்தது. அவள் முகத்திலே தனியான இளமைக்களை வந்தது. ட்ரெயின் ஏறியவுடனேயே புளியஞ்சாதமும், தயிர்சாதமும், மிளகாய்ப்பொடி, தடவின இட்டிலியும் தந்தாள்.

"நான் காலேஜிலே படிக்கிற நாள்லே டிபன் பாக்ஸில் தயிருஞ் சாதமும், புளியஞ்சாதமும்தான் எடுத்துப் போவேன். என் ப்ரெண்ட்ஸ் எல்லாம் எனக்குத் தத்தியோன்னம்னே' பேர் வச்சிருந்தா..."

"நீ காலேஜிலே படிச்சிருக்கயாம்மா?"

"ஆமா... இன்டர்சயின்ஸ், பி.ஏ., படிக்க ஆசைப்பட்டேன். ஆனா ஆண்பிள்ளைகளுடன் சேர்ந்து படிக்கணும்னு உங்க தாத்தா படிப்பை நிறுத்திட்டார்."

"ஸயின்ஸுன்னா , எங்க ஸ்கூல் மாதிரி பிஸிக்ஸ், கெமிஸ்ட்ரி, பயாலஜி எல்லாம் படிச்சியா?" நம்பவே முடியாமல் கேட்கிறேன் .....

"ஆமா பிஸிக்ஸ், கெமிஸ்ட்ரி , ஜூவாலாஜி... எனக்குத் தவளையை அறுக்க மட்டும் பிடிக்கவே பிடிக்காது. எனக்கு மட்டுமென்ன,

பெரும்பாலும் பெண்களுக்குப் பயம்தான். ஒருத்தி பார்மாலினில் இருந்த தவளையை மேஜையிலே வச்சு ஆணி அடிச்சப்புறம், அது ஒரு குதி குதிச்சுது பாரு... அவ அங்கேயே மயக்கமாகி விட்டா! இப்போகூட சிரிப்பு வர்றது..." அம்மா கலகலவெனச் சிரிக்கிறா . நானும் சேர்ந்த சிரிக்கிறேன். அம்மா தன் ஸ்கூல், காலேஜ் விஷயங்களையெல்லாம் சொல்கிறா...

திருச்சியிலே பாட்டி ஆத்தில் எங்களுக்கு ஏக வரவேற்பு. வீடு நிறைய மனிதர்கள். கூட்டம், பேச்சும், சிரிப்புமாக ஒரே சத்தம்... 'வாயாடீ' என்று பெயர் பெற்ற எனக்குக் குரல் கூட எழும்பவில்லை . சதா சிடுமூஞ்சித்தனம், குற்றம், குறை, புலம்பல் இவற்றுக்கே பழகியிருந்த எனக்கு இந்தச் சூழ்நிலை ரொம்பப் புதிதாக இருக்கிறது. இந்த சூழலை இத்தனை நாள் என்னிடமிருந்து ஒளித்து வைத்திருந்த அப்பா மீதும் பாட்டி மீதும் பற்றிக் கொண்டு வருகிறது...

நான் இதுவரை பார்த்திராத , புரிந்து கொள்ளாத புது அம்மாவின் தரிசனம் கிடைக்கிறது. சதா கோடாலி முடிச்சிலிருக்கும் அம்மாவின் முடி நீளமாக பின்னலாகத் தொங்குகிறது. அதன் தொடக்கத்தில் பந்தாக மல்லிகைப் பூ... கருப்பு, கருப்பு எங்காத்து நெறத்துக்கும், அழகுக்கு இப்படி வாய்ச்சிருக்கு...' என்று புலம்பும் பாட்டி பேச்சுக்கு நேர் எதிராக அம்மா மிகவும் அழகாகத் தெரிகிறாள். மாநிறம் பளபளவென மின்னுகிறது. மாமிகள், துளசி, என் புடவையை உடுத்திக்க....என் நெக்லஸைப் போட்டுக்க...' என்று ஆசை ஆசையாக அவளை உடுக்கச் சொல்கிறார்கள். அம்மாவுக்கு புடவை, நகை, தோற்றம் இவற்றில் ஆசைகூட உண்டா?

இந்தப் பாட்டி நார்மடியில்லை. ஒன்பது கஜம்கூட இல்லை. பளிச்சென்று உடுத்தியபடி சிரித்த முகமாக இருக்கிறாள். புலம்பல், முணுமுணுப்பு காணோம்! மாமிகள், மாமியாருடன் சகஜமாகப் பேசுகிறார்கள், ஜோக் அடிக்கிறார்கள், வெளியே போய் வருகிறார்கள். அரை டஜன் பேரக் குழந்தைகள் என்னையும் சேர்த்து எல்லோருக்கும் தயிர் சாதம் பிசைந்து கையில் போடுகிறாள். விசுவம் மாமாவும் எங்களுடன் உட்கார்ந்து கொள்கிறார். "இன்னும் நாலுநாள்தான் உனக்கு இந்த வரிசையில் அனுமதி!" என்று பாட்டி அவரைச் செல்லமாக மிரட்டுகிறாள்.

பாட்டியுடன் சேர்த்து இருப்பத்திநாலு பேர் நைட் ஷோ சினிமா பார்த்து விட்டுக் கூட்டமாக நடந்து வந்தோம். வழியெல்லாம் சினிமா விமரிசனம். படு ஜாலியாக இருந்தது. 'ஜடம்' என்று குறிக்கப்படும் உம்மணாமூஞ்சி அம்மா சிரிக்கச் சிரிக்கப் பேசுகிறாள். அம்மாவின் இந்த முகம் இந்த சூழலில் மட்டும் ஏன் தெரிகிறது? மெட்ராஸில்

இவள் ஏன் வேறு மாதிரியாக இருக்கிறாள்... பாட்டி சொல்லுவதுபோல் நெஞ்சழுத்தமா, திமிரா? – எது நிஜம் , எது வேஷம்?

நானே இங்கே வேற மாதிரித்தான் இருக்கிறேன்? என் வாயாடித்தனம் எங்கே மறைந்துவிட்டது? இங்கு சிடு சிடுக்கவும் வாக்குவாதம் செய்யவும் காரணமே கிடைக்கவில்லை. மாமிகள் எல்லோரும், 'சுமதிக் கண்ணா!' என்று அன்புடன் அழைக்கிறார்கள். பெரிய மாமா, சிகப்புக் குட்டி' என்கிறபோதும், பெருமையாக இருக்கு . மாமாக்கள் சேர்ந்து எனக்கு ஒரு மாங்காய் மாலை வாங்கித் தந்தா. 'இது எதுக்கு' என்று அம்மா தயங்கினாள்.

"துளசி, இந்தாத்துப் பெண் நீ. உனக்கு ஒரே பொண்ணு. அவளுக்குச் செய்யறது எங்களுக்குத்தான் சந்தோஷம். குழந்தையை இத்தனை வருஷம்தான் கண்ணில் காட்டாம வச்சிருந்தா.. இனிமேயாவது உன் பெண்ணாலயாவது உனக்கு விடியணும்..." – பெரிய மாமா தழுதழுக்கிறார்.

என் கஸின்ஸ் நான் மெட்ராஸிலிருந்து வந்தவள் என்பதால் ஏதோ வெளிதேசத்திலிருந்து பறந்து வந்த உயர்ரக பிராணி மாதிரி நடத்துகிறார்கள். மகாராணி ட்ரீட்மெண்ட்தான்!

மதுரையில்...

மறுநாள் கார்த்தால ஊஞ்சல், மாலை மாத்தல்... மாமாவை யும், பெண்ணையும் ஊஞ்சலில் வைத்துப் பாடுகிறார்கள். "துளசி... நீ பாடுடீ!" யாரோ சொல்ல, அம்மா கணீரென்ற குரலில் லாலிப் பாட்டு பாடுகிறாள். "சீதா சமேதா ஸ்ரீராமனுக்கு லாலி, ஜெய லாலி" என்று அவள் இழைக்கும் போது எனக்கும் ஊஞ்சலில் உட்கார்ந்து ஆட வேண்டும் போலிருக்கு... அம்மா முணுமுணுத்துக்கூட நான் பார்த்ததில்லை. இவ்வளவு அழகாகப் பாடுகிறாள். என்னைப் பாட்டி கட்டாயப்படுத்தி பாட்டு க்ளாசுக்கு அனுப்பும் போது கூட எதுவும் பேசாத அம்மாதான் இன்று இனிமையாகப் பாடறா...

ரிஸப்ஷனில் அம்மா பனாரஸ் புடவை கட்டிண்டு கொண்டை போட்டுக் கொண்டிருந்தாள். அம்மா வேண்டாம் என்று தடுத்தும் கூடப் பெரிய மாமி கட்டாயப்படுத்தி உச்சி மண்டையில் கொண்டை போட்டு, அதில் சலங்கை கட்டிய ஊசிகளை குத்திவிட்டாள். நல்ல சிவப்புப் புடவையில் அம்மா தேவதை மாதிரி இருக்கிறா... எனக்கு பெருமைப் படறதா, பொறாமைப்படறதான்னு புரியல்லை... அம்மா அழகா இருக்கலாம்... ஆனா, என்ன மாதிரி சிகப்பில்லையே என்று சமாதானப்படுத்திக் கொள்கிறேன்.

நாங்க மறுநாள் ஊருக்குக் கிளம்பணும். எண்ணமே வெறுப்பா இருக்கு... தூக்கம் வரல்லை.

இந்தப் பக்கத்துலே அம்மா, அடுத்து பாட்டி..... பாட்டி குரல் மெல்ல கேட்கிறது... "துளசி, உன்னை நெனைச்சாத்தான் மனசு ரொம்ப வேதனைப்படறது..."

அம்மா சூள் கொட்டறாள்.

"இன்னும் அப்படியேதான் இருக்கானா?"

"யாரைச் சொல்றதும்மா... மொட்டச்சி வளர்த்த பிள்ளை..." என்ன திமிர் இருந்தா அம்மா பாட்டியை மொட்டச்சிம்பா? அம்மா நிஜமாகவே பொல்லாதவதான்...

"இந்த தடவையும் உன்னை அனுப்புவாள்னு நாங்க நெனைக்கவே யில்லை. இனிமேலாவது வந்து போயிண்டிருந்தா உனக்கும் ஒரு மாறுதலிருக்கும். அந்த ராட்சசி அனுப்புவளா?"

"அவளும் தளர்ந்துண்டு வரா... யாரைக் குறை சொல்றது சொல்லு? பதினெட்டு வயசிலேயே இப்படி 'மொட்டை அடிச்சு , நார்மடிகட்டி மூலைலே நிறுத்தினா, மனசு அடங்குமா சொல்லு... அது வக்ரிச்சுண்டு போறது. எல்லாமே பிள்ளைன்னு ஆனப்புறம் அவன் கைநழுவிப் போ யிடுவானேன்னு பயம்..... இல்லைன்னா, ஒருத்தி பிள்ளை கெட்டாலும் பரவாயில் லைன்னு இப்படி அலைய விடுவாளா?"

தன் "வாயில் விரல் போட்டுக்கத் தெரியாத குழந்தையா துளசி உன் ஆம்படையான், அம்மா பேச்சைக் கேட்டுண்டு ஆட.... சுயமா புத்தி கிடையாதா? கல்யாணமாகி, ஒரு பெண் குழந்தையை பெத்துண்டப் புறமும் இப்படியே இருந்தா..."

"நான் கறுப்பு, அழகில்லை, சமத்துப் போதாதுன்னு அவர் மனசிலே பாடம் ஏத்தி வெச்சுருக்கா... அந்த எண்ணம் பதிஞ்சு போச்சு. அதனால் நீங்க அவருக்குத் துரோகம் செஞ்சுட்டேன்னு நம்பறார். பெண்டாட்டி வேண்டாதவளானப்புறம் அவ மனுஷா செய்யற அத்தனை காரியமும் தப்பாத்தானே படும்?"

"அதெல்லாம் சரிதான் துளசி... குடும்பங்கள்ல சம்பந்திகள் மனஸ்தாபம் எல்லாம் சகஜம்தான். அத்தனைக்கும் மேல இவ என் பெண்டாட்டி' – 'இவர் என் ஆத்துக்காரர்' என்கிற பெருமையும், பாசமும் இருக்கும். உங்க விஷயத்திலே அது இல்லையேடி.... ஒத்தைப் பெண்ணோட நின்னுட்டயே... உங்களுக்குள்ள பேச்சுவார்த்தையாவது இருக்கா இல்லையா? எனக்கு அதுவே சந்தேகமாயிருக்கே..."

அம்மாவின் பெருமூச்சு இருட்டு நிசப்தத்தில் ரயில் என்ஜின் போல உரத்து ஒலிக்கிறது.

"அம்மா, நீ சொல்ற மாதிரியான பேச்சு, வார்த்தை மட்டும் புருஷன் பெண்டாட்டிக்குள்ள இருக்கிறதால உறவோ, பாசமோ வந்திடுமா... அப்படி இருக்கறதாலேதான் காசு வாங்காத பரத்தையா, வெறும் சோறுக்குப் பதிலாகவே தன்னை விற்கத் தயாராகிவிட்ட பிச்சைக்காரியா மாறிட்டேன்... இந்தக் கழுத்திலே இருக்கிற தாலியும், அந்த வீட்டிலே நான் வசிக்க வேண்டி இருக்கறதாலயும் தான் இப்படிக் கீழ்த்தரமாகிவிட்டேன்... இது வேதனைம்மா... சித்ரவதை. எனக்கு மரத்துப்போனது மனசு மட்டும் இல்லைம்மா, உடம்பும்தான்... உடம்பு தானாவா இயங்குகிறது? மனசுதானே அதை இயக்குகிறது? பகல்ல ஆதரவா, அரவணைப்பா புருஷன் இருந்தா, இருட்டுல அவனை அணைச்சுக்கணம்னு பெண்ணுக்குத் தோணும். தன்னால அவனுக்கு சந்தோஷம் தரமுடியும்னு மனசு பெருமிதப்படும்... வழியிலே நிற்கிறவளைக்கூட 'சீ.. போ..." என்று நரகல்ல காலை வச்சிட்டாப்பல அருவருப்போட பாக்கறவருக்கு, வீட்டிலே காசில்லாம பெறலாம் என்பதற்காக பெண்டாட்டியா உறவாடற துன்பம் எப்படியானது தெரியுமா? அதுவும் ஒவ்வொரு தடவையும் காசுக்கு சந்தோஷம் தர்றவ எப்படி சுகம் கொடுத்தான்னு விலாவாரியாகச் சொல்லி, அதிலேயும் நீ துப்புக் 'கெட்டவள்' என்று சாடறபோது... செத்துடலாம் போலிருக்கும்மா...

"சிலசமயம் இப்படி வாழறதைவிட செத்துடலாமா, ஓடிப் போயிட லாமா என்றெல்லாம் நினைப்பேன். அவர் கண்ணெதிரிலேயே என்கிட்டே அழகு காணற, என் புத்தியையும் சமத்தையும் ரசிக்கிற டைப்பிஸ்டோ, குமாஸ்தாவோ கூலிக்காரனோ ஒருத்தனோடு தொடர்பு வெச்சுக்கணும்னு வெறிகூட எழும்பும். எல்லாம் மனசுலதாம்மா... நம்ம பாரம்பரியம், தர்மம், நீ வளர்த்து வெச்சுருக்கியே பண்பாடு இதெல்லாம் தான் பத்தினியாத் தொடர வைக்கிறது..." – அம்மா விசித்து விசித்து அழறா.

மெல்ல ஓரக்கண்ணால் பார்க்கிறேன். பாட்டி அம்மாவை அணைத்துத் தடவிக் குடுக்கறா. அம்மாவுடைய உடம்பு மேலும் கீழும் ஏறி இறங்கறது.

"எல்லாம் சரியாகிவிடும்... வம்சம் வம்சமா நாம அம்பாளைப் பூசிச்சிண்டு வர்றோம். அவ கைவிட மாட்டா. உன் பெண்ணாலதான் உனக்கு விடிவு பொறக்கப் போகிறது. உலகம் என்னிக்கும் ஒரே மாதிரி இருக்காது. என்னதான் கர்மப்பயனை அனுபவிச்சாலும், நல்லதும் கெட்டதும் மாறி மாறித்தான் வரும்... அந்தக் கடங்காரி என்ன சாசுவதம்? அவ கண்ணை மூடினப்புறம் வியாதி வெக்கைன்னு

படுத்தா உன் புருஷனுக்கும் பெண்டாட்டி அருமை, பெருமை தெரியும். தூங்கு நீ... எல்லாம் சரியாகிவிடும்."

அர்த்தமும் விவரமும் புரியாவிட்டாலும் அம்மா அப்பாவையும், பாட்டியையும் திட்டுவது எனக்குப் பிடிக்கவில்லை. அதேசமயம் துக்கமாகவும் இருக்கிறது. அப்பாவுக்கும் அம்மாவுக்கும் உறவு சரி யில்லை என்பது நிரூபணமாகிறது. அம்மாவைப் பற்றி இதுவரை நான் நினைத்துகூடப் பார்த்ததில்லை. என்னைப் பொறுத்தவரை அவள் வேளைக்கு சமைத்துப் போட்டால் சரி. திடீரென அம்மாவும் ஒரு மனுஷி என்னும் ஞானோதயம் ஏற்பட்டது.

அன்று அம்மாவுக்கும் பாட்டிக்கும் நடந்த சம்பாஷணை எதிர்காலத்தில் நான் கதை எழுதக் காரணமாகவே அமைந்தது... நான் பெண்களைப் பற்றி மட்டும்தான் எழுதறேன். ஆண், பெண் உறவைப்பல லெவல்களில் கவனித்து எழுதறேன். என் கதைகளைப் பெண்களைவிட ஆண்கள் நிறையப் படிக் கிறார்கள். சிந்திக்கத் தெரிந்த பெண்களை ஆண்களுக்கு ரொம்ப பிடிக்கிறது, அவள் தன் மனைவியாக இல்லாதவரை...

பெண் சமூகத்தின் வலி, வேதனை, துக்கம் இவற்றின் பரிச்சயம் அம்மாவிலிருந்து தொடங்கியது... கல்லூரியில் படிக்கும் போது திடீரென மொட்டைத் தலை, நார்மடிக்குள் முடங்கிக் கிடந்த பாட்டியும் ஒரு பெண் என்ற அறிவு ஏற்பட்டது. அந்த நேரத்தில் ஸிஸ்டர் சுப்புலட்சுமி எங்கள் கல்லூரியில் பேசினார். அவர் விதவைகளின் புனர்வாழ்வுக்குச் செய்யும் சேவை பற்றி அறிந்துகொண்டேன். அதோடு, எங்கள் தமிழ் டீச்சர் பெண் முன்னேற்றத்தில் தீவிரப் பற்றுடையவர்கள். அவர் பேச்சும் என் எண்ணப்போக்கில் நிறைய மாறுதல்களை உண்டு பண்ணியது.

பாட்டியைப் படிக்க வைத்து ஒரு பள்ளித் தலைமை ஆசிரியையாக்கியிருந் தால், அவள் கம்பீரமும் அதிகாரமும், பள்ளியை அற்புதமாகக் கண்டிப்புடனும், கறாருடனும் நடத்தியிருப்பாள். ஒரு பெண்ணை இப்படி மொட்டையடித்து, வெள்ளை சுற்றுவது அநியாயம். அவள் மனம் ஏன் வக்கரித்துப்போகாது? அக்கம்பக்கம் அவள் வயசுப் பெண்கள் வைரமும், பட்டுமாக தங்கள் கணவன்மார்களுடன் ஜொலிக்கும் போது, மனசை என்ன அறுத்தா எறிய முடியும்? அது தனக்கென்று இருக்கிற ஒரே பிணைப்பான மகனை நங்கூரமாகப் பற்றிக்கொண்டு வக்கரித்துக் கொள்கிறது...

பாட்டி தலைமுறையின் சாபம், அம்மாவின் தலைமுறை யைத் தாக்கி உள்ளது. இந்த நாட்டில் பெண்களுக்கு எதிரி ஆணில்லை. பெண்தான்! ஆண் வெறும் கைப்பாவை... அம்மாவுக்கும் பிள்ளையிருந்து, அவன் அம்மாவிடம் இரக்கம் காட்டினால், அவளும் பாட்டியைப் போன்ற

கொடுமைக்கார மாமியாராகத்தான் உருவாவாள்...

பாட்டிக்கும் அம்மாவுக்கும் எனக்கும் ஒரே ஒரு சங்கிலித்தொடர் புரிந்தது. எங்களையெல்லாம் 'பெண்குலம்' என்று ஒரே ப்ராக்கெட்டுக் குள் அடக்கிப் பார்க்க முடிந்தது. நாங்களெல்லாம் பாட்டி உட்கார்ந்து ஆடறாளே, ஊஞ்சல் சங்கிலி அதுமாதிரி, ஒவ்வொரு வளையமும் தனித்தனி. ஆனா, அத்தனைக்கும் தொடர்பிருக்கிறது. ஒரு வளையத்தை, அடுத்த வளையம் கட்டாயமாகத் தொடரத்தான் வேண்டும். தொடர்பை அறுத்தால் சங்கிலி முறிந்துவிடும்.

கல்லூரியில் நான் நிறையச் சிந்தித்தேன். கவிதை எழுதி னேன். அப்பாவை எதிர்த்தேன். கல்லூரி எதிரிலுள்ள பீச்சில் பிரின்ஸஸ் ஆப் ப்ரெஸிடென்ஸி என்று பெயர் பெற்றிருந்த ப்ரெஸிடென்ஸி கல்லூரி மாணவர்களுடன் உட்கார்ந்து வம்படித்தேன்... அவற்றில் ஒருவன் மணலுக்கடியில் கையை நிமிண்டிய போது கன்னத்திலடித்தேன். பேச்சுப்போட்டிகளில் பரிசு பெற்றேன். என் பெரிய மார்பகத்தை ஆண்கள் வெறித்து நோக்கும் போது பெருமைப்பட்டேன். கல்யாணப் பரிசு படம் பார்த்துக் கண்ணீர் விட்டு அழுதேன். காதல் தெய்வீகமானது என்று நம்பினேன்.

என் இண்டிவிஜிவாலிடியை வீட்டுக்கு உள்ளும், வெளியும் நான் நிலைநாட்டிக் கொண்டிருந்த தருணத்தில்தான், பாட்டி முதல் அப்பாவரை அத்தனை பேரும் என்னைக் கண்டு பயந்தார்கள். என் வாய்க்கு அஞ்சினார்கள். அம்மாவுக்கும் எனக்கும் புன்னகை, பரிவு மட்டுமின்றி, சிலசமயங்களில் அர்த்தமுள்ள பேச்சும் சாத்தியமாயிற்று. வீட்டுக்குள் ஒரேதோழி அம்மாதான். என் கல்லூரித் தோழிகளையும் விட ஏற்றவள் அவள் மட்டுமே. பாட்டி வழக்கம் போல் அத்தனை பேரையும் நொடித்துக் கொண்டிருந்தாள். நான் 'வாயும், கையுமாக' இருப்பதற்கு என் சகவாசமே காரணம் என்றாள்.

அப்பாவுடன் என் உறவு முறிந்தது இந்தக் காலகட்டத்தில்தான். நான் பி.ஏ. முதல் வருடம் படிக்கும் போதுதான் அப்பா ஒரு ஸ்டாண்டர்ட் டென் கார் வாங்கினார். தான் கார் ஓட்டக் கற்றுக்கொள்ளாமல், அய்யர் மாமாவை ட்ரைவிங் ஸ்கூலில் கற்க வைத்து அவரை சம்பளமில்லாத ட்ரைவராகவும் மாற்றினார்.

அன்று கல்லூரியில் கடைசி இரண்டு பிரியட் ப்ரீ. வீட்டில் அனுமதி பெற்று ப்ரெண்ட்ஸ் வீடுகளுக்குச் செல்வது சுலபமான விஷயமில்லை என்பதால், இந்த மாதிரி நேரங்களில் வீட்டுக்குத் தெரியாமல் நான் ப்ரெண்ட்ஸ் வீட்டுக்குச் செல்வேன்... அவ்வப்போது ஸ்பெஷல் க்ளாஸ் என்று சொல்லிவிட்டு ஸ்டார் தியேட்டரில் ரகசியமாக சினிமா பார்ப்பதும் உண்டு. சினிமா முடிவதற்குப் பதினைந்து நிமிடம் முன்பே

வீட்டுக்குக் கிளம்பி விடுவோம்.

என் ப்ரெண்ட் ஒருத்தி அடையாறு தாண்டி வசிக்கிறாள். அன்று அவள் வீட்டில் கொட்டமடித்துவிட்டு, நாங்கள் நாலுபேர் அடையாறு பஸ் ஸ்டாண்டுக்குக் குறுக்குவழியாய் வருகிறோம். அதோ... எங்க கார் நிற்கிறது. "டீ... எங்கப்பா இங்கே ஏதோ கட்சிக்காரர் வீட்டுக்கு வந்திருக்கா... அதோ டைப்பிஸ்ட் மாமா வெளியே காத்துண்டிருக்கா. அவர் கூடப் போயிடறேன்..." பெருமையுடன் நான் திருட்டுத்தனமாய்த் தோழி வீட்டுக்கு வந்ததைக்கூட மறந்து காருக்கு ஓடினேன்.

வாசல் வராண்டாவில் உட்கார்ந்திருந்த அய்யர் மாமா என்னைப் பார்த்ததும் பீதி பிடித்தவராகிறார்... "நீ எங்கே..." உளறிக் கொட்டுகிறார். "நீ போயிடும்மா, சுமதி. இங்கெல்லாம் வரக்கூடாது... எனக்கு எதுவும் தெரியாது... உங்கப்பா சொன்னால் கேட்கமாட்டார்... எத்தனையோ சொல்லியாச்சு..." ஏதேதோ சம்பந்தமில்லாமல் உளறுகிறார்... அவர் கை, காலெல்லாம் நடுங்குகிறது. அப்பா கட்சிக்காரனைப் பார்க்க வரவில்லை. ஏதோ தப்புக் காரியத்துக்கு வந்திருக்கா' என்று மட்டும் புரிகிறது.

"நீ போயிடும்மா, சுமதி... ப்ளீஸ், போயிடு..." அய்யர் மாமா அழத் துவங்கிவிட்டார்.

என்னதான் விஷயம்? நான் வாயிற்கதவைத் தட்ட முற்பட, அய்யர் மாமா கையைக் குறுக்காப் போட்டுத் தடுக்கிறார். "வேண்டாம்... வேண்டாம்... நான் ஒன்னை ஆத்தில் கொண்டு போய் விடறேன்... காரிலே ஏறு!"

இவர் என்னைத் தடுக்கத் தடுக்க எனக்கு ஆவல் அதிகமாகிறது. நான் அவரைத் தள்ளிக் கொண்டு கதவைத் தட்ட முயல, வெறுமே சாத்தியிருந்த கதவு விலகுகிறது.

வாயிற்கதவுக்கு எதிரே ஒரு ட்ரெஸ்ஸிங் டேபிள் ... அதன் மேல் குப்பையாக அலங்கார சாதனங்கள்... தரையில் அவிழ்த் துப் போட்ட ரவிக்கை, கட்பாடி, உள்பாவாடை... ப்ளாஸ்டிக் உறை தைத்த நாற்காலிகள் கிழிந்து தொங்குகின்றன... ஏதோ ஒரு அவிச்சவாசம். ஆள் நடமாட்டம் இல்லை... சுவர்களில் சினிமா ஸ்டார் மாதிரி மார்பை உயர்த்திய போஸ்களில் ஒரு பெண்மணி. பின்புறமிருந்து வந்த ஒரு வேலைக்காரி என்னை அஸ்வாரஸ்யமாய் பார்த்து, "ஆரு" என்று கேட்கிறாள்.

நான் பதில் சொல்வதற்குள் ஒட்டியிருந்த அறைக் கதவு திறக்கிறது. முதலில் வெளியே வந்தவள் போட்டோவிலிருந்த பெண். மாநிறமாக , இடுப்பு பெருத்து, நாற்பது வயதில்.... மேலே சட்டை பாடி

எதுவுமில்லை. இடுப்பைச் சுற்றியிருந்த புடவையை உடம்பின் மேலும் இழுத்துப் போர்த்தி யிருக்கிறாள்.

அவளைப் பின்தொடர்ந்து, பேண்டில் பெல்டை மாட்டியவாறே அப்பா.... என்னைப் பெற்ற அப்பா! எவரை நான் உயர்வாக நினைத்து மதித்தேனோ அவர்... எவருடைய அழகையும், கம்பீரத்தையும் ரசித்தேனோ அவர் இப்படி அதளபாதாளத்தில்...

கோபம், வெறுப்பு, ஆத்திரம், அருவருப்பு எல்லாமாகச் சேர ட்ரெஸ்ஸிங் டேபிளின் மேலிருந்த பாண்ட்ஸ் டப்பாவைத் தூக்கி அவர் மேல் எறிந்து விட்டு, வாயிற்கதவைத் திறந்து கொண்டு, ஓடினேன்.

"சுமதி... சுமதி..." என்ற அய்யர் மாமா குரல் மறையும் வரை ஓடினேன். நடக்க ஆரம்பித்தவுடன், பின்னாலிருந்து கார் உரசிக்கொண்டு நின்றது. "ஏறுடி.... உள்ளே . காலேஜிக்குப் போறேன்னு பொய் சொல்லிட்டு எங்கேடி கண்ட இடத்துலே சுத்தற? ஏறு..." அப்பாவின் குரல் கோபத்தில்.

"கண்ட இடத்துல சுத்தற நாயி நான் இல்ல... நான் அந்தக் காரிலே ஏறமாட்டேன்..." தெருவிலிருந்த கற்களைப் பொறுக்கிக் கொண்டேன், அப்பா காரில் ஏறும்படி கட்டாயப் படுத்தினால் காரில் வீசலாம் என்று. ஆனால் கார் 'விர்' என்று கிளம்பியது.

நான் அடையாறில் பஸ் ஏறிக் குளத்தங்கரையில் இறங்கிக் கொண்டேன். ஆனால் வீட்டுக்குப் போகாமல் குளத்தங்கரைப் படிக்கட்டில் உட்கார்ந்து யோசித்தேன். அந்தப் பெண்மணியின் முகம் திரும்பத் திரும்பக் கண்ணில் வந்தது. அம்மாவிடம் காணாத எதை இந்த கிழப்பெண்ணிடம் அப்பா காண்கிறார்? அம்மாவும், பாட்டியும் பல வருஷங்களுக்கு முன் திருச்சியில் பேசிய பேச்சின் அர்த்தம் முழுவதும் புரிந்தது. அப்பா தன்னையும் கேவலப்படுத்தி, அம்மாவையும் கேவலப்படுத்தி, மனிதரா இவர்? ஆரம்ப நாட்களில் பாட்டி அவரைக் கண்டிக்காமல் இருந்திருக்கலாம். அவருடைய சபல புத்தியை மனைவி என்ற ஒருத்தியிடம் மட்டும் பாசம் வைக்காமல் இருக்க ஜாக்கிரதையான கவசமாக உபயோகித்திருக்கலாம் பாட்டி. இப்படியெல்லாம் திட்டமிட்டிருந்தாலும், இவர் சுயபுத்தி இல்லாமலா வக்கீலாக சம்பாதிக்கிறார்?

வயது வந்த பிள்ளைகளுக்குப் பெற்றோருடைய உடல் உறவே சங்கடம். அவர்களுடைய கேடுகெட்ட சபலங்களைச் சாதாரணமாக ஏற்றுக்கொள்ள முடியுமா? என் அப்பா நடத்தை கெட்டவராக இருக்கக்கூடாது. நடத்தை கெட்டவர் என் அப்பாவாக முடியாது. எனவே அன்று முதல் எனக்கும் அப்பாவுக்கும் பேச்சு வார்த்தை

சுத்தமாக அறுபட்டது. அவர் என்னிடம் ஏதாவது வீண்வம்புக்கு வந்தால், கண்ணைச் சுழற்றி ஒரு முறை முறைப்பேன். அவ்வளவுதான்!

முதலில் அம்மாவிடம் இதுபற்றிச் சொல்லிவிடலாம் எனதான் எண்ணினேன். 'நீ ஏன் எல்லாம் தெரிந்தும் சும்மாயிருக்கிறே? உன் உரிமைக்குப் போராடு! சண்டை போடு' என்று விவாதிக்கலாம், அறிவுரை கூறலாம் என எண்ணினேன்.

'குடும்பத்தை நடுச்சந்தியில் நாற அடிக்கக்கூடாது. நீ பெண்.... உன் எதிர்காலத்தை இது பாதிக்கும்' என்று அவள் பதிலுரைப்பாள் என்பது தெரியும். எனவே, எனக்கும் திருமணமாகி, முதல் பிரசவத்துக்குப் பிறந்தகம் சென்ற போதுதான் அம்மாவிடம் இதுபற்றிப் பேசினேன். நான் எதிர்பார்த்த பதில்தான் கிடைத்தது.

என் திருமணம் அம்மாவுக்குப் புதுக்காற்றை சுவாசிக்கும் வாய்ப்பைத் தந்தது. என்னைக் குடித்தனம் வைக்க என முதன் முறையாக வீட்டை விட்டு வெளியே வந்தாள். நான் முதல் பிரசவத்திற்கு சென்றபோது பாட்டி வாயைத் தவிர எல்லாம் ஒடுங்கி விட்டிருந்தது. குடும்பபாரம் ஓரளவு அம்மா கையில். அப்பா டையாபடீஸ் மாத்திரை சாப்பிடத் தொடங்கியிருந்தார்.

என் இரண்டாவது பிரசவத்தின் போது பாட்டி ஸ்ட்ரோக் வந்து படுத்துவிட்டிருந்தாள். வீட்டில் இரண்டு அதிகப்படி வேலைக்காரர்கள். அப்பா எல்லாவற்றிற்கும் அம்மா பேச்சைக் கேட்டுத் தான் செயல்பட்டார். அம்மாவின் முகத்தில் ஒரு பிரகாசமும், கம்பீரமும் வந்திருந்தது. முன்னுச்சி நரைத்து, உடம்பு பூசினாற் போல் ஆகி யிருந்தாள்.

பெண்ணுக்கு வீட்டுக்குள் அந்தஸ்து அவள் இன்றியமையாத தன்மையால் வருகிறது. குடும்பத்தை நிர்வகிக்கும் சாதுர்யம் ஆண்களுக்கு இல்லாததால் வீட்டில் பெண்ணை மதிக்கிறோம். பாட்டி குடும்பத்தை நடத்திக் கொண்டிருந்த போது அம்மா அவசியமானவளாக இல்லை... பாட்டி படுத்த பிறகு அவள் மதிப்பு உயர்ந்துவிட்டது.

வயது அப்பாவின் திமிரை அடக்கிவிட்டது. பலவீனம் பாதுகாப்பின்மையை அளித்தது. மனிதர்கள் அவசிய மானார்கள். மாமாக்கள் வந்து போனதுடன், தங்கவும் செய்தார்கள். டையாபடீஸ் வெளித்தொடர்புகளில் லயிப்பைக் குறைத்தது.

திருச்சியில் பாட்டி சொன்னது போல் காலம் என்றும் நிலையாக நிற்பதில்லை. நல்லதும், கெட்டதும் மாறி மாறித்தான் வருகிறது. –

இந்த நாட்டில் ஆணோ பெண்ணோ, பதினாறு வயது வரை அவர்கள் கதை பெற்றோர்கள் வாழ்வில் இணைந்ததாகத்தான் இருக்க முடியும். நடுநடுவே சிறிய சம்பவங்கள், அனுபவங் களுக்கு இடம் உண்டு. அவ்வளவு தான்.

உடம்பில் மாறுதல்கள் தோன்றும் போதே பெண்களுக்குக் காதலும் வந்து விடுகிறது! கண்ணில் படும் கம்பீரமான ஆண்பிள்ளைகள் அத்தனை பேரையும் அருகே நெருங்கிப் பார்க்க மனது துடிக்கிறது. ஆண் என்றாலே உடம்பில் பூ மலர்கிறது. தென்றல் அணைக்கிறது. அந்த மனக்கிளுகிளுப்பே 'அம்மாடீ' என்று இறுமாக்க வைக்கிறது. உடம்புக்கு சந்தோஷத்தைப் பெறவும், தரவும் முடியும் என்ற அறிவே இறுமாப்பாகிறது. இந்தத் திமிர்தான் தன் அழகைப் பற்றிப் பெருமைப்பட வைக்கிறது. சந்தோஷப்பட வைக்கிறது. இந்த நாட்டில் இதற்கு மேல் சாத்தியமில்லை. நடுத்தர வர்க்கக் குடும்பங்களில் ஒரு மாமாவோ, அத்திம்பரோ தொடையில் கிள்ளித் தடவியிருக்கலாம். அதற்குமேல் அனுபவங்களுக்கு வாய்ப்பில்லை. அதுவும் சின்னவய திலிருந்து தூரமணாள் தீட்டு, படுக்கைத் தீட்டு, பிள்ளை பெற்றாள் தீட்டு என்று ஸெக்ஸ் சம்பந்தப்பட்ட எல்லாவற்றையும் தீட்டாக்கி விட்டதால், காலேஜில் நுழையும்போதே ப்ளேடோனிக் லவ் பற்றி பேச்சு துவங்குகிறது. 'சீச்சி. இது வெறும் உடற்பசியல்ல, தெய்வீகக் காதல்' என்று டயலாக் பேசச் சொல்கிறது.

எனக்கும் அப்படித்தான் காதல் வந்தது. முதல் முறையாக ஏதோ ஒரு இன்டர் – காலேஜ் பேச்சுப் போட்டியில் பங்கெடுக்க கல்லூரி சார்பாக தேர்ந்தெடுக்கப்பட்டேன். முரளி ப்ரெஸி டென்ஸி காலேஜிலிருந்து வந்திருந்தார். அந்த உயரமும், கம்பீரமும், படியப் படிய எண்ணை போட்டு வாரிய தலையும், புதிதாக வந்திருந்த டெரிலீன் துணியில் பாண்டுமாக... பார்த்த மாத்திரத்திலேயே நான் மனதை இழந்து விட்டேன். என்னுடன் வந்திருந்த லதா என்னைக் கிள்ளிய போதுதான் எனக்கே தெரிந்தது. அப்படியே வெட்கிச் சிவந்து விட்டேன்.

முரளியும் என்னைப் போலவே பாதிக்கப்பட்டிருக்க வேண்டும். நான் கல்லூரியிலிருந்து வெளியே வரும் நேரங்களில் பஸ் ஸ்டாண்டுக்கு அருகே எதேச்சையாக வருவதுபோல் என் னைப் பார்ப்பார். எங்கள் பார்வை சந்திக்கும். அருகே யாருமில்லாமல், இருந்தால் மெல்ல 'ஹலோ' என்று புன்னகை செய்வார்.

எங்களைத் தூண்டி விடுவதற்கென்றே இருபுறமும் மாணவர் பட்டாளம். 'சுமதி.. உன் லவர் வராண்டீ!' என்று முரளி காதுபடவே சொல்வார்கள். பார்வையிலிருந்து பேச்சுக்கு இந்தக் காதல் வளரவே ஆறு மாதம் பிடித்தது. இந்த ஆறுமாதத்தில் நான் பெற்ற இன்பமும் அடைந்த

வேதனையும் இருக்கிறதே... காதலுக்கு எனக்கு அர்த்தம் புரியவில்லை என்றாலும் அது தரும் உணர்வு... அம்மாடீ! முரளிக்கு எத்தனை கவிதைகள் எழுதிக் கிழித்துப் போட்டிருக்கிறேன்?

ஒருநாள் இருவருமாகத் துணிந்து புகாரி ஹோட்டலுக்குச் சென்றோம். அப்போதெல்லாம் அங்கே ஜூக் பாக்ஸ் பிரசித்தம். நாம் விரும்பிய பாட்டை ஜூக் பாக்ஸில் போடுவார்கள்... முரளி ஏதோ சொல்லிவிட்டு வரவும் "லெட்ஸ்ப்ளே தி கேம் ஆப் லவ்... ஒன் அண்ட் டூ அண்ட் ஐ லவ்யூ..." என்று ஜிம் ஜிம் என்று அலறியது. நான் முரளியைக் கடைக்கண்ணால் பார்த்தேன். அவன் கண்ணடித்தான்.

அடுத்த வாரத்தில் இரண்டு முறை புகாரிக்கு வந்தோம். பேச்சு என்னவோ, ஒற்றை வார்த்தை, அசட்டுச் சிரிப்புகளுக்கு மேல் வளரவில்லை. நான் முதல் முதல் பலூடா சாப்பிட்டது முரளியுடன்தான். பச்சை, ரோஸ் என்று கலர் கலராக உயர்ந்த க்ளாஸில் சேமியா, ஐவ்வரிசி, ஐஸ்கிரீம், பழங்கள் எல்லாம் கலந்து, தேவாம்ருதம் என்றால் அதுதான்! இப்போது கூட பலூடாவைப் பார்த்தால் முரளி நினைவு வருகிறது. நினைவு மட்டும்தான். அவன் முகம்கூட மறந்துவிட்டது.

ஒரு நாள் ஸ்டார் தியேட்டரில் காலேஜ் கட் அடித்து விட்டு 'முகலே ஆஜம்' படம் பார்த்தோம். நான் படத்தைக் கவனிக்கவில்லை. முரளியின் நெருக்கத்தைத்தான் ரசித்தேன். படத்தின் நடுவில் முரளி என் விரல்களைப் பற்றி வருடினான். ஒரு ஆணின் ஸ்பரிசத்துக்கு இத்தனை சக்தியா...

படத்தைப் போலவே எங்கள் காதலுக்கும் சோக சமாதி கட்டப்பட்டது. சரித்திர டீச்சர்வரை விஷயம் சென்று, அது பிரின்ஸிபால் காதுக்கு எட்டி, நான் அடைந்த அவமானம்...

"ஒரு ப்ராமின் கேர்ல், இப்படி ஆண்பிள்ளையுடன் சினிமாவுக்குப் போக வெட்கமாயில்லை?" என்று கத்துகிறாள். ப்ராமின்ஸ் என்றால் கொம்பா முளைச்சிருக்கு? அவங்க காதலிக்கக்கூடாதா, குழந்தை பெற்றுக்கறதில்லையா என்று அவரை எப்படிக் கேட்பது?

"ஐ ஆம் கோயிங் டு ரஸ்டிகேட் யூ... உன்னை மாதிரி நடத்தை கெட்ட பெண்ணால, மத்த ஸ்டுடண்ட்ஸும் கெட்டுப் போயிடுவாங்க..."

என்னைக் கல்லூரியிலிருந்து விலக்கப் போறாங்க. எப்போதோ இந்த மாதிரி ஒரு சம்பவம் நடந்தது மெட்ராஸ் முழுக்கத் தீயாகப் பற்றிவிடும்... அப்புறம் என் மானம் என்ன ஆவது?

நான் தடாலென்று பிரின்ஸிபால் காலில் விழுந்து விட்டேன்... "மேடம்... மன்னிச்சுடுங்க மேடம்... தப்புப் பண்ணிட்டேன். இதுதான் பர்ஸ்ட்

டைம். இனிமேல் இப்படியெல்லாம் செய்யமாட்டேன். எங்க வீட்டுக்குத் தெரிஞ்சால் எங்கப்பா என்னை உயிரோடு கொன்னு போட்டுடுவார். ப்ளிஸ் மேடம்..." அப்பாவுக்கும் எனக்கும் ஏற்கெனவே லடாய். இதில் இந்த விஷயம் தெரிந்தால் கட்டாயம் படிப்பை நிறுத்திவிடுவார். அவருக்கு என்னைக் காலேஜில் சேர்த்ததிலேயே இஷ்டமில்லை.

பிரின்ஸிபால் கண்ணாடி வழியாக என்னை உற்றுப் பார்த்தாள்... "நீ செய்த காரியம் எவ்வளவு பெரிய தப்பு என்று புரிகிறதா?"

"யெஸ் மேடம்..."

"ஒரு தெலுங்குப் பையன், அவனை நீ கல்யாணம் கட்டிக்கிட்டுக் குடித்தனமா செய்யப் போறே ... நாளைக்கு பொம்பளை வாழ்வுதானே பாதிக்கப்படும்?"

நான் தலைகுனிந்து கொள்கிறேன்.

"இந்த முறை உன்னை மன்னிக்கிறேன். ஆனா, இன்னொரு முறை இப்படி நடந்தா கட்டாயம்..."

"தேங்க்ஸ் மேடம்..." நான் பெரிதாக அழுதேன்.

பிரின்ஸிபால் மன்னித்து விட்டதாக நினைத்தேன். ஆனால் நான் கல்லூரி வகுப்புகளைக் கட் செய்வதாக வீட்டுக்குக் கடிதம் அனுப்பி விட்டார். அப்பா கத்திய கத்தலிருக்கே... "தெருப்பொறுக்கி, தேவடியாமுண்டை, நாரக்கம்மனாட்டி" என்று அவர் திட்டிய திட்டுக்கள்... அம்மாவும் என்னை ஸப்போர்ட் செய்யவில்லை. கல்லூரிக்கே போகக்கூடாது என்றார் அப்பா. அம்மா அப்போது மட்டும் குறுக்கிட்டாள்.

அதன் பிறகு அய்யர் மாமா காலையில் கல்லூரியில் கொண்டு விடுவார். மாலையில் காத்திருப்பார். கல்லூரியில் நான் ஹீரோவாக மதிக்கப்படவில்லை. மாறாக, விஷயம் பரவியிருந்ததால் மாணவிகள் என்னைப் பார்த்துக் குசு குசு என்று பேசினார்கள். வாழ்வில் ஒரு சோகம் கவிந்தது. முரளி இப்போதும் அடிக்கடி கல்லூரி வாசலில் என் தரிசனத்துக்கு நின்றான். அவனுக்கென்ன ஆண்பிள்ளை, கேட்பாரில்லை. எல்லாம் பெண்கள் தலையில் தான்.

இந்த சம்பவத்தை தொடர்ந்து என்னை வீட்டைவிட்டு விரட்டுவதுதான் இந்தப் பிரச்சினைக்கு முடிவு என்பது போல் செயல்கள் நடந்தது. ஜாதகப் பரிவர்த்தனைகள் துவங்கியது. நான் தடுக்கவில்லை .

என்னுடைய பத்தொன்பதாவது வயதில் நான் அந்தக் காலத்துக்கு ஒட்டிய மிகவும் சராசரிப் பெண்ணாகத்தான் இருந்தேன்.

அப்போதெல்லாம் சில பெண்கள் டாக்டர்களாவார்கள். சாதாரண இடத்துப் பெண்கள் டீச்சர், நர்ஸ் என்றும், அலுவலக வேலைக்கும் போவார்கள். பெண்கள் இன்டிவிஜிவாலிடி , பொருளாதார சுதந்திரம் பேச்செல்லாம் கடந்த பதினைந்து வருடத்தில் வந்ததுதானே... எனவே, பெண் வேலைக்குப் போகவேண்டுமென்றால் அவள் அதிபுத்திசாலி யாக இருக்க வேண்டும் அல்லது பணக்கஷ்டம் உடையவளாக இருக்க வேண்டும்.

நான் பெரிய புத்திசாலி இல்லை. அப்பாவிடம் நிறையப் பணமிருந்தது. எனவே என் வாழ்க்கையின் குறிக்கோள் நல்ல பெரிய இடத்துப் பையனாகப் பார்த்து இல்லறம் நடத்துவதுதான். பெண்களுக்கு எதிரான சதிவேலையில் முதல் சதிகாரர் திருவள்ளுவர். ஒண்ணாங் க்ளாஸிலிருந்து இல்லறம் நல்லறம்' என்று ப்ரெயின் வாஷ் செய்கிறார்!

நான் என்ஜினியர் பிள்ளைதான் வேணும் என்று அம்மாவைத் துளைப்பினேன். அப்போதெல்லாம் என்ஜினியர், டாக்டர்தான் பேஷன். ஆனால் குலம், கோத்திரம், ஜாதகம் எல்லாம் ஒத்துப்போய் இவர் என்னைப் பெண் பார்க்க வந்தார்.

இவர் நிறத்தையும், உயரத்தையும், மீசையையும் பார்த்தேன். எல்லாமே மறந்து போச்சு 'பாங்க் வேலை என்றால் பென்ஷன், ப்ராவிடெண்ட் பண்ட் எல்லாம் உண்டு... சாயந்திரம் அஞ்சு மணிக்கு ஆத்துக்கு வந்துவிடுவார். சினிமா, ட்ராமா போகலாம்' என்று சொல்லிக் கொண்டேன். இன்னொரு ப்ளஸ் பாயிண்ட் – இவர் பெற்றோர் கிராமத்தில் இருந்தார்கள். வயதானவர்கள் தொந்தரவு இல்லாமல் தனிக்குடித்தனத்தில் ஜாலியாக இருக்கலாம்.

என் பரீட்சை முடிந்ததும், சீர்வரிசை பேரமெல்லாம் இல்லாமல் கல்யாணம் ஆச்சு...

அப்புறம்...

உடம்பு புதிசாக இருந்த போது அகத்துக்காரர் அழகாகத் தெரிந்தார். குழந்தைகள் வந்தன. குடித்தனம் பழகிப் போய், குழந்தைகள் பள்ளிக்குப் போகத் துவங்கிய பின் நிறையப் படிக்கத் துவங்கினேன். போஸ்டலில் எம்.ஏ. முடிச்சேன். குடும்ப பட்ஜெட் பற்றிக் கவலைப்பட்டுப் பெண் கல்யாணத்திற்குப் பணம் சேர்க்கிறேன்.

நாலுமுறை ஊர் மாறினோம். மாசத்தில் அஞ்சு நாள் 'மூட்' அவுட் ஆகும் போது, "நான் பெண்ணாப் பிறந்த கொடுமை இப்படி அல்லாடறேன்" என்று மூக்கைச் சிந்துவேன். நான் இப்படிக் குடும்பத் தலைவியாகாமல் வேலைக்குப் போயிருக்கலாம் என நினைப்பேன்.

என் கணவர் மோசமில்லை. அவருக்குக் காதல், ரொமான்ஸ் அதெல்லாம் தெரியாது. ஆனால் மூட் இருந்தால் கறிகாய் நறுக்கித் தருவார். காலை நேரத்தில் கொஞ்சுவார். சினிமாக் கதாநாயகர் மாதிரி எல்லாம் ஸ்டைல் கிடையாது. சுறுசுறுப்புப் போறாது.

மாமியார்க்காரிதான் படுகர்நாடகம். அதனால் நான் அவள் இந்தப்புறம் வராமல் அதிஜாக்ரதையாய்க் கவனித்துக் கொள்கிறேன். "அம்மாவுக்கு முதல்ல புடவை வாங்குங்கோ" என்று தீபாவளிக்கு உபசாரம் செய்து, கணவனையும் சந்தோசப்படுத்துகிறேன்.

என் குழந்தைகளுக்கு ஷூ மாட்டி, யூனிபார்ம் அணிவித்து, அவர்கள் நர்ஸரி ரைம் சொல்லும் போது சந்தோஷப்பட்டு, ப்ராக்கர்ஸ் ரிப்போர்ட்டைப் பார்த்து பெருமைப்பட்டு ஒரு வழியாக வளர்த்து விட்டோம்.

இப்போதெல்லாம் வசுமதி பேசும் பேச்சுத்தான் பயமுறுத்துகிறது. நான் முரளியுடன் சினிமா போனது போல் அவள் போனால் சும்மா விடமாட்டேன். அவள் வக்கீலாகவோ, டாக்டராகவோ, ஆபீஸராகவோ வரணும். அதுக்காக நல்ல பிள்ளை வந்தால் விடப்போவதில்லை. பெற்றோருக்குப் பொறுப்புத் தீரணுமில்லையா?

பெண்களுக்குப் பொருளாதார சுதந்திரம், வேலை எல்லாம் அவசியம். நான் வேலைக்குப் போகாதது பெரிய குறைதான் எனக்கு. அவ்வப்போது இவரிடம் பெண் விடுதலைப் பற்றி முழக்குவேன். இலக்கிய சிந்தனை கூட்டங்களுக்கு இவரே கொண்டு போய்விட்டு அழைத்து வருகிறார். நான் கதை எழுதறது என் பிள்ளைக்கு மகாப்பெருமை.

என் கதை இன்னும் தொடர்கிறது...

என் கதையிலே என்ன விஷயம் இருக்குன்னு கேக்கறேளா? இருக்கு. சாதாரணப் பெண்ணோட சாதாரணக் கதை இது. ஆனா பாட்டி, அம்மா, நான், என் பெண்ணுனு தலைமுறைக்குத் தலைமுறை வளர்ச்சி, மாறுதல், எண்ணப் போக்கு எல்லாம் இருக்கிறது புலப்படலையா?

எங்க ஆத்துக்காரர் எங்கப்பா மாதிரிக் காரியம் செய்தா, அவர் உடம்பு தளர்ந்து மாறுவார்னு நான் காத்திருக்க மாட்டேன். வாயடி, கையடின்னு வழிக்குக் கொண்டு வந்திருப்பேன்.

வசுமதி, நானும் இவரும் வாக்குவாதம் செய்தாலே, "வொய் டோன்ட் யூ கெட் எ டைவர்ஸ்?" என்று ஆங்கிலத்திலே கேக்கறா... " என் கல்யாணத்தை நானே பார்த்துப்பேன்" அப்படிங்கறா!

காலம் ரொம்பக் கெட்டுப்போச்சு!

# பாதை

நல்ல தூக்கத்திலிருந்து சமூக சேவகி காயத்ரி ரமணி நாராசமாகத் தொடர்ந்து கேட்ட மணி ஓசையால் உலுக்கி எழுப்பப்பட்டார்.

வாயிற் கதவை மெல்லத் திறக்க, "மேடம், உங்களை நம்பி வந்துட்டேன். நீங்க கைவிட்டுடாதீங்க. ஏதாச்சும் வழிகாட்டுங்க, ப்ளீஸ்..." தொபுக்கடீர் என்று ஒரு பெண் அவர் காலில் விழுந்தார்.

"யாரும்மா நீ... விடியற்காலை நாலரை மணிக்கு இப்படி வீட்டுக் கதவைத் தட்டிக் கலாட்டா செய்யறே?"

"வேற வழி தெரியல்லை, மேடம்... திருச்சி பஸ்ல வந்தேன். பஸ் ஸ்டாண்ட்ல தனியா நிக்கப் பயமா இருந்திச்சு.... உங்க அட்ரஸ் கிடைச்சது. வந்துட்டேன். அம்மா, உங்களை என் அம்மாவாகவே நெனைச்சுக்கறேன். எனக்கு ஒரு வாழ்வு அமைச்சுத் தாங்கம்மா. என்னால சித்ரவதை தாங்க முடியவில்லை. சாகலாம், கிணத்துல குதிச்சுடாம்னுதான் நினைச்சேன். எல்லோர் வாழ்க்கையிலேயும் ஒரு அர்த்தமிருக்குனு நீங்க டி.வி.ல பேசினதைக் கேட்டப்பிறகு என்னால சாக முடியலைம்மா" அந்தப் பெண்ணின் அழுகையில் நிஜமான துக்கமிருந்தது. வயிற்றைப் பிசையும் சோகமிருந்தது.

தினம், தினம் பல சோகக் கதைகளைக் கேட்டுப் பழகிய காயத்ரி ரமணிக்கே மிகவும் கஷ்டமாக இருந்தது. சரி, உள்ளே வா, உன் பேர் என்ன?"

"சீதா"

"இதோ பாரு சீதா, எல்லோர் வாழ்க்கையிலேயும் கஷ்டங்கள் இருக்கத்தான் செய்யும். கழுத்துல மஞ்சள் கயிறு மின்னுதே... புருஷன் இருக்கானா?"

"புருசனா, அந்தப் பாவி..." சீதாவின் கண்களில் ஒரு வெறி தோன்றியது. அவள் நீட்டிய கையில் செக்கச் செவேல் என்று சதை வழண்டிருந்தது. "அவர் விட்ட அடியில் ஒரு காது கேக்றதில்லை. இடுப்பிலே எப்படி சூடு போட்டிருக்கார் பாருங்க மேடம். ஆறு வருஷம் அந்த நாயை எப்படிப் பொறுத்துக் கிட்டேன்னு தெரியல்லை. வீட்டில் பண வசதி, படிப்பு, மனுஷ உதவி இல்லாதவளுக்கு வேற வழி?"

அழுதபடியே அந்தப் பெண் தன் கதையைக் கூறி போது உலகில் இப்படிப்பட்ட வக்ரங்கள் கூட உண்டா என்று காயத்ரி வியந்தார்.

"குழந்தை இருக்கா."

"இருக்கு."

"குழந்தையை இந்தச் சண்டாளனை நம்பியா விட்டுவிட்டு வந்தே?"

"ரெண்டு முறை குழந்தையைத் தூக்கிக்கிட்டு வீட்டைவிட்டு ஓட முயற்சித்தேன். தொடர்ந்து வந்து பிடிச்சுட்டாரு. நேத்து ராத்திரி அவங்க ரெண்டு பேரும் தூங்கறப்ப பர்ஸ்லேந்து நூறு ரூபாய் எடுத்திட்டு பஸ் ஏறிட்டேன். பெத்த குழந்தையை வுட்டுட்டு இப்படி ஓடி வந்தேன்னா... எப்படிப்பட்ட சித்ரவதை என்று புரிஞ்சுக்குங்க... கொஞ்ச நாளாத்தாங்கவே முடியல்லை. எங்கேயிருந்துதான் அழைச்சிட்டு வருவானோ, கண்ட, கண்ட பொம்பளைங்க... என் கண்ணெதிரிலேயே, என்னால விவரமா சொல்ல முடியலையே... ஐயோ அவர்களும் என்னை மாதிரிப் பொம்பளைதானே... எப்படிச் சம்மதிக்கிறாங்களோ... என் மனசு நொந்து போச்சு..." காப்பிக் கோப்பையைக்கூட சரியே பிடிக்க முடியாமல் அவள் கை நடுங்கிக் கொண்டிருந்தது.

"தற்காலிகமா உன்னை ஹோமில் தங்க வைக்கிறேன். குழந்தை வேறு இருப்பதால் பர்மனெண்டா என்ன செய்யலாம்னு மெதுவாகவே முடிவெடுப்போம்..."

சாந்தி சதனின் மருத்துவரும், மனோதத்துவ நிபுணரும் சீதாவின் நிலையைக் கண்டு திடுக்கிட்டனர். 'அடிச்சு , உதைச்சதுல இத்தனை நாள் ஸெப்டிக் ஆகி கான்கரின் வராமல் இருந்ததே பெரிய காரியம்" என்றார் பெண் வைத்தியர்... "புருஷன் கட்டாயம் 'மானியாக்'காக இருப்பான் போலிருக்கு. Fear Psychosis என்னும் பீதியில் இவள் இருக்கிறாள். மருந்து, ரெகுலர் கவுன்ஸிலிங்கும் தர வேண்டும்" என்றார் மனோதத்துவ நிபுணர்.

சாந்தி சதனின் சட்ட நிபுணர்கள் போலீஸ் உதவியுடன் சீதாவின் குழந்தையை மீட்டு வந்தார்கள். 'மனைவி வீட்டைவிட்டுப் போன மறு நிமிஷமே ஒண்ணல்ல, ரெண்டு பெண்களை வீட்டுல வச்சிருக்கார்...

அத்தை, சித்தின்னு சொல்றார்... நல்ல வேளை, எதுவும் பிரச்சினை செய்யாமல் குழந்தையைக் கொடுத்துவிட்டார்."

சாந்தி சதனை ஒட்டியிருந்த குழந்தைக் காப்பகத்தில் அந்த இரண்டு வயதுக் குழந்தை சேர்க்கப்பட்டது.

சீதாவின் வாழ்க்கை சீர்பட வேண்டும் என்பதில் காயத்ரி ரமணி தனிக்கவனம் எடுத்துக் கொண்டார். அவள் உடல்நிலை சற்றே தேறியதும், அவளை எப்படியாவது பன்னிரண்டாவது பரிட்சை எழுத வைக்க வேண்டும் என்று தனி ட்யூஷனுக்கு ஏற்பாடு செய்தார். தையல் வகுப்பில் வெகு விரைவில் பெட்டிகோட், ஷமீஷ் தைக்குமளவுக்கு வந்துவிட்டாள்.

சாந்தி சதனில் ஒரு காடரிங் சர்வீசும் இருந்தது. குடும்பங்கள், அலுவலகங்கள், விசேஷங்களுக்கு இங்கிருந்து உணவு தயாரித்து வேனில் எடுத்துச் சென்று பரிமாறுவார்கள். இந்த சர்வீசிலும் சீதா ஒரு சூபர்வைசர் போல் எட்டு உதவியாளர்களுடன் செயல்பட்டாள். புத்திசாலி, திறமைசாலி என்று வெகுவிரைவில் அனைவராலும் புகழப்பட்டாள்.

சாந்தி சதனில் சேரும் பெண்கள் யாராக இருந்தாலும், இரண்டு, மூன்று, வருடத்தில் சுயமாகத் தன் காலில் நிற்க வேண்டுமே தவிர ஹோமை ஒரு சாய்மானியாக உபயோகிக்கக் கூடாது என்பதில் காயத்ரி ரமணி மிகவும் கண்டிப்பாக இருப்பார். ஹோமில் தங்கும் போது விடுதிப் பெண்களின் தகுதியை உயர்த்தி அவர்களை ஒரு வேலையில் அமர்த்திவிடுவார். அல்லது சுயமாகத் தொழில் துவங்க உதவி செய்வதுடன் அவர்களுக்கு வீடு பார்த்துத் தருவது, தனி வாழ்க்கை தொடங்க உதவுவது, எல்லாம் செய்து தருவார். சாந்தி சதனில் பயிற்சி பெற்ற பெண் ஒருத்தி இன்று டைப்பிஸ்டாக இருக்கிறாள். ஒருத்தி அரவை நிலையம் நடத்துகிறாள். ஸ்கிரீன் பிரிண்டிங், ஐஸ் க்ரீம் பார்லர் என்று அவரவர் திறமைக்கு எற்ப ஏதோ ஒரு தொழில். திருமணம் செய்து கொள்பவர்களும் உண்டு. பொருளாதார ரீதியாகப் பிறரைச் சாராமல் வாழ வேண்டும் என்பது முடிவு செய்யப்பட்ட விஷயம்.

சீதா பன்னிரண்டாம் வகுப்பை முடித்துவிட்டால் அவளைக் கல்லூரியில் சேர்க்கவும் காயத்ரி தயாராக இருந்தார். கல்லூரிப் படிப்பு வேண்டாம் என்றால் தொழிற் கல்வி பயிலலாம். இல்லையென்றால் ஏதாவது தொழில் துவங்கி மாதம் இரண்டாயிரமாவது வருமானம் வர ஏற்பாடு செய்துவிட்டால், தாயும் மகனுமாகச் சேர்ந்து வீடெடுத்து குடும்பமாக வாழலாம். காயத்ரி சீதாவை அழைத்தார்.

"சீதா, உன்னைப்பத்தி எல்லா ரிப்போர்ட்டும் ரொம்பவே நல்லா இருக்கு. நீ இங்க வந்த நிலையிலிருந்து இப்போ அடைஞ்சிருக்கிற முன்னேற்றம் ரொம்ப சந்தோஷமா இருக்கு."

"எல்லாம் உங்க உதவிதான் மேடம்."

"ஆனாலும் எத்தனை நாள் இங்கே தங்க முடியும்? நீயும், உன் பிள்ளையும் ஒரு குடும்பமா ஆகணும்."

"பிள்ளையைப் பத்தி கவலை இல்லீங்க... நீங்க அவனுக்கு வழி காட்டிட்டுங்க"

"நீ என்னதான் மனசைத் தேத்திக் கொண்டாலும், குடும்பமாக இருக்கிறதும் விடுதியில் இருக்கிறதும் ஒண்ணாகுமா? குழந்தைக்கு அம்மா ஏக்கம் இருக்கும். நீங்க எப்படியும் செட்டிலாகணும்..."

"நீங்க சொல்றது ரொம்ப சரி மேடம். நானே உங்ககிட்டே இது பத்திப் பேசணும்னு இருந்தேன்... நான் செட்டிலாயிடறேன் மேடம்..."

"வெரி குட்...." காயத்ரி பல வித ஆப்ஷன்களையும் அவள் முன் வைத்தாள்... மேற்படிப்பு , டெய்லரிங், பாக்டரி என்று...

சீதா தயங்காமல் பதிலளித்தாள்... "இல்லைங்க.... அதெல்லாம் கஷ்டங்க... முப்பது வயசுக்கு மேல் ஆரம்பிச்சு ரொம்பக் கஷ்டப்பணுங்க."

"சரி... அப்போ காலேஜில் சேர்த்துவிடுகிறேன்... டிகிரி வாங்கிவிடு."

'இத்தனை வயசுக்கு மேல் காலேஜில் சேர்ந்து, மூணு வருஷம் படிச்சு, டிகிரி வாங்கினா மட்டும் என்ன கலெக்டர் வேலையா கிடைக்கும்?"

"ஏன் அப்படிப் பேசறே? வாழ்க்கையில் முன்னேற வயசு ஒரு தடையே இல்லை. என்னால உனக்கு ஒரு நல்ல கம்பெனியில் வேலை வாங்கித்தர முடியும்..."

"அப்பவும் வாய்க்கும், வயத்துக்கும் போறாம கஷ்டப்படணும்..."

காயத்ரிக்கு கோபம் வந்தது... "அது சரி... உனக்குப் பத்தாயிரம் ரூபாயா சம்பளம் கிடைக்கும்? ஏதோ பெரிய பரம்பரை பணக்காரி மாதிரி நீ வாழ்ந்த வாழ்க்கையை மறந்து பேசறியே..."

"நா வாழ்ந்த வாழ்க்கையை மறக்கல்லை மேடம்... அதுனால தான் இனிமேயாவது சௌகரியமா, பிக்கல் பிடுங்கலில்லாம வாழணும்னு ஆசைப்படறேன்... நான் செட்டிலாயிடலாம்னு முடிவு செய்திட்டேன். அடுத்த வாரம் கிளம்பறேன் மேடம்."

"எங்கே கிளம்பறே?"

"மாம்பலத்திலே பிளாட் பார்த்து, பர்னிச்சர் , போன் எல்லாம் போட்டுட்டார். உங்க கிட்ட சொல்லிட்டுக் கிளம்பலாம்னுதான்..."

"போட்டுட்டார்னா... யாரு ப்ளாட் எடுத்து பர்னிச்சர் போட்டவர்?"

சீதா வெட்கத்துடன் சிரித்தாள்... "தொழிலதிபர் ராமநாதன் வீட்டுலே எல்லாப் பண்டிகை, விசேங்களுக்கும் நாம தானே கேடரிங்... அப்போ தான் பழக்கமாச்சு..."

"என்ன நான் சென்ஸ் .... அவர் ஏன் உனக்கு ப்ளாட் எடுக்கணும்... நான் இதோ மிஸஸ் சுதா ராமநாதனனைக் கூப்பிட்டுப் பேசறேன்...."

"அந்தம்மாவுக்கு இதெல்லாம் ஒண்ணும் புதிசில்லை. ஏற்கனவே ரெண்டு பேரைப் பத்து வருஷமா நல்லாவே செட்டில் பண்ணித்தான் வெச்சிருக்கார். அவங்களையும் நான் பார்த்திருக்கேன். அந்தம்மா இதெல்லாம் கண்டுக்கிற தில்லை. அப்படிக் கண்டுக்கிட்டாலும் என்ன செய்ய முடியும்..."

காயத்ரி கோபத்துடன் மேஜையைக் குத்தினார்... "ஒரு அறுபது வயசுக்காரனுக்கு மூணாவது வப்பாட்டியா வாழப் போறியா , உனக்கு சுயகௌரவம், மானம், மரியாதையில்லை... பிழைக்க இதுதானா வழி?"

"பிழைக்க எத்தனையோ வழியிருக்குங்க... ஆனால் கஷ்டப்படணும். இது அப்படியில்ல பாருங்க... ஏதோ மாசத்துக்கு ஒரு நா, ரெண்டு நா, வந்து போகப் போறார்... இருபத்து நாலு மணி நேரம் இங்கே நின்னே, இவனைப் பார்த்தே என்று தொந்தரவு கிடையாது. கோபம், ஆத்திரம் எல்லாம் சொந்த வீட்டிலேதான். நம்மகிட்ட நல்ல முகம்தான் காட்டுவாங்க... இது சௌகரியம் மேடம். இது மரியாதை கூட. ராமநாதன் ஸாரால ஏதாவது காரியம் ஆகணும்னாகூட நம்மளைத்தான் தேடி வருவாங்க... ஸொஸைட்டியிலே மதிப்பா, பட்டுப்புடவை கட்டிக்கிட்டு, கார்ல போய் இறங்கலாம். அதை வுட்டுட்டு, தையல் மிஷினைக் கட்டிக்கிட்டு அழணுமா?"

"அப்போ உன் குழந்தையோட கதி?"

"அதுதான் நீங்க இலவச ஹாஸ்டல்ல போட்டிருக்கீங்களே... படிக்கட்டும்... ஒரு வருஷம், ரெண்டு வருஷம், முடிஞ்சா கான்வெண்டுக்கு மாத்திடறேன். அப்போ நான் கிளம்பட்டா மேடம்... எனக்கு வாழ வழிகாட்டியதுக்கு ரொம்ப நன்றி மேடம்... ராமனாதன் ஸார்கிட்ட சொல்லி சாந்தி சதனுக்குப் பெரிய டொனேஷன் வாங்கித் தர்றேன்..."

காயத்ரி, திகைப்பிலிருந்து மீள முடியாமல் சீதாவை வெறித்துப் பார்த்தார்... சீதா செட்டிலாயிட்டா...' சட்டென்று டேபிளில் தலையைக் கவிழ்த்துக் கொண்டு விம்மினார்.

# தலைவன்

அப்பா, வழக்கமாக ஒரு காலை மடித்து உட்கார்ந்து மற்றொரு காலை கீழே ஊன்றி வேக, வேகமாக ஆட்டியபடி பேசும் ஊஞ்சல் பலகை கழட்டி, கம்பி நான்காக மடித்துக் கட்டப்பட்டிருந்தது. அவர் யோசித்தபடி குறுக்கும் நெடுக்குமாக அவசர அவசரமாக நடை பழகும் இந்த ஹாலின் நடுவிலேயே கிடத்தப்பட்டிருந்தார். அப்பா எப்போதும் ஒரு புறமாகத்தான் திரும்பிப் படுப்பார். தூக்கத்தில் சதா ரெஸ்ட்லெஸ்ஸாகப் புரண்டு கொண்டே இருப்பார், அவரால் தடுக்க முடியுமென்றால் இப்படி அசையாமல் கிடப்பாரோ?

வீடு கொள்ளாக் கூட்டம், வாயிலையும், தோட்டத்தையும் நிறைந்த மக்கள் தெருவில் போக்குவரத்தை நிறுத்தியுள்ள வாகனங்கள், ஜனத்திரள்... அத்தனை பேரும் அப்பாவைப் பார்க்க வந்திருக்கிறார்கள். தனியாகவும், நண்பர்களுடனும், பிரச்சினைகளுடனும், பாசமாகவும் அவரை பலமுறை சந்தித்துப் பேசியிருந்த அத்தனை பேரும் ஒருமுகமாக இங்கே கூடியிருக்கிறார்கள்.

யாரோ முதுகில் தட்டினார்கள். கூட்டத்தில் கசமுச என பேச்சும், கால்கள் ஒதுங்கி வழிவிடும் ஓசையும் கேட்டது. "இவர்தாங்க தலைவர் மகனு..." நான் நிமிர்ந்து பார்த்தேன். சபாரி சூட்டில் இருந்தவர் செருப்பை வெளியே அவிழ்த் திருந்தார். தலை முழு வழுக்கை.

"போர்ட் டிரஸ்ட் சேர்மன்" இந்த அசம்பாவித சமயத்தில் அறிமுகத்துக்குச் சில நிமிடங்கள் நின்றார். நான் பிரமித்தேன். இந்த மௌனமும், மரியாதையும் இறந்தவர்கள் கடவுளாகிறார்கள் என்ற அசட்டு நம்பிக்கையால் ஏற்பட்டதா? வேடிக்கைப் பார்ப்பவர்களுக்காக வெறும் வேஷமா? இல்லை. உண்மையிலேயே மதிப்பு வந்த அஞ்

சலியா... குனிந்து நின்ற என் தோளில் கை கொடுத்து "ஐ ஆம் ஸாரி... தி நேஷன் ஹேஸ் லாஸ்ட் எக்ரேட் மேன்" என்றார். ஆத்மார்த்தமான பேச்சா? இல்லை. ஒவ்வொரு செத்த வீட்டிலும் பேசப்படும் சம்பிரதாயச் சொல்லா? தெரியவில்லை. சேர்மன் முகத்தில் துக்கம் பூச நகர்ந்தார்.

"ஐயோ, தலைவா... பூட்டியா...! எங்களையெல்லாம் தவிக்கவுட்டுப் பூட்டியேப்பா!" பயங்கர அலறலுடன் நாலைந்து பேர் உள்ளே வந்தார்கள். கூட்டம் அவசர, அவசரமாக ஒதுங்கியது. சாராய வாடை குப்பென்று உள்ளே புகுந்தது. பல பெண்கள், எழுந்து உள்ளே ஓடினார்கள். பரட்டைத் தலையும், சிவந்த கண்களும், அழுக்கு வேட்டியுமாக இருந்த இவர்களை ஒப்பாரி வைத்து அழ வைத்தது அப்பாவின் சாவா, உள்ளே போயிருந்த நாட்டுச் சாராயமா? இல்லை, இரண்டும் கலந்த குழப்பமான துக்கமா? புரியவில்லை. என்னை மார்புடன் சேர்த்து அலறியவனின் வியர்வை, பீடி, சாராய நாற்றத் திலிருந்து விலகுவது சுலபமாக இல்லை.

மந்திரிகள் ஒவ்வொருவராக வந்தார்கள். பெரிய பெரிய கம்பெனி முதலாளிகள் வந்தார்கள். பெரிய மனிதர்களின் மாலைகளைச் சுமந்து வந்த சின்ன மனிதர்களும் மாலையிட்டு ஒதுங்கி நின்று வணங்கினார்கள்.

ஐஸ் உருகத் துவங்கிவிட்டது. இன்னும் சிறிது நேரத்தில் மாலைகளே அப்பாவை மறைத்துவிடும் போலிருந்தது. இந்த சமயத்திலே தங்களை முக்கியமானவர்களாகக் காட்டிக் கொண்ட சிலர் வேட்டியை மடித்துக் கட்டி, பூமாலைகளை அடுக்கி சிலவற்றை மூலையில் குவித்து என ஏதோ செய்து கொண்டிருந்தார்கள்.

"தம்பி கொஞ்சம் வெளியே வர்றியா? மேலே ஆக வேண்டிய காரியங்களைக் கவனிக்கணும்..."

வெளியே கூட்டம் சின்னச் சின்னக் குழுக்களாகப் பிரிந்திருந்தது – ஊர்வலம் எந்த வழி செல்ல வேண்டும், எங்கெங்கே நிறுத்தப்பட வேண்டும் என்பது பற்றி பலத்த விவாதம் நடந்து கொண்டிருந்தது.

"பைமா கெமிகல் வழியா நம்ம தலைவரு ஊர்வலம் போகக் கூடாதுண் ணேன். அவங்க எதிர்கட்சி யூனியன். நாம தழைஞ்சுப் போறாப்பல இருக்கும்!" – ஆவேசமாகப் பேசியவனை வியப்புடன் பார்த்தேன்.

"தம்பி..." அழைத்தவர் பேண்ட், ஷர்ட் , சகிதம் நீட்டாக இருந்தார். நான் எஸ் . ஏ . க்ரூப் கம்பெனில லேபர் வெல்பேர் ஆபீஸர். எங்க கம்பெனி புரொடக்ஷனை பெரிய தூணாகவே நின்று உங்கப்பாதாங்கி யிருக்கார். மூணு வருஷத்துக்கு ஒரு தரம் நெகோஸியேஷனுக்கு அவர் வரும்போது ஒரு யூனியன் லீடர் வர்றாப்பல இருக்காது. 'ஏதோ

ராஜதர்பார் மகாராஜா உட்காரந்திருக்காப்பல இருக்கும். ஐம்பது வயசு கூட ஆகல்லை. இப்படி ஆக்ஸிடெண்டிலே போயிட்டார். லாஸ்ட்ரைட்ஸ் அந்த செலவுகளை எல்லாம் நாங்க முழுமையா ஏத்துக்கறோம். மத்த ஏற்பாடுகளுக்கு காஷுவல் லேபர்ஸ்ஸை அழைச்சிட்டு வந்திருக்கேன்."

"நன்றி ஸார். அதற்கெல்லாம் அவசியமிருக்காதுன்னு நெனைக்கிறேன்."

"எனிதிங் யூ வாண்ட்? கேளுப்பா."

"எதுவும் வேண்டாம் சார்."

அருகில் குரல் தாழ்ந்தது. "ஏன்யா, எரிப்பாங்களா, பொதைப்பாங்களா? அவங்க ஜாதி வழக்கம் இன்னவாம்?"

"ஜாதியா... அவர் என்னா ஜாதிப்பா சேர்த்துக்கிட்டவ கிறிஸ்து வச்சியாம்."

'சேர்த்துக்கிட்டவ இல்லப்பா. தாலி கட்டி கல்யாணம் கட்டிட்டார்."

"சரி. ஏதோ ஒண்ணு. இவரு பாப்பார ஜாதின்னு கூடக் கேள்வி..."

"இல்லைய்யா. பிள்ளைமாராம். இவரு மொத சம்சாரம்... ஏன் தம்பி உங்க அம்மா என்ன ஜாதி? உங்க வீட்டு வழக்கம் என்னன்னு சொன்னா அதும்படி ஏற்பாடு செய்யலாமே... ஐயரு வரச்சொல்லிட்டீங்க இல்லையா?"

"ஐயருகிய்யரல்லாம் வேணாப்பா, தலைவருக்கு அதிலெல்லாம் நம்பிக்கை கெடையாது!"

"ஆமா... நீ கண்டே! ஒரு தபா அம்மனுக்கு கூழு காய்ச்சக் கேட்டப்ப ஐநூறு ரூபா எடுத்து வீசினவருய்யா அவரு..."

ஆளுக்கு ஆள் வாத விவாதங்கள். நான் அறிந்த வரை அப்பா மனிதர்களைப் பற்றி கவலைப்பட்ட அளவு கடவுளை நினைத்ததில்லை. அவர் சாமி கும்பிட்டு நான் கண்டதில்லை. அம்மா சொற்படி நான் நெத்தியிலே விபூதி வைத்ததைத் தடுத்ததுமில்லை. சின்னம்மாவின் உறவினர்கள் வந்தபோது அவள் தயங்கித் தயங்கி, 'ஏங்க, இவங்க வேளாங்கண்ணி, சின்னமலை, சாந்தோம் சர்ச்செல்லாம் பாக்கணுங்கறாங்க' என்றபோது, "அதுக்கென்ன கூட்டிட்டுப் போ" என்று கார் ஏற்பாடு செய்து தந்தார்.

"என்ன தம்பி யோசிச்சுட்டேயிருந்தா.... ஐயரு வேணுமா, வேணாமா?"

"அப்பா, தன் ஒடம்பு, கண் எல்லாம் தானம் செய்யணும்னு சொல்லிட்டு இருந்தாரு."

"அட சும்மா இரு தம்பி. ஆஸ்பத்ரி மேஜையிலே தலைவரைப் போட்டு அறுக்கணுமா?"

"சின்னம்மாவைக் கேக்கலாமா?"

"அட, வேணாம் தம்பி. அவங்க பாட்டுக்குப் பாதிரியைக் கூட்டிட்டு வா. சர்ச்சுக்குப் போணும்னு ஆரம்பிச்சாங்கன்னா சரிப்படாது."

"ஏன் சரிப்படாது? அப்பாவோட அஞ்சு வருஷமா வாழறாங்க."

அப்பாவின் நண்பர் ஒருவர் என்னை ஒரு புறமாகத் தள்ளிக் கொண்டு சென்று தனியிடத்தில் தோளில் கை போட்டார். "த பாரு , கந்தசாமி.. உனக்கு வயசுதான் ஆவறதே தவிர, வெவரம் பத்தல்லை. இப்பவே விட்டுக்கொடுக்க ஆரம்பிச்சே அப்பொறம் வீட்டைக்கூட பிடுங்கிட்டு உன்னை நடுத்தெருவில நிறுத்திடுவா அவ. எல்லாரையும் வெக்கற இடத்துல , வக்கணும். அதோட, ஒண்ணு சொல்றேன் கேளு... நம்ப யூனியன் தொழிலாளிங்க மத்தியிலே கிறுஸ்துவங்க ரொம்ப கொறவு... மெஜாரிடியை அனுசரிச்சிட்டுப் போனாத்தான் நல்லது. நான் மேல காரியம் எல்லாம் பார்த்துக்கறேன். நீ கவலைப் படாதே!"

சொன்னபடியே மேலே, மேலே காரியங்கள் நடந்தன. சின்னம்மாவைப் பற்றிய ஹேஷ்ய விஷயங்கள். அவள் உறவினர்களை நெருங்கவிடாமல் ஒதுக்கும் முயற்சி எல்லாம் கண்ணுக்குத் தெரிந்தது. எனக்கே இல்லாத ஆத்திரம் அவள் மேல் இவர்களுக்கு எதற்கு? அம்மாவே புரிந்து கொண்டிருந்தாள்.

ஊருக்கு வெளியே இருந்த தொழிற்பேட்டையில் பத்து கம்பெனிகளும் ஒட்டுமொத்தமாக மாதக்கணக்கில் மூடிக் கிடந்தன. பேச்சு வார்த்தைகள் அரை குறையாக இருந்த நிலையில் கம்பெனி திறக்கப்பட்டது. யூனியன்கள் ஒட்டுமொத்தமாக எதிர்த்தன. பத்து நாட்களாகப் பச்சைத் தண்ணியுடன், மனைவி, பச்சிளங்குழந்தைகளின் பட்டினியைக் கண்டு துடித்துக் கொண்டிருந்த பால்ராஜ், 'யூனியனாவது, மண்ணாவது' என அசட்டுத்தனமாக உள்ளே சென்றான். வீசப்பட்ட கல் அவன் நெற்றியை பதம் பார்க்க அவன் அங்கேயே செத்து விழுந்தான்.

கருங்காலிக்குப் பாடை தூக்கக்கூட ஆளில்லை. இரண்டு நாள் ஒப்பாரி வைத்துவிட்டு பால்ராஜ் மனைவி மேரி அப்பாவின் காலடியில் வந்து விழுந்தாள். அப்பாவும் சர்ச் பாதருமாக பால்ராஜை பாவிகளை நேசிக்கும் பரமபிதாவிடம் அனுப்பினார்கள். பால்ராஜின் மனைவி, இரண்டு சின்ன குழந்தைகளுடன் வீட்டிலேயே குடியேறினாள். அப்பாவோ, அம்மாவோ அவளை வேலைக்காரியாக நடத்தவில்லை, வீட்டு மனுஷி யாக்கிக் கொண்டார்கள். தலைவர் பால்ராஜ் மனைவியைக் கூட்டி வெச்சிட்டாராம் என்ற அவதூறுகள் அவர்களைப்

பாதிக்கவில்லை. பிரச்சினை அம்மாவின் மறைவில் தோன்றியது.

"தம்பி, பொம்பளையில்லாத வீட்டில அடுத்தவன் சம்சாரத்தை எப்படி வெச்சுக்கறது? அந்த மேரிப் பொண்ணுக்கு படிப்பு, அறிவு, புத்திசாலித்தனம், தானாப் பொழச்சுக்கற சாமர்த்தியம் எதுவுமில்லையே. எங்க அனுப்ப முடியும்?" அப்பா கவலைப்பட்டார்... "ஏற்கனவே ஊர் நாக்கு நாலு விதமாய் பேசறது. அவ பசங்களே வளர்ந்து பெற்றவளைக் கேவலமாய் பார்க்கக் கூடாதில்லையா..."

திடீரெனத் திரும்பினார். "தம்பீ, நீயே அவ கழுத்தில் ஒரு மஞ்சக் கயிற்றைக் கட்டிடேன்..."

நான் திடுக்கிட்டேன் .. இருபத்திநாலு வயதில் எத்தனை கனவுகளுடன் இருக்கும் நான், என்னைவிட வயதில் பெரிய, சற்றும் ஆழமற்ற, படிப்பு, நாசூக்கற்ற, இரண்டு குழந்தை பெற்ற ஒருத்தியை மணப்பதாவது... நெற்றி நரம்பு புடைக்க, "ஏம்பா... உங்களுக்கு வேற ஆளு அகப்படல்லையா... பெரிய சமூக சேவை செய்யறவரு. நீங்களே கட்டிக்கறதுதானே!"

அப்பா, புன்னகையோ நிதானமோ மாறாமல் சொன்னார். "நீ சொல்றதும் சரிதான் தம்பி... நாளையிலேயிருந்து அவளை நீ சின்னம்மான்னே கூப்பிடு" என்றார்.

மறுநாள் பத்து பேர் முன்னிலையில் அவள் கழுத்தில் ஒரு மஞ்சள் கயிற்றைக் கட்டினார். அந்த மஞ்சள் கயிறு இன்றுவரை எங்கள் உறவில் எந்த மாறுதலும் உண்டு பண்ணவில்லை. அதோடு எங்களை மிகவும் நெருக்கமாக்கியதுதான் உண்மை. தந்தை, மகன் உறவை மீறிய அந்த மனுஷபந்தம் மனிதன், மனிதனை உணரும் போது மட்டுமே ஏற்படும் நெருக்கம். இதை யாருமே புரிந்து கொள்ளப் போவதில்லை. அப்பா, மேரி, அவள் குழந்தைகள் என்ற பொறுப்பை என்னிடம் ஒப்படைத்துச் சென்றிருக்கிறார் என்ற பயம் அவர்மீது இன்னும் மரியாதை உண்டாக்குகிறது.

இந்த மரியாதை இன்று நேற்று ஏற்பட்டதல்ல. வீட்டு வாசலில் கார் நிற்கும். பெரிய மனிதர்கள் அப்பாவைப் பார்க்க வருவார்கள். வரும்போது பழமும் பட்சணமுமாக எடுத்து வருவார்கள்.

ஒரு நாள், பூமாலையுடன் அப்பா காரில் வந்திறங்கிய போது பத்து வயது மகன் கேட்டேன்: "ஏம்பா, உங்களை ஏதோ ஏழைகளின் தலைவன், தொழிலாளர் தலைவன்னெல்லாம் சொல்றாங்க. ஆனா நீங்க என்னவோ வசதியா பேரும், புகழுமா இருக்கிங்க. நீங்க தொழிலாளி மாதிரி வேலை செய்தோ, ஏழ்மையில் கஷ்டப்பட்டோ நான் பார்க்கல்லையே" என்றேன்.

அன்று இரவு அப்பா பீச்சில் என்னுடன் நாலு மணி நேரம் தொடர்ந்து பேசினார். " மகனே, நீ நினைப்பது போல் நான் இந்த வசதிகளுடன் பிறக்கவுமில்லை, வளரவும் இல்லை. பிறந்த வுடன் தந்தையை இழந்து, பசிக்கொடுமையை அனுபவித்து, அதுவும் போறாமல் கால்நடையாக ரங்கூனிலிருந்து இந்தியா வுக்கு வந்த கதை பெரிய கதை... சுதந்திர நாட்டில் பிறந்து வளர்ந்தவங்களுக்குப் புரியாத ஒண்ணுகூட, அஸ்ஸாம் தேயிலைத் தோட்டங்களிலே நாங்க பட்ட கஷ்டத்தைச் சொல்லவா...

அம்மாடீ , ஒருவேளை சோற்றுக்கு இப்படி ஒரு பரிதவிப்பா... நான் வாய் மூடாமல் கேட்டேன்.

"அஸ்ஸாமிலிருந்து அடுத்தபடி பீஹார், பீஹார் சுரங்கங் களிலே தொழிலாளர்களை இன்று கூட மனிதர்களாக வாழவில்லை. அன்று கேட்கணுமா? சுரங்கச் சுவர் விரிந்து என் கண்ணெதிரே தொழிலாளர்கள் மூழ்கியிருக்காங்க. அவங்க பெண்டாட்டி, பிள்ளைங்க ஊரிலேயிருந்து அடிச்சு விரட்டப்பட்டாங்க. ஒரு தொழிலாளிக்கு புதைகுழி மூடும் போதே அடுத்த தொழிலாளி அரங்கத்தில் இறங்கத் தயாராக இருக்கும் ஏழ்மை...

வடநாட்டிலே விவசாயப் பெண் தொழிலாளிகளை விலை மாதுகளாக்கும் தாகூர்கள்... உனக்கு அர்த்தம் இப்ப புரியாதுடா தம்பீ, என்னைப் பெத்தவளை என் கண் முன்னாடியே கதறக் கதற..." அப்பா விம்மி விம்மி அழுதார். பதினாலு வயசு மகனால் பதற்றத்தைத் தவிர, ஏதும் செய்ய முடியல்லை.

"தெற்கே வர, வர நான் பட்ட துயரமும் உணர்ந்த வலி, வேதனையும்தான் ஏதாவது செய்ய வேணுமென்ற வெறியைத் தூண்டியது... பாக்டரி தொழிலாளியானேன். வசதி வந்தது கூட்டு மனித பலத்தின் வலிவை உணர்ந்ததுமில்லாம பிறருக்கும் உணர்த்தினேன்.

நான் தலைவனாக ஏற்கப்பட்டுட்டேன். ஆனால் தலைவனாக ஆவது சுலபமில்லைடா மகனே. அது சுகமான பதவியில்லை. வலி, வேதனை, ரணம் இவற்றின் மேல எழுப்பப்பட்ட வெறும் பூச்சு அது. அதன் பின்னணியில் சதா நிலையற்ற தன்மை. ஒவ்வொரு வெற்றியின் பின்னணியிலும் ஆயிரம் அவமானங்கள். ஒவ்வொரு மாலையின் மத்தியிலும் உறுத்தும் முள்ளுகள். பதவி, கார்., அதிகாரம் எல்லாம் அர்த்தமில்லாத பரிசுகள். ஒவ்வொரு தலைவனும் சதா அவமானத்தை எதிர்நோக்கத் தயாராக இருக்கணும். இன்றைய தியாகி நாளை துரோகியாக கணிக்கப்படுவான். காந்தியிலிருந்து, முஜிர்புர்ரஹமான் வரை இதற்குத் தப்பியவரில்லை மகனே."

"அப்படி நிலையில்லாம வாழணும் என்றால் ஏன் ஒருவர்

தலைவராகணும் அப்பா?"

"புத்திசாலித்தனமாக கேள்வி. வலிக்கும் வேதனைக்கும் பழகிவிட்ட மனசு அவமானப்படவும் தயாராகிவிடறது. அதன் நடுவிலே நான் மனுஷனா வாழறேங்கற இறுமாப்பு வேற வந்துடறது. தலைவன்ங்கற பதவி போதைன்னு தெரிஞ்சும் மனம் அந்த போதையை நாடறது."

அப்பாவின் ஆன்மிக ஸ்பரிசம் பல விஷயங்களைப் புரிய வைத்தது.

"தம்பீ... எல்லாம் ரெடீ.. நீ முன்னால் நெருப்புச் சட்டியை எடுத்திக்கிட்டு நட, செருப்பைக் கழட்டி வெச்சிடு."

முறுக்கிவிட்ட பொம்மையாகச் செயல்படுகிறேன். "ஊர் வலம் பரிமல் பேக்டரி ருட்ல போகக்கூடாது. அவங்க நம்ம எதிர்யூனியன்' அப்பாவின் நண்பர்களில் ஒருவர் முழக்குகிறார்.

"சாவு ஊர்வலத்துக்கும், யூனியனுக்கும் என்னய்யா சம்பந்தம். எல்லாம் அந்த வழிதான் குறுக்கு." மற்றொருவர் அடக்குகிறார்.

வெறும் தாரை தப்பட்டை மட்டுமின்றி பேண்ட் வாத்தியம், பூப்பல்லக்கு என்று பிரமாதமான அலங்காரம். மந்திரிகள், தொழிலதிபர்கள், அதிகாரிகள், அனைவரும் மரியாதையுடன் சிறிது தூரம் ஊர்வலத்தில் நடந்துவிட்டுத் தெருமுனையில் கார்களில் ஏறிச் செல்கிறார்கள். தொழிலாளர் கூட்டம் மட்டும் தொடர்கிறது, வழிநெடுக ஊர்வலம் நீள்கிறது.

தூர பரிமல் பேக்டரி வாசலில் மைக்கில் சினிமாப்பாட்டு ஒலிக்கிறது. ஊர்வலம் நெருங்கும் போது பாட்டை நிறுத்தினால் நன்றாக இருக்கும். இறந்தவன் யாராக இருந்தாலும் சின்ன மரியாதை.

பட்டை போட்டுவிட்டு ஆடுபவர்கள் யார்? ஊர்வலத்தில் சேர விரும்புபவர்களா? இல்லை. நெருங்க நெருங்கப் புரிகிறது. ஆனந்தமாய் ஆடியபடி, இனிப்பு வினியோகித்து, அவர்களைத் தடுக்கும் எங்கள் கூட்டத்தினருக்கும் வாக்குவாதம் எழ ஊர்வலம் தயங்கி நிற்கிறது.

"எவன்யா தலைவன். அவன் சாவை நாங்க அப்படித்தான் கொண்டாடு வோம்" – சாராயப் போதையில் ஒருவன் குரலெடுத்தான். "தொழிலாளர் எதிரி ரங்கசாமி ஒழிக.. ஒழிக..."

காலரைப் பிடிக்கப் போனவனை தடுத்து எழும்பியது கற்கள் 'விர்'ரென்று பறந்து வந்த கூர்மையான கல் பூப்பந்தலில் உறங்கிக் கொண்டிருந்த அப்பாவின் நெற்றியில் தாக்கியது.

ஆக்ரோஷமாகப் பாய்ந்தவர்களைத் தடுத்தேன். "போகட்டும் வாங்க. மயானத்துக்கு நேரமாச்சு. அப்பா எத்தனையோ கல்லடி கண்டவர்.

அவர் உடம்பிலே மட்டுமில்லாமல் மனசிலே இருக்கற தழும்புகளையும் நான் பார்த்திருக்கேன். இந்த அடி வலிக்காது வாங்க..."

நானே தலைவனாகி முன்னே வேகமாக நடந்தேன்.

அப்பா அன்று சொன்னதன் அர்த்தம் இன்று புரிந்தது. சாதாரணமாக வாழ்ந்து, சாதாரணமாக இறப்பது சுலபம். அரசியலோ, பொதுவாழ்வோ , தலைமைப் பீடம் சுலபமல்ல. ஒவ்வொரு வெற்றிக்குப் பின்னணியிலும் ஒரு அவமானம், பதவி ஏற ஏற இறக்கத்திற்குத் தயாராகும் நிலை. ஒரு புகழ் மாலைக்குப் பின் பல கேலிச் சொற்கள்.

வாழும்போது மட்டுமின்றி, சாவிலும், ஏன் இறந்த பின்பும் தொடரும் பழிச்சொற்கள், பாராட்டுகள் – இவற்றில் எது நிஜம்? எல்லாமே நிஜங்கள். ஏனெனில் தலைவன் உருவாக்கப் படுகிறான். மனித வேதனையிலிருந்து ஜனிக்கிறான்.

# பாட்டியின் பயணம்

பள்ளிக்கூட மணி கணகணவென ஒலித்ததும், அந்த ஓசைக்காகவே காத்திருந்தது போல அந்தக் கிராமத்து பள்ளிக்கூட மாணவர்கள் இரைச்சலுடன் வெளிவந்தனர். இந்த இரைச்சலிலோ, ஓட்டத்திலோ கலந்து கொள்ளாமல் சிந்தனையுடன் பின்தங்கி வருபவன் ரகுராமன். பின்னே முடிந்த குடுமி, கச்சலான வற்றிய உடம்பு, ஆனாலும் நல்ல சிவப்பு.

"என்னடா ரகுராமா, எந்தக் கோட்டையைப் பிடிக்க யோசனை?" என்றவாறு அருகே வந்தார் கணக்கு வாத்தியார் ராமபத்ர அய்யங்கார்.

"ஒண்ணுமில்லே ஸார்..." என்றான் அவன் பயபக்தியுடன்.

கொஞ்ச நேரம் மௌனமாக இருவரும் நடந்தார்கள். மேடும், பள்ளமுமான கப்பிப்பாதை முடிந்து, அமராவதி நதியின் மணலோரக் கரையில் கால் அமிழ்ந்தது. பிறகு ராமபத்ர அய்யங்காரே பேச்சைத் துவக்கினார். அவர் அவனிடம் எப்பொழுதுமே மனம்விட்டுப் பேசுவார்.

ஒரு குடுமி வைத்த, நாமம் போட்ட, பஞ்சக்கச்சம் கட்டிய பள்ளி ஆசிரியர், பதினைந்து ஆண்டு கூட நிரம்பாத பள்ளி மாணவனிடம் பேசுவது விநோதமாக இருக்கலாம். ஆனால் கண்டிப்புக்குப் பெயர் போன ஆசிரியரே தோழனைப்போலப் பேசிக் கொண்டு வரும்போது நேரம், காலம், பசி எல்லாம் கடந்து, பேச்சே ஒரு பாலமாய் உறவையும், பாசத்தையும், பக்தியையும் வளர்த்து, ரகுராமனின் பௌதீக உணர்வுகளைத் தகர்த்து விடுகிறது. அவன் எதிர்காலத்தைப் பற்றிய அறிவுரைகளைக் கேட்கும் போது, இல்லாமையை எதிர்த்து எதிர்நீச்சல் போடவேண்டும் என்ற வெறி ஆட்டுவிக்கின்றது.

வீடு வந்து சேர்ந்ததும் மனைவியை இழந்த அய்யங்கார், "பத்து நிமிடம் நில்லேண்டா ரகுராமா, இதோ கை கால் அலம்பி சந்தியாவந்தனம் பண்ணிட்டு வந்துடறேன். காபி சாப்பிட்டு விட்டுப் போகலாம்" என்று வற்புறுத்தினார்.

"இல்லே சார், ரொம்ப இருட்டிவிட்டது. மாமி காத்திண்டிருப்பா. போயிட்டு வரேன் சார்" என்று ஓட்டமும், நடையுமாகக் கிளம்பி விட்டான். ஆசிரியர் அருகில் இருக்கும் போது தெரியாத பசி இப்போது கலாட்டா செய்தது

பாட்டி வேறு திண்ணையில் உட்கார்ந்திருந்தாள். ரகுவுக்கு அவள் பாட்டியில்லை, உறவுமில்லை. ஆனால், ஊருக்கெல்லாம் கரிநாக்குக் கிழமான' அவளைப் பாட்டீ' என்று விளித்தது ரகுராமன் ஒருவன்தான். அவன் 'பாட்டீ' என்று கூப்பிடும் போதெல்லாம் மாமி முகத்தை இடித்துக் கொள்வாள்: "பாட்டி என்னடா பாட்டி வேண்டிக் கிடக்கிறது இந்தச் சிடுமூஞ்சிக் கிழத்துக்கு?" என்று. ஓரிரு சமயம் நல்ல மூடில் இருந்தால், "ஏண்டா ரகுராமா, பாட்டி, பேரனுக்கு என்ன பிதுர்ராஜ்யச் சொத்து வைத்திருக்கிறாள்? மிட்டாய் டப்பாவில் கத்தை கத்தையாய் ரூபாய் நோட்டு இருக்கிறதா?" என்று கேலி செய்வாள்.

"இந்தக் கிழம் எங்கு கால் வச்சாலும் விளங்காது. அது துக்கிரிப் பேச்சும், கொள்ளிக் கண்ணும். முன் திண்ணையை ஒழித்து விட்டிருக்கயேடி விசாலம்... வீடே வாழாது" என்று ஊர்ப் பெண்கள் மாமியிடம் சொல்வார்கள். தெருவில் போகும் சுமங்கலிகளையும், வயதுப் பையன்களையும் அழைத்து வம்புக்கிழுக்கும் எண்பது வயதுக் கிழவியைப் பற்றி வேறு எப்படிச் சொல்ல முடியும்? ஆனாலும் மாமி ரொம்ப சாமர்த்தியம்: "பாவம்டி, கிழம். பெத்த பிள்ளை, மாட்டுப் பெண்ணைக் கண்டாலே ஆகலை. கண்ணும் சரியாத் தெரியலை. காதும் கேட்கலை. திண்ணையிலே ஒண்டிண் டிருக்கு, காபி, டீயா கேக்கறது? ஏதோ ரெண்டுவேளை கஞ்சி கொடுக்கறேன். போற வழிக்குப் புண்ணியம்!" என்று பேசுவாள்.

ரகுவுக்குத் தெரியும். மாமி போற வழிக்குப் புண்ணியம் தேடிக்கொண்டு கிழவிக்குத் தர்மக் கஞ்சி வார்க்கவில்லை என்று. மாதா மாதம் கிழவியின் பிள்ளை பட்டணத்திலிருந்து அனுப்பும் ஐம்பது ரூபாய் அந்தக் குடும்பத்துக்கு ஐந்நூறு ரூபாய் மாதிரி. மாமாவின் வைதீகத் தொழில் பெயருக்குத்தான். கிராமத்திலிருந்த செல்வாக்கான பிராமணக் குடும்பங்களில் பாதி பட்டணத்திற்குக் குடிபெயர்ந்தாகி விட்டது. பாக்கி இருக்கும் குடும்பங்களிலும் நம்பிக்கையும், பண வசதியும் குறைந்துவிட்டது. தாத்தா வைத்த பூர்வீக ஓட்டு வீடு இருந்ததோ

மாமா பிழைத்தார். ஒரே பிள்ளை பாலுவையாவது படிக்க வைத்துப் பதவியில் அமர்த்திவிட வேண்டும் என்று ஆசைப்பட்டார். ஆனால் அந்தப் பிள்ளையோ வைதீகமும் கற்காமல், பள்ளிக் கூடத்துக்கும் போகாமல் பதினைந்து வயதிலேயே ஆற்றுக்குக் குளிக்க வரும் பெண்களைப் பார்த்து விசிலடித்துக் கொண்டு காலம் தள்ளுகிறான். தன் பிள்ளை உருப்படாமல் கெட்டலையும் போது, ஒண்டவந்த நாத்தனார் பிள்ளை வருடா வருடம் மேல் வகுப்புக்குப் போவது மாமிக்கு ஆத்திரமாக வருகிறது. ஆனால் ரகு முழுத் தண்டச் சோறாகவும் இருந்து விடவில்லை. எட்டு வயதில் அம்மா இறந்த திலிருந்து கிணற்றில் தண்ணீர் எடுத்துத் தொட்டியை நிரப்புவது அவன்தான். சமையலுக்கும், குடிக்கவும் ஆற்று நீர் எடுத்து வருவதும் அவன்தான்.

இன்று வீட்டுக்குள் நுழையும் போது பாட்டியின் சாளேசு வரக் கண்ணிலிருந்து தப்ப முடியவில்லை : "ஏண்டா கட்டேல போறவனே, எங்கேடா சுத்தீட்டு வரே?" – பாட்டியின் கேள்வி, பதிலை எதிர்பார்த்தது இல்லை. வீட்டில் மாமியைக் காணோம். ரகு மூலையில் மூடியிருந்த பழையதில் இரண்டு பிடி தையல் இலையில் அள்ளி வைத்துக் கொண்டான். இரண்டு கரண்டி மோர் ஊற்றிக் கொண்டு அவசர அவசரமாகச் சாப்பிட்டான்.

வாசல் திண்ணையில் ஜபமாலையை உருட்டிக் கொண் டிருந்த பாட்டி, அவன் ஒவ்வொரு செய்கையையும் உன்னிப்பாக கவனித்துக் கொண்டிருந்தாள்.

"ஏண்டா கட்டேல போறவனே, வெறுஞ் சோறயா விழுங்கறே? உங்க மாமி எங்கடா தொலைஞ்சாள்?"

"பரவாயில்லை பாட்டி. மாமி கோவிலுக்குப் போயிருக்காப்பலே இருக்கு. எனக்கும் பரீட்சைக்குப் படிக்கணும்."

"ஆமாம். நீ படிச்சுக் குப்பை கொட்டப் போறே. போடா போ, போக்கத்தவனே..."

ரகுவின் கண்களில் கண்ணீர் ததும்பியது.

**கா**லையில் பரீட்சைக்கு அவசரமாக ஓடும் போதும் பாட்டி பார்த்து விட்டாள். அவள் கரிநாக்கி' லிருந்து தப்ப வழியே இல்லை. "ஏண்டா ஒரு படிக்கு ரெண்டு படி. என்னடா அவசரம்?"

"ஸெலக்ஷன் பரீட்சை பாட்டி. ஆசீர்வாதம் பண்ணுங்கோ!"

பாட்டி தன்னுடனேயே எப்பொழுதும் வைத்திருக்கும் மிட்டாய் டப்பியைத் திறந்து ஒரு சிறு பொரிவிளங்காய் உருண்டையை எடுத்தாள். "இந்தாடா..."

ரகு பயந்து கொண்டே உருண்டையை வாங்கிக் கொண்டான்.

"ஏண்டா, ஸ்வாமிக்கு நமஸ்காரம் பண்ணனியா?"

"ஆச்சு பாட்டி."

ரகுவுக்குப் பாட்டியை நினைத்தாலே சிரிப்பு வந்தது. உலகில் எத்தனையோ குண விசேஷங்களைக் காணலாம். ஆனால், இந்தப் பாட்டியைப்போல் ஒரு விசேஷ பிரகிருதியைப் பார்க்கவே முடியாது.

பாட்டியின் கணவர் இந்த ஊரில் தான் மணியக்காரராக இருந்தாராம். பாட்டிக்கு விஷநாக்கு என்பார்களே அப்படி ஒரு கூர்மை, வாயில். அன்றும் கூட பாசம், தாய்மை போன்ற உணர்ச்சிகளை ஒட்டத் துடைத்தது போலத்தான் இருப்பாளாம். எப்படியோ இரண்டு பிள்ளைகளைப் பெற்று விட்டாள். அம்மாவின் ராட்சஸ அதிகாரத் திலிருந்து தப்பப் பெரியவன் ஸ்கூல் முடித்ததுமே வீட்டை விட்டு ஓடிப் போய்விட்டான். பத்தாண்டுகளுக்கு முன் பாட்டியின் கணவர் இறந்து போனபோது மீதமிருந்த ஒரு பிள்ளையும், பாரம்பரிய சொத்தான வீட்டை விற்றுவிட்டுப் பாட்டியையும் உடன் அழைத்துக் கொண்டு பட்டணம் போக ஏற்பாடு செய்தான். பாட்டி கிளம்பும் சமயத்தில் மக்கர் செய்துவிட்டாள். கடைசியில் வேறு வழியில்லாமல் சுவாமிநாத வாத்தியார் வீட்டில் ஓர் ஏற்பாடு செய்துவிட்டு அந்தப் பிள்ளையும் பட்டணம் போய்ச் சேர்ந்தான்.

"ஏன் பாட்டி, பிள்ளைக்குக் கல்யாணம் செய்யல்லையா?" என்று யாராவது கேட்டால், பாட்டிக்கு ஆவேசமே வந்துவிடும். "பிள்ளையாம் பிள்ளை, அணிப் பிள்ளை. யார் எக்கேடு கெட்டால் எனக்கென்ன? எவளை வேண்டுமானாலும் இழுத்துக் கொண்டு ஓடட்டும்" என்று கத்துவாள். பாட்டியின் குரல் பட்டிணத்தில் கேட்டதோ என்னவோ, ஒரு நாள் பாட்டியின் பிள்ளை மனைவியுடன் வந்திறங்கினான்.

ரகு ஸ்கூலிலிருந்து வரும்போதே தெருவில் ஏதோ மாற்றம். வாசலில் மாக்கோலமிட்டு அதன் நடுவில் சிவப்பாய், ஆரத்தி கொட்டியிருந்தது. திண்ணையில் பாட்டி உட்காரும் இடத்தில் பாண்டும் ஷர்ட்டுமாய் ஒரு புதிய மனிதர் அமர்ந்திருந்தார். உள்ளிருந்து, ஏலக்காயும், நெய்யுமாய் மணம் வீசியது. "ரகுராமா, பட்டணத்து மாமா கல்யாணம் பண்ணிண்டு வந்திருக்கார். மாமியைப் பாருடா, மகாலட்சுமி மாதிரி இருக்கா. பி.ஏ. படிச்சிருக்காளாம். நம்பவே முடியலை, என்ன அடக்கம்!" என்று பாட்டியின் பட்டணத்து நாட்டுப்பெண் தலையில் ஐஸ் வைத்தாள் மாமி.

மாமாவும் மாமியும் ஓடி ஓடி உபசாரம் செய்யும் போது பாட்டி எங்கே போனாள் என்பதுதான் புரியவேயில்லை. மாமியை ரகசியமாகக் கேட்டான். "அந்த வயித்தெரிச்சல் கிழம், பிள்ளையையும் நாட்டுப் பெண்ணையும் பார்த்ததிலிருந்து தலையில் பத்தரைச்சுப் போட்டு காமரா உள்ளில் படுத்துண்டு இருக்கு."

மறுநாள் காலையில் பட்டணத்துப்பிள்ளை, மனைவியுடன் கிளம்பிவிட்டார். மாமாவைத் தனியறைக்கு கூப்பிட்டார்: "என் தலைவிதி ஸார், இப்படி ஒருத்தி வயிற்றில் பிறந்திருக்கிறேன். அண்ணா இருக்குமிடம் கூடத் தெரியவில்லை. நான் ஒருத்தனாவது கடமை என்று மாலையும் கழுத்துமாக ஓடிவந்தேன். ஆசீர்வாதம் பண்ணாவிட்டாலும், இத்தனை நாள் கழித்து வந்தவனிடம் வாய் வார்த்தை கூடவா பேசக்கூடாது? என் கடமையை நான் செஞ்சுட்டேன். அவளைப் பார்த்துக்கற புண்ணியம் உங்களுக்கு வரும்' என்று கூறி இரண்டு நூறு ரூபாய் நோட்டுக்களைக் கொடுத்து, "ஏதோ ஸார், வழக்கமாய் மணியார்டர் வந்ததும், அவ உடம்பைப் பற்றியும் எழுதி விடுங்கோ. புத்தி மாறலையே தவிர, வயசு ஏறிக்கொண்டே போகிறது பாருங்கோ. மாமியும் நீங்களும் தான் என் பூர்வ ஜன்ம சகோதர சகோதரிகள். வரோம்" என்று விடைபெற்றுக் கொண்டார்கள்.

சாயங்காலமே பாட்டி மறுபடியும் பனை விசிறி, மிட்டாய் டப்பா சகிதம் திண்ணைக்கு வந்துவிட்டாள். மாமி வழக்கமாகக் கொடுக்கும் கஞ்சியைச் சாப்பிடாமல் படுத்து விட்டாள். ரகுராமனைக் கூப்பிட்டாள். "ஏண்டா, மித்தத்துக்குத் தண்ணி வச்சியா இல்லையா?"

"வச்சுட்டேன் பாட்டி." – ரகுராமனின் பிள்ளை மனசு குறுகுறுத்தது. "ஏன் பாட்டி, உங்க பிள்ளை , நாட்டுப்பெண் வந்திருந்தாளே, பாக்கலையா?"

அவன் சற்றும் எதிர்பாராதவிதத்தில் பனை விசிறி காம்பு முதுகில் சுரீர்' என்று விழுந்தது. 'முளைத்து மூணு இலை விடவில்லை. என்னை என்ன கேள்விடா கேட்டாய்? நாக்கை அறுத்துத் தீயில் வைக்க" என்று 'ஓ'வென அலற ஆரம்பித்து விட்டாள். சத்தம் கேட்டு வந்த மாமாவும், மாமியும் அவனைக் கடிந்தனர். பாட்டி கோபித்துக் கொண்டு போய்விட்டால் அவர்கள் ஜீவனம் எப்படி நடப்பது?

ரகுராமன் பரீட்சையில் தேறி விட்டான். மாமா கண்ணில் நீர்

வழிய அவனை அணைத்துக் கொண்டார். மாமி முகத்தில் சிரிப்பைக் காட்டாவிட்டாலும், இலையில் பாயசம் விட்டாள்.

"பாட்டி, நான் ஸ்கூல் ஃபைனல் பாஸ் செய்து விட்டேன். நிறைய மார்க் வந்திருக்கிறது." – பாட்டி காலில் சாஷ்டாங்கமாக விழுந்தான்.

"பெரிய பரீட்சை பாஸ் செய்து விட்டானாம். ரெண்டு கொடம் தண்ணி இழுக்க உடம்பிலே வலுவில்லை. படிச்சானாம் படிப்பு!" – பாட்டி நார்மடியில் முகத்தை மூடிக் கொண்டு விட்டாள்.

ராமபத்ர ஐயங்கார் அவன் நினைக்கக் கூட முடியாதபடி பெரிய காரியத்தை ரகசியமாகச் செய்து அளித்து விட்டார். எங்கோ ஐயாயிரம் மைல் கடந்து ஸ்விட்சர்லாந்து நாட்டில் இருந்த நல்ல குணம் படைத்த ஒரு செல்வந்தருக்கு ரகுராமனைப் பற்றி எழுதியிருக்கிறார். பரந்த உள்ளம் படைத்த அந்தச் செல்வந்தரோ, முகம்கூடக் கண்டிராத அனாதைச் சிறுவனின் மேல்படிப்புச் செலவு முழுவதையும் தானே ஏற்று விட்டார்.

இன்று டாக்டர் ரகுராமன் அமெரிக்காவில் பௌதீகப் பேராசிரியர்! எட்டாண்டுகளாக இங்கிருந்தும் ஒட்ட முடியாமல் ஒதுங்கி நிற்கும் தனிமைக்கு மருந்தாய் ஒரு பெண்துணை, ஆடம்பரமற்ற அடக்கமான, மேல்பூச்சுகளற்ற ஒரு தோழமையை மனம் நாடுகிறது. ஏனோ அவனுக்கு முப்பது வயதாகியும் மாமாவோ, மாமியோ இந்த விஷயத்தைப் பற்றி எழுதுவதே இல்லை.

ரகுராமன் முடிவு செய்துவிட்டான். மூன்று மாத லீவில் கணியூருக்குச் செல்ல வேண்டும். அமராவதி நதியில் அமுங்கிக் குளிக்க வேண்டும். பச்சைப் பசேலென்ற வயல் வரப்புகளின் மேல் வேட்டியை மடித்துக் கட்டிக் கொண்டு வெறுங்காலுடன் நடக்க வேண்டும். மாமி கையால் பழையதைக் கரைத்துக் குடிக்கவேண்டும். பாட்டி 'இன்னும் இருப்பதாக' மாமா எழுதியிருந்தார். பாட்டி என்னைப் பார்த்ததும் என்ன சொல்வாள்? ரகுராமனுக்குச் சிரிப்பு வந்தது. ப்ளேன் டிக்கெட் வாங்கக் கிளம்பிவிட்டான்.

மாமாவின் வீட்டைப் பார்த்ததுமே திகைத்து விட்டான் ரகு. ஓடு பெயர்ந்து கிடந்த காரை வீடு சிமெண்ட் கட்டடமாக மாறியிருந்தது. அகல்விளக்கு ஏற்றி வைக்கும் மாடத்தில் எலெக்ட்ரிக் மீட்டர். ஏமாற்றம் மனத்தை அழுத்தினாலும், அதனூடே ஒரு மகத்தான உண்மையும் புரிந்தது. அமெரிக்காவில் தான் சம்பாதிக்கும் பணத்தில் பத்தில் ஒரு

பகுதி, தன் நன்றிக் கடனாக மாமாவுக்கு மாதா மாதம் அனுப்பும் போது அதன் மதிப்பு எவ்வளவு உயர்ந்துவிடுகிறது என்று. மாமியின் உடலில் பட்டுப் புடவை, காது மூக்கில் வைரம் மின்னியது. இங்கு எல்லாமே மாறி விட்டது.

"ஆமாம், திண்ணையில் ஒண்டிக் கொண்டிருக்கும் பாட்டி எங்கே?"

மாமா சூள் கொட்டினார் : "யாருக்கும் உபயோகமில்லாமல் ஒரு கிழம் திண்ணையில் உட்கார்ந்திருந்தா நன்னாவா இருக்கு? காமரா உள்ளைத் தடுத்துக் கொடுத்து விட்டேன். அவ பிள்ளையும் பெரிய வேலை கிடைச்சுதுன்னு குவெய்ட் போய்விட்டான். பாங்கில் ஏற்பாடு செய்திருக்கிறான். மாசம் 'டாண்'ணு நூறு ரூபாய் வந்துவிடுகிறது. ஏதோ , தர்மம்னு ஒண்ணு இருக்கோல்லியோ?"

ஓஹோ, பாட்டியின் மதிப்பு ஐம்பது ரூபாய் உயர்ந்து விட்டதா? ரகு, காமரா உள்ளை நோக்கி ஓடினான். அறையின் மூலையில் கிழவி ஒடுங்கி இருந்தாள்.

"பாட்டீ, பாட்டீ! ரகுராமன் வந்திருக்கேன்."

பாட்டி மெல்லத் தரையை ஊன்றிக் கொண்டு எழுந்திருக்க முயற்சித்தாள். ரகு அவளை அணைத்துத் தூக்கக் குனிந்தான்.

"அடக் கட்டேலே போறவனே, உன் சீமைத் தீட்டோட என்னைத் தொடாதேடா" என்று முனகிக் கொண்டே எழுந்திருந்தாள்.

"குனிடா, உன்னைப் பார்ப்போம்!"

ரகுராமன் குனிந்து மண்டியிட்டுக் கிழவியின் அருகில் அமர்ந்தான். "எந்தச் சீமைக்குப் போனால் என்ன, நீ குச்சிக்காலும், குச்சிக் கையுமாகத்தான் இருப்பாயா? ஏண்டா போக்கத்தவனே, வயிற்றுக்குச் சாப்பிடுகிறாயா இல்லையா?"

"மாமி, வாயை மூடுங்கோ!" – மாமாவின் குரல் கர்ஜனையாய் அதிர்ந்தது.

ரகுவுக்குச் சங்கடமாகப் போய்விட்டது. "நீங்க போங்க மாமா, இதோ வரேன்" – பாட்டியின் அருகில் சப்பணமிட்டு உட்கார்ந்தான்.

மாமா திரும்பி வந்தார்: "ரகு, சாப்பிட வரயா? இந்தக் கிழம் வந்ததும் வராததுமாக நச்சரிக்க ஆரம்பித்து விட்டதாக்கும் ..... இதன் நச்சரிப்புத் தாங்காமல் தான் நாங்க யாரும் இந்த ரூம் பக்கம் வருவதில்லை ."

கூடத்தில் இரும்பு டேபிளில் சாப்பாடு ரெடியாக இருந்தது.

"இதெல்லாம் என்ன மாமா, சமையலறையில் தரையில் உட்கார்ந்து

சாப்பிடலாமே?"

"நன்னாயிருக்கு, நீ தரையில் சாப்பிடவாவது?" – மாமி குறுக்கிட்டாள்.

பேசாமல் மேசை எதிரில் அமர்ந்தான். மனத்தில் குறுகுறுத்த கேள்வி பொங்கி வெளிவந்து விட்டது. "மாமி, நீங்க டேபிளைச் சாணி போட்டுத் துடைப்பேளா?" மாமி ரொம்ப மடி, ஆசாரமாயிற்றே!

மாமா உலகிலேயே பெரிய 'ஜோக்'கை கேட்டது போல் 'ஓஹோ' என்று சிரித்தார். மாமியும் அதில் சேர்ந்து கொண்டாள்.

கையலம்பிக் கொண்டு காமரா உள்ளைத் தாண்டி வருகையில் பாட்டியின் குரல் ஈனமாகக் கேட்டது ரகு உள்ளே நுழைந்தான். "டப்பாவை எங்கியோ வச்சேன், கண் தெரியலை. சித்தப் பாரேன்." அருகிலேயே கிடந்த மிட்டாய் டப்பாவை எடுத்துப் பாட்டி கையில் கொடுத்தான். காய்ந்து, சுருங்கிய விரல்களால் மெல்லத் துழாவித் திறந்தாள். பொன் நிறமான பொரிவிளங்காய் உருண்டைகளில் கணக்காய் ஒன்றை எடுத்தாள். "இந்தாடா!"

"இப்பத்தானே சாப்பிட்டேன்! அப்புறம் வாங்கிக்கறேன்."

"இந்தப் பூதஞ்சி போகலையா இன்னும்?" பாட்டிக்குக் கோபம் வந்து விட்டது. "தாங்கோ பாட்டி." – ரகு சிரித்துக் கொண்டே உருண்டையை எடுத்து வாயில் அடக்கிக் கொண்டான். உருண்டை வாயில் கரையும் போது, அவன் படிப்பு, அந்தஸ்து, பணம் யாவும் கரைந்து, அவன் பட்டிக் காட்டுப் பாலகனாகக் காவியேறிய வேஷ்டியுடன் அமராவதி நதிக்கரையில் நிற்பது போன்ற உணர்ச்சி ஏற்பட்டது. இந்தப் பாட்டி முன் இன்னும் கட்டேல போறவனாகத் தாழ்ந்து நிற்பதன் ரகசியம் என்ன? பெற்ற மக்களையே வெறுக்கும், பாசங் களையே துடைத்துவிட்ட ஒரு கிழவி ரத்த சம்பந்தமற்ற ஓர் அனாதைப் பிள்ளைக்குச் சாபங்களுடனும், திட்டுக்களுடனும் கலந்து பொரிவிளங்காய் உருண்டை அளிக்கும் மர்மம் என்ன? –

பல முறை ரகுவாக ஆரம்பித்தும் கூட மாமாவோ, மாமியோ, அவன் திருமண விஷயத்தில் அக்கறை காட்ட வில்லை. பயந்தது போல் பேச்சையே மாற்றினார்கள். பாட்டி மாத்திரம் முனகிக் கொண்டிருந்தாள்: "வயசாறது. கல்யாணம் கார்த்தி ஒண்ணும் கிடையாதா உனக்கு? நீ எவளையானும் வெள்ளைக்காரச்சியைத்தான் இழுத்துண்டு போகப் போறே" என்று.

ஒரு நாள் விளையாட்டாக, "நீங்கதான் பெண் பாருங்களேன் பாட்டி!" என்றான்.

பாட்டி குரல் உயர்ந்துவிட்டது: "நான் ஏன் உனக்குப் பெண் பார்க்கணும்? பணத்தை வாங்கி முடிஞ்சிண்டு, சிமெண்ட் வீடு கட்டறானே மாமாக்காரன், அவன் என்னடா செய்யறான்?"

ரகுவுக்கு இப்போது ஒரு பெரிய உண்மை புரிந்தது. எங்கே, திருமணம் ஆனால் தங்கள் பஞ்சப்படி குறைந்து விடுமோ என்ற பயத்தில் மாமாவும், மாமியும் அவன் திருமணம் செய்து கொள்வதை விரும்பவில்லை.

போக ரகுவின் மனம் ஏமாற்றத்தால் கசந்தது.

ரகு வந்து ஒரு மாதமாகி விட்டது. வந்த காரியமும் முடியவில்லை. கிராமத்தில் பொழுதும் போகவில்லை. பாட்டியின் அறையில் நுழைந்து அவளை வம்புக்கிழுத்து, 'கட்டேல போறவனே' என்று திட்டு வாங்குவது ஒன்றுதான் இயற்கையாக இருந்தது. மற்றபடி எல்லாம் போலி. வெறும் தோற்றம்.

கஞ்சியை எடுத்துக் கொண்டு பாட்டி அறையில் நுழைந்தான். பாட்டி மூலையில் சுருண்டு படுத்திருந்தாள். "பாட்டீ , கஞ்சீ!" – ரகு குரல் கொடுத்தான். அப்படியும் பாட்டி எழுந்திருக்கவில்லை. ரகு குனிந்து பாட்டியைத் தொட்டான். பாட்டியின் உடல் சில்லிட்டிருந்தது. ரகு ஒரு நிமிடம் மூச்சே நின்றுவிட்டது போலத் திணறினான். அதிர்ச்சியில் கஞ்சி டபரா கீழே விழுந்தது. அவன் போட்ட சத்தத்தில் மாமாவும் மாமியும் ஓடி வந்தார்கள்.

கிழவி போய்விட்டாள் என்றவுடன் 'அப்பாடா!' என்ற ஆனந்தம் அவர்களிடையே நிலவுவதுபோல் தோன்றியது. பாட்டிக்கு யார் காரியம் செய்வது என்பது பற்றி ஆலோசனைக் கூட்டம் நடந்தது. இத்தனை நாள் வீட்டோடு இருந்தாளே, நீங்களே பிள்ளையாய்க் கொள்ளி போடுங்களேன்' என்று, சிமெண்ட் வீட்டு சுவாமிநாத மாமாவைச் சொல்லும் தைரியம் யாருக்கும் இல்லை .

திக்பிரமை பிடித்தவனாக நின்ற ரகு திடீரென்று வெறி பிடித்தவனாகக் கத்தினான்: "மாமா, யாரும் பாட்டிக்குக் கொள்ளி போட வேண்டாம். நான்தான் பாட்டிக்குக் காரியம் செய்யப் போகிறேன்."

"ரகுராமா, நீ எதற்காக...?" மாமாவின் குரல் தாழ்ந்தது.

"நான் எப்பாடு பட்டாவது பாட்டியின் ஆத்மாவைக் கரையேற்றுவேன். நான்தான் அவளுக்கு அக்னி மூட்டி அவளைப் புனிதப்படுத்தப் போகிறேன்."

"கட்டேல போறவனே' என்று என்னை கூப்பிடுவியே பாட்டி, என் தோளில்தானே பாட்டி உன்னைச் சுமந்து கட்டைக்கு எடுத்துச் செல்லப் போகிறேன்..."

டாக்டர் ரகுராமன் குழந்தை மாதிரி விசித்து விசித்து அழுவதை ஊரார் வியப்புடன் வேடிக்கை பார்த்தனர்.

பாட்டியின் பயணம் ராஜ பவனியாக சொந்தமில்லாப் பேரன் தோளில் தொடங்கியது.

*ஆனந்த விகடன்,*
*3.10.76.*

# போருக்குப் புறப்பட்டவள்...

"போற்றி, போற்றி... பெண்மை போற்றி...! என் பெயர் பாரதி, அழைக்கிறேன் நான், என் பெயர் கொண்ட முண்டாசுக் கவிஞரை வக்காலத்திற்கு..." நிமிர்ந்த உடம்பும், நேர்கொண்ட பார்வையும், கட்டுக்கடங்காத் தன்னம்பிக்கையும் கொண்டிருந்த அந்தப் பெண்ணைக் கூட்டம் கைதட்டி வரவேற்றது.

மடையாகப் பொழிந்தாள் பாரதி. 'ஆணுக்குப் பெண் இளைப்பில்லை' என முழங்கினாள்... மனுவிலிருந்து ஆரம்பித்து இன்றுவரை சமுதாயத்தில் பெண்ணைச் சார்புள்ளவளாகவே எண்ணிப் பார்க்கும் மனோபாவம் மாற வேண்டும் என்றாள். கூட்டம் பிரமிப்புடன் அவளைப் பார்த்துக் கொண்டிருந்தது.

"வளர்க பெண் சமத்துவம்" கம்பீரமாக அவள் பேசி முடித்தவுடன் கூட்டத்திலிருந்து கர ஒலி அடங்கவே பத்து நிமிடமாயிற்று...

கல்லூரி முதல்வர் மேடை ஏறினார். சிறந்த பேச்சாளருக்கான இவ்வாண்டு கேடயம் பி.ஏ.கடைசியாண்டு மாணவி குமாரி பாரதிக்குக் கிடைக்கும். பாரதி தோற்றத்திலும், பேச்சிலும், செயலிலும் பாரதி கண்ட புதுமைப் பெண். அவள் கனவு காணும் பெண்ணுலகம் உருவாக என் வாழ்த்துக்கள்"

சுமக்க முடியாத கனமுள்ள ஷீல்ட் கை மாறியது. மறுபடியும் கை தட்டல் ... தங்க நிற சூடிதார் கமீஸ், கருப்பில் பூப்போட்ட துப்பட்டாவுமாகப் பாரதி தேவதை போல் புன்னகை செய்தாள். குட்டையாக வெட்டப்பட்டுத் திருத்திய அவள் முடி காற்றில் அலைந்தது. சிவப்பு தீட்டிய அவள் உதடுகள் மகிழ்ச்சியில் விரிந்தது. வெண்பல் வரிசையை வெளிப்படுத்தின.

புகழாரங்கள் அவளுக்குப் புதிதல்ல. ஆங்கிலமானாலும், சரி, தமிழானாலும் சரி, பேச்சில் அவளை வெல்பவர் யாருமில்லை. அதுவும் பெண் விடுதலை அவளுடைய பெட் ஸப்ஜெக்ட். மடைதிறந்த வெள்ளம் போல் கிளம்பி விடுவாள். வீட்டில் அவள் சகோதரன் சம்பத்... அம்மாடி, அட்டாக் துவங்கிவிட்டாயா," என்று கட்டில் அடியில் வேடிக்கையாக ஒளிந்து கொள்வான்... அம்மாவுக்கும், அப்பாவுக்கும் மகள் அழகியாக, மகா புத்திசாலியாக, வகுப்பில் முதல் மதிப்பெண் பெறுபவளாக, விளையாட்டு வீராங்கனையாக இருப்பதில் நிறையவே பெருமை.

"ம்... சம்பத்... இன்ஜினீயராவான், டாக்டராவான் அல்லது ஐ.ஏ.எஸ். ஆபீஸராவான் என்று கனவு கண்டோம். அவனோ பி.எஸ்.ஸி. முடித்துவிட்டு பாங்க் வேலைக்குச் சேர்ந்து விட்டான்..." என்று அம்மா முனகினால், அப்பா, " அதனால் என்னடீ? எல்லாத்துக்கும் சேர்த்துத்தான் பெண் பிறந்திருக்காளே, பத்து ஊரை மேய்ச்சுக் கட்டுவா..." என்று மார்தட்டிக் கொள்வார்...

"மம்மீ..... டாடீ .." பாரதி வாயிலிலிருந்தே குரல் எழுப்பினாள்... சாதாரண அப்பா, அம்மா கூட அவளுக்கு மகிழ்ச்சியில் இங்கிலீஷ் ஆகிவிடும்... "இன்னிக்கு எனக்குத்தான் ஷீல்ட்..." அம்மா அவளை அணைத்துக் கொண்டாள்...

"ம்... என்ன பெண் விடுதலை டாபிக்கா...? பெண்கள் பாண்ட்தான் அணியனும், முடியை வெட்டிக் கொள்ளணும் என்றெல்லாம் கோஷம் போட்டு முடித்தாகிவிட்டதே! இனிமேல் பெண்களுக்கு தனி பாத்ரூம் கிடையாது, தனி பஸ் கிடையாது என்றெல்லாம் சத்தம் போடறதுதானே?"

"என்னண்ணா, நீ வல்கராப் பேசறே.... உன்னைப் போன்ற ஆண்களுக்கெல்லாம் பெண்கள் மேல் பொறாமை..."

"எதுக்குப் பொறாமை?"

"அவங்க அழகா, புத்திசாலியா இருக்காங்களேன்னு..."

"அட அசடே.... அவங்க அழகை உபயோகித்துக் காரியம் சாதித்துக் கொள்ளாதவரையிலும் எந்தப் பொறாமையும் கிடையாது..."

"சும்மாயிருடா நீ... எங்கிட்ட வாடியம்மா கொழந்தே, ஸ்கூல்ல என்னப்ரைஸ் குடுத்தா காண்பி," பாட்டி பேத்தியை அழைத்தாள்.

"ஸ்கூல் இல்ல பாட்டி... காலேஜ்."

"சரி, ஏதோ ஒண்ணு. நன்னாயிருக்கே இது. என்ன பண்றது இதை

வச்சிண்டு. ஆமா என்னத்தைப் பத்தி பேசினே சொல்லு."

"பெண்களைப் பத்தி பாட்டீ... பெண்கள் சுயமாகத் தன் காலில் நிற்கணும். துணிந்து செயல்படணும்... மனசுக்குப் பிடிச்சவனைத்தான் கலியாணம் செய்து கொள்ளணும்... வரதட்சணை வாங்கக்கூடாது, என்கிற மாதிரி... உங்களுக்கு இதெல்லாம் புரியாது பாட்டி."

"ஏண்டிம்மா புரியாது? நான் உன்னை மாதிரி இங்கிலீஷ் படிக்கலை. பேண்டு சட்டை போட்டுக்கல்லைன்னாலும், இதெல்லாம் எனக்கு நல்லாவே புரியும். எனக்குக் கலியாணம் ஆகிற போது வயது பதினைந்து... உங்க தாத்தா ஆஜானுபாகுவா, செகப்பா பார்க்க ஜம்முனு இருப்பார். நான் கறுப்பா, ஒட்டடைக் குச்சியாட்டமா இருப்பேன். பெரியவா எங்க கலியாணத்தை எங்களை கேட்காமலே நிச்சயப் படுத்திட்டா... நான் டெல்லியிலே வேலையாயிருந்த உங்க தாத்தாவுக்கு ஒரு கடிதம் எழுதிப்போட்டேன்... உறவுப் பெண்ணாச்சேன்னு நீங்க என்னை கல்யாணம் செய்துக்க வேண்டாம்... என்னைப் பிடிச்சிருந்தா செய்து கொண்டாப் போதும். அதே மாதிரி எனக்கு வர ஆம்படையான் பாட்டை ரசிப்பவரா இருக்கணும்னு நான் நினைக்கிறேன்.... உங்களுக்குப் பாட்டுப் பிடிக்குமான்னு கேட்டு ... அவர் அழகாயிருந்தா அவருக்கு, எனக்கு நான் ரம்பைதான்... அதே மாதிரி எனக்குப் பாட்டுப் பிடிக்கும்... ஒவ்வொருத்தருக்கும் ஒரு ரசனை யிருக்கும்... அழகான பொண்ணு வேணும்னா இவர் வேற தேடிப் போகட்டும். அதேபோல் பாட்டை ரசிக்கிற மனிதரை நான் தேடலாம்னு... கடைசியிலே அவருக்கு பாட்டு தெரிஞ்சிருந்தது, என்னையும் பிடிச்சிருந்தது.

எதுக்காகச் சொல்ல வர்றேன்னா பொண்ணுன்னா அவ அவலட்சணமோ புத்தி குறைவோ அவளுக்கும் சுய மதிப்பிருக்கணும்னுதான்.

அவர் அழகா இருந்தார். நான் நன்றாப் பாடுவேன்... அவர் சிடுமூஞ்சி. எனக்கு குணத்தில ப்ளஸ் மார்க்கு – அவருக்கு சம்பாதிக்கத் தெரியும். எனக்கு சமைக்கத் தெரியும்... பொம்மனாட்டின்னா என்ன மட்டமோ?"

"இப்போ புரிஞ்சுது பாட்டி.... உங்க பேத்தி யாரைக் கொண்டு பிறந்திருக்கான்னு... பாட்டி எவ்வழி பேத்தி அவ்வழி..." சம்பத் சிரித்தான்.

இப்போது பாரதி எம். ஏ. வங்கிப் பரீட்சைகள் எழுதி வருகிறாள். ஓய்வு நேரத்தில் ப்ரெஞ்சு வகுப்பு... மாலையில் டென்னிஸ் பயிற்சி... பெற்றோர் அவள் சுதந்திரத்தில் தலையிடுவதில்லை. ப்ருஷ்டம் தழுவிய டெனிம்ஜீன்ஸும் விதவிதமான சூரிதார் குர்தாவும், போக்குவரத்துக்குச் சவுரியமாக மொபெட்டும், அறிவு ஜீவியான

ஆண், பெண் நண்பர்களுமாக அவள் வாழ்வு அலுங்காமல் செல்கிறது.

இதே தகுதியும், வயதும் உள்ள ஆண்மகன், இந்த இடைப்பட்ட காலத்தில் உணரும் பாதுகாப்பின்மை அவளிடம் இல்லை. இன்னும் ஒரு கரண்டி தயிர் விடு' என்று அம்மாவிடம் கேட்க அவள் தயங்க வேண்டாம்... "ம்.... வேலை, வெட்டி, இல்லாமல் ஷோக்கை பாரு' என்று அப்பா முணுமுணுக்க வில்லை. வேறு வீட்டுக்குப் போகப் போகும் பெண் என்ற சலுகை நிறையக் கிடைத்தது.

அம்மாதான் முதலில் திருமணப் பேச்செடுத்தாள். "உங்கப்பா போலவே கம்பெனி எக்ஸிக்யூடிவ்வின் பிள்ளையாம். அமெரிக்காவில் எம்.டெக். முடித்துவிட்டு டெல்லியில் பெரிய கம்பெனியில் மூவாயிரத்துக்கும் மேல் சம்பளம் வாங்குகிறானாம்... நிறைய அலவென்ஸ் எல்லாம் உண்டு. பிக்கல் பிடுங்கல் இல்லாத குடும்பம், ஒரே அக்காவும் கல்யாணமாகி லண்டனில் இருக்கறா... குலம், கோத்திரம், ஜாதகம் எல்லாம் நன்றாகவே அமைந்திருக்கிறது. யோசிக்காம நாம் இந்த வரனை பாரதிக்குப் பார்க்கலாம்."

"உன் ஒபினியன் என்ன பாரதி?" – இது அப்பா .

பாரதி பதில் கூறவில்லை.

சம்பத் தான் குறுக்கிட்டான்... "ஏம்மா, பாரதிக்கு இப்போ கல்யாணத்திற்கு என்ன அவசரம்... வயசு இருபத்தி ஒண்ணு தானே ஆகியிருக்கு... உன் காலமா என்ன? அதோடு அவ புத்திசாலி வேற... நன்னா படிக்கறா... ஐ.ஏ.எஸ். எழுதட்டும்... மேனேஜ்மெண்ட் படிக்கட்டும்; பெரிய கம்பெனியில் எக்ஸிக்யூடிவ் வேலை கிடைக்கும்... கொஞ்ச வருஷம் சுதந்திரமா ப்ரியா இருக்கட்டும். அப்புறம் அவ வேலைக்கும் விருப்பத்துக்கும், வாழ்க்கைக்கும் தக்கபடி பிள்ளையா கிடைக்காமல் போவான். உங்களுக்கு வேலை வைக்காமல், அவளே தன் விருப்பப்படி மாப்பிள்ளை தேடிப்பா... சரிதானே பாரதி?"

பாரதி சில வினாடிகள் மௌனமாக எதுவும் பேசாமல் நின்றாள். திடீரென அவள் காதுகள் சிவந்து, முகம் கோபத்தில் ஜொலித்தது. "உனக்கு இருபத்தெட்டு வயசாகிறது. இன்னும் பெண் ஒண்ணும் சரிப்படலை. ஏழு வயது சின்னவளுக்கு நல்ல இடம் வரதுன்னு வயிற்றெரிச்சலா இருந்தா வெளிப்படையாச் சொல்லிட்டு போறதுதானே...."

சம்பத்தும், அவன் பெற்றோரும் திகைத்து நிற்க, பாரதி வெளியேறினாள். ஆனால் இந்த வரனைப் பற்றிய பாரதியின் ஒபினியன் என்ன என்று எல்லோருக்கும் புரிந்தது.

ஒருநாள் பிள்ளை டெல்லியிலிருந்து ப்ளேனில் வந்து இறங்கினான். சூரிதார் கமிஸில் நாகரிகமாக பாரதி அவனருகில் சோபாவில் அமர்ந்து நுனி நாக்கு ஆங்கிலம் பேசினாள்... லிப்ஸ்டிக் அணிந்த பிள்ளையின் தாயும், பைப் பிடிக்கும் தந்தையும் பாரதி குடும்பத்தினரை டின்னருக்கு அழைத்தார்கள். கல்யாணம் நிச்சயமாயிற்று.

ஐ.ஏ.எஸ். ப்ரில்மினரி நெருங்குகிறது என சம்பத் பலமுறை நினைவு படுத்தியும், பாரதி புடவை வாங்குவதிலும், நகைக் கடைக்குப் போவதிலும் காட்டும் கவனத்தைப் படிப்பில் காட்டக்காணும்...

அன்று அப்பா ஆபீஸிலிருந்து வரும் போதே மிகவும் சுரத்தில்லாமல் வந்தார்... அம்மாவையும், பாட்டியையும் அழைத்தார்... "இந்த இடம் நமக்கு சரிப்படாது... இதை ட்ராப் செய்து விடப்போகிறேன்."

"என்னப்பா விஷயம்?" பாட்டி அரண்டு கேட்டாள்.

"இன்று காலை பையனின் அப்பா போன் செய்தார். அவர் பிள்ளை கார் வாங்கினால் கம்பெனியில் மாசம் ஆயிரம் ரூபாய் அலவென்ஸ் கிடைக்குமாம்... புதிசாக இல்லாவிட்டாலும் ஒரு பழைய மாடல் கார் ஐம்பதாயிரத்துக்கு வாங்கிடுங்கோ என்றார்...."

"நன்னாயிருக்கே கதை.... ரொம்ப ஸ்டைலா நடந்துண்டா... இப்ப பத்திரிகை அச்சடிக்கிற டயத்திலே இது என்ன புதுசா? அவாத்துப் பிள்ளைக்கு அலவென்ஸ் வேணுமானா அவன் அப்பா, அம்மா வாங்கித் தரட்டும்; இல்லை, அமெரிக்கா ரிடர்ன்ட் பிள்ளை கடன் வாங்கி வாங்கிக்கட்டும்... நட்ராஜா, என் பேத்திக்கு இந்த இடம் வேண்டாம்... புத்திசாலிப் பெண்ணை இந்த சாமர்த்தியக்காரர் ஆத்துக்கு குடுக்க வேண்டாம்..." பாட்டி அடித்துச் சொன்னாள்.

"ஏற்பாடெல்லாம் ஆரம்பிச்சாச்சேம்மா... எப்படி நிறுத்தறது? பாரதிக்கும் பையனைப் பிடிச்சிருக்கு."

"ஒரு தரம் பார்த்ததுலே என்ன பெரிய பிடித்தம். ஒரு ஆண் பிள்ளைக்கும், பெண்ணுக்கும் பிடித்தம் வர நாலு வருஷமாவது ஆகும்... போடி போ... இந்த வரன் இல்லைனா ஆயிரம் வரன்..." பாட்டி மகாஅலட்சியமாகச் சொன்னாள்.

"ஆனாலும்..." அம்மா தயங்கினாள், "ஏன்னா , நான் வேணா என் கை வளையலை வித்துடறேனே... நாப்பதாயிரம் வராது?"

"நன்னாயிருக்கு , உன் சொத்தை நீ எதுக்கு விக்கணும்?" இது பாட்டி.

"நீங்க வேற ஏதாவது முயற்சி..."

"நான் என் ப்ராவிடெண்ட் பணத்தில் முழுக்கவே ட்ரா பண்ணப்

போகிறேன்.... அதுக்குத் தகுந்தபடி தானே நாம பட்ஜெட் போட்டோம்... அம்மா தன் நகைகளைத் தந்துவிட்டதாலே அந்த செலவு குறைந்துவிட்டது... அடுத்த வருஷம் ரிடையராகிறவன் 'லோன்' எடுத்தால் எப்படித் திருப்பித் தருவது?"

இத்தனையும் அடுத்த அறையிலிருந்து கேட்டுக் கொண்டிருந்த பாரதி புயலெனச் சீறிவந்தாள்; "'அப்பா லோன் எடுத்தால் திருப்ப முடியாது. சரி ஒத்துக்கிறேன்... எட்டு வருஷமா சம்பாதிக்கிறானே அண்ணா, அவனுக்குத் தங்கை கல்யாணத்தில் பொறுப்பில்லையா? பி.எப்பிலும், பாங்கிலும் யாருக்குச் சேத்து வைக்கிறான்? ஒவ்வொரு குடும்பத்தில் அஞ்சு தங்கைகளுக்கு ஒரு அண்ணன் கல்யாணம் செய்து வைக்கிறார்கள். இவனால் ஒருத்தி கல்யாணத்துக்கு உதவ முடியாதா? கேட்கிறபடி கேட்டால் தன்னால் தரான், உங்க பெண்ணின் வாழ்க்கையில் உங்களுக்கு இவ்வளவுதான் அக்கறை..." பாரதி விம்மி, விம்மி அழ ஆரம்பித்தாள்.

மேடையேறி முழக்கும் புதுமைப் பெண்ணை, தலைமுடி முழுவதுமாக வெளுத்த பாட்டி இரக்கத்துடன் பார்த்தாள். ஏதாவது சொன்னால், "கார் என்ன அவருக்கு மட்டும் ஏறிப் போகவா, என்னையும் ஆசையுடன் ஏற்றிப் போகத்தானே..." என்று பதில் வரும் என்று புரிந்து பெருமூச்சு விட்டாள்.

*தாய் – தீபாவளி மலர் 1985*

# ஒரு முடிவு ஒரு ஆரம்பம்

சிவநேசன் அழுதார். மருமகள் ரமா அவரை இரக்கத்துடன் பார்த்தாள். பாவம். அறுபது வயது கூட முடியவில்லை . அதற்குள் மனைவியை இழப்பது என்பது சாதாரண விஷயமா? நாற்பது வருடம் சேர்ந்து வாழ்ந்த வாழ்வில் பிரிவு சாமான்யமா?

காமாட்சியின் மூச்சு மேலும் கீழுமாக ஏறி இறங்கிக் கொண்டிருந்தது. அதன் சுருதி, தாளம் எல்லாமே மிகவும் தவறாக இருந்தது. வெதும்பி யிருந்த காமாட்சியின் விரல்களை மெல்ல நீவினார். பொங்கிப் பொங்கிக் குமுறினார். குற்ற உணர்ச்சியில் ராகவனை நிமிர்ந்து பார்த்தார் கண்ணீருடன்.

காமாட்சியை அவர் காதல் கலியாணம் செய்து கொண்டார். காவிரிக் கரையில் புதுப்புனலுக்கு சித்ரான்னங்கள் எடுத்துக் கொண்டு சென்றவர், அங்கே பாவாடை, தாவணியில் சின்னப் பெண்ணாய், சலங்கை சப்தமிடச் சிரித்த அம்மாவைப் பார்த்து மயங்கி, "இவளைத்தான் கலியாணம் பண்ணிப்பேன்" என்று பிடிவாதம் பிடித்தார். மிராசுக் குடும்பத்துப்பிள்ளை , சாதாரண வக்கீல் குமாஸ்தா பெண். கேட்டவுடன் சுலபமாகக் கிடைத்தது. அந்த நேசம், ஆசை எதையும் அப்பா, அம்மாவிடம் காட்டி ராகவன் பார்த்ததில்லை. இப்படித் திடீரென்று அம்மா சாவுப்பிடியில் விழ, அப்பாவுக்கு அன்பு அழுகையாகப் பொங்கி வர்றதாக்கும்? இனிமே யாரை வதைக்க முடியும் என்ற பிரச்சினையாக இருக்கும். ராகவன் முகத்தைத் திருப்பிக் கொண்டான்.

"காமாட்சி... காமாட்சி..." அப்பா அலறினார். "கண்ணைத் திறம்மா... காமாட்சி! என்னால நீ இல்லாம தனியே வாழவே முடியாது. நான் ஏதாவது தப்புப் பண்ணியிருந்தா மன்னிச்சுடும்மா... கண்ணம்மா'

தன் விளிப்பின் வியப்பு தன்னையே தாக்கியது போல் ஒரு வினாடி நிறுத்தினார். ரமாவும், ராகவனும் மெல்ல நழுவினார்கள்.

சிவநேசன் வற்றிச் சுருங்கியிருந்த காமாட்சியின் முகத்தை உற்றுப் பார்த்தார். ஐம்பத்தேழு வயது, சாவின் இறுதிக் கட்டம், அப்படியுமா இப்படி ஓர் அழகும், கம்பீரமும் ! பதினேழு வயதுப் பெண்ணாய்க் காமாட்சி சலங்கை ஒலிக்க சிரித்தாள். காமாட்சி இப்போதும் புன்னகை மாறாமலேதான் கண் மூடி இருக்கிறாள். ஆனால் அந்த சலங்கை ஒலியையும், கலீர் சிரிப்பையும் அவர் வீட்டில் நுழைந்ததுமே விட்டுவிட்டாள். இல்லை, விடவைத்து விட்டார்.

வீட்டுக்குள் புதுப்பெண்ணாய் மெட்டிச் சப்தமிட அவள் வந்த நாள்... "அம்மா, அவளை அந்தச் சத்தத்தை நிறுத்தச் சொல்லு..." எந்த சத்தம் என்று புரியாமல் அம்மா விழிக்க, "அதுதான் சதிராடறவ மாதிரிக் கால்லே..."

"ஓ... அதுவா! அவ ரொம்ப ஆசைப்பட்டாள்னு அவங்க வீட்டுல சலங்கை மெட்டி வாங்கியிருக்காங்க..."

"அது என்ன சலங்கையோ... கழற்றச் சொல்லு."

"நல்லாயிருக்கு. கலியாணமாய் வீட்டுக்கு வந்திருக்கிற பெண் மெட்டியைக் கழட்டுவதாவது? நாலு நாள் போகட்டும். சப்தம் போடாத மெட்டியா வாங்கித் தந்து பிறகு இதைக் கழட்டலாம்." அம்மா பேச்சு மடிவதற்குள் சிவநேசன் காமாட்சியின் தோளைப் பற்றி கீழே அழுத்தினார். அந்தப் பதினேழு வயதுப்பாவை என்னவென்று புரிந்து கொள்ளுமுன் மெட்டி மட்டுமில்லாமல் கொலுசையும் முரட்டுத்தனமாய் பிடித்து இழுத்தார். விரல் நகம் பிய்த்து லேசாக ரத்தம் கொட்டியது.

இரவு சாந்தி முகூர்த்தம், மூலையில் பயந்து நின்ற அவள் காலில் கட்டு. துடிக்கும் வலியுடன் அவர் அணைப்பிற்கு அவள் பணிந்தாள். அதன்பிறகு என்றுமே பணிந்து போனாள். எந்த அழகையும், சிரிப்பையும் கண்டு அவர் மயங்கி அவளை விரும்பினாரோ, அந்த அழகும், சிரிப்புமே திருமணத்திற்குப் பிறகு அடக்க மாட்டாப் பொறாமையையும், கோபத்தையும் அளித்தன.

'நாற்பது வருடம் இவளைக் கொஞ்சமாகவா கொடுமை செய்திருக்கிறேன்? ராகவன், ரமா இவர்களைப் போல் சமமாக ஒரு நாளாவது எதிரில் உட்கார்த்திப் பேசியிருக்கிறேனா... கூடிக் குலவியிருக்கிறேனா... காமாட்சி, நீ மட்டும் இப்போது பிழைத்து விடு. உன்னைக் கண்ணாக இனி வைத்துக் கொள்கிறேன்." மயான வைராக்யம் பேசியது.

"சிவா, கட்டின பெண்டாட்டிக்கிட்ட கொஞ்சமாவது இதம் வேணும்." அம்மாகூடச் சொன்னாள். ஆனால் நான் கட்டின பெண்டாட்டி என்ற உரிமையில் தட்டை முகத்தில் விசிறி எறிந்திருக்கிறேன். முதுகில் குத்தியிருக்கிறேன். காலால் உதைத்திருக்கிறேன். எல்லாவற்றுக்கும் மேல் சொல்லால் குதறியிருக்கிறேன். அத்தனையும் பொறுத்துக் கொண்டு, புன்னகை மாறாமல் தன் வேலையுண்டு, தானுண்டு என்றுதானே இருந்தாள்.

முந்தாநாள்தான் இருவரும் ராகவன் பிள்ளைக்குப் பூணூல் என்று வந்திறங்கினார்கள். அதற்கு ஒரு வாரம் முன்னிலிருந்து எத்தனை விதமாகப் பட்சணங்கள் தன் கையால் செய்தாள். சென்னையில் இறங்கி வீடு வந்து சேர்ந்ததுமே... " ராகவா, என்னவோ செய்யுது," என்று விழுந்தவள் நேற்றிலிருந்து கண் திறக்கவில்லை. டாக்டர்கள் கைவிரித்துவிட்டனர்.

"அப்பா, அம்மா வந்து நாலுவார்த்தை எங்ககூடப் பேசியிருந்தாக்கூடத் திருப்தியாக இருந்திருக்கும்..." ராகவன் சிவநேசனின் அருகில் உட்கார்ந்து கொண்டான்.

சிவநேசன் தன் முன்னிலையில் அவளைப் பேசவிட்டதே யில்லை. ராகவன் தனியாக இருந்தால் நாலு வார்த்தை பேசுவாள். அவ்வளவுதான். இந்தச் சாதாரணப் பேச்சுக்காக அவர் அவளை என்ன கேவலப்படுத்தியிருக்கிறார்.

ராகவன் சென்னையில் கல்லூரிப் படிப்புப் படிக்கும் போது, அடுத்த வீட்டில் ஒரு குடும்பம் இருந்தது. அவர்கள் வீட்டுப் பையன் சுந்தருக்கு ராகவன் வயதிருக்கும். தன் கட்டுப்பாட்டை மீறி வெளியே போக முடியாத நேரங்களில் காமாட்சி, "சுந்தர், கால் கிலோ ரவை வாங்கித் தரியா..." என்று தயங்கித் தயங்கிக் கேட்பாள். வெள்ளை வெளேரென்று பால் மணம் மாறாத இளம் மீசையுடனிருக்கும் அந்த இளைஞன் கடைக்குப் போக, வர உதவுவான். சிவநேசன் இல்லாத நேரங்களில் சுந்தரின் அம்மா காமாட்சியுடன் வந்து பேசிக் கொண்டிருப்பாள். ஒற்றைச் செங்கல் சுவற்றில் மறுபுறம் சிவநேசன் செய்யும் கொடுமைகள் அவர்களுக்குத் தெரியுமாதலால் அந்தக் குடும்பமே காமாட்சியிடம் இரக்கமாகவும், கனிவாகவும் இருப்பார்கள்.

"மாமி, கலைமகள்..." என்று சுந்தர் படிக்கப் புத்தகங்கள் எடுத்து வருவான். நாலு வார்த்தை நின்று பேசுவாள்.

அன்று சிவநேசன் லால்குடியில் நிலபுலன்களைப் பார்த்து விட்டுத் திரும்பிய ஒரு மாலைப் பொழுது, அவர் வரவும், சுந்தர் வீட்டை விட்டு வெளியே வரவும் சரியாக இருந்தது. கண்ணில் குரோதம்

கொப்பளிக்கக் காமாட்சியின் முடியைப் பிடித்து கீழே தள்ளி காலால் மிதித்துத் தள்ளினார். "அதென்னடி உடம்பிலே திமிரு? புருஷன்காரன் இல்லாத நேரம் கள்ளக்காதலனை வரவழைத்தாயா? சின்னப் பையன் கேக்கிறதா உன் திமிர் பிடிச்ச உடம்புக்கு?...." பளார், பளார் என்று அடித்ததுடன் எட்டுவீடு கேட்க அவர் போட்ட சத்தத்தில் அக்கம்பக்கம் கூடியது.

"எம் பிள்ளை மாதிரி அவன். நாலு வார்த்தை பேசினேன். அது தப்பா..." காமாட்சி கெஞ்சினாள்.

"சீ, நீரெல்லாம் ஒரு மனுஷரா, உங்க பொண்டாட்டியைக் கேவலப் படுத்தறதுமில்லாம, எம்பிள்ளையையும் அசிங்கப்படுத்தறீங்களே," சுந்தரின் அம்மா, சண்டையிட வந்தாள்.

சிவநேசனின் ஆபாசப் பேச்சு இன்னும் அதிகமாயிற்று. காமாட்சி துடித்தாள். மறுநாள் சுந்தரின் குடும்பம் "நாங்க மானத்தோட வாழறோம். உங்க மாதிரி கேடுகெட்ட மனுஷங்களோட காத்து கூட வேண்டாம்," என்று வெளியேறினார்கள்.

லீவுக்கு வந்த ராகவனிடம், நண்பர்கள் சுந்துவுக்கு நேர்ந்ததைச் சொல்ல, ராகவன், "அம்மா, நான் அப்பாவைச் சும்மா விடமாட்டேன்," என்று பாய்ந்தான். காமாட்சி தான் அவனைத் தடுத்து நிறுத்தினாள்.

"ராகவா, உங்கம்மா கண்ணைத் திறந்து ஒரு வார்த்தை கூடப் பேசமாட்டாளா?" சிவநேசன் மகனிடம் கேட்டார். ராகவன் வெறுமையாகப் பார்த்தான். மரண நேரத்தின் நெருக்கத்தை உணரமுடிந்தது.

ரமா கங்கைச் சொம்பை உடைத்து வைத்திருந்தாள். ராகவன் தன் ஏழு வயது மகன் ரமேஷைக் கூப்பிட்டான். "ரமேஷ், நீ பாட்டியைக் கூப்பிட்டுப் பாரு." ரமேஷ், "பாட்டீ... பாட்டீ...." என்று உரக்கக் கூப்பிட்டான். ஊஹூம். பதிலில்லை .

"பாவம் மனசில என்னவெல்லாம் பேசணும்னு வைச் சிண்டிருந்தாரோ, வாய் வார்த்தை பேசறதுக்குள் இப்படி...." ரமா சூள் கொட்டினாள்.

"அப்பா... பாட்டி வாய் அசையறது பாரு ..." ரமேஷ் கத்த, ராகவன் குனிந்து பார்த்தான். கண்களுள் ஏதோ ஓர் அசைவு , முகஜாடையில் மாறுதல், உதடுகள் குவிந்து, ரமா, தண்ணி கேக்கறா, சீக்கிரம் கொண்டுவா," ராகவன் அழைக்க, ரமா சமையலறைக்கு ஓடினாள்.

"பேசும்மா... பேசு. என்ன சொல்ல விரும்பறயோ நிம்மதியாச் சொல்லு..." நான் உன்னை இப்போது எதுவும் செய்ய முடியாது என்ற எண்ணம் சிவநேசனுக்கே வந்தது.

அனைவர் பார்வையும் காமாட்சியின் மேலேயே இருக்க, உதடு குவிந்து நாக்கு குழன்று... " நந்து..."

"அப்பா, பாட்டி பந்து கேக்கறா..." ரமேஷ் வேகமாக பந்தெடுத்துவர ஓடினான்.

காமாட்சியின் உதடு மறுபடியும் அசைந்தது. "நந்து... சுந்து..." அந்தத் தூவிலேயே மூச்சு அடங்க –

நாற்பதாண்டுக் காலக்கொடுமைகள் அனைத்தும் அந்த ஒரு கணத்தில் நிரந்தரமாக விடைபெற, திகைத்து நின்ற சிவநேசனின் சித்ரவதை மட்டும் பதில் தெரியாத கேள்வியாக இந்த வினாடியில் ஆரம்பமாகி அவர் மூச்சுப் பிரியும் வரை தொடரும்.

# கிழியும் முகமூடிகள்

**வ**ர, வர இரவில் கார் ஓட்டுவது அவ்வளவு சுலபமான விஷயமாக இல்லை . எதிரே வரும் லாரிகளின் ஹெட்–லைட் வெளிச்சம், பார்வையை வெறுமையாக்குகிறது. அதுவும் இரவு நேரங்களில் இந்த ஹை – வேயில் சைதாப்பேட்டையைத் தாண்டியதுமே லாரி ட்ராபிக்தான் அதிகம்.

தூரத்தில் தெரியும் 'சென்னை விமானநிலையம்' என்ற நியான் விளக்கு அடையாளம் மனதை லேசாக்குகிறது. தலை மேல் ராட்சச சப்தத்துடன் சிவப்பு விளக்குச் சிமிட்ட இறங்கிக் கொண்டிருக்கும் விமானம்... இது அனந்தனுடையதோ?'

டாஷ் போர்டிலிருந்து டிஜிடல் கடிகாரம் இன்னும் மணி பத்தடிக்கவில்லை என்றது. இது வேறு விமானம்.

விமானதளத்தின் 'இன்' கேட்டில் அந்த வெள்ளை மாருதி லாவகமாகத் திரும்பி நின்று, டிக்கெட் பெற்று கார்பார்க்கை அடைந்தது. காரைப் பூட்டிய சாரதா இறங்கித் தன் புடவைக் கொசுவங்களை நேர்செய்து கொண்டாள். முழுவெளுப்பாகி யிருந்த மயிரை நெற்றியிலிருந்து தள்ளிவிட்டாள். ஒரு கையில் கைப்பையைப் பிடித்தவாறு, தலையை நிமிர்த்தி கம்பீரத்துடன் உள்ளே நடந்தாள்.

"மிஸஸ் சிவராஜ்..."

"ஓ... ஹலோ! மிஸ்டர் குரூப் இல்லை... ஹெள ஆர் யூ?"

'பைன்! தேங்க்யூ... பார்த்துப் பல வருஷங்கள் ஆகி விட்டது. இப்போது நீங்கள் சென்னையில்தான் இருக்கிறீர்களா?"

"ஆமாம். எங்கள் பெஸன்ட் நகர் பங்களாவில்தான் இருக்கிறேன்."

குரூப் அவளைச் சற்றே ஆச்சரியத்துடன் பார்த்தார். "உங்கள் ஒரு

மகளும், மகனும் அமெரிக்காவில் இருக்கிறார்கள் அல்லவா?"

சாரதா சிரித்தாள். "ஒரு மகனும் மகளும் என்ன, மூவருமே வெளிநாட்டில் தான் இருக்கிறார்கள்."

"அப்போ, நீங்க இங்கே உங்க பங்களாவிலே தனியாகத்தான் இருக்கிறீர்களா?"

"அப்கோர்ஸ்... குழந்தைகளுக்கு அவரவர் வாழ்க்கையில்லையா? அதோடு , மிஸ்டர் சிவராஜ் ரிடையரானபிறகு தொடங்கிய பிஸினஸ் வேறு இருக்கிறது."

"நீங்கள் தனியாகவா அதையும் பார்த்துக் கொள்கிறீர்கள்?" – குரூப்பின் கண்கள் விரிந்தன.

சாரதாவுக்கு இந்த வியப்பு பழக்கமான ஒன்றுதான். "ஓ.கே. தென் ஸியூ... என் மகன் நியூயார்க்கிலிருந்து வரும் ப்ளைட் வந்துவிட்டது என நினைக்கிறேன்..."

குரூப் தயங்கி நின்றார். "உங்களுக்குத் திரும்பிப்போக கார் ஏதாவது தேவைப்படுமோ? கேன் ஐ ட்ராப் யூ?"

"நன்றி மிஸ்டர் குரூப்! என் வண்டியை நானே ஓட்டி வந்திருக்கிறேன்." அந்த 'நானி'ல் அளவுக்கதிமாகவே அழுத்தமிருந்தது.

சாரதா நிமிர்ந்து நடந்து சென்று காத்திருக்கும் இருக்கை ஒன்றில் அமர்ந்தாள். அனந்த் தன் சாமான்களை எடுத்துக் கொண்டு வெளியே வர எப்படியும் பதினைந்து நிமிடமாவது ஆகும். வழியிலே சென்று நின்று கொண்டு உறவினர் வருகிறார்களா என எட்டி எட்டிப் பார்க்கும் ஆபாசங்கள் அவளுக்குப் பிடிக்காது. வருபவர்கள் வெளியே வந்துதானே ஆகவேண்டும்?

"அம்மா..."

ஒரு சின்னக் குலுக்கலுடன் எழுந்து நின்றாள். "அனந்த்!"

அனந்த் சட்டெனக் கைப்பையைக் கீழே வைத்து அவளைச் சேர்த்து அணைத்துக் கொண்டான். திரும்பிப் பார்க்கும் பல முகங்களைக் கவனியாமல் அவளைத் தன் பிடியில் இருத்திக் கொண்டான். "அம்மா, ஜஸ்ட் டூ இயர்ஸ்... எவ்வளவு மாறிப் போய்விட்டீர்கள்! இளைத்துத் தலை நரைத்து...." – அவன் கண்களில் நீர் கோர்த்து நின்றது .

சாரதாதான் அவன் பிடியிலிருந்து முதலில் விலகினாள். "நீ மட்டும் மாறவில்லையா அனந்த்? உன் முன்உச்சியில் மயிரையே காணவில்லையே! ம்... சொல்லு .. காதரீன் சௌக்கியமா... லிஸாவும்,

சாருவும் எப்படி இருக்கிறார்கள்? தாங்க்ஸ் கிவிங் டே அன்று எனக்குக் குழந்தைகள் அனுப்பிய கார்டு என்னை ரொம்ப உருக்கி விட்டது. கம் ஆன்... கிளம்பலாம் வா!"

மகனின் தோள்ளவுகூடத் தன் உயரம் எட்டவில்லை என்பதே கூடச் சேர்ந்து நடக்கும் போது பெருமையாக இருக்கிறது. சின்னவயதில் ஊர் வம்பையெல்லாம் விலைக்கு வாங்கி வந்து, எதற்கும் அடி – உதை என்று ஆட்டிவைத்த மகன், கல்லூரிக்குள் காலெடுத்து வைத்ததுமே நிதானமும், சாந்தமுமாக மாறி, மூளைக்கு வேலை தரும் யுவனாக மாறுவான் என்று அவளோ, சிவராஜோ நினைத்ததே இல்லை. இன்று உலகம் புகழும் ஸயன்டிஸ்ட் – அறிவு ஜீவி.

"இந்தக் கார்தான் அனந்த்..."

தானே இழுத்து வந்த பெட்டிகளைக் காரில் ஏற்றினான், அனந்த். "ம்... கார் பிரமாதமாக இருக்கிறதே... இதுதான் நீங்கள் எழுதியிருந்தீர்களே, நம்ம நாட்டிலேயே செய்யும் சின்ன கார் என்று... பெயர் என்ன?"

"மாருதி... ட்ரைவிங் ரொம்ப சுகம். அதிக ஆட்களைத்தான் தாங்காது."
"ஆனா, இங்கே நீங்க மட்டும்தானே..."

அனந்த் திரும்பி அம்மாவைப் பார்த்தான். இப்படிச் சொல்லி யிருக்கக்கூடாதோ... அவள் மட்டும் தனியாக இருக்க வேண்டிய சூழ்நிலையை உருவாக்கியவனே அவன்தானோ... அதெப்படிச் சொல்ல முடியும்? ஒவ்வொரு மனிதனுடைய வாழ்விலும் தொழில், குடும்பம் என்றும் முக்கியமான விஷயங்கள் எவ்வளவோ மாறுதல்களை ஏற்படுத்தி விடுகின்றன... அடுத்த தலைமுறைக்காக வாழவேண்டியது நிர்ப்பந்தமாகி விடுகிற நிலையில் கடந்த தலைமுறைக்காகத் தியாகங்கள் செய்ய முடியுமா? ஏன், அம்மா விரும்பினால் அவனுடன் அமெரிக்காவில் வந்து வாழலாமே? அங்கு வாழ்க்கை சுலபம். வசதிகள் அதிகம். பிறரைச் சார்ந்து வாழ்வேனா என்னும் திமிர்... எதையும் விட்டுக் கொடுக்க மறுக்கும் அகங்காரம். இந்தியாவில் இப்படித்தான் மூத்த தலைமுறை, இளைய தலைமுறையின் முன்னேற்றத்தைத் தடுத்துக் கொண்டிருக்கிறது.

"ம்... நான் தனியாக ட்ரைவ் செய்துகொண்டு போக இந்த வண்டிதான் சௌகரியம்." ஒரு வயதான தாய் தனியாக வாழ முற்படும் போது சின்ன கார் மட்டுமின்றி, மற்றும் பல விஷயங்களையும் பழகிக் கொள்ள வேண்டியிருக்கிறது. உடல் பலகீனம் உறுத்தும் போது மனம் தளர்ந்து விடுகிறது. அப்போ தெல்லாம் தன்னம்பிக்கையென்ற உரம் போடுவதால் தான் நிமிர்ந்து வாழ முடிகிறது மகனே...."

'காதரீனை ஏன் அழைத்து வரவில்லை?' என்று அம்மா கேட்க

வேண்டும் என்று அனந்தின் மனம் ஏங்குகிறது. அந்த ஒரு கேள்வியே அவன் வாழ்க்கையை அம்மா ஏற்றுக் கொண்டதற்குச் சான்றாக இருக்கும். அதே சமயம் கேள்வியின் அர்த்தமற்ற தன்மையும் புரிகிறது. தற்போது, மியாமி பீச்சில் தனியே விடுமுறை கொண்டாடிக் கொண்டிருக்கும் காதரீன், ஐந்தாண்டுகளுக்கு முன் குழந்தைகளை அழைத்துக் கொண்டு வந்ததை மறக்க முடியுமா?

காதரீன் அப்பட்டமான நியூயார்க்கர். அனந்தின் நிறுவனத்தில் கம்ப்யூட்டர் அதிகாரி. அவர்கள் தொழில் துறை நட்பு காதலாகிப் பின் திருமணத்தில் முடிந்தது. இந்திய செப்டம்பர் மாதத்திலேயே அவள் கண் சிவந்து, மூக்கில் நீர் வழிந்தது. சூடு பொறுக்காமல் கோபம் வந்தது . வேலை செய்யாத டெலிபோன், திடீரென நின்றுபோகும் மின்சாரம், செருப்பில்லாமல் நடக்கும் மனிதர்கள், சாலையோரக் குப்பைகள் எல்லாமே அவளுக்கு அருவருப்பூட்டின. போதும் போதாதற்கு, சாரதா எனப் பெயரிடப்பட்ட சாருவுக்கு ஜுரம் வந்திட, அவள் மிரண்டு நடுங்கி விட்டாள். எட்டு வயதுக் குழந்தை லிஸா, 'நாற்றம் நாற்றம்' என்று பொத்திய மூக்கைத் திறக்கவேயில்லை. ஹாம்பர்க்கர் இல்லாமல் சாப்பிடத் தெரியவில்லை. இந்திய சீஸ் அவள் தொண்டையில் இறங்க மறுத்தது. தரமற்ற டாய்லட் பேப்பர் அவள் பின்புறத்தைக் குத்தியது. பத்து நாளில் சாரதா முதல் குழந்தை சாருவரை அனைவருமே தத்தம் பாணியில் அரண்டு விட, அனந்த் ஒருமாத விடுமுறையைப் பாதியாக்கிக் கொண்டு அமெரிக்கா திரும்பினான்.

புதிய தொடர்புகள் இனி தன் குடும்பத்தினருக்குச் சாத்திய மில்லை எனப் புரிந்தது அனந்தனுக்கு. அதற்காக அவன் பழைய தொடர்புகளை விடமுடியுமா? இரண்டாண்டுகளுக்கு முன் அம்மாவைப் பார்க்க வந்தான். டிசம்பர் மாதத்தில் வேஷ்டி, குர்தா அணிந்து கொண்டு காலைநேர சங்கீத சதஸிற்குச் சென்றான். அம்மாவுக்குத் தன் கைப்பட சமைத்துப் பரிமாறினான். இருவருமாக கொடைக்கானலில் ஒரு வாரம் தங்கிப் பழங்கதை பேசினார்கள்... மதுரை பக்கமிருக்கும் தங்கள் கிராமத்திற்கு 'ட்ரைவ்' சென்று வந்தார்கள். தானிருந்த ஒரு மாதமும் தன் தாயின் சின்ன ஓர்க்ஷாப்பில் தினசரி வேலைகளைக் கவனித்துக் கொண்டான் அனந்த். மாத இறுதியில் மனைவி, குழந்தைகள் அடிக்கடி நினைவில் வந்தார்கள்... இந்திய வாழ்க்கை இவ்வளவு கஷ்டமாக இருக்கிறதே எனத் தோன்றியது. 'தினம் தினம் ஓயாத டென்ஷன்' என்று சிடுசிடுக்கத் தோன்றியது.

அம்மாவைத் தன்னுடன் வந்து இருக்கும்படி எவ்வளவோ அழைத்தான் அனந்த். பத்து வருஷப் பழக்கமான அமெரிக்கா உன்னை இப்படி ஆட்டிப்படைக்கும் போது, என் அறுபத்தைந்து வயதுப் பழக்கத்தை அவ்வளவு சுலபமாகக் களைய முடியாது' என்று

திடமாக மறுத்துவிட்டாள் சாரதா. ஆஸ்திரேலியாவில் வசிக்கும் டாக்டர் மகளும், ஜெர்மானியனை மணந்த பேராசிரியை மகளும், அனந்தைப்போலவே இரண்டாண்டுக்கு ஒருமுறை நாடு திரும்பி, சந்தோஷப்பட்டு, கோபப்பட்டு, குழம்பி, தங்கள் வேர்கள் இன்னும் இங்கிருந்து முழுமையாகப் பிடுங்கப்படாததை உணர்ந்து தங்கள் மீதே வெறுப்புக் கொள்ளும் போது, சாரதா என்னும் ஓடை மட்டும் நிச்சலனமாகச் சென்று கொண்டிருக்கும்...

யாருக்காவது மனித உதவி தேவைப்பட்டால் ஒரு மாதமோ, இரு மாதமோ எந்த நாடானாலும் சரி... அதன்பிறகு அந்த நதி பழைய பாட்டையில் திரும்பிவிடும்.

"அம்மா... அட... பிரமாதமாகத் தோட்டம் போட்டிருக்கிறீர்களே?"

"ஆமாம் அனந்த் ... என் புது ஹாபி. நம் கண் முன்னாடி செடிகள் வளர்றது பார்க்க சந்தோஷமாக இருக்கு. ஒவ்வொரு துளிரும் ஏதோ ஒரு வளர்ச்சியைக் காட்டுகிறாற்போலத் தோன்றுகிறது."

"ப்யூட்டிபுல்.. எப்படித்தான் இப்படி ஒரு சின்னக் குப்பை கூட இல்லாம இவ்வளவு சுத்தமாக வைத்துக் கொள்கிறீர்களோ?"

"இங்கே என்ன குழந்தையா குட்டியா குப்பை போட? இதே வீடு நீ சின்னவனா இருக்கும்போது, புயல் ஓய்ந்த காடு மாதிரி இருக்கும். ராட்சசனாட்டம் விஷமம் பண்ணுவாயே..."

அனந்த் வாய்விட்டுச் சிரித்தான். "ஒருமுறை தெருக்குழாயில் வரிசையாக வைத்திருந்த பானைகளைக் கல்லிட்டு உடைத்து விட்டு வந்தேனே ..."

"அம்மாடி... மறக்குமா? வரிசையாக இருபது பெண் பிள்ளைகள் மொலுமொலுவென்று பிடித்துக் கொள்ள, அத்தனை பேருக்கும் புதுப்பானை வாங்கித் தந்தேனே... ஒவ்வொரு நாளும் நீ பள்ளிவிட்டுத் திரும்பும் வரை, 'பகவானே, இன்று புதுவம்பு எதுவும் இல்லாமலிருக்க வேணும்'னு கடவுளைப் பிரார்த்திப்பேனே... பத்து வயசிலே கிணத்து மேல ஏறி நின்று எங்களையெல்லாம் பயமுறுத்தினாயே... கிண்டர்கார்டனிலேயே ஆங்கிலோ இந்தியன் டீச்சரின் மினி ப்ராக்கைத் தூக்கி அடியில் எட்டிப்பார்த்து, 'ஜெட்டி போத்துண்டு இருக்காளான்னு பாத்தேன்' என்ற சூரனாயிற்றே நீ...!"

"ஆமாம்... அந்த டீச்சர் நாற்காலிகளில் 'இது பிள்ளையில்லை, ராட்சசன்' என்று அலறினாள்!"

எத்தனையோ நாட்கள் கழித்து இந்த வீட்டில் சிரிப்புச் சப்தம் கேட்கிறது. "அம்மா, அப்பா சேருக்குப் பாலிஷ் போட்டுப் புதுசா குஷன் தைத்துப் போட்டீர்களா?" – அனந்த் அந்தத் தேக்குமரப்

பளபளப்பை மெல்லத் தடவிப் பார்க்கிறான்.

"ஆமாம் ! வீட்டிலிருக்கும் கம்பர்டபிளானது அது ஒன்றுதானே.... உட்கார்ந்து பார்..."

அனந்த் அதில் உட்காராமல் வெறித்துப் பார்க்கிறான். வெள்ளை மீசையும், வழுக்கைத் தலையும், கண்களில் புன்னகையுமாக அப்பா உட்கார்ந்திருப்பது போன்ற பிரமை தோன்றுகிறது. அறையில் மெல்லிய சிகரெட் வாசனை சூழ்வதுபோல் இருக்கிறது. அந்த வாசனையே ஒருவிதப் பாதுகாப்பு உணர்ச்சி. அனந்த் வாழ்வில் சிகரெட் பிடிக்கப் பழகவில்லை. அதை ஒரு கெட்ட பழக்கமாக மட்டுமே அவனால் பார்க்க முடிந்தது. ஆனால் அப்பாவின் சிகரெட்டுக்கு மட்டும் தனிமணம்... தனிக்குணம்... மனித மனம் பார்வையுடனும், வாசனையுடனும் எப்படி உணர்வுகளைப் பின்னி அடுக்குகிறது....?

ஒரு வினாடி மனம் ஏங்குகிறது. அப்பா இந்த நாற்காலியில் அமர, அம்மா கையில் தையலுடனோ நிட்டிங்குடனோ பக்கத்தில் உட்கார, அவன் – தாரா – மாயா மூவரும் சுற்றிச் சுற்றி ஓடுவது போலவும், உரத்துப் பேசிச் சிரிப்பது போலவும். இந்த ஓட்டம், வேகம், ஏமாற்றம் எதுவுமில்லாத நிம்மதியான நாட்கள் ! ஒவ்வொரு குழந்தையையும் பெரியவர்களாக மதித்து, அவர்களுடன் பேசிப் பகிர்ந்து, அவர்கள் எதிர்காலத்தைத் திட்டமிட்டு அமைத்துத் தந்த பெற்றோர் ..... எத்தனை இந்தியக் குழந்தைகளுக்கு இத்தகைய பெற்றோர் அமைகிறார்கள்?

"அம்மா, என்ன சமைக்கப் போகிறீர்கள்?"

தன் பின்புறம் நிற்கும் மகனை அன்புடன் திரும்பிப் பார்க்கிறாள் சாரதா.

"அம்மா உறைப்பாய் பிஸிபேளா ஹுலி பண்ணுங்கோ.... நான் கறிகாய் நறுக்கித் தருகிறேன்."

"உன்னால் அதிக காரம் சாப்பிட முடியாதே..."

"பரவாயில்லேம்மா... இந்தியாவிலே சாப்பிடும் போது உறைப்பு தெரிவதில்லை."

அனந்த் அவள் கூடவே நின்று ஒவ்வொரு வேலையும் செய்கிறான். தன் மகன் சிறந்த விஞ்ஞானி மட்டுமில்லை; ஒரு சிறந்த மனிதனும்கூட என்னும் எண்ணம் பெருமையளிக்கிறது.

இருவருமாக மேடையில் சாப்பாட்டை எடுத்து வைத்துக்கொண்டு சாப்பிடும்போது அனந்த் கேட்டான்: 'அம்மா, வாழ்க்கை முழுவதும் இப்படியே தனியா இருந்துவிட முடியும்னு நினைக்கிறேளா?"

"ஆமாம்..." – அம்மாவின் குரலில் என்ன அழுத்தம்! "அமெரிக்காவிலேயும் பெண்கள் தனியா வாழலியா?"

"அதுவும், இதுவும் ஒண்ணா... அங்கே எல்லாமே சுலபம். அரசாங்கம் தனிமனிதர்கள் பொறுப்பை ஏற்கிறது ... இங்கே குடும்பத்தை விட்டா வேறவழியில்லை."

"குழந்தைகளே இல்லாத பெண்கள், கணவன் இறந்த பிறகு என்ன செய்கிறார்கள்?"

அனந்த் தாக்கப்பட்டு விட்டான். "அம்மா, நீங்க என்ன எதிர் பார்க்கிறீங்க... நான் இங்கே திரும்பி வரணும் என்றா?"

"நோ.. நோ!" – சாரதா நிதானமாகச் சிரிக்கிறாள். "அவரவர்கள் வாழ்வு அவரவர்களுக்கு ... நான் சந்தோஷமாக இருக்கிறேன் அனந்த்... வேலையில்லாமல் மூலையில் உட்கார்ந்திருப்பவர்களைத் தனிமை உணர்வு வாட்டும்... என்னையில்லை. இந்தா, சாம்பார் சாதத்தில் வெண்ணெய் போட்டுக்கோ!"

"அம்மா, எல்லோரும் மனிதர்கள்தான்... சீரியஸ்ஸாக நோய் நொடி என்று படுத்துவிட்டால்?"

"அப்ப பார்த்துக்கலாம். நோய்நொடி எந்த வயதிலும் வரலாம். அதை மறக்காதே அனந்த்! சரி. நீ இப்போது இதைப்பற்றியெல்லாம் யோசிக்காதே... சாயந்திரம் மியூசிக் அகாடமியில் பாலமுரளி கிருஷ்ணாவின் கடைசிக் கச்சேரி. இரண்டு டிக்கெட் ரிஸர்வ் செய்திருக்கிறேன். போகலாம்."

அனந்த் மௌனமாக உணவைத் தொடர்ந்தான்.

"அம்மா, பாக்டரியில் ஒரு சாமான் ஒழுங்கா வரதில்லை... மூணாம்தேதி தரேன் என்றால் முப்பதாம் தேதி கூட அனுப்புவ தில்லை. ஓர்க்கர்கள் எல்லாரும் வெறும் சோம்பேறிகள்... எட்டு மணிக்கு வேலை ஆரம்பிப்பவன், பத்து மணிக்கு டீ, அரைமணி நேரம் பீடி, டிஸ்கஷன்..."

"இங்கே பல விஷயங்கள் மாறாது. ஆனால் பழகிப்போய் விடுகிறது!"

– அனந்த் முணுமுணுத்தபடி நகர்ந்தான். 'ஐந்து வயது குழந்தைக்கு இருக்கும் ஒழுங்குணர்ச்சிகூட வயதுவந்த மனிதர்களுக்கு இல்லையே... சே... சே... என்ன வாழ்க்கை இங்கே...'

நாடு திரும்பும் நாள் நெருங்க நெருங்க ஏமாற்றமும், சிடுசிடுப்பும் தோன்றுகிறது. மனம் 'அமெரிக்கா அமெரிக்கா' என அழுகிறது. சுத்தமான தெரு ஓரங்களில் அசிங்கப்படாமல் ஜாகிங் செய்ய

விழைகிறது. நல்ல ஹேம்பர்கள் சாப்பிட மனம் அலைகிறது. காதரீனை அணைத்து ஒரு மாதம் ஆகிவிட்டது என உள்ளுணர்வு கூறுகிறது. வளவளாவெனப் பேசும் இந்தியப் பெண்களின் ஆபாசம் மனதைத் தாக்குகிறது. லிஸாவும் – சாருவும் மியாமியில் எப்படி அனுபவித்தார்கள் என்று கேட்க வேணும்...

அனந்த், காதரீன் உடை தைத்துக் கொள்ள நல்ல பிரிண்டெட்பட்டு வாங்கினான். தனக்கு ஷூவும், வுல்லன் சூட்டும் தைத்துக் கொண்டான். குழந்தைகளுக்குப் பட்டுப் பாவாடை வாங்கித் தைத்தான். நண்பர்களுக்கு ஊதுவத்தி, மெழுகுவர்த்தி ஸ்டாண்ட், சந்தனமாலை என்று பரிசுப் பொருள்கள்...

சாரதா குழந்தைகளுக்கு முறுக்கும், பாதாம்கேக்கும் செய்து தந்தாள். கேத்ரீனுக்கு ஒரு புடைவை வாங்கினாள். மகனை நடுஇரவில் விமானதளத்திற்கு காரில் அழைத்துச் சென்றாள்.

"அம்மா, போயிட்டு வரேம்மா..." என்ற மகனை மெல்ல வருடினாள். "விஷ் யூ ஆல் தி பெஸ்ட்!"

விமானம் கிளம்பக் காத்திராமல், கையசைப்புடன் கிளம்பி காரை ஸ்டார்ட் செய்தாள். அவள் தனிப்பயணம் நீளமாகத் துவங்கியது.

அந்த ராட்சச விமானத்தின் இதமான குளிர்ச்சியில் மனம் உறங்க மறுக்கிறது. கீழே சென்னை சின்னதாகி மறைகிறது. இன்னும் சிலமணியில் இந்தியாவே புள்ளியாகிவிடும். அம்மா'. – அனந்த் திடீரென நெஞ்சு வெடித்தாற்போல அழ விழைகிறான். கண்களில் நீர் பெருகி வழிகிறது. அழும் வளர்ந்த ஆண் பிள்ளையை பணிப்பெண் வியப்புடன் பார்க்கிறாள். "கேன் ஐ ஹெல்ப் யூ?"

நோ... யாருமே உதவ முடியாது. மனித உணர்ச்சிகளை முகமூடியிட்டு அணைக்க முடியாமல் வேஷம் கலைகிறது.

சாரதாவின் வெள்ளை மாருதி நிதானமாக, ஒரே சீராக ஓடுகிறது. மனம் அடுத்த நாளைக்குத் திட்டமிடுகிறது. 'நாளை வங்கிக்குப் போக வேண்டும். எக்ஸைஸ் ஆபீஸரைச் சந்திக்க வேண்டும். அனந்த் இருந்த ஒரு மாதமும் மாறுதலாக இருந்தது..."

கையில் கார் ஓட்டத்தில், சிந்தனையில், நிதானம். தன்னம்பிக்கை.

இந்த முகமூடி கிழிய உடம்பும் மனதும் சோர்ந்து சளைக்க வேண்டும்.... அதுவரை இந்த வண்டி சீராகவே ஓடும்!

# அது என் பெயரில்லை

அவன் அறையினுள் நுழைந்து, தயங்கி நிற்பதைக் கவனியாத பரங்கிப்பழம் போலிருந்த அந்த வடநாட்டவர், அவன் அப்ளிகேஷன் தர புரட்டியபடி, "யஹ் க்யா நாம் ஹை யார்... உப்பு... அலி .... அப்பு... அப்போன் என்று சூள் கொட்டியதைக் கேட்ட கணமே, அவன் உடம்பும், மனதும் ஏமாற்றத்தாலும், அவமானத்தாலும் குறுகியது.

"என்ன கனவு காண்கிறாயா? டேக் யுவர் சீட்...."

"தேங்க்யூ ஸார்."

"எகனாமிக்ஸ் எம்.ஏ. காலேஜ் பர்ஸ்டா? ஏன் எம்.பில். சேரவில்லை? ஓ... பார்வர்ட் காஸ்டா..? பர்ஸ்ட் வாங்கறவன் லாம் ஏம்பா காமர்ஸ் க்ரூப்பில் சேராமல் பொருளாதாரமும், சரித்திரமும் படிக்கிறீங்க? அது போகட்டும்; இப்போ இலங்கைக்கு அனுப்பப்பட்டிருக்கும் சிறப்புத் தூதுவர் பெயரென்ன? சொல்லு."

"ஜி. பார்த்த சாரதி சார்...."

இன்னும் ஒன்றிரண்டு கேள்விகள் பள்ளிப் பையனுக்குக் கூடப் பதில் தெரிந்த சாதாரண கேள்விகள்.

"ஓ.கே.. நீ போகலாம். பைதிவே, உன் பேரண்ட்ஸிடம் சொல்லு... இனிமேல் குழந்தைகளுக்குப் பெயர் செலக்ட் செய்யும் போது எல்லோர் வாயிலும் நுழைகிறாற் போல் வைக்கச் சொல்லு" பரங்கிக்காய் விஷமமாய்ச் சொல்ல, மற்ற இருவரும் சிரிக்க, அவன் கூனிக்குறுகி வெளியேறினான்.

இப்போதெல்லாம் ஏமாற்றத்துக்குப் பதில் கோபம்தான் எழுகிறது. இந்தக்

கண்துடைப்பு இன்டர்வ்யூவின் முடிவில் அவனுக்கு அபாயின்ட்மென்ட் ஆர்டரா தரப்போகிறார்கள்? செல்வாக்கு மிக்க எவனுக்கோ ஒதுக்கி வைக்கப்பட்ட வேலைக்கு , இவனைப் போன்றவர்களையும் அழைத்துக் கேவலப்படுத்துவது பேட்டி காண்பவருக்குத்தான் என்டர்டெயின்மென்ட். செயலற்றுப் போன சமூகம் நாக்கில் கசப்பாக மாற 'தூ' எனத் துப்பினான்.

சிந்தனை ஓட்டத்தில் பஸ் ஸ்டாண்டைக் கடந்துவிட்டது தெரிய, திரும்பி வந்து நின்றான்.

"ஹலோ, மே ஐ நோதி டைம் ப்ளீஸ்" என்று கேட்டது ஒரு பெண். அவன் வயது இருக்கும், அல்லது ஒன்றிரண்டு கூடுதலாக, அல்லது குறைவாக , அவள் உயரம், நிறம், அழகு எதுவும் உப்பிலி இருந்த மனநிலையில் கண்ணில் படவில்லை. அவள் உடை, பாவனைகளிலிருந்து அவள் வேலைக்குப் போகிறவள் என்பதும், அவள் கையில் பர்ஸ் இருந்ததும்தான் தெரிந்தது. "என்னிடம் கைக்கடிகாரமில்லை. ஆனால், ஐந்து நிமிடம் முன் ஆபீஸில் பார்த்தபோது மணி ஒன்பது ஐம்பது."

"ஓ, தேங்க்யூ ... நீங்க எந்த ஆபீஸில் வேலை பார்க்கிறீங்க?" அவள் சகஜமாகக் கேட்டாள்.

உப்பிலி ஒரு நிமிடம் என்ன பதில் சொல்வது என்று புரியாமல் சும்மாயிருந்தான். மறுநிமிடம் ஒரு துணிவுடன், "டெக்ஸ்டைல் பேக்டரியில் . இப்போதுதான் ஷிப்ட் முடிந்து வீட்டுக்குப் போகிறேன்!" என்றான்.

"ஓ – ரியலி? ஷிப்ட் இப்போதுதான் முடிந்தது என்றால் நடு இரவுக்கு மேல் தொடங்கியிருக்குமல்லவா? மிகவும் களைப்பாக இருக்குமே?" பதிலை எதிர்பார்க்காமல் தொடர்ந்தாள். "என் பெயர் ஜெயா. வங்கியில் வேலை செய்கிறேன். மே ஐ நோ யுவர் நேம்?"

"ரவி, ரவிகுமார்." இப்போது பொய் தயக்கமின்றி உருண்டு வரத் தொடங்கிவிட்டது.

ஜெயா பார்க்க 'பளிச்'சென்று இருந்தாள். பெண்ணாய்ப் பிறந்ததே ஆணின் பார்வை படத்தான் என்பது போல் கண்ணைத் தாழ்த்தி, கன்னத்தைச் சிவக்க முயற்சி செய்து, உடம்பைக் கோணி சேஷ்டை செய்து, பொய் வெட்கம் காட்டும் அசட்டுத்தனம் அவளிடம் இல்லை. முகத்தை நிமிர்த்தி, பார்வை நேராக கம்பீரமாகப் பேசினாள்.

அடுத்த நாளும் அதே ஒன்பது ஐம்பதுக்கு அதே பஸ் ஸ்டாண்டில் நின்றான் உப்பிலி. "உங்க ஷிப்ட் முடியும் தருணமும், நான் ஆபீஸ் கிளம்பும் டயமும் ஒண்ணாவே இருக்கு பார்த்தீங்களா?" என்று சிரித்தாள் ஜெயா.

பஸ் வரும்வரை இருவரும் நகரில் நடக்கும் சினிமா பற்றி, குஷ்வத் சிங்கின் சன்டே காலம் பற்றி, அவ்வாரத் தொடர்கதை பற்றி, பஸ் ட்ரான்ஸ்போர்ட் பற்றி, ரிஸர்வேஷன் பாலிஸி பற்றி என்று பேசிக் கொண்டிருந்தார்கள். அவள் பஸ் ஏறிச் சென்ற பிறகு பஸ் மறையும் வரை காத்திருந்து இரண்டு மைல் தூரத்தையும் நடையாகவே வீட்டை அடைந்தான் உப்பிலி.

மாலையில் வழக்கமாகத் தெரு முக்குக் கைப்பிடிச் சுவரில் மற்ற வேலையில் லாப் பட்டதாரிகளுடன் அமர்ந்த போது ஸ்ரீதர் கேட்டான்..." யார்ரா அவ உப்பிலி? இரண்டு நாளா கூட்டணி சேர்த்துக்கிட்டிருக்கே..ஆளு ஷோக்குத்தான்.

நல்ல பசையுள்ள இடமாத்தான் புடிச்சுட்டே. இனி நீ வேலை தேடும் படலமெல்லாம் கைவுட்டுடலாம்!"

உப்பிலிக்குச் சட்டெனக் கோபம் வந்தது . "ஷட் அப்' என்று கத்தியவன், அதே கோபத்துடன் அவர்களை விடுத்து நடந்தான்.

ஜெயாவைப் பற்றிப் பேச்சு வாக்கில் நிறைய விஷயங்கள் தெரிந்தன. அவள் வயதான தாயாருடனும், அண்ண னுடனும் வசிக்கிறாள். அண்ணன் அவளை 'செட்டில் செய்த பிறகுதான் தனக்குத் திருமணம் எனக் காத்திருக்கிறார். அண்ணா எல்.ஐ.ஸி.யில் லோன் வாங்கி சின்ன வீடுகட்டி தவணை முறையில் கட்டி வருகிறார்.

ஒருநாள், "ரவி... ஒரு குட் நியூஸ். எனக்கு ஹவுஸ்லோன் சேங்ஷன் ஆகும் போலிருக்கு" என்றாள்.

"உனக்கா?" உப்பிலி அவளை ஒரு பிரமிப்புடன் பார்த்தான். அவன் வயதுப் பெண் சொந்தமாகத் தனக்கு வீடு கட்டிக் கொள்வது பற்றி திட்டமிடுகிறாள்.

"என்ன ரவி, மலைச்சுப் போயிட்டே? என்ன ஆனாலும் அண்ணன் வீடு என் வீடு ஆகுமா...? எதிர்காலத்தைப் பற்றி நான் எல்லாமே திட்டமிட்டு முடித்திருக்கிறேன்."

அன்று இரவு உப்பிலி மிகவும் மனக்கஷ்டப்பட்டான். தாழ்வு மனப்பான்மை மனத்தை அரித்துக் குடைந்தது. பி.ஏ. படித்த ஒரு பெண்ணுக்குக் கிடைத்துள்ள வாய்ப்புக்கள் எம். ஏ. படித்த அவனுக்குக் கிடைக்காமலே போவதும் ஜெயா பெண் என்றதாலா, இல்லை அதிர்ஷ்டம் என்பது அவனுக்கு அதிகம் இல்லாத ஒன்றா?

அன்று உப்பிலியின் நண்பர் பட்டாளம் வேண்டுமென்றே பஸ் ஸ்டாண்டிடல் கும்பலாக வந்தார்கள். "என்னடா உப்பிலி பஸ் ஸ்டாண்டில் என்ன செய்கிறே?" என்று கண்ணடித்துக் கேட்டு

அவனை சங்கடத்துக்கு உள்ளாக்குவதற்குள், ஜெயா திரும்பினாள். "உன் ப்ரண்ட்ஸா , ரவி? ஹலோ... நான் ஜெயா..." அவள் நேர் அறிமுகத்தையும், சகஜத்தையும் எர்பாராத ஸ்ரீதர் குழுவினர் மெல்ல நழுவினார்கள்

" இவங்க உன் ப்ரண்ட்ஸா ரவி? இவங்கள்ளாம் எங்க வேலை செய்றாங்க? வேலைக்குப் போக வேண்டிய நேரத்திலே லுங்கியோட சுத்தறாங்களே?"

ரவி, சடாரெனப் பேச்சை மாற்றினான் ..."நேத்திக்கு எங்க பாக்டரி யிலே ஒரு ரொம்ப இன்ட்ரஸ்டிங் இன்ஸிடன்ட் வேறு..." ரவியின் கற்பனை பாக்டரியில் அடிக்கடி மெஷினிஸ்டுகள் குழம்பினார்கள். மிஷின்கள் உழைக்க மறுத்தன. தொழி லாளர்கள் சண்டை போட்டார்கள்; வீரம் பேசினார்கள்; முதலாளிகளால் விலைக்கு வாங்கப்பட்டார்கள். தொழிற்சாலை என்றால் கறுப்பா , சிவப்பா என்று கூடத் தெரியாதவன் சுகமாகப் புளுகுகிறான். பாக்டரி போர்மன் ரவியின் வீர தீர சாகசங்களில், தொழில் வன்மையில், உப்பிலியின் ஈகோ உயிர் பெற்றுக் கொண்டிருந்தது.

"உண்மையில் ரவி , உங்க ஜாபைப் பற்றியெல்லாம் கேட்கும்போது, எங்க பாங்க் ஜாப் எவ்வளவு 'போர்' என்று தோணறது. ஒரு 'த்ரில்லும் இல்லை' என்று அலுத்துக் கொண்டாள் ஜெயா.

வழக்கமான சாப்பாட்டு நேரம். அப்பா தன் நடுத்தரவர்க்க 'ப்ரஸ்டரேஷன்ஸை' எல்லாம் தாக்கலாக வெளியிட்டுப் பிறரைச் சாப்பிடவிடாமல் அடிக்கும் ஸ்பெஷல் நேரம். இன்று கொஞ்சம் உக்ரம் அதிகமே. வீட்டில் சாப்பாட்டுச் செலவைக் குறைக்க இது ஒரு வழியாகக்கூட இருக்கலாம். தனியாகச் சாப்பிடவும் விடமாட்டார். அவரையும் சொல்லி என்ன பலன்?

"வாங்க ஹீரோ ஸார். வாங்கோ... ஒரு வேளைச் சோத்துக்கு வழியைக் காணோம்... காதல், ஊதலெல்லாம் அமர்க்களப் படறதாக்கும். வீட்டுக்குப் பக்கத்துலே பஸ் ஸ்டாண்டுக் காதல் என்னால் தெரிஞ் சுடுமேன்னு , ஒரு மைல் நடந்து போய் காதலாக்கும்... இந்த சேஷ்டையெல்லாம் நம்மாத்துக்கு ஒத்துவராது. நாளைக்கு அவ வயத்தைச் சாச்சுண்டு இங்க வந்து நின்னா..."

"அப்பா..." உப்பிலி கத்தலாகக் குறுக்கிட்டான். "வாய்க்கு வந்தபடி பேசாதேங்கோ ... பஸ் ஸ்டாண்டில பேசற பெண் ணோட எல்லாம் காதல் இருக்கணும்னு அவசியமில்லை. யாரு , என்னன்னு கேக்காம உங்க அசிங்க புத்தியைக் காட்டாதேங்கோ..."

"யாருடா... பெரிய்ய இவ..! யாரு சொல்லுடா...?" அவிழ்ந்த வேட்டியை ஒரு கையால் பிடித்தவாறு அப்பா எச்சிற் கையுடன் எழுந்து விட்டார். அம்மா பயத்தில் நடுங்கினாள்.

"அவங்க ஸ்டேட் பாங்கில ஒரு பெரிய ஆபீஸர்..."

அப்பா சட்'டென அடங்கிப் போனார். அவர் கோபம் ஊசி குத்திய பலூனாக இறங்கியது. 'சனியனே, சொல்லி தொலைக்கறது தானே. நீ ஸதர்ன் ஸெலக்ஷனுக்குப் பரீட்சை எழுதியிருக்கேன்னு சொல்லி, நம்பரெல்லாம் தரயோல்லியோ? வர வர பாங்க் எக்ஸாம் கூட 'புல்' தானாம். அவா கூட ரோட்ல நின்னுண்டு நாலு பேர் பார்க்கறாப்பல பேசுவானேன். வீட்டுக்கு அழைச்சிண்டு வந்து பேசறது?"

பதில் பேச உப்பிலி இல்லை அங்கே. பொட்டிக் கடையில் கடன்பட்டு உப்பிலி தம்மடித்த போது, அப்பா, அம்மா, அக்காக்கள், நண்பர்கள் என்ற எல்லா உறவுகளையும் ஊதி விடலாம் போலிருந்தது. அத்தனை உறவுகளின் அடிப் படையும் ஐசா, பைசா விவகாரம்தான்! வேலை கிடைக்குமென்றால் தேவடியாளாகப் போனால் கூட அப்பா, அம்மா ஏற்பார்கள் என்று தோன்றியது.

**ஹா**ய் ரவி.." வழக்கமான ஜெயாவாக இல்லாமல் ஏதோ மாற்றம் தெரிந்தது. ஷிபான் புடவை உடுத்தி லேசாக ஒப்பனை செய்திருந்தாள்.

"என்ன ஜெயா, இன்னிக்கு ஏதோ மாறுதலாகத் தெரிகிறே...?"

"ஆமாம், காரணத்துடன்தான். ரவீ .. நான் உன்னைக் கேட்காமலே விஷயங்கள் ஏற்பாடு செஞ்சிட்டேன். தப்புத்தான். இருந்தாலும், நீ ஷிப்ட் முடிந்து ரொம்ப டயர்டாக இருப்பேன்னு தெரியும்... இருந்தாலும், ப்ளீஸ், எனக்காக..."

"என்ன, முன்னுரை ரொம்பப் பெரிசாகவே இருக்கு..."

"உன்னைக் கேக்காம சினிமா டிக்கெட் வாங்கிட்டேன். நான் இன்னிக்கு ஆபீஸ் லீவு . இன்னிக்கு எனக்கு பர்த்டே....."

"ஹேப்பி ரிடர்ன்ஸ்.... முன்னாடியே சொல்லக் கூடாதா?"

"பரிசைப் பற்றிக் கவலைப்படாதே. நமக்குள்ளே அதற் கெல்லாம் அவசியமில்லை. நீ ரொம்ப டயர்டா இருப்பேன்னு எனக்குத் தெரியும். உன் வீட்டிலே 'அப்ஜெக்ட்' செய்ய மாட்டாங்கன்னா, அங்க போய் குளிச்சிட்டுக் கிளம்பலாம். 'டாஜில்' லஞ்சுக்கு ஏற்கனவே ஏற்பாடு செய்திருக்கிறேன்.

உப்பிலியின் உலகம் பயங்கரமாகச் சுழன்றது. வெய்ட் டருக்கு 'டிப் ' தரக்கூட அவனிடம் பணமில்லை என்ற நிலையில் ஐந்து நட்சத்திர ஓட்டலா... இது எங்கே கொண்டு விடும்?

ஜெயாவைத் தொடரும் ஒவ்வொரு கணமும் உப்பிலியின் காசில்லாத இதயத்தைப் போல் அடித்துக் கொண்டது.

டாஜ் ஹோட்டலின் பெவிலியன் ரெஸ்டாரென்டின் பூபே லஞ்ச் அனுபவித்தபடியே ஜெயா நிறையப் பேசினாள். ஹவுஸ் லோன் போட்டு விட்டதாகவும், வேளச்சேரியில் கிரவுண்டு பார்த்து வைத்திருப்பதாகவும் சொன்னாள். அவளுக்குக் கல்யாணம் செய்துவிட அவ அம்மா அவசரப்படுகிறாள் என்றாள். எதையுமே திட்டமிட்டுச் செய்யும் தான், எதிர்காலம் பற்றியும் க்ளியராக திட்டமிட்டிருப்பதாகச் சொன்னாள்.

உப்பிலிக்கு அவள் பேசிய பேச்சு பெரும்பாலும் காதில் விழவே இல்லை .... சாப்பாடும் ருசிக்கவில்லை . அவன் உள்ளிருந்து ஏதோ ஒன்று, 'இது உன் இடமல்ல, நழுவி விடு'' என்று பயமுறுத்திக் கொண்டிருந்தது.

“ரவி, சினிமாவுக்கு நிறைய டைம் இருக்கு. மெதுவா நடந்தே போய் விடலாமா..?'' அவன் மெல்ல அவளுடன் நடந்தான். ''ஏன் ரவி, இன்றைக்கு இவ்வளவு கொயட்டாக இருக்கே? லஞ்ச், சினிமா மட்டுமில்லை, உனக்கு இன்னும் சில சர்ப்பரைசும் வைத்திருக்கிறேன்'' ஜெயா அவனை சகஜப் படுத்த முயன்று கொண்டிருந்தாள்.

தியேட்டரில் ஜெயாவே உள்ளே சென்று டோக்கனை டிக்கெட்டாக மாற்றி வந்தாள். ''கொஞ்ச நேரம் வெளியிலேயே காத்திருக்கலாம். நேரமாகவில்லை , இன்னும்.''

ஸ்கூட்டரிலிருந்து இறங்கிய , ஸபாரி சூட்டும், எக்ஸிகுடிவ் லுக்குமாக இருந்த ஒருவர் நேரே அவர்களிடம் வந்தார்.

''ஐ ஆம் கணேஷ்.... ஜெயாவின் அண்ணா ...'' உப்பிலியின் கையைப் பற்றிக் குலுக்கினார்.

''ஹா , நான் சொன்னேன் அல்லவா, இன்னிக்கு உனக்கு நிறைய ஆச்சரியங்கள் காத்திருக்குன்னு . ரவி , மீட் மை ப்ரதர்.....''

உப்பிலியின் கால்களிரண்டும் கால்சராயினுள் வெட வெட' வென உதறலெடுத்தன.

''மிஸ்டர் ரவி, ஜெயா உங்களைப் பற்றி ஒரு மாதமாகவே என்னிடம் பேசிக்கொண்டிருந்தாலும், இரண்டு நாள் முன்தான் தன் எதிர்காலத் திட்டங்களைப் பற்றி என்னிடம் சொன்னாள். ஐ ஆம் ஸோ ஹேப்பி.

ஐ ஆம் ஷ்யூர் உங்க கலியாணத்துக்கப் புறம் உங்க பாக்டரியிலே ஷிப்டை மாத்திடுவாங்க, இல்லையா..? கங்க்ராட்ஸ் மிஸ்டர் ரவி.."

"மிஸ்டர் ரவி, மிஸ்டர் ரவி..." முணுமுணுத்த உப்பிலி சுற்றுப்புறத்தை மறந்தவனாக உரக்கக் குரல் கொடுத்தான். "அது என் பெயரில்லை. நான் உப்பிலி, உப்பிலியப்பன். வீட்டிலே பிச்சை, நான், நான்...' அன் எம்ப்ளாயிட்" திகைத்து நின்ற ஜெயாவையும், கணேஷையும் தாண்டித் திரும்பி, ஜனவெள்ளமாக இருந்த மவுண்ட்ரோடு முகமற்ற கூட்டத்தை நோக்கி வெறிபிடித்தாற்போல் ஓடினான்.

# உலக அழகியிடம் ஒரு ரகசியம்

முதன்முறையாக சென்னையில் நடக்கும் உலக அழகிப்போட்டி. நகரமே விழாக்கோலம் பூண்டிருந்தது. உலகின் பல பகுதிகளிலிருந்தும் வந்திருந்த டி. வி. காமராமேன்கள், புகைப்படக்காரர்கள், பத்திரிகையாளர்கள் என்று நட்சத்திர ஓட்டல்கள் நிரம்பி வழிந்தன. இந்தியாவின் பல பாகங்களிலிருந்தும் காவல் படையினர் குவிந்த வண்ணமிருந்தனர். அழகிகள் தங்கியிருக்கும் சூர்யா இன்டர்நேஷனலைச் சுற்றி பலத்தப் பாதுகாப்பு. அப்படியும் ஏதாவது ஒரு அழகியின் உடற்பயிற்சி செய்யும் புகைப்படம் ஒரு செய்தித் தாளில் வெளிவந்துவிடும். அழகிப் போட்டி அமைப்பாளர்கள் இது ஒரிஜினல் படமில்லை. கம்ப்யூட்டரில் உருவாக்கியது என்று மறுப்பு விடுவார்கள்.

ஹோட்டல் சூர்யாவின் நீச்சல் குளத்தில் ஜலக்கீரிடை செய்து கொண்டிருந்தனர் விதவிதமான அழகிகள். கறுப்பு, வெளுப்பு, ப்ரவுன், ஐரோப்பிய முகம், மங்கோலிய முகம், ஆப்ரிக்க முகம் என்று. ஆனால் அத்தனை பேருக்கும் பொதுவானது அழகு. அழகு என்றால் சாதாரண அழகில்லை. நீள, நீளமான கால்களும், செதுக்கினாற் போன்ற உடலழகும், ஒவ்வொரு அழகியுடனும் ஒரு கூட்டமே இருந்தது. உடம்பில் எண்ணையைத் தடவ , தலையை அழகுப்படுத்த, விதவிதமாக உடை அணிய , நடை பழகித்தர என்று.

இந்த வருடம் எல்லோருடைய அபிமானத்துக்குரியவர் ஒரு இந்திய அழகி. அதுவும் சென்னை அழகி... நீலா அரவிந்த். எந்த தென் இந்தியப் பெண்ணுக்கும் இல்லாத ரோஜாவையும், தங்கத்தையும் கலந்தாற்போன்ற நிறம். செதுக்கிய சிலை போன்ற ஒயிலழகு . ஏறக்குறைய ஆறடியைத் தொடும் உயரம். பட்டாம் பூச்சியாய்ப் படபடக்கும் நீண்ட இமைகளிடையே கோலிக்குண்டாய் நீல

விழிகள். அந்த விழிகளின் நிறம் நீலமா, பச்சையா என்று பிரிட்டிஷ் டாப்லாய்ட்கள் போட்டியே நடத்தின. பிறந்து, வளர்ந்தது இந்தியா என்றாலும், இப்போது கார்னெல் யுனிவர்ஸிடியில் எம்.பி.ஏ. படிக்கும் அறிவு ஜீவி. பரதநாட்டியம் பழகியவள், பாலேயும் தெரியும். இவள் இந்த முறை உலக அழகியானால் சுஷ்மிதா, ஐஸ்வர்யா ராய்க்குப் பிறகு இந்தியாவுக்குப் பெருமை கிடைக்கும்.

"நீல், பீ கான்பிடெண்ட்..." கர்னல் அரவிந்த் மகளின் முதுகில் மெல்லத் தடவினார். மகளைப் பார்க்கும் போதெல்லாம் ஒரு தந்தைக்கே உரிய பெருமிதத்தில் அவர் நெஞ்சம் துள்ளும். "மை டாட்டர், என்னைப் போலவே போகுமிடமெல்லாம் பெருமை அடைகிறாள் .... நல்ல வேளை அம்மாவைக் கொள்ளவில்லை..." கர்னலுக்கு என்றுமே மனைவி மேல் மதிப்போ, மரியாதையோ, அன்போ இருந்ததில்லை. அவருடைய முதல் மனைவி பெரிய அழகியாக இருந்தாள். காலேஜ் லெக்சரராக இருந்தவள், வெகு சுலபமாக இவர் கீழே வேலை செய்த காப்டன் சுந்தருடன் சென்றுவிட்டாள். கர்னலின் ஈகோவுக்கு மாபெரும் அடி. அடுத்த முறை திருமணத்திற்குத் தயாரானபோது அழகு, படிப்பு, பணம் எதுவுமில்லாத ராதிகாவைத் தேர்ந்தெடுத்த போது 'அந்தப் பெண்ணுக்கு வாழ்வளிக்கிறேன்" என்று இவர் வெளிக்குப் பேசினாலும் அந்த முடிவில் இருந்தது சுயநலம்தான்.

ராதிகாவுக்கு வாழ்வளிக்கத்தான் செய்த தியாகத்தை ஒவ்வொரு பார்ட்டியிலும் பெரிய கதையாகவும், கேலியாகவும் அத்தனை பேர் எதிரிலும் சொல்ல இவர் தயங்கியதேயில்லை. "மீட் மை ஆப்ரிகன் வொய்ப்..." என்று அவள் நிறத்தைக் குறிப்பார் அல்லது "என் மனைவி மிகச் சிறந்த பத்தினி ஆமாம்... காளிதாசன் என்ன சொல்லியிருக்கான் தெரியுமோ... மிகக் கோரமான பெண்தான் உலகில் மிகக் கற்புடையவள், ஏனென்றால் அவளைத் தேடி எவனும் வரமாட்டானில்லையா?" கையில ரம் ஏந்தி, கண்ணீர் ததும்ப நிற்கும் மனைவியைக் கடைக் கண்ணால் பார்த்தவாறே பெரிதாக ஜோக் அடித்துச் சிரிப்பார். இவருடன் தாங்களும் சேர்ந்து சிரிக்க வேண்டுமா, கூடாதா என்று புரியாமல் மற்ற ஆபீஸர்கள் விழிப்பார்கள்.

மனைவி விஷயத்தில் எப்படியோ, மகளைப் போற்றி போற்றித்தான் வளர்த்தார். "மை ப்ளூ ஐட் ப்யூட்டி' என்று கொஞ்சுவார். ஆர்மி ஆஸ்பத்திரியில் ராதிகா நிலாவைப் பெற்றபோது கர்னல் அரவிந்த் தந்த விருந்தும், பரிசுகளும் இன்றும் பேசப்படுபவை.

நிலா தந்தையின் எதிர்பார்ப்புகளை அவர் ஆசைக்கும் மேல் ஒருபடி சாதித்தாள். பள்ளியில் பர்ஸ்ட். செண்ட் ஸ்டீபன்ஸ் ஆனர்ஸில் யுனிவர்சிடி பர்ஸ்ட் ..... ஆர்மி வாழ்க்கை தந்த குதிரையேற்றம்,

துப்பாக்கிச்சுடல், டென்னிஸ் அத்தனையிலும் சேம்பியன். நிலா கல்லூரியில் படிக்கும் போதே தந்தையை விட ஒருபடி உயரமானாள். ராதிகா கறுப்பு என்றால் அரவிந்த் மாநிறம். ஆனால் நிலாவோ ரோஜா நிறம். ஒவ்வொரு தலைமுறையும், அடுத்த தலைமுறையைவிட ஒருபடி மேலேதானே முன்னேறுகிறது....

மகாபலிபுரம் பாணியில் அலங்கரிக்கப்பட்டிருந்த மேடை இந்திய ஐடியா... ஆனால் உலகெங்குமிருந்த வல்லுநர்கள் பார்வையில் உருவானது... பளீர் , பளிரெனக் கம்ப்யூட்டர் கன்ட்ரோல்ட் லேசர் லைட்டுகள். ராதிகாவும், கர்னலும் இரண்டாம் வரிசையில் உட்கார்ந்திருந்தார்கள்..... முதல் ரவுண்ட் அந்தந்த நாட்டு தேசிய உடை..... நிலா வித, விதமான நகைகளணிந்து மேடையில் வந்தபோது அரங்கமே அதிர்ந்தது. டி.வி. கேமிரா ராதிகா, அரவிந்த் மேல் படிந்தது. உலகெங்கும் தொலைக்காட்சி பார்த்துக் கொண்டிருந்தவர்களுக்கும் இந்த அழகியின் பெற்றோர் என்று அறிமுகமானார்கள் .... அரவிந்த் மனைவியின் காதில் கிசுகிசுத்தார்... "டி.வி. பார்த்திண்டு இருக்கிறவங்க, நீ இவளைத் தவிட்டுக்கு வாங்கினேன்னு நினைப்பாங்க..." இருபத்தி நாலு வருடமாகப் பழகிய பேச்சுதான் என்றாலும் வலித்தது....

அடுத்தது நீச்சல் உடை அணி... நிலாவின் பழுப்பும், வெளுப்பும் கலந்த உடல் நிறம் மிகுந்த பாராட்டைப்பெற்றது. அனைவரும் எதிர்பார்த்த படி நிலா செமி பைனலுக்கு வந்துவிட்டாள்.

அடுத்தது கேள்வி ரவுண்டு... ஒரு மாதமாக கிளிப் பிள்ளைக் குச் சொல்லிக் கொடுப்பது போல் நிறைய பயிற்சி கொடுத் திருந்தார்கள் என்பது பலரும் பதிலளிக்கும் விதத்திலேயே தெரிந்தது. மதர் தெரஸாவாக வாழ விரும்புவதும், உலகிலேயே சிறந்த உறவு தாய்மை என்றும், உலக குழந்தைகளுக்கு சேவை செய்ய விரும்புவதாகவும்...

நிலாவின் முறை வந்தது... "நீ மதிக்கும் மிகச் சிறந்ததாகக் கருதும் பண்பு எது?" தயக்கமின்றி பதில் வந்தது... பணக்காரன், ஏழை, உயர்வு, தாழ்வு, எல்லாவற்றிற்கும் மேல் மனிதன், சகமனிதனை நேசிப்பதுடன் நின்றுவிடாமல் சகமனிதானாக மதிப்பதும்தான் நான் விரும்பும் பண்பு..." கைதட்டல் ஓயப் பல நிமிடமாயிற்று.

மூன்றாவதாக... மிஸ்... வெனிசுலா...

இரண்டாவதாக... மிஸ்... கிரீஸ்...

இந்த ஆண்டு உலக அழகியாகத் தேர்ந்தெடுக்கப்படுவது... மிஸ் இந்தியா... மிஸ் நிலா அரவிந்த்... ராதிகாவும், அரவிந்தும் அந்த ஒரு

நிமிடம் இதயத் துடிப்பையே இழந்தனர். "தேங்க்யூ ... தேங்க்யூ .... ராதிகா.... எனக்கு உலகமே புகழற அளவுக்கு ஒரு பெண்ணைப் பெற்றுத் தந்ததற்கு ...." அரவிந்தே நெகிழ்ந்து ராதிகாவின் கையைப் பற்றினார்.... மேடையில் இந்த நாட்டுக்கு, பெற்றோருக்கு, ஸ்பான்ஸர்களுக்கு என்று எல்லோருக்கும் நிலா நன்றி கூறிக் கொண்டிருந்தாள்...

மாலை வரவேற்பு... ஒரு டிக்கெட் ஐம்பதாயிரம் ரூபாய் கொடுத்து வாங்கியவர்கள் உள்ளே வர மைல் நீள க்யூவில் நின்று கொண்டிருந்தார்கள்... இந்த டின்னருக்காக கடற்கரையின் ஒரு பகுதியைத் தேவலோகமாக்கி இருந்தார்கள்... உலக அழகிகளை ஒருமுறை பார்க்க எங்கும் அலைமோதும் கூட்டம்.

அரவிந்த் புத்தம் புது சூட்டில் படுஸ்மார்ட்டாக இருந்தார். ராதிகாவும் நிறைய அலங்காரம் செய்து கொண்டிருந்தாள். இந்த அலங்காரமே அலங்கோலமாக இருந்தாற் போல் தோன்றியது அவருக்கு. இத்தகைய இடங்களுக்கெல்லாம் இவள் லாயக் கில்லை. ஆனால் உலக அழகியின் அம்மாவாச்சே... அழைத்து வராமலும் இருக்க முடியாது. மகள் எப்படி 'பட் பட்' டென்று பதிலளித்தாள். அம்மாக்காரிக்கு கும்பிடு போடுவதைத் தவிர ஒழுங்காகப் பேசக்கூடத் தெரியாது. ஏதாவது சொன்னால் பேச விட்டால் தானே என்று முணுமுணுப்பாள். அவர் கம்பீரத்திற்கு இந்தி சினிமா நடிகை போல ஒரு ஜோடி தேவை... என்ன செய்வது....

கூட்டம் ஒருவிதமாக ஸெட்டில் ஆனது .... ஷாம்பெயின் பாட்டில்கள் திறக்கப்பட்டன... உலக அழகிக்கு டோஸ்ட்.... புன்னகை பூத்து நிலாவின் கன்னமே மரத்துப் போயிற்று.

மைக்கில் ஒலிபரப்பாகியது. "உலக அழகி நிலா இந்த நாட்டின் முதல் டெஸ்ட் டியூப் பேபி என்பது. இங்கு வந்துள்ள டாக்டர் விமலா சாம்ராஜ் கூறித்தான் தெரிகிறது... வெல்கம் டு டெக்னாலஜி... "தேங்க்யூ... தேங்க்யூ" நிலாவுடன் டாக்டர் விமலாவும் மேடை ஏறினார்... ராதிகாவும் அரவிந்தும் தொடர்ந்து மேடை ஏறினர்... காமிராக்கள் ஒளியை வாரி இறைத்தன... அரவிந்த் அழகாக, அமர்ந்து நன்றி கூறினார். பல ஆயிரம் கண்கள் இந்த அப்பாவைப் பொறாமையுடன் பார்த்தன.

அடுத்து ராதிகா... "தேங்க்யூ... தேங்க்யூ .." மெல்லத் தடுமாறினாள். என் மகள், இந்த நாட்டின் விஞ்ஞான விந்தை. இன்று உலக அழகி... நான் மற்ற இந்தியர்களுடன் சேர்ந்து பெருமைப் படுகிறேன்... இந்த நிலையில் நான் ஒரு விஷயம் கூற விரும்புகிறேன்.... இந்த விஞ்ஞான

விந்தை தோன்றக் காரணமாக இருந்தவர்..." அரவிந்தைத் திரும்பிப் பார்த்தாள். அவர் பெருமையுடன் தலையாட்டினார். "என் கணவரின் விந்தில் வீரியமில்லை என்று பலமுறை தோல்வி ஏற்பட்ட பிறகு, என் துயரத்தைப் புரிந்து கொண்டு எனக்கு டோனராக இருந்து விந்து தானம் செய்த அமெரிக்க டாக்டர்... இரண்டு தந்தைகளின் குணாதிசயங்களும் கொண்ட என் மகள் இன்று உலக அழகியாக காரணமாயிருந்தவர்..."

முகமெல்லாம் வெளுத்தது. ரத்தமிழந்து சோகையாக மேடையில் நின்ற அரவிந்தை அலட்சியமாகப் பார்த்தாள் ராதிகா... " உன் குறையை ஏற்றுக் கொள்ள முடியாமல் நீ செய்த மனச்சித்ரவதை தாங்காமல் தான் நான் அன்று அந்த வெள்ளைக்கார டாக்டரைக் கெஞ்சினேன்..... இன்று இத்தனை பேர் மத்தியில் ரகசியத்தை உடைக்கக் காரணம் நாலுபேர் மத்தியில் கூனிக்குறுகி நிற்கும் உணர்வை நீயும் அனுபவிக்க வேண்டும் என்றுதான்."

எனக்குப் படிப்பில்லை, பணமில்லை, தனியாக வாழத் தைரியமில்லை, ஆனால் எவனோ போட்ட பிச்சை அழகியாக, புத்திசாலியாக, பணக்காரியாக நான் பெற்ற மகளிருக்கிறாள் போடா...

# மாறுபாடுகள்

**சா**வி கேட்டு வந்த புது டிரைவரை கண் அகலப் பார்த்தாள். சுமித்ரா, அம்மாடி.... அதென்ன ஸ்டைல்! தோள்வரையில் சுருள் சுருளாக ஸ்டெப்கட், அளவாக வெட்டிய மீசை, முகத்தில் ஒரு கோட் 'பளபளா' பவுடர், பெல்பாட்டம் பேண்ட், டெரிலின் சட்டை, வரவரத் தமிழ்நாட்டு இளைஞர்கள் அனைவருக்கும் தாங்கள் ஏதோ சினிமா ஹீரோ என்றுதான் எண்ணம்.

"புது டிரைவரா... பேர் என்னப்பா...?"

"கமலேஷ், மேடம்....."

பேரில் கூட சினிமா வாடை! "இந்த ஆள் யார் செலக்ஷன்?" – ஆம்லெட்டைத் தட்டத்தில் இட்டவாறே கணவனைக் கேட்டாள் சுமித்ரா.

"டைம் ஆபீஸில் யாருக்காவது வேண்டப்பட்டவனாக இருப்பான். இல்லை , லஞ்சம் கொடுத்து இந்த டெம்பரரி வேலை வாங்கி யிருப்பான். பாவம் சுமி..... பர்மனென்ட் ஆக்கினாலும் பிராவிடண்ட்ப ண்ட், போனஸ் எல்லாம் தரணுமே என்று ஒருவருஷம் வேலை யிலே வைத்திருந்து விரட்டி விடுவார்கள். ஆறேழு வருஷம் இந்தச் சின்னவயசு டிரைவர்கள் பாடு அல்லாட்டம்தான். இந்தப் பையன் நன்றாகவே ஓட்டுகிறான்" சுரேஷ் கூறினார்.

"படா ஸ்டைல் ..."

"இருந்துவிட்டுப் போகட்டுமே. அதனால் உனக்கும் எனக்கும் என்ன நஷ்டம் சொல்லு ...?"

சுமி உதட்டைப் பிதுக்கினாள்.

முன்பு இருந்த டிரைவர் அப்பாசாமி வயதானவர். வேலையில்லாத நேரத்தில் குழந்தை வித்யாவுடன் விளையாடு வார். நாயை வாங்கிங் அழைத்துச் செல்வார். வீட்டில் குழாயில் ரிப்பேரோ , எலெக்ட்ரிக் பியூஸோ எதுவானாலும் அப்பாசாமிதான். அப்பாசாமியை வேலை நீக்கம் செய்தது சுமித்ராவிற்குக் கை உடைந்தாற்போல் இருந்தது. ஆனாலும் என்ன செய்வது, சொந்த டிரைவரா என்ன, ஆபீஸ் ஆள் ..... வேலையில் சேர்ப்பதும், நிறுத்துவதும் அவர்கள் இஷ்டம் தானே..... கர்ப்ப

கமலேஷ் என்னும் புது டிரைவர் மறந்துகூட, 'அம்மா, ஐயா' என்று கூப்பிட்டு விடவில்லை. எப்போதும் விறைப்பான, 'ஸார், மேடம்' தான். கார் ஓட்டாத நேரத்தில் காரினுள் உட்கார்ந்து தலையைப் படியப்படிய வாரியபடி, கையுடன் எடுத்துவரும் டிரான்ஸிஸ்டரைக் கேட்டுக் கொண்டிருப்பான். சுமித்ரா சாதாரணமாகக் காரில் ஏறினால் அரிசி விலை முதற்கொண்டு லேட்டஸ்ட் சினிமா வரை அத்தனை விஷயமும் டிவைரிடம் பேசித் தீர்ப்பாள். ஆனால் இந்தப் புது டிரைவர் ஸஸ்டிப் பேர் வழி. அவளுடன் பேசுவதே தன் கௌரவத் துக்குக் குறைவு என்பது போல் அசட்டையாக இருப்பான். மற்றபடி வேலையில் எந்தக் குறையும் சொல்ல முடியாது.

அன்று சுரேஷ் கல்கத்தா சென்றிருந்தார். "மேடம், இன்னிக்கு 'ஹாப்டே' லீவு வேணுங்க" என்றான் கமலேஷ்.

"என்னப்பா திடீர்னு .... ஐயாகிட்ட சொல்லவில்லையே..." என்று இழுத்தாள் சுமித்ரா.

"சொல்ல மறந்துட்டேங்க..... ரெண்டு மணிக்கு மீட்டிங்கிற்குப் போவணும்..."

"மீட்டிங்கா ..?"

"ஆமாங்க. நீங்க ஊரெல்லாம் போஸ்டர் பார்த்து இருப்பீங்களே... கடவுள் எதிர்ப்பு மாநாடு." – பெருமிதத்துடன் கறுப்புச்சட்டையை அவள் பார்க்கும்படி நிமிர்ந்து நின்றான்.

"ஓ... சரி, போயிட்டு வாப்பா."

சுமித்ராவுக்கு உடம்பு வியர்த்தது. பையன் அதிகம் பேசுவது கூட இல்லை , மரியாதையாக இருக்கிறான் என்று நினைத்தது போக, இந்த மாதிரி மீட்டிங்கிலெல்லாம்கூடச் சென்று கோஷம் போட்டுக் கல்லெறிவானா...

care சுரேஷிடம் கேட்டபோது, அவர் சிரித்தார். "நீ சஷ்டி, பிரதோஷம்னு கோவிலைச் சுற்றிச்சுற்றி வரலாம். அவனுக் கென்று சில கொள்கைகள் இருக்கக்கூடாதா..? அவன் தலையை வலிக்கிறது என்று 'லீவ்' கேட்டிருக்கலாமே ... தன் கொள்கையில் எவ்வளவு மதிப்பும், நம்பிக்கையும் இருந்தா அவன் தைரியமாக நிஜத்தைச் சொல்லி லீவு கேட்டிருப்பான் நான் நினைக்கிறேன், "இவன் ரொம்ப நேர்மையானவன் என்று" – சுரேஷின் அமெரிக்கப் படிப்பு அவர் சிந்தனையை நிறையவே பாதித்திருந்தது.

மறுநாள் காலை, "நேற்று மீட்டிங் எப்படி இருந்தது?" என்று சுமித்ரா கமலேஷை வேண்டுமென்றே கேட்டாள்.

"ஓ... நல்லாயிருந்ததுங்க. இறை எதிர்ப்பு பானர்களுடன் நாலுமைல் ஊர்வலம் விட்டாங்க. வழியிலே தெரு ஓரத்துப் பிள்ளையார் கோவில் கதவையெல்லாம் பூட்டிக்கிட்டு பூசாரிமாரு ஓடிப் போயிட்டாங்க..." – அவன் அந்தக் காட்சியை ரசித்து சிரித்தான்.

"தெரு நெடுக்கா தோரணம்..... அந்தந்தப் பேட்டை கட்சிக்காரங்க ஏற்பாடு. மைக், லவுட்ஸ் பீக்கர், ரெக்கார்ட் பாட்டு எல்லாம் எங்க மன்றத்து வேலைங்க, ஆயிரம் பேரு, ரெண்டாயிரம் பேரு, ஆம்பிள்ளை, பொம்பிள்ளை எல்லாம் ஒரே கறுப்புச் சட்டை போட்டுக்கிட்டு நடந்த ஒத்துமையும், அழகையும் பார்த்திருக்கணுமே...! தலைவருக்கு ஆளுயர மாலை போட்டு, பொன்னாடை போர்த்தினாங்க!"

அதிகம் பேசாதவன் உண்மையான லயிப்புடனும், சந்தோஷத்துடனும் மெய்மறந்து விவரித்தான்.

"இறை எதிர்ப்புக்கு ஊர்வலமா... உற்சவ விக்ரகம் உண்டா" என்று கேட்கலாமா என்று சுமித்ராவுக்குத் தோன்றியது. 'சே, சே, நான் ஆனாலும் மோசம். சாமி கோவிலில்தான் ஊர்வலம் போக வேண்டுமா என்ன... கல்யாணத்திற்கு ஊர்வலம் விடுவதில்லையா, அரசியல் கட்சிக்கு ஊர்வலம் போவதில்லையா, கடவுள் இல்லை என்று சொல்ல ஊர்வலம் விட்டால் என்ன தவறு?" என்று சமாதானப்படுத்திக் கொண்டாள்.

அன்று காலையிலேயே சுரேஷ் காரில் ராணிப்பேட்டை சென்றுவிட்டார். சுமித்ரா விவிதபாரதி' கேட்டவாறு ஒண்ணரை ரூபா மாத நாவலில் ஆழ்ந்திருந்தாள்.

"அம்மா, அம்மா..." – வாசலில் ஒரு முதியவள் நின்றிருந்தாள். முகம் சுருங்கி, வற்றலான உடம்பு , இடையில் பழைய புடவை ..." முனியன் தாயாரம்மா, அவன்கூடக் கொஞ்சம் பேசணும்..."

"யாரு முனியன்? இங்க யாரும் அப்படி இல்லையே?"

"இங்கேதானேம்மா கார் ஓட்டுது. நெறமா, நெடிசலா வளர்ந்த பையன். தலைகூட புசு, புசுன்னு வச்சிட்டிருக்குமே."

"நீ சொல்றாப்பல ஒரு பையன் இங்க டிரைவரா இருக்கான். ஆனா, அவன் பேர் கமலேஷ்ன்னா."

முதியவள் சிரித்தாள். "அது எப்பப் பாரு முனியன், சுப்பன்னு ஏன் பேரு வச்சேன்னு சண்டை போட்டிட்டிருக்கும். அதுக்கென்ன செய்யறது. மொதப் பிள்ளைக்கு கொலதெய்வம் பேரத்தானே வைக்கணும். எம்புள்ளைக்கு சினிமா ஆசை ஜாஸ்தி. அதுவும் இந்தக் கமலஹாஸன்னா உசிரு. அதான் கமல், கமலேஷ்னு ஏதாவது புச்சா பேர் வச்சிட்டிருக்கும்..."

சுமித்ரா கமலேஷின் தாயாரை உள்ளே அழைத்தாள். வெயிலில் வந்தவளுக்கு 'ஜில்' லென்று மோர் கொடுத்தாள். "அய்யா காலை யிலேயே உம் பையனைக் கூட்டிக்கிட்டு ராணிப்பேட்டை போயிட்டாரு. திரும்ப எப்படியும் இருட்டிவிடும்."

"அப்படியா, நான் என்னம்மா செய்யறது இப்போ ..." முதியவள் முகம் சுருங்கியது. "அவசரமா அம்பது ரூபா பணம் வேணும். ஆபீஸிலே அட்வான்ஸ் வாங்கி, மதியம் வீட்டாண்டே தரதாச் சொல்லியிருந்தான். ஓங்ககிட்டச் சொல்லலியாம்மா?"

"இல்லையே..."

"இந்தப் பையனுக்கு ரொம்பக் கஷ்டம்மா, ஓம்பதாவது படிச்சிட்டிருந்த பிள்ளை, அவங்கப்பாபோனதும் படிப்பை நிறுத்திப் போட்டு, வேற வழி யில்லாம கார் மெக்கானிக்காண்ட க்ளீனராச் சேர்த்துட்டேன். நானும் ரெண்டு வீடு பத்துப் பாத்திரம் தேய்ச்சு, நாலு புள்ளைங்களையும் வளர்த்துப் போட்டேன். போன வருஷம் பெரிய பெண்ணைக் கட்டிக் கொடுத்ததுதாங்க படா பேஜாராப் போச்சு. சொந்த டாக்ஸி ஓட்ர ஆளு, பொஞ்சாதியை அடிச்சு, ஒதைச்சு, எப்பப்பாரு இங்க வெரட்டி விட்டுடுது. ஒரு வைப்பு சகவாசம் வேறயாம். முனியனும், மூணுநாலுதபா சண்டை வெலக்கிச் சேர்த்து வச்சான். நேத்து ராவைக்கு கைக்கொழந்தையை ஜொரத்தோட எடுத்திட்டு வந்து அழுதுட்டு நிக்கறா. ஆஸ்பத்திரியில் சேர்க்கணும்..."

"மத்த ரெண்டு பொண்களும் படிக்கறாங்களா?"

"அதெல்லாம் ஒண்ணுமில்லையம்மா, ரெண்டாவது பொறக்கறபோதே மூளை வளரல்லை. ஏதோ அரிசி ஊறப்போட்டா அரைச்சுப் போடும். கொழாத் தண்ணிக்குப் போவும். வவுறுமுட்டத் துன்னுட்டுக்

குந்திக்கினு கிடக்கும். அத்தால நமக்குத் தொந்தரையில்லை. கடைசிப் பொண்ணுதான் சமைஞ்சு சீரெடுத்த பொண்ணு. குதிரையாட்டமா சுத்திக்கினு கிடக்கும். எப்பப்பாரு சினிமா, சினிமா... ஸ்டைலுதான். முனியனுக்கும் அதுக்கும் பொழுதன்னைக்கும் சண்டைதான். எம் பையனைச் சும்மாச் சொல்லக்கூடாது. தங்கக்கம்பிதான். அத்தனை பொறுப்பு . சிகரெட்டு, சாராயம் எந்த வம்புதும்பும் கெடையாது. ஏதோ ஒரு கால் சட்டை, வாரம் ரெண்டு சினிமா, அவ்ளோதான். சம்பளப்பணம் முழுசும் எங்கையிலே கொடுத்துடும். எப்போனாச்சும் தாம் படிக்கலையேன்னு வருத்தப்படும். அப்போ எம் மனசும் கலங்கும்... சரிம்மா.... அப்ப நா வர்றேன். முனியன் வந்தால் பணம் வாங்கிட்டு வரச்சொல்லுங்க" – அவள் கிளம்பினாள்.

"இரும்மா" – சுமித்ரா உள்ளே சென்று அம்பது ரூபாய் எடுத்து வந்தாள். "இந்தா... நீ குழந்தையை ஆஸ்பத்திரியில் சேர்த்துவிடு. நாளைக்குப் பணம் வரவரைக்கும். குழந்தை கஷ்டப்பட வேண்டாம்..."

முதியவள் தயங்கினாள். "முனியன் என்ன சொல்லுமோம்மா..."

"பரவாயில்லை. நான் அவனிடம் சொல்லிக்கறேன்" – சுமித்ரா அவளைச் சமாதானம் செய்து அனுப்பி வைத்தாள்.

இந்தக் கமலேஷ் இவ்வளவு கஷ்டங்களுக்கு நடுவில் பொறுப்புடன் செயல்படுபவனா... படிப்பைத் தொடர முடியாமல் குடும்பச் சுமை தூக்கும் போது, அவன் மனம் எவ்வளவு கஷ்டப்பட்டிருக்கும். ஆனாலும் கமலேஷின் ஸ்டைல் தோற்றம், சினிமாப் பாட்டுக் கேட்கும் தீவிரம், அலட்சிய நோக்கு, இறை எதிர்ப்பு எல்லாமே ஒன்றுக்கொன்று சம்பந்தப்படாத முரணாகச் சுமித்ராவிற்குத் தோன்றியது.

இரவு சுரேஷ் திரும்பியவுடன், கமலேஷிடம் அவன் தாயார் அவனைத் தேடி வந்ததையும், தான் பணம் கொடுத்ததையும் கூறினாள். அவன் மெய்யுருகித் தனக்கு நன்றி கூறுவான் என எதிர்பார்த்தாள். அவன் பதில் ஏதும் பேசவில்லை . மறுநாள் ஆபீஸிலிருந்து 'அட்வான்ஸ்' வாங்கி அவள் பணத்தைத் திருப்பிக் கொடுத்துவிட்டான்.

சில நாட்களில் கமலேஷின் ஸ்டைல் இன்னும் ஒருபடி அதிகமாயிற்று. "உங்க எக்ஸிகியுடிவ் தாடி உங்க டிரைவர் முகத்திலும் ஏறுகிறது... பார்த்தீர்களா?" என சுரேஷைக் கேலி செய்தாள் சுமித்ரா.

"கொஞ்சம் அரித்தாலும், எத்தனை பிளேடு செலவு, நேரம் மிச்சம் தெரியுமா?" – சுரேஷ் பதிலளித்தார்.

'டிரைவர் ஒரு வாரம் லீவு. சபரிமலை போகிறானாம்..." என்றார்.

"சபரிமலைக்கா... நான் கேட்காம இருக்கப் போறதில்லை" – சுமித்ரா

அவசரமாக வெளியே ஓடினாள்.

"என்ன கமலேஷ், சபரிமலை போகிறாயாமே...?"

"யெஸ் மேடம்..."

"ஒரு பக்கம் சாமி இல்லைன்னு கூட்டத்துக்குப் போற, மறுபக்கம் சபரிமலைக்கா?" –

கமலேஷ் ஒருவினாடி தயங்கினாலும் , " இது கடவுள் இல்லைங்க. ஐயப்பன். சினிமா நடிகர்லேந்து அரசியல்வாதி வரை எல்லோருந்தான் போறாங்க." என்றான்.

'ஐயப்பன் மட்டும் கடவுளில்லாம வேறு என்ன?' என்று கேட்டு வாதிட வேண்டும் என்று சுமித்ரா நினைத்தாள். சுரேஷ் ஆபீஸுக்கு கிளம்பிவிடவும் பேசாமல் உள்ளே வந்தாள்.

இரவு சுரேஷிடம், "இந்த ஆள் என்ன விசித்திரம் பாருங்கோ. படிப்பைத் தொடர முடியாத வறுமை. நிலையில்லாத வேலை. கல்யாணம் செய்தும் கஷ்டப்படும் தங்கை. மூளை வளராத தங்கை, அடங்காப்பிடாரித் தங்கை என மூணு நிரந்தரத் தொல்லைகள். உடம்பு சோர்ந்துவிட்ட அம்மா... இத்தனைக்கும் நடுவில் ஸ்டைல், சினிமாப் பேரு , டிரான்ஸிஸ்டர் பாட்டு, சாமி இல்லைங்கற கோஷம், அத்தோடு சபரிமலை தரிசனம்..."

"சுமித்ரா, உனக்கு இந்த சைகாலஜி எல்லாம் புரியாது. இந்த நாட்டில் பசி, பட்டினி, வியாதி, வேலையில்லாத திண்டாட்டம் அத்தனையிலும் மனிதர்கள் நரகவேதனை அனுபவித்துக் கொண்டு, கல்லெறியாமல் சந்தோஷமாக, நிம்மதியாக இருக்கிறார்கள். கூட்டமோ, மதமோ, கடவுளோ அதன் கொள்கையை விட, அது தரும் சிலமணி நேர Excitement – சாதாரண தினசரி வாழ்வில் ஒரு மாறுபாடுதான் முக்கியம். வட்டம் போட்டு, பலத்த குரலில் சேர்ந்து பாடும் பஜனைக்கு வரும் கூட்டம், தியான வகுப்புக்கு வருகிறதா பார். இந்த நாட்டு மக்களின் பலம் தனி மனித வெற்றிகள் இல்லை. ஏனெனில், வெற்றிபெற எத்தனை பேருக்கு வாய்ப்பிருக்கு? இந்த நாட்டில் அரண், சுமைதாங்கி எல்லாம் அதன் Feeling of communitஹ்தான். அலுத்து அயரவைக்கும் வாழ்க்கைக்குத் தேவையான மாற்றத்தையும், Excitementயையும் தருகிற பல போதைகள் பழக்கமாகி விட்டது.... சினிமா, மதம், அரசியல், கூட்டம், சத்தம்... இந்த Catalystகள் இல்லாமல் இந்த நாட்டில் அமைதியான வாழ்க்கை தொடரவே முடியாது.

வீட்டில் குழந்தை இழுப்பு வந்து துடித்துக் கொண்டிருக்க, மருந்து வாங்கக் காசில்லாதவன், கவலை மறந்து காலடி தூக்கி தீவட்டி

விளக்கில் ஆடுவது பார்த்திருக்கிறோமே, சுத்தமாகக் காது கேட்காத கிழவி அரசியல்வாதியின் ஆவேசப் பேச்சைப் பொறுமையாக இரண்டு மணி நேரம் கேட்டு (!) கைதட்டுவதும், இங்கு சாதாரண நிகழ்ச்சி. ஒரு வாய் டீக்கும், பொறைக்கும் வழியில்லாதவனெல்லாம், படத்துக்கு லட்சக்கணக்கில் வாங்கும் நடிகனுக்காக ஆஸ்பத்திரி வாயிலில் பட்டினியுடன் தவமிருப்பதும் இங்குதான் சாத்தியம். ஆடி மாதம் வரட்டும், அத்தனை பேட்டை தேவதைகளுக்கும் படையல் நடக்கும். அய்யரைக் கூப்பிட்டு பூஜை நடக்கும். அடுத்தடுத்த மாதம் தோரணம் கட்டி, 'கடவுளை நினைப்பவன் முட்டாள்' எனக் கோஷம் கேட்கும். இந்த நாட்டின் கூட்டத்து சைகாலஜி அது. மேலை நாட்டில் மனோதத்துவ நிபுணர்களிடம் ஓடுகிறார்களே டிப்ரஷன் என்று, அது பஞ்சத்துப் பட்டினியிலும் கூட நம்மிடம் நெருங்காது.

இத்தனை வசதி மிகுந்த வாழ்க்கையிலும் உனக்கு விவித பாரதி சங்கீதமும், கிளுகிளுக்க வைக்கும் எஸ்கேபிஸ்ட் நாவல்களும் தேவைப் படவில்லையா... அதுமாதிரித்தான்... எல்லாமே முரண்பாடுதான்... ஆனால், அத்தியாவசியமான மாறுதல்கள்..." சுரேஷ் பேசப்பேச சுமித்ராவின் குழப்பம் அதிகமாயிற்று!

*இதயம் – ஜுன் 5–11.*

# மிதியடிகள்

"சுதா, இங்கேயிருந்த மிதியடி எங்கே?" கட்டைத் தொண்டை கர்ஜனையாக அவளுக்குத் தோன்றியது.

அவர் காரிலிருந்து இறங்கும் போதே இதுதானா கண்ணில் பட வேண்டும்! எவ்வளவோ முயற்சி செய்தும் சின்னச் சின்னத் தவறுகள் ஏன் தவிர்க்க முடியாதவையாகி விடுகின்றன?

"மிதியடியிலே மண் தங்கிடுச்சு. தோட்டக்காரனை உதறி எடுத்திட்டு வரச்சொன்னேன், திரும்பப் போட மறந்துட்டேன்."

"உனக்கு எதுதான் ஞாபகம் இருக்கும். எடுத்த சாமானை எடுத்த இடத்தில் வைக்கணுங்கற அறிவு இருந்தாத்தானே. தோட்டத்து மண்ணும், நடைபாதை அழுக்கும் வீட்டுக்குள்ள வந்தா எனக்குப் பிடிக்காது, தெரியுமில்லையா."

எஜமானார், எஜமானியம்மாவை வீட்டுக்கு வெளியே நிற்க வைத்துக் கடிவதை வேடிக்கை பார்த்துக் கொண்டிருந்த தோட்டக்காரனும், ட்ரைவரும், "நாராயணா, அந்த மிதியடியை எடுத்துட்டு வாடா" என்ற சத்தத்தைக் கேட்டுச் சேர்ந்தே ஓடினார்கள்.

அழகான விலையுயர்ந்த மிதியடி பச்சையும், சிவப்புமாக, அதற்குள் சதுரக்கட்ட டிசைன்.

வீடு டிசைன் செய்யும் போதே அதற்காக என உருவாக்கப்பட்ட அளவெடுத்த பள்ளத்தில் மிதியடி உட்கார்ந்த பிறகுதான், சுதாகர் டென்ஷன் நீங்கியவராக கால் மண்ணை அதன் மீது தேய்த்து உதறிவிட்டு உள்ளே வந்தார்.

வரவேற்பறையை ஒருமுறை கண்ணோட்டம் விட்டவர் திருப்தியாகச் சோபாவில் உட்கார்ந்தார். இன்டீரியர் டெகரேட்டர் அமர்த்தி ஏற்றிய அழகு. அவர் சமுதாய நிலைக்கும், வாழ்வுக்கும் பெருமை சேர்க்கும் வகையில் அமைந்திருந்தது.

சுதா காப்பியையும், உப்பு பிஸ்கட்டுகளையும் பீங்கான் கோப்பையில் நீட்டிய போது, அவர்கை, அவளையும் சேர்த்துப் பிடித்தது. உட்கார். அடுத்த சோபாவைக் காட்டினார்.

பத்தே நிமிடங்களுக்கு முன் அற்ப விஷயத்திற்கு அவளை ஒரு கேலிப் பொருளாக நிறுத்தி கல்லெறிந்ததை அதற்குள் மறந்துவிட்டாரா? தன் உள்ளமும் உடலும் கணவனின் பிடியில் குறுகுவதை அவளால் உணர முடிந்தது. இந்தச் சிறுமையைக் கோபமாகவும், ஆத்திரமாகவும் வெளிக் காட்டிக்கொள்ள வாய்ப்பில்லை என்றும் புரிந்தது .

சுதாகரின் கை அவள் தோளில் சரிந்தது. “ஹாய் டார்லிங், இன்னிக்கு ஜெர்மன் கொலாபரேட்டர்ஸுடன் டாஜில் டின்னர். நீ ப்யூட்டி பார்லருக்குப் போய் புதிசா ஏதாவது ஹேர் ஸ்டைல் செஞ்சிட்டு வந்துடு. அப்புறம், நான் லாஸ்ட் மன்த் டெல்லியிலிருந்து வாங்கிட்டு வந்த மிட்நைட் ப்ளு ஷிபானைக் கட்டிக்க . மேட்சிங் ஸ்லீவ் லெஸ் ப்ளவுஸ் இருக்கில்ல. யூ மஸ்ட் ரியலி லுக் ப்ரெட்டி.”

லுக் ப்ரெட்டி. சுதாகரின் மிக அழகான வாழ்க்கையில் அவர் மனைவியும் அழகாக இருப்பது அவசியம். அதைவிட அவசியம் அவள் அவருக்கு மேல் புத்திசாலியாக இல்லாம லிருப்பது. அவர் சர்ட்டு நுனியைப் பிடித்தாற் போல் அவர் பின்னே அவள் ஓயிலாக நடக்க வேண்டும். அவர் சிரிக்கும் போது அளவாகப் புன்னகை புரிய வேண்டும். கணவனைப் பிறர் முன் அட்மினரேஷனுடன் பார்க்க வேண்டும். ‘தி சுதாகர்ஸ் ஆர் ரியலி மேட் ஃபார் ஈச் அதர்’ என்று வாய் பிளப்பவர் முன் தலையைச் சாய்த்துத் 'தேங்க்யூ' என்று பொய்யாக மகிழ வேண்டும். எங்கு சென்றாலும் அவளையே கண்காணித்துக் கொண்டிருக்கும் 'பிக் பிரதர்' பார்வையின் திருப்திக்கேற்ப நடந்து கொள்ள வேண்டும்.

சுதாகர் தி டாப் எக்ஸிகியூடிவ் ஆஃப் எ மல்டி நேஷனல். அவள் கொண்டு வந்த இந்த வீடு, பணம், அவராகப் பெற்றுக் கொண்ட பதவி, கார், அந்தஸ்து இவற்றுடன் அவர் சமுதாய கௌரவத்தை நிலைநாட்டும் மற்றொரு பொஸிஷன், சுதா என்னும் அழகான மனைவி.

ஒரு வெற்றிகரமான ஆண் சார்ந்து நிற்க, சோர்ந்து போகும் போது தாங்கிப் பிடிக்க, சிரித்து மகிழ , உடம்பு சுகம் பெற என அவனின் தன்னம்பிக்கைக்கு ஊட்டச்சத்தாக ஒரு மனைவி.

'நான் உங்கள் இரவல் பிரகாசத்தில் ஜொலிக்கும் நட்சத்திர மல்ல' என்று கூவ வேண்டும் என்னும் ஆத்திரம் எழுகிறது. கத்தி என்ன பயன்? வருத்தம், கோபம், சண்டை எல்லாம் அதனதன் காலகட்டத்தைக் கடந்து, இப்போதெல்லாம் கேலிப் புன்னகைதான் மிஞ்சியுள்ளது.

பெண்ணடிமைத்தனமா? இல்லை. வாழ்க்கைக் கணிப்புகள் மிகவும் மாறிவிட்ட தலைமுறையில் பதினாறும், பதினைந்து வயதுமாக நாகரீகமான ஊட்டி பள்ளியில் படிக்கும் மகனுக்கும், மகளுக்கும் அப்பா எவ்வளவு பெரிய ஹீரோ என்று அவளுக் குத் தெரியும். அவர்கள் பார்வையில் அப்பா வாழ்க்கையின் வெற்றிச் சின்னம். அவர்களும் தங்கள் கனவுகளில் அப்பாவாக மாறிக் கொண்டிருப்பதைத் தடுப்பதற்காகவேணும் அவள் இங்கே தொடர வேண்டும்.

பார்ட்டி முடிந்து நடு இரவில் திரும்பும் போது சுதாகரின் முகம் ஜிவுஜிவு என இருந்தது. சுதாவின் காதுகளில் இருந்த ஆம்ஸ்டர்டாம் வைரத்தைவிட, அவர் கண்கள் அதிகமாக ஜொலித்தன. "மிஸ்டர் தத்தாவிடம் எல்லாம் தெரிந்தவள் போல் ஷேர் மார்க்கெட் நிலவரம் பற்றி பேச வேண்டிய அவசியம் என்ன? யூ திங்க் யூ ஆர் வெரி ஸ்மார்ட் நீ ஒரு மூன்றாந்தர ஷோ ஆஃப்."

"நானா...?"

"ஆமா. இன்னிக்குப் பார்ட்டியிலே எதையாவது பேசி என் மானத்தை வாங்கறதுன்னு முடிவு செய்துட்டியா?"

"நான் ஏன் உங்க மானத்தை வாங்கணும் .... பேச்சு ஏதோ கம்பெனிப் பங்குகள் பற்றித் திரும்பியது. எனக்கு ஒன்றும் புதிசான சப்ஜெக்ட் இல்லையே .... விஷயம் தெரிந்ததால் தொடர்ந்து பேசினேன் .... ஆஃப்டர்ஆல் எங்கப்பா ஒருஷேர் புரோக்கர்தானே?"

" ஆமா , உங்கப்பன் அழகு எனக்குத் தெரியாதாக்கும். வேறெந்த ப்ரோக்கராகவும் ஆக முடியல்லை, ஷேர் ப்ரோக்கர் ஆயிட்டார். அந்த அபார அறிவுதானே பெண்ணுக்கும் இருக்கும்."

சுதாகர் அவளையும், அவள் அப்பாவையும் சேர்த்து அர்ச்சனை செய்தபோது சிரிப்பு வந்தது. "இதுக்குத்தான் எனக்கு உங்களோட பார்ட்டிகளுக்கு வரப்பிடிக்கறதில்லை. பேசினாலும் தப்பு. பேசாமலிருந்தாலும் தப்பு. அர்த்தமில்லாத பார்ட்டிகள்." சுதா மெதுவாகவே சொன்னாள்.

இன்னும் தீவிரமாகக் கோபத்தைக் காட்டியிருக்கலாம். ஆனால் ஏனோ அது அனாவசியம் என்று தோன்றுகிறது. ஒரு பெண்ணை அழகி என்று சுலபமாக ஏற்றுக் கொள்ளும் ஆண்மனம், ஏன் அவள்

புத்திசாலியாகவும் இருக்கக்கூடும் என்று ஏற்க மறுக்கிறது? எத்தனை பரிதாபமான நிலை இது. சுதாகர் போன்ற பெரிய மனிதனுக்குக் கூடவா 'ஈகோ' போர்வையில் இப்படிப்பட்ட தன்னம்பிக்கைக் குறைவு? சுதா தளும்பும் கண்ணீரை இறுக்கிக்கொண்டு, குஷனிட்ட கார் சீட்டில் கண்ணை மூடிச் சாய்ந்தாள்.

கடந்த பத்து நாட்களாக சுதாகர் மிகவும் ரெஸ்ட்லெஸ்ஸாக இருந்தார். அவர் வியாபார வாழ்வில் முதல்முறையாக ஒரு சுணக்கம். கடந்த ஆறுமாதங்களாகக் கம்பெனியின் வியாபாரம் கணிசமாகக் குறையத் துவங்கியிருந்தது. அடுத்த மாதம் கம்பெனி பாகஸ்தர்கள் கூடும் போது சுதாகர் அவர்களின் நேர்முகத்தாக்குதல்களுக்குப் பதில் கூறியாக வேணும். ஒரு சின்னக் கருப்புப் புள்ளிகூட இல்லாமல் இருந்த அவர் உத்தியோக வாழ்வில் இது பெரிய இறக்குமுனையாக இருக்குமோ? இதன் விளைவுகள் எப்படியிருக்கும்?

"ஸார், பாஸ்கரன் வாண்ட்ஸ் டு மீட் யூ." அவர் தேர்ந் தெடுத்த கவர்ச்சிகரமான பர்ஸனல் செகரட்டரி, இனிமையான குரலில் இன்டர்காமில் கூறினாள்.

"ஸெண்ட் ஹிம் இன்."

பாஸ்கரன் ஓராண்டுகாலமாக அவருக்கு டெக்னிகல் அஸிஸ்டெண்டாக வேலைக்குச் சேர்ந்துள்ள துடிப்பான இளைஞன்.

"யெஸ், பாஸ்கர்.. கம் இன்... உட்கார்."

பாஸ்கரின் முகத்தில் குழந்தைத்தனமான துடிப்பும், ஆர்வமும் இருந்தது. அதோடு குரலில் ஒரு தயக்கமும் ..... "ஸார்.. போனவாரம் மீட்டிங்ல , நம்ம பொருள்களோட விற்பனை குறைவதைத் தடுக்க நாம் எல்லோரும் முயலணும்னு சொன்னீங்களே, அதைப் பற்றி நான் ரொம்ப யோசித்தேன்..."

"வெரிகுட்.."

"என்னோட அறிவுக்கு எட்டியபடி ஒரு திட்டம் தயாரிச்சேன்..."

"வெரிகுட்... நான் இளைஞர்களை என்கரேஜ் செய்வேன் என்பது தான் உனக்குத் தெரியுமே...." வாய் தேனாகப் பேசினாலும், நீ என்ன செய்து கிழித்து விடுவாய் என்ற அகம்பாவம் குரலில் இருந்தது.

"நீங்க பார்க்கறிங்களா ஸார்." பாஸ்கர் எழுந்து நின்று பவ்யமாக நீட்டினான். ஏறக்குறைய நூறு டைப் அடித்த பக்கங்கள், வரைபடங்கள்.

"மை காட்... நீ நிஜமாகவே உழைத்து வேலை செய்திருக்கிறாய். இத்தனை பக்கங்களை உடனே படிக்க நேரமில்லை . வைத்துவிட்டுப் போ... கட்டாயம் படிக்கிறேன். விஷ்யூ ஆல் தி பெஸ்ட்."

"தேங்க் யூ ஸார்" அந்த இளைஞன் பூரிப்பு பொங்க விடை பெற்றான்.

பாஸ்கர் மறைந்த பிறகு, சுதாகர், அவன் தந்த திட்டத்தை அலட்சியமாகப் புரட்டினார். 'இவனுடைய ஒண்ணேகாலணா அனுபவத்தை வைத்துக்கொண்டு கம்பெனி வளர்ச்சிக்குத் திட்டம் தயாரிக்கிறானாம் .....'

சட்டென அவர் அறிவும் அனுபவமும் ஸ்தம்பித்து நின்றது. பாஸ்கர் தந்த ஃபைலைப் பக்கம், பக்கமாகக் கவனமாகப் படிக்கலானார். நேற்று வேலைக்குச் சேர்ந்த ஒரு அனுபவமற்ற இன்ஜினியர் இவ்வளவு அழகாகக் கம்பெனியின் சரித்திரத்தை ஆரம்பம் தொட்டுப் படித்து தங்கள் எதிராளிகளின் நிலையைத் தங்களுடன் ஒப்பிட்டுக் கடைசியில் தங்கள் கம்பெனி வளர்ச்சிக்கான எதிர்காலத் திட்டமும் தீட்டி யிருக்கிறான்.

முதல் கட்டமாகக் கம்பெனி விற்பனை செய்யும் பொருட் களின் விலை இருபது சதவிகிதம் குறைக்கப்பட வேண்டும்.

இது எப்படிச் சாத்தியம் என்று சிந்தித்தார் சுதாகர்.

பாஸ்கர் அதற்கான விளக்கங்களும் கொடுத்திருந்தான். உதிரிப் பாகங்களுக்குத் தரும் விலையைக் குறைக்க முடியாது. பங்குதாரர்கள் லாபத்திலும் கைவைக்க முடியாது. ஆனால் விலைக்குறைவால் விற்பனை அதிகமாகும் போது, இதே லாபத்தை ஃபாக்டரியில் இரண்டு ஷிஃப்டுகள் போட்டு எடுக்கலாம். சுதாகரைப் போன்ற பெரிய எக்ஸிகியூடிவ்களின் மூளைக்கு எட்டாத இந்தப் பதில், அதிக அனுபவமில்லாத ஒரு இருபத்தைந்து வயது இளைஞனுக்குக் கிட்டியுள்ளது.

சுதாகரின் மூளை வெகு வேகமாக வேலை செய்தது. தனது செகரட்ரியை அழைத்து பாஸ்கரின் ரிபோர்ட்டில் இருந்த முக்கியமான பாயிண்டுகளை டிக்டேட் செய்தார். இந்தப் புள்ளிவிவரங்களை வைத்து ஒரு ரகசிய ரிப்போர்ட் தயார் செய்யச் சொன்னார்.

பர்ஸனல் மானேஜரை அவர் அறைக்கே சென்று குசலம் விசாரித்தார். கல்கத்தா ஆபீஸ் விற்பனைப் பிரிவுக்குத் தேடிக்கொண்டிருந்த ஆள் கிடைத்தானா என விசாரித்தார். "அந்த ப்ராஞ்சுக்கு பெஸ்ட் சாய்ஸ் பாஸ்கர்தான். ஹி வில் டு வொண்டர்ஸ் இன் தட்ப்ராஞ்ச் " என்றார்.

பர்ஸனல் ஆபீஸருக்கு பாஸ்கர் மாற்றலை ஏற்பானா என்று சந்தேகம்.

"ஏற்காமலென்ன... இன்னும் அவனுக்குக் காண்ட்ராக்ட் பீரியட் முடியவில்லை . வேணுமானால் பதவி ஏற்றமாக முந்நூறு ரூபாய் சம்பளம் அதிகம் கொடுத்து அனுப்பி விடலாம்.... ஆனால் இதை நான் செய்தால் என் அஸிடெண்டுக்குத் தனிச்சலுகை அளிப்பது போலிருக்கும் .... நீங்கள் பர்ஸனல் டிபார்மெண்டிலிருந்து மாற்றல் உத்தரவு அனுப்புவதுதான் சரி. அப்ஃஃகோர்ஸ் பாஸ்கரை இழக்க எனக்கு விருப்பமில்லை. என்ன செய்வது .... சுயவிருப்பங்களைவிடக் கம்பெனியின் வளர்ச்சிதானே முக்கியம்?"

பர்ஸனல் மானேஜர் சுதாகரின் பெரிய மனதை பிரமிப்புடன் புகழ்ந்தார்.

இது நடந்த ஒரு வாரத்திற்குள் ஓடி வந்தான் பாஸ்கர். "ஸார், என்னைக் கல்கத்தாவுக்கு ஸேல்ஸ் பிரிவுக்கு மாத்திட்டாங்க" என்றான் அழாத குறையாக. "நான் இப்பத் தான் இங்கே வேலை கற்றுக்கொண்டு ஸெட்டில் ஆகி வர்றேன். அதோ , என் ஸிஸ்டர் வேறு ப்ளஸ் டூ படிக்கிறா.... நாங்க ரொம்ப மிடில் க்ளாஸ் ஃபேமிலி ஸார்."

"தெரியும் பாஸ்கர் .... நானும் பர்ஸனல் மானேஜரிடம் எவ்வளவோ சொல்லிப் பார்த்தேன். உன் ப்ராப்ளம்ஸ் எனக்குத் தெரியும்.... ஆனா அவங்க, உன்னை நான் இங்க ரிடையின்' செய்துக்கறதுக்காக உன் ப்ரமோஷனை கெடுக்கறேன்னு பேசுவாங்க. எங்க லெவலில் இந்த மேட்டரி 'லெல்லாம் எவ்வளவு தூரம் சண்டை போட முடியும் சொல்லு... நீ கவலைப்படாதே.... கல்கத்தாவிலே நீ ரொம்ப நல்லா முன்னுக்கு வருவே. உன் ஸிஸ்டர் பரீட்சை முடியறவரைக்கும், என் மனைவியை அவங்களை அடிக்கடி பார்த்துக்கச் சொல்றேன். அப்புறம் அவங்களை ஷிஃப்ட் செய்யலாம். நீ எங்கேயிருந் தாலும் உன் வளர்ச்சியில் நான் ஆர்வம் காட்டுவேன். விஷ் யூ ஆல் தி பெஸ்ட்."

'தேங்க்யூ ஸார், தேங்க்யூ.." பாஸ்கர் நெகிழ்ந்தான். "ஸார், நான் அன்னிக்குத் தந்த ரிபோர்டைப் பார்த்தீங்களா... என் முதல் முயற்சி அது."

"பார்த்தேன் பாஸ்கர்... சில விஷயங்களை நல்லாவே அனலைஸ் செய்திருக்கே. ஆனாலும் உனக்கு இன்னும் அனுபவம் போதாததால் எதிர்காலம் பற்றிய திட்டங்கள் சரியாக அமையவில்லை . எனிவே... நல்ல முயற்சி... யூ ஹேவ் டன் எ குட் ஜாப்..."

பாஸ்கரின் முகம் பிரகாசமடைந்தது. சுதாகர் அவனுடன் கைகுலுக்கி விடை கொடுத்தார்.

பாஸ்கர் கல்கத்தா பாலிகஞ்சில் ஒரு சின்ன அறையில் எட்டுப் பேருடன் வாழ முயற்சித்துக் கொண்டிருந்த போது, சுதாகரின் எதிர்காலத் திட்டங்கள் ஏற்கப்பட்டு அவர் போர்ட் ஆஃப் டைரக்டர் அந்தஸ்துக்கு உயர்த்தப்பட்டார்.

பதவி ஏற்றத்துக்கு அளிக்கும் விருந்து. பெரிய மனுஷப் பட்டாளம். சுதா வைரங்கள் மின்ன, உயர்தர ப்ரெஞ்சு ஷிபானில் கையில் ஷாம்பெயின் க்ளாஸுடன் சுற்றிவந்தாள். வந்தவர்களை நுனிநாக்கால் வரவேற்று, உதட்டால் மட்டும் பேசி, இமைகளால் சிரித்து, இடுப்பைச் சுற்றிய கரங்களிலிருந்து புன்னகை மாறாமல் நழுவி ஓடினாள்.

"சுதாகர் , உன் சக்சஸுக்கு உன் மூளை மட்டும் காரணமில்லை. உன் மனைவியும்தான். வாட் எ சார்மிங் லேடி.." இது சேர்மனின் தனிப்பாராட்டு.

"அவளை மனைவியாக்கிக் கொண்டதுகூட என் வெற்றிதான்." அட்டகாசச் சிரிப்பு.

கான்டெஸ்ஸா காரின் குளிர் சாதன சுகத்தில் இரவு ஒரு மணிக்கு ஒரு கையால் ஸ்டியரிங் பிடித்திருந்த சுதாகரின் கரம் மறுகையால் அவள் தோளைப் பற்றியது. "மை டார்லிங் லிட்டில் பேபி." என்று மிழற்றியது. மேல்நாட்டு விஸ்கியின் போதையில் வார்த்தை குழறியது. 'இன்று தான் என் வாழ்க்கையின் மிகத் திருப்திகரமான நாள். ஐ அச்சீவ்ட் இட்.. ஐ டிட் இட்.." மனைவியின் கழுத்திலும், தோளிலும், மார்பிலும், வயிற்றிலும் அவர் உதடுகள் அழுந்தி, அழுந்தி எழுந்தது.

காலையில் ஏழு மணிக்கு அடித்த அலாரத்தின் மேல் ஆத்திரமாக வந்தது. எட்டு மணிக்கு ஆபீஸுக்குக் கிளம்பியாக வேணும்.. ஹாங் – ஓவர் உடம்பை அசத்தியது.

சுதா தாழ்ந்த குரலில் கேட்டாள் ...... கார் சாவியைக் காணோம். டிரைவர் வந்திருக்கான்." சுதாகர் கிளம்புமுன் கார் பளபளவெனத் துடைக்கப்படாமல் இருந்தால் அவர் கோபத்தைத் தாங்கமுடியாது.

"என்னைக் கேட்டால்... வழக்கமாக இருக்குமிடத்தில் டி.வி. மேல் இருக்கும்" எரிந்து விழுந்தார்.

"உங்களை எழுப்ப வேணாம்னு தான் அரைமணியா வீடு பூராவும் தேடிட்டோம்...."

"காலை வேளையில் என் கழுத்தை அறுக்காதே .... கெட் அவுட்... எடுத்த சாமானை எடுத்த இடத்தில் வைக்கத் தெரியாத துப்புக் கெட்டவ..."

சுதா மறுபடியும் கீழே இறங்கி ஒவ்வொரு சாமானாக எடுத்துப் போட்டுத் தேடினாள்....

சுதாகர் கோபத்தில் இருந்தார். டிபன் தட்டு பறந்தது. தோட்டக்காரனும், ட்ரைவரும் பயத்தில் சம்பந்தமில்லாத இடத்திலெல்லாம் சாவி தேடினார்கள்.

"யாரையும் சொல்லிக் குற்றமில்லை. யூ ப்ளடி வுமன். இந்த மாதிரி ஒருத்தி வீட்டு நிர்வாகம் செய்தா...

சுதாவுக்குக் கையும் காலும் பதறியது. சாவி தேடுவதைக்கூட மறந்து, "நாராயணா, மிதியடியெல்லாம் நல்லா உதறிப் போடுப்பா. ஐயா கோபமாய் இருக்காரு" என்று படபடத்தாள்.

திடீரென மூளையில் ஒரு பொறி. அவசரமாக மாடி ஏறி, நேற்றிரவு விருந்திற்கு சுதாகர் அணிந்திருந்த பேண்ட் பாக்கெட்டில் கைவிட்டாள் – கார் சாவி.

"இந்தா டிரைவர்.... சாவி இந்தா."

"இப்போ மட்டும் எங்கேயிருந்து வந்தது சாவி?"

"உங்க பேண்ட் பாக்கெட்டில் இருந்தது. நேற்றைக்கு டின்னருக்குப் போட்டிருந்த பேண்ட் பாக்கெட்டில்..."

"என் பேண்ட் பாக்கெட்டில் யார் சாவியைப் போட்டது... எதையும் எடுத்த இடத்தில் வைக்கிற பழக்கம் உனக்கு சுட்டுப் போட்டாலும் வராது."

"போதையில் வழக்கமாக சாவி வைக்கும் இடம், பேண்ட் பாக்கெட் எல்லாம் உங்களுக்கு நன்றாகத் தெரிந்திருக்கிறது!" என்று மனதுள் நினைத்தாள்.

சுதா பதில் பேசாமல் அழகாகப் பூப்போட்டிருந்த விலையுயர்ந்த மிதியடியை உதறிப் போட்டுக்கொண்டிருந்தாள்.

இந்த வீடும், இந்த மனிதரின் ஈகோ'வும் அழகாகச் சுத்தமாக இருக்க வேண்டுமானால், அறைக்கு அறை மிதியடிகள் போட்டாக வேணும். உள் அழுக்கு வெளியே போகாமலிருக்க நிறைய இடம் தேவை

ம்... பெருமூச்சு ஒன்று எழுந்தது.

# உப்பும் நீரும்

பொன்னுரங்கம் வேஷ்டியை மடித்துக் கட்டிக்கொண்டு வரப்பின் மேல் ஏறினார். "ஏனுலே முனியா, தண்ணி பாஞ்சது போதும்ல. பம்பு செட்டு சுச்சை' நிறுத்து."

அலட்சியமாகத் தூக்கி எறிந்த சாவி, வேகமாக வந்து கொண்டிருந்த மதகு நீரில் விழுந்தது. சேற்றில் பாய்ந்து சாவியைப் பற்றி வேஷ்டி முனையில் துடைத்தவாறு பம்ப் ரூமை நோக்கி நடந்தான்.

"சாவியைக் கீழே வுடு... ஒண்ணுக்கும் துப்புக் கெடையாது. ஒன்னையெல்லாம் வேலைக்கு வச்சிருக்கம்பாரு..." புகை யிலையை அரைத்துக் குரோதத்துடன் துப்பினார். மதகுத் தண்ணீர் ஒரு விநாடி சிவந்து, பரவி, சாயை தெரியாமல் கலந்து மறைந்தது.

பருத்தித் தோட்டம் தாண்டி அவர் நிலத்திலிருந்து தண்ணீர் தூக்கிப் போய்க் கொண்டிருந்தார்கள். மூன்று பெண்கள். ஒருத்தி தலையில் சுமக்க முடியாத அளவு பெரிய மண் குடம். இரண்டு கையும் மேலே எழும்பியிருந்ததால் முற்றின தேங்காய் என முன் தள்ளி யிருந்த கனமான மார்பு. புடவை விலகலைச் சரிசெய்துகொள்ளக் கை வாகில்லாததால் ரவிக்கைக்கு வெளியே பாதி உடம்பு பிதுங்கித் தெரிந்த ரசமான காட்சி. கொசுவம் வைத்த பின்புறம் தாள கதியுடன் ஆடி ஆடிச் செல்லும் கண்கொள்ளாக் காட்சி.

பெண்டாட்டி மட்டமாகிப் போனதாலோ என்னவோ பொன்னுரங்கத்துக்குப் பெண்கள் விஷயத்தில் கொஞ்சம் ரசனை அதிகமே. கண்ட பெண்களை உரித்தெடுப்பது போல் கண்ணாலேயே நிர்வாணமாக்கி, பார்வையாலேயே கற்பழிக்கும் வக்ரம் உண்டு.

எசமானர் பார்வையைத் தொடர்ந்த முனியன் உடம்பு பயத்தில் சிலிர்த்தது.

"என்னலே, ஆரு அவங்க?"

முனியன் மெல்லத் தயக்கத்துடன், "சாமிக்கண்ணு சம்சாரம். அவங்க அக்கம்பக்கம்..." என்றான்.

"டேய், முனியா, என்னடா டாவு வுடறே சாமிக்கண்ணு சம்சாரம் நம்ம வயக்காட்டுக்குள்ள நொளைஞ்சு தண்ணி சேந்திப் போவுமோ? தொரை ஒண்ற கட்டளையோ?"

"இல்லிங்கய்யா. காலைப் பொழுதுலே சேரிக் கெணத்துலெ காக்கா ஒண்ணு விழுந்து போயிடிச்சு. மதியம் வரைக்கும் தண்ணி சேந்திப் போட்டாங்க. இன்னைப் பொழுதுக்கும் தண்ணி சொரக்கலை. அதுதாங்க குடிக்க, ஒலை வெக்க ஆளுக்கொரு கொடம்..."

"நீ 'ஆர்டரு' போட்டியாக்கும். அப்பொறம் நம்ம கெணத்துத் தண்ணியை நீ சேந்திக் கொட்டுவியா?"

எசமானர் கத்தலில் முனியன் குறுக்கிட்டான். "சாமி, எனக்குத் தெரியாதா ..... அந்த சனங்களைத் தண்ணியைத் தொட விடுவேனா? எம் வீட்டுக்காரிதான் தண்ணி சேந்தி ஆளுக்கொரு கொடம் ஊத்தறா... பொம்பளைங்க கொடம் கழுவற தண்ணிகூட நம்ம நெலத்துலே படாதுங்க..."

"உம்... உம்... வெடி வச்சுத் தோண்டின கெணறு. தண்ணி காசில்லாம சொம்மா வந்திடாது. தண்ணி எடுத்துப் போற பொம்பளைங்க ஆளுக்கு நாலு மட்டை கிழிச்சுச் சீமாறு கட்டிவைக்க சொல்லு."

"சரிங்க...." முனியன் எசமானர் கட்டளையை நிறைவேற்றக் குடம் தூக்கும் அந்தப் பெண்களைத் தொடர்ந்து ஓடினான்.

பொன்னுரங்கம் அந்தச் சின்னக் கிராமத்தின் பெரிய பண்ணாடி. வெளி வாசம் அதிகம் புகாத கிராமத்தில் அடா வடித்தனமாகச் செல்வாக்குப் பெற்றிருப்பவர். ஊராருக்கு அவரிடம் மதிப்பை விட பயமே அதிகம். ஒரே பிள்ளை கோவை யில் வேளாண்மைப் பல்கலைக் கழகத்தில் சேர்ந்திருந்தான். அந்த மகனுக்குக் கூடத் தந்தையைத் தட்டிக் கேட்கத் துணிவு கிடையாது.

ஊருக்குள் பஸ் பாதை போட வேண்டுமென்று பெட்டிஷன் போட்டது பொன்னுரங்கம் தலைமையில் தான். இதன் சார்பில் சென்னைக்குப் போய் மந்திரி வரை பார்த்து வந்தாய்விட்டது.

அப்போதெல்லாம் கூடப் பொன்னுரங்கம் இப்படி ஒரு குழப்பம் வரும் என்று எதிர்பார்க்கவில்லை.

அரசாங்க ஆட்கள் ஊருக்கு வந்தார்கள். நூலிழுத்து அளந்தார்கள். ப்ளூ ப்ரிண்ட் போட்டார்கள். சேங்ஷனும் ஆன பிறகுதான் பொன்னுரங்கத்துக்குத் தெரிந்தது – பஸ் பாதை அவர் நிலத்தின் ஒரு முனையைக் கிழித்துக் கொண்டு வரப் போவது. சம்பந்தப்பட்ட அதிகாரியிடம் ஓடினார்.

அதிகாரி உதட்டைப் பிதுக்கினார். "இப்ப என்னங்க செய்யறது, பஸ் பாதை போடணும்னு 'பெடிஷன்' விட்டதே நீங்கதானே? வேலை ஆரம்பிக்கிறபோது எப்படிங்க மாத்தறது?"

"அதெல்லாம் நீங்க கொஞ்சம் அட்ஜெஸ்ட் பண்ணிக்குங்க. இந்தப் பக்கம் அந்தப் பக்கம் பத்தடி தள்ளிப் போட்டா கண்டுக்கவா போறாங்க?" என்று பொன்னுரங்கம் கிசுகிசுத்தார்.

அதிகாரிக்குக் கிராமத்துப் பெரிய ஆளுடன் ‘அட்ஜெஸ்ட்’ செய்து கொள்ள ஆசைதான். ஆனால் இப்போது அட்ஜெஸ்ட் செய்து கொள்ளும் ஸ்டேஜ் தாண்டியாகி விட்டது. கலெக்டர் பார்வையிட வரும்போது மாட்டிக் கொண்டால் வேலைக்கே உலையாய்விடும்.

"நா சின்ன ஆளு. அடுத்த வாரம் கலெக்டரே வராரு. நேரே போய்ப் பேசிப் பாருங்க" என்று முற்றுப்புள்ளி வைத்தார்.

பஸ் பாதை அவர் நிலத்தில் வராமல் தடுக்க வேண்டும். அதற்காக வைக்கிற இடத்தில் வைத்துக் கரக்கிற இடத்தில் கரக்க அவர் தயாராக இருந்தும் கூட ஒன்றும் நடக்கவில்லையே.

ஆற்றுப் படித்துறையில் தன் கையாட்களைக் கூட்டினார் பொன்னுரங்கம். "இந்த ஆபீஸரு ஒண்ணுக்கும் ஒபயோகமில்லை ..... மின்ன தஞ்சாவூர்ப் பக்கம் மாத்திப் போனாரே அந்தக் கலெக்டரு வேண்டப்பட்டவரு... நல்ல குணம். இந்தப் புதுக் கலெக்டர் எப்பிடியாம்?"

"இந்தப் பக்கம் மாத்தலாகி வந்தே மாசம் ரெண்டுதானே ஆவறது. நல்லவர்னுதான் சொல்றாங்க. சத்யமங்கலத்துக்கு ஏதோ தொறப்பு விளாவுக்கு வந்தவர் ஊர் சனங்களோடு விருந்து கூடச் சாப்டாராம்ல.."

பொன்னுரங்கம் கூர்மையானார். "ஆரு சொன்னாங்க?"

"பஞ்சாயத்து போர்டுலெ எண்ற பொண்ணைக் குடுத்த சம்பந்தி

இருக்கார்ல அவரு சொன்னாரு . பெரிய மனுசன் வந்திருக்காரேன்னு சும்மாப் பேச்சுக்கு 'எம் பேத்திக்குக் காது குத்தறம், வாங்கன்னு கூப்பிடப்போக , கலெக்டர் வந்தது மில்லாம, ஒக்காந்து சாப்டுட்டும் போனாராம்ல..."

"ஏம் பழநி .... இங்க வர்ற சமயத்திலே , எண்ற வீட்டுலேயும் பந்தல் போட்டு, விளா நடத்தி, எண்ற வீட்டுக்கும் வாங்கன்னா வரமாட்டாரா?"

"வந்தாலும் வருவாரு. வேலைலதான் கண்டிப்பு. மத்தபடி ஆள் பளகத் தங்கம்னுதான் பேசிக்கிறாங்க. வீட்டுக்கு வரவழைச்சுட்டா வேலை சுலபம் அண்ணாச்சி."

பொன்னுரங்கத்தின் மனம் துரிதமாக வேலை செய்தது. தகப்பனாருக்கு எண்பதாண்டு நிறைவு விழா என அழைப்பு அச்சிடக் கொடுத்தார். வாயிலடைத்துப் பந்தல் போட்டார்.

அடுத்த ஊர் டூரிஸ்ட் பங்களாவில் கலெக்டர் வந்து இறங்கிய செய்தி வந்தது. மகன் மோட்டார் சைக்கிள் பின்னால் ஏறி அமர்ந்து கலெக்டருக்கு நோட்டீஸ் வைக்கக் கிளம்பினார் பொன்னுரங்கம்.

விஷயம் தெரிந்ததும், பார்க்கச் சின்னப் பையன் போல் தோற்றமளித்த கலெக்டர், " தேவலையே .... ஒங்க கிராமத்துலே இன்னும் வயதானவங்களுக்கு மதிப்பு வெச்சு நடத்தறீங்களே..... குட்.... வெரி குட்.... உங்க பேர் என்ன சொன்னீங்க.... யெஸ்.... மிஸ்டர் பொன்னுரங்கம் ... என் வேலை முடிஞ்சித்துன்னா உங்க வீட்டுக்கு வரேன் . நோ அப்ஜெக்ஷன்ஸ் ஊர் ஜனங்களையும் இன்பார்மலா பெடிஷன் இல்லாம சந்திச்சாப்ல இருக்கும். ஓ.கே. தேங்க்யூ ...."

பொன்னுரங்கத்துக்கு ஒரே மகிழ்ச்சி.

காலையில் அய்யரைச் சடங்கையெல்லாம் மளமளவென்று ‘முடிக்கச் சொல்லி ஆர்டர்' போட்டுவிட்டு பஸ் பாதையை வேறு இடத்துக்கு மாற்றிப் போடுமாறு முறைப்படி பெடிஷன் எழுதி எடுத்துக் கொண்டு கலெக்டர் எழுந்தருளப் போகும் பள்ளிக்கூடத்துக்குக் கிளம்பினார்.

ஜீப்பிலிருந்து இறங்கும் போதே கலெக்டர் பொன்னுரங்கத்தைக் கவனித்து விட்டார். டவாலியிடம் ஏதோ சொல்லி அனுப்பினார். டவாலி ஓடி வந்தார். "ஒங்களுக்கு மகஜர் கொடுக்கணும்னா எங்கிட்டக் கொடுத்துடுங்க. கலெக்டர் ஐயா கவனிப்பாரு . ஒங்க வூட்லே விசேஷமாமே போகச் சொன்னாரு..."

தம் முகத்தைக் கலெக்டர் மறக்கவில்லை என்ற மகிழ்ச்சியே பொன்னுரங்கத்துக்கு அபார நம்பிக்கையைத் தந்தது.

வாசலுக்கும் உள்ளுக்குமாக நடந்தார். கலெக்டர் வராமலே வைத்து விட்டால், அத்தனை ஏற்பாடுமல்லவா வீண்? சுடலைப் பந்தலுக்கு வெளியே வெறும் கோவணாண்டிகளாக எச்சில் இலைக்குக் காத்திருந்த சேரிப் பசங்க மேலே அவர் கோபம் பாய்ந்தது. தடியை எடுத்துக் கொண்டு பாய்ந்து பாய்ந்து துரத்தி விரட்டினார். "மேட்டுத் தெருவிலே நொளைகிற அளவுக்குத் தகிரியம் ஏறிடிச்சு... பசங்க..."

பசி குடைய ஆரம்பித்தது வடை, அப்பம் என்று அவர் ஒவ்வொன்றாக ருசி பார்த்துக் கொண்டிருந்தபோது, மேடு, பள்ளங்களில் ஏறி, இறங்கி, புழுதியை வாரி இறைத்துக் கொண்டு புசுபுசு என அவர் வீட்டுக்கு முன் ஜீப் வந்து நின்றது.

மேல் துண்டை இடுப்பில் கட்டி, இருகையும் கூப்பியபடி பொன்னுரங்கம் வெற்றுடம்புடன் ஜீப்புக்கு ஓடினார். "வாங்க... வாங்க.. நீங்க வருவீங்கன்னு ." பதற்றத்தில் பேச்சு வராமல் உளறிக் கொட்டினார். உண்ட மயக்கத்தில் சுவரில் சாய்ந்து மெதுவாகக் குறட்டை விட்டுக் கொண்டிருந்த தகப்பனாரை உலுக்கி எழுப்பினார். "நயினா... நயினா... கலெக்டர் வந்திருக்காரு. எழுந்து கும்பிடுங்க..."

வாட் ஈஸ் திஸ்..... மிஸ்டர் பொன்னுரங்கம். அவர் என்னைக் கும்பிடறதாவது? அவருக்கு என் கொள்ளுத் தாத்தா வயசாகிறது..." கலெக்டர் தானே கிழவர் அருகில் சென்று அவர் பாதத்தில் கைவைத்துக் கண்ணில் ஒற்றிக் கொண்டார். "தாத்தா, நீங்க நல்லா நூறு வயசுவரை வாழ்ந்து இந்தக் கிராம ஜனங் களுக்கு வழி காட்டணும்."

கிழவர் தூக்கக் கலக்கத்தில் ஒன்றும் புரியாமல் தலையாட்டினார்.

கலெக்டருக்கு நடு ஹாலில் சோபா போடப்பட்டிருந்தது. பெரிய மனிதர்கள், பொன்னுரங்கத்தின் உறவுக்காரர்கள் அனைவரும் சூழ்ந்து நின்று கொண்டார்கள்.

கலெக்டர் தயக்கத்துடன் மூலையில் நின்ற பொன்னு ரங்கத்தின் மகனுடன் கைகுலுக்கி அருகில் அமர்த்திக் கொண்டார். உயிர்ப்புடன் பேச ஆரம்பித்தார். "அக்ரிகல்சர் படிக்கிறீங்களா...? உங்க காலத்திலே கிராமமே எப்படி மாறிவிடும் பாருங்க. வீ நீட் எஜுகேடட் பீபில் இன் வில்லேஜஸ். இப்ப படிப்புத்தான் முக்கியம். கிராமங்கள் முன்னேற கிராமங்களில் படிப்பு வரணும். அத்துடன் பரந்த நோக்கும் வரணும்..."

பதில் பேசினால் அப்பா என்ன சொல்லுவாரோ என்ற பயத்தில் பொன்னுரங்கத்தின் மகன் பேசாமல் தலை யாட்டினான்.

"இந்தக் கிராமத்திலே இருபது சென்ட், முப்பது சென்ட் நிலம் வைத்திருக்கிற விவசாயிகள் தான் அதிகம் போல இருக்கே... ஏதாவது

கோவாபரேட்டிவ் இருக்கா?" என்று கலெக்டர் கேட்டார்.

ஒருவரையொருவர் பார்த்துக் கொண்டார்கள். சின்ன மீனை விழுங்கி வளரும் பெரிய மீனாக இங்கு பெரிய பண்ணைக் காரர்களே சிறு விவசாயிகளிடம் கொள்முதல் செய்வது வழக்கம் என்று எப்படிச் சொல்வது? அதுவும் சமுதாயத்தில் தாழ் நிலையில் இருப்பவர்களை ஒருங்கு சேர விடுவது அடிப் படையை உலுக்கும் ஆபத்தல்லவா?

"கோவாபரேடிவ் இல்லையா?" கலெக்டர் மறுபடியும் துருவிக் கேட்டார் .

"செய்யணுமுங்க..." என்று ஒரு தனிக்குரல் மட்டும் கேட்டது.

"ஐ வில் டூ நீட்ஃபுல்... என்ன மிஸ்டர் பொன்னுரங்கம், பசிக்குதே..." கலெக்டர் சரளமாகச் சிரித்தார்.

"இதோ, இலை போட்டாச்சுங்க..." பொன்னுரங்கம் ஓடி ஓடி உபசரித்தார். நாற்காலியில் அமர்ந்து வாடகை பீங்கான் பாத்திரங்களில் சாப்பிட மறுத்து ஊர்க்காரர்களுடன் சாணமிட்டு மெழுகிய தரையில் சரிசமமாக அமர்ந்தார் கலெக்டர்.

"ஒங்க கிராமத்தை எனக்கு ரொம்பப் பிடிச்சிருக்கு. எத்தனை கிராமத்திலே இப்படி ஜாதி வித்தியாசமில்லாம ஒருங்கே உட்கார்ந்து சாப்பிடுவாங்க!"

"ஆமாமுங்க... எங்க கிராமத்திலே எல்லாருமே அண்ணன் தம்பி மாதிரிதாங்க." பலர் பூம் பூம் மாடாகத் தலையை ஆட்டி ஒத்துப் பாடினார்கள்.

"வீட்டில் என்ன காங்கேயம் மாடா... பால் நல்ல ருசி... பாயசம் பர்ஸ்ட் கிளாஸ்" கலெக்டர் பாயசத்தைத் தொன்னையில் ஊற்றி உறிஞ்சினார். வடையைப் பிய்த்துப் பாயசத்தில் நனைத்துச் சுவைத்தார். திடீரெனத் தொன்னையைக் கீழே வைத்துவிட்டு சிரிக்க ஆரம்பித்தார்.

அனைவரும் அவரைக் குழப்பத்துடன் பார்த்தார்கள்.

"இந்த வடையைப் பார்த்ததும் எனக்கு என் சின்ன வயசுலே நடந்த ஒரு நிகழ்ச்சிதான் ஞாபகம் வருது .... ரொம்ப இன்ட்ரஸ்டிங். இப்ப நெனச்சுப் பார்த்தாக்கூட நாமா அப்படிச் செஞ்சோம்னு தோணுது."

"சொல்லுங்க..." கூட்டம் கதை கேட்கத் தயாராகியது.

"அப்ப எனக்குப் பதிமூணு , பதினாலு வயசிருக்கும். இதைப் போல ஒரு சின்னக் கிராமத்துலதான் இருந்தோம். பெரியதனக்காரர் வீட்டிலே கல்யாணச் சாவு நடந்து எட்டாம் நாள். ஆள் விட்டு எங்கப்பாவைக்

கூட்டியனுப்பிச்சாங்க. எதுக்குப்பான்னேன். "சாவு வீட்டில் எட்டாம் நாள் பீடை நீங்க, உப்பில்லாமச் சமைத்து நாவிதனுக்குப் படைப்பாங்க, வாங்கப் போகணும் ஊர் வழக்கம்னார். போகக் கூடாதுன்னு மல்லுக்கு நின்னேன். ஊர் வழக்கத்தை மீற மாட்டேன்னு கிளம்பினார். நீங்க ஜுரம்னு படுத்துக்குங்கன்னு மிரட்டினேன். நாவிதன் பிள்ளையும் நாவிதன்தானே. நான் படையல் வாங்கி வரேன்னு புறப்பட்டேன்.

"பெரியதனக்காரர் – கோபத்துடன் – காத்திருந்தார். 'உங்கப்பனுக்கு உடம்பு ஒரு கேடாக்கும்' என்று கத்தியபடி மேலே சட்டையில்லாம பிச்சைக்காரனாட்டம் துண்டை ஏந்தியபடி நின்றவனிடம் இட்டிலி, வடை, உருட்டிய சோறு எல்லாம் உப்பில்லாமல், நாய்க்கு எறிவதுபோல் என்னிடம் வீசி எறிந்தார்.

"நான், அவர் வீட்டு வாசலிலேயே மூணு செங்கல் வச்சு அடுப்பேத்தினேன். கையோட கொண்டு போயிருந்த உப்புத் தண்ணியைத் தெளித்து எல்லாப் பதார்த்தத்தையும் வேக வைத்தேன். 'ஐயா, பெரியதனக்காரரே, எங்களுக்கெல்லாம் சுரணை வந்தாச்சு. இனிமே உங்களுக்குத்தான் சப்பில்லாமல் போக உப்புத் தேவை'ன்னு அக்ரஹாரப் பசங்க, சேரிப் பசங்க, வைசியப் பசங்கன்னு வித்தியாசமில்லாமப் பதார்த்தங்களை வீசிக் கொடுத்தேன். பெரியதனக்காரரின் பேரனே ஒரு வடையை வாங்கிக் கடித்தது. அவர் அடிக்க வந்தார். ஓடி வந்துட்டேன்!" – கலெக்டர் குலுங்கக் குலுங்கச் சிரித்தார்.

"நல்ல காரியம் செஞ்சீங்க..." பொன்னுரங்கம் ஆரம்பிக்க, அனைவரும் ஒத்துப் பாடினார்கள்.

"அது பத்து வருஷம் முந்தி. இப்ப காலம் மாறிடுச்சு. அதே மாதிரிக் கிராமத்துலே தான் இப்ப முதல் மரியாதை செய்யிறீங்க!"

கலெக்டர் வெற்றிலை போடும் போது பொன்னுரங்கம் மெள்ள ஆரம்பித்தார். "காலைல பெடிஷன் தந்தேனுங்களே....."

"ஆமாமா. பார்த்தேன். பஸ் விடறது கிராமத்தோட தேவை. பொதுத் தேவை. நீங்க பாதையை மாத்தச் சொல்றது ஒரு தனி மனித லாபம் மட்டும். இட் ஈஸ் நாட் பாஸிபிள். அப்ப நான் வரட்டுமா..... தேங்க்யூ ஃபார் எ லவ்லி லஞ்ச் மிஸ்டர் பொன்னுரங்கம். ஐ லைக் யுவர் வில்லேஜ்."

வேலிக்கு வெளியில் படலைப் பிடித்தவாறு பல ஆண், பெண், குழந்தைகள், அரை நிர்வாணமாக, பரட்டைத் தலையுடன் உள்ளே வர அனுமதியின்றி கலெக்டரைத் தூரத்திலிருந்து எட்டிப் பார்த்து மட்டுமே மகிழ்ந்தனர். கலெக்டரின் ஜீப் கிளம்பிய போது ஊர்க்காரர்கள்

ஏசுவார்களே எனப் பயந்து, ஓரமாய் ஒதுங்கி ஜீப்புக்கு வழி விட்டனர்.

அந்தக் கும்பலில் ஓரிரண்டு குழந்தைகள், பொன்னு ரங்கத்தின் மகன் காலத்தில் ஜீப்பில் ஏறி விருந்து சாப்பிட மட்டும் வராமல் வேதம் ஓதி, சடங்கு நடத்தித் தந்து, ஐயர் தட்சிணையும் பெற்றுச் செல்லலாம். இது சாத்தியம்.

உப்பும் நீரும் கலந்து வேகும் போது பணியாரத்துக்குச் சுவை கூட்டுமளவு தேவைதான். ஆனால் அது உவர்ப்பாக மாறாமல் இருக்க அளந்து சேர்க்கப் போவது யார்?

# ஸ்டேட்டஸ்

காய்கறிப்பையுடன் காரில் ஏறும் சமயம்தான் எதிர்த் திசையில் புடைவைக் கடையிலிருந்து வெளிவரும் பெண்ணை அவள் கவனித்தாள்.

இவள் உமாதானே .. என்னதான் பத்து வருட இடைவெளி என்றாலும், அந்த உயரமும், வாகான உடலமைப்பும், பளிச்சிடும் இளமையும் – எதுவுமே மாறவில்லையே! இன்னும் சொல்லப்போனால், பத்து ஆண்டு முதிர்ச்சி இவளிடம் இன்னும் சோபையைத்தான் கூட்டியுள்ளது. உமாவைச் சந்தித்துப் பேசியாக வேண்டும்...

"உமா...!" போக்குவரத்தையும் மறந்து நடுத்தெருவில் பாய்ந்து – பல்லவனை ஸ்தம்பிக்கச் செய்து அவளிடம் நெருங்கினாள் லீலா..

உமாவின் கண்களில் சொல்ல முடியாத வியப்பு. "லீலா... மைகாட்.... நீயும் இப்போ மெட்ராஸிலேதான் இருக்கிறாயா? நாம சந்தித்து எத்தனை வருஷம் இருக்கும். ஐயாம் ஸோ ஹேப்பி!" – தோழியின் கையைப் பற்றியவள் நெகிழ்ந்தாள். இருவர் கண்ணிலுமே கரைகட்டியது. 'லீலா நீ எங்கே இருக்கே... வொய் டோண்ட் யூ கம் ஹோம்? உன் ஹஸ்பெண்ட் எப்படியிருக்கார்... குழந்தைகள்?" –

மூச்சுவிடாமல் அவள் கேட்கும் கேள்விகளுக்குப் புன்னகையைப் பதிலாகத் தந்த லீலா, "வாயேன், காரில் உட்கார்ந்து பேசலாம்" என்றாள்.

"இல்லை லீலா... கிட்டி காத்துண்டு இருக்கும். வொய் டோண்ட் யூ கம் ஹோம்? இங்கேதான் போக் ரோட்டில். நம்பர் ட்வென்டி.... ப்ளீஸ், நாளைக்கு வந்துவிடேன். என்னுடன் இரண்டு மணி நேரமாவது தங்கணும். இன்னிக்கு நிற்கக்கூட நேரமில்லை. ப்ளீஸ், வர்றியா..?"

"ஓ.கே. நாளைக்குக் கட்டாயம் வர்றேன் .. மத்தியான வேளையில் நீ ஃப்ரீதானே?"

"ஆமாம்"

அவளிடம் விடைபெற்றுக் காரில் ஏறிக் கிளம்பிய பிறகும் கூட, லீலாவால் பிரமிப்பிலிருந்து விடுபட முடியவில்லை... உமாவை எதுவுமே கேட்கவில்லையே... கேட்க நேர மில்லையே...

பத்து வருஷத்துக்கு முந்திய அந்த விஷயம்...

**உ**மா, லீலாவின் கையைப் பற்றியபடி அருகில் அமர்ந்திருந்தாள். அவள் பதட்டத்திலும், வருத்தத்திலும், குழப்பத்திலும் கூட அழகாகத்தான் இருந்தாள். லீலா மெல்ல அவள் முதுகை வருடிக் கொடுத்தாள். "உமா, அவசரப்பட்டு முடிவு எடுத்துவிடாதே! எது செய்வதாக இருந்தாலும் யோசித்துப் பார்த்துச் செய்... நீ வெங்கட்டுடன் சந்தோஷமாக இருப்பாய் என்பது என்ன நிச்சயம்? அதைவிட, உன் அப்பா – அம்மா, குடும்பத்தினருக்கு எவ்வளவு தலைகுனிவாகிவிடும் என்று யோசித்துப் பார்..."

"அப்பா – அம்மா அவங்களைப் பத்திப் பேசாதே லீலா... அவங்கதானே என்னை இப்படிப் படுகுழியிலே தள்ளினாங்க?"

உமா... பீ ரீஸனபிள். உன்னைப் பெத்தவங்க வேணுமின்னா உன்னை படுகுழியில் தள்ளினாங்க.. நல்ல குடும்பம், நல்ல படிப்பு, முன்னுக்கு வரக்கூடிய வேலை என்று பார்த்துத்தானே கல்யாணம் செஞ்சு வச்சாங்க..."

உமா இப்போது நெஞ்சே பீரிட்டு விடும்படி விம்மி விம்மி அழுதாள். "யார் தவறுமில்லை லீலா... அத்தனையும் என் தலைவிதி. இந்த ஒன்றரை வருஷத்திலேயே நான் மத்தியாகி மூளை மழுங்கி விட்டேன். இன்னும் பத்து வருடம் இவருடன் சேர்ந்து குடித்தனம் செய்தால் நான் மரம், மட்டையாகி விடுவேன் லீலா... நான் ஏற்கெனவே வெஜிடபிள் நிலைக்குத் தான் வந்துவிட்டேன். கொஞ்சம் கொஞ்சமா உணர்ச்சி யெல்லாம் இழந்து செத்துக் கொண்டிருக்கேன். வெங்கட் மட்டுமில்லை என்றால், எனக்குப் பயித்தியமே பிடித்திருக்கும்."

அவள் பேசுவதிலுள்ள உண்மை லீலாவைத் தாக்கியது. கடந்த இருபத்து இரண்டு ஆண்டுகளில் ஒருவரைப்பற்றி மற்றவர் அறியாத விஷயமில்லையே... பள்ளிக்கூடத்தில், கல்லூரியில் எதிலுமே முதல் உமா... பதினாலு வயதிலே தமிழ்நாட்டின் நீச்சல் சாம்பியன்... தூரிகை பிடித்தால் அவள் கை சீக்கிரம் வரையும், சலங்கை கட்டினால் நடனம்... எங்கு பேச்சுப் போட்டியோ, இசைப் போட்டியோ – எல்லாப் பரிசும் இவளுக்கே... அத்தனைக்கும் மேல் அதீதத் துறுதுறுப்பு, சுட்டித்தனம், மாறாத புன்னகை... இதமான பேச்சு... அவள் வராது என்று செய்யாமல் விட்ட விஷயமே இல்லை.

நடுத்தர வர்க்கத்துப் பெண்களுக்கு இப்படி ஒரு தோற்றமும், பர்ஸனாலிடியும் அமைவது மிகக் குறைவே.

இவளை ஒரு மன்மதன் கொத்திச் சென்றிருக்க வேண்டும். ஆனால், அப்பா – அம்மா தேடிவந்த இன்ஜினியர் வரன் பெண் பார்க்க வந்தபோது குறை எதுவும் வெளிப்படையாகத் தெரியவில்லை. லீலா மட்டும், "உனக்குத் தோற்றத்தில் பொருத்தம் போராதுடீ" என்றாள். "அது அவ்வளவு பெரிய விஷயமா?" என்றாள் உமா சாதாரணமாக

ஆனால், கிருஷ்ணமூர்த்தியோ பெரிய விஷயங்கள் எல்லாவற்றிலுமே மிக மிகச் சாதாரணமாக இருந்தான். 'எனக்கு ஆர்வம் இருக்கும் விஷயங்களில் எல்லாம் அவருக்கு ஆர்வம் இருக்கணும்னு நான் சொல்லலடீ... ஆனா , ஆபீஸிலிருந்து வந்த பிறகு ஒரு வார்த்தை, பேச்சு, சிரிப்பு ஒண்ணுமே கிடையாதா? பாட்டுப் பிடிக்காது – அதனால வீட்டில் ரேடியோ கூட வாங்கவோ, கேட்கவோ கூடாது... அவர் ஆபிஸ் பைல் பார்க்கிறார். அதனால் பேசக்கூடாது... நம்ம நாட்டிலே நடுத்தரவர்க்கப் பெண்களோட வாழ்க்கை நாலுசுவருக்குள்ள தான்னு நானும் புரிஞ்சுண்டவதான். ஆனாலும், நாலு சுவருக்குள்ள ரெண்டு பேர் வாழறபோது எத்தனை சந்தோஷ மாக இருக்க முடியும்... பாண்டி விளையாட நாலுகட்டம் போதுமே... பேசிச் சிரிக்க அந்த எடம்கூட வேணாமே... நான் படற நரகவேதனை புரிகிறதா உனக்கு லீலா?" ம்ம்

லீலாவுக்கு நன்றாகவே புரிந்தது. லீலாவும் தன் கணவனுடன் 'விஸிட்' செய்து பார்த்தாள். "என்ன லீலா, உன் தோழியோட ஹஸ்பண்ட் இப்படி பேக்கு மாதிரி இருக்கிறான்... வீட்டுக்கு வந்தவங்ககிட்ட நாலுவார்த்தை பேசக் கூடத் தெரியாதா என்ன... மோட்டுவளையைப் பார்த்துட்டுப் பேந்தப் பேந்த உட்கார்ந்திருக்கான். இது என்ன திமிறா, இல்லை அசட்டுத்தனமா? காலேஜுக்குப் போய்ப் படிச்சு நல்ல வேலை யிலே இருக்கிறவன்கூட இப்படிப் பரப்பிரம்மமாய் இருப்பானா என்ன? இனிமேல் உன் பிரெண்ட் வீட்டுக் கெல்லாம் நீயே போய்க்கோ!

என்னைக் கூப்பிடாதே" என்றான் லீலாவின் கணவன்.

தன் கணவனின் முன்னிலையில் உமா எவ்வளவு 'நர்வஸாக' உணர்கிறாள் என்று லீலாவுக்குப் புரிந்தது. அவன் மௌனம் இவளை மெல்ல மெல்லத் தூளாக்கிக் கொண் டிருந்தது. என்னதான் வழி..." உமா, நீ வேலைக்குப் போ; இல்லாவிட்டால், மதிய வேளையில் ஏதாவது 'கோர்ஸ்' சேர்ந்து படியேன் .... வெளிமனிதர்களைப் பார்க்கும் வாய்ப்பாவது இருக்கும்" என்றாள் லீலா

உமா சோகமாகச் சிரித்தாள். "நான் இதெல்லாம் முயன்று பார்க்கவில்லை என்று நினைத்தாயா... ஒவ்வொரு பைசாவுக்கும் நான் அவர் கையை எதிர்பார்க்கும் நிலையில் – அவர் 'வேண்டாம். அவசியமில்லை' என்று இரண்டு வார்த்தையில் முடிக்கும் போது எனக்கு வழிதான் என்ன சொல்லு?"

"உமா, கணவன் – மனைவி உறவு என்பது ஒரு வரம்புக் குள் முடிந்து விடுவதில்லையே .... உங்களுடைய தனியான நேரங்களிலாவது அவர் ஆர்வத்துடன் ஈடுபடுவாரில்லையா.... அந்த நேரங்களில் அவரைக் கவர முயற்சியேன் ...."

"லீலா..." உமாவின் கண்களில் நீர் வழிந்தது. "செக்ஸில் கூட அவருக்கு, நானும் – அவர் வழக்கமாக உட்கார்ந்து மோட்டுவளையைப் பார்க்கும் நாற்காலியும் ஒன்றுதான்! அவருடைய தேவையை மட்டும் அவ்வப்போது தீர்த்து வைக்கும் ஒரு சாதனம் ..... கல்யாணமான புதிதில் கணவன் – மனைவி உறவில் தோன்றும் அதீத தீவிரம் அவரிடம் இல்லவே இல்லையே..."

உமா முதல் வருஷத்தில் இரண்டு முறை அழுதபடி பிறந்தகம் சென்றுவிட்டு, நான்காம் நாள் புத்திமதிகளைச் சுமந்து, அப்பா துணையுடன் திரும்பி வந்தாள். நடைபிணமாக மாறிக் கொண்டிருந்த அவளுக்கு வழியென்ன என்று யோசித்துக் கொண்டிருந்தது லீலா ஒருத்திதான்.

இந்த நிலையில் தான் வெங்கட் உமாவின் வாழ்வில் புகுந்தான். எதிர்வீட்டு மாடி அறைக்குக் குடிவந்த அழகான, சாதுர்யமாகப் பேசப் பழகத் தெரிந்த ஸேல்ஸ்மேன். புத்திசாலியும் கூட.... முதலில் உமாவின் கணவன் படிக்கத் தடைவிதித்திருந்த பத்திரிகைகள் அவன் மூலம் வந்தன .... மதிய நேரங்களில் உமா அவன் ரேடியோவில் விவித் பாரதியும், பாலமுரளிகிருஷ்ணாவும் கேட்டாள். இரண்டு புத்திசாலித்தன மானவர்களுக்கிடையே தோன்றக்கூடிய இயல்பான நட்பு இருவருக்கும் இடையே தோன்றியது ....

"வெங்கட்டுடன் பழக ஆரம்பித்ததிலேயிருந்து உன் முகத்துலயே பழைய களை வந்துடுத்துடீ!" என்று லீலா மனமாரச் சொன்னாள். கணவன் தர விரும்பாத ஒன்றை உமா இவனிடமிருந்து பெற்று, மகிழ்ச்சியாக இருந்தால் அது தவறில்லை என்று கூட லீலா எண்ணினாள்.

அரசல் புரசலாக இருந்த விஷயம் கிருஷ்ணமூர்த்தி காதுவரை எட்டி, அவன் உமாவைக் காலால் உதைத்து – கெட் அவுட் என்ற போதுதான், உமா அந்த முடிவெடுத்தாள். விவாகரத்துக்குக் கணவன் – பெற்றோர் ஒருவருமே ஒப்புக்கொள்ளாத நிலையில், தனியாக வாழவும் துணிவில்லாமல், வெங்கட்டுடன் ஓடிவிடுவது என்று முடிவெடுத்தாள்.

லீலாவிடம் அவள் அதைக் கூறிய போது, இரண்டு நாளில் லீலா – கணவனுடன் டெல்லிக்கு டிரான்ஸ்பரில் செல்லத் தயாராகிக்கொண்டிருந்தாள். 'அவசரப்படாதே!' என்று அறிவுரை கூறுவதைத் தவிர, அவளால் எதுவும் செய்ய முடியவில்லை. டெல்லி சென்ற பிறகு கடிதம் எழுதி விசாரித்தாள். பதிலே வரவில்லை. இந்தப் பத்து வருஷத்தில் டெல்லி, நாக்பூர், அஸ்ஸாம் என்று ஊர் ஊராக வசித்து மூன்று குழந்தை பெற்று வளர்க்கும் பல தருணங்களில் லீலாவின் மனதை இந்தக் கேள்வி அரித்திருக்கிறது .... உமா வெங்கட்டுடன் ஓடிப் போனாளா? இருவரும் கல்யாணம் செய்து கொண்டு வாழ்கிறார்களா.... உமா சந்தோஷமாக இருக்கிறாளா?

இன்று உமாவை நேரிடையாகச் சந்தித்தும் எதுவும் கேட்காமலே விடைபெற்றாகிவிட்டது. ஒன்று மட்டும் நிச்சயம். உமா இப்போது கட்டாயம் சந்தோஷமாகவும், திருப்தியாகவும் இருக்கிறாள். அவள் தோற்றப் பூரிப்பும், தன்னம்பிக்கையும் இதை வெளிப்படையாகச் சொல்கிறதே... கிட்டி காத்திருக்கும்' என்றாள். எனவே, கட்டாயம் குழந்தையும் இருக்கிறது ..... நல்லவேளை, அவள் ஒரு கட்டத்தில் துணிவாக முடிவெடுத் தாள். இல்லாவிட்டால், அவள் இன்று எந்த ஆஸ்பத்திரியில் பாயைப் பிறாண்டிப் படுத்துக் கொண்டிருப்பாளோ?

போக் ரோடு இருபதாம் எண் வீட்டு வாசலில் வாட்ச்மேன், அழகான புல்தரை, வாசல் வராண்டாவில் சொகுசான நாற்காலி எல்லாம் பார்த்தபோது சந்தோஷமாக இருந்தது.

உமா ஓடிவந்து லீலாவை அணைத்தாள். நேற்றுக் கொண்டையிருந்த அவள் முடி இன்று நாகரிகமாக வெட்டப் பட்டு தோளிலிருந்து பறந்து கொண்டிருந்தது. இந்த வயதிலும்கூட தோட்டத்துப் புஷ்பமாக அவள் மலர்ந்திருந்தாள். என்ன நாசூக்கான ஒப்பனை! நளினமாக, நீண்ட

மேல்மட்ட நகங்கள். சமையற்காரன் ட்ரேயில் விதவிதமாக எடுத்து வர, உமா உபசரித்தாள் .... வீட்டில் எங்கும் வசதி அப்பட்டமாகத் தெரிந்தது.

"மம்மீ..." ஸ்கூல் பையுடன் காரிலிருந்து இறங்கி ஓடிவந்தான் அந்தச் சின்னப்பையன்.

"லீலா... மீட் மை பர்ஸ்ட் சன் சுதிர்... ஒன்பது வயசாகிறது..." "நோ மம்மீ... நைன் இயர்ஸ் அண்ட் சிக்ஸ் மன்த்ஸ்..."

சுதிரைப் பார்த்த லீலாவுக்குப் பிரமிப்பே அடங்கவில்லை. அதே கண்கள்... வெங்கட் ஒருவனிடம் மட்டுமே அவள் பார்த்திருந்த கண்கள்... பெங்களூர்ப் பட்டாணிபோல நீண்டு , இமை மயிர்கள் அடர்ந்து, தீர்க்கமாய்ப் பார்க்கும் கண்கள்... "அப்படியே அவப்பா அச்சு!" என்றாள் லீலா. "ஆமாம்.. இவ உஷா. என்னை மாதிரியே இல்லை?"

"ஆமாம்..." லீலா குழந்தைகளை அணைத்து முத்தமிட்டாள்.

போன் அடித்தது. உமா எழுந்து எடுத்தாள்... "ஹலோ... ஓ .கே! எத்தனை மணிக்கு? பத்தா... காக்டேயிலா? ஓ.கே... ஐ வில் பி ரெடி கிட்டி..." சிரித்தபடியே வந்தாள். "ஓய்வு, ஒழிச்சலில்லாம தினம் டின்னர், பார்ட்டிதான்..."

"ஒவ்வொரு பார்ட்டியிலும் நீதான் மகாராணி என்று சொல்லு!" – லீலா கேலி செய்தாள்.

வாசலில் ஹார்ன் அடித்தது...

ம்ம் "ஹாய் கிட்டி..." – உமா எழுந்தாள்.

திரும்பிய லீலா திடுக்கிட்டாள். அதே .. அதே கிருஷ்ண மூர்த்தி... இவன்தான் கிட்டியா... அதே பேக்கு முகம்... நிறையவே சதை கூடி, ஸபாரி சூட்டிங் பட்டனில் பிதுங்கிக் கொண்டிருந்தது. "டார்லிங், என் பிரெண்ட். லீலா ஞாபகமிருக்கா? கிட்டி, ஷி ஹேஸ் கம்..."" உமா ஆர்வத்துடன் பேச , கிருஷ்ணமூர்த்தி அவளைக் கவனிக்காமல் ஷூவைக் கழட்டிக் கொண்டிருந்தான். லீலா சொன்ன வணக்கத்தை அவன் கவனித்ததாகவே தெரியவில்லை. சமையல்காரன் தந்த காப்பியை அருந்திவிட்டு, ஒரு சோபாவில் அமர்ந்து விட்டத்தை சுவாரசியமாகப் பார்த்துக் கொண்டிருந்தான். உமாவின் இன்றைய துள்ளலுக்கும், துடிப்புக்கும், இவனுக்கும் என்ன சம்பந்தம் என்று லீலாவுக்குப் புரியவில்லை.

அரைமணி நேரம் பேசிவிட்டுக் கிளம்பும் போது லீலா கேட்டாள்:

*"உமா, வெங்கட் எங்கே இருக்கான்?"*

*"யாரு வெங்கட்?"*

*"யாரா..."*

லீலா வியப்புடன் உமாவை நிமிர்ந்து பார்த்தாள்.

உமா திடீரென்று புரிந்து கொண்டாள். ஆர்வமில்லாமல், "யாருக்குத் தெரியும்? பச்.... எங்கேயோ ஸேல்ஸ் ரெப்பாக இருப்பான்" என்றாள் அசட்டையாக. அந்த அசட்டையிலேயே அவள் தன் சமுதாய தரத்தை நிலைநாட்டினாள்.

லீலாவின் கேள்விக்குப் பதில் ஒரு நாள் வெங்கட் குடியிருந்த வீட்டு மாமியைப் பார்த்த போது கிடைத்தது. வெங்கட்டும் – உமாவும் கடிதம் எழுதி வைத்துவிட்டு, ரயில் ஏறும் போது அகப்பட்டுக் கொண்டு விட்டார்களாம்... உமாவின் அப்பா அவளை ஒழுங்குப்படுத்தி விடுவதாக மாப்பிள்ளையிடம் வாக்குக் கொடுத்து வீட்டுக்கு அழைத்து வந்து சிறை வைத்தாராம். கிருஷ்ணமூர்த்தி நாலுபேர் இதுபற்றி அறியுமுன் ரகசியமாக டிரான்ஸ்பர் வாங்கிக்கொண்டு ஊரைவிட்டுப் போய் விட்டானாம்.... அவன் அதிர்ஷ்டம். மாற்றலோட ப்ரமோஷனு மாகிப் பெரிய வேலையும் கிடச்சுடுத்தாம் .... "நல்லவேளை, இந்த அசட்டுப் பொண்ணும் – வெங்கட்டும் தப்பா ஒண்ணும் பண்ணிடல்லை. ஏதோ குழந்தையும், குட்டியுமா உமா இப்ப சந்தோஷமா இருக்கா" என்றாள்.

லீலா இப்போதும் அடிக்கடி உமா வீட்டுக்கு வருகிறாள். உமாவும் அவளை மாதர்சங்கம், க்ளப் என்று அழைத்துப் போகிறாள் . " கிட்டி இப்படிப் பண்ணித்து ... கிட்டிக்கு ஆபீஸிலே எவ்வளவு நல்ல பேர். கிட்டிக்குப் பொழுது போனா யூரோப், மிடில் ஈஸ்ட்தான்!" என்று பெருமைப்படுகிறாள். கிட்டியாக மாறியுள்ள கிருஷ்ணமூர்த்தி ஆபீஸில் என்ன செய்வானோ? வீட்டில் ப்ரும்மஹத்தி பிடித்தமாதிரிதான் உட்கார்ந்திருக்கிறான்.... "சுதிர் அப்படியே கிட்டிதான். இப்பவே மானேஜ்மெண்ட் ஸ்கில்ஸ் தெரியுது" என்று சிறிதும் குற்ற உணர்வில்லாமல் லீலாவிடமே சொல்கிறாள் உமா.

லீலாவுக்கு ஒன்று மட்டும் நன்றாகவே புரிகிறது. பணம், பதவி, அவசியங்களுக்குப் பலவிஷயங்களை இட்டு நிரப்பும் சக்தி இருக்கிறது. ஏதோ, உமா சந்தோஷமாக இருந்தால் சரி .. மிஸஸ் கிட்டியாக இருக்கும் ஸ்டேட்டஸ்ஸை மிஸஸ் வெங்கட்டாக இவள் பெற்றிருப்பாளா?

## அம்மா... நீ எதையோ மறைக்கிறே!

மிருதுலா மேமின் வெள்ளை மாருதி அவரைப் போலவே 'பளிச்'சென்று கேட்டருகே நின்றது. எல்லாவற்றிலும் அழகுணர்ச்சியை வெளிப்படுத்தும் மேம், சற்றே அழகான டிரைவராக அமர்த்தியிருக்கலாம். கன்னங்கரேலென்று தொந்தியும் தொப்பையுமாகக் காட்டான் மாதிரி ஒரு டிரைவர்.

நான் எம்.பி.ஏ. சேர்ந்ததிலிருந்து என்னுடைய ரோல் மாடல் மிருதுலா மேம்தான். அவர் அமெரிக்காவில் டாக்டரேட் வாங்கியவர். மிருதுலா என்ற பெயருக்கேற்ப தோற்றத்தில் ஒரு மென்மை இருக்கும். அத்துடன் நிமிர்ந்து பார்க்க வைக்கும் கம்பீரம். கஞ்சி போட்ட காட்டன் புடவை... கழுத்து மூடி, புடவைக்குள் விட்ட நீள ப்ளவுஸ்... குட்டை முடி... உதட்டில் லேசாக லிப்ஸ்டிக்... பளிச்சென்று பொட்டு. அவங்க சிரிச்சா திடீரென்று ஆயிரம் வாட் பல்பு எரிவது போல இருக்கும்.

எனக்கு எங்கம்மாவையும் ரொம்பப் பிடிக்கும்... ஸ்வீட் லேடி. நான் எம்.பி.ஏ. படிக்கணும்னு அம்மாதான் ஒத்தைக் காலில் நின்றாள். ஆனால், தவறாமல் தினம் ஒரு தடவையாவது எனக்கும் அம்மாவுக்கும் சண்டை நடக்கும். இன்று ஏதோ நல்ல மூடில் இருந்தேன். "என் கிளாஸ்மேட்ஸ் போட்டோவெல்லாம் பார்க்கணும்னா சீக்கிரம் ஓடிவா..." என்று அம்மாவை அழைத்தேன்.

ஒவ்வொரு போட்டோவாகப் பார்த்துக் கொண்டு வந்தவள், அப்படியே திகைத்து நின்று விட்டாள்..." விநிதா, இது என் ஃப்ரெண்ட் மிருதுலாடீ... இந்த ஊரிலேயா இப்ப இருக்கா...? ஃப்ரெண்ட்ஷிப் என்றால்..."

அம்மா பேசுவது எதுவுமே காதில் விழவில்லை. மிருதுலா மேம் அம்மா ஃப்ரெண்டா? மை காட்... நம்பவே முடிய வில்லையே... "மிருதுலா மேமை உனக்கு எப்படித் தெரியும்... சொல்லு?"

"தெரியுமாவது... அடுத்தடுத்த வீடு. ஒண்ணாங்கிளாஸி லிருந்து சேர்ந்து படிச்சோம். மிருதுலா குடும்பம் ரொம்ப கன்சர்வேடிவ் குடும்பம். எஸ்.எஸ்.எல்.சி. முடிச்சவுடன் மிருதுலாவுக்குக் கல்யாணமாயிடுச்சு. நான் டிகிரி முடிக்கிறதுக் குள்ள அவளுக்கு ரெண்டு பொண்கூடப் பொறந்துடுச்சு..."

அம்மா உற்சாகமாகப் பேசிக் கொண்டே போனாள்...

"மாமா பிள்ளையைத்தான் மிருதுலா கல்யாணம் பண்ணிக்கிட்டா... அவர் உள்ளூரிலே காலேஜிலே லெக்சரரா இருந்தார். திடீர்னு

அவருக்கு அமெரிக்கா போக வாய்ப்புக் கிடைச்சுது. மிருதுலாவும் கூடப் போனா. காலேஜையே எட்டிப் பார்த்திராதவள், சின்னப் பெண்களோட திரும்ப ஸ்கூல்ல சேர்ந்து படிச்சு, படிப்படியா ஏழெட்டு வருஷத்துலே பிஹெச்.டி. கூட வாங்கிட்டா. அதுக்கப்புறம் மிருதுலா இந்தியாவுக்குத் திரும்பிவிட்டாள்ன்னு கேள்விப்பட்டேன். கடைசியாக அவ அமெரிக்காவிலிருந்து கடிதம் போட்டதுதான். அப்புறம் தொடர்பே விட்டுப்போச்சு. நீ என் பொண்ணுனு தெரிஞ்சா மிருதுலா ரொம்பச் சந்தோஷப்படுவா. காலேஜில அவ அட்ரஸை விசாரிச்சுக்கிட்டு வா. ஆனா, நாம வர்றோம்னு சொல்லாதே. திடீர்னு போய் நின்னு அவளுக்கு சர்ப்ரைஸ் கொடுக்கணும்..."

மறுநாள் மேமுக்குத் தெரியாமல் ஆபீஸிலிருந்து அவர் அட்ரஸைச் சுட்டுவிட்டேன். நான் எதிர்பார்த்தாற்போல அம்மா தயாராக இருந்தாள். இரண்டு பேரும் மேம் வீட்டுக்கு கிளம்பினோம்.

பகட்டில்லாத சாதாரண வீடு. வெளியே மாருதி கார் நின்றிருந்தது. வாசல் கதவு திறந்தே இருந்தது. உள்ளே பெரிய சோபா, ஊஞ்சலில் மேமின் டிரைவர் ஊஞ்சலில் உட்கார்ந்து பஜ்ஜியோ, போண்டாவோ சாப்பிட்டு கொண்டிருந்தான்.

"மிருதுலா மேடம் இருக்காங்களா...? நா அவங்க ஸ்டூடண்ட்..."

"மிருதூ...!" உள்ளே திரும்பிக் கூப்பிட்டான் ஸாரி... கூப்பிட்டார் அவர்.

மிருதுவா..? அப்படியென்றால் இவர் டிரைவர் இல்லையா...? பின்னே, மாமா, அப்பா மாதிரி ஏதாவது உறவா?

உள்ளேயிருந்து மேம் கையில் எண்ணெய் சட்டுவத்துடன் வெளியே வந்தார். இது காலேஜில் பார்க்கிற மேம் இல்லை. அம்மா மாதிரியே புடவையைத் தூக்கி மேலே பெட்டிக்கோட் தெரியும்படி செருகி யிருந்தது அம்மாவைப் பார்த்தாங்களோ, இல்லையோ சட்டுவத்தைத் தடால்னு கீழே போட்டு "அடீ மரகதம்" என்று ஓடிவந்து அம்மாவை அப்படியே கட்டிக்கிட்டாங்க.

"என்னங்க, இதுதான் மரகதம்... மரகதம் இவர் என் ஹஸ்ண்பண்ட்..."

அடக் கண்றாவியே , இந்தக் கரிக்குண்டன் மிருதுலா மேமின் புருஷனா?

"ஓ... தெரியுமே...! ஆத்தங்கரை பிள்ளையார் கோயில்..."

"என்னடீ மிருதுலா, ஒண்ணுவிடாம அவர்கிட்ட பாடம் ஒப்பிச்சுட்டியா..?" என்று அம்மா சிணுங்க, டீச்சரும் அவங்க கணவரும் 'ஓ'வென்று சிரித்தார்கள்.

மிருதுலா மேம் அப்போதுதான் என்னைக் கவனித்தார். "இந்த விநிதாவைப் பார்க்கும் போதெல்லாம் பார்த்த முகமா இருக்குதேன்னு நினைப்பேன். இப்பத்தானே புரியுது..." என்றவர், "பெரியவரே... சீக்கிரம் டிபனை முடிச்சுட்டுச் சின்னப்பெண்ணுக்கு கம்பெனி குடுங்க... எனக்கும் மரகதத்துக்கும் பேச எட்டு வருஷக் கதையிருக்கு!" என்றார் தன் கணவரிடம் .

இந்த மனுஷர் எனக்கு கம்பெனி குடுப்பாரா?

நினைத்ததற்கு முற்றிலும் மாறாக நானும் அவரும் பத்து நிமிஷத்தில் பல நாளைய நண்பர்கள் போலப் பேசிக்கொண்டிருந்தோம். அவர்களின் இரண்டு பெண்களைப் பற்றியும் நிறையப் பேசினார். அமெரிக்காவில் இருக்கும் நிஷாவின் போட்டோக்களைக் காட்டினார்.

"இது போன வருஷம் அவ இங்க வந்தபோது எடுத்தது" என்று காட்டிய படத்தில் மேமையும் இவரையும் இறுகக் கட்டிக்கொண்டிருந்தாள் நிஷா.

ஆஷா அஹமதாபாத்தில் எம்.பி.ஏ. படித்துக் கொண்டிருந்தாள். ரொம்ப வெளிப்படையான டைப். நிறையப் பேசுவாள். டென்னிஸ் விளையாடுவாள் ... பெண்களைப் பற்றி அவர் பெருமையடித்துக் கொண்டதில் நான் நிறைய விவரங்கள் புரிந்து கொண்டேன்.

சிறிது நேரத்தில் அம்மாவும் மிருதுலா மேமும் எங்களுடன் சேர்ந்து கொள்ள , ஜாலியாகப் பேச்சும் சிரிப்புமாக நேரம் போனதே தெரியவில்லை. சிரிக்கும் போது அங்கிளின் பெரிய தொப்பை வேடிக்கையாகக் குலுங்கியது.

திடீரென்று அம்மா படபடப்புடன் எழுந்து, "ஐயையோ, மணி ஏழாயிடுச்சு. வா, கிளம்பலாம். உங்கப்பா வந்திருப்பார்" என்றாள். புறப்பட்டோம்.

அம்மா ஆட்டோக்காரனை அவசரப்படுத்தினாள். வழிநெடுக 'உங்கப்பா ஆபீஸ்லேர்ந்து வர்ற சமயத்திலே நம்மளை வீட்டுல காணோம்னா சத்தம் போடுவார்..." என்று பதறிக்கொண்டிருந்தாள்.

நினைத்தபடியே நாங்கள் வீட்டுக்குள் நுழைந்ததும் அப்பா 'ஓ' என்று கத்திக் கூச்சல் போட்டார். "நாள் முழுக்க மாடா உழைச்சுட்டு ஒரு மனுஷன் வீட்டுக்கு வர்றான். ரெண்டு பேரும் எங்கே ஊர் மேயப் போனீங்க? நீ சுத்தறதுமில்லாம, உன் பெண்ணையும் கூடவே இழுத்துக்கிட்டுப் போய் ஓடுகாலியாக்கு!" – அப்பாவின் வாய் இன்னும் ஒரு மணி நேரம் மூடாது.

அப்பா சாப்பிட்டு, 'டுநைட்' பார்த்துவிட்டுப் படுக்கப் போய்

அரைமணியான பிறகு அம்மாவிடம் வந்தேன். ''மிருதுலா அப்படியேதான் இருக்கா. ஒரு கர்வம்... அகங்காரம்... ஊஹும்..!'' என்றாள் அம்மா.

''நான்கூட வீட்டுல மேம் இத்தனை சிம்பிளா இருப்பாங்கன்னு நினைக்கவே இல்லைம்மா. ஆமா... மேமின் கணவருக்கு இங்கிலீஷ்கூடத் தெரியலை. மேமைவிட அவருக்கு இருபது வயசாவது அதிகம் இருக்கும் போல தெரியுது... படு குண்டு. கறுப்பு. மேம் எப்படி இவரைக் கல்யாணம் பண்ணிக்கச் சம்மதிச்சாங்க?''

அம்மா உடனடியாகப் பதில் சொல்லவில்லை. சற்று இடைவெளி விட்டு, ''ஏன்... அவருக்கு என்ன குறைச்சல்...? இங்கிலீஷ் தெரிஞ்சவங்கள்லாம் பெரிசா என்ன சாதிச்சுட்டாங்க? வாழ்க்கையில் கறுப்பு, சிவப்பு, குண்டு, ஒல்லி இதுக்கெல்லாம் அர்த்தமே இல்லைடீ..!'' என்றாள்.

நான் அம்மா மேல் சாய்ந்து கொண்டேன்... ''அம்மா, நீ எதையோ மறைக்கிறே... மேம் ஹஸ்பண்ட் அமெரிக்காவிலே காலேஜ் லெக்சரர்னு சொன்னே. அப்புறம், இங்கிலீஷ் தெரியலைன்னா என்ன தப்புன்னு கேக்கறே?''

அம்மா விவரமாக எல்லாவற்றையும் சொன்னாள்.

அமெரிக்காவில் மிருதுலாவும் அவள் கணவர் ஸ்ரீநிவாசனும் ஒரே கல்லூரியில்தான் வேலை செய்தனர். சிறுவயதிலேயே திருமணம் செய்து கொண்டதால் வந்த நெருக்கத்துடன், “இவரைத் திருமணம் செய்துகொண்டதால்தானே என்னால் படிப்பைத் தொடர முடிந்தது! இன்று நான் இந்த அளவு வளர்ந்ததற்குக் காரணமே என் கணவர் அளித்த வாய்ப்பும் ஆதரவும்தானே!'' என்று மிருதுலா கணவனை மிகவும் நேசித்தாள். குடும்பம் மிகவும் சந்தோஷமாக இருந்தது.

மிருதுலா மாணவர்களிடமும் சக ஆசிரியர்களிடமும் பிரபலமாகத் தொடங்கியதும் பிரச்சினை மெள்ளத் தலைதூக்கியது. பொறாமை, அகங்காரம், கோபம், சந்தேகம் எல்லாமாகச் சேர்ந்து ஸ்ரீநிவாசனைப் பிடித்து ஆட்டியது. ''பிட்ஸ்பர்க் கான்ஃபரன்ஸுக்கு உன்னை அழைச்சிருக்காங்களா? சரிதான்... அந்த நாய் மத்தவங்க பேசறதை எங்கே கேட்டான்? உன் மார்பைத்தானே பார்த்துக் கொண்டிருந்தான்!'' என்பான் நாக்கில் நரம்பில்லாமல்!

வெளி மனிதர்கள் முன் வெண்ணெயாகப் பேசி, மனைவியைத் தலையில் தூக்கி வைத்துக்கொண்டு உபசரிப்பான் ஸ்ரீநிவாசன். அவர்கள் சென்ற பிறகு சித்ரவதை தொடரும். தன்னம்பிக்கையுள்ள, சுயப்பச்சாதாபமுள்ள

ஆண்களின் ஒரே தற்காப்பு ஆயுதம் அடுத்ததாகக் கைவந்தது. "நான் இங்கே வைத்த பேப்பர் எங்கே..? பெரிய பிஸ்தா, மானேஜ்மெண்ட் எக்ஸ்பர்ட். நீ படிச்ச பிறகுதான் நான் படிக்கணுமாக்கும்..." கன்னத்தில் குத்து. "செமினார்னு எவனோடடீ படுத்துட்டு வர்றே..?" இடுப்பில் அடி. அவள் மனத்தை முழுவதுமாகக் காயப்படுத்தவேண்டும் என்றே பேசப்படும் கொச்சையான, கேவலமான பேச்சுகள். உயர்தரப் படிப்பும் பதவியும் உள்ள ஒருவன் வாயிலிருந்து எதிர்பார்க்கவே முடியாத சொற்கள். அதோடு வன்முறை! ஒரு பெண்ணை, அதுவும் அறிவுள்ள பெண்ணை, கொஞ்சம் கொஞ்சமாக உடைக்க இது போதும்.

"ஏண்டி, நீதான் பெரிய படிப்புப் படிச்சு, வேலை பார்க்கறவளாச்சே, உனக்கெல்லாம் குடும்பம் எதுக்கு, புருஷன் எதுக்கு... விட்டுட்டு ஓடிப் போறதுதானே?" என்று ஊசியாகக் குத்துவான். தன் குழந்தைகளின் வாழ்க்கைக்காக தான் இதைப் பொறுத்துக்கொண்டுதான் ஆகவேண்டும் என்ற ரீதியில் மிருதுலா வாழ்ந்தாள்.

ஒருநாள் யாரையும் கேட்காமல் திடீரென இந்தியா திரும்புவது என்று முடிவு செய்தாள். இனி வேலை வேண்டாம், குடும்பத்தலைவியாக மட்டுமே இருப்பது என முடிவெடுத்தாள் மிருதுலா. ஆனால் அவள் தேடாமலே சில கன்ஸல்டன்ஸி வேலைகள் வந்தன. கணவனின் கொடூரமும் அதிகரித்தது. பருவ வயதை எட்டியிருந்த தன் பெண்கள் முன் கேவலப்பட்டுப் போனாள் மிருதுலா.

தேவநாயகம் எதிர்வீட்டிலிருந்தார். ஐம்பத்தைந்து வயதான அவர் ஹார்டுவேர் கடை வைத்திருந்தார். அதிகப் படிப்பில்லாதவர். லுங்கியும் முரட்டுச்சட்டையும் அணிந்த சாதாரண மனிதர். இந்தக் குடும்பத்தில் நடக்கும் கொடூரங்கள் அவர் கண்ணில்பட்டதுடன், காதிலும் நாராசமாக விழுந்தன. "சே... இவனெல்லாம் படிச்ச ஆம்பிள்ளையா... ஒரு பெண்ணைப் போட்டு அடிப்பவன் மனுஷனா?" என்று மனதுக்குள் குமுறிக் கொண்டிருந்தார்.

ஒரு நாள் உப்புப் பெறாத அற்ப விஷயத்துக்காக ஸ்ரீநிவாசன் மிருதுலாவைச் சுவருடன் சேர்த்து இடிக்க, காது கிழிந்து ரத்தம் சொட்ட அவள் அழுவதைப் பார்த்ததும் துடித்து விட்டார் தேவநாயகம். முன்பின் தெரியாத பெண்மணிதான்! ஆனாலும் மனது கேட்கவில்லை. ஸ்ரீநிவாசன் வெளியே போனபின் கதவைத் தட்டினார். கையெல்லாம் ரத்தம் வழிய நின்றிருந்த மிருதுலாவைப் பார்த்ததும் திடுக்கிட்டார். "அம்மா... எனக்கு உங்களைத் தெரியாது. ஆனா, நீங்க படிச்சவங்கன்னு தெரியும்... சரஸ்வதி தேவியை இப்படிச் சித்ரவதை செய்யறது பாவம்மா... என்னாலே தாங்க முடியலை!" என்று கண்ணீர் விட்டே அழுதுவிட்டார். "எங்கள் குடும்ப விவகாரத்தில்

தலையிடாதீர்கள்!" என்று மிருதுலா கண்டிப்பாகச் சொன்னாள்.

ஆனால், அன்புக்காக ஏங்கிய உள்ளம் அந்தக் கனிவை நாடியது. "நான் படிக்காதவன். வாழ்க்கையிலே ரொம்பக் கஷ்டப்பட்டு முன்னேறியவன். தனி மனுஷன். பொண்டாட்டி, குழந்தை எந்த உறவுமில்லை. அம்மா, உங்களையும் உங்க பெண்களையும் நான் காப்பாத்தறேம்மா... ஒரு வேளைச் சோற்றுக்காக இப்படி அசிங்கப்பட வேண்டாம்" என்றார் தேவநாயகம். மிருதுலாவின் பெண்களுக்கு கார்டியனாகத்தான் அனுமதி கேட்டார்.

அவர் தந்த பலம் மிருதுலாவை அந்த அர்த்தமற்ற இல்லறத்திலிருந்து விடுபட வைத்தது. மிருதுலா தேவநாயகத்தை மணந்தாள். அவளது இரு பெண்களும் புதிய அப்பாவிடம் ஒட்டிக்கொண்டன.

"எனக்காக அவர் பிஸினஸையே இந்த ஊருக்கு மாற்றிக் கொண்டார். என்னைப் பழையபடி வேலையில் சேரச் சொல்லி, என்னுடைய ஒவ்வொரு செயலிலும் பெருமைப்பட்டு, குடும்பம் வேறு, தொழில் வேறு என்பதை நன்கு புரிந்து கொண்டு செமினாருக்கு வெளியூர் சென்றாலோ, கன்ஸல்டன்ஸி செய்தாலோ அதை என் தொழிலாக இயற்கையாக ஏற்றுக் கொண்டிருக்கிறார். எங்கள் குடும்பத்தைவிடச் சந்தோஷமான குடும்பமே இருக்கமுடியாது. ஆஷாவும், நிஷாவும் அவர் மேல் உயிரையே வைத்திருக்கிறார்கள். நான் படித்திருக்கிறேன், உயர் பதவி வகிக்கிறேன் என்று எனக்கு எந்த ஈகோவும் கிடையாது. சரியான வாய்ப்பில்லாததால் அவர் படிக்கவில்லை. அதனால் அவர் தாழ்ந்த மனிதர் என்று நான் நினைக்கவில்லை. உண்மையில் தேவநாயகம் மிக உயர்ந்த மனிதர். அவர் ஹார்டுவேர் கடையில் இரவு பத்து மணிவரை இருக்கவேண்டிய அவசியம் போல் என் தொழிலிலும் எனக்குச் சில அவசியங்கள் உண்டு என்று அவருக்குப் புரிகிறது. எங்களுக்கு மத்தியில் ஈகோ போட்டியில்லை. அன்பும் சந்தோஷமும் வாழ்வை இலகுவாக எடுத்துக் கொள்ளும் மனப்போக்கும் தான் உள்ளது. 'எனக்காக ஏன் மணிக்கணக்காக டிரைவர் மாதிரி காலேஜில் காத்திருக்கிறீங்க?' என்று கேட்டால், 'நீ எனக்காக மீனே வறுத்துத் தரியே' என்பார். நான் என்னுடன் வேலை செய்யும் சக அலுவலர்களை பார்ட்டி என்று அழைத்தால் கூட, எந்தவிதத் தாழ்வுமனப்பான்மையுமின்றித் தனக்கு இங்கிலீஷ், மானேஜ்மெண்ட் தெரியாது என்று வெளிப்படையாகக் கூறியே உபசரிப்பார். மனபலம் என்றால் என்ன என்று நான் அவரிடமிருந்துதான் கற்றேன்" என்றாள் மிருதுலா.

காலையில் காலேஜுக்குக் கிளம்பு முன் அம்மாவைக் கூப்பிட்டேன். "அம்மா, உன்னோட கொஞ்சம் பேசணும்..."

"என்ன பெரிய பீடிகை... புது ஜீன்ஸ் வேணுமா?"

"நோ... இது ரொம்ப சீரியஸ் மேட்டர்... நான் எம்.பி.ஏ. முடிச்சப்புறம் ஐ.ஐ.எம். கிராஜுவேட், அமெரிக்கா ரிடர்ன்ட் என்று என் ஜாதகத்தைத் தூக்கிக்கிட்டு அலையாதே... விறகு தொட்டிக்காரனோ, கரிக்கடைக்காரனோ, பெண்மையையும் சரஸ்வதியையும் மதிக்கறவனா ஒருத்தனைப் பாரு... ஆமா... புரிஞ்சுதா!" என்றேன்.

அம்மா விழுந்து விழுந்து சிரித்தாள். "ரொம்பத்தான் வழியாதே!" என்று செல்லமாக என் கன்னத்தில் தட்டினாள்.

அவளைக் கோபமாக முறைத்தேன் நான்!

# பரமசிவம் சாப்பிட்ட பாயசம்!

"நாலு கொடி கொடுங்க."

"ஒரு கட்டா வாங்கிக்க."

அதுவும் நல்லதுதான்.

"இந்தாய்யா !"

பரமசிவம் நீண்ட கையை மிரட்சியுடன் பார்த்தார். "இது? நான் கேட்டது கொடி."

"அப்போ பீடி வேணாமா...?"

"கொடி... நம்ப நாட்டுக் கொடி வேணும். ஸ்கூல் பசங்க சட்டையில் குத்திக் கொள்ள."

"கொடியுமில்ல , ஒண்ணுமில்ல! போயிட்டு வாய்யா...! காலங்கார்த்தால சாவுக்கிராக்கி !"

எழுபது வயதைத் தாண்டிய மூத்தவரை, இருபது வயது கூட நிரம்பாத ஓர் இளைஞன் ஒருமையில் அழைத்து, சாவுகிராக்கி என்று அவமானப்படுத்தியதைவிட, சுதந்திர தினத்தன்று கொடி கிடைக்காதது வேதனையாக இருந்தது.

இன்னும் நாலுகடை ஏறி இறங்கி கொடி வாங்கி, குடிசையி லிருந்த பசங்கள் சட்டையில் குத்திக்கச் சொன்னபோதுதான், அதில் நாலில் இரண்டு பேருக்குச் சட்டையே இல்லை என்பது புரிந்தது! பையன்களை வரிசையாக நிற்கவைத்து, துவைத்து மடித்து வைத்திருந்த கொடியைக் கொடிக்கம்பத்தில் ஏற்றினார். "தாயின் மணிக்கொடி பாரீர்...!" என்று

அவர் நடுங்கும் குரலில் ஆரம்பித்து, " சேர்ந்து பாடுங்கடா!" என்று ஆணையிட்டார்.

'அதெல்லாம் தெரியாது தாத்தா! சுண்டல், பணியாரம் தா...' – தாத்தோவ்... டி.வி. பார்க்கப் போவணும் சீக்கிரம் மிட்டாய் தா." – 'எங்க வூட்டாண்ட இன்னிக்கு வீடியோல கமலஹாசன் படம் போடறாங்க!' – இப்போது வாயில் நிறையக் கூடியிருந்த குழந்தைகள் ஆளுக்கொரு புறம் கத்த, பரமசிவம் மன அழுகையுடன் தானே பாடி முடித்தார். வாங்கி வைத்திருந்த மிட்டாய்களைக் குழந்தைகளுக்கு அளித்தார்.

"ஏண்டா பசங்களா... ஸ்கூல்லே எல்லாம் கொடியேத்த வரச் சொல்லலியா?"

"பரீட்சைக்கு அந்த மார்க் எல்லாம் சேர்த்தியில்லை!" – பதில் சொன்னவன் சீருடை அணிந்த ஆங்கிலப் பள்ளி மாணவன்.

"அது சரி தம்பி... ஆனா, நம்ம நாட்டைப்பற்றி, நாம் எப்படி சுதந்திரம் அடைஞ்சோங்கறதைப்பற்றி, அதை எப்படிக் காக்கணும், நாட்டுக்காக உழைக்கணுங்கறதைப்பற்றியெல்லாம் நீங்க தெரிஞ் சுக்கணும். குழந்தைகளான நீங்கதான் இந்த நாட்டின் எதிர்காலக் குடிமக்கள்!"

– பரமசிவம் பேசிக் கொண்டே போன போது, குழந்தைகள் பாதிக்கு மேல் நழுவி விட்டார்கள். பாக்கியிருந்தவர்களை 'ஜன கண மன' பாடவைப்பதற்குள் போதும், போதுமென்றாகி விட்டது!

அவருக்கு மனம் வலித்தது... இந்த நாட்டிற்குச் சுதந்திரம் வரும்வரையில் நான் திருமணம் செய்து கொள்ள மாட்டேன் என்று சூளுரைத்து, சுயமுன்னேற்றத்தைத் துறந்து, காந்தியுடன் ஊர் ஊராகச் சுற்றி, மக்கள் மத்தியில் மன எழுச்சியைத் தூண்டியவர் பரமசிவம். இன்று, எண்பத்தொன்பது வயதிலும் அவர் மனத்திலே நாட்டுப்பற்றும், நம்பிக்கையும், சுதந்திர பக்தியும் சற்றும் குறையாமல் இருந்தது.

இன்றைய தலைமுறைக்கு நாடு முழுச்சொந்தம். அது அவனுக்காக, அவனால் மட்டுமே நடத்தப்படுகிறது. கடந்த முப்பத்தொன்பது ஆண்டுகளில் மார்தட்டிக் கொள்ளவென எவ்வளவு விஷயங்கள்... விஞ்ஞானத்திலும், அறிவியலிலும் வேகமாகவே முன்னேறி விட்டோம். தனிமனிதர்களைச் சார்ந்து நின்ற ஒரு பொருளாதார அமைப்பிலிருந்து விடுபட்டு, இன்று கிராமப்புறங்களிலும் கூட வெண்மைப் புரட்சி, பசுமைப் புரட்சி கிராமத்துக்குக் கிராமம் மின்சாரம், தொழில்வளம், நம்முடன் சுதந்திரம் பெற்ற அண்டை நாடுகளுடன் ஒப்பிடுகையில், ஜனத்தொகைப் பெருக்கத்தையும் மிஞ்சிய அபார வளர்ச்சி...

இத்தனை முன்னேற்றத்தின் மத்தியிலும் எதையோ இழந்து நிற்கிறோமே...?' மூலைக்கு மூலை நடிகர்களுக்கும், அரசியல் வாதிகளுக்கும் ரசிகர் மன்றங்கள்... ஆனால் இந்த நாட்டுடன் தங்களை ஒன்றுபடுத்திக் கொண்டு, அதனை வளப்படுத்த வேண்டும் என்ற ஆர்வத்துடன் உழைக்கும் தனிமனிதப் பண்பு எங்கே பறிபோனது? நாட்டையும் கொடியையும், இந்த மண்மேல் வைக்க வேண்டிய பற்றையும்விட, கமலஹாசனும், வீடியோப் படமும் முக்கியமாகிப்போன ஒரு இளம் தலை முறையை உருவாக்கியிருக்கிறோம்...

இந்த நாட்டின் சரித்திரமே உட்பூசல் வரலாறுதான். ஆனால், நாட்டுப்பற்று என்னும் மாபெரும் சக்தியில் அமுங்கிக் கிடந்த வன்முறையும், ஆணவமும், குறுகிய நோக்கும் ஏன் இப்போது விசுவரூபமெடுத்து ஆடுகிறது? நாடு என்னுடையது என்னும் பெருமிதமும் இல்லை. நான் இந்நாட்டுக் குடிமகன் என்ற இறுமாப்பும் இல்லை . நான், என் சுகம், அடுத்தவனை அடித்து வீழ்த்தியாவது நான் மட்டும் வாழ வேண்டும் என்னும் சுயநலம் மட்டும் மிஞ்சியுள்ளது. வயிறு நிறைய உண்டு, செல்வத்தில் புரண்டு, ஆங்கில அறிவு பெற்றவருக்கும் சரி; கஞ்சிக்கு வழியில்லாமல் – கந்தல் துணியில் அறியாமையில் உழல்பவருக்கும் சரி, இந்த அடிப்படை சுயநலத்தில் மட்டும் எந்த வேறுபாடும் இல்லை.

தவறு எங்கே நடந்தது? தலைமையில் தவறா, அரசியல் ஆதாயமாகிப் போனதா... அன்றி மொழிவாரி மாகாணம்தான் காலைவாரி விட்டதா..? மோகன் எழுதியிருந்த வரிகள் ஞாபகம் வந்தன. 'அப்பா, இங்கு காலையில் தொலைக்காட்சியைத் திருப்பியவுடன், 'குட்மார்னிங் அமெரிக்கா' என்று சிரித்த முகம் அத்தனை பேரையும் ஒட்டுமொத்தமாக அழைப்பதைப் பார்க்கும் போது வியப்பாக இருக்கிறது. இத்தனைக்கும் அமெரிக்கா என்பது ஒரு இனத்தையோ; ஒரு நாகரிகத்தையோ குறிக்காது. வெறும் பௌதிக எல்லைகள் மட்டுமே இந்த நாட்டை உருவாக்கியுள்ளன. ஆனால் ஒரே இன, நாகரிக மக்களாகிய நாம் ஏனப்பா, 'இந்தியன்' என்று அழைக்கப் படும் போது சிலிர்க்க மறந்து விட்டோம்?

மோகன் அவர் வளர்த்த மகன். பாரதி பாடித்தான் அவனை அவர் தாலாட்டினார். பங்கிம் சந்திரரைப் படித்துக் காட்டித்தான் கதை சொன்னார். பாரதமாதாவையே அன்னையாக்கி மகிழ்ந்தார். 'மகனே, இந்த அன்னைக்கு நீ செய்யும் நன்றிக்கடன் நீ நல்ல குடிமகனாக வளர்வதுதான்' என்று போதனை செய்தார். இன்று அவன் மிக நல்ல குடிமகனாகத்தான் இருக்கிறான் .. பெற்ற அன்னைக்கு இல்லை, செவிலித்தாய்க்கு. அமெரிக்கா அவனைக் கௌரவித்துள்ளது. அவன்

அமெரிக்காவுக்கு நன்றியுடன் உழைக்கிறான். அப்படியும் அவன் தன்னை இந்தியன் என்று கூறிச் சிலிர்த்துக் கொள்கிறான்... அதோடு இந்நாட்டு மக்களுக்கு இந்த சிலிர்ப்பு ஏனில்லை என்றும் வருந்துகிறான்.

பரமசிவம் ஏற்றிய கொடியை வணங்கிவிட்டுத் தளர்ந்த நடையுடன் உள்ளே வந்தார். வழக்கமாக அவர் இனிப்பு சாப்பிடுவது சுதந்திர தினத்தன்று மட்டுமே... மற்ற நாட்களில் காலை வேளையில் நொய்க்கஞ்சி அல்லது அரிசிச் சோறு வைத்து, முளைகட்டிய பயிறு அல்லது ரசத்துடன் சாப்பிடுவார். இரவில் வாழைப்பழமும், பாலும் மட்டுமே... எத்தனையோ வருடங்களாகத் தொடரும் இந்த வழக்கம் ஆகஸ்டு பதினைந்தாம் தேதி மட்டும் மாறும். மகன் பிறந்த தேதியோ, கிழமையோ, அவருக்கு நினைவில்லை. ஆனால் சுதந்திர தினம்... மறக்க முடியுமா அவரால்?

இவ்வாண்டு வழக்கம் மாறுவதற்கு நேற்று வந்த மோகனின் கடிதமும் காரணம்... அப்பா , அமெரிக்கக் குடியுரிமை பெறும் நாள் இங்குள்ள எல்லா இந்தியர்கள் வாழ்விலும் மிக முக்கிய மான நாள். ஆனால், அமெரிக்க சிடிஸன்ஷிப்பை பெறும் போது என் கை நடுங்கியது. நான் செய்வது சரியா என்று கேள்வி எழுந்தது. 'நீ சுதந்திரவீரர் பரமசிவம் பிள்ளையின் மகனா' என்று மனம் குத்திக் காட்டியது. சரியோ தவறோ, இந்த முடிவை நான் வேறுவழியில்லாமல் தான் எடுத்திருக்கிறேன். என்னுடன் உங்களுக்கும் இங்கே குடியுரிமை கிடைக்கும். இனியாவது நீங்கள் தனியே பொங்கி, தனியே வாழாமல் இங்கு சௌகரியமாக வாழலாம். உங்கள் டிக்கெட்டுக்கு ஏற்பாடு செய்கிறேன்."

மோகன் மேல் தவறில்லை. பௌதிகத்தில் முதுகலைப் படிப்பை இங்கே முடித்துவிட்டு வேலைக்காக அலைந்த போது அமெரிக்கப் பேராசிரியர், அவன் புத்திக்கூர்மையைக் கண்டு தன் கலா சாலை யிலேயே 'பெல்லோஷிப்' வெகுமதி தந்து அழைத்தார். மூன்று ஆண்டில் டாக்டர் பட்டம். தொடர்ந்து இரண்டு ஆண்டுகள் பயிற்சி. அமெரிக்க அரசாங்கம் ஆரம்பமே அறுபதாயிரம் டாலரில் வேலைக்கழைத்தபோது அதை மறுத்து 'பாருக்குள்ளே நல்ல நாடு, எங்கள் பாரத நாடு' என்று ஓடி வந்தான். அப்பாவுக்கு ஆசை ஆசையாக அமெரிக்க உணவு சமைத்துப் போட்டான். கர்நாடக இசைக் கச்சேரிகளில் வேஷ்டியுடன் முதல் வரிசையிலமர்ந்து ரசித்தான். அவன் படிப்புக்கும், தகுதிக்கும் ஏற்ற வேலைகளுக்கு மனுப்போட்டுக் காத்திருந்தான். கலாசாலை பேட்டியில் அவன் உயர்ஜாதி சுட்டிக் காட்டப்பட்டது. அரசாங்க வேலைக்கு மனுப் போட்டான். ஆனால், மேல்மட்டத்தில் கப்பம் கட்ட அவன் நேர்மை இடம் தரவில்லை. அரசு நிறுவனம்

ஒன்றில் நடுத்தர வேலை கூடத் தேவலை என்று சேர்ந்தான். வயதால் மட்டுமே இவனுக்கு மேலே இருந்தவர் இவன் தகுதி கண்டுமிரண்டு இவனைக் கிளப்ப அத்தனை வழியும் செய்தார். நேரே தில்லிக்கே விஞ்ஞானப் பிரிவில் வேலை தரும்படி கேட்டு எழுதினான். விஞ் ஞானப் பிரிவின் காரியதரிசியோ, மதராஸிகள் நாகரிகமற்ற காட்டு மிராண்டிகள் என்று திடமாய் நம்பினார்.

நோபல் பரிசு பெற்றபின் இன்று நாம் சொந்தம் கொண்டாடும் சந்திரசேகருக்கு ஏற்பட்ட அத்தனை அவமானங்களும் மோகனுக்கும் ஏற்பட்டது. விஞ்ஞானமும், ஆராய்ச்சியும் மறந்தாலும் பரவா யில்லை. இந்நாட்டு இளைஞர்களுக்கு அடிப்படைக் கல்வியாவது கற்பிக்கிறேன்' என்று அருகிலிருந்த கலைக்கல்லூரியில் பௌதிக லெக்சரராகச் சேர்ந்தான். மாணவர்களுக்கு எதிர்காலமே புரியாத நிலையில் விஞ்ஞானம் வேப்பங்காயாகத்தான் இருந்தது. அதோடு, அரசியல் வேறு, அந்தக் கல்லூரி மாணவர் மத்தியில் வெகு சூடு! அவர்களை மேய்ப்பதிலும், ஒழுங்கைக் காக்கத் திட்டமிடுவதிலும் அவன் நேரம் போக, ஒருநாள் அங்கே தொடர முடியாது என்ற நிலையில் வேலையை விட்டு விலகினான்.

மூன்றாண்டுகள் வருவாயுமில்லாமல், மனநிம்மதியும் இல்லாமல், பலவித முயற்சியெடுத்தும் முன்னுக்கு வரமுடியாமல் துவளும் மகனைப் பார்க்க பரமசிவத்துக்கே பரிதாபமாகத்தான் இருந்தது. திரும்பிப் போய்விடு மகனே' என்றார், பாசத்தை அடக்கிக்கொண்டு. அமெரிக்காவுக்கு எழுதிய இருபது நாளில் பெரிய ஆராய்ச்சி நிலையத்தில் அவன் தகுதிக்காக மட்டுமே வேலை கிடைத்தது. மங்களத்தைத் திருமணம் செய்து உடன் அழைத்துச்சென்றான். ஏழு வருடத்தில் படிப்படியாக உயர்ந்து மிகப்பெரிய ஆராய்ச்சி நிலையத்தில் தலைமைப்பதவி வகிக்கிறான். நியூயார்க் அருகே ஐந்து பெட்ரூம் வைத்த பங்களா, இரண்டு கார், அத்தனை சௌகரியங்களும்... இரண்டாண்டுகளுக்கு ஒருமுறை தவறாமல் இந்தியா வந்து பரமசிவத்தைத் தன்னுடன் வந்துவிடும்படி அழைக்கிறான்.

அத்தனை வசதிகளையும் மீறி மோகன் இந்தியாவை மிகவும் நேசிக்கிறான் என அவர் அறிவார். பணம் மட்டும் அவனை அங்கே நிறுத்தவில்லை. இன்றும் அவன் தகுதிக்குப் பொருத்தமான ஆராய்ச்சித் தலைமை இங்கு கிடைத்தால் அவன் திரும்பி வரத் தயார்! எங்கோ ஒரு ராஜாராமண்ணா மட்டும் தப்பித்தவறி உருவாக, ஆயிரம் அடியாள் ராமண்ணாக்களில் ஒருவனாக அவன் இங்கே இருப்பதால் அவனுக்கோ, நாட்டுக்கோ எந்தப் பயனுமில்லை என்றுதான் அவன் மனதைக் கல்லாக்கிக் கொண்டு குடியுரிமை எடுத்திருக்கிறான்.

இந்தச் செய்தி அவர் எதிர்பார்த்ததுதானே... அவர் கலங்க வேண்டிய அவசியமோ, வருந்த வேண்டிய நெருக்கடியோ இல்லையே?

வெளியே எட்டிப் பார்த்தார். ஆகஸ்ட் மாதத்திற்குச் சம்பந்தமே இல்லாமல் வேகமாகத் தூறல் போட்டுக் கொண்டிருந்தது. அவர் ஏற்றிய கொடி, ஈரத்தில் துவண்டு கிடந்தது. கொடி தளர்ந்து சோகக் கண்ணீர் வடிக்கிறாற் போன்ற பிரமை தோன்றியது. வெறும் வயிற்றுடன் சுருண்டு படுத்தார்.

"ஐயா, எழுந்திருக்கீங்களா..." – யாரோ அழைக்கும் குரல் கேட்டது. பசி, துக்கம் இரண்டும் கண்ணையடைக்க மெல்ல நிமிர்ந்து பார்த்தார்.

எதிரே ஓர் இளைஞன் – முப்பது வயதிருக்கும். நல்ல கறுப்பு. உயரம் அதிகமில்லை. பார்த்த முகமாகத் தெரியவில்லை. "ஐயா, ஏன் சோர்ந்து படுத்திருக்கீக?"

கண்ணை இடுக்கிக் கொண்டு பார்த்தபடி, "ஆரு , தம்பி?" என்றார்.

"ஆங்... சொல்ல மறந்துட்டேனே. ஐயா, நான் இசக்கியன் மவன்."

நினைவுக்கு வரவில்லை .

"அப்பா கண் தெரியாம ரெண்டு வருஷமாப் படுத்திருக்காரு. அவரு அப்பப்ப ஓங்களைப்பத்திப் பேசுவாரு... அந்தக்காலத்திலே காந்தி சொன்னாருன்னு பெரியார்கூட வைக்கம் போராட்டத்துக்கு நீங்க போனப்ப, அப்பாவை உங்க கூட அழைச்சிட்டுப் போனீங்களாம். தடியடிபட்டு கெடந்தவர நீங்க பத்து நாள் வூட்டுலே வச்சு, உங்க கையால சோறு பொங்கிப் போடுவீங்களாமே! உரிமையென்ன – நம்ம தகுதியென்னன்னு தெரியாம இருந்தவங்களை, 'நீயும் இந்த நாட்டு குடிமகன்தாண்டா'ன்னு அடிச்சுச் சொல்லி உணர வச்சீங்களாம்... அப்பா சொல்றதைக் கேட்கறப்பல்லாம், இந்த நாட்டிலே நானும் மனுசனா வாழ இடம் உண்டுன்னு புரிஞ்சிக்கிட்டேன் ஐயா... பன்னிகளுக்குச் சமமாக கிடந்திருக்க வேண்டியவன், இன்னிக்கி, தாலுகா ஆபீஸிலே சப்– மாஜிஸ்ட்ரேட்டா வேலைல சேர்ந்திருக்கேன். இந்த ஊர்ல வேலை என்னதுமே அப்பா, 'பரமசிவம் பிள்ளையைப் பாருடா'ன்னார். வந்து நாலுநாளாவறது. ஆனாலும் சுதந்திர தினத்தன்னைக்குத்தான் பார்க்கணும்னு காத்திருந்தேன். ஐயா, பாயசம் சாப்பிடுங்கய்யா... இனிப்போடத்தான் சந்திக்கணும்னு வீட்டுக்காரி கட்டளை!"

ப்ளாஸ்கிலிருந்து அவன் தந்த பால் பாயசத்தை இரண்டு மிடக்காகக் குடித்தார். "தம்பி ஓம் பேரென்னப்பா?"

"மோகன்தாஸ்"

மெய்சிலிர்த்தது. "இன்னும் பாயசம் கொடுப்பா... ரொம்ப இனிப்பா செஞ்சிருக்கீங்க." அளந்து சாப்பிடும் அவரா இரண்டு தம்ளர் பாயசம் குடிக்கிறார்! மோகன்தாஸை அருகில் அமர்த்தி அவனைப் பற்றி விவரம் விசாரித்தார். 'ஐயா, அரசாங்கம் இத்தனை வசதிகள் தந்தாலே தான் என்னால் முதல் தலைமுறைப் படிப்பாளியா வர முடிந்தது. இல்லேன்னா, பன்னி மேக்கிறவன் பையன் எங்கே புரண்டிருப்பேன், சொல்லுங்க? எனக்கு நம்பிக்கையிருக்கையா! என் மகனையும், மகளையும் ஐ.ஐ.டி. டாக்டர்னு படிக்க வைப்பேன்னு... இந்த மண்ணும், மக்களும், அரசாங்கமும் ஏமாற்ற மாட்டாங்க ஐயா!"

"உன் பசங்க படிச்சா மட்டும் போதாது... அவங்க இங்கேயே தங்கி, இந்த நாட்டுக்குப் பயன்படுகிற காலமும் வரணும் தம்பி! இப்போது இடைப்பட்ட காலம்னு நினைக்கிறேன்... தம்பி, அடிக்கடி வந்து என்னைப் பார்த்துக்கறயா?" மோகன்தாஸின் கையைப் பற்றினார். "எனக்கு நீதான்பா இப்போ மகன்!"

"கட்டாயம் ஐயா!"

"தம்பி , தொழில்லே நேர்மையா இரு. உன் பேருக்குத் தக்கபடி நல்ல மனுஷனா உருவாகணும்பா... நல்ல மனுஷங்களால் மட்டும்தான் நல்ல நாட்டை உருவாக்க முடியும்!"

மோகன்தாஸ் தடுத்தும் கேட்காமல் எழுந்து வாசல் வரை நடந்து வந்தார். தூறல் நின்று 'பளிச்' சென்று வெயில் கொக்கரித்துக் கொண்டிருந்தது.

மேலே நிமிர்ந்து பார்த்தார். மூவர்ணக்கொடி மிதப்புடன் கம்பீரமாகப் பறந்து கொண்டிருந்தது.

"எந்த ஒரு சமுதாயத்தின் எதிர்காலத்தையும் நாகரிகத்தையும் – அது தன்னில் நலிந்தவரையும், தாழ்த்தப்பட்டவரையும் எப்படி நடத்துகிறது என்பதை வைத்தே அளவிட வேண்டும்!" – அமெரிக்க எழுத்தாளர் ஜான் அப்டைக்.

# த்ரில்

அனுவும் விஜய்யும் காரில் ஏறுமுன்பே, விநய் டிரைவிங் ஸீட்டில் உட்கார்ந்திருந்தான். "கீழே இறங்கு... சமத் தோல்லியோ" என்று விஜய் தாஜா செய்து அவனை இறக்க முயற்சிப்பதற்குள், "மம்மீ, டாடீ... நானும் உங்க கூட வருவேன்..." வேலைக்காரி கையிலிருந்து திமிறியபடி உரத்த குரலில் சத்தமிட்டாள் வினிதா.

அனு உறைந்து நின்றாள்.

வெளியே போய்த் திரும்பி வரும்போது, டாம் அண்ட் ஜெரி காமிக்கும் ஐஸ்க்ரீமும் வாங்கி வருவதாகச் சாத்தியம் செய்த பிறகுதான் காரை நகர அனுமதித்தார்கள் விநய்யும் வினிதாவும்.

மாருதி காரில், ஏ.ஸி. இதத்திலும் அனுவின் உடம்பு எரிந்தது. பேச்சற்ற இடைவெளி விஜய்யைச் சங்கடப் படுத்தியிருக்க வேண்டும். கனைத்துக் கொண்டான்.

"லுக் அனு... நீ அநாவசியமாக மனசைப் போட்டுக் குழப்பிக்காதே. நாம படிச்சவங்க. சுயமாக சிந்திக்கறவங்க... பரந்த மனசு உடையவங்க. பிரச்னைகளை நம்மால சந்திக்க முடியும். அதற்கான தைரியமும் துணிவும் நம்மகிட்ட இருக்கு..."

அனு பதில் பேசவில்லை.

"அனு, நீ உன் எதிர்காலத்தைப் பற்றி, குழந்தைகள் வளர்ச்சி பற்றியெல்லாம் கவலைப்பட வேண்டிய அவசியமே இல்லை. நான் உள்ளூரில்தான் இருக்கப் போகிறேன். எது வேணுமோ, ஒரு போன் போட்டா ஓடி வர்றேன்... உனக்கு என் மீது நம்பிக்கையில்லையா?"

அவன் யாரிடமோ பேசுவதுபோல் அனு உணர்ச்சியற்றுக் கேட்டுக் கொண்டிருந்தாள். அழுகை, கோபம் எதுவும் வரவில்லை. எல்லாமே அடங்கிப் போனது போன்ற மெத்தனம் தான் மேலோங்கி நின்றது.

சே... கல்யாணம் என்பது ஆயிரங்காலத்துப் பயிரல்லவா? அதை இப்படி ஆறு மாதப் பயிராக முறித்துப் போட எப்படி இவனுக்கு மனசு வந்தது?

தான் மேலே படிக்க வேண்டும் என்று சொன்னதையும் பொருட்படுத்தாமல், இந்த எம்.பி.ஏ. மாப்பிள்ளையை விட்டால் தங்கள் பெண்ணுக்கு வேறு மாப்பிள்ளையே கிடைக்காதது போல் அவசரம் அவசரமாகக் கல்யாணம் செய்து கொடுத்து விட்ட அப்பா, அம்மா பேரில் ஆத்திரம் ஆத்திரமாக வந்தது அனுவுக்கு.

எம்.எஸ்.ஸி. ரிசர்ச் எல்லாம் கனவுகளாக மாறிவிட, கணவனே உலகம் என மற்ற சராசரி பெண்கள் போல் மாறினாள் அனு.

உடம்பு சரியில்லாத மாமியாரையும் கவனித்துக் கொண்டு, குழந்தைகளையும் பொறுப்பாக வளர்த்து, கணவன் தன் தொழிலில் முனைப்புடன் இறங்கி வெற்றிபெற எந்தத் தடையும் இல்லாமல் பின்பலமாக நின்றாள்.

"யூ ஆர் எ ஸ்வீட் டார்லிங்" என்று ஆரம்பத்தில் முத்தமிட்டு நன்றி தெரிவித்த அதே விஜய்தான் இன்று கூறுகிறான்... "உன் மீது எந்தத் தப்புமில்லை அனு... தப்பு நம்ம கல்யாணத்துல தான். அதுல அடிப்படையா ஒரு 'ஸ்பார்க்' இல்லை. எனக்கு வாழ்க்கையிலே எதுலேயும் ஒரு வேகம், சேலஞ்ச், த்ரில் இதெல்லாம் வேணும். நம்ம கல்யாணத்துல அது எதுவுமே சுத்தமா இல்லை. ஏதோ நாமும் வாழ்ந்தோம், குழந்தை பெத்தோம்னு... போரடிக்கிறது..."

இந்தத் தேடலின் ஆரம்பக் கட்டம் விஜய் வேலையை விட்டுவிட்டு, சொந்தமாக கன்ஸல்டன்ஸி செய்யத் துவங்கிய போது ஆரம்பித்தது. அவனுடன் அஹமதாபாத்தில் படித்த நிஷாகன்னா, கல்கத்தாவில் செய்துகொண்டிருந்த வேலையை விட்டுவிட்டு விஜய்யுடன் கூட்டு சேர்ந்தாள். பிஸினஸ் ஒரே ஆண்டில் சூடுபிடித்தது.

நிஷா சுதந்திரமான, தன் வாழ்வைத் தானே நிர்ணயிக்கும் வாய்ப்புப் பெற்ற வசதியான தனிப்பெண். அவள் புத்திசாலித்தனம், கூட்டத்தில் அத்தனை பேரையும் ஈர்க்கும் பர்ஸனாலிட்டியின் கவர்ச்சி, வெளிப்படையான உரத்த பேச்சு, கலகல சிரிப்பு எல்லாம் அனுவை விஜய் முன் சோகையாகக் காட்டின.

அனு ஆரம்பத்தில் விகல்பமாக எண்ணவில்லை.

ஆனால், பத்து நாள் ராஜஸ்தானில் ப்ராடக்ட் கன்ஸல்டன்ஸிக்குச் சென்று விஜய் திரும்பியபோது, அனுவுக்கு அவன் முகத்திலிருந்த திருப்தியும் அவளை அலட்சியப்படுத்திய போக்கும் சுரீர்' என்றன. ஏதோ மாற்றத்தை உணர்த்தின.

விஜய்யிடம் நிதானமாகத்தான் கேட்டாள். ஆனால், அவன் தற்காப்புத் தேடும் மிருகம் போலப் பாய்ந்தான். "நான் என்ன செய்யணும். உன் வாழ்க்கையில் என்ன குறையிருக்கு? சும்மா புலம்பாதே..." என்றான் உரத்த குரலில்."

சொந்த பிஸினஸில் தினம் ஒரு த்ரில்... தினம் ஒரு திருப்பம்... சொந்த வாழ்க்கையிலும் அதன் பிரதிபலிப்பு தெரிந்தது. நிஷாவும் விஜய்யும் சேர்ந்து வெளிநாடு சென்றார்கள். விஜய் உடம்பெல்லாம் பூரித்துத் திரும்பினான். மாமியாருக்கு உடம்பு சரியில்லை என்று அனு திருச்சியில் மிளகு ரசம் வைத்துக் கொண்டிருந்தபோது, விஜய், நிஷாவுடன் டெல்லி மெரிடியன் ஓட்டலில் காக்டெயில் அருந்தி, வெளிநாட்டவருடன் வியாபாரம் முடித்து, வெற்றிக்களிப்பைப் படுக்கையில் பகிர்ந்து கொண்டிருந்தான்.

நிஷாவிடம் பேசிப் பார்த்தாள் அனு... அவள் சகஜமாகச் சிரித்தாள். "அனு.... விஜய் வாழ்க்கையிலிருந்து நான் சுலபமாக விலகிவிடுவேன். ஆனா, அது அவன் பிஸினஸை எவ்வளவு பாதிக்கும் தெரியுமா? எங்களுக்குள் அருமையான உறவு இருக்கு. உன் கல்யாணத்தை உடைக்கிற ஐடியாவெல்லாம் எனக்குச் சுத்தமாகக் கிடையாது. நான் என் தனிமனித வாழ்க்கையை, அதன் சௌகரியங்களை, எந்த விஜய்க்காகவும் விட்டுக் கொடுக்கறதா இல்லை... ஏதோ, எங்களுக்குள் ஒரு சமயம் நெருக்கம் ஏற்பட்டிருந்தாலும் அதைப் பெரிசு பண்ணாதே அனு..."

"கல்யாணமான ஒருத்தரோட செக்ஸுவல் உறவு வெச்சுக்கறது சரியா நிஷா?"

மய்வுங்கம்பாட்டு "இதோ பாரு... இந்தக் கட்டுப்பெட்டி சம்பிரதாயமெல்லாம் எனக்குப் பிடிக்காது. என் தேவைகளை நான் நிர்ணயிக்கிறேன். வேறு பெண்ணைத் தேடற கணவன், இந்த நிஷா இல்லைன்னா ஒரு ஆஷாகிட்டப் போகப் போறான்" – சிரித்தாள்.

"லுக் அனு, உனக்குப் பயன்படற மாதிரி ஏதாவது பண்ணு. உன் முடிவுகளை நீயே எடு... எல்லாத்துக்கும் கணவனைத் தேடாதே. போரடிச்சா, யார் கூடவாவது ஜாலியா பழகு... விஜய்க்குத்தான் விதவிதமான ஃப்ரெண்ட்ஸ் இருக்காங்களே." என்றாள்.

ஆண், பெண் உறவு எவ்வளவு மலிவாகிவிட்டது என்று புரிந்தது.

தனிமையில் அழுது, கதறிவிட்டுக் கணவனுடன் நிதானமாகப் பேசினாள்... அவன் மன்னிப்புக் கேட்டுத் திருந்து வான் என்று எதிர்பார்த்தாள்.

"வாழ்வில் மாறுதல்கள் தவிர்க்க முடியாதவை. வளர்ச்சிக்கு அவசியமானவையும் கூட. நான் இதுவரையில் ஒரு நல்ல கணவனாகவும் நல்ல தந்தையாகவும் இருந்திருக்கிறேன். இனிமேலும் அப்படி இருப்பேன். இப்போதெல்லாம் நம்ம உறவு எனக்கு ரொம்ப அர்த்தமற்றதாகப் படுகிறது. உலகத்திலேயே கணவன், மனைவி உறவு மட்டும்தான் உறவுங்கிறதில்லையே? நாம் ஃப்ரெண்டாவே இருப்போம். எந்தவிதக் குற்ற உணர்வும், வலியும் இல்லாமல் பிரிந்து விடுவோம்... நம் இந்து சட்டத்தில் பரஸ்பர ஒப்புதலோடு பிரிவது ரொம்பச் சுலபம்... மாதம் ஐயாயிரம் உனக்குப் போதுமா? அதைத் தவிர குழந்தைகள் செலவு, படிப்பு எல்லாம் நான் பார்த்துக்கறேன். நான் ஒரு ஜென்டில்மேன் என்பது உனக்கு நல்லாவே தெரியும்."

அது தெரிந்ததால் தான் அவனுடனேயே காரில் ஏறிக் குடும்ப கோர்ட்டுக்கு வந்திருக்கிறாள். ஒன்றும் புரியாத குழந்தைகள் வீட்டில் காத்திருக்கிறார்கள்.

குடும்ப கோர்ட்டின் நீதிபதி, கண்ணாடிக்கு மேலாக அவர்களைப் பார்த்தார். "சரி, படிச்சவங்க.. யோசிச்சுத் தான் முடிவெடுத்திருப்பீங்க .... நீங்களே முடிவு செய்த பிறகு வேறென்ன, விவாகரத்து வழங்கிடறோம்... என்னம்மா, மெயின்டனென்ஸ் கேட்கலியா?" என்றார்.

விஜய் அவசரமாகக் குறுக்கிட்டான்: "மாசம் ஐயாயிரம் ரூபாய். அதற்குமேல் குழந்தைகளின் மொத்தச் செலவையும் நான் ஏத்துக்கறேன்.

காசுக்கு அடித்துக்கொள்ளும் தம்பதிகளையே சந்தித்திருந்த நீதிபதி, விஜய்யை வியப்புடன் பார்த்தார்...."ஸோ, குழந்தைகள் இரண்டு பேர்... அவங்க கஸ்ட்டியை மனைவிக்கு விட்டுத் தாறதா முடிவு செய்துட்டீங்க..."

“ஆமாம்!" விஜய் முடிக்குமுன் அனு குறுக்கிட்டாள்... "நீதிபதி அவர்களே, என்னுடைய குழந்தைகள்... வாழ்வில் நிறைய சுகங்களுக்கும், சௌகரியங்களுக்கும் பழகியவர்கள். அவர்களுடைய வாழ்க்கை என்னுடன் பிணைக்கப்பட்டால் ரொம்பக் கஷ்டப்பட்டுப் போவார்கள். விவாகரத்து ரொம்பச் சுலபமா முடிஞ்சு போச்சு. ஆனா, என் போராட்டம் இனிமேல் தான் துவங்கப் போகிறது. என் வாழ்வுக்காக உறவில்லாத ஒருவனிடம் தினம் தினம் கையேந்தும் அவலம். எந்த

வயதானாலும் விவாகரத்தான ஆணுக்கு ஒரு பெண் துணை கிடைக்கும். ஆனா, முப்பது வயசைத் தாண்டிய, இரு குழந்தைகளின் பொறுப்பை சுமக்கிற, உயர் பதவியோ, பணமோ, அதீத சமூக அந்தஸ்தோ இல்லாத விவாகரத்தான சராசரி பெண்ணுக்கு இன்னொரு கல்யாணம் நடப்பது ரொம்ப அபூர்வம்.

எனவே, நான் என் காலில் நின்றாக வேண்டும். என்றோ மறந்து போன படிப்பைத் தொடர வேண்டும். தகுதிகளை வளர்த்துக் கொள்ள வேண்டும்.

இந்த நிலையில் என் குழந்தைகளும் என்னுடன் கஷ்டப்பட வேண்டியிருக்கும். ஆனால், ஒவ்வொரு வார இறுதியிலும் வாழ்வில் எந்தப் போராட்டமுமில்லாத அழகான, வசதியான அப்பா அவர்களைப் பார்க்க வருவார். ஏர்கண்டிஷன் காரில் கிளப்புக்கும் பார்ட்டிக்கும் பிக்னிக்குக்கும் கூட்டிச் செல்வார். பின்பு குழந்தைகள் என்னிடம் திரும்பும் போது, உயர்தரப் பரிசுகளும் இனிமையான நினைவுகளுமாகத் திரும்புவார்கள்.

குழந்தைகளுக்கு எனது வாழ்க்கைப் போராட்டம் புரியாது. சதா அழுது வடியும் அம்மா... 'ஜாலி'யான நல்ல அப்பா... இவரிடமிருந்தும் இவர் அன்பிலிருந்தும் இவரிடமுள்ள சௌகரியங்களிலிருந்தும் எங்களைப் பிரித்திருக்கும் அம்மா என்று என் மேல் வெறுப்புத்தான் எழும்.

என் கணவர் வசதியானவர், ஹி ஈஸ் எ ஜென்டில்மேன். சதா த்ரில் வேண்டும், வாழ்க்கையில் ஒரு சேலஞ்ச் வேண்டும் என்று அலைபவர். குழந்தைகளை வளர்ப்பதும் எவ்வளவு த்ரில்லிங்கான, எக்ஸைட்டிங்கான விஷயம் தெரியுமா? எனவே, என் குழந்தைகளின் நலனை முன்னிட்டும் என் கணவரின் 'த்ரில்' ஆர்வத்தை முன்னிட்டும் குழந்தைகளை என் கணவருடனே இருக்க அனுமதித்து விசிட்டிங் உரிமையை எனக்கு அளிக்கும்படி கேட்டுக் கொள்கிறேன்."

எதிர்பாராத இந்தப் புதிய 'த்ரில்'லைத் தவிர்க்க வழி தெரியாமல், முகமெல்லாம் நிறமிழந்து, சோகையாக நின்றுகொண்டிருந்தான் விஜய்.

# அவருக்கென்றும் ஒன்று!

சீனுவுக்கு இருந்த கோபத்தில் சீதாவை நிமிர்ந்து பார்க்க விரும்பவில்லை.

தட்டைக் கையில் வைத்துக் கொண்டு, தானும் இப்போது சேர்ந்து சாப்பிட உட்கார்ந்தால், அப்பாவின் கோபம் அதிகமாகுமோ என்ற பயத்தில், திரு, திரு என விழித்தபடி அம்மாவின் சமிக்ஞைக்குக் காத்திருந்தாள் கீதா.

"வாயேண்டீ நீயும்" அம்மா அழைத்த பிறகே வந்து, அப்பாவிடமிருந்து சற்றுத் தள்ளியே அமர்ந்தாள். சீதா இருவர் இலையிலும் பரிமாறினாள். "இன்னும் கொஞ்சம் சாத்துமது சாய்க்கட்டா?"

"போகிணியோட தலையில் சாய்" – சீனுவின் குரலில் குழந்தைத்தனமான ஆத்திரம் இருந்தது.

"ஏண்டி கீது... அப்பா மூஞ்சியைப் பாத்துண்டு நீ ஏண்டி பிரமை பிடிச்சாப்பல சோத்தை அளையறே... ஒழுங்காக் கலத்தைப் பார்த்துச் சாப்பிடு....."பயபகம்பரியம்

"சாப்பிடு, சாப்பிடு... உங்கம்மா சொல்றதைக் கேட்டுண்டுச் சம்ப்ரமமாச் சாப்பிடு. வேற எதுக்கும் துப்பில்லைன்னாலும் எல்லாரும் வேளைக்கு ஒழுங்காக் கொட்டிக்கோங்கோ" அப்பாவின் கோபத்தின் இலக்கு தான் இல்லை; இந்தக் கோபமோ, பேச்சோ எதுவும் பாதிக்காமல், பெரிய எழுத்துப் பாரதம் படிக்கும் தாத்தா தான் என்று தெரிந்தாலும், கீதாவின் கன்னம் சிவந்து கண்கள் பொழிய ஆரம்பித்தன.

சீனு எழுந்து கைகழுவிய பிறகு, அவர் தட்டையும் சேர்த்து எடுத்த கீதா அம்மாவைப் பார்த்து முறைத்தாள். "நான் இப்ப கலியாணம் இல்லைன்னு அழுதேனாக்கும். எல்லாம் உன்னாலதான். இப்படி ஆளுக்கு ஆள் மிரட்டினாப் பாரு."

சீதா வழக்கம் போல் சிரித்தாள். தன்னைத் தாண்டிப் புழக்கடைப் பக்கம் அவள் செல்லும் போது, மெள்ளத் தோள் மேல் கைபோட்டாள். "அப்படியெல்லாம் இடக்குப் பேச்சுப் பேசப்படாதுடீ தங்கம்...."

"தங்கமுமாச்சு, வெள்ளியுமாச்சு. அது ரெண்டாலும் தான் இத்தனை ப்ராப்ளமும்." கீதா, முணுமுணுத்தபடி நகர்ந்தாள்.

பேண்ட், ஷர்ட், ஷூ அணிந்து ஆபீசுக்குக் கிளம்பத் தயாராக இருந்த சீனுவின் தலை மட்டும் சமையலறைக்குள் எட்டிப் பார்த்தது. சீதா அரிவாள் மணையில் பழங்களைத் தோல் சீவி நறுக்கிக் கொண்டிருந்தாள்

"மாமனாருக்குப் பழம் திருத்தியாறதாக்கும். அபிஷேகம், நைவேத்தியம் தான் குறைச்சல். தோ பாரு... சாயங்காலம் நான் வரதுக்குள்ள அவர்கிட்ட ரெண்டுல ஒண்ணு முடிவாக் கேட்டு வச்சுடு..."

சீதா பதிலொன்றும் பேசாமல், தலையை நிமிர்த்திக் கணவனைப் பார்த்து விட்டு மறுபடியும் குனிந்து கொண்டாள். ஷூவின் டக், டக் ஓசை தூரத்தில் சென்று கரைந்தது.

பழத்தை எடுத்துச் சென்ற போது, கிழவர் ஈசிசேரிலேயே அசந்திருப்பது தெரிந்தது. "அப்பா பழம்."

"வெச்சிட்டுப் போம்மா... சீனு ஆபிசுக்குப் போயாச்சா?"

"உம்.. நீங்க பழத்தைச் சாப்பிட்டு விட்டுப் பெஞ்சில் படுத்துக்கோங்கோ... நாற்காலி கழுத்தைச் சுளுக்கிக்கும்..."

கிழவர் எழுந்திருக்க மிகவும் சிரமப்பட்டார். 'சட்'டென்று பாலன்ஸ் இல்லாமல் விழப்போனவர் கையில் கைத்தடியைக் கொடுத்தாள். தொட்டாலே 'பட்' என்று உடைந்து போய் விடுமோ என்பது போல் ஒரு நெட்டித் தோற்றம். விரல்கள் ஒவ்வொன்றும் அசாத்யமாய் நீண்டு, நரம்புகள் துருத்தி, காய்ந்த செடியின் வதங்கிய தண்டு மாதிரி இருந்தது. எழுபத்தைந்து வயதுக்கு இந்த மூப்பு ரொம்ப அசாதாரணமோ என்று கூடத் தோன்றியது.

"இந்த வாக்கிங் ஸ்டிக்கைத் தரையில் ஊன்றினா வழுக்கறது. சீனுகிட்ட கீழே ஒரு ரப்பர் பொருத்திண்டு வான்னு சொன்னேன்."

என்ன பதில் சொல்வது? அவரவர்கள் வேலையும், கவலையுமே தலைக்கு மேல் இருக்கிறது. இதுக்கெல்லாம் யாருக்கும் நேரமில்லை என்று சொல்ல முடியுமா? பழைய சைக்கிள் டயரிலிருந்து ஒரு துண்டு கத்தரித்து எடுத்து 'பெவிகால்' போட்டு ஒட்டிப் பார்க்கணும்.

மணையைத் தலையில் சாய்த்துப் படுத்து வார இதழ் ஒன்றைப் புரட்டிய போதும் மனம் என்னவோ மாமனாரிடம் தான் இருந்தது.

நாலு வருடம் முன்பு இந்தத் தளர்ச்சி இல்லை. மாலை ஐந்து மணியானால் பேண்ட், ஷர்ட் அணிந்து டக், டக் என்று கைத்தடி சப்திக்க வாக்கிங் கிளம்பிவிடுவார். தெருக் கோடியில் ரிடையர்ட் எக்ஸைஸ் இன்ஸ்பெக்டர் வைத்திய நாதனும், சிங்கராசாரி தெருவில் தாத்தாச்சாரியும் சேர்ந்து கொள்வார்கள். மூவருமாக உலக அரசியல் நடப்புக்களை அலசியபடி மெரீனா பீச் வரை நடப்பார்கள். அங்கே கான்கிரீட் திண்ணையில் சிறிது நேரம் உட்கார்ந்து காற்று வாங்கி விட்டுத் திரும்பும் போது பெருமாள் கோவிலைப் பிரதட்சிணமாக வருவார்கள்.

இரண்டு வீட்டுக்கு முன் கைத்தடிச் சத்தம் கேட்கும் போதே நாணா ரேடியோவை நிறுத்திவிட்டுப் புத்தகத்தில் ஆழ்ந்தது போல் பாவனை செய்வான். கீதா நீட்டிய காலை மடக்கிக் கொள்வாள். ஊஞ்சலில் ஆடிக் கொண்டிருக்கும் சீதா எழுந்து ஹால் கதவின் பின்புறம் நின்று கொள்வாள். பார்த்தசாரதி அய்யங்கார் உள்ளே நுழையும் போது கடிகாரம் சரியாக ஏழரை காட்டும்.

"வாட் ஈஸ் தி நியூஸ் டுடே..." என்று சீனு அப்பாவிடம் பேசத் துவங்குவார். அரசியலுடன் நின்று விடாமல், திருவல்லிக்கேணி வம்புகள், திருவாராதனை விஷயங்கள் எல்லாம் அலசப்படும். எட்டு மணிக்கு அப்பாவும், பிள்ளையும், குழந்தைகளுடன் சாப்பிட அமர்வார்கள். சாப்பிடப் படுத்தும் நாணாவும், கீதாவும் கூடத் "தாத்தா கோச்சுப்பா" என்று பருக்கை கூட எறியாமல் சாப்பிடுவார்கள்.

இன்னும் பின்னோக்கிச் சென்றால் – மாமியார் இருந்த நாளில் வீடே பெரிய ராஜாங்கமாகத்தான் நடந்தது. எதிலும் ஒழுங்கு. சந்தோஷம். திருமணமாகி வந்த புதிதில் மாமியார் சின்னப் பெண் போல் கணவனை ஓடி, ஓடி உபசரிப்பதை வியப்புடன் பார்ப்பாள் சீதா.

"அந்தப் பிராமணர் விசுவாமித்ர கோத்திரம். கோபம் வரும்" என்று கணவனைச் சுற்றிச் சுற்றி வருவாள். மாமனாருக்குக் கோபம் வந்து சீதா என்னவோ பார்த்ததே இல்லை. மாமியார் அமர்க்களம் தான் பிரமாதமாக இருக்கும். தலைசாயும் வரை கணவன் வேஷ்டியைத் தானே தோய்த்துப் பிழிந்து, நீவி, நீவி, ஒரு சுருக்கமில்லாமல் மேல் கொடியில் உலர்த்தி விட்டுத்தான் இறந்தாள் சீனுவின் அம்மா.

இந்த வீடு, குடும்பம் அத்தனையும் அவர் ஒருவர் திருப்திக்கு மட்டுமே இயங்குவது போல ஓர் அலட்டல். முறுக்கு சுற்றினால் முதல் ஈடு அரை வேக்காடு அவருக்குத்தான். அவருக்கு மட்டும் காபி வெள்ளிப் போகிணியில் தான். மாமியார் போய், சீதாவுக்குச் சமையல் வேலையுடன், பாத்திரம் தேய்க்கும் வேலையும் செய்ய

முடியாமல், வேலைக்காரி வந்த பிறகு, வெள்ளிப் போகிணியும் தட்டும் பீரோவுக்குள் புகுந்து, இப்போது பாலீஷ் போடப்பட்டு கீதாவுக்குச் சீராக போகத் தயாராகக் காத்திருந்தது.

பார்த்தசாரதி அய்யங்காரும் பிள்ளையைப் போல் ப்ரொபஸராக இருந்தவர்தான். அந்த நாளில், அதாவது வாத்தியார்களுக்கு மதிப்பிருந்த நாளில் பாச்சா அய்யங்கார் ஷேக்ஸ்பியர் வகுப்பு நடத்தினால், மற்ற ஆசிரியர்கள் கூட பாடங்கேட்க வருவார்களாம். லயோலாவுக்கு ஒரு பாதர் மர்பி, பிரஸிடென்ஸிக்குப் பாச்சா அய்யங்கார் என்று பிரசித்தம். சீதாவுக்குக் கல்யாணமான புதிதில் பெரிய, பெரிய வேலையில் இருப்பவர்கள் எல்லாம் கார் போட்டுக்கொண்டு வந்து மாமனார் காலில் சாஷ்டாங்கமாக விழுந்து சேவிப்பதை, சீதா வியப்புடனும், பெருமையுடனும் பார்ப்பாள்.

ஒருநாள் வாக்கிங் போகும் போது தலை சுற்றி விழுந்து விட்டார் என்று தாத்தாச்சாரி டாக்ஸி வைத்து அழைத்து வந்தார். அப்பா, அப்பா என்று சீதாவும், சீனுவும் பதறினார்கள். "வைத்தியநாதன் திடீர்னு ஹார்ட் அட்டாக்கில் போனதி லிருந்து பாச்சா ஆடிப்போ யிட்டான்" என்று வருத்தப்பட்டார் தாத்தாச்சாரி. நரம்பியல் டாக்டர், மூளையில் ப்ளட் ஸர்குலேஷன் குறைந்து விட்டது. தனியே எங்கேயும் போக விடாதீர்கள்" என்றார். தாத்தாச்சாரி தினம் சாயந்திரம் வந்து திண்ணையில் உட்கார்ந்து பேசிவிட்டுச் செல்வார். அப்புறம் தாத்தாச்சாரிக்கும் பி.பி. ஏறியது. ஸ்ட்ரோக் வந்தது. நாலு மாதம் 'இப்போது, அப்போது' என்று ஆஸ்பத்திரியில் கிடந்து, பெட்ஸோர் வந்து இறந்து போனார்.

அதன் பிறகு, பாச்சா அய்யங்கார் நிறையவே மாறிப் போனார். "ஸார், இது ப்ரொபஸர் சீனுவாசன் வீடுதானே?" என்று வாசலில் யாராவது கேட்டால், காதில் விழாதது போல், கண்ணையும், காதையும் மூடிக் கொள்ள ஆரம்பித்தார். வேளைக்கு , அளந்து சாப்பிடும் பழக்கம் வைத்திருந்தவர், யாரும் பார்க்காத சமயமாகத் தெரு முக்கு லாலா கடைக்குச் சென்று மிக்சர் பொட்டலம், காராச்சேவு என்று ரகஸியமாக வாங்கி வந்து, ஒளித்து வைத்துக் கொண்டு அரைக்கலானார். நாணாவுக்கும், கீதாவுக்கும் தாத்தாவிடம் சுத்தமாக மதிப்புப் போக இது காரணமாயிற்று.

சீனுவாசனுக்குப் பெரிய சம்பளமில்லை. ஆனாலும் வாடகை தர அவசியமில்லாத சொந்த வீடு இருப்பதாலும், சீதாவின் சாமர்த்தியத்தாலும் கஷ்டமில்லாமல் காலம் ஓடியது. சீதா திருமணமான நாளிலிருந்து மாதம் முதல் தேதி பார்த்தசாரதி அய்யங்கார் ரிக்ஷாவில்

மளிகை சாமான் ஏற்றிக் கொண்டு வந்திறங்குவார். மாமியாரும், மருமகளுமாக இரண்டு நாள் நோன்பிப் புடைத்து அடுக்குவார்கள். குடும்பம் சீதா நிர்வாகத்தில் வந்த பிறகும் இந்த வழக்கம் தொடர்ந்து கொண்டிருந்தது.

அப்பா வீட்டை விட்டு வெளியே போக முடியாமல் போன பிறகு, சாமானாக வாங்கி வர முடியாவிட்டாலும் அதற்கான பணமாவது தருவார் எனச் சீதாவும், சீனுவும் எதிர்பார்த்தார்கள். ஆனால் கிழவர் பேசாமலிருந்து விடவே, குடும்ப பட்ஜெட்டில் ஏற்பட்ட நானூறு ரூபாய் திடீர்த் தாக்குதலைச் சமாளிக்க முடியாத சீதா, "ஏன்னா, அப்பாதான் இவ்வளவு பணம் வச்சிண்டு இருக்காரே, மாசம் ஒரு ஐநூறு ரூபாயாவது தரக் கூடாதா, கேட்டுப் பாருங்களேன்" என்று சீனுவைத் துணத்தினாள். ஆனால் கிழவருக்கு யாரையும் நெருங்க விடாதபடி, திடீர் திடீர் எனக் கோபம் வந்தது. நாள் கணக்கில் முகத்தைத் தூக்கி வைத்துக் கொண்டார். தினம் காலையில் இரண்டு வீடு தள்ளியிருந்த பாங்குக்குப் போவார். என்னதான் செய்வாரோ தெரியாது. தம் இரும்பு அலமாரிச் சாவியைப் பூட்டிப் பத்திரமாய்த் தலையணையடியில் வைத்துக் கொண்டார்.

தீபாவளி என்றால் மருமகள், குழந்தைகளை உடன் கடைக்கு அழைத்துச் சென்று, "வருஷத்துக்கு ஒரு நாள்தானே, நல்ல காத்திரமா எடுத்துக்கோ" என்று பொறுக்கி எடுத்துத் துணி வாங்குபவர் இந்த ஆண்டு தீபாவளியை மறந்தவராகவே இருந்தார். தீபாவளிக்கு முதல் நாள் வரை காத்திருந்து பார்த்துவிட்டு, சீனுவும், சீதாவுமாகக் கடைக்குச் சென்று கைத்தறித் துணியாக எடுத்து வந்தனர். சீனு , அப்பாவிடம் அவரது புது வேஷ்டி, துண்டைத் தந்தபோது அவர் இறுகக் கண்ணை மூடிக் கொண்டார்.

பொழுது விடிந்து, அனைவரும் ஸ்நானம் செய்து, கோடித் துணி உடுத்திய பிறகும், கிழவர் வேண்டுமென்றே படுத்துக் கிடப்பதையும் அருகில் ஸ்டூலில் புதுத்துணி உடுத்தாமலே இருப்பதையும் பார்த்து "சனியன்... நல்ல நாள் கிழமை கிடையாது. மூஞ்சியைத் தூக்கிண்டு கழுத்தறுப்பு" என்று சீனு சிடுசிடுத்த போது சீதா திடுக்கிட்டாள். ஆனாலும் எவ்வளவு இதமாக நடந்தாலும், எதிர்த்து முறைப்பவரிடம் மரியாதை குறைவது சகஜம் என்றே தோன்றியது.

சந்தோஷமாக இருந்த குடும்பத்தில் ஒருவர் நடத்தையால், கொஞ்சம் கொஞ்சமாகப் பிளவு, சிடுசிடுப்பு, கோபம் எல்லாம் தலைதூக்க ஆரம்பித்தது. என்ன காரணம், பதவி இழப்பா, வாழ்க்கை முழுவதும்

சேர்ந்து வருவாள் என்று எண்ணிய துணையின் பிரிவா, பரிந்து பழகிய நண்பர்கள் மறைவா, கொஞ்சம் கொஞ்சமாகப் பரவும் செயலிழக்கச் செய்யும் மூப்பின் வேதனையா? அல்லது இனி வாழ்க்கையில் எதிர்பார்ப்பு மரணம் மட்டும் தான் என்ற பயமா?

சீதா மெல்ல ஹாலில் எட்டிப் பார்த்தாள். கிழவர் ஸ்டூலில் படுத்துச் சன்னமாகக் குறட்டை விட்டபடி தூங்கிக் கொண்டிருந்தார். காப்பி கொடுக்கும் போது கட்டாயம் கேட்டுவிட வேண்டும். ஸ்ரீரங்கம் வீட்டை விற்ற பணமெல்லாம் சும்மாதானே பேங்கில் வைத்திருக்கிறார்? இருப்பது ஒரே பிள்ளை . அவருக்கு உதவாமல் அதுவும் தன் சொந்தப் பேத்தி கலியாணத்துக்கு பத்து பவுன் நகை வாங்க உதவாமல், இத்தனை வயதுக்கு மேல் பணத்தை வைத்துக் கொண்டு என்னதான் செய்யப் போகிறார்? வசதியான இடம், நல்ல படிப்பு பிள்ளைக்கு. நாங்களும் முடிந்த மட்டும் புரட்டி விட்டோம் என்று விவரமாக எடுத்துக் கூற வேண்டும்."

மணைப் பலகையை ஓரத்துக்கு நகர்த்திவிட்டு, எழுந்து காபி கலந்து வந்து "அப்பா" என்று கதவருகே நின்று கூப்பிட்டாள். குரல் கேட்டுத் திடுக்கிட்டு விழித்துக் கொண்டவர், கொஞ்ச நேரம் ஒன்றும் புரியாமல் தடுமாறினார். சமாளித்துக் கொண்டு, "வச்சிட்டுப் போம்மா" என்றார்.

ஐந்து நிமிடம் கழித்து சீதா வந்தபோது, காபி பாத்திரம் ஸ்டூலில் இருந்தது. பீரோ அருகில் பாச்சா அய்யங்கார் நின்றிருந்தார். நீல அட்டையிட்ட பாஸ் புத்தகங்களை ஒவ்வொன்றாகத் திறந்து பார்த்தார். பர்ஸிலிருந்து பணத்தை எண்ணி லாக்கரில் வைத்தார். மறுபடியும் லாக்கரைத் திறந்து, பணத்தை எண்ணிப் பர்ஸில் வைத்தார். அவர் பீரோவைப் பூட்டும் போது சீதா கண்மறைவாக நின்று கொண்டாள்.

சாவியை எடுத்துக் கொண்டு திரும்பும் போது அவர் முகத்தில் ஒரு திருப்தி. தன்னம்பிக்கை, சந்தோஷம் எல்லாம் கூடி இருந்தாற்போலத் தோன்றியது.

"என்ன சொன்னார் உன் அருமை மாமனார்?" என்று சீனு இரவு கேட்டார்.

சீதா தயக்கமில்லாமல் பதில் சொன்னாள்: "நான் அவரைக் கேக்கலை. அவரும் மனுஷர்தானே... பாக்கி இருக்கிற காலத்துக்கு அவருக்குன்னும் ஏதாவது வேண்டாமா..? அவர் காலத்துக்கப்புறம் வேறெங்கே போகப் போறது?"

"மாமனாருக்குப் பரிஞ்சுண்டு ஆரம்பிச்சுட்டயா?" சீனு சீற, சீதா

சிரித்தாள்... "ஐயே, கோபத்தைப் பாரு... உங்களுக்குக் காலேஜிலே மதிப்பா வேலையிருக்கு. இன்டர்னல்ஸ்காகவாவது காலைப் பிடிக்கிற ஸ்டூடண்ட்ஸ் இருக்கா. ஆத்துக்கு வந்தா ராஜாவுக்குக் கைகட்டிச் சேவகம் பண்ண நானாச்சு. பெருமைப்படத் தங்கமா ரெண்டு குழந்தைகளிருக்கு. ஓடம்பில தெம்பிருக்கு. இத்தனை பிடிப்பு இருக்கிற போதே கோபம் இப்படி வரது. அவர் மூக்கைச் செல்லமாக நிமிண்டினாள். "வெளியிலே எங்கேயாவது 'லோனுக்கு' ஏற்பாடு பண்ணுங்கோ, இல்லை நான் கவரிங் வளை வாங்கிண்டு, இந்த வளையைக் கீதுக்குப் போட்டுடறேன். பெரியவரைக் கேட்டுக் கஷ்டப்படுத்த வேண்டாம். அவருக்குப் பணம் ஒரு ஸப்ஸ்டிடி யூட்... இழந்த பல விஷயங்களுக்கு நடுவிலும், இருக்கிற ஒரே உண்மை..."

# ஏற்கமுடியுமா?

"என்ன மாலு, தானே சிரித்துக் கொள்கிறாய்?"

"நீங்களே இதைப் பாருங்களேன்" – பிரித்த பக்கத்தை அவன் முன் நீட்டினாள் மாலதி.

பிரபல அமெரிக்க ஓவியர் ரெட் க்ரூம்ஸின் நியூயார்க் நகரின் வண்ணச் சித்திரம். பக்கத்தின் மேல்பாதியை நியூயார்க் நகரின் பிரம்மாண்டமான பல அடுக்கு மாளிகைகள் நிறைத்தன. மறுபாதியில் அந்த நகரின் அண்டர் க்ரவுண்ட் சாக்கடைகள், அதன் நடுநடுவே வாயைப் பிளந்து நிற்கும் ராட்சத முதலைகள். உலக நாகரிகத்திலும், கட்டடச் சிறப்பிலும் முதன்மையாக நிற்கும் நியூயார்க் நகரில் பூமிக்கடியிலிருக்கும் கழிவுப்பாதை களில் ஆட்கொல்லி முதலைகள் நூற்றுக்கணக்காக இருப்பதாக இன்றும் அமெரிக்கர்கள் நம்புவதைக் கேலி செய்து வரையப்பட்ட 'காலேஜ்' பாணிச் சித்திரம்.

சங்கரனும் புன்னகை செய்தான்: "நியூயார்க்கில் நாம் கழித்த கடைசி வாரத்தின் ஞாபகம் வந்துவிட்டதா, மாலு?"

"ஓ, வேண்டாம்... வேண்டாம், அதை ஞாபகப்படுத்தாதீர்கள். நம் அமெரிக்க அனுபவத்தில் இனிமையான பகுதியை மாத்திரம் நினைவில் வைத்துக் கொள்வோம்."

அந்த நரகத்தை அவ்வளவு சுலபமாக மறந்துவிட முடியுமா?

சங்கரன் விஞ்ஞானி. இன்று உலகெங்கும் பேச்சாக இருக்கும் சுற்றுப்புற சுகாதாரத் துறையில் ஆராய்ச்சி செய்கிறான். இத்துறையில் நம் நாட்டின் சிறந்த விஞ்ஞானி என்று பெயர் பெற்றதால், ஐக்கிய நாட்டு ஸ்தாபனத்தின் உதவிப் பணத்தில் கழிவுப் பொருள்களைத் தக்க முறையில் உபயோகிப்பது பற்றி ஆராய இரண்டாண்டுகள் அமெரிக்கா சென்றிருந்தான்.

நியூயார்க்கின் அதிநாகரிகமான பகுதியில் பதினாலு மாடிக் கட்டடத்தில் எட்டாவது மாடியில் அமைந்திருந்த அவர்களது அபார்ட்மெண்டைக் கண்டவுடனேயே மாலதி ஆச்சரியப் பட்டாள். எத்தனை அழகாக அலங்கரிக்கப்பட்ட அறைகள்! பாத்திரம் தேய்க்க, துணி தோய்க்க, உலர்த்த என்று எதற்கும் பட்டனை அழுத்தினால் வேலை செய்யும் மெஷின்கள். அப்பப்பா ! குளியல் அறைகளா இவை – வழுக்கும், வண்ணத்தொட்டி, தரை ஈரமாகாத உயர்ந்த கார்ப்பெட்டுகள், 'கம்மோ 'டின் மேல் கூட வெல்வெட் உறை . "நாமெல்லாம் மிகவும் அசிங்கமான விஷயம் என்பது மாதிரி பாத்ரூமை வீட்டிலிருந்து ஒதுக்கிப் பின்னால் கட்டுவோம். இவர்கள் ளெல்லாம் இதுவும் வாழ்வில் அத்யாவசியமான ஒன்று, ஒதுக்க முடியாத ஒன்று என்று ஒப்புக்கொண்டது மாதிரி அருவருப் பில்லாமல் பாத்ரூமையும் அழகுபடுத்தி வைத்திருக்கிறார்கள் பார்" என்று சங்கரன் விமரிசனம் செய்தான்.

சில சமயங்களில் பாத்ரூமை ஒதுக்கிக் கட்டுவதே நல்லது என்பது போல் அல்லவா ஆகிவிட்டது கடைசி வாரத்தில் நடந்த நிகழ்ச்சி –

சங்கரனும் மாலதியும் சென்னை திரும்ப இன்னும் ஆறு நாட்களே இருந்தன. சங்கரனுக்குத் தன் ஆராய்ச்சியின் கடைசி ரிப்போர்ட்டைத் தயார் செய்யும் அவசரம், விமான டிக்கெட், இந்தியன் எம்பஸி என்று அலையும் ஓய்ச்சல். மாலதிக்கு இரண்டு வருட சாமான்களில் எதை எடுத்துச் செல்வது, எதை வைப்பது என்று யோசித்து பாக்' செய்யும் வேலை. நடுநடுவே இரண்டரை வயது கூட ஆகாத குழந்தை ரவியையும் கவனிக்க வேண்டும். இந்த அமர்க்களத்தில் தான் யாரோ கதவைத் தட்டினார்கள். மாலதி அலுப்புடன் கதவைத் திறந்தாள். அந்த பில்டிங்கின் கேர்டேகர் எனப்படும் பாதுகாவலன் நின்றிருந்தான். "மன்னிக்க வேண்டும், மிஸஸ் ஷங்கர்! உங்கள் அபார்ட்மென்டில் ஏதாவது 'ஸீவேஜ்' தொல்லை இருக்கிறதா? கீழே இருப்பவர்கள் புகார் செய்திருக்கிறார்கள்" அப்போது மாலதி, “இங்கு ஒன்றுமில்லையே” என்றுதான் சொன்னாள்.

ஆனால் அடுத்த நாலு மணி நேரத்திற்குள்... எங்கோ பூமிக்கடியில் ஏற்பட்ட அடைப்பின் காரணமாக... அந்தப் பதினாலு மாடிக் கட்டடத்தின் எண்பத்து நாலு வீடுகளிலும் சாக்கடை நீர் பூமிக்கடியில் செல்லாமல் எதிர்த்து வந்தது. மாலதி, கையும் காலும் பதறி நின்றாள். எங்கு போன் செய்தாலும் சங்கரனைப் பிடிக்க முடியவில்லை. 'ஓ'வென்று அழலாம் போலிருந்தது. அப்போதுதான் பார்த்து "அம்மா! பாத்ரூம் என்று அழத் தொடங்கிய குழந்தை. எந்த பாத்ரூமின் அழகை வியந்து நின்றாளோ அதே பாத்ரூம் வெல்வெட் உறை நனைய,

கார்பெட் அசிங்கமாக, நாற்றமெடுத்து நிற்கும் பயங்கரம்.

கீழே ஒரே கும்பல், வாக்குவாதங்கள், தீயணைக்கும் படை, போலீஸ். "வீடுகளை விட்டு உடனே வெளியேறுங்கள்" என்ற அறிவிப்பு. குழந்தை ரவிக்கு உணவு எடுத்துக் கொள்வதா, சாக்கடை பாத்ரூமையும் தாண்டி உள்ளே வந்துவிட்டால் வீணாகி விடுமே என்று சாமான்களை மேலே தூக்கி வைப்பதா – ஒரே பரபரப்பு. கிடைத்த சாமான்களை எடுத்துக் கொண்டு லிப்டில் இறங்கினாள்.

நியூயார்க்கின் கவர்னர், மேயர் மற்றும் அத்தனை அதிகாரிகளும் கோபத்தில் குதிக்கும் அமெரிக்கர்களைச் சமாதானப்படுத்திக் கொண்டிருந்தார்கள். "இதைப்போல ஒரு நிகழ்ச்சி நடந்ததே இல்லை. உங்கள் அனைவருக்கும் அரசாங்கச் செலவில் நகரின் மிகப் பெரிய ஓட்டல்களில் இடம் ஏற்பாடு செய்யப்பட்டுள்ளது. உங்கள் வீடுகளைச் சுத்தம் செய்து, வீணான சாமான்களை மாற்றிக் கொடுக்கும் பொறுப்பை நாங்கள் ஏற்கிறோம்" என்று மேயர் கையில் மைக்குடன் அறிவித்தார். அதிகாரி ஒருவர் ஒவ்வோர் அபார்ட்மெண்டில் வசிப்பவரையும் பெயரிட்டு அழைத்துக் காரில் ஏற்றி ஓட்டல்களுக்கு அனுப்பிக் கொண்டிருந்தார். மாலதியின் முறை வந்தது. "என் கணவர்..." – அவளுக்கு அழுகை பொத்துக் கொண்டு வந்தது. "கவலைப்படாதீர்கள். அவர் வேலையிலிருந்து திரும்பியதும் உங்கள் அறைக்கு வருவார்." – அதிகாரி ஒருவர் அவளை அனுசரணையாகக் காரில் ஏற்றிவிட்டார்.

கார் ஓட்டலின் முன் நின்றது. அதிகாரி அவள் கூடவே வந்து அவளை ஓட்டல் அறையில் விட்டதுடன், குழந்தைக்கு ஏதாவது ஸ்பெஷலாகத் தேவைப்பட்டால் அளிக்குமாறு ஓட்டல் சிப்பந்திகளிடம் சொல்லிவிட்டுச் சென்றார். மாலை சங்கரன் வரும் வரை அவள் முள்ளின் மேலேயே நிற்பது போல் உணர்ந்தாள்.

இப்போது ரெட் க்ரூம்ஸின் வண்ணச் சித்திரத்தை பார்க்கும் போது நியூயார்க் நகரின் மாடமாளிகைகளின் அடியில் முதலையென்ன, பாம்புகள், தேள்கள் எல்லாம் கூட இருக்கும் என்று அவளுக்குத் தோன்றியது.

அப்பா குளித்துவிட்டு வந்து விட்டார். மாலதி புத்தகத்தை மூடி வைத்துவிட்டு அவசரமாக எழுந்தாள். வெள்ளிப் பஞ்சபாத்திரத்தில் சந்தியாவந்தனம் செய்யத் தண்ணீர் எடுத்து வைத்துவிட்டு, மணைப்பலகையை எடுத்துப் போட்டாள். அப்பா என்றால் இவர் அவளது அப்பா இல்லை, சங்கரனது அப்பாதான். ஆயினும், என்றோ மறைந்துவிட்ட தன் சொந்த அப்பாவைவிட அவள் மாமனாரிடம்

மரியாதையும் அன்பும் வைத்திருந்தாள். எதிலும் ஓர் ஒழுங்கு, கண்ணியம், பெருந்தன்மை, கடலைப் போல் ஆழமான அறிவு, அதிராத பேச்சு. கர்மயோகியாக வாழும் நாராயண ஐயரை யார் தான் மதிக்காமல் இருக்க முடியும்..? தற்கால நாகரிகத்தில் மூழ்கிய பெண்ணா இருந்தால் ஒருகால் அவரது குடுமியையும், மூக்கைப் பிடித்துக் கொள்ளும் நியமங்களையும் கண்டு கேலி செய்திருக்கக்கூடும்.

மாலதி வளர்ந்த வழியே வேறு. சின்ன வயதிலேயே தந்தையை இழந்து விட்டதால் தாத்தா, பாட்டியின் கண்டிப்பு, தாழ்ந்தே நின்று அன்பையும் பண்பையும் ஊட்டும் அம்மா இவர்களிடமிருந்து பழகியதால் அவள் எம்.எஸ்ஸி., படித்தும்கூட, அமெரிக்காவில் இரண்டாண்டுகள் தங்கியும்கூட, பழந்தலைமுறையின் பழக்க வழக்கங்களை மிகவும் மதித்தாள். பதினோரு வயதில், உடல் பூரிப்புத் தோன்று முன்னரே, 'முதுகுப் புடவையைப் போர்த்துக்கோடி' என்று பாட்டி சொல்வதற்குள் தானே மூன்றரை கெஜத் தாவணியால் முதுகை மறைத்துக் கொண்டு விடுவாள். இன்றுவரை அவள் ஸ்நோ, பவுடர், லிப்ஸ்டிக் எதுவும் போட்டதில்லை, ப்ரா கூட அணிந்ததில்லை. (சங்கரனுக்கு இது மட்டும் ஆறாத குறைதான்.)

அவள் சுபாவத்துக்கு ஏற்றபடி தாத்தா ஆசார சீலமான குடும்பமாக, அடக்க ஒடுக்கமாக, கிருதா, மீசை, சிகரெட் இல்லாத பையனாகப் பார்த்துக் கல்யாணமும் செய்து கொடுத்து விட்டார். சங்கரன் மகா சாது. பிறந்த அன்றே தாயை இழந்த அவனைப் பத்து வயதுவரை பாட்டி வளர்த்தாள். பாட்டி ரொம்பப் படுக்கையாய் விட்ட நிலையில் தான் ஊரிலிருந்து உறவுக்காரி ஒருத்தியைக் கூடமாட ஒத்தாசைக்கு இருக்கட்டும் என்று வரவழைத்தாள்.

பாட்டி மூச்சுப் போகுமுன் சங்கரனைக் கூப்பிட்டாள்: "நீயும் ஓங்கப்பா மாதிரி ஒழுக்கமா வளரணும். தாயில்லாப் பிள்ளைன்னு விட்டேத்தியா இருக்கக் கூடாது. இனிமே சீதாலஷ்மிதான் உனக்கு அம்மா, அத்தை எல்லாம். அனுசரிச்சுப் போப்பா" என்று கண்ணீர் மல்கச் சொல்லிவிட்டு, சீதாலஷ்மி யிடம், 'குழந்தை சங்கரன் பெரியவனாகும் வரை, சமையற்காரி யாக மாத்திரமில்லாமல் அவனுக்கு அம்மாவாகவும் இருக் கிறேன்' என்று கையடித்துச் சத்தியம் வாங்கிக் கொண்டாள்.

அன்று முதல் சீதாலஷ்மியை சங்கரன் அத்தையம்மா என்றே அழைத்து வந்தான். அழகும் இல்லாமல், அவலட்சணமும் இல்லாத, உணர்ச்சியற்ற முகம் மட்டும்தான் அவள் ஒரு மனிதப்பிறவி என்று காட்டின. அத்தையம்மா அப்பாவுடன் பேசிக்கூட ஒருவரும் பார்த்ததில்லை. வேளைக்குச் சமையல், ஸ்தோத்திரங்கள், நேரந் தவறாமல் பூஜை காரியங்கள் – அவ்வளவுதான்.

சீதாலஷ்மி மாத்திரம் இல்லாமலிருந்தால் இந்தக் குடும்பம் இவ்வளவு ஒழுங்காக நடந்திருக்குமா என்று சொல்ல முடியாது. நாராயண ஐயர் ஒரு கர்மயோகி. பாங்கில் ஆபீஸர் வேலை. வீடு திரும்பியதும் பகவத் கீதை, தேவி பாகவதம் என்று ஆராய்ச்சி. மாதத்தில் மூன்று, நான்கு நாள் அறிஞர்கள் அழைப்பிற்கிணங்க கதை, புராண இதிகாசச் சர்ச்சைகளில் பங்கு பெறுவார். இதற்கு அவர் பணம் எதுவும் வாங்குவதில்லை . வருடம் ஒரு முறை ராமநவமி உற்சவத்தில் தொடர்ந்து நாற்பது நாள் ராமாயண பாராயணம். இந்த லௌகீக உலகத்துடன் அவருக்கிருந்த தொடர்பு மகன் சங்கரனும், மாதம் ஆயிரத்து எண்ணூறு ரூபாய்க்கு வழிவகுக்கும் வேலையும்தான். அந்த லௌகீக பந்தங்களிலும் கூட அவர் ஒட்டியும் ஒட்டாமலும் தாமரையிலைத் தண்ணீராகத்தான் இருந்தார்.

சங்கரனுக்குத் திருமணம் ஆவதற்கு நாலு மாதம் முன்தான் அவர் வேலையிலிருந்து ரிடையர் ஆனார். அதன் பிறகு அவர் உலக சம்பந்தம், ஆசாபாசங்கள் அனைத்தையும் உதறி விட்டவர் போல் – நத்தை போல் தன் கூட்டுக்குள் ஒடுங்கி விட்டார். எப்போதாவது பேரன் ரவியுடன் கொஞ்சுவார். மாலதிக்குத் தோன்றும், 'அந்தக் குழந்தை யிடம் கூட அவர் பரப்பிரம்ம சொரூபத்தைத்தான் ஆவாஹித்து ஆராதிக்கிறாரோ' என்று

**ச**ந்தியாவந்தனம் முடிந்து விட்டது. மணைப்பலகை யைச் சார்த்திவிட்டு அப்பா எழுந்து விட்டார். வாய் ஏதோ ஸ்தோத்திரத்தை முணுமுணுத்தவாறு, தன் மேஜையில் உட்கார்ந்தார்.

குழந்தை ரவி அவர் முழங்காலில் கால் வைத்து ஏறி மேஜை மேல் உட்கார்ந்து கொண்டான். தாத்தா பேரனுக்கு எழுதாத புல்ஸ்கேப் பேப்பரில் கப்பல் செய்து தந்தார். "ரவி... தாத்தாவை டிஸ்டர்ப் செய்யாதே. மாடிக்குப் போகலாம் வா." – மாலதி குழந்தையைக் கூப்பிட்டாள். "பரவாயில்லைம்மா... குழந்தை தெய்வாம்சம்." – அவர் குழந்தையை அணைத்துக் கொண்டார். "தாத்தா, மூஞ்சி குத்தறது. தாத்தா, நீயும் இனிமே அப்பா மாதிரி சட்டை பேண்டெல்லாம் போட்டுக்கோயேன்..." – குழந்தை கொஞ்சினான். தாத்தா சிரித்தார். தூரத்தில் நின்று வேடிக்கை பார்த்துக் கொண்டிருந்த மாலதியிடம், "பார்த்தியாம்மா பேரனை? தாத்தா பேண்ட், சட்டை போடணுமாம்!" ரவியுடன் சிறிது நேரம் விளையாடி விட்டு ஏழு மணிக்கு இலையில் அமர்ந்தார்.

அவர் சாப்பிட்ட பிறகு மாலதியும் சங்கரனும் சேர்ந்து உட்கார, அத்தையம்மா பரிமாறினாள். வெண்பொங்கலை வாயில்

வைத்தவுடனேயே சங்கரன், "அத்தையம்மா, உப்பே போடாமல் பொங்கல் கிளறியிருக்கேளே... அப்பா எப்படி இதைச் சாப்பிட்டார்?" என்று ஓரத்தில் ஒதுக்கினான். "ஓங்களைப் போல அப்பா நாக்கை ஒரு முழம் நீட்டிண்டு குத்தம் சொல்லமாட்டார். அவரைப் பொறுத்தவரை சாப்பாடு தவிர்க்க முடியாத ஒன்று. சுசி, ருசி எல்லாத்துக்கும் அப்பாற்பட்டவர் ஆச்சே அவர்?" என்றாள் மாலதி.

சாப்பாடான பிறகு அத்தையம்மாவுக்குக் கூடமாட ஒத்தாசை செய்துவிட்டு மாலதி மாடிக்குச் சென்றபோது ரவி உறங்கிவிட்டிருந்தான். மாலதி வருவதைக் கண்டவுடன் "மாலு, எனக்கு சுசி, ருசி எல்லாம் ரொம்ப அதிகமாகவே உண்டு, தெரியுமோ?" என்றான். மாலதி அழகாக உதட்டைச் சுழித்துச் சிரித்தாள்.

மணி பன்னிரண்டையும் தாண்டிவிட்டது. சங்கரனின் பரந்த மார்பில் முகத்தைப் பதித்தவாறு மாலதி அயர்ந்து உறங்கிக் கொண்டிருந்தாள். ரவி சிணுங்கியவாறு திரும்பிப் படுத்தான். பத்து நிமிடத்துக்கெல்லாம் அம்மா... ஊ... ஊ..." என்று அழத் தொடங்கினான். மாலதி எழுந்து சென்று அவன் அருகில் அமர்ந்து மெல்லத் தட்டித் தூங்கவைக்க முயன்றாள். ரவி கையையும், காலையும் உதைத்துக் கொண்டு சிணுங்கியவாறே முனகினான். "நாள் முழுவதும் பிசாசு மாதிரி விளையாட்டு, ராத்திரி ஆனால் கால் வலின்னு அழுகை." – செல்லமாகக் கடிந்து கொண்டாள். "மாலு, நீ கீழே போய் 'ஹாட் வாட்டர் பேக்'கில் வெந்நீர் போட்டுக் கொண்டு வா. நான் அதுவரை ரவி காலைப் பிடிக்கிறேன்" என்றான்.

மாலதி கீழே இறங்கிச் சென்றாள்.

பத்து விநாடிகூட ஆகியிருக்காது. மாலதி பதட்டத்துடன் திரும்ப ஓடி வந்தாள். அவள் மூச்சு இரைத்தது. பேய், பிசாசைக் கண்டது போல மருண்டிருந்தாள். "மாலு, என்ன ஆச்சு, சொல்லேன்..?" – பயப்பிராந்தி பிடித்து நின்ற அவளைத் தோளைப் பிடித்து உலுக்கினான் சங்கர்.

மாலதியின் முதுகும் மார்பும், விசும்பலுடன் எழுந்து எழுந்து ஓய்ந்தது. அழுகை தொடர்ந்தது. "மாலு, காம்டௌன். என்ன ஆச்சு சொல்லேன்? ஏன் இப்படி அழுகிறாய்?" – சங்கர் மெல்ல அவளை நெருங்கி ஆசுவாசப்படுத்த முயன்றான்.

மாலதி வேரறுந்த மரம் என அவன் மேல் சாய்ந்தாள். விக்கலும், விசும்பலுமாக, "நான் எவ்வளவு மதிப்பு வைத்திருந் தேன்... சே... சே..! இப்படியுமா மனிதர்கள்... ஐயோ ...! என் ஆசையெல்லாம், பக்தியெல்லாம் போச்சு. நான் நினைக்கவே இல்லை..." – திரும்பத் திரும்ப சொன்னதையே சொல்லிச் சொல்லி அழுது கொண்டிருந்தாள்.

"மாலதி..." – சங்கர் மெதுவான குரலில் அவளை அழைத்தான். அவன் குரலில் ஓர் அமைதி இருந்தது. "மாலு. நாமே தவறு செய்வதைவிட, நாம் அளவில்லாத மதிப்பு வைத்திருக்கும் ஒருவர், தவறு .... அதுவும் மிகப் பெரிய தவறு ஒன்றைச் செய்திருக்கிறார் என்று ஒப்புக்கொள்வது மிகக் கஷ்டமான விஷயமாகும். உன் பதட்டம் எனக்குப் புரிகிறது."

"அப்படீன்னா, உங்களுக்கு இதெல்லாம் முன்பே தெரியுமா?"

சங்கரன் தலையை ஒப்புதலாக ஆட்டினான்.

"தெரிந்துமா, வயசுக்கு வந்த ஆம்பிள்ளை நீங்கள் இந்த அக்ரமத்தைக் கண்டும் காணாதது மாதிரி இருந்தேள்? அத்தையம்மாவாம்... அத்தையம்மா... நல்ல உறவுமுறை... தூ..."

"அந்த உறவுமுறை நான் ஏற்படுத்திக் கொண்டது."

"இந்த அநியாயம் தெரிந்த பிறகும் அத்தை, பாட்டி என்று உறவு சொல்ல வெட்கமாயில்லை...?" – மாலதி சீறினாள்.

"பின் என்ன, 'அம்மா' என்று கூப்பிட்டு உறவை நிலைநாட்டிக் கொள்ளட்டுமா?"

"சே..சே...! உங்களுக்கும் கூடவா மூளை பிறண்டு விட்டது...? ஊருக்கெல்லாம் ஆஷாடபூதி வேஷம்.... உள்ளெல்லாம் புழுத்து நாறுகிறது."

"மாலதி... எனக்கு இந்த விஷயம் முதல்ல தெரிந்தபோது, நீ இப்போ படற அவஸ்தையைவிட நூறு மடங்கு கஷ்டப்பட்டேன். ஒரு வருஷத்துக்கும் மேல் அப்பாவிடம் பேசவேயில்லை. அந்த நேரத்தில் தான் என் சின்ன மூளைக்கு எத்தனையோ விஷயங்கள் புரிந்தது. எங்கம்மாவும், அப்பாவும் சேர்ந்து வாழ்ந்தது ஒரே ஒரு வருஷம்தான். அந்த ஒரு வருஷத்திலும் பாதி சமயம் அம்மா சீக்காளி என்று பாட்டி சொல்லக் கேட்டிருக்கிறேன். அம்மா இறந்த பிறகு அப்பா ஒரு துறவி போலத்தான் வாழ்ந்து வந்தார். பாட்டி போன பிறகு, அத்தையம்மா, ஸாரி, சீதாலஷ்மி இந்த வீட்டில் சமையற்காரி யாக, வேலைக்காரியாக, அப்பாவின் குழந்தைக்குத் தாயாக, இந்தச் சக்கரம் ஆடிப் போகாமல் மைய ஆணியாக இருந்திருக்கிறாள்.

"மாலு, நீ படித்த பெண். நேச்சுரல் கான்ஸிக்வன்ஸஸ் உனக்குப் புரிய வேண்டும். உலகத் தத்துவ மேதை ஸ்பினோஸாவே சொல்லியிருக்கிறார். தன்னிடம் நெருங்கிய மனிதர்களைக் காதலிக்கத் தெரியாதவன் கடவுளிடம் அன்பு கொள்ளவே முடியாது என்று."

"சீ..! இந்த அசிங்கத்துடன், மிருகவெறியுடன் காதல், கடவுள்

எல்லாவற்றையும் இணைத்துப் பேசாதீர்கள்." –

"நீ ரெட் க்ரூம்ஸின் பெயிண்டிங்கை ரசித்தாய் அல்லவா..? நியூயார்க்கின் மாட மாளிகைகள் எத்தனை அழகானவை, நாகரிகமானவை? ஆனால் அந்த நகரின் அடியில் இருப்பது என்ன தெரியுமா, சாக்கடை. அடியில் சாக்கடை இருக்கு என்று நியூயார்க் நகரே அசிங்கம் என்பாயா? நீயேதான் பார்த்தாய், அடியில் இருக்க வேண்டிய சாக்கடை மேலே வந்தால் எழும் நாற்றத்தை ..."

"சின்ன வயதிலேயே வீணானவர் இரண்டாம் கல்யாணம் செஞ் சுண்டால் யாராவது வேண்டாம் என்றா சொல்லப் போகிறார்கள்?"

"மாலு, நான் அமெரிக்காவிற்கு எதற்குப் போனேன்? கழிவுப்பொருளையே உணவாக மாற்ற முடியுமா என்று ஆராயத்தான். என்னுடைய ஆராய்ச்சி வெற்றிதான். கழிவுப்பொருளை ஆடு, மாடுகளுக்கு மாத்திரமல்லாமல் மனிதர்களுக்கும் உணவாக மாற்றலாம். ஆராய்ச்சி அளவில் சரிதான், ஒப்புக் கொள்கிறேன். ஆனால் நிதர்சனத்தில் உன்னால் அருவருப்பின்றி அதை ஏற்க முடியுமா? நீ சாப்பிடுவாயா சொல்?"

மாலதி குழப்பத்துடன் கணவனை நோக்கினாள்.

"அப்பா வெளிப்படையாக இந்தக் காரியத்தைச் செய்திருந்தால், சாஸ்திரங்கள் ஏற்கும், எனக்குத் தெரியும். ஆனால் சமூகம்..? இன்று அப்பாவை ராமாயணமும், பாரதமும் பேச அழைப்பவர்களே முகத்தில் காறி உமிழ்வார்கள் ... மாலு, நீ எம் .எஸ்ஸி., படித்தவள். நீயே அப்பா..." – ஒரு நிமிடம் யோசித்தான். மறு நிமிடம் ஒரு திடத்துடன் "இந்த வயதில் வாழாவெட்டியைக் கல்யாணம் பண்ணிக் கொண்டிருந்தால்... ஒப்புக்கொள்வாயா... சொல்... அப்பா கர்மயோகி. அவர் தர்மமும், மதமும் உண்மையானவை, ஆனால் அவர் நன்றியுள்ளவர். எனக்கு இது புரிகிறது.

"தெருவெல்லாம் சாக்கடை ஓடினால் மூக்கைப் பிடித்துக் கொண்டுதான் ஓட வேண்டும். மாளிகையின் அடியில் சாக்கடை இருந்தால், அது அவசியம் என்று உணர்ந்தால் போதுமானது."

மாலதி கணவனை வியப்புடன் நோக்கினாள். அவன் பேசியதில் பாதி அவளுக்குப் புரிந்தது. மறு பாதி புரியவில்லை. புரிந்தது ஒன்று மட்டும்தான் – வீட்டுச் சாக்கடை நாற்றம் வெளியே சென்றால் அவளாலேயே அந்த நாற்றத்தைத் தாங்க முடியாது என்பது.

# யார் குற்றம்?

"டாடீ... உங்களைப் பார்க்க ஒரு ஜென்டில்மேன் வந்திருக்காரு..."

விசுவநாதன் வெளியே எட்டிப்பார்த்தார்...." நட்டு..." தேக்கி வைத்திருந்த நினைவுக்கங்கை பீறிப் புறப்பட்டு நெஞ்சமெங்கும் பரவினாள்..." நட்டு ரெண்டு நாளா வந்ததிலிருந்து மனசும், கண்ணும் ஒன்னைத்தான் தேடுது... எப்படி இருக்கே...? உள்ளே வா..."

"பரவாயில்லை . பார்த்துப் பத்து வருஷமிருக்குமில்ல... பெரியவரு காரியத்துக்கு வந்தது. அப்பமும் அவசர சோலின்னு நாத்தங்காம போயிட்டீங்க. சௌக்கியங்களா...?"

இந்தப் பன்மை, தள்ளிவைக்கும் பேச்சு விசுவநாதனுக்குச் 'சொரேல்' என உறைத்தது. 'டேய் நட்டு... எப்படிடா இருக்கே விசு... மாந்தோப்புப் பக்கம் நடக்கலாம் வாடா' என்று கூப்பிடு என்று சொல்லிவிடுவது சுலபம். ஆனால் அந்த 'டா'வும், பெயர் சொல்லிக் கூப்பிடலும் மட்டுமா இணக்கத்தையும், நெருக்கத்தையும் ஏற்படுத்திவிடும்..? ஒத்தை வேஷ்டியை முழங்காலிலிருந்து சற்றே இறக்கிக் கட்டிக் கொண்டு, மேலே சட்டையில்லாமல், மூடவேண்டிய துண்டையும் கையில் இடுக்கிக் கொண்டு, வெள்ளையும் கருப்புமாக காடு மண்டி, வற்றிச் சுருங்கிய முகமும், பேச்சிலேகூடப் பட்டணவாடை அடிக்காத நபராகப் பிள்ளையும், கிராமத்து வீட்டிலும் லவுஞ்சிங் பேண்டும், ரப்பர் ஸ்லிப்பானும், பைப்புமாகக் காட்சியளிக்கும் இவரும் மனத்தால் நெருங்கிவிட முடியுமா...? சில பருவங்கள் சௌகரியமானவை விஷயமோ, வித்தியாசமோ புரிவதில்லை. பீச்சில் 'பென்ஸ்' காரிலிருந்து ஆயாவால் அழைத்து வரப்படும் குழந்தை, இறக்கிவிட்டால் நேரே பலூன்காரனின் அழுக்குக் குழந்தையைப் பார்த்துக் கைநீட்டிச்

சிரிக்கிறது. அறிவும், பாஷையும் வளர வளர மனசில் வித்தியாச அழுக்குகள் புகுந்து விடுகிறதே...

நடராசு நெளிந்தார். விசுவத்தின் மௌனத்தை என்ன என்று கொள்வது

"அப்ப நா வரட்டாங்க..."

"என்ன நட்டு இது... கிளம்ப என்ன அவசரம்? நான் சின்ன வயது ஞாபகத்துக்குப் போய்விட்டேன். நாம்ப ஆத்தங்கரை யிலே அடித்த லூட்டி. நீ எனக்கு நீஞ்சக் கற்றுத் தந்தது. புளியமரத்துப் பிசாசைப் பார்க்க இருட்டினப்புறம் வந்து, பாதி வழியிலேயே பயந்து திரும்பி, ஒருவாரம் சுரமாப்படுத்தது உனக்கு நினைவிருக்கா..?"

"மறக்குமா அய்யா... நீங்கதான் பொறவு கிராமத்துச் சங்காத்தமே வேண்டாம்னு போய்ட்டீங்க...

"நானா போனேன்? படிப்பு, வேலை எப்படியெல்லாமோ வாழ்க்கையை மாத்திடிச்சு... சொல்லு நட்டு, எத்தனை குழந்தைங்க உனக்கு...?"

'பொட்டை மூணு... மதகடிப்பக்க நெலத்தை வித்து ரெண்டைக் கட்டிக் கொடுத்தாச்சு. மூணாவதும் வயசுக்கு வந்துடுச்சு. மாமன் பிள்ளைக்குப் பேசி வச்சிருக்கம். மவந்தான் பஸ் ஏறிப் போய்ப் படிக்கிறான். பத்துலே மொத வந்ததுக்கு கலெக்டர்கூட வந்து வெளா நடத்தி, பரிசு தந்தாங்க. இப்பமும் கூட பள்ளிக்கூடத்துலே மொதலாம். டாக்டருக்குப் படிக்கணும்னு ஆசைப்படறான். கூட்டியாந்திருக்கேன்..."

"நல்லாயிருக்கு... பிள்ளையை அழைச்சுக்கிட்டு வந்து வெளிவாசல்ல நிக்க வச்சிருக்கியா? உள்ளே கூப்பிடு..."

"டே, கதிரேசு..."

அறையில் குபீரென வேப்பண்ணெய் மணம் வீசியது. "வணக்கம் ஐயா..." நட்டுவின் மகன் நெஞ்சம் கனிந்தது. துவைத்த வேஷ்டி, மேலே வெள்ளை காட்டன் சட்டை ; படிய வாரிய தலை; நெற்றியில் பட்டை விபூதி. "ஹலோ கதிரேச்.... ஐ ஆம் ஸோ ஹாப்பி... உங்கப்பா சொல்றாரு, நீ ஹையர் செகண்டரியில் ஸ்கூல் பர்ஸ்டாமே? வெரிகுட். வெரிகுட். என்ன க்ரூப் எடுத்திருக்கே?"

"பர்ஸ்ட் க்ரூப் ஐயா. மெடிஸினுக்கு அப்ளை செய்திருக்கேன்" – அந்த மாநிற முகத்தில் ஆர்வக்கண்கள் பளபளத்தன.

"ரியலி. என் 'ஸன்' கூட மெடிஸன் தான் அப்ளை செய்திருக்கான். ஊட்டியில் படிக்கிறான். சுதீர்... சுதீர்..." – உள்ளே திரும்பிக் கூப்பிட்டார்.

"யா டாட் கமிங்.." – சுதீர் கென்னி ராஜர்ஸுக்குச் சிறிது நேரம் விடை கொடுத்துவிட்டு வந்தான்.

"சுதீர், இவன் என் பிரெண்டு நடராஜனோட பிள்ளை கதிரேசன்... இவனும் மெடிஸன்தான் அப்ளை செய்திருக்கானாம்..."

"ஹாய்!" – சுதீரின் குரலிருந்த அலட்சியம், கதிரேசனின் வணக்கத்தால் பார்வைக்கும் தாவியது.

"விச் ஸ்கூல்?"

"முனிஸிபல் ஸ்கூல்" – கதிரேசன் அடக்கமாகப் பதில் சொன்னான்.

இவனுடன் மேலும் என்ன பேசுவது என்பதுபோல் சுதீர் சற்றுமுற்றும் பார்த்துவிட்டு, மறுபடியும் கென்னி ராஜர்ஸிடம் அடைக்கலம் புகுந்தான்.

"எவ்வளவு மார்க் வாங்கியிருக்கே தம்பீ...?" – விசுவநாதன் தொடர்ந்தார்.

"தொண்ணூத்து நாலு சதம் ஐயா!"

வியப்பால் நின்றார் விசுவம். "நட்டு, உன் பிள்ளை ரொம்பப் புத்திசாலி தான். கட்டாயம் டாக்டராகி விடுவான். என்ன கதிரேசு, உன்னை நம்பி நான் கிராமத்திலேயே 'ஸெட்டில்' ஆகிவிடலாம் போலிருக்கே... ரிடையர்ட் கிழவனுக்கு உடம்பு சரியில்லைன்னா கவனித்துக் கொள்வா யில்லையா?" – கதிரேசு வெட்கத்துடன் தலைகுனிந்தான்.

நடராசனும் – கதிரேசனும் சென்று வெகுநேரம் வரையிலும் அவர்கள் விசுவத்தின் மனத்திலேயே நின்றார்கள்...

ஒன்றல்ல, இரண்டல்ல, நாற்பத்தைந்து வருஷங்களுக்கு முன்னால்... இதே வீட்டில் விசுவத்தின் தாத்தா செங்கோல் நடத்தினார். ஏழைக் கிராமத்தில் அளவான நிலம்தான் என்றாலும் அமோக விளைச்சல். விசுவத்தின் அப்பா, வெள்ளைக்காரன் ஆட்சியில் அதிகாரியாக டில்லி, சிம்லா என்று நாடாறு மாதம் – காடாறுமாதம் வாசம் செய்து கொண்டிருந்தபோது, நோஞ்சான் பிள்ளைக்குச் சிம்லாக்குளிர் ஒத்துக் கொள்ளாததால், கிராமத்துப் பெற்றோரிடம் விட்டுச் சென்றார். திண்ணைப் பள்ளிக்கூடத்தில் அதிக சிரமப்படாமல் படித்துக் கொண்டு, மற்ற நேரத்தில் அடுத்த வீட்டு நடராசனுடன் கையைக் கோர்த்துக் கொண்டு காடு, கழனி என்று திரிந்த நாட்கள்... என்றுமே தெவிட்டாத இனிமை யானவை. விசுவத்தின் குடும்பத்தைப் போல் நடராசுவின் குடும்பம் அவ்வளவு வசதி பெற்றிருக்கவில்லை என்றாலும் சாப்பாட்டுக்குக் குறையில்லை.

அப்போதெல்லாம் விசுவத்தின் தாத்தா ஊர்ஜனங்கள் மத்தியில் பேரனைப் பெருமையுடன் கூப்பிடுவார். "டேய், பொடிப்பயலே, நீ பெரியவனானா என்ன செய்வே, சொல்லு?" என்று கேட்பார்.

"நா தாத்தா மாதிரி கடுக்கன் போட்டுக்கினு, தலைப்பாகை கட்டிக்கினு, குர்ற வண்டீலே வயக்காட்டுக்குப் போவேன்" என்று விசுவம் பதிலளிப்பான்.

தனியாக வந்த பிறகு நட்டு திட்டுவான் அவனை. "ஓங்க தாத்தா மாதிரி வயக்காட்டுக்குப் போவியாமே நீ. நா பாரு ஓங்க அப்பா மாதிரி ஸ்கூலு , காலேசு எல்லாம் படிச்சு, டவுசரு, சட்டை போட்டுக்கிட்டு, வெள்ளைக்காரனாட்டமா, 'தஸ், புஸ்ஸு'னு இங்கிலீஷ் பேசுவேன்" – இல்லாத சூட்டைத் தட்டி விட்டுக் கொண்டு, தலையை நிமிர்த்தி நடந்து, "இஸ்கி, புஸ்கி, இங்கிலீஷ்" என்று பேசிக்காட்டுவான்.

"ஐயய்யே வேண்டாம். எனக்குப் பிடிக்காது. டில்லியிலே ஆத்தங்கரை, மணல் ஒன்னும் கிடையாது. குளிரிலே வெளியே வெளையாட விடமாட்டாங்க. மரத்துலே ஏறினா கூர்க்கா பிடிச்சுடுவான். அங்க தலைப்பா கட்டினவனெல்லாம் இடுப்பிலே கத்தி வச்சிருப்பான். அழுதா குழந்தைகளைப் பிடிச்சுட்டுப் போயிடுவான். ஸ்கோல்ல 'மிஸ்' பெரம்பால அடிப்பாங்க... எனக்கு அதெல்லாம் வாணாம். நா தாத்தாகூட கிராமத்திலேதான் இருப்பேன்" – விசு முடிவெடுத்து விடுவான்.

விசுவத்தின் எண்ணம் நடக்கவில்லை . நாலு வருடக் கிராம வாசத்திற்குப் பின் ஒருநாள் பலவந்தமாகக் கதறக் கதற அப்பா அம்மாவுடன் அழைத்துச் செல்லப்பட்டான். ஒரு வருட மிஸ்ஸிமார் ட்யூஷனுக்குப் பிறகு அருகிலிருக்கும் டூன் பள்ளியில் மகா ராஜகுமாரர்களுடனும் மேல்மட்டங்களுடனும் பப்ளிக் ஸ்கூல் படிப்பு... அப்பாவுக்குப் பிள்ளையாக சிவில் சர்விஸ். நடுவில் நாலு வருடம் ஜெனிவாவில் யூ.என். அஸைன் மெண்ட். இரண்டு வருஷம் நைஜிரியாவில் டெபுடேஷன். இடையில் ஐ.ஸி.எஸ். பத்மராஜ் மகளுடன் டெல்லியில் திருமணம். பெண் எம்.ஏ., ஆங்கிலம். தாத்தா தான் டெல்லியைத் தேடி வந்தார். கிராமத்துக்குப் போக எவருக்கும் நேரமில்லை.

விசுவத்தின் முதல் பிள்ளை சுரேன் அமெரிக்காவில் டாக்டராக இருக்கிறான். நடுப்பெண் மாலதி பாம்பே ஐ.ஐ.டி.யில் எலெக்ட்ரானிக்ஸ் படித்து விட்டு, ஜெர்மனியிலே எம்.எஸ். செய்கிறாள். கடைசிப் பையன் சுதீர் லவ்டேலில் ஹையர் செகண்ட்ரி முடித்துவிட்டு மருத்துவத்திற்காகக் காத்திருக்கிறான். எண்பத்தைந்து வயது தாத்தா போன போது கிராமத்துக்கு வந்தது. பத்து வருடம் கழித்துப் பாட்டன் வழிச்

சொத்துக்களின் மதிப்பு பெருகிவிட்ட நிலையில் செட்டில் பண்ண இப்போதுதான் வந்திருக்கிறார்.

ஆபீசராகி சூட், கோட் அணிய விரும்பிய நடராசுவின் வாழ்க்கைதான் தேங்கிவிட்டது. திண்ணைப் பள்ளிக்கூட வாத்தியார் போனபிறகு திண்ணைப் பள்ளிக்கூடமே போய் விட்டது! அடுத்த கிராமத்துப் பள்ளிக்கூடத்திற்கும் அதிக நாள் போய்வர முடியவில்லை. அப்பாவுக்கு மூச்சிழுப்பு வந்தது. கழனியில் நிற்க, களை எடுக்க, உரம் போட, கலப்பைப் பிடிக்க, தண்ணி பிடிக்க ஆள் தேவைப்பட்டது. அம்மாவுக்கு அடுத்தடுத்துப் பிரசவத்தில் உடல் நலிந்தது. மாடு கறக்க, தீனி போட , சினை அழைத்துப் போக, நட்டுவின் எதிர்கால ஆசை, இன்றையத் தேவை முன் சிறியதாயிற்று. அவனுக்குப் பதினேழு வயதாகுமுன்பே , அவனுடன் ஜோடி மாடாகச் சுமை தூக்க மாமன் மகள் பாரிஜாதமும் சேர்ந்து கொண்டாள். தாயும், தகப்பனும் மறைந்த பிறகு ஐந்து தங்கைகளைச் சீரெடுத்துக் கட்டிக் கொடுத்து, அதன் பயனாகக் கொஞ்சம் கொஞ்சமாக வளமையும், செல்வமும் கரைந்து...

இன்று நடராசப்பிள்ளையின் ஒரே கனவு கதிரேசன்தான். அவர் குடும்பத்தின் முதல் தலைமுறைப் படிப்பாளி. இந்தக் குடும்பப் பாரம்பரியத்தின் தலைவிதியை மாற்றி எழுதப்போகும் அறிவாளி. அவருக்குத் தெரியும் விசுவத்தின் அப்பாவின் படிப்பு அந்தக் குடும்பத்தில் செய்திருக்கும் மாறுதல். அதே மாறுதல் அவர் குடும்பத்திலும் சங்கிலித்தொடராக வரப் போகிறது. அவர் மகனிலிருந்து.

விசுவம் அன்புடன் அழைத்தாலும், தயங்கித் தயங்கி நிற்க வைக்கும் தன் தாழ்வு மனப்பான்மை, விசுவத்தின் மகன் முன் கதிரேசனுக்கு இருக்காது. மனுஷ உடம்பை மேஜையில் அறுத்துப்போட்டு, இரண்டு பேரும் சமமாக "தஸ், புஸ்" என்று பேசமுடியும். வெள்ளைக் கோட்டுப் போட்டுக் கைகுலுக்க முடியும். கதிரேசனின் பிள்ளை வயக்காட்டுக்குப் போக ஆசைப்பட்டாலும், பெரிய பள்ளிக்கூடத்திலே படிச்சிட்டுதான் வருவான். ப்ளசர் கார் ஓட்டுவான்!

நடராசு மகனைப்பற்றிக் கனவு கண்டாரென்றால், வாய்ப்பின்றிப் போன தன் நண்பனைப் போன்ற பல இந்தியக் குடிமக்களைப்பற்றி எண்ணி வருந்தினார் விசுவம். நகர்ப்புறம் இருப்பவர்களாவது தேவலை, சில வசதிகளை அடித்துப் பறித்துப் பெற்றுவிடுகிறார்கள். இந்தக் கிராமப்புறத்து மக்களுக்கு வெளிச்சம் எட்டவே முடியாமல் எவ்வளவு மறைப்புகள்.... ராஜாஜி ஆரம்பித்த ஆதர்சக் கல்விமுறையையாவது நிலை நிறுத்தியிருந்தால் நட்டு போன்றவர்கள் வயல் வேலையுடன்

விரும்பிய புத்தகப் படிப்பும் பெற்றிருப்பார்கள். குடியரசு என்றாகி, எல்லா உருப்படியான காரியங்களுக்கும் எதிர்க் கட்சியினர் வண்ணம் பூசிக் காண்பிக்க ஆரம்பித்தபிறகு... நிதான நோக்குகளே மறைந்து விட்டனவே...

விசுவத்தின் நிலங்கள், வீடு எல்லாவற்றையும் மொத்தமாக நல்ல விலைக்கு லோக்கல் எம்.எல்.ஏ. பேசி முடித்துவிட்டார். பத்திரம் எழுதி அட்வான்சும் வாங்கியாகி விட்டது. கிராமத்தில் அனைவரிடமும் விடைபெற்றார். நட்டுவிடம் பேசும்போது நெகிழ்ந்து விட்டார். “நட்டு, இப்ப பக்கத்திலே தானே இருக்கேன். அப்பப்ப ஒரு நடை மெட்ராஸ் வரக்கூடாதா...? கதிரேசுக்கு மெட்ராஸ் மெடிக்கலில் இடம் கிடைத்தால் வீட்டோட இருக்கட்டும். ஹாஸ்டல் வேண்டாம், என்ன... என்னப்பா டாக்டர் கதிரேசு... அப்பாவுக்குப் பெருமை தேடித் தரணும். இந்த பர்ஸ்டெல்லாம் ஸ்கூலோட முடியக்கூடாது. மெடிக்கல் காலேஜிலும் தொடரணும்...''

''ஐயா, கும்பிடறேன்.. ஒங்க ஆசி...'' – கதிரேசு காலில் சாஷ்டாங்கமாக விழுந்து கும்பிட்ட போது அவனைச் சடாரென அணைத்தார். அவர் கண்கள் திரண்டு, நெஞ்சு அடைத்தது.

சென்னை சென்ற இரண்டாம் நாள், ''டாடீ , எனக்கு இன்டர்வ்யூ கார்டு வந்திடுச்சு, ஸ்டான்லியிலேயே கிடைச்சிடும்னு சொல்றாங்க...'' – சுதீர் சந்தோஷமாகத் தெரிவித்தான்.

''குட், வெரிகுட்.... விஷ் யூ ஆல் தி பெஸ்ட்.... அந்தக் கதிரேசு நம்பர் வச்சிருக்கற இல்லை. அவனுக்கு எங்க போடறாங்கன்னு விசாரிச்சுக்கிட்டு வா...''

''நோ டாடீ... அவனுக்கு இன்டர்வ்யூ ஸெலக்ஷனே ஆகல்லை.''

''வொய் நாட்? தப்பாச் சொல்லுறே... நீ எய்டிபைவ் பர்சென்ட்தானே? தட் பாய் காட் நைன்ட்டி போர்பர்சென்ட்...''

''பட் டாடீ.... நீங்க அவங்க சைவப்பிள்ளைன்னு மறந்து போய்ப் பேசறீங்களே. அது ஓபன் கோட்டாவிலே வரும். முப்பது பர்சென்ட்தானே ஓபன் கோட்டா. நைன்டி போர் பாயிண்ட் பைவ் வரைதான் ஓபன் கோட்டாவிலே எடுத்திருக்காங்க. நாம பேக்வேர்ட் கம்யூனிடி இல்லையா? அதனால ரிசர்வ்ட் சீட்...''

– சுதீர் பேசிக் கொண்டே போனான்.

அண்டர் டெவலப்ட் நாடுகளுக்கும், அண்டர் – நரிஷ்ட்

குழந்தைகளுக்குமாக ஐ.நா.வில் திட்டங்கள் தீட்டியிருந்த விசுவநாதன், பப்ளிக் ஸ்கூல் ப்ராடக்டான தன் பாக்வேர்ட் க்ளாஸ் பையன், ஒரு First generation learner–ன் அத்தனை சலுகைகளையும் பிடுங்கிக் கொண்டது போல் அவமானத்தில் குறுகி நின்றார்.

இது சுதீரின் குற்றமல்ல... அவன் விட்டுக் கொடுத்தாலும் கதிரேசுவுக்குக் கிடைக்கப் போவதுமல்ல என்று புரிந்தாலும், சலுகைக்கு ஏங்கிக்கிடக்கும் ஒரு சாதி, மதமற்ற இளம் தலைமுறைக்கு சமுதாயம் இழைக்கும் மாபெரும் அநீதியில் அரசியல், அறிவாளி, சமூகம் அத்தனையும் பங்காகி, செயல்திறனற்று நிற்பது... சிந்தித்தாலும், சுமக்கத் தெரியாத மலடித்தனம்... A Rational social and political impotence...

ஆண்பிள்ளைகள் அழமாட்டார்களாம். யார் சொன்னது...? ஆண்மைத் திறன் மரத்துப்போன ஒரு சமுதாயத்திற்காக விசுவநாதன் என்ற தனி மனிதன் விம்மி விம்மி அழுதார்.

# நீயுமா புரூட்டஸ்?

நாலாபுறமும் வண்ண விளக்குகள். ஒலிபெருக்கி களிலிருந்து காதை அடைக்கும் சப்தம். நெரித்துத் தள்ளி முன்னேறும் மக்கள் கூட்டம். கண்காட்சி சாலைக்கே உரித்தான, பொய்மையை உண்மையாக நினைக்க வைக்கும் இந்திரபுரித் தோற்றம்.

வேகவேகமாகச் சுற்றும் மெரிகோ ரவுண்டைப் பார்த்துக் கொண்டிருந்தது, தலையைக் 'கிர்' என்று சுற்றியது. மெல்லக் கையைத் தரையில் ஊன்றியவாறு மணலில் அமர்ந்தாள் வசந்தி.

"நான் மெரிகோ ரவுண்டில் சுற்றுவதாவது, உன் புத்திர சிகாமணியுடன் நீயே குதிரை சவாரி செய்" என்று முதலில் முரண்டு பிடித்த வாசுவின் முகம் ஒரு வினாடி தெரிந்து மறைந்தது. அடுத்த குதிரையில் முகத்தில் பெருமை பொங்கக் குழந்தை குமார். வாசு சொன்னதைக் கேட்டுத்தான் குபீரெனச் சிரித்ததும், "சாரி... மறந்து விட்டேன்" என்று தாய்மையின் கடைநிலையில் நின்ற அவளைப் பெருமையுடன் பார்த்துக் கொண்டே அவன் குதிரையில் ஏறியதையும் அசை போட்டாள்.

திரும்பவும் தலை சுற்றல். பிரயாசையுடன் கண்களை மறுபுறம் ஓடவிட்டாள். அவள் கண்கள் வியப்பால் மலர்ந்தன. "அதோ, அந்தப் பிளாஸ்டிக் கடையில் நிற்பது வேலு. வேலுவேதான். அம்மாடி, வேலுதான் எத்தனை அழகாக மாறிவிட்டான். படிய வாரிய தலை, டெரிலின் சட்டை, பாண்ட். அவன்கூட இருக்கும் பெண்... முற, முறக்கும் பட்டுப் புடவையும், தலை நிறையப் பூவும், உடல் நிறைய நகையுமாக

இருப்பதைப் பார்த்தாலே தெரிகிறதே, வேலுவுக்குக் கலியாணம் கூட ஆகி விட்டதா... எப்போது? முறைப் பெண்ணா அல்லது ஏதாவது தப்புத் தண்டா.... சே,சே, அப்படியெல்லாம் இருக்காது. அண்ணி, அண்ணி என்று உயிரை விடுபவன், சொல்லாமல் கூட கலியாணம் செய்து கொண்டிருக்கிறானே? கூப்பிட்டுக் கேட்கத்தான் போறேன். "அண்ணாவைத்தான் தினம் பாக்டரியில் பார்க்கிறாய் என்றால், அண்ணியைப் பார்க்க வரணும்னு ரெண்டு வருஷத்திலே ஒருநாள் கூடத் தோணலியா?" என்று. "என்ன வசந்த், தூங்கிப் போயிட்டாயா?" குமாரைத் தோளில் சுமந்தபடி வாசு வந்தான்.

"இங்க பாருங்களேன்... அது வேலு... நம்ம வேலுதானே... அவனைக் கூப்பிடுங்களேன். கலியாணம் ஆயிடுத்து போலிருக்கு. நம்மகிட்ட என்ன வெட்கம்?... வர வரத் தலையைக்கூடக் காட்டறதில்லை."

"வசந்தீ..." வாசுவின் குரல் கோபத்துடன் எழுந்தது. வசந்தி 'சடக்' என்று வாயை மூடிக் கொண்டாள். வாசு கோபத்துடன் வேகமாக அந்த இடத்தை விட்டு நகர்ந்தான். வசந்தி அவனை வயிற்றுச் சுமையுடன் மெல்லத் தொடர்ந்தாள். ஏன் வேலுவைப் பற்றிப் பேசி கணவனின் 'மூடைக்' கெடுத்து விட்டோம் என்று அவளுக்கு வருத்தமாக இருந்தது. வீடு திரும்பும் வரை வாசு பேசவேயில்லை.

சோர்வுடன் படுக்கையில் சாய்ந்தவள், வாசு மோட்டு வளை யைப் பார்த்தவாறு தூங்காமல் படுத்திருப்பதைப் பார்த்தாள். வசந்திக்கு சங்கடமாக இருந்தது. மெல்லத் தயக்கத்துடன் தன் கையை அவன் மார்பில் போட்டாள். திடுக்கிட்டுத் திரும்பினான் வாசு. "ஐ ஆம் சாரி வசந்தி, தவறு உன்னுடையதில்லை, உன் மகிழ்ச்சியைக் கெடுத்து விட்டேன்." நீண்ட பெருமூச்சுடன் அவன் மனம் நான்காண்டுகளுக்கு முன் தாவியது.

**வா**சு ஸ்கூட்டரை ஆல் இந்தியா ரேடியோவின் எதிரில் நிறுத்தினான். பல நாட்களுக்குப்பின் நண்பன் நாகராஜன் வீட்டில் நல்ல சாப்பாடு சாப்பிட்டது உடம்பில் ஒரு மத மதப்பை ஏற்றியிருந்தது. மார்கழி மாதத்துப் பனிச்சாரல் அந்த இரவு வேளையில் அவன் அணிந்திருந்த ஸ்வெட்டரையும் மீறி உடலில் ஊசியாய்த் தைத்தது. குளிர்கூட ஒரு விதத்தில் இன்பமாகத்தான் இருந்தது. ஏனென்றால் வெளிக்குளிரையும் மீறி, அவன் உடல் முழுவதும் வஸந்தாவைப் பற்றிய இன்பக் கனவுகளின் கதகதப்பே நிறைந்திருந்தது. அவளைப் பிரிந்து ஒன்றல்ல இரண்டல்ல, ஐந்து மாதங்கள் ஓடிவிட்டன. நாளை மறுநாள் குழந்தையுடன் வருபவள் "நானே பாப்பாவைப் போல மொழுக் மொழுக் என்றாகி இருக்கிறேன்"

என்று எழுதி அவன் ஆசையை வேறு தூண்டியிருந்தாள்.

காந்தி சிலையின் பின்புறம், வண்ண ஒளிக் கற்றைகளைப் பரப்பியவாறு எழுந்த நீரூற்றுக்களின் குளிர்ச்சி மனத்தில் கிளர்ச்சியை உண்டு பண்ணியது. நடுவயதுப் பெண்ணொருத்தி கணவனிடம், அவர் கையாலாகாத தனத்தையும், அவரம்மாவின் ஊரை வித்துத் தலைப்பில் முடியும் சாமர்த்தியத்தையும் விளாசிக் கொண்டிருந்தாள். அவர்களது மூன்று குழந்தைகளும் சாட், பூட், த்ரீ என்று கை தட்டி விளையாடிக் கொண்டிருந் தனர். இந்த அழகில், இனிமைச் சூழலில் கூட, வீட்டுத் தொந்தரவுகளைச் சிறிது நேரம் மறக்க முடியாமல் உழலும் அந்தப் பெண்ணைப் பார்த்துப் பரிதாபப்பட்டவாறு, வாசு அங்கிருந்த மேடை ஒன்றில் அமர்ந்தான்.

“அவன் குடும்பம் இப்படி இருக்காது. அதில் இளமையும், புதுமையும் என்றுமே மாறாது. அலுப்பும், சலிப்பும் நுழையவே முடியாது."

"சார், சார். சாப்பிட்டு நாலு நாளாச்சு சார், குளிரு தாங்கவே முடியல்லை சார். வெளியூர் சார், எஸ்.எஸ்.எல்.சி. பெயில் ஸார். சார்.. சார்" நொடிக்கு நாலு சாரி 'டும் அந்தப் பரிதாபமான குரல் வாசுவை சடாரெனக் கனவுலகிலிருந்து பிரித்து இழுத்து வந்தது. திடுக்கிட்டுத் திரும்பினான் அவன்.

குரலுக்கு உரியவனுக்குப் பதினாலு அல்லது பதினைந்து வயதிருக்கும். தார், தாராகக் கிழிந்த அரை நிஜார் இடுப்பில் அழுக்குச் சணல் நூலால் இழுத்துக் கட்டப்பட்டிருந்தது. மேலே சட்டையில்லை. மார்பின் குறுக்காகக் கைகளைக் கட்டிக் கொண்டு அவன் குளிரில் நடுங்கிக் கொண்டிருந்தான். எண் ணெய்யே காணாத பரட்டைத் தலை, திட்டுத் திட்டாக அழுக்குப் படிந்த முகம். அவன் உண்மை யிலேயே நாலு நாளாகப் பட்டினி எனப் பறை சாற்றும் முதுகுடன் ஒட்டிய வயிறு. வாசுவின் பார்வையில் தோன்றிய இரக்க உணர்வை மறைக்க முடியவில்லை.

"திருநெல்வேலிப் பக்கம் ஐயா, சேரன்மாதேவி. ஊரிலிருந்து வரும் போது மேல் சட்டை போட்டுத்தான்யா வந்தேன். நேற்று இங்ஙனேதான் செம்படவப் பசங்க அடிச்சுப் பறிச்சுட்டான்க."

"உம் பெயரென்னப்பா?"

"வடிவேலு சார், வேலுன்னு கூப்பிடுவாக."

"திருநெல்வேலியிலேருந்து இங்கே எப்படி வந்தே?"

அந்தப் பையன் 'ஓ'வென்று அழ ஆரம்பித்துவிட்டான். “சித்தி அடி, உதை பொறுக்க முடியலை ஸார். எரியற கொள்ளியால சூடு

போட்டுட்டாக. பட்டணத்துக்கு வந்தா பிழைக்கலாம்னு நெனைச்சேன். இங்கன வந்தப்புறம்தான்ல புரியுது, கெட்டும் பட்டணம் சேர்னு ஏன் சொன்னாங்கன்னு."

வழக்கமான கதைதான் என்றாலும், வாசு நெகிழ்ந்து விட்டான்.

வாசு இப்போது ஸ்கூட்டரை நோக்கித் திரும்பி நடந்தான். அந்தப் பையனும் அவனைத் தொடர்ந்தான். "எம் வயசுப் பையன்க என்ன அக்ரமம் செய்யறாங்க சார். இங்ஙன வந்தன்னைக்கே எக்மோரு ஸ்டேஷன்லே ஒரு பையன் பேச்சுக் கொடுத்துக்கிட்டே பெட்டியைப் பறிச்சிட்டுப் போயிட்டான். நேத்தைக்கு சட்டையுமில்லே கழட்டிட்டுப் போயிட்டாங்க?" என்று அவன் வியந்து நின்றபோது, வாசுதேவன் கண்ணில் துளிர்த்த கண்ணீரைக் கஷ்டப்பட்டு அடக்கிக் கொண்டான். மனித மனத்தின், அதைச் சுற்றியுள்ள உலகின் அழகுகளை மட்டுமே ரசிக்கக் கற்றிருந்த அவனுக்கு நிதர்சன உலகின் விகாரங்கள் வலியைத் தந்தன.

வழியில் இருந்த 'ட்ரைவ் – இன்' ஹோட்டல் மூடும் நேரமாகி இருந்தது. வாசுதேவன் பர்ஸிலிருந்து இரண்டு ரூபாய் நோட் டொன்றை எடுத்தான். "தம்பி ஹோட்டல் மூடுறத்துக்குள்ளே சீக்கிரமாப் போயி, ஏதாவது சாப்பிட்டுட்டு வந்துடு."

பையன் தயங்கினான். "சட்டையில்லாம உள்ளே போனால் விட மாட்டான் இல்லையா? நீ இரு இங்கேயே , நான் வாங்கி வரேன்." ஹோட்டலில் வயிறு நிரம்பும்படியான அயிட்டங்கள் எதுவும் இல்லை. கிடைத்ததை வாங்கி வந்தான். ஆவலுடன் அந்தப் பையன் சாப்பிடுவதை வேடிக்கைப் பார்த்தவாறு நின்றான் வாசு. 'இன்று ஒரு நாள் பஜ்ஜியும், பகோடாவும் சாப்பிட்டதால் இவன் பசி தீர்ந்து விடுமா என்ன? வாழ்நாள் முழுவதும் ஓலமிடும் வயிற்றுடன் போராட நேர்ந்தால், இவனும் பிறர் சட்டையைப் பறிக்க முயலமாட்டான் என்பது என்ன நிச்சயம்?' வாசுதேவன் சிந்தனை ஓடியது. ஒரு முடிவுக்கு வந்தவனாக, "நீ எங்கூட வீட்டுக்கு வந்துடப்பா" என்றான்.

"வேலை தர்ரீங்களா ஸார்?" பையன் கண்களை அகல விரித்தான். "எஸ்.எஸ்.எல்.சி. புத்தகம் இருக்குது ஸார்" எட்டு கோணலாக மடிக்கப் பட்ட காக்கிப் புத்தகத்தை நிஜார் பாக்கெட்டிலிருந்து வெளியே எடுத்தான்.

"அதெல்லாம் அப்புறம் பார்த்துக்கலாம். இந்தக் குளிரிலே இங்க என்ன பண்ணுவே?... எங்கூட வா... ஸ்கூட்டர்லே ஏறு."

பையன் பயத்துடன் ஏறிக் கொண்டான். வாசு ஸ்கூட்டரை ஸ்டார்ட்

செய்தான். பத்தடி போனதும் திடீரென வண்டியை நிறுத்தினான். க்ளவ் பாக்ஸைத் திறந்து தனது பாக்டரி ஓவர் – ஆலை எடுத்தான். "இந்தா வேலு, இதைப் போர்த்திக்கோ. ஸ்கூட்டர் வேகமாப் போறபோது குளிர்காற்று வீசும்" திருதிருவென்று விழித்துக் கொண்டு, ஓவராலை அணியத் தெரியாமல் நின்ற வேலுவின் தோளைச் சுற்றி ஓவராலைப் போர்த்தினான். ஸ்கூட்டர் வந்த வழியில் திரும்பித் திருவல்லிக்கேணி நெடுஞ்சாலையில் சென்றது.

சிங்கராச்சாரி தெருவில் இருந்த வீட்டில் மொத்தம் மூன்று குடித்தனங்கள். தெரு ஓரமாக இருக்கும் கம்பிக் கதவை வெளி யிலிருந்தே கையை விட்டுத் திறந்து கொள்ளலாம். கதவைத் திறந்தவுடன் ஒரு முற்றம். வாசுதேவன் ஸ்கூட்டரை மெள்ளத் தூக்கி மற்ற போர்ஷன்காரர்களின் சைக்கிள்களுடன் வைத்தான். முற்றத்தில் கைப்பம்பு அருகில் ஏகப்பட்ட பாத்திரங்களைப் போட்டுத் தேய்த்துக் கொண்டிருந்தாள் முன் போர்ஷன்காரரின் பத்து வயது மகள் மீனா. "இது யார் மாமா உங்க கூட?" பாத்திரத்தை அப்படியே போட்டுவிட்டு அவனருகில் வந்து நின்றாள் மீனா. மூன்று குடும்பங்களில் எவருக்குமே வேலைக்காரி வைத்துக் கொள்ள வசதி கிடையாது. வசந்தாவும் இங்குதான் பாத்திரம் தேய்ப்பதும், துணி துவைப்பதும் வழக்கம்.

மூன்று போர்ஷனுக்கும் ஒரே குழாய்தான் என்றாலும் இதுவரை அனாவசிய சண்டையோ, பூசலோ இங்கு தோன்றாதது திருவல்லிக்கேணி யிலேயே பெரிய அதிசயம்.

வாசுவுடைய பொருளாதார மட்டத்திற்கு ஸ்கூட்டர் அதிகம்தான். இந்த வருட ஆரம்பத்தில் அவன் மேலதிகாரி, "உன்னைப் போல மிஷின்ல வேலை செய்யறவங்களுக்கு 'ஹெல்த்' ரொம்ப முக்கியம்பா. தினம் கார்த்தாலே குளிர், மழையில்லாம திருவல்லிக்கேணியிலிருந்து சைக்கிள்ளே வந்தா உடம்பு தாங்காது. ஒண்ணு ஜாகையை இந்தப் பக்கம் மாத்திக்க, இல்ல, ஸ்கூட்டர் லோன் போட்டுவிடு" என்றார். வீட்டை மாற்றிவிடலாம் என்றுதான் அவன் நினைத்தான். ஆனால், எழுபது ரூபாய்க்கு அதைப்போல இடம் வேறெங்கும் கிடைக்கவில்லை. வசந்தா வேறு "அந்தப் பக்கங்கள்ளே போனா இந்த மாதிரி மனுஷா கிடைக்கமாட்டா, ஸ்கூட்டரே வாங்கிக்கோங்கோ" என்றாள். ஸ்கூட்டர் லோன், வீட்டு வாடகை, பெட்ரோல் என்று போக மீதத்தில் குடித்தனம் நடத்துவது உண்மையிலேயே 'மிடில் – கிளாஸ்' வாழ்வுதான்,

"மாமா, யாரு மாமா இது?" மீனா சிந்தனையைக் கலைத்தாள்.

"தெரிஞ்ச பையன்... மா."

"சட்டைகூட இல்லாம...?" பெரிய கண்களை அகல விரித்தாள்

சந்தேகத்துடன்.

"அதுதாம்மா நான் அழைச்சிண்டு வந்தேன். பீச்சிலே பொல்லாத பசங்க அவன் சட்டையைக்கூடப் பிடுங்கிண்டுட்டாளாம். நாளன்னிக்கு மாமி வரா தெரியுமா?" என்று பேச்சை ஜாக்கிரதையாகத் திசை மாற்றினான்.

"ஓ .. தெரியுமே. குமார் பாப்பாக்கூட வரானே. அம்மா சொன்னா, பாப்பா இப்ப என்னை மூஞ்சு பார்த்துச் சிரிக்குமாம். ங்கா சொல்லுமாம்."

"ஆமாமாம். வாப்பா வேலு" வேலுவைத் தள்ளாத குறையாக மேலே ஏற்றிச் சென்றான். மீனா அசுவாரசியமாக வேலையைத் தொடர்ந்தாள்.

மாடிப்படி முடியுமிடத்தில் ஆறடிக்கு நாலடி லாண்டிங். அதில் பூட்டியிருந்த கதவை வாசு திறந்தான். வேலு அவனுக்குப் பின்னால் பேந்தப் பேந்த விழித்தபடி நின்றிருந்தான். வாசுதேவனின் ஓவரால் அவன் தோளில் வேடிக்கையாகத் தொங்கியது.

வாசு, காலர் கிழிய ஆரம்பித்திருந்த ஒரு டெரிகாட் சட்டையை வெளியே எடுத்தான். காலரைத் திருப்பி வைத்துத் தைத்தால் இன்னும் ஒரு வருடமாவது போடலாம். சே சே. ஒரு ஜீவன் குளிரால் கஷ்டப்படும் போது இப்படிக் கணக்குப் பார்ப்பது தவறு... பாவம்... இந்தக் குளிரில் வெறும் தரையில் எப்படிப் படுப்பான்? வீட்டில் இருந்த இரண்டு ஜமுக்காளத்தில் ஒன்று வசந்தி ஊருக்குப் போகும் போது போய்விட்டது. வரவேற்பறை, படுக்கை அறை எல்லாமாக இருந்த ஒரே ரூமைத் தாண்டி சமையலறைக்கு வந்தான். வசந்தி ஊருக்குக் கிளம்பு முன் சாமான்களை எல்லாம் துடைத்தாற் போல் தீர்த்து விட்டுப் போயிருந்தாள். அரிசி சாக்கு மூலையில் உதறி மடித்து வைக்கப்பட்டிருந்தது. அந்தச் சாக்கை எடுத்தான். "இந்தாப்பா. இதைப் படுத்துக்க விரிச்சுக்கோ. சட்டையைப் போட்டுண்டே தூங்கு." வசந்தி ஒதுங்கும் நாட்களில் வைத்துக் கொள்ளும் பிளாஸ்டிக் உறை தைத்த தலைகாணி கண்ணில் பட்டது. "இந்தா இதைத் தலைக்கு வச்சுக்கோ' அதையும் வேலுவிடம் கொடுத்தான்.

வேலு கதவுக்கு வெளியில் 'லாண்டிங்கில்' படுத்துக் கொள்வதைப் பார்த்துவிட்டு, கதவை மூடிக் கொண்டு உள்ளே வந்தான். தூக்கம் வரவில்லை. புரண்டு படுத்தான். உள்ளேயே வந்து படுத்துக்கச் சொல்லலாம். ஆனால், இந்தக் காலத்தில் யாரையும் நம்ப முடிவதில்லை. கொஞ்ச நேர யோசனைக்குப் பின் கதவைத் திறந்து கொண்டு எட்டிப் பார்த்தான். சாக்கையே பையாக மாற்றிக் கொண்டு வேலு அதனுள் சுருண்டு பூனை மாதிரி உறங்குவது தெரிந்தது. வாசு நிம்மதியாகக்

கதவைத் தாழிட்டுக் கொண்டு படுக்கையில் வீழ்ந்தான்.

காலையில் ஆபீஸுக்குப் போகுமுன் வேலுவிடம் ஒரு ரூபாய் நோட்டொன்றைத் தந்து, "ஏதாவது சாப்பிட்டுக்கோப்பா. சாயங்காலம் நா வர ஆறு, ஆறரை ஆகும்" என்றான்.

மாலை அவன் வீடு திரும்பும்போது, பின்கட்டு அய்யங்கார் மாமி, "பையன் தேவலை. பட்டணத்துக் கவடு, சூது படியலை. மாமா வேலை பார்த்துத் தருவான்னு ஒங்க மேலே உசிரையே வச்சிருக்கான். ஆனா, நம்மளவா இல்லை போலிருக்கே..." என்று இழுத்தாள்.

"ஆனா சைவாதான். எங்கப்பாவுக்கு ரொம்ப நாளாய்ப் பழக்கம் வாசு முன் ஜாக்கிரதையாக அளந்தான்.

"உங்காத்து வேலு எனக்குக் கணக்குப் போட்டுத் தந்தான். தண்ணிகூட அடிச்சுத் தந்தான்" என்று மீனா தோழமையுடன் வேலுவைப் பார்த்துச் சிரித்தாள்.

மாமி, வசந்தி எந்த ட்ரெயினில் வருகிறாள், எத்தனை பால் வாங்க வேண்டும் போன்ற விவரங்களை விசாரித்துக் கொண்டு சென்றுவிட்டாள்.

வாசுதேவனுக்கு "அப்பாடா" என்று நிம்மதியாக இருந்தது. இந்த மாதிரி ஒண்டுக் குடித்தனங்களில் புது ஆட்களை ஏற்றுக் கொள்வது ரொம்பக் கஷ்டம். வேலு என்ன ஜாதியோ தெரியாது. ஆனாலும் அவன் சாமர்த்தியம், பரீட்சையில் பாஸ் செய்து விட்டான். இனிமேல் ஒரே கவலை, வசந்திதான். கைக்குழந்தையையும் வைத்துக் கொண்டு இருப்பதற்கே கஷ்ட ஜீவனமாக உள்ள நிலையில், எவனோ ஊர், பேர் தெரியாதவனுக்கும் சமைத்துப் போடு என்றால் எப்படி எடுத்துக் கொளவாமளா

வேலுவை அழைத்துக் கொண்டுதான் எக்மோர் ஸ்டேஷ னுக்குப் போனான். வசந்தி ட்ரெயினிலிருந்து இறங்கியதுமே, "இது யார் புதுசா?" என்று கேட்டாள். "அப்புறம் சொல்றேன். நம்மாத்துலேதான் இருக்கான். வடிவேலுன்னு பேர்" என்று வாசு சொன்னவுடன், "இந்தாப்பா வடிவேலு , இவனைக் கொஞ்சம் புடிச்சுக்கறியா?" என்று பழகியவள் போல் சுவா தீனமாகக் குழந்தையை வேலுவின் கையில் திணித்துவிட்டு, சாமான்களைக் கணக்குப் பார்க்கத் துவங்கினாள்.

மீனாவுடைய அம்மாவும், பின்கட்டு மாமியுமாக வசந்தியை யும், குழந்தையையும் ஆரத்தி சுற்றி வரவேற்றதுடன், அவள் கூடவே மாடிக்கும் வந்துவிட்டார்கள். குழந்தை குமார் கை கையாக மாறினான். இரண்டு வீட்டு வரும்படியும் பெற்றுக் கொண்டான். வசந்தி பெட்டியைத்

திறந்து பிறந்தகத்துப் பட்சணங்களைப் பட்டுவாடா செய்தாள். கதவுக்கு வெளியே நின்று வேடிக்கைப் பார்த்துக் கொண்டிருந்த வேலுவுக்கும் அளித்தாள். வீட்டு மனிதர்கள் சாப்பிட்டானதும், மீனாவின் அம்மா முற்றத்தில் ஒரு இலையைப் போட்டு, "வாப்பா வேலு" என்று அன்புடன் பரிமாறினாள். சாப்பிட்டானதும், வேலு தண்ணீர் அடித்துத்தர, மீனாவும் வசந்தியும் பாத்திரங்களைக் கழுவினர். பிள்ளைப் பேறில்லாத பின் கட்டு மாமி குழந்தையை மடியில் வைத்துச் சீராட்டினாள்.

வசந்தி வந்து ஐந்து மணி நேரமாகியும், வாசுவுக்கென அவள் கிடைக்கும் போது முள் பதினொன்றைத் தாண்டி விட்டது. அவனே குழந்தையாக மாறி அவள் மடியில் புரண்ட போதும் சரி, ஐந்து மாதத் தாபம் அடங்காத வெறியாகப் பெருக்கெடுத்த போதும் சரி, வெளியே இருக்கும் பிரகிருதியின் ஞாபகம் இருவருக்கும் வரவில்லை. வாசு களைப்புடன் கண் அயர ஆரம்பித்த போதுதான், வசந்தி வேலுவைப் பற்றிக் கேட்டாள். வாசு அவன் கதையை விவரித்தான். "ஐயோ, பாவம். நம்மாலானதைச் செய்வோம். வேலை பார்த்துக்கற வரையிலும் இங்கியே இருக்கட்டுமே' என்ற ஒப்புதலுடன் சொன்னாள். வாசுதேவனின் நல்ல இதயத்துக்கேற்ற தங்க மனம் படைத்த மனைவி.

மறுநாள் – வாசு ஆபீசிலிருந்து திரும்பும் போது, வேலு மூலையில் முடங்கிப் படுத்திருந்தான். "மாமா, வேலுவுக்கு ரொம்ப சுரம்" என்று மீனா செய்தி பரப்பினாள். வெறும் உடம்புடன் கடற்கரையில் அலையும் போதே எதிர்பார்த்திருக்க வேண்டிய ஒன்று. வாசு சாரிடான் மாத்திரைகள் வாங்கி வந்தான். மீனாவின் அம்மா மிளகுக் கஷாயம் வைத்துத் தந்தாள்.

இரண்டு நாளாகியும் சாதாரணக் குளிர் ஜுரம் என்று நினைத்தது விடவே இல்லை. "இன்று கஞ்சி கூடச் சாப்பிடலை. டாக்டரிடம் அழைச்சிண்டு போய்க் காட்டுங்கோ, நேக்குப் பயமாக இருக்கிறது" என்று முறையிட்டாள் வசந்தி.

வாசு அவளைப் பரிதாபமாகப் பார்த்தான். "இன்னிக்கே தேதி இருபத்திரண்டு. எங்கிட்ட இருக்கறதே பத்து ரூபாய்தான். ஆபீஸுக்குப் போக மட்டும் என்றாலும், ஸ்கூட்டர் பெட்ரோலுக்கே மாதக் கடைசிலே கடன்தான் வாங்கணும். வி.ம். தெரு டாக்டரிடம் போனால் அஞ்சு ரூபாய்க்குக் குறையாம கறந்து விடுவாரே?"

வசந்தி ஒரு நிமிடம் யோசித்தாள். "பரவாயில்லைன்னா. குழந்தைக்கு வந்த பணத்தில் பத்து ரூபாய் தரேன்" என்று ஒரு பத்து ரூபாயை வைத்துக் கொண்டு, பாக்கியை அவனிடம் தந்தாள்.

வேலுவால் எழுந்திருக்கக்கூட முடியவில்லை. தன் போர்வையால் அவனைப் போர்த்தி, மேலே சாய்த்துக் கொண்டு மாடிப்படியில் இறங்குவதற்குள் வாசுவுக்குப் போதும் போதும் என்றாகிவிட்டது. அடுத்த தெருவில் இருக்கும் டாக்டர் வீட்டுக்குக்கூட ரிக்ஷாவை வைத்துத்தான் அழைத்துப் போக வேண்டியதாயிற்று.

வேலுவைப் பரிசோதித்த டாக்டர் உதட்டைப் பிதுக்கினார். "ரத்தம் எடுத்துப் பார்க்கணும். நாலு நாளாக சுரம் இறங்காததால் டைபாய்டாக இருக்கும் என்று தோன்றுகிறது. குளிரில் 'எக்ஸ்போஸ்' ஆகியிருக்கிறான் என்று நினைக்கிறேன். 'லங் கன்ஜெஸ்ஷன்' வேறு. உங்க உறவுப் பையனா சார்...? பேசாம ஆஸ்பத்திரியில் சேர்த்துவிட்டு, அவன் அப்பா, அம்மாவுக்குத் தெரிவித்து விடுங்கள்" என்று ராயப்பேட்டை ஆஸ்பத்திரியில் சேர்க்கச் சீட்டெழுதித் தந்தார்.

வேலுவை ரிக்ஷாவிலேயே உட்கார வைத்துவிட்டு வசந்தியைக் கலந்து ஆலோசித்தான் வாசு. "பின்னாத்து மாமி தந்த பத்து ரூபாயையும் வச்சுக்கோங்கோ. டாக்சி வைச்சுண்டு போங்கோ" என்று அவள் அவசரப்படுத்தினாள்.

வேலுவை ஆஸ்பத்திரியில் அட்மிட் செய்து, டாக்ஸி, மருந்து என்று பதினைந்து ரூபாய்க்கு மேல் செலவு செய்து விட்டு, இரவு பத்து மணிக்குப் பசியுடனும், ஆயாசத்துடனும் வீடு திரும்பிய வாசுவிற்கு, வசந்தி கேட்கும் கேள்விகளுக்குப் பதில் சொல்லும் பொறுமை கொஞ்சமும் இல்லை. 'வள்' என்று விழுந்தான்.

"மத்யானம் குமாரை மீனா வீட்டில் விட்டுவிட்டு ஆஸ்பத்திரிக்குப் போய் வேலுவைப் பார்த்துட்டு வந்தேன். இன்னும் சுரம் இறங்கவே இல்லை. டைபாய்ட் அண்ட் ப்ராங்கைடீஸ் என்று நர்ஸ் சொன்னாள். நீங்க ஏன் அண்ணி இங்கெல்லாம் வந்தீங்கன்னு 'ஓ'ன்னு அழுதுட்டான்... பாவம்" என்று வாசு ஆபீசிலிருந்து வரும் போதே வசந்தி சொன்னாள்.

வாசுவின் கோபம் தலைக்கேறியது. "கைக்குழந்தைக்காரி, என்னைக் கேட்காமல் தனியா ஆஸ்பத்திரிக்கெல்லாம் ஏன் போனே?" என்று உறுமினான்.

அவனை வியப்புடன் பார்த்தாள் வசந்தி. "நன்னாயிருக்கு நீங்க பேசறது... இத்தனை ஜுரத்தோட ஆஸ்பத்திரியில் சேர்த்துவிட்டு போய்ப் பார்க்காம இருக்க மனசு கேட்குமா என்ன? நான் இன்னிக்குப் போனதே எவ்வளவோ நல்லதாப் போச்சு. நாளைக்குத் தொத்து நோய்ப் பிரிவுக்கு மாத்தினப்புறம் பார்க்கக்கூட முடியாதாம். வெளியிலேந்துதான் விசாரிச்சுட்டு வரணுமாம்."

வாசு அவளை விழித்துப் பார்த்துவிட்டு அறையினுள் நுழைந்தான்.

வேலு ஆஸ்பத்திரியிலிருந்து திரும்பியதும் அவனுக்குத் தலை முழுகிவிடுவது என்று அவன் எப்போதோ முடிவு செய்து விட்டான். 'இந்தப் பொறுப்பெல்லாம் நம்மாலாகாது.'

வசந்தியின் நச்சரிப்பை அடக்கினாலும், மனத்தின் குறு குறுப்பை ஒரேயடியாகத் துடைக்க முடியவில்லை அவனால். ஞாயிற்றுக் கிழமையன்று இரண்டு பாக்கெட் பிஸ்கட்டை நர்ஸ் மூலமாக அனுப்பிவிட்டு விசாரித்து விட்டுத்தான் வந்தான்.

நான்கு நாள் கழித்து வேலு டிஸ்சார்ஜ் ஆனதும், டாக்சி வைத்து வீட்டுக்கு அழைத்து வந்தான். டாக்டர் எழுதித் தந்த மருந்து, டானிக் வகையறாக்கள் மட்டும் முப்பத்து மூன்று ரூபாய், நாற்பது பைசா ஆயிற்று.

வசந்தி பரிந்து, பரிந்து செய்த சிசுருஷையிலும், டானிக்குகளின் பலத்திலும், உடம்பு தேறியதும், வேலு "எத்தனை நாள் உங்களுக்குப் பாரமா உக்காந்திருக்கிறது? எங்கினாலும் ஒரு வேலை கண்டு தந்திடுங்க, அண்ணாச்சி" என்றான். அப்போதுதான் வாசுதேவன் அவன் எஸ். எஸ். எல்.ஸி. புத்தகத்தைப் பிரித்துப் பார்த்தான். ஆங்கிலத்தில் பெயில் என்றாலும் மற்ற ஸப்ஜெக்டுகளில் ஐம்பது, அறுபது என்று மார்க் வாங்கியிருந்தான். "அட இதென்ன, இந்தப் புத்தகத்தின்படி இவனுக்குப் பதினெட்டு வயது, மூணு மாதம் ஆகிறதே? பார்த்தால் பதினைந்து கூடச் சொல்ல முடியாதே?"

"யாரு சார், பிறந்த தேதியெல்லாம் கண்டாங்க? அப்பாரு கைநாட்டு. மணியக்காரர் தானாக ஏதாவது எழுதித் தந்திருப்பார்" என்றான் வேலு.

உண்மையில் அவனுக்கு வயது பதினெட்டோ, இல்லை, அதற்கும் குறைவோ, பாக்டரி ஆக்டின்படி இனி அவனுக்கு வேலை கிடைக்கும்.

வாசு வேலை செய்த கம்பெனி மேலதிகாரிகள் அனை வருக்கும் அவன் மீது மிகவும் அன்புண்டு. அதுவும் சீப் இன்ஜினியர் அவன் வேலைத்திறம், நாணயம் இவற்றை மிகவும் மதித்தார். முதல் முறையாக வாசு அவரை உதவி கேட்டவுடன் அவர் மறுக்கவில்லை . வேலுவைக் 'கேஷுவலாக' எடுத்துக் கொள்வதாக வாக்களித்தார். "கேஷுவல்னா ஆறு மாதத்துக்கப்புறம் அனுப்பி விடுவீங்களே, சார்?" என்று முறை யிட்டான் வாசு. "அந்தப் பையன் ஆறுமாசம் ஒழுங்கா வேலை செய்யட்டும். நான் 'ஆப்ரேடர் ட்ரெயினீ'யாகக் கட்டாயம் எடுத்துக் கொள்கிறேன்" என்றான் அவர்.

வாசு அந்த மாதச் சம்பளத்தில் வேலுவுக்குக் காக்கி ட்ரில் பாண்ட்

ஒன்றும், வெள்ளைச் சட்டை ஒன்றும் வாங்கினான். தன் பழைய பாண்ட் ஒன்றையும், சட்டை ஒன்றையும் 'ஆல்டர்' செய்தான். பாக்டரி வேலைக்கு 'ஷூ' கட்டாயமாயிற்றே? ஷூ விற்கும் விலையில் புதிதாக எப்படி வாங்குவது? ஏற்கனவே, மளிகைச் சாமான் வாங்கியது போகச் சம்பளம் முழுவதும் 'அவுட்'. வாழ்வில் முதன் முறையாக வேலுவிற்கெனப் பத்து ரூபாய் கடன் வாங்கி, பைகிராப்ட்ஸ் தெரு, மஸ்தானிடம் பழைய ஷூ ஒன்றும் வாங்கினான்.

அன்று வேலு வேலைக்குப் போகிறான். புது சட்டை, பாண்ட், ஷூ சகிதம் வாசுவுடன் காலை ஏழு மணிக்குக் கிளம்பினான். மீனாவுடைய அம்மா குங்குமம், விபூதி பிரசாதம் தந்து, "மாமா மாதிரி நல்ல பேரெடுக்கணும்" என்று ஆசீர்வதித்தாள். "பார்த்தசாரதிப் பெருமாளைச் சேவிச்சிண்டு போங்கோ" என்று பின்கட்டு மாமி வாசல் வரை வந்து சொன்னாள். வசந்தி மடியிலிருந்து குமார் "டா டா" காட்ட, வேலு வாசுவின் ஸ்கூட்டர் 'பில்லியனில்' ஏறி உட்கார்ந்தான்.

சனிக்கிழமை சம்பளம் வாங்கியதும் அதை அப்படியே வாசுவிடம் அளித்து விட்டான் வேலு. கைச்செலவுக்குக் கூட வசந்தியைக் கேட்டுத்தான் வாங்கிக் கொண்டான். ரத்த பந்தத்தையும் மீறிய ஒரு பாசப்பிணைப்பை மூவருமே உணர்ந்தார்கள். குமாரின் ஆண்டு நிறைவன்று தன்னுடைய சேமிப்பு அனைத்தையும் சேர்த்துக் குழந்தைக்கு அரைப் பவுனில் மோதிரம் செய்து விட்டான்.

ஆறு மாத காலத்தில் வேலையிலும் நல்ல பெயர் எடுத்து பர்மனென்ட் போஸ்டிங்கும் பெற்று விட்டான். "நீ தான் இப்ப கை நிறைய சம்பாதிக்கறயே. சௌகரியமாய் ஒரு இடம் பார்த்துண்டு இரேன். இத்துனூண்டு மாடி லாண்டிங்லே' எத்தனை நாள் திண்டாடுவாய்?" என்று ஒரு நாள் வாசு பேச்சோடு பேச்சாகச் சொன்னான். "அண்ணாச்சி, நா இங்கணே இருக்கறது பிடிக்கலலைன்னா வெளிப்படையாச் சொல்லிடுங்க. உங்களையும், அண்ணியையும் விட்டுட்டுப் போகணும்னாத் திரும்பப் பீச்சிலே போய் மணலிலேயே படுத்திடறேன்" என்று அவன் கண்ணீர் மல்கச் சொன்னான். "வேலு, உனக்குக் கல்யாணமாகி, நானும் ஓம் பெண்டாட்டியும் ஓரகத்திச் சண்டை போடறவரை நீ இங்கேயே இரு. எங்கயும் போக வேண்டாம்" என்று வசந்தி சிரித்தாள்.

விதிபோட்ட கணக்கே வேறுவிதமாக இருந்தது. ஒரு நாள், ஆபீஸ் நேரம் முடிந்த பிறகு, தலைமை இன்ஜினீயர் வாசுவையும், வேலுவையும் தன் அறைக்கு அழைத்தார். இரட்டை 'இன்க்ரிமென்ட்' பெற்றிருந்த வாசுதேவனைப் பாராட்டினார். பொதுவாக ஐந்து நிமிஷம்

பேசிக் கொண்டிருந்த பிறகு விஷயத்துக்கு வந்தார். "வாசுதேவன், உனக்குத் தெரியும், கம்பெனியின் தற்போதைய நிலைமை. எப்போது குறைந்தபட்ச போனஸைக் கட்டாயமாக அளித்துவிட்டு, பாக்கியை உற்பத்தித் திறனுடன் பிணைப்பது என்ற முடிவை நிர்வாகத்தார் எடுத்தார்களோ, அன்றே தொழிலாளர்களுக்கு ஒரு கசப்பும், தங்களை எக்ஸ்ப்ளாயிட்' செய்கிறார்கள் என்ற எண்ணமும் வந்துவிட்டது. அதுவும் உன்னைப்போல் 'எபிஷியன்ட்' ஆபரேடர்கள் சிலருக்கு இந்த முறை இரட்டை இன்க்ரிமென்ட் தரப்படவும் அவர்கள் ஆத்திரம் பன்மடங்காகப் பெருகி உள்ளது. நேற்று ஆபீஸ் நேரத்திற்குப் பிறகு 'இன்டஸ்ட்ரியல் இன்ஜினீயரை' அவர் நேரக் கணக்கெடுப்பு சரி யில்லை என்று மிரட்டி இருக்கிறார்கள். அவர் புள்ளி விவரங்களை எடுத்துக் காட்டி விவரிக்கவும், மெஷின் ஆபரேட்டர்களில் சிலர்தான் நிர்வாகத்தாருடன் சேர்ந்து தங்களை வஞ்சிக்கிறார்கள் என்று கூப்பாடிட்டு இருக்கிறார்கள்.

"அது எப்படி ஸார், 'மெஷின் ஆபரேட்டர்கள்' மாத்திரம் தொழிலாளி இல்லையா, எங்களுக்கு போனசில்' ஆசை யில்லையா? நாங்களும் யூனியன் காடிகரிதானே?"

"நீ சொல்வது உண்மைதான். ஆனால், மாதச் சம்பளம் வாங்குகிறவர்கள் எல்லோருமே நிர்வாகத்தின் கருங்காலிகள் என்று எண்ணுகிறார்கள். மேலைநாடாக இருந்தால் தொழிற் சங்கமே தங்கள் 'இன்டஸ்ட்ரியல் டீமை' அழைத்து வந்து எங்கள் கணக்கெடுப்பு சரியா, தவறா என்று பார்ப்பார்கள். இங்கு விஷயமே வேறு. இங்கு கிளப்பிவிடத்தான் ஆட்கள் உண்டே தவிர, வழிகாட்ட இல்லை. வெளியில் சிவப்புக் கொடி நட்டாகிவிட்டது. தினம் சாயந்திரம் கேட் மீட்டிங் வேறு..." அனுபவமிக்க அந்தப் பொறியாளர் பெருமூச்சு விட்டார்.

"இதையெல்லாம் உங்ககிட்ட ஏன் சொல்கிறேன் என்றால், வாசுதேவன், நீ ஒரு 'ஸ்கேப்கோட்' ஆக அதிக நாளாகாது. பாவம் ஒரு இடம் என்றாலும் பழி உன்னைப் போன்றவங்க மேல் வர இருக்கிறது. நீ தம்பி மாதிரி வைத்திருக்கிற வடிவேலு மேலேயும் சந்தேகத்தைக் கிளப்பும் . "சொந்த ஜாதியா, ஜனமா உன்னோட அவனுக்கென்ன வேலை"ங்கற மாதிரிப் பேச்சு. பராபரியாக் காதில் விழுந்தது. பையனும் வேலையில் சுட்டி.... ஒரு நாள் அவனை அடிச்சு, உதச்சு மிரட்டுவான்க. ஏன் அப்பா இந்த வீண் வம்பெல்லாம்? பேசாம அவனை தொழிற்சாலைப் பக்கம் ஏதாவது ரூம் பார்த்து வச்சிடு. வந்துப் போகப் பார்த்துக்குங்க. 'ஸ்கூட்டர் சவாரிக்கு ஆசைப்பட்டுச் சொல்லிக் கொடுத்தான்'ங்கற மாதிரிப் பேச்சு வேண்டாம்."

அவர் சொல்வதிலுள்ள உண்மை புரிந்த போதிலும் வாசுவும், வேலுவும்

கனத்த மனத்துடனேயே அறையை விட்டு வெளியேறினார்கள். வடிவேலுவைச் சமாதானப்படுத்துவது அவ்வளவு சுலபமாக இல்லை .

ஆலந்தூர் மார்க்கெட் அருகில் பெரும்பாலும் தொழிலாளர்களே வசிக்கும் பகுதியில், எட்டுக்குப் பத்து அறை. பத்து குடித்தனங்களுக்குப் பொதுவாக இரண்டு குளியலறை . கக்கூஸ். வேலுவின் ரூம் மேட்கள் அற்புத ராசுவும், ஏழுமலையும் முப்பதை நெருங்குபவர்கள். இருவருமே கிண்டி தொழிற் பேட்டையில் ஒரு பாட்டரி தயாரிக்கும் கம்பெனியில் வேலை செய்கிறார்கள்.

'தம்பிக்கு உலகமே தெரியாது. ஏதும் தப்புத்தண்டாவுக்குப் போகாம பார்த்துக்குங்க. உடம்பு சரியில்லைன்னா எனக்கு பாக்டரிக்கு ஒரு வார்த்தை தெரிவிச்சுடுங்க." வாசு சொன்னான்.

"கவலைப்படாதே சாரு. பையனுக்கு வேளைக்கு புட்டிலே பால் கலந்து ஊத்தறம்' என்று அற்புத ராசு சிரிப்புடன் சொன்னதும் வாசுவிற்கு வெட்கமாகி விட்டது.

டாண் என்று சனிக்கிழமை மாலை வேலு திருவல்லிக் கேணிக்கு வந்துவிட்டான். கையில் பெரிய பை. "அண்ணி ஆலந்தூர் மார்க்கெட்டிலே அரிசி கிலோ ஒண்ணு அறுபதுதான். அஞ்சு கிலோவுக்கு மேலே எடுத்து வந்தாத்தான் புடிப்பாங்களாம். வாரம் ஒரு அஞ்சு கிலோ வாங்கியாந்துடறேன்" என்று பையை வசந்தியிடம் தந்தான். "தோட்டத்து முருங்கைக்காய் கிடைச்சுது. குமாருக்கு ராத்திரி முருங்கச்சி குழம்பு வச்சிடுங்க" என்று சுவாதீனமாக முருங்கைக்காய்களை எடுத்தான்.

"வேலூ..." வாசு கூப்பிட்டான். "இனிமே நீ மாசம் பதினைஞ்சு ரூபா வாடகை தரணும், சாப்பாட்டுச் செலவு வேறு. அரிசி, கறிகாய் என்று இங்கே வாங்கி வந்தால் எப்படிச் சமாளிப்பாய்? எங்களுக்கு நீ எப்போதும் பழைய வேலுவாய் வந்து போய்க் கொண்டிருந்தாலே போதுமப்பா, இப்படிப் பணச்செலவு பண்ணாதே" என்றான்.

வேலுவின் முகம் சுருங்கிவிட்டது. வாசுவைப் பரிதாபமாகப் பார்த்தான். "என்ன செய்யறது அண்ணாச்சி... எந்த சாமானைப் பார்த்தாலும் இது அண்ணிக்கு உபயோகமாகும், குமாருக்குப் பிடிக்கும்னுதானே தோணுது?"

இரவு சாப்பாடானதும் வேலுவின் வற்புறுத்தலுக்கு இணங்க மூவரும் 'ஸ்டார்' தியேட்டரில் இந்திப்படம் பார்த்தார்கள். இரவு மிளகாய் பஜ்ஜியைக் கடித்துக் கொண்டே வீடு திரும்பும் போது குமார், வேலுவின் தோளில் தூங்கியிருந்தான்.

மறுநாள் மாலை வேலு ரூமுக்குக் கிளம்பும்போது, ஒரு வார வரும்படியையும் அவன் ஒரே நாளில் செலவழித்து விட்டதை உணர்ந்த வாசு, அவனறியாது பத்து ரூபாய்த்தாள் ஒன்றை அவன் சட்டைப் பையில் நுழைத்து விட்டான்.

வாரந்தவறாது சனிக்கிழமையன்று வேலு எதையாவது வாங்கிக்கொண்டு வருவதும், ஞாயிறன்று பிரியா மனத்துடன் விடைபெறுவதும் வழக்கமா யிற்று. அவன் வருவதற்கு அரை மணி லேட்டானாலும், என்னமோ, ஏதோ என்று வசந்தி துளைக்க ஆரம்பித்து விடுவாள்.

தீபாவளி நெருங்கவும் தொழிற்சாலையின் சூழ்நிலை மாற ஆரம்பித்தது. தினம் மாலை 'ஷிப்ட்' முடிந்ததும் 'கேட்'டில் நட்ட சிவப்பு கொடியின் அடியில் நின்று தொழிலாளர்கள் கோஷமிட்டார்கள். காரசாரமான மீட்டிங்குகள். கரும்பலகையில் கோரிக்கைகள். வெளிச்சுவர்களில் கொட்டை எழுத்தில் "நடிகை நாராயணியின் பங்களா தொழிலாளர்கள் ரத்தத் துளிகளில் எழுந்தது." "வெப்பாட்டி ஒரு கேடா, தொழிலாளி செக்கிழுக்கும் மாடா?" "முதலாளித்துவம் ஒழிக' "தொழிலாளிகளை நசுக்காதே" என எழுதப்பட்டது. நடிகை நாராயணியைக் 'கீப்'பாக வைத்திருந்த, ஆறு குழந்தைகளின் தந்தையான டைரக்டர் பல்ராம், சின்ன வீட்டுச்செலவு மட்டுமின்றிப் பெரிய வீட்டுச் செலவையும் நாராயணிதான் தர வேண்டியிருக்கும் உண்மையை இவர்களுக்கு எப்படிச் சொல்வது என்று சிரித்துக்கொண்டார்.

ஒரு நாள் வாசு கேட்டைத் தாண்டும் போது திடுக்கிட்டுக் கவனித்தான். கூட்டத்தின் முன் நின்று கையை முஷ்டியாக்கி 'ஒழிக' கோஷமிட்டுக் கொண்டிருந்தான், வேலு. அண்ணாச்சி, அண்ணாச்சி என்று குழையும் வேலுவுக்கு இப்படி ஆக்ரோஷமாகக் கூச்சலிடக்கூடத் தெரியுமா? யூனியன் மெம்பர்கள் எவரும் தலைவர்களை எதிர்த்துக் கொண்டு மீட்டிங்கிற்கு வர மறுக்க முடியாது. ஆனால் தொழிற்சங்க கூட்டங்களில் இத்தனை முக்கியப் பங்கெடுப்பது? வாசுவிற்குக் குழப்பமாக இருந்தது.

வார முடிவில் வேலு வந்தபோது அவனையே கேட்டு விட்டான். "என்ன பண்றது அண்ணாச்சி. தலைவர் என் ரூம் மேட் அற்புதராசுவின் மச்சான், நெருங்கியவங்களை எப்படி மொறைச்சுக்கறது...?' என்று இழுத்தான். அவன் குரலில் வழக்கத்துக்கு மாறுபட்ட ஒரு பொய்மை இருந்ததாக வாசு விற்குத் தோன்றியது. "வேலு, நீ பச்சைக் குழந்தை யில்லை. நல்லது கெட்டது புரியற வயசாயிடுத்து. ஜாக்ரதையா இருப்பா. அதுக்குமேல் நான் என்ன செய்ய முடியும்?" சண்டிக் குழந்தையை அடக்க முயன்று தோற்ற தாயின் குரலாக வாசுவின் குரல் ஒலித்தது.

அந்த சனிக்கிழமை வேலு திருவல்லிக்கேணிக்கு வரவில்லை. இரவு பத்து மணிவரை காத்திருந்து விட்டுத்தான் வாசுவும், வசந்தியும் உணவருந்தினார்கள். மறுநாளும் அவன் வராததால், "வேலுவுக்கு உடம்பு சரியில்லைன்னு நினைக்கறேன். நீங்க போய்ப் பார்த்துட்டு வாங்களேன்" என்று வசந்தி தொந்தரவு செய்தாள். வாசு ஸ்கூட்டரை எடுத்துக்கொண்டு கிளம்பினான்.

வேலுவின் அறை உட்புறமிருந்து தாழிடப்பட்டிருந்தது. இரண்டு, மூன்று முறை தட்டிய பிறகுதான் உள்ளே தாழ்ப்பாள் திறக்கும் சத்தம் கேட்டது. கதவு இடைவெளி வழியாக அற்புதராசு தலையை மாத்திரம் வெளியே நீட்டினான். 'குப்'பென்ற நாற்றம் அடைபட்டிருந்த ரூமிலிருந்து வெளிக்காற்றைச் சுவாசித்து, அதில் கலந்தது. சிவந்த கண்களை உருட்டிப் புகையிலைப் பற்கள் தெரியச் சிரித்தான். "வா மச்சான் வா , ஒன் தம்பியை நல்லாப் பார்த்துக்கறமான்னு கண்டுக்கினு போக வந்தியா?" கதவைத் திறந்தவன், இடது கையிலிருந்து சீட்டைக் கீழே போட்டான். லுங்கியை ஒரு கையால் இழுத்துப் பிடித்தவாறே, இருவிரல்களுக்கிடையே தொங்கிக் கொண்டிருந்த பீடியை 'தம்' அடித்துப் புகையை வாசுதேவனின் முகத்தருகே விட்டான்.

வாசுதேவன் அருவருப்புடன் புகையைக் கையால் தள்ளிக் கொண்டு, திகைப்புடன் அறையினுள் பார்த்தான். சாமான்கள் நாலாபுறமும் இறைந்து கிடந்தன. ஒரு ப்ளேட்டில் ஈ மொய்க்கும் கருவாட்டுத் துண்டங்கள். பாதி தீர்ந்த ஒரு பாட்டில். துண்டு பீடிகள். தடுமாறிய நிலையில் அவிழ்ந்து விழும் லுங்கிகள், போதைப் பார்வையை மறைக்கும் அட்டகாசச் சிரிப்பு. அற்புத ராசு, ஏழுமலை, ஒரு குத்து மீசைக்காரன், வடிவேலு. நடுவில் பிரித்துப் போட்ட சீட்டுக் கட்டு. 'நல்லவேளை, வேலுவின் கையில் பீடித் துண்டில்லை. கண்களும் சிவப்பில்லை.' வாசுவை அவன் அங்கு எதிர்பார்க்கவில்லை என்பது அவன் பயத்துடன் சீட்டைக் கீழே போட்ட வேகத்திலிருந்தே தெரிந்தது.

வாசு கேள்வி ஏதும் கேட்கு முன்னரே "அண்ணாச்சி, நேத்திலிருந்தே உடம்பு முடியல்லை. அதான் வீட்டுக்கு வரல்லைங்க"' வேலுவின் குரல் தடுமாறியது.

"அட சும்மாயிரய்யா. கட்டின பொஞ்சாதியா என்ன, வாராவாரம் கணக்கெழுத? அவனவன் கட்டினவளுக்கே தண்ணி காட்டிட்டு ஊர் மேயறான். ஒரு வாரம் வரல்லைன்னா, ஸி.ஐ.டி. வேலை செய்ய வந்துட்டாரு. டேய் கோமாளி, ஒக்காருடா" வேலுவின் கையைப் பிடித்து இழுத்தான் மீசைக்காரன். அவன் குரல், தோரணை எல்லாமே அச்சுறுத்துவதாக இருந்தது. பத்தாண்டு காலமாக இந்தத் தொழிற்பேட்டையிலேயே ஊறி, அதன் நெளிவு, சுளிவுகளைப் புரிந்து

கொண்டிருந்த வாசுவுக்கு இந்த ஆள் இந்தப் பேட்டையின் முதல் தர ரவுடி என்று புரிந்து கொள்ள அதிக நேரமாகவில்லை .

“அண்ணாச்சி, நான் அடுத்த வாரம் வரேன்னு அண்ணிகிட்டே சொல்லுங்க.” வாசுவை வழியனுப்ப வேலு எழுந்தான்.

"கையிலே எடுடா சீட்டை. நான் சொல்லறேன். கேக்காம எழுந்துக்கினியோ, பிச்சுடுவேண்டா பிச்சு" மீசைக்காரன் வேலுவின் காலரைப் பிடித்து முரட்டுத்தனமாக இழுத்தான்.

"நீ உக்காரு வேலு. அப்புறம் பார்க்கலாம்" வாசு ஏதும் அசம்பாவிதமாக நடப்பதற்குள் கிளம்பிவிட வேண்டும் என்று அவசரமாக வெளியேறினான்.

"பார்த்தியா பாப்பார புத்தியை...? வாலைச் சுருட்டிக்கினு ஓடறான்." ஓலமாக எழுந்த அட்டகாசச் சிரிப்புடன் கதவு படாரென்று அறைந்து சாத்தப்பட்டது.

வசந்தி ஆவலுடன் காத்திருந்தாள். "வேலுவுக்கு உடம்பு சரியில்லை" என்று மாத்திரம்தான், வாசு அவளிடம் சொன்னான். "உடம்புன்னா... ஜுரமா, ஜலதோஷமா, உடம்பு சரியில்லாதவனை ஏன் தனியா விட்டுட்டு வந்தேள்? கையோட அழைச்சுண்டு வரத்துக்கென்ன?""

"வசந்தி... சும்மாத் தொணதொணன்னு கழுத்தை அறுக்காதே... கொஞ்ச நேரம் உன் திருவாயை மூடு." வாசுவின் கோபத்தைப் பார்த்ததும், வசந்தி சும்மாயிருந்து விட்டாள்.

இரவு முழுவதும் வாசு தூங்காமல் மனவேதனையுடன் சிந்தித்தான். அதிர்ந்து பேசக்கூடத் தெரியாத வேலுவை எப்படி அச்சுறுத்துகிறார்கள்? சின்னப் பையன்... இதைப் போன்ற கில்லாடிகளை எதிர்க்கும் பலமும், துணிவும் எப்படி இருக்கும்? தவறு என்னுடையதுதான்..... அற்புதராசுவைப் பற்றியும், ஏழுமலையைப் பற்றியும் அவ்வளவு விசாரித்தேனே? ம்... முள்ளுச்செடியில் பட்டுத் துணியைப் போட்டாகி விட்டது. இனி மெல்ல மெல்லத்தான் துணி கிழியாமல் விடுவிக்க வேண்டும்."

அந்த வாரம் முழுவதும் வாசுவுக்கு நைட் ஷிப்ட். வேலு விற்கு டே ஷிப்ட். தொழிற்சாலையில் இருவரும் சந்திப்பது அசாத்தியம் ஆயிற்று. வேலுவின் ரூமுக்குச் சென்று திரும்பவும் தன் சாதி சுட்டிக்காட்டப் படுவதையும் தாங்க முடியாது. வாசு தவித்துக் கொண்டிருந்தான்.

சனிக்கிழமையும் வேலுவைக் காணோம். ஞாயிறு மாலை குமாருக்கு பிஸ்கட் பொட்டலத்துடன் வந்தவன், வாசுவின் முகத்தைப் பார்க்கத் தைரியம் இல்லாதவனாக, வசந்தியிடம் மாத்திரம் பேசினான். வாசுவுக்கு

அவனைத் தட்டிக் கொடுத்து "வருந்தாதே வேலு, நான் உன்னைத் தவறாக நினைக்க வில்லை" என்று சொல்லவேணும் போல் இருந்தது...

"அண்ணி, இன்னிக்குச் சீக்கிரம் கிளம்பணும். சாப்பாட்டுக்கு இருக்க முடியாது" என்று வேலு கிளம்பத் தயாரானான்.

"என்ன வேலு இது, போன வாரம் கூட நீ வரல்லே. இந்த வாரம் கட்டாயம் பீச்சுக்குப் போகலாம்னு இருந்தேனே?" என்றாள் வசந்தி ஏமாற்றத்துடன்.

வேலு அந்த வீட்டுக்கு வந்ததிலிருந்து ஏற்பட்ட வழக்கம் இது. மாத முதல் ஞாயிற்றுக்கிழமையன்று கையில் பண மிருக்கும். ஸ்டாரிலோ , பாரகனிலோ மாலைக்காட்சி, மற்ற மூன்று வாரமும் காலாற பீச்சுக்கு நடந்து சென்று, பட்டாணிக் கடலை கொரித்துக் கொண்டே இரவு ஒன்பது மணிக்கு மேல் வீடு திரும்புவார்கள்.

வேலு ஏதோ சால்ஜாப்புச் சொல்லிவிட்டு நழுவப் பார்த்தான். வேலு தன்னுடன் பேசத் தயங்குவதைப் பார்த்த வாசு, "கிளம்பு வேலு, நானும் உன்னுடன் பஸ் ஸ்டாப் வரை வருகிறேன்" என்று கிளம்பினான். வேலு இதை எதிர்பார்க்க வில்லை. வாசு விடாப்பிடியாகக் கிளம்பினான்.

சிறிது நேரம் இருவரும் பேசாமலே நடந்தார்கள். வேலு சென்ற வார நிகழ்ச்சியைப் பற்றி மன்னிப்புக் கேட்டு வருந்துவான் என்று வாசு எதிர்பார்த்தான். அவன் வாய் திறக்கவேயில்லை. "வேலு, உன்னை இந்த ரூமிலே வைக்கிறபோது நானும் எவ்வளவோ விசாரித்து, நல்ல சகவாசம் வேணும்னு தேடித் தேடித்தான் பார்த்தேன். எங்கே என் கணக்குத் தப்பாயிடுத்துன்னுதான் புரியல்லை. நீ வருத்தப்படாதே. நான் வேற இடம் பார்த்துத் தறேன். அதுவரைக்கும் பொறுத்துக்கோப்பா" என்றான் வாசு தானாகவே.

"இதோ பாரு அண்ணாச்சி, அற்புதராசு, ஏழுமலை, நம்ம தலைவர் கனகசபை எல்லோரும் வெளியேதான் 'ரப்'பே தவிர, உள்ளே அத்தனையும் தங்கக்கட்டி. நீ அவங்க விஷயத்திலே தலையிடாதே" வேலு ஆக்ரோஷமாகக் குறுக்கிட்டான்.

வாசு திகைத்து நின்றுவிட்டான். விஷயம் அவ்வளவு தூரத்துக்கு முற்றிவிட்டதா? திருநெல்வேலித் தமிழ்தான் பட்டணத்துப் பாஷையாக மாறிவிட்டதென்றால், அண்ணன் கூடப் பன்மையிலிருந்து ஒருமைக்குத் தாழ்ந்து விட்டானோ? 'வேலு, கூடப்பொறக்காத தம்பியாக நினைச்சுண்டிருந்தே னேடா, நீ இப்படியா மாறிண்டு வரே?' நெஞ்சு டைக்கத் திரும்பினான் வாசு.

வேலு வருவது கொஞ்சம் கொஞ்சமாகக் குறைந்து மாதம் ஒரு

முறை, இரண்டு மாதத்திற்கு ஒரு முறை என ஆகியது. கல்லூரிக்குக் 'கட்' அடிக்க முடியாமல், ப்ராக்ஸி வைக்கவும் ஆளில்லாமல் கடனெழவே என அடன்டென்ஸுக்காக வரும் மாணவனைப் போன்ற விட்டேத்தியான மனோபாவம் அவனிடம் வெளிப்படையாகவே தெரிந்தது.

ஞாயிற்றுக்கிழமை. வசந்தி தலைவலி என்று சொன்னதால், வாசு மாத்திரம் குமாரைத் தூக்கிக் கொண்டு பார்த்தசாரதி கோவில் வரை சென்றிருந்தான். அவன் வீட்டுக்குள் நுழையும் போது மீனா படியில் அவசரமாக இறங்கிக் கீழே ஓடினாள்.

ஒரே வினாடிதான் என்றாலும் வாசு கவனித்துவிட்டான். அவள் முகம் அழுது சிவந்திருந்தது. 'மீனா' என்று கூப் பிட்டான். அவள் அவனைத் திரும்பிக்கூடப் பார்க்காமல் முற்றத் தைக் கடந்து ஓடிவிட்டாள். வாசுவுக்கு இது புதுமாதிரியாக இருந்தது. வாசுவை எங்கு பார்த்தாலும் 'மாமா, மாமா' என்று பேசத் தயங்காத மீனாவுக்கு இன்று என்ன வந்தது?

மேலே போனாலோ, அவனைக் கவனிக்காத மாதிரி வசந்தி சமையலறையில் தலையைக் குனிந்து கொண்டிருந்தாள். "வசந்தி, மீனா ஏன் அழுதுண்டு போறா? உன்னோட ஏதாவது தகறாரா?"

வசந்தி 'இல்லை' என்பதுபோல் தலையை அசைத்தாள். "பின்னே?"

வசந்தி பதிலேதும் பேசவில்லை. கலகலப்பாக இருக்கும் வசந்திக்கும் இன்னிக்கு என்ன சனி பிடித்தது? சாப்பாடும் இந்தக் கண்ணாமூச்சி நாடகத்திலேயே நடந்தது.

வாசு ஜமுக்காளத்தை விரித்து, விளக்கை அணைக்கவும், வசந்தி அவனருகில் வந்து அமர்ந்தாள். கொஞ்ச நேரம் ஏதோ மென்று விழுங்கியவள் 'குபீரென்று' விக்கி, அழ ஆரம்பித்து விட்டாள்.

"வசந்தி... வசந்தி, என்ன ஆச்சுன்னுதான் சொல்லேன். ஒண்ணும் சொல்லாம் இப்பிடி அழுதா என்னதான் அர்த்தம்?"

"எப்பிடிச் சொல்லறதுன்னே தெரியல்லை. இந்த வேலு இப்படி மாறுவான்னு நான் நினைக்கவே இல்லை. அழுகை தொடர்ந்தது.

"என்னதான் ஆச்சு சொல்லேன்?" வாசு பதட்டப்பட்டான்.

"நாக்கே கூசறது, போங்கோ... என்னத்தைச் சொல்றது... தூ... அசிங்கம். கூடப் பொறந்த தங்கைமாதிரிப் பழகினவன்... இப்படிக் கூடப் புத்தி கெட்டுப் போகுமா என்ன?" வசந்தி சொன்னதைக் கேட்டு வாசு திக்பிரமை பிடித்தாற்போல் ஆகிவிட்டான்.

கீழாத்து மாமியும், பின்கட்டு மாமியும் சினிமாவுக்குப் போயிருக்கிறார்கள். மீனாவுடைய அப்பா வழக்கம்போல் கதை கேட்கச் சென்றிருக்கிறார். பின்கட்டு வரதாச்சாரிக்கு மாதத்தில் பத்து நாளைக்கும் மேல் டூர்தான். 'ஏ' படமாதலால் வசந்தியிடம் மீனாவைப் பார்த்துக்கச் சொல்லி யிருந்தார்கள். மீனா முற்றத்தில் உட்கார்ந்து படித்துக் கொண்டிருந்தாள். வசந்தி வேலையில் மூழ்கியிருந்தாள்.

வீட்டுக்குள் நுழைந்த வேலு, மீனா படித்துக் கொண்டிருப்பதைப் பார்த்து அவளிடம் பேச்சுக் கொடுத்தான். தள, தளவென்ற அவள் உடம்பு, சட்டையையும் மீறிப் பிதுங்கும் இளமை எல்லாமாகச் சேர்ந்து...

'அந்தியும் சந்தியும் கூடற வேளை. லைட்டைக் கூடப் போட்டுக் கொள்ளாமல் இந்தப் பெண் தனியே என்ன பண்றது?' என்று குரல் கொடுக்க வந்த வசந்தி கீழே பேச்சுக் குரல் கேட்கவே, சந்தேகத்துடன் கீழிறங்கி வந்தாள்.

அவள் கண்ட காட்சி...

மீனாவை இறுக அணைத்து, அவள் பயத்தில் மிரண்டிருந்தபோதே எங்கெல்லாமோ ஸ்பரிச சுகம் கண்டு கொண்டிருந்தான் வேலு. "அய்யய்யோ, அங்கெல்லாம் தொடாதே வேலு, பயமாயிருக்கு விட்டுடு" என்று அவள் திமிரத் திமிர இவன் இன்னும் வெறி கொண்டு விட்டான்.

"டேய்..." என்ற ஒரே கத்தலுடன் வசந்தி படியிறங்குவதைக் கண்டவன், ஒரே பாய்ச்சலில் வெளியே ஓடிவிட்டான். மீனா வசந்தியைக் கட்டிக்கொண்டு 'ஓ' என்று அழ ஆரம்பித்துவிட்டாள். அவளை அணைத்து மாடிக்கு அழைத்து வந்து இதை ஒரு கெட்ட கனவு மாதிரி மறந்து விடு' என்று இத்தனை நேரமும் வசந்தி தைரியம் சொல்லி இருக்கிறாள்.

'மீனாவுக்கு இப்பவோ, அப்பவோன்னு அவம்மா வயத்தில் நெருப்பைக் கட்டிண்டு தவிக்கறா. இந்த மாதிரி ஆனது தெரிஞ்சா நம்பளை சும்மா விடுவாளா? மீனாவிடம் கெஞ்சிக் கேட்டுண்டேன். 'அம்மாகிட்ட எதையும் சொல்லிடாதே . இனிமே அந்தப் பயல் இங்கு வராம பார்த்துக்கறேன்'னு. அவ எங்கயானும் விவஸ்தையில்லாம அவம்மாகிட்ட சொல்லி வச்சா நாம் எந்த மூஞ்சியை வச்சிண்டு இங்க குப்பை கொட்டறது?" –

"இவன் இப்பிடி நம்ம மானத்தைக் காத்திலே பறக்க விடுவான்னு நான் நெனைக்கவேயில்லை. உப்பைத் தின்ன இடத்திலேயே கன்னம் வைக்கத் துணிந்துவிட்டானே, பாவி. சகவாச தோஷம், சரியாக்கிடலாம்னு

நெனைச்சேன். அவன் பாதாளத்திலே குதிச்சுட்டான்."

"அவனைச் சொல்லிக் குத்தமில்லை. ஒங்க தப்பும்தான். விடலைப் பையனை வயசுக்கு மிஞ்சினவாளோட ஏன் சேர்த்து வச்சேள்? கை நிறையச் சம்பளமும் வந்தால் ஏன் கெடமாட்டான்?

"வசந்தி உனக்கு மூளை, கீளை கெட்டு விட்டதா, என்னைக் குத்தம் சொல்றியே? மாசக் கணக்கில் கூடப் பொறந்த தங்கையாட்டமா பழகினவளிடம் இப்பிடி நடக்கத் துணிஞ்சிட்டான்னா, அவன் இனிமேலே கொலைக்கும் அஞ்சமாட்டாண்டீ. நாம் ரெண்டு பேருமே வேலு விஷயத்திலே நம்பி மோசம் போயிட்டோம்." வாசுவும், வசந்தியும் சேர்ந்து அழுதார்கள்.

வேலு அன்று போனவன்தான். பேக்டரிக்குள் வாசுவை நேருக்கு நேர் பார்த்தாலும், எங்கோ பார்ப்பதுபோல் முகத்தைத் திருப்பிக் கொண்டு விடுவான். அதையும் தவிர்க்க முடியவில்லை என்றால் ஒரு போலிப் புன்னகை, ஒப்புக்கான 'குட் மார்னிங்'குடன் சரி.

அன்று வாசுவின் மேஜைமேல் ஒரு திருமண அழைப்பிதழ் வைக்கப்பட்டிருந்தது. அதிகம் பழக்கமில்லாத தொழிலாளிகள் கூட வீட்டில் திருமணம், மஞ்ச நீராட்டு விழா, காதணி விழா எதுவானாலும் ஒரு அழைப்பிதழ் வைத்து விடுவார்கள் மேஜைமேல். "ஐந்து ரூபாய் பட்ஜெட்டில் துண்டு" என்று கணக்குப் போட்டவாறு வாசு அழைப்பிதழைப் பிரித்தான்.

'வேலுவுக்கு , வடிவேலுவுக்கா திருமணம்?.... அந்தக் குத்து மீசைக்காரன் பெயர் தானே கனகசபை?... அவன் மகள் தனபாக்கியமா மணப்பெண்? ஏதோ வயசுக்கோளாறில் செய்த தவறுக்கு அவமானப்பட்டுக் கொண்டு கண்டும் காணாமல் போனாலும், கலியாணத்திற்குக் கூப்பிட வராமல் இருப்பானா என்ன? பிள்ளை வழி உறவினர் என்று சொல்லிக் கொள்ள என்னையும், வசந்தியையும் விட்டால் அவனுக்கு யார் இருக்கிறார்கள்? கட்டாயம் பி.எப். லோன் போட்டுப் பெண்ணுக்கு ஒரு திருமாங்கலியமும், புடவையுமாவது வாங்க வேண்டும்' – வாசுவின் கற்பனை நீண்டது.

ஆமாம் என்னிக்குக் கலியாணம்? என்னது நாளைக்கேயா? அடப்பாவி, சொல்லாமல் கொள்ளாமல் நீயாகவே நிச்சயம் பண்ணிக் கொண்டாலும், கூப்பிடக் கூடவாடா வாயில்லை?'

'லஞ்ச் அவரில்' வாசு கேன்டீனுக்குச் செல்லும் போது வேலு தன் சகாக் கும்பலுடன் கேலி, ஆபாசச் சிரிப்புடன் உணவருந்திக் கொண்டிருந்தான். வாசு உள்ளே வந்ததைக் கடைக் கண்ணால்

பார்த்தவன், பார்வையை நேராக்கிக் கொண்டு தாழ்ந்த குரலில் ஏதோ சொன்னான். வாசுவை பார்த்தவாறே 'ஓ' என்ற சிரிப்பு அலை அலையாக எழுந்தது.

அவமானத்தால் துடித்துவிட்டான் வாசு. மனதைக் கல்லாக்கிக் கொண்டு கலியாண விஷயத்தையே வசந்தியிடமிருந்து மறைத்துவிட்டான். வசந்தியின் வற்புறுத்தலுக்காக மண வீடேறி அவமானப்பட அவன் தயாராக இல்லை. விசாரித்த போது விவரம் புரிந்தது. இரண்டு பெண்டாட்டிக்காரன் கனகசபைக்கு பெண்கள் எண்ணிக்கை மாத்திரம் எட்டாம். தன் தத்தாரிப் பெண்ணுக்குக் கை நிறையச் சம்பளம் வாங்கும் பையனைக் காசில்லாமல் வளைத்துப் போடும் நோக்கத்துடன் தனபாக்கியத்தை வேலுவிடம் அடிக்கடி அனுப்பினானாம். பையனும் கை வைத்துவிட்டானாம். வகையாகச் சிக்கி இருக்கிறான்.

சனி, ஞாயிறன்று வசந்தி அழைத்துக்கூட அவன் வீட்டை விட்டு வெளிக் கிளம்பவில்லை. ஆசி பெறவாவது மனைவியை அழைத்துக்கொண்டு வேலு வர மாட்டானா என்ற நப்பாசை. அவன் ஆசை நிராசையாகியது. 'எப்படிடா இப்படி ஒதுக்க மனசு வந்தது?' என்று மானசீகமாக முறையிட்டான்.

இந்த ஆறு மாதத்தில் வேலுவைப் பற்றித்தான் எத்தனை விதமான செய்திகள்?

வேலை நேரத்தில் கணிசமான பகுதியை பாத்ரூமில் கழிப்பதாக 'சூபர்வைசர்'களிடமிருந்து வந்த புகார். தலைமை என்ஜினியர் வேலுவை நேரிடையாகவே கூப்பிட்டுக் கண்டித்திருக்கிறார், "இனிமேலும் நீ இப்படித் தொடர்ந்து செய்தால் ரிட்டன் வார்னிங் தான் வரும்" என்று.

அன்றே மாலை – சீப் என்ஜினிரியரின் கார் கேட்டைத் தாண்டும் போது 'விர்'ரென்று வந்த கல் சைட் ஸ்கிரீனைத் துளைத்து, அவர் நெற்றியில் கண்ணாடித் துண்டு தைத்து விட்டது.

விஷயம் தெரிந்தவுடன் வாசு அதிர்ந்து விட்டான். கல்லெறிந்தவன் மாயமாய் மறைந்து விட்டாலும், ஒண்ணும், ஒண்ணும் இரண்டு என்று கணக்குக் கூடவா போட முடியாது? சீப் என்ஜினியரை அவர் அறையில் சந்தித்தான். "சார், என்னை மன்னிச்சிடுங்கோ சார், என்னாலே தானே சார், நீங்க அடிபட்டுண்டேள். பையன் சூட்டிகையாக, நாணயமாக இருக்கானேன்னு உங்க உதவி கேட்டேன். இப்படி மாறுவான்னு நினைக்கவே இல்லை. அவனை வேலைலேந்து நீக்கிடுங்கோ சார். எனக்காக தயா, தாட்சண்யம் பார்க்க வேண்டாம்."

அவர் நிதானமாகச் சிரித்தார். "கல்லெறிகிறவன் நீ சிபாரிசு செய்த வடிவேலு இல்லைன்னா, வேறு யாராவது சிபாரிசு செய்த முனியனாக இருப்பான். இதுக்கெல்லாம் பயந்தா முடியுமா என்ன? ஒரு தொழிலாளியை 'டிஸ்மிஸ்' செய்யறது அவ்வளவு சுலபமில்லைப்பா. எங்களை எல்லாம் வேணு மின்னா நினைச்சா சீட்டுக் கிழிச்சு வீட்டுக்கு அனுப்பிடலாம். 'லேபர்'கிட்ட வாயைத் திறந்தாலே கல்லடின்னா, டிஸ்மிஸ் செய்தால், கிணறு வெட்டப் பூதம் மாதிரி ஒரு பெரிய லேபர் ப்ராப்ளமே கிளம்பிடும். நீங்கள்ளாம் பரிவலேஜ்ட் க்ளாஸ்'. எங்கமாதிரியா?"

குரலைத் தாழ்த்திக் கொண்டார். "வாசுதேவன் பீ கேர் புல். அந்த வடிவேலு சங்காதமே இனிமே வச்சுக்காதே. பையன் போற போக்குக் கொஞ்சமும் நல்லா இல்லை. வழக்கமில்லாத வழக்கமா, இவன் மாமனார் கனகசபை, நம்ப லேபரில்லாத ஒரு வெளியாள், இங்க மீட்டிங்களுக்குத் தலைமை தாங்குறாரு. 'போனஸ்' விஷயத்துலே ஒரு 'அக்ரீமெண்டுக்கு' வந்தவங்க பின் வாங்கியிருக்காங்க. எதுக்கும் துணிஞ்சிட்டாங்க. கல்லடியில் துவங்கி... சைக்கிள் செயின், அரிவாள்னு எங்க முடியப் போறதோ... போப்பா நீ வருத்தப்படாதே.

அறையை விட்டு வெளியேறும் போது வாசுதேவனின் தலை தாழ்ந்திருந்தது. 'என்ன பெருந்தன்மையான மனிதர். வேலு, நீ இன்னிக்குத் திங்கற மூணு வேளைச் சோறும் இந்தக் கனவானின் கருணையுள்ளத்திலிருந்து வந்தது தாண்டா. அன்னிக்கு அவர் வேலை தரல்லைன்னா, இன்னிக்கு நீ சோத்துக்குத் தாளம் போட்டுண்டு ப்ளாட்பாரத்திலே மூட்டை தூக்கிண்டிருப்பேடா."

பாக்டரி நேரத்தில், ஆபத்தான மிஷின்களுக்கருகில், கையில் பீடித் துண்டுடன், கனகசபையின் பொன்மொழி பதித்த நோட்டீசுகளை வினியோகித்துக் கொண்டிருந்தான், வேலு. சூபர்வைசர்கள் கெஞ்சியும், மன்றாடியும் பார்த்திருக்கிறார்கள். வேலு மசியவில்லை. விஷயம் மேலதிகாரிகள் வரை எட்டிவிட்டது. மேலதிகாரிகள் வரும் போது வேலு, வேலை செய்து கொண்டிருந்தவர்களையும் வம்புக்கிழுத்து 'ஷாப்'புக்குள்ளேயே மீட்டிங் தொடங்கிவிட்டான்.

'பர்ஸனல் மேனேஜர்' வேலுவையும் அவன் சகாக்கள் நாலு பேரையும் அங்கேயே 'சஸ்பெண்ட் செய்துவிட்டார். குற்றச்சாட்டுக்கள் தெளிவாக எழுதித் தரப்பட்டன. பாக்டரிக்குள் ஒழுங்கீனமான நடவடிக்கை, பிற தொழிலாளிகளையும் வேலை செய்யவிடாமல் தடுத்தது இரண்டும். 'என்ன திமிர் இருந்தால், துளிக்கூடக் கவலையின்றி எக்ஸிபிஷனில் மாப்பிள்ளைக் கோலமாகச் சுற்றிக் கொண்டிருப்பான்? இவன் ஒருத்தன் நடவடிக்கையால் ஏற்பட்ட சூழ்நிலை நீடித்து, கதவடைப்பு, ஸ்டிரைக்

என்றால் எத்தனை குடும்பங்கள் பசியால் துடிக்கும்?' – பெருமூச்சு ஒன்றுதான் வாசுவிற்குப் பதிலாக வந்தது.

மார்பைச் சுற்றியிருந்த வசந்தியின் கையை எடுத்து முகத்துடன் சேர்த்து வைத்துக் கொண்டான். "வசந்தி, வேலு கலியாண விஷயத்தெல்லாம் ஒங்கிட்ட ஏன் மறைச்சேன்னு நினைப்பே, இப்ப புரியறதா?" – இரண்டாண்டு நடப்புக்களையும் அவளிடம் கொட்டித் தீர்த்தான்.

வசந்தி முதலில் திடுக்கிட்டாள். ஏன்னா, பணம், காசு வந்துடுத்துன்னா, மனுஷத்தனம் கூடவா போயிடும்? அனாதையா ரோட்டிலே சுத்திண்டிருந்த பையனை உடம்போட சேர்த்துக் கட்டிண்டு டாக்டர்டே கூட்டிண்டு போனதெல்லாம் மனசால கூட மறந்துடுமா என்ன?' என்று விம்மினாள்.

வாசு நைந்து போவதைப் பார்த்துப் பேச்சை மாற்றினாள். "அவன் பேச்சே இனிமே வேண்டாம். ஏதோ பூர்வ ஜென்மக்கடன், அவன் நம்மாத்துலே ஒரு வருஷம் இருந்தான். கடன் தீர்ந்து போச்சு, போயிட்டான். இனிமே மறந்துடுவோம். அவ்வளவுதான். நாளைக்குக் குமார் நர்சரி ஸ்கூலில் ஆனிவல் டே. அஞ்சு மணிக்கு ப்ரோக்ராம். நீங்க சீக்கிரமா வந்துடுங்கோ."

"நீ போயிட்டு வா வசந்தி. நாளைலேந்து எனக்கு நைட் ஷிப்ட். வீட்டை விட்டு அஞ்சு மணிக்குள் கிளம்பியாகணும்."

"உங்களுக்கு எப்பவும் என்னையும், குழந்தையையும் விட ஒங்க ஆபீஸ்தானே ஒசத்தி."

"அசட்டுக் கண்ணா, எனக்கு மாத்திரம் ஸ்கூலுக்கு வர ஆசையில்லையா என்ன? மாத முடிவில் 'டார்கெட்' முடியல்லைன்னா நூறு பேருக்குப் பதில் சொல்லியாகணும். இந்த வாரத்துடன் நைட் ஷிப்ட் தீர்ந்துவிடும். அப்புறம் ஒரு மாதம் உனக்கு டெலிவரி டயம்னு கேட்டுண்டதுனாலே டே ஷிப்டிலேயே வைக்க ஒப்புக் கொண்டிருக்கிறார்கள். முடிந்தால் வராமலிருப்பேனா வசந்தி?"

"ஜூலியஸ் சீசர் ட்ராமாவிலே குமார்தான் சீசர். துய்யா ஜரிகை வச்சுப் பேண்ட், கோட்டெல்லாம் தெச்சிருக்கேன். நீங்க வந்தால் அதுக்கும் பெருமையா இருக்கும்."

"வருத்தப்படாதே வசந்தி. குட்டி சீசரோட பேண்ட், சட்டை யெல்லாம் ஜாக்ரதையா வை. அடுத்த வாரம் ஸ்டுடியோவுக்குப் போய் போட்டோ எடுக்கலாம். பையன் ஸ்மார்ட்னெஸ்ஸைப் பார்த்தியா, அரிச்சுவடியே ஷேக்ஸ்பியர்ல ஆரம்பிக்கறான்?"

"உங்க பிள்ளையோன்னோ, உங்க மாதிரியே உரிச்சு வச்சிருக்கு."

"ஏன் வசந்தி, உனக்கென்ன குறைச்சல். அழகு, சாமர்த்தியம்... ம்... இந்தச் சிரிப்பு."

'சீ... சும்மாயிருங்கோ" அவள் இடையில் துவண்ட அவன் கையை வெட்கத்துடன் அப்புறப்படுத்தினாள்.

**மா**ணிக்கம் அந்த காட்ரெஜ் நூற்று ஐம்பது டன் பிரஸ் மெஷினில் வேலை செய்து கொண்டிருந்தான். பதினாறு காஜ் உலோக ஷீட் ப்ளாங்குகளை ப்ரஸ் டையில் வைத்து முன்னால் இருக்கும் ஸேப்டி கார்டை இழுத்துக்கொண்டு, கால் பெடலை அழுத்தினான். மேலிருக்கும் டை, ப்ளாங்க்கின் மீது சதக்கென்று விழுந்து, சமனாக வைக்கப்பட்டிருந்த தகடு உருமாறி ஒரு அழகிய கிண்ணி ஆயிற்று.

நிமிடத்துக்கு ஒன்றாக டக், சதக், டக், சதக் என்ற ஓசையுடன் வரிசை வரிசையாகக் கிண்ணிகள், பில்டர் பவுலின் முதற்படியாக உருவாகிக் கொண்டிருந்தன.

பழக்கத்தின் காரணமாக, மாணிக்கத்தின் கையும், காலும் ஒரே சீராக இயங்கின. மனம்? அது எப்போதுமே கிண்டியில் தான் இருக்கும். நாளைக்கு 'ஜாக்பாட்' பணம் இரட்டிப்பாகி இருக்கிறது. நேற்றுவரை க்வீன் மேரியும், மைலேடியும்தான் ஹாட்பேவரிட்டாக இருந்தார்கள். இன்று புதிய ஒரு டிப் கிடைத்திருக்கிறது. ஜாக்பாட் டிக்கெட் இரண்டாக எடுக்கணும். காசுக்கு என்ன பண்ணுவது? வீட்டிலே இந்தப் பிசாசு சம்பளத்திலே முழுசா மடியிலே கை வச்சுடுது. அடிச்சா, ஒதச்சா, ஊரைக் கூட்டி ஒப்பாரி வச்சாலும், கொஞ்சம்தான் பிடுங்க முடியும். அது எப்படிப் போதும்? இன்ஸென்டிவ் போனஸ் தராங்களோ, அந்தத் தேவடியா மவ கண்ணிலே மண்ணைத் தூவி, கொஞ்சமாவது மஜாவா இருக்க முடியுது... சுத்த கசுமாலம்...'

'நிமிடத்துக்கு ஒரு கிண்ணி... சே. இது போதாது. ரெண்டு நிமிஷத்துலே மூணு . இன்னிக்கு போனஸ் கை நிறையத் தேறும்." குதிரை வாலில் கட்டிய மனது வேகமாக இழுக்க, மாணிக்கத்தின் கையும், காலும் அசுர கதியில் இயங்கின.

டக், சதக்.. டக், சதக்.. டக், டக், டக்... "என்னடா இது, படா ரோதனையாப் போயிடிச்சு" குனிந்து பார்த்தான். ஊஹும்.. கார்டை மூட முடியவில்லை. ஒவ்வொரு நிமிடத் தாமதமும் அவன் க்வீன் மேரிக்குச் செய்யும் துரோகமாகும்.

சார்ஜ் ஹேண்ட் வாசுதேவனை அழைத்தான். "ஐயரே, சீக்கிரம் மெஷினை சரி பண்ணு. போன வாரத்துலேந்து இதுவே பேஜாராப்

பூடிச்சி. அடிக்கு அடி, இடக்கு மாடு மாதிரி தடுக்கிக்கினு."

வாசுதேவன் ஸ்க்ரூக்களை முடுக்கி, கார்ட் பொஸிஷனை அட்ஜஸ்ட் செய்தான்.

பழையபடி டக், சதக், டக், சதக். மாணிக்கம் மைலேடியை மானசீகமாக அணைத்தபடி பெடலை அமிழ்த்தினான்.

பத்து கிண்ணிகள் கூட வரப்பெற்றிருக்காது. மறுபடியும் டக், டக். டக், டக்..... மாணிக்கத்தின் கோபம் தலைக்கேறியது. "ஏ ஐயரே, என்னா விளையாடுறையா? மறுபடியும் மிஷின் 'ஸ்டக்கு'. சீக்கிரம் ஓட்டு நயினா."

வாசுதேவன் மிஷின் அடியில் அமர்ந்தான். பத்து நிமிடம்... பதினைந்து நிமிடம்... ஊஹூம். டே ஷிப்டிலும் ஒரு வாரமாகத் தகராறுதான். 'மெயின்டனன்ஸ் சூபர்வைசரிடம்' பலமுறை சொல்லியாகிவிட்டது. அவரது வேலை லோட்' அவருக்குத் தானே தெரியும்? "மாசக் கடைசியில் தான் எல்லோரும் ஒரே சமயத்தில் கழுத்தை அறுப்பீங்க. 'டார்கெட்' முடியாவிட்டால் 'மெயின்டனன்ஸ்' மீது குத்தம். தரம் குறைஞ்சாலும் எங்க மேலேதான் பழி. போய்யா.... ஓடற வரையிலும் ஓட்டுங்க. 'டார்கெட்' முடியட்டும். அடுத்த மாச முதல்ல, மெயின்டனன்ஸ் இன்ஜினீயரே பார்ப்பாரு" என்று 'வள்' என்று விழுந்தார்.

அரை மணிக்கு மேல் ஆயிற்று... பிரித்த திருகாணிகள், டைட் செய்யப்பட்ட லின்கேஜ், வாசுதேவனின் முயற்சி பலனளிக்க வில்லை. மாணிக்கத்தின் முணுமுணுப்பும், நச்சரிப்பும் அதிக மாகிக் கொண்டே வந்தது. நைட் ஷிப்டில் மெயின்டனன்ஸ் சூபர்வைசர்களும் ஒருவரும் அன்றில்லை.

"தோ, பாரு மாணிக்கம். இந்த மாச 'டார்கெட்' பத்து மணியோட முடிஞ்சாச்சு. இந்த மெஷினை இப்போ ரிப்பேர் பண்ண முடியும்னு தோணலை. 'கார்ட் பெடலின்' லின்கேஜ் வளைஞ்சிருக்கு. நாளைக்கு காலையிலே கவனிப்பாங்க."

பாய்ந்தான் மாணிக்கம். 'ஏன்யா தொழிலாளிங்க இன் சென்டிவ்' பணம் பண்ணினா உனக்கேன்யா நெஞ்செரிச்சல்? யார்கிட்ட சதாய்க்கிறே? இப்ப, இது சரியாகுமா, இல்லையா, அதைச் சொல்லு.'

வாசுதேவனுக்கும் சூடு ஏறியது. "நான் செய்யறதைச் செஞ்சு பார்த்தாச்சு. மிஷின் சரியில்லை, நிறுத்து வேலை யைன்னா, கேக்க முடியாதுன்னா நீயே ரிப்பேர் செஞ்சு ஓட்டு" அடுத்த மெஷினுக்கு நகர்ந்தான்.

மாணிக்கம் கோபத்துடன் இதை, அதைத் திருகிப் பார்த்தான். மூடாத

ஷட்டர் நந்தியாக வழி மறித்தது. இது வெறும் நந்தியா என்ன? அவனை மைலேடியுடன் சல்லாபிக்க விட மறுக்கும் ராட்சச நந்தி. அவன் இன்ப புரியின் அடைப்புக் கதவு. "டேய் பார்ப்பானே, நீ மெஷினை ரிப்பேர் செய்யல்லைன்னா, அதை ஓட்டி 'இன்சென்டிவ்' பெற எனக்குத் தெரியாதா என்ன?"

கார்ட் ஸ்க்ரூக்களை அதி ஜாக்ரதையாகக் கழற்றி அப்புறப் படுத்தினான். இப்போது பாதுகாப்பு இன்டர்லாக் இல்லாமலே கார் பெடல் இயங்கியது. மலர்ந்த மனத்துடன் பெடலைத் திரும்பத் திரும்ப 'டெஸ்ட்' செய்தான். எல்லாம் ஓகே.

திறந்த ஷட்டர் வழியாக உலோக ப்ளாங்கை வைத்தான். கமான் மைலேடி, கமான் க்வீன் மேரி... கமான் மை ஸ்வீட் டீஸ்... கையை வெளியே எடுப்பதற்குள், குதிரை வேகத்தில் பெடலை அமிழ்த்திவிட்டான்.

'டக்' இல்லாத சதக்.'

பாதுகாப்பு கார்ட் இல்லாத மெஷினின் இயக்கம். "ஐயோ" என்ற வீரிட்ட அலறல் ... வயிற்றிலிருந்து எழுந்த கோர ஓலம். பீச்சிடும் குருதி வெள்ளம். 'க்ளட்ச்' ரிலீசாகி 'டை ப்ளாங்கின்' மீது வைக்கப்பட்டிருந்த மாணிக்கத்தின் கையையும் சேர்த்துக் கிண்ணியாக்கி இருந்தது.

கும்பல்... பச்சாதாபம்... முதலுதவி... மேலதிகாரிகளுடன் போனில் தொடர்பு... அவசரத்தில் ஸ்டார்ட் ஆக மறுத்த ஆம்புலன்ஸ்... இ.எஸ்.ஐ. ஆஸ்பத்திரி... –

நினைவு முழுவதும் போகும் வரை, "ஐயோ , ஐயோ..." அலறலுடன் "அந்த சார்ஜ்ஹாண்ட் ஐயரை சும்மா விடறேனா பார்" என்று மாணிக்கம் ஓலமிட்டுக் கொண்டிருந்தான்.

வாசுதேவன் கனத்த மனத்துடன் ஆக்சிடென்ட் ரிப்போர்ட்' எழுதினான்.

"மாணிக்கம் என்னா இந்தப் ப்ரெஸ்ஸிலே புச்சா வேலை செய்யறானா என்ன? பதினைஞ்சு வர்ச சர்வீசு. நாம்ப நாப்பது

கிண்ணி தட்றதுக்குள்ளாற நூறு தட்ற கில்லாடி. இது அந்த 'சார்ஜ் ஹேண்ட்' வேலை. மாசக் கடைசியாச்சே, அப்பிடி, இப்பிடி ஆனாலும் 'டார்கெட்' முடியட்டும்னு ஏற்பாடு." எவனோ ஒருத்தன் முணுமுணுத்தது 'நைட்ஷிப்ட்' முழுவதும் எதிரொலித்தது. வேலை நேரம் முடிய இன்னும் ஒரு மணி நேரம் முழுதாகப் பாக்கி இருந்தபோது, தொழிலாளர்கள் அனைவரும் தங்கள் மெஷின்களை விட்டுக் காண்டீனில் கூடினார்கள்.

வாசுதேவனுடைய பன்னிரண்டு வருடப் பாக்டரி வாழ்வில் முதன் முறையாக ஒரு விபத்துக்கு நேரடியாகப் பதில் சொல்லும் நிலையில் நின்றான்.

மாணிக்கத்தின் கூழாய் மசிந்த கை கண்ணிலிருந்து மறைய மறுத்தது. பாவி... தானே தன் தலையில் மண்ணை வாரிப் போட்டுக் கொண்டு விட்டானே? சேப்டி கார்ட் கழட்டப்பட்டிருப்பதைக் கண்கூடாகப் பார்த்து ப்ரொடக்ஷன் சூபர்வைசர் விபத்து ரிபோர்ட்டில் கையெழுத்துப் போட்டு விட்டாரே, இதைப் போன்ற கேஸ்களில், விசாரணை முடிந்து, குற்றம் தொழிலாளியுடையது என்று நிரூபணமாகும் போது 'காம்பன்ஸேஷன்' கூட அதிகம் கிடைக்காது.

பாவம் மாணிக்கம்... எப்படிப்பட்ட வேலைக்காரன்... ஆஸ்பத்ரி யிலிருந்து திரும்பி வரும்போது திரும்ப மிஷினில் வேலை செய்யும் நிலையில் வருவானா, இல்லை அசெம்பிளிக் காவது லாயக்காக இருக்க மாட்டானா? இல்லையென்றால்...! இன்றைய வேலை யிலேயே ஜாக்ரதையைக் கடைப்பிடிக்க மறுக்கும் இவனைப் போன்றவர்கள் நாளைக்கா திட்ட மிட்டிருக்கப் போகிறார்கள்? பி.எப். பில் எத்தனை பொய் சொல்ல வேண்டுமோ சொல்லி முடிந்தவரை 'லோன்' போட்டிருப்பார்கள். வேறு எதில்தான் திட்டமிருக்கும்? ஒவ்வொருத்தனுக்கும் வீட்டிலே பெண்டாட்டி ஒண்ணுன்னா கட்டாயமா வெளியிலே வெப்பாட்டி ஒண்ணு இருக்கும். வச, வசவென்று குழந்தைகள்... எதிர்காலத்துக்குத் தயார்ப்படுத்தாத குழந்தைகள். முன்பின் பார்த்திராத மாணிக்கத்தின் மனைவியும், அரை டஜன் குழந்தைகளும் அவன் மனக்கண் முன் தோன்றி பரிதாபமாக ஓலமிட்டார்கள்.

வாசுதேவனின் தலை 'கிர்' என்று சுற்றியது. கடிகாரத்தைப் பார்த்தான். மணி இரண்டு முப்பது. ஆறு மணிவரை ரெஸ்ட் ரூமில் படுத்திருந்துவிட்டு பொழுது புலர்ந்ததும் வீடு திரும்பலாம். நோ, நோ... வசந்திக்கு எனி டைம் ஆப்டர் பர்ஸ்ட் வீக்' என்று டாக்டர் சொல்லியிருக்கிறார். இதெல்லாம் அப்படி கரெக்டாகச் சொல்ல முடியுமா? ஒரு வாரம் முன்னே, பின்னே ஆகலாம். இங்கு படுப்பதை வீட்டில் போய்ப் படுக்கலாம். குமாரை ட்ராமா ட்ரெஸ் போட்டுக் காலையிலேயே ஸ்டூடியோ வுக்கு அழைத்துச் சென்று போட்டோ எடுக்கலாம். என்னுடைய குட்டி சீசர்... ராஜகுமாரன் கூட இல்லை... ராஜாவே... சக்ரவர்த்தி...' வாசுதேவன் ஸ்கூட்டர் ஸ்டாண்டை நோக்கி நடந்தான்.

பெரும்பாலான தொழிலாளிகள் வீட்டுக்குப் போய் ஒரு மணி நேரமாகி இருந்தது. சிலர் ரெஸ்ட் ரூமில் உறக்கத்தில் ஆழ்ந்திருந்தார்கள்.

தொழிற்பேட்டையை விட்டு வெளியேறியதுமே, மறுநாள் ரேசுக்கென பங்களூரிலிருந்தும், நெல்லூரிலிருந்தும் வந்து பஸ்ஸிலேயே தூங்கிக் கொண்டிருக்கும் ரேஸ் பிரியர்களின் கூட்டம் தெரிந்தது. பஸ் ஸ்டாண்ட் அருகிலிருந்த சாயாக் கடையில் படுக்க இடம் கிடைக்காத ட்ரைவர்களும், க்ளீனர்களும், கன்னடமும், தெலுங்கும் கலந்த மணிப்பிரவாளத் தமிழால் 'ரேஸ் டிப்ஸை' அலசிக் கொண்டிருந்தார்கள். அருகிலிருந்த சினிமா தியேட்டரில் ஒரு டிக்கெட்டுக்கு ரெண்டு ஷோ பார்த்து வரும் கும்பல் குழந்தையும், குட்டியும், சினிமா விமர்சனமுமாக சின்னமலையை நோக்கி நடைபோட்டது.

'க்ளாக்சோ' கம்பெனியைத் தாண்டியதும் சர்தார் படேல் ரோடாக புதிதாக நாமகரணம் செய்யப்பட்டுள்ள கிண்டி ரோட்டில் நுழைந்தான். ராஜ்பவனின் பின்புறக் கேட் எதிரே ஒரு பெட்டிக்கடை திறந்திருந்தது. அருகிலிருந்த பால் கூட்டுறவு நிலையத்தில் ஒரு பதினைந்து வாட் பல்பு முணுக், முணுக் என எரிந்தது. பேச்சுக் குரல் கேட்டது. நூறு கஜம் தள்ளித் தெருவில் பாதியை அடைத்துக் கொண்டு ஒரு 'அஸ்பால்ட் மிக்சர்' நின்றது. மறுபாதியில் ஜல்லிக்கற்கள் நிரப்பி வைக்கப்பட்டிருந்தன.

மாதக்கணக்காக ரோடு போட்டுக்கொண்டிருக்கும் ஹைவேஸ் டிபார்ட்மென்டை சபித்தவாறே வாசுதேவன் நடுவிலிருந்த குறுகலான பகுதியில் ஸ்கூட்டரை மெதுவாகச் செலுத்தினான்.

"நிறுத்துடா ஸ்கூட்டரை..." அதிகாரமான குரல். விஷயம் புரிவதற்குள் மிக்சருக்குப்பின் மறைந்திருந்த ஒரு டஜன் ஆட்கள் நாலாபுறமும் 'தப, தப' எனச் சூழ்ந்து கொண்டார்கள். நல்ல அமாவாசை இருட்டில், இந்த திடீர்த் தாக்குதலில் வாசுதேவன் நிலைகுலைந்து கீழே விழுந்தான்.

அவன் தலை முடியைப் பிடித்து நிறுத்தினான் ஒருவன்..... முகம் தெரியவில்லை. " டே, சோமாறி, நெஜத்தைச் சொல்லு. எவன்டா மெஷின் ஸ்க்ரூவைக் கழட்டினான்?"

"எனக்குத் தெரியாது... மாணிக்கம்தான்..." அம்மா சொல்படி வம்பு, தும்புக்குப் போகாமல், மத்தியானம் மோர்ச்சாதம் சாப்பிட்டு வளர்ந்தவன் பயத்தில் நடுநடுங்கி நாக்குழறினான்.

"கேக்கறப்படி கேட்டா சொல்லமாட்டானா?" முஷ்டி ஒன்று வயிற்றில் 'படா'ரென்று குத்தியது.

"அய்யய்யோ..."

"டேய், ராஜ் பவன் கேட் வரை கேக்கற மாதிரி கத்தினியோ இங்க ஒரு கொலை விழுந்திடும்" ஒரு வலுவான கரம் அவன் வாயைப்

பொத்தியது.

"சத்தியமா... நான் செய்யல்லைங்க. மாணிக்கம் பாவம், சொன்னாக் கேக்காம... என் தப்பில்லை... என்னை விட்டுடுங்கோ என் வொய்புக்கு' டெலிவரி டைம். வீட்டுக்குப் போகணும்."

"கருங்காலி, ஒருத்தன் வவுத்திலே அடிக்கிறவனுக்குப் பொண்டாட்டி வேறே கேடா?" சைக்கிள் செயின் படக்கூடாத இடத்தில் பட்டது. பார்."

'வீல்..." எழுமுன் ஒரு கை அவன் வாயை அடைத்தது.

அந்த அரை மயக்க நிலையில்... மரணாவஸ்தையில் தடி யால் மண்டையில், தோளில், முதுகில், வயிற்றில் படும் படார், படார்' என்ற அடியின் வலியையும் மீறி... அவன் கண்களுக்கு எதிரே... நேர் எதிரே... அந்த இரு கண்கள்... பீச்சில் பரிதாபமா கப் பார்த்த கண்கள்... பாசத்துடன் பார்த்த கண்கள்... திமிருடன் நோக்கிய கண்கள்... அட்டகாசச் சிரிப்பு... அதே கண்கள்...

இப்போது –,

'ஐயோ தாங்கல்லயே, வசந்தி... வாயைத் திறக்க முடியல்லையே... அப்பா, அம்மா... மண்டை உடைந்து விட்டதா... இல்லையே... நினைவிருக்கே... குமார் கண்ணா... நோக்குத் தங்கைப் பாப்பா... ஜூலியஸ் சீசர் வேஷம் போட்டுக்கோ... ஸ்டூடியோவுக்கு ஆ ஐயோ...'

"டேய், திமிறினயோ உசிரு ஆஸ்பத்திரி வரை கூடத் தாக்குப் பிடிக்காது. இந்தப் 'போர்ஷுவா'ப் பசங்களையெல்லாம் ஒரே அடியிலே வெட்டித் துலைக்கணும்." கைப்பிடி வாயிலிருந்து தளர்ந்து நெற்றிப் பொட்டில் பளார் – என்று...

நிலை குத்திய கண்கள் சாயுமுன் அந்த குரூரமான விழிகளைப் பார்த்துக் கேட்க விரும்பியதைக் கேட்க முடியாமலே, திறந்தபடி நின்றன.

தூக்கத்தில் திடுக்கிட்டு எழுந்தாள் வசந்தி. 'ஓ' மணி ஐந்தடித்து விட்டதா? இவரை எங்கே இன்னும் காணோம்? ரெஸ்ட் ரூமில் படுத்துத் தூங்கியிருப்பார். பாவம். மாதக் கடைசி என்றாலே வேலை அதிகம் என்று சொல்லுவாரே? திடீரென அவளுக்கு ஒரு ஐடியா தோன்றியது. கட்டாயம் ஆறு மணிக்கு அவர் வந்து விடுவார். வரும்போதே ஒரு ஸர்ப்ரைஸாக...?

தூங்கிக் கொண்டிருந்த குமாரை உலுக்கி எழுப்பினாள். சிணுங்கியவனை "அப்பா வரத்துக்குள்ளே எழுந்துக்கோடா கண்ணா" என்று கொஞ்

சினாள். அவனைச் சமாதானப்படுத்தி அவசர அவசரமாகப் பல் தேய்த்துப் பால் கொடுத்தாள். துய்யா ஜரிகை தைத்த பாண்ட் கோட்டை, கிரீடத்தை ஜாக்ரதையாகக் கட்டினாள்.

தூங்கி வழியும் குழந்தைக்கு நாடகத்தில் அவனுக்கிருந்த ஒரே வசனமான "யெட் டூ ப்ரூடஸ்" என்ற கேள்வியை தலையைச் சாய்த்துக்கொண்டு அழகாய்க் கேட்க ஒத்திகை பார்த்தாள். குமாரும், வசந்தியும் ஆவலுடன் காத்திருந்தார்கள், வாசுதேவன் வருகையை நோக்கி...

*கணையாழி*

# மாறுபடும் கோணங்கள்

போதும் என்று இலையில் விழுந்த சாதத்தைக் கை நீட்டித் தடுத்த போது, பாலுவின் பார்வை தட்டெதிரே தெரிந்த இரட்டைப் பாதங்களின் மேல் பதிந்தது. பாதங்களின் பின்புறமும், விரல்களின் இடையிலும், பாளம், பாளமாக வெடிப்புகள். அந்த வெடிப்புக்களை மூடவோ, மறைக்கவோ மஞ்சள் அளவுக்கு அதிகமாகவே பூசப்பட்டிருந்தது. இந்த அழகில் கணுக்காலில் கரிபடிந்த ஒரு வெள்ளிக் கொலுசு ஒன்று.

சட்டெனக் கோபம் வந்தது. "நான்தான் போதும்னு சொல்லிட்டே னில்லையா. ஏன் நகராம நிக்கறே?"

"இல்லைன்னா, அம்மாட்ட நீங்க ஒரு வார்த்தை சொல்லிட்டுப் போங்கோ..."

"என்ன எழவைச் சொல்லணும்?" பாலுவைப் பொறுத்தவரை அவன் நேரடியாக சம்பந்தப்படாத எல்லா விஷயங்களுமே இழவுகள்தான்.

"ஒண்ணுமில்லை, நேத்து ராத்திரி சொன்னேனே..." உமா ரொம்பத் தயங்கினாள்.

"எனக்கு எந்த மண்ணும் ஞாபகமில்லை... ஆபீஸ் கிளம்பற நேரத்திலே கழுத்தை அறுக்காதே..."

"என் க்ளாஸ் மேட் விஷ்ணுப் பிரியா, அதுதான்னா, பெரிய ரைட்டர், அவ வீட்டுக்குப் போயிட்டு வர்றேன்..." உமா அவசரமாகச் சொல்லி முடித்துவிட்டு, அவன் முகத்தை ஆவலுடன் நிமிர்ந்து பார்த்தாள்.

"சரி, சரி போ... குழந்தையைத் தூங்கப் பண்ணிட்டுப் போ. அது நை, நைன்னு படுத்தினா அம்மா கத்துவா..."

"அம்மாகிட்ட ஒரு வார்த்தை சொல்லிட்டுப் போங்கோன்னா..." உமா கெஞ்சினாள். பாலு பதில் பேசாமல் கை கழுவி, வேட்டி நுனியில் துடைத்துக் கொண்டு, பாண்டில் நுழையலானான். அவனிடமிருந்து பதில் வராது என்பது உமாவுக்குப் புரிந்துவிட்டது. அவன் எந்த விஷயத்திலும் சுயமாகப் பொறுப்பு எடுத்துக்கொள்ள மாட்டான். வீட்டில் தோன்றும் பிரச்னையிலும் அவன் சம்பந்தப்படாமலே இருந்து விட்டால், சந்தர்ப்பத்திற்குத் தகுந்தபடி எங்கே வேண்டு மானாலும் வளையலாம் அல்லவா?

அவன் அம்மாவிடம் சொல்லாமலே, உமாவின் முகத்தை யும் நிமிர்ந்து பாராமல், மோபெட்டில் ஏறி விரைந்தான். இந்தப் பத்து வருடத்தில் உமாவுக்கு இதெல்லாம் பழக்கமாகிவிட்டது. அவள் அவசர, அவசரமாக மாமியாரை அழைத்துப் பரிமாறினாள். ஒரு உப்புத் தூக்கல், அரைப்புளி குறைந்திருக்கலாம் என்ற குற்றச்சாட்டுகள். காதில் விழாதது போல் குழந்தைக்குப் பருப்பு சாதத்தைப் பிசைந்து ஊட்டினாள். தானும் இரண்டு பிடி நின்றபடியே வாயில் அடைத்துக்கொண்டு, சமையலறையை ஒழித்து, குழந்தையைத் தூங்கச் செய்து என வேலையை முடிப்பதற்குள் மணி பதினொன்று ஆகிவிட்டது.

வேகமாக உடை மாற்றிக்கொண்டு அறையினுள் எட்டிப் பார்த்தாள். மாமியார், கட்டைமனையைத் தலைக்கு வைத்துக் கொண்டு சரிந்திருந்தாள். மூலையில் பாயில் குழந்தை ஷ்யாம் நிம்மதியான உறக்கத்திலிருந்தான்.

"அம்மா ஒரு மணி நேரம் ப்ரெண்ட் ஒருத்தியைப் பார்த்திட்டு வந்துடறேன்... குழந்தை முழிச்சுக்கறதுக்குள்ளே ஓடி வந்துருவேன்..."

"ஏண்டியம்மா, இதென்ன தீசத்தனம்... ஆம்படையான் ஆத்துலே இருக்கறவரைக்கும் சாதுவாட்டம் இருந்துட்டு, தலை மறைஞ்சதும் ஒரு நாளைப் போல ரோந்து கிளம்பிடறே..."

"தெனம் எங்கேம்மா போறேன்... இன்னிக்குத்தானே மொதத் தடவையாக கெளம்பறேன்."

"ஆமா நேத்திக்கும் இப்படித்தான் ஓடின. அதுக்குள்ள உம்பிள்ளை ராட்சசன் எழுந்து கழுத்தை அறுத்துட்டான்."

"நான் எங்கே ஓடினேன். நீங்கதானே உப்புமாக் கொழக்கட்டைக்கு ஒடைச்சுண்டு வா, நாக்கு செத்துப் போச்சுன்னேள்... மிஷின்லே கும்பல் ஏகக் கூட்டம்."

"ஆமாண்டி பழியை எம்மேல போடுவே. உனக்கு வீட்டிலே கால் பாவாதே... அதுவும் இங்க வீட்டைப் பார்த்துக்க ஒரு காவக்காரி,

குழந்தையைப் பாத்துக்க ஆயா எல்லாமா நானிருக்கிறபோது..."

உமா சுற்றுமுற்றும் பார்த்தாள். இது சாமான்யமாக ஓயும் விஷயமில்லை. இந்தக் கத்தலில் குழந்தை விழித்துக் கொண்டால் அவள் கட்டாயம் கிளம்பவே முடியாது. அவள் ஏற்கனவே விஷ்ணுப்ரியாவைப் பதினோரு மணிக்குச் சந்திக்க வருவதாகப் போனில் தெரிவித்திருந்தாள்.

"அம்மா, கதவைச் சாத்திக்கோங்கோ... வந்துடறேன்..." பதிலுக்குக் காத்திராமல் படியிறங்கினாள். வீட்டை விட்டு வெளியே வந்ததுமே சுதந்திரமான உணர்ச்சி மனதை லகுவாக்கியது. மாமியாரும், கணவனும் நினைவிலிருந்து நழுவி விஷ்ணுப்ரியா மனதை நிரப்பிக் கொண்டாள்.

விஷ்ணுப்ரியா இன்று தமிழகத்தின் நம்பர் ஒன் எழுத்தாளர். மாதம் பத்தாயிரம் ரூபாய்க்கு மேல் எழுத்திலிருந்தே சம்பாதிப்பதாகச் செய்தி வந்திருக்கிறது. கல்லூரியில், அவளும் உமாவுடன் சரித்திர குரூப்தான் எடுத்துப் படித்தாள். மிக சாதாரணமான பெண். வகுப்பில் எப்போதும் ஆவரேஜ்' என்ற நிலையிலேயே நின்றவள்.

அவளிடம் இப்படிப்பட்ட எழுத்துத் திறமை இருக்கு மென்று யாரும் நம்பியிருக்கமாட்டார்கள். வகுப்பில், முதன் முதலாக, பேச்சுப்போட்டி, கட்டுரைப்போட்டி அனைத்திலும் பங்கு கொள்பவளாக இருந்த உமாவுக்கு இன்று நாலுபேரைச் சேர்த்துப் பார்த்தாலே கை, கால் உதறி, வாய் எழும்புவதில்லை. இந்துவில் வரும் எடிட்டோரியல் நாலுமுறை படித்தால் கூட அர்த்தம் விளங்குவதில்லை. ஆனால் இவளைப்போலவே பட்டம் பெற்றவுடன் திருமணம் செய்து கொண்டு, இரண்டு குழந்தைகளும் பெற்ற பிரியா, உலகம் முழுவதும் தனியே பயணம் செய்து, பெண்கள் முன்னேற்றம் பற்றிப் பேசினாளாம்.

ப்ரியாதான் இந்தியப் பெண்களின் பிரச்சினைகளைத் தன் கதைகளில் எப்படிப் பிட்டுப்பிட்டு வைக்கிறாள். பெண்கள் சுதந்திரம் அவர்களுக்குள்ளிருந்துதான் வரவேண்டும். அவர்கள் தங்கள் தடைகளை உடைத்தெறிந்து சாதனை புரிய யோசிக்கவே கூடாது என்று அவள் எழுதும் போது, உமா தனக்குள் ஒரு உத்வேகம் எழுவதை உணர்ந்திருக்கிறாள்.

பாலு மதுரையில் வேலையாக இருந்த போது, உமா, ப்ரியாவுக்கு அவள் கதை ஒன்றைப் பாராட்டிக் கடிதம் எழுதினாள். கடிதத்தின் இறுதியில் தங்கள் கல்லூரி நாட்களையும் நினைவு கூர்ந்திருந்தாள். ப்ரியா தன்னை நினைவில் வைத்திருப்பாள் என்று அவள் எண்ணவில்லை. ஆனால், நாலாம் நாளே அழகாக டைப் செய்த கடிதம், நன்றி கூறி, நட்பை நினைவுபடுத்தி வந்தது. உமா அடைந்த சந்தோஷம் கொஞ்ச நஞ்ச மல்ல. அவர்களுக்கு சென்னைக்கு மாற்றலாகி, நாலு வீடு மாற்றிக்

கடைசியில் பழைய மாம்பலத்தில் செட்டில் ஆன பிறகுதான், ப்ரியாவும் அருகில் அசோக் நகரில் வீடு கட்டியிருப்பது தெரிந்தது. அன்றிலிருந்து ஆரம்பித்த உத்வேகம் இப்போதுதான செயலாகியுள்ளது.

விஷ்ணுப்ரியா பெண்கள் பத்திரிகையில் வாசகர் கேள்வி களுக்குப் பதிலளிக்கிறாள். பெண்களின் பலவிதமான பிரச்சினை களுக்கும் அவள் விடை காணும் விதம் உமாவை மிகவும் கவர்ந்திருந்தது. ஒவ்வொரு பதிலிலும் 'உங்களாலும் ஒரு விஷ்ணுப்ரியாவாக உருவாக முடியும்' என்று அவள் எழுதுவது நிறையத் தன்னம்பிக்கை தந்தது.

10 முதல் கிராஸ் தெரு... இது இந்த வீடா? வாசல் கேட் உயரமாக இருந்தது. நாய்கள் ஜாக்கிரதை என்று போர்டு தொங்கியது. காக்கி உடை அணிந்த வாட்ச்மேன் இவள் பெயரைக் கேட்டு டெலிபோன் மூலம் உள்ளே பேசிவிட்டுக் கதவைத் திறந்தான்.

நடுத்தர வர்க்கப் பெண்ணான ப்ரியாவின் வாழ்வில் திருமணத்திற்குப் பின் இத்தனை வசதிகளா? உமா சில வினாடிகள் பிரமிப்புடன் தயங்கி நின்றாள். எவ்வளவு அழகான தோட்டம். புல்தரையின் நடுவில் வானவில் வண்ணத்தில் குடை நட்டு அதன் அடியில் வெள்ளை இரும்பு நாற்காலிகள் போடப்பட்டிருந்தன. புல் தரையைச் சுற்றி எத்தனை விதமான மலர்கள். அத்தனை நிறங்களையும் அள்ளி அணைத்துக் கொண்டு கவிதை எழுதவேண்டும் போலிருந்தது.

தயங்கித் தயங்கி உள்ளே நுழைந்து, வேலைக்காரன் காட்டிய சோபாவில் அமிழ்ந்த இரண்டாவது நிமிடம், விஷ்ணுப்ரியா மாடியிலிருந்து ஒவ்வொரு படியாக, அளந்து மிகக் கம்பீரமாக இறங்கி வந்தாள். பஸ்ஸில், கூனிக் குறுகி ஏறி அவளுடன் கல்லூரிக்கு வந்த விஷ்ணுப்ரியாவா இவள்... உமா, தானாக எழுந்து நின்றாள்.

"ஹலோ, உமா, என்னை இன்னும் நினைவு வைத்திருக்கிறாயா?" உமாவின் அருகில் வந்து அவள் தோளைப்பற்றி அணைத்துக் கொண்டாள். உமா கூனிக் குறுகிப் போனாள். இவ்வளவு பிரபலமான பிறகும் எவ்வளவு எளிமை.

வேலைக்காரனைக் காபி எடுத்துவரச் சொல்லி விட்டு, ப்ரியா இவளருகில் நெருங்கி உட்கார்ந்து இவள் குடும்பத்தைப் பற்றி விசாரிக்கலானாள்.

"ஸாரி, உமா, ரவியை இண்ட்ரடியூஸ் செய்ய முடியவில்லை. அவர் ஜப்பான் போயிருக்கார். அவர்தான் வாழ்வில் எனக்கு எல்லா இன்ஸ்பிரேஷனும் தந்தார். என் மகன் ரமேஷை அறிமுகப்படுத்துகிறேன்."

மாடியை நிமிர்ந்து பார்த்து... "ரமேஷ், உனக்கு கஷ்டமில்லையென்றால் கீழே இறங்கி வர முடியுமா?" என்று ஆங்கிலத்தில் அழைத்தாள். அம்மாடி, அம்மா – பிள்ளைக்கு நடுவிலான பேச்சுக்களில் கூட இவ்வளவு நாகரீகம் இருக்க முடியுமா...? ரமேஷ் என்ற அழகான ஒன்பது வயதுப் பையன் உமாவின் கையைக் குலுக்கி, "நைஸ் டு மீட் யு ஆண்ட்டீ... நீங்கள் அம்மாவுடன் காலேஜில் படித்தீர்களாமே" என்று விசாரித்தான். உமா விரும்பினாலும், விரும்பாவிட்டாலும், இதே வயதுள்ள... ஸ்கூலிலிருந்து வரும்போதே நாலு புறமும் புத்தகத்தை வீசி எறிந்து, பிடிவாதம் பிடிக்கும் சுந்தர் நினைவுக்கு வந்தான். ரமேஷ் ஊட்டியில் படிக்கிறானாம். ஊட்டியில் படித்தால் இப்படித்தான் பேசுவார்கள் போலிருக்கிறது.

ரமேஷ் விடைபெற்ற பிறகு, உமா மெள்ளத் துவங்கினாள். "பரியா, நீ எழுதுவது போல வாழ்வில் எல்லோராலும் எல்லாம் சாதிக்க முடியும்னு நினைக்கிறியா?"

"ஆமாம் உமா, உங்க தெருக்கோடியில் நாலு பெண்களில் ஒருத்தியா, பாவாடை தாவணி கட்டி தலைகுனிந்து போன நான் இன்று இவ்வளவு வளர்ச்சியடையறது சாத்தியம்னா, ஏன் மற்றவர்களால் முடியாது. இரண்டு நாள் முன் தில்லி போயிருந்தேன். உனக்குத் தெரியுமோ, நான் விமன்ஸ் வெல்பேர் கமிஷனில் ஒரு மெம்பர். பெண்கள் வளர்ச்சியிலே எனக்கு நம்பிக்கையிருக்கு."

ப்ரியா பேசிக்கொண்டேயிருக்கும் போது அவள் மாமியார் ரமேஷை அழைத்துக்கொண்டு வந்தாள். அவருக்கும் அறுபது வயதிருக்கும். சுத்தமான வெள்ளையில் பூப்போட்ட ஆர்கண்டி புடவையும், கையில்லாத ரவிக்கையும் அணிந்திருந்தார். வெள்ளி முடி இந்திரா காந்தி பாணியில் வெட்டப்பட்டிருந்தது. "எக்ஸ்க்யூஸ்மி. குறுக்கிடுவதற்கு மன்னிக்கவும்" என்று கூறி ப்ரியாவின் ஏற்புக்குக் காத்திருந்தாள்.

"ப்ரியா, இன்னிக்கு உனக்கு ஸென்ஸார் போர்டு மீட்டிங் இருக்கிறதல்லவா... நான் ரமேஷைக் கூட்டிக்கொண்டு வெளியே போகிறேன். ரம்யா ஸ்கூலிலிருந்து வந்ததும் நாங்க வண்டலூர் போகலாம் என்று நினைக்கிறேன். உன் ப்ளான் என்ன?"

"தேங்க்ஸ் ம்.... இன்னிக்கு சென்ஸார் போர்டில் இரண்டு பிக்சர் வ்யூயிங். எப்படியும் எட்டு மணியாகிவிடும். அப்படியே மிஸ்டர் அண்ட் மிஸஸ் சிங்கோட டாஜில் டின்னருக்குப் போகிறேன்... வர எப்படியும் பத்தரையாகிவிடும்..."

"ஓ.. கே... வேலைக்காரர்களுக்கு இன்ஸ்ட்ர க்ஷன் கொடுத்திருக்கிறேன்... நாங்க ஆறு மணிக்கு வீட்டுக்கு வந்திடுவோம்....

"எங்க மதர் இன் லா ரொம்ப நைஸ் லேடி ... பெரிய சோஷியல் வொர்க்கர் தெரியுமோ." மாமியார் தலைமறைந்ததும் ப்ரியா சொன்னாள். மாமியார்கள் சமூக சேவகிகளாக இருப்பார்கள் என்பது உமாவுக்குப் புது விஷயமாக இருந்தது.

"வா..... நாம் பேசிக்கொண்டிருந்த விஷயத்துக்கு..." ப்ரியா ஆரம்பிக்க உமா தொடார்ந்தாள். "உனக்குத்தான் தெரியுமே, சுமதி கலியாணமான மறுமாசமே எனக்கும் கலியாணம் நிச்சயமாயிடுத்துன்னு . இவருக்கு பாங்கில வேலை. என்னமோ அவரால் பாங்க் எக்ஸாம்ல பாஸ் பண்ணவே முடியல்லை. வாழ்க்கையில் ஏகப்பட்ட ஃப்ரஸ்ட்ரேஷன்ஸ். எங்க மாமியாருக்கோ ஒரே பிடிப்பான பிள்ளை , மருமகளிடம் பறிபோய் விடுவானோன்னு பயம், எங்க நாத்தனார் வீட்டிலோ எத்தனை செஞ்சாலும் போராம பிடுங்கறா, எங்க குழந்தை பெரியவனுக்கும் பொறந்ததிலேயிருந்து ஹெல்தே போறாது. நானும் பி.ஏ. படிச்சிருக்கேன். ஏதாவது உருப்படியாச் செய்யணும்னுதான் பார்க்கிறேன். ஒவ்வொரு அடியிலும், மாமியார் ஒரு பக்கம், இவர் ஒரு பக்கம் முட்டுக்கட்டை . அதையும் மீறினா , நாள் முழுக்க தண்ணி அடிச்சு ரொப்பறதிலேயும், வீட்டு வேலையிலுமே நேரம் போயிடறது."

"எந்தப் பெண்ணுக்குத்தான் வீட்டு வேலையில்லை. ஆனா, அதிலேயே மூழ்கிப் போயிடறதுதான் தப்பு . உனக்குக் கதை எழுத வரலைன்னா, வேலைக்குப் போ, கடை வை; ஆயிரம் வழியிருக்கு ....."

"அனுமதிச்சாத்தானே."

"உனக்கு யார் அனுமதி தேவை? நீ யாருக்கும் அடிமை யில்லை . நீ தனி மனுஷி. என் கலியாணத்துக்குத் தந்த நகைகள் எங்கேன்னு கேட்டு வாங்கி, அதை வித்துத் துணிக்கடை வை. 'அப்படித்தான் போவேன்'னு தைரியமா வேலைக்கு கிளம்பு. உன் பலத்தைக் காட்டு. என்ன செய்திட முடியும். அப்படியும் மிரட்டினா 'போடான்னு ' கிளம்பு . புரிஞ்சுக்காத கணவனோட வாழறதை விடத் தனியா வாழறது நல்லது... பயந்து, பயந்து தான் நீங்க வாழ்வைக் கெடுத்துக்கறீங்க. உங்களை நீங்க மதிச்சா, உங்க கணவன்மார்கள் மதிக்காம இருக்க முடியுமா என்ன..... உமா ஒண்ணை மட்டும் மறக்காதே. இது உன் வாழ்வு , உன் வாழ்வு மட்டுமே... உன் குழந்தைகள் கூட இரண்டாம் பட்சம்தான்..."

வீடு திரும்பும்போது உமாவின் நடையில் வீரமிருந்தது. கண்களில் துணிவிருந்தது. 'அவள் இனி பிறருக்குப் பயந்து வாழப் போவதில்லை. பட்டப்படிப்பு படித்த ஒருத்தியால் தனியாக வாழ முடியாதா, என்ன?'

வீட்டை நெருங்க, நெருங்க நடையின் வேகம் குறைந்தது. வாயிற்கதவு திறந்திருந்தது. குழந்தை மூத்திரத்தைக் கையில் தட்டிக் கொண்டு உட்கார்ந்திருந்தான். குழந்தையைத் தூக்கிக்கொண்டு ஈரமான முற்றத்தில் கால் வைத்த போது, நாத்தனார் ரமா அழுத முகத்துடன் தண்ணீர் நிரப்பிக் கொண்டிருப்பது தெரிந்தது. அவள் கால் மட்டுமின்றி கையும் பாளம், பாளமாக வெடித்திருந்தது. சில பேர் குடுத்து வெச்சிருக்கா, அனுபவிக்கிறா ...." என்ற மாமியாரின் குரல் ஆங்காரமாகக் கேட்டது.

"வாயைத் திறந்தாயோ, உடனே வெளியே போய் விடுவேன் பாரு" என்று வீரமாகச் சொல்ல நினைத்தவள், "ரமா, நீ ஏன் தண்ணி நிரப்பறே, உங்காத்துக் காரியம் போராதாக்கும்" என்று கயிற்றைப் பிடுங்கினாள். "அம்மா, காபிக்கு நேரமாயிடுத்தா வர்றேன்" என்றாள்.

தண்ணி இழுத்த போது, நான் ஏன் மறுபடியும் கோழையாகிவிட்டேன் என்று கேட்டுக்கொண்டாள். புரிந்தது, இது ஒரு பெண்ணின் தனி உரிமைப் பிரச்சினையா என்ன, சுலபமாக வழிமுறைகள் காண... பணமும், புரிந்துகொள்ள மனிதர்களும், காசைப் போட்டா வேலைக்காரர்களும் கிடைக்கும் வரை கட்டாயம் பிரச்சினைகளின் நிறம் மனிதருக்கு மனிதர் மாறுபடும் என்று தோன்றியது.

விஷ்ணுப்ரியாவுக்கு மிகச் சுலபமாகத் தோன்றும் பிரச்சினையின் பரிமாணம், அவளுக்கு மட்டும் ஏன் இவ்வளவு பூதாகாரமாக உள்ளது?

வழுக்கும் கிணற்றடிகள், பிளவுபட்ட பாதங்கள், ரேஷன் கியூக்கள், ஏமாற்றப்பட்ட மனிதர்கள், அவர்களின் எதிர் பார்ப்புகள் இவைகள் விஷ்ணுப்ரியாவுக்குப் புரியாது. அதனால் அவளால் பெண்களுக்குச் சுலபமாக 'அட்வைஸ்' செய்ய முடிகிறது. வேறுபட்ட இடங்களிலிருந்து ஒரே விஷயத்தைப் பார்த்தாலும் கோணங்கள் கட்டாயம் மாறுபடும். உமா கண்ணீரை அடக்கிக் கொண்டாள்.

# பரிசு

'விம் போட்டுத் தேய்த்த சமையல் மேடையை சுருணைத் துணியால் அலசி அரைத் துடைத்தாள் வசந்தா. துணியைக் கசக்கி உனர்த்தி, கையைக் கழுவிப் புடவைத் தலைப்பில் துடைக்கவும், வாசலில் கார் வந்து நிற்கும் சப்தம் கேட்டது. தூக்கிச் செருகிய புடவைத் தலைப்பை இறக்கிவிட்டு, வாயிற்புறம் வந்து எட்டிப் பார்த்தாள்.

பூனிஃபார்ம் அணிந்த டிரைவர் பின்கததவைத் திறக்க நாசூக்காக இறங்கி வந்தாள் ராஜி. ஒரு கணநேரம் 'சட்'டென ஒரு பொறாமை உணர்வு தோன்ற மறுகணம் தானே அடக்கிக் கொண்டாள் வசந்தா. எல்லோருக்கும் ஒரே மாதிரி அதிர்ஷ்டம் வாய்க்க முடியுமா என்ன? அம்மாடி...! காலை நேரத்தில் உடுத்த இப்படி ஒரு ஷிபான் புடவையா... ஆடம்பரமோ, ஜரிகையோ இக்னாத புடவை. ராஜி அணிந்து கொள்ளும் எல்லாப்புடவையும் அப்படித்தான் இருக்கும். சிம்பிளாகத் தோற்றமளிக்கும்லேட்டஸ்ட் பேஷன், விலை மட்டும் நாநூறு, ஐநூறுக்குக் குறையாது.

"என்ன வசந்த், அப்படிப்பாக்கறே...?"

"ஒண்ணுமில்லை... உன்புடவைரொம்ப நன்றாக இருக்கு..." ராஜியின் முகம் சடாரென மாறியது. தான் பொறாமைப்படுவதாக நினைக்கிறாளோ? "உனக்கு அழகாகப் பொருந்துகிறது..." – வசந்தா அவாரமாகச் சேர்த்துக் கொண்டாள். –

"ச்சூ..." – ராஜி அலட்சியமாகச் சொன்னாள். "போனவாரம் பெங்களூருக்கு டூர் போயிருந்தபோது வாங்கி வந்தார்..."

“ஆம்பிள்ளைகளுக்குக்கூட இப்படி டேஸ்ட் இருக்குமா?”

ராஜி பதில் பேசவில்லை.

வசந்தாவின் மனத்தில் ஒரு குறு குறுப்பு. அவள் கேள்விப்பட்ட விஷயத்தைத் தோழியிடம் சொல்லி விடலாமா... என்னதான் சின்ன வயதிலிருந்து ஒன்றாய்ப் பாண்டி விளையாடி, பள்ளிக்கூடம் சென்று காலேஜ்வரை படித்தவர்கள் என்றாலும், கணவன் – மனைவிவிலயம் மிகவும் 'பர்ஸனல்' விஷயம் ஆச்சே... அத்துடனில்லாமல், அவள் சொல்லப்போகும் விஷயம் கணவன்மனைவியிடம் சண்டையையும், பிரிவையும் ஏற்படுத்தி விட்டால்? அம்மாடி... ஆயுசு முடியவும் அந்தக் குற்ற உணர்விலிருந்து மீளமுடியுமா, வேண்டாம்... இப்போது வேண்டாம்...

“சாப்பிட்டு விட்டாயா ராஜி?"

"ம்.... காலையில் டிபன் சாப்பிட்டு விட்டேன். ஒரு மணிக்கு அவர் எஞ்சுக்கு வருகிறாரா என்று பார்த்து விட்டு பிறகுதான் சாப்பிடணும். உன்னைப்பார்த்துக் கொஞ்சநேரம் பேசவேண்டும் போலிருந்தது. பல நாளாக அவரைக் கேட்டுக் கொண்டிருந்தேன். இன்றுதான் ஒரு மணி நேரத்துக்கு கார் தந்தார். பன்னிரண்டு மணிக்குப் போகணும் திரும்ப...”

“பன்னிரண்டு மணி என்ன கணக்கு? எப்போதோ ஒருநாள் கணவனும் மனைவியுமாக அவசரமாக அஞ்சு நிமிடம் ‘விஸிட்மார்க்’ செய்துவிட்டுப் போய்விடுகிறீர்கள்... இன்று நீ தனியாக வந்திருக்கிறே. ஆற அமரப்பேசலாமே....”

“இல்லை வசந்தா, போகணும்...”

“ஓகே... அப்புறம் சொல்லு. ஆத்துக்காரர் ரீஸன்டா என்னென்ன வாங்கித் தந்தார்... வாங்காமல் தந்தார்?” – வசந்தா சிரித்தபடி கேட்டாள்.

“வசந்த்... நீ என்னைக் கேலி செய்யறே...” – திடீரென டைனிங் டேபிளில் முகத்தைப் புதைத்துக் கொண்டு குமுறிக்குமுறி அழ ஆரம்பித்தாள் ராஜி. “எனக்கு அவர் எதுவுமே வாங்கித் தரவேண்டாம் வசந்தா... ஒவ்வொரு குற்றத்துக்கும் ஒரு சமாதான வட்டி மாதிரிப்பரிக்கள்.... தொடவேகூசுகிறது. பெங்களூரில் காலை ஆறு மணிக்கு ரூமில் போனை ஒரு பெண் எடுத்து, 'ஹாய், சந்தர், யுவர் வொய்ஃப் என்று இவரிடம் தரும்போதே தெரியும், திரும்பி வரும் போது புடவையென்ன, நகையுடன் வருவார் என்று. ஒவ்வொரு ஆபீஸ் பார்ட்டியிலும் அலங்கரித்த பொம்மை மாதிரி கையில் கோகோகோலாவுடன் நான்

அவர் பின்னே சென்று கொண்டிருக்க, ஸ்காட்ச் அருந்தும் செகரட்டரியிடம் என் கண் எதிரிலேயே இவர் flirt செய்கிறாரடி... எங்கள் வீட்டில் பார்ட்டி என்றால் அவதான் ஜீலாவாலாவோ ஜிம்காவாலாவோ, அவளை வீட்டில் விட்டுவிட்டு வருகிறேன் என்று போகிறவர் என் முகத்தைக்கூடப் பார்க்காமல் நாலுமணி நேரம் கழித்து வருவார். திருடன் மாதிரி உள்ளே நுழைவதெல்லாம் ஒருநாள்தான்... மறுநாள் ஆபீஸிலிருந்து வரும் போது, 'ஹாய் ராஜி... லுக் அட் மை செலக்ஷன் என்று ஒரு புதுப்புடவை, புதுஸெண்ட் ஏதாகிலும்... ஐ ஆம் டின் கஸ்டட்... யாரிடமாவது பேசித்தான் ஆகணும்..."

"ராஜி, உன்னிடம் சொல்ல வேண்டாம்னுதான் இருந்தேன்.. என் ஹஸ்பண்ட் போனமாசம் டெல்லி டூர் போயிருந்தபோது, அசோகாஹோட்டல் மாடியிலிருந்து கீழே இறங்கும்போது வழியில் லிப்ட் நிறுத்தப்பட்டதாம். உன் ஹஸ்பண்டும், அவர் அணைப்பில் ஒரு மிக நாகரீகமான பஞ்சாபிப் பெண்ணும் லிப்டில் ஏற வந்தார்களாம். இவரைப் பார்த்ததும் ஏறாமல் நகர்ந்து சென்றுவிட்டார்களாம். இவர்கூடச் சொன்னார்... 'சந்திரசேகரனைப் போலப் பொஸிஷனில் உள்ளவர்கள் பெண்களைச் சந்திப்பதோ, அவர்களுடன் டின்னர், பார்ட்டிகளுக்குப் போவதோ தவிர்க்க முடியாதது.ஆனால் எந்தப் பெண்'க்ளையன்ட்டும் தோளில் சாய்ந்து இடுப்பை அணைத்துக் கொண்டிருக்க மாட்டாள்' என்று.

"எனக்கு அதிசயமே இல்லை இது... ஒரு வாரம் டெல்லிக்குச் சென்று விட்டுத் திரும்பும்போது எனக்குத் திருபுவன்தாஸ் ஜவேரி கடையில் மேனாஸெட் வாங்கி வந்தார். அப்பொழுதே உறுத்தியது..."

"ஏன் ராஜி, நீ இது பற்றி உன்ஹஸ்பண்டிடம் டிஸ்கஸ் செய்யக் கூடாதா... அவர் நடவடிக்கை உன்னை எவ்வளவு பாதிக்கிறது என்று எடுத்துக்கூறக்கூடாதா?"

"இந்த ஆறு வருஷத்தில் சாம, தான, பேத, தண்டம் எல்லாம் முயன்றாகி விட்டது."

"கேட்கிறேன் என்று நினைக்காதே... உங்களுக்குள் ஏதாவது செக்ஸ் பிராப்ளம்ஸ்...."

"நோ... நோ... ஒன்றுமே இல்லை. கொஞ்சநாளாக எனக்கு அருவருப்பும் அசூயையும்தான் மிஞ்சியிருக்கிறதுன்னா அதுக்கு அவர்தான் காரணம். நீ சுகந்தஸ்ரீயைப் பற்றிக் கேள்விப் பட்டிருக்கிறாயா? புதுசா ஒருஸ்டார்லெட் அவளை இவருக்கு யார் அறிமுகம் செய்து வைத்தார்களோ... இப்போதெல்லாம் ஒவ்வொரு முறை வெளியூர் போகும் போதும் அடுத்த பிளைட்டில் அவளும் செல்லுகிறாள்.

ஹோட்டலிலும் அடுத்த ரூம். இவர் பி.ஏ.யும் ட்ரைவரும் பேசிக் கொண்டிருந்தது காதில் விழுந்தது."

"உன் பெற்றோரிடம் இதுபற்றிச் சொன்னியா?"

"ஏன் வசந்தா, உனக்கு நம் இந்திய பேரண்ட்ஸுடைய அவுட்லுக் தெரியாதா? பெரிய மல்டி நேஷனலில் மார்க்கெட்டிங் டைரக்டராக மாப்பிள்ளை... கம்பெனி கொடுத்த மூணு பெட்ரூம் வீடு, கார், டிரைவர், வீட்டில் வேலைக்காரர்கள்... "உன்னை மாப்பிள்ளை அடித்தாரா, உதைத்தாரா.. புடவையும், நகையும் வாங்கிக்குவிக்கிறார். உனக்கென்ன குறை" என்பார்கள்... இன்னும் விவரமாகச் சொன்னால், "நீ கொஞ்சம் அட்ஜெஸ்ட் செய்து கொள் என்பார்கள். பெண்ணாகப் பிறந்தவளுக்குப் பௌதிகத்தேவைகள் பூர்த்தியானால் போதாதா? அவள் மனசு, அதன் சந்தோஷம், துக்கம் இது பற்றி யார் கவலைப்படுகிறார்கள்?"

"ராஜி, உனக்கோ பணக் கஷ்டமில்லை, அவர் நீர் போகிற போதெல்லாம் நீயும் கூடச்சென்று பாரேன்."

"வசந்தா... என் குடும்ப 'செட் அப்'பை நீ இன்னும் புரிந்துகொள்ளவே யில்லை. என் வாழ்வில் எனக்கு எவ்வளவு சுதந்திரம் இருக்கு என்று தெரியுமோ... இன்று பன்னிரண்டு மணிக்குப் பதிலாக இரண்டு மணிக்குத் திரும்பிப் போனால், அதற்குள் பத்து முறை வீட்டிற்குப் போன் செய்திருப்பார். என்னைச் சொல்லாலேயே குத்திக் கிழித்து விடுவார். காலேஜ் நாளில் டென்னிஸ், நீச்சல் என்று எல்லாவற்றிலும் முன்னால் இருந்த நான் இன்று வசதியில்லாமலா ஒன்றையும் தொடராமல் இருக்கிறேன்?"

"அவர் பொஸிஷன், பணம், வெற்றி மாதிரி நானும் அவருக்கு ஒரு பொஸஷன். அவர் ஈகோவைத் திருப்திப்படுத்த, ஒவ்வொரு வெற்றிகரமான மனிதனும் வெளிக்காட்ட வேண்டிய குடும்பத்தின் 'சிம்பல்' நான். உள்ளூரில் வந்து இரண்டு வருஷமாச்சே... ஒரு நாளாவது நான் சௌஜன்யமாக உங்கள் வீட்டில் கால் நீட்டி உட்கார்ந்து பேசி, பழைய பிரெண்ட் என்று பார்க்க அனுமதிக்கப் பட்டிருக்கிறேனா? ஒன்றுமில்லை... ஞாயிற்றுக்கிழமையன்று ஒரு மணி நேரம் அவர்கூடத்தான் என் பெற்றோரையே பார்க்கப் போக முடிகிறது. நினைத்த போது போக, நினைத்ததை வாங்க எனக்கு உரிமை யிருக்கா? நான் ஒவ்வொன்றும் 'பெட்டிஷன்' போடாத குறையாகக் கேட்டால், பிறகு செவிசாய்க்கப்படும். அல்லது நிராகரிக்கப்படும்..."

"நான் ஆசை ஆசையாக உடுத்துவேனே, அந்தக் கைத்தறிப் புடவைகளை உடுத்தி எத்தனை வருஷமாச்சு... எல்லாமே அவர் செலக்ஷன்... அவரிஷ்டம். வெளியூரில் அவர் இருக்கும் போதுகூட அவருக்குத் தெரியாமல்

எதுவும் செய்ய முடியாதபடி வேலைக்காரர்கள் கட்டுப்பாடு... ஒரு நாள் பார்ட்டியில் இவர் மானேஜிங் டைரக்டர் என்னிடம் ஏதோ பேச, நானும் பி.காம். படித்தவள்தானே... அதுபற்றி விவரமாகப்பதில் கூற, அருகிலிருந்த இவர் காதில் விழுந்து விட்டது. அன்று வீட்டில் வந்து, 'ஷோ ஆப் செய்கிறாயா? யூ ஆர் எ குட் ஃபார் நத்திங் ஸ்லட்' என்று என்னை அழ அழ அடித்து விட்டார். நான் சந்திரசேகரனின் அழகானமெழுகு பொம்மை மனைவி மட்டும்தான்.... அவரைப் பொறுத்தவரை நான் புத்தியில்லாதவள், எதுவும் தானாகச் செய்யத் தெரியாதவள், பேசத் தெரியாதவள்..."

"ராஜி உன் கணவர் அப்படியெல்லாம் நினைத்ததால் நீ அப்படியெல்லாம் ஆகிவிடமாட்டாய்... இரண்டு நாள் முன்கூட நம் அக்கவுண்டன்ஸி புரொபஸரைப் பார்த்தேன். உன் புத்தியையும், பேச்சுத் திறமையையும் அவ்வளவு புகழ்ந்தார்...."

"யார் புகழ்ந்து என்ன பிரயோசனம் வசந்தா?" – ராஜி பெருமூச்சு விட்டாள்.

ராஜி சென்று வெகுநேரம்வரை வசந்தா அவளைப்பற்றியே சிந்தித்துக் கொண்டிருந்தாள். கல்லூரியில் படிக்கும்போது ராஜி எல்லாவற்றிலும் முதல் – படிப்பில், விளையாட்டில், நடனத்தில்... ஸ்டேட் நீச்சல் சாம்பியன். இன்று அவளைப் பார்க்கும் யாருக்கும் அவள் கணவன் பணத்தால் அவளுக்குத் தந்துள்ள பதவி தான் தெரிகிறதே தவிர, ராஜியின் உண்மையான திறமைகள் மறைத்து வைக்கப்பட்டுள்ளது எங்கே தெரிகிறது? எனக்கே இத்தனை நாள் பார்வை மறைந்துதானே இருந்தது....

'தினம் பரிசாகக் குவிக்கிறார் அவள் கணவர்' எனப் பொருமினேனே... அத்தனையும் அவர் குற்றப்பரிகாரமாமே! என்ன இருந்தாலும் ஒரு பெண்ணுக்கு, 'என் கணவர் எனக்கு மட்டும் சொந்தம்' என்கிறகர்வ உணர்வைவிட, இந்தக் கேவலமான பரிசுகள் பெரிதா... வசந்தாவுக்கு ராஜியிடம் இரக்க உணர்வு தோன்றியது. ராஜியை அவள் கணவன் அனுப்பாவிட்டாலும், தான் மதிய நேரத்தில் அடிக்கடி அவள் வீட்டுக்குச் சென்று, அவளுடன் பேசி, அவள் மனதுக்கு ஆறுதல் அளிக்க வேண்டும் என்று முடிவு செய்து கொண்டாள்.

இன்று வசந்தா ராஜி வீட்டிற்குச் சென்றிருந்தபோது, ராஜி அழுமாட்டா குறையாகச் சொன்னாள்: "அமெரிக்காவில் படித்து முடித்து விட்டு இவர்களின் கஸின் பாலு திரும்பி வந்திருக்கிறான். ஏதோ பாக்டரி ஆரம்பிக்கப் போகிறானாம். எங்களுடன்தான் தங்கி யிருக்கிறான். அவன் முன்னிலையில் இவர் என்னைக் கேலி செய்வதும், மட்டம் தட்டுவதும் மிகவும் வருத்தமாக இருக்குடீ..." என்று.

“ஆனாலும் ஒண்ணு சொல்லணும். பாலு ரொம்ப நல்லவன். இந்த வீட்டின் சூழ்நிலை, இவர் அகங்காரம் எல்லாம் அவனுக்குப் புரிகிறதுன்னு நினைக்கிறேன். நாலுநாளைக்கு முன் எங்கள் வீட்டுப் பார்ட்டியில் இவர்ஜிம்காவாலாவுடன் கட்டிப்பிடித்துண்டு டான்ஸ் செய்தபோது, என்னை இரக்கத்துடன் பார்த்தாப்பலகூடத் தோணித்துடீ.... வேறெதுவும் இல்லைன்னாலும் பாலு என்னை மனுஷியா மதித்துப் பேசறான். வெளிநாட்டிலே இருந்ததனாலே சமையலுக்குக்கூட வந்து ஒத்தாசை செய்கிறான். பேச்சுத்துணைக்கு வீட்டில் மனுஷா இருக்கிறதே பல கஷ்டங்களை மறக்க உதவறது... இதோ பாரு வசந்த, நேற்று இந்த செண்ட் பாட்டில் புதிதாக – அந்த ஜிம்காவாலாவிற்காக இந்தப் பரிசு...” வசந்தா அவளை சமாதானம் செய்தாள்.

ஒருமுறை வசந்தா சந்திரசேகரனின் கஸினை, ராஜியைப் பார்க்கப் போயிருந்தபோது சந்தித்தாள். அந்த அழகான இறுபத்தாறு வயது இளைஞனின் நாகரிகமும், நாசூக்கான பண்புகளும் அவளை மிகவும் கவர்ந்தன. 'நீங்கள் ராஜிக்குக் கம்பெனியாக இருப்பது எனக்கு ரொம்ப சந்தோஷம்' என்று அவனிடமே கூறியதுடன், ராஜியின் திறமைகளைப் பற்றி ஒரு பிரசங்கமே செய்துவிட்டாள். ராஜி வெட்கத்துடன் புன்முறுவல் செய்தாள்.

வசந்தா வீட்டிற்குக் கிளம்பிய போது, 'இருடீ... அவர் ஷாப்பிங்கிற்காக 'ஓன் அவர்' கார் அனுப்பியிருக்கிறார். உன்னை டிராப் செய்து விடுகிறேன்" என்று தானும் கிளம்பினாள் ராஜி. வசந்தாவும் அவளுடன் லஸ்ஸில்' இறங்கி பழம், காய்கறி எல்லாம் வாங்கிக் கொண்டாள்.

"வாயேன்... இந்தக் கடைக்குப் போய்ப் பார்க்கலாம்" என்று அழைத்த ராஜியுடன் வசந்தா அந்தப் பிரும்மாண்டமான ரெடிமேட் கடையில் நுழைந்தாள். கடையில் பல சாமான்களைப் புரட்டிய ராஜி கடைசியாக, “இது அவருக்கு ஸூட் ஆகும் இல்லையா?" என்று மெரூன் கலரில் ஒரு பிரிண்டட் டையும், விலை உயர்ந்த ஒரு ஷர்ட்டையும் வாங்கிக் கொண்டாள்.

"ஏன் ராஜி, உன்ஹஸ்பண்டுக்கு பர்த்டேயா?"

“நோ... நோ... சும்மாத்தான்..."

'சடா' ரென்று பொறிதட்டியது வசந்தாவுக்கு. ராஜியிடம் திடீரெனத் தோன்றியுள்ள தன்னம்பிக்கை, முகத்தில் ஏறியுள்ள சோபை, புதிதாகக் காணும் நாணம்... 'அடிப்பாவி! படித்தவள் நீ. அவர் வாங்கித் தரும் பரிசுகளை வீசி முகத்திலடிக்கும் துணி வில்லாமல், நீயும் பரிசு வாங்கித் தரத் துணிந்து விட்டாயேடீ... இதனால யாருக்கென்ன லாபம்?

இரண்டு பேருமாகப் பள்ளத்திலே குதித்துப் பரிசுப் பொருள்களால் மூடிண்டே போவேளா... எத்தனைநாள், மூச்சு திணறரவரைதானே... உன் படிப்பு, அறிவு எல்லாம் இவ்வளவுதானா? நிறையத் தமிழ்க் கதைகள் படிப்பதன் பாதிப்பா...' தன் சந்தேகத்தை வெளியிட முடியாமல் மனத்துள் பொருமினாள் வசந்தா.

மாலையில் கணவன் வந்ததும். "நான் இனிமேல் ராஜி வீட்டுக்குப் போகப் போவதில்லை. ஷிடஸிண்ட் நீட்மி எனிமோர். அவள் ஹஸ் பெண்டுக்கு அவள் பரிசு வாங்கத்துணிந்து விட்டாள்" என்றாள்.

வசந்தாவின் கணவன் அவளை வியப்புடன் நிமிர்ந்து பார்த்தான். அதனால் உனக்கென்ன வந்தது? நல்லதுதானே..... உனக்குப் பொறாமையாக இருக்கிறதா, நமக்கு அந்த அளவுக்கு வசதியில்லையேன்னு?"

“நோ..." – வசந்தா கிரீச்சிட்டுக் கத்தினாள்.

“பணக்கார சிநேகிதமெல்லாம் இப்படித்தான் முடியும்!" என்றான். வசந்தாவின்கணவன் எல்லாம் புரிந்தவனாக!

# லி∴ப்ட் ப்ளீஸ்

“மல்லீ... மல்லிக்கண்ணா... ரெடியா?” மாடியை நோக்கிக் கத்தினார் சம்பத்.

"ஊஹூம்... நீங்க போங்க டாடி... எனக்கு டயமாகும். காலையிலே தலைக்கு ஷாம்பூ போட்டேன். அது இன்னும் காயலை. ஜீன்ஸை அயர்ன் செய்யணும்..."

“அட... ஜீன்ஸைக் கசக்கித்தானே போட்டுப்பாங்க, அயர்ன் கூடச் செய்வாங்களா என்ன?"

“ஓ... இது ஜோக்கில்ல... இருங்க சிரிச்சுடறேன்..." மல்லி குறும்பாக' மேல் படியிலிருந்து எட்டிப் பார்த்தாள்.

“நாட்டி கேர்ள்... மெதுவாகத் தலையை ஆத்திண்டு இருந்தேன்னா, காலேஜுக்கு லேட் ஆயிடும்... ஹூம், கெட் ரெடி..."

"ஃபர்ஸ்ட் அவர் ஃப்ரீதான். அரை மணி கழிச்சுக் கிளம்பறேன்."

"எப்படிப் போவே? பஸ்ஸெல்லாம் ஓவர் க்ரவுடட் ஆகிவிடுகிறது..."

“பரவாயில்லை, அப்படியானா ஐ வில் டேக் எ லிஃப்ட் கட்டை விரலைக் மேலே திருப்பி, உதட்டைப் பிதுக்கி, வெண் பல் தெரியச் சிரித்தாள் மல்லிகா.

"கண்டவன் கிட்ட லிஃப்ட் கேட்டு, காரிலே ஏறிக்கிறது என்ன வழக்கம் பாருங்க... நீங்களாவது சொல்லக் கூடாது?" –

"திரும்ப ஆரம்பிச்சுட்டியே மம்மி..." மல்லிகா தடதட வெனப் படி யிறங்கி வந்தாள். "நீங்களே சொல்லுங்க டாடி..... பேப்பர் படிச்சுப் படிச்சு வீட்டிலிருக்கிற லேடீஸுக்கெல்லாம் 'ஃபியர் காம்ப்ளெக்ஸே' வந்து விட்டது. எப்போ பார்த்தாலும் பெண்ணை எவனாவது ரேப் செய்து விடுவானோன்னு பயம். ரேப் செய்ய காருக்குத்தான் போகணுமா என்ன? எம் மேல கை வைக்கும் தைரியம் யாருக்கு உண்டு ? "ஹாய்... ஹாய் ஹூ..." ஒரு கராத்தே பிடி அபிநயித்து, செங்கல் வெட்டுவது போல் கையால் வெட்டி காலைத் தூக்கி உதைத்துக் காண்பித்தாள்.

"ஐ நோ டு ப்ரொடெக்ட் மைஸெல்ஃப்... என் ஹேண்ட் பாகில் எப்பவும் ஒரு பாக்கெட் கத்தி ரெடி. ஏதாவது விஷமம் பண்ணத் துணிஞ்சா ஒரு சின்னக் கீறல்... தட்ஸ் ஆல்."

சம்பத் 'குப்'பென்று சிரித்து விட்டார்.

"உங்க பெண் பேச்சைக் கேட்டுப் பெருமை வேறயாக்கும். புத்தி சொல்லுங்க... எவனாவது சோதா காரில் ஏறிக்கிட்டு..."

மல்லி ஓடிச்சென்று ராஜியின் கழுத்தைக் கட்டிக் கொண்டு கன்னத்துடன் கன்னம் இழைத்துக் கொஞ்சினாள்.

"மம்மீ... ஸ்வீட் மம்மீ... நான் கண்ட சோதாவிடமெல்லாம் லிஃப்டே கேட்க மாட்டேன். பயப்படாதே. டாடி மாதிரி, மிடில் ஏஜா, டீஸண்டா, எக்ஸிகூடிவ் டைப்பா குழந்தை குட்டிக்காரர்னு தோணறவங்க கிட்டத்தான், அதுவும் அவங்க தனியா இருந்தாத்தான் லிஃப்ட் கேட்பேன். ஓடற காரில், தனியா ஓட்டிப் போறவர், எந்த வம்பும் செய்ய முடியாது. கவலைப்படாதே...பை... பை... டாடி... அயர்ன் சூடாயிருக்கும்..."

துள்ளிக் குதித்து மாடி ஏறும் இவளைப் பதினேழு வயதுக் குழந்தை என்பதா? பெரிய மனுஷி என்பதா? இந்தக் காலப் பெண்களுக்கு நடை, உடை, பாவனைகளில் வெகுளித்தனம் இருந்தாலும் மனதில் முதிர்ச்சியிருக்கிறது. இவளைப் பற்றிக் கவலைப்பட வேண்டியதில்லை. மகளைப் பற்றிய பெருமையுடன் சம்பத் காரில் ஏறினார்.

அண்ணா நகர் சந்து பொந்துகளில் புகுந்து, பூந்தமல்லி ஹைரோட்டில் வெளிவரும் திருப்பம் –

பின்னால் திரும்பித் திரும்பிப் பார்த்துக்கொண்டு வந்த அந்தப் பெண்ணுக்கு மல்லிகா வயதுதானிருக்கும். வழக்கமான மங்கிய நீல ஜீன்ஸ்... மேலே நெருங்கிப் பிடிக்கும் டீஷர்ட்... தோள் வரை வெட்டிய முடி... வேக வேகமாக நடந்து கொண்டிருந்தவள், பின்னால்

வந்த காரைப் பார்த்தவுடன், ஆவலுடன் நடு ரோட்டுக்கு வந்து, கட்டை விரலைக் மேல் நோக்கி அசைத்து, எதிர்பார்ப்புடன் நிமிர்ந்து பார்த்தாள்.

சட்டென மல்லி ஞாபகம் வர, இந்தப் பால்வடியும் குழந்தை முகத்தையும், குண்டுக் கண்களையும் ஏமாற்ற மனமில்லாமல் காரை நிறுத்தினார்.

'மவுண்ட் ரோட் பக்கமா அங்கிள்?" டிரைவர் சீட்டினருகே குனிந்து கேட்டாள்.

“யெஸ்... கெட் இன்..." பனியனுள் பூனைக்குட்டிகள் துள்ள, குடுகுடுவென்று காரைப் பிரதட்சிணம் செய்து கொண்டு முன்பக்கம் ஏறித் 'தொப்'பென்று சீட்டில் விழுந்தாள்.

தாங்கள் இனிமேலும் பாப்பாக்கள் இல்லை என்று தங்கள் குழந்தைத்தனத்தை மறைக்கத்தான் இப்படி வளர்ச்சியை வெளிச்சம் போட்டுக் காட்டுகிறார்களோ...... மல்லியும் இப்படித்தான். டி ணீ

'யெஸ்; மாடர்ன் கேர்ள்ஸுக்கு தங்கள் உடம்பைப் பற்றி, செக்ஸ் உணர்வுகளைப் பற்றி அனாவசிய உபாதைகள் இல்லை. ஒரு விஷயத்தில் இதுவும் நல்லதுதானே... மூடி மூடி வைத்து என்ன சாதித்துவிட்டோம்?'

"அங்கிள்..... உங்க கார் ரொம்ப நல்லாயிருக்கு. ஸ்டீரியோவில் என்ன காஸெட் வெச்சுருக்கிங்க... ஏதாவது ப்ளே பண்ணுங்களேன்..." வெள்ளைச் சிரிப்பு! தலையை ஆட்டி ஆட்டிப் பேசும் போது கொள்ளை அழகு.

'ஓ.கே. பால் மோரியட் போடட்டுமா?"

“ஊ... க்ரூவி (Groovy)” சீட்டில் எழும்பிக் குதித்தாள். காரே அதிர்ந்த து.

“உம் பேரென்னம்மா...?"

'விநிதா, அங்கிள்..." பேச்சுக்குப் பேச்சு அழுத்தமான அங்கிள். நீ முன் பின் தெரியாத, தனியாகப் போகும் ஆண்; நான் உன்னை நம்பி ஏறியிருக்கும் பெண் என்கிற மாதிரி எந்த விகல்பமுமில்லாத கள்ளமற்ற உறவு.

"என்னம்மா படிக்கிறே?”

“ஃபர்ஸ்ட் இயர் மேத்ஸ்... ஒரே போர். இந்த ஸெமஸ்டர் சிஸ்டம் சுத்த மோசம். இட் ஈஸ் ரியலி கில்லிங். எப்போ பார்த்தாலும் 'அஸைன்மென்ட் தான்." –

“பின்னே, படிக்கத்தானே காலேஜ்ல சேர்ந்திருக்கிறீங்க?"

“ஊம்... வேற வழி?” உதட்டைப் பிதுக்கிக் கண்ணை உருட்டிப் பெருமூச்சு விட்டாள்.

"எந்தக் காலேஜ்?"

சொன்னாள்.

"அண்ணா நகரிலிருந்து அவ்வளவு தூரம் எப்படி போவே?"

"சீக்கிரம் கிளம்பினா பஸ். அண்ணா ஊரிலிருந்த ஸ்கூட்டர் பில்லியன். மத்த அன்னைக்கு உங்க மாதிரி டீஸண்ட் ஜெண்டில்மென் கிட்ட லிஃப்ட்."

'என் டாட்டர் மல்லிகா ஸ்டெல்லாவில் சோஷியாலஜி ஃபர்ஸ்ட் இயர். அவகூட உன்னை மாதிரித்தான். என் வொய்ஃப்தான் சொல்லுவா, முன்னை பின்னை தெரியாதவங்க கிட்ட லிஃப்ட் கேட்கக்கூடாதுன்னு..."

“அதுல என்ன தப்பு அங்கிள்; நான் இப்ப உங்ககூட வரல்லியா?"

கார் மெக்னிகல்ஸ் ரோடில் திரும்பி, வில்லேஜ் ரோடில் புகுந்து, நுங்கம்பாக்கம் நெடுஞ்சாலையில் நுழைந்தது. சம்பத்தின் சிந்தனை ஓட்டத்தில் அந்தப் பெண் குறுக்கிட்டாள். "அங்கிள், உங்க பர்ஸ்லே எவ்வளவு பணமிருக்கு?" கையைச் சொடக்கியவாறு, முத்துச் சிரிப்பு மாறாமல் முகத்தை நிமிர்ந்து பார்த்துக் கேட்டாள்.

“வாட், என்ன கேட்டே?"

“'பர்ஸ்லே எவ்வளவு பணமிருக்குன்னு... ஐ ஆஸ்க்ட் யூ டூ ஹேண்ட் ஓவர் தி பர்ஸ் டு மீ..."

திடுக்கிட்டு, செயலிழந்து காரை நிறுத்தினார் சம்பத். பின்னால் வரிசையாக வந்துகொண்டிருந்த 'ஹார்ன்'கள் அலற, கியரைப் போட்டார்.

“உனக்கு என்ன மூளை, கீளை கெட்டுவிட்டதா? கெட் டவுன் ஃபர்ஸ்ட் ..."

“பர்ஸைக் குடுங்க, இறங்கறேன்."

'யூ ஸ்கவுண்ட்ரல்! முளைச்சு மூணு இலை விடலை. திருட்டுப் புத்தியா.... 'பளார்'னு ஒண்ணு கன்னத்துலே வச்சுப் பிடிச்சுக் கீழே தள்ளுவேன்."

“ட்ரை பண்றீங்களா? அதுக்கு முன்னாடி நான் என் உதட்டு லிப்ஸ்டிக்கில் கொஞ்சம் தொட்டு உங்க கன்னத்துலே தடவி,

காப்பாத்துங்க, காப்பாத்துங்கன்னு கத்துவேன். அப்புறம் பர்ஸிலே சின்னப்ளேடு இருக்கு... சட்டையைக் கொஞ்சமாகக் கிழிச்சுண்டு 'ஓ'ன்னு அலறுவேன். முன்னாலே, பின்னாலே எல்லாக் காரும் நின்னு விசாரிக்க வரபோது 'திஸ் டர்ட்டி ஓல்ட்மேன்'னு விசும்புவேன்... நீங்க ரொம்ப பாவம் அங்கிள்..... காலேஜுக்கு நடந்து போயிட்டு இருக்கிற இந்த கேர்ள் ஸ்டூடண்ட்ஸ்ல நிறையப் பேர் உங்க டாட்டர் க்ளாஸ் மேட்ஸா இருப்பாங்க. 'அச்சச்சோ... நம்ம மல்லிகா ஃபாதர் இந்த வயசிலே...' அப்படின்னு முகம் சுளிப்பாங்க. இதைக் கேள்விப்பட்டு உங்க டாட்டர்லைஃப் டைமுக்கும் உங்களை வெறுத்துப் புழுவாப் பார்ப்பா ... அப்புறம் இந்த ஆபீஸ் க்ரவுடில உங்க ஆபீஸோட சம்பந்தப்பட்டவங்க ஒரு பத்துப் பேராவது வேடிக்கைப் பார்க்க வரமாட்டாங்களா?" –

“ஷட் அப்... ஐ வில் ஹேண்ட் யூ ஓவர் டு தி போலீஸ்..."

“ப்ளீஸ் டூ... நான் இப்பவே ஒப்பாரி ஆரம்பிக்கிறேன். நீங்கள் தவறா நடந்தீங்கன்னு நான் ப்ரூவ் பண்றதைவிட, அப்படி நடக்கலைன்னு நீங்க 'கன்வின்ஸ்' செய்யறது கஷ்டம். அது உங்களால முடியாது! எதுக்கு டைம் வேஸ்ட் பண்றீங்க..."

“அங்கிளாம் அங்கிள் – பல்லைத் தட்டிக் கையில் கொடுப்பேன்..."

"அது என் வேலையை இன்னும் சுலபமாக்கும். நான் என்ன லட்சமா கேக்கறேன். ஏதோ ஸ்மால் பாக்கெட் மணி. தட்ஸ் ஆல்..."

சம்பத் முதுகில் வியர்வை கசிந்து ஒட்ட, 'இவளை என்ன செய்யலாம்? மிரட்டினாலோ, இறங்கச் சொன்னாலோ இவள் சொன்னதைச் செய்யப்போவது நிச்சயம்' – யோசனையில் ஆழ்ந்தார்.

"நல்ல க்ரவுடட் ஏரியா. கும்பல் சுலபமாகச் சேரும்."

“யூ ஆர் ப்ளாக்மெயிலிங் மீ..."

"ஆமாம்... பர்ஸை எடுக்கறீங்களா, இல்லை ப்ளேடை எடுக்கட்டுமா... பேன்ட் ஜிப் கூட சுலபமாகத் திறக்கும்..." விநிதா சீட்டில் அவரருகில் நெருங்கி உட்கார்ந்து கொண்டாள்.

பயத்தில், ஸ்டியரிங் பிடித்திருந்த கை நடுங்க ஆரம்பித்தது. ‘மை காட்.... யாரோ ஒரு பதினாறு வயதுப் பெண்ணுக்கு இரக்கப்படப்போய்... ஹௌ டு கெட் அவுட் நௌ?'

“நான் கத்த ஆரம்பிக்கட்டுமா... ஸ்டார்ட்டிங்... ஒன்... டூ... த்ரீ...'

“இந்தா” சட்டெனப் பர்ஸை எடுத்து நீட்டினார்.

“மை... மோர் தென் தவுஸண்ட்! டைனர்ஸ் க்ளப் கார்ட் வெச்சிருக்கறவங்க ஏன் இவ்வளவு கேஷ் எடுத்துப் போறீங்க?"

“கெட் அவுட்...” சம்பத் காரை நிறுத்தப் போனார்.

"அவசரப்படாதீங்க... உங்க பர்ஸோட இறங்கி நீங்க 'பிக்பாக்கெட்'னு கத்தி, நான் மாட்டிக்கிற அளவு ஸ்டுப்பிட் இல்லை. எனக்கு எதுக்கு இவ்வளவு பணம்? டென் ஹண்ட்ரட்ஸ் போதும். இந்தாங்க பாக்கி..."

பர்ஸ் 'தொப்'பென்று அவர் மடியில் விழுந்தது. அவள் பேன்ட் 'ஜிப் பை சாவகாசமாகக் கீழிழுத்து 'பேன்டி'ல் பணத்தைப் பதுக்கிக் கொண்டாள். “நௌ ஸ்டாப் தி கார் அங்கிள்... தாங்க்யூ அங்கிள்... ஸ்வீட் அங்கிள்... பை... பை..." 'சப்' பென அவர் கன்னத்தில் ஒரு குழந்தை முத்தம் தந்து விட்டு நிறத்திய காரிலிருந்து குதித்து மவுண்ட்ரோடின் ஜன சமுத்திரத்தில் கலந்து மறைந்தாள்.

– நேரே போலீஸ் ஸ்டேஷன்... அதுதான் சரி.... ஆனா 'வளவள'வென ரிப்போர்ட் எழுதி, நூறு கேள்வி கேட்டு ஆயிரம் இடத்தில் கையெழுத்துப் போடச் சொல்லி, அத்தனைக்குப் பிறகும் அவர் பேச்சை அரைகுறையாக நம்பி, மவுண்ட் ரோடில் அந்தப் பெண்ணைத் தேடிக் கண்டுபிடித்து அவள் பேன்ட் ஜிப்புக்குள் கைவிட்டுத் தேட ஒரு பெண் போலீஸை அழைத்து வருவதற்குள்... –

வேஸ்ட் ஆஃப் டைம்....

லிஃப்டில் ஏறி, ஏர் கண்டிஷன் அறையில் பயமில்லாமல் மூச்சுவிட்டு ஆசுவாசப்படுத்திக்கொண்டு சுய இரக்கத்தைத் துடைத்தவுடன் கோபம் ஆத்திரமாகப் பீறிட்டது. அவசரமாகப் போனைச் சுழற்றினார்.

“ராஜி, மல்லி கிளம்பிட்டாளா?"

"இல்லிங்க..."

“அவளைச் சீக்கிரம் கூப்பிடு..."

“என்ன விஷயம்?"

“நன் ஆஃப் யுவர் பிஸினஸ்... கெட் லாஸ்ட்...."

“என்ன டாடி... காலேஜுக்குக் கிளம்பிட்டு இருந்தேன். கூப்டீங்க..."

"காலேஜும் வேண்டாம், ஒண்ணும் வேண்டாம்... அடிக் கழுதை! லிஃப்ட் வாங்கிட்டுப் போவாளாம் லிஃப்ட்..... உடம்பிலே அத்தனையும் திமிர்... பொம்பிள்ளைங்கற திமிர்... ஏமாந்தவன் காரை நிறுத்துவான்னு தைரியம். காலை ஒடிச்சுப் போட்டிடுவேன்..." –

"உஷ் டாடி... வாட் ஈஸ் ராங்க் வித் யூ?"

– "எனக்கு என்னன்னு கேக்கறயா ராஸ்கல். கட்டை விரலைக் காட்டினே, விரலையே அறுத்துப் போட்டுடுவேன். ஹேண்ட் பாகிலே பேனாக்கத்தின்னு பெருமை வேற.... அந்தக் கத்தியாலேயே வெட்டிப் போடணும். முதல்ல அதைத் தூக்கி எறி. ஒரு நா காலேஜுக்குப் போகாட்டா குடிமுழுகிப் போகாது. வீட்டோட கெட..."

"டாடீ... மூளை பிரண்டிடுச்சு உங்களுக்கு..."

"என்னைப் பார்த்தா சொன்னே... உங்க மூளைலதான் வக்ரம் பிடிச்சிருக்கு..."

"மம்மீ... டாடியப் பாரு..." மல்லிகா 'ஊ' என்று குரலெடுத்து அழும் சத்தமும் ராஜி போனைப் பிடுங்கி வைக்கும் ஓசையும் கேட்டது.

'பதினேழு வயசுக்கு அழுகை ஒண்ணில்தான் குழந்தைத் தனம்...' சம்பத் படபடப்பு அடங்கி, ஒழுங்காக மூச்சுவிட ரொம்ப நேரம் பிடித்தது.

# ஒரு லேபல் தேவை

இன்று ஷரத் ஊரிலிருந்து வருகிறான் என்று ராமகிருஷ்ணன் சொன்னது ஞாபகம் வந்தது. ஒரு நிமிடம் தயங்கி நின்று, பதினாறு வயதுப் பையனுக்கு என்ன வாங்குவது என்று யோசித்து விட்டு, ஒன்றும் புரியாமல், பரவாயில்லை என்று ஒரு பிஸ்கட் பாக்கெட் வாங்கிக் கொண்டு கிளம்பினேன்.

கதவைத் திறந்ததே ஷரத்தான். இந்தப் பசங்கள்தான் எப்படி வளர்ந்து விடுகிறார்கள்! ஒரே வருஷத்தில் அரைப் பாண்டில் இருந்த பையன் ஆறடி உயரமாகி, வழவழவென ஷேவ்' செய்த முகத்தில் மெல்லிய மீசையுடன் காட்சி தருகிறான்.

"ஹலோ, ஷரத்..."

"ஹலோ... மிஸ்டர் ராஜகோபால் ..." நீட்டிய பிஸ்கட் பாக்கெட்டை வாங்கிக் கொண்டவன், "தாங்க்யூ..." என்றதுடன் நிற்காமல், என்ன அழுத்தமான கைகுலுக்கல்... ஹலோ அங்கிள், அல்லது மாமா... உஹூம்.. பப்ளிக் ஸ்கூல் படிப்போ , இல்லை அதீத தன்னம்பிக்கையோ, நாற்பதை நெருங்கிய குடும்ப நண்பரைப் பெயரிட்டு அழைக்கிறான். சரிசமமாகக் கைகுலுக்குகிறான். எனக்குக் கல்யாணமாகி இரண்டு குழந்தைகள் பிறந்த பிறகு கூட அப்பா எதிரில் உட்கார்ந்ததோ, அவர் நண்பர்களுடன் சேர்ந்து பேசியதோ இல்லை. எவ்ரி திங்க் ஈஸ் சேஞ்சிங் தீஸ் டேஸ்...

ராமகிருஷ்ணனும் – ப்ரேமாவும் வந்து கலகலவெனப் பேசினார்கள். சேர்ந்தாற்போல் பத்து வருஷமாக ஹாஸ்டலில் இருக்கும் பிள்ளை

சில மாதங்களாவது தங்களுடன் சேர்ந்து இருப்பானென்ற ஆவலும், சந்தோஷமும் ரொம்பவும் வெளிப்படையாகவே தெரிகிறது.

– "ஷரத் அப்பாவை விடவே உயர்ந்து விட்டான், பார்த்தேளா?" – தாயின் பெருமை.

"மூன்று வருஷமாக ஸ்கூலில் எல்லாத்திலேயும் அவன்தான் ஃபர்ஸ்ட். ஸ்டேட் ஜூனியர் கிரிக்கெட் டீமில் விளையாடுகிறான், தெரியுமில்லையா?" – தந்தையின் பூரிப்பு.

"அப்பாவுக்கும் – அம்மாவுக்கும் என்னைப் பற்றி ரொம்பப் பெருமை!" – என்னைப் பார்த்துக் கண்ணடிக்கிறான் ஷரத். அஸ்ஸாம் ப்ராப்ளம் இப்படித் தொடர்கதையாகிறதே, என்ன வழி என்று கேட்கிறான் – யுகாண்டாவில் ஒபோடே திரும்புவாரா என்று விவாதிக்கிறான். என் பாக்டரியில் ப்ரொடக்ஷன் எப்படி யிருக்கிறது, ஏதாவது எக்ஸ்பான்ஷன் செய்திருக்கிறேனா, லேபர் எப்படி என்று விசாரிக்கிறான். ஊரில் சர்க்கரை கிடைக்காதபோது புட் கார்ப்பொரேஷன் கோடவுனில் சர்க்கரை வீணாகித் தூக்கி எறியப்படுகிறதே என்று ரொம்ப வருத்தப்படுகிறான். படித்தவர்களுக்கு வேலை தராமல் பணக்காரர்களுக்கே வேலை தரும் பெரிய கம்பெனிகள் பற்றி அதிகமாகவே கோபப் படுகிறான்.

மூன்றும் பெண்களாக, அதுவும் அம்மாவைப் போல் வாயைக்கூடத் திறந்து பேசாத, மகா அடக்கப் பெண்களைப் பெற்றுவிட்ட எனக்கு இந்த இளமை, ஆர்வம், உணர்ச்சிகள், அதை வெளிப்படுத்தும் வேகம் எல்லாமே புதுமையாகவும், ரொம்ப விரும்பத்தக்கதாவும் இருக்கிறது.

"மேலே என்ன பண்ணப் போறே, ஷரத்?"

"அப்பாவுக்கு இனிமேல் ஹெட் ஆபீஸ் வேலை – ட்ரான்ஸ்பர் கிடையாது. அதனால இனிமேலாவது அவர்களுடன் சேர்ந்து இருக்கலாம்னு அவா விரும்பறா... எனக்கும் ஆசையிருக்கு. ஆனாலும், மார்க் வாங்கினால் மட்டும் ஓபன் 'கோடா'வில் ஸீட் கிடைப்பது என்ன நிச்சயம்? ஐ.ஐ.டி. 'ட்ரை' பண்ண ப் போறேன். எ.ஐ.எம். எஸ்., ஜிப்மர், மெடிகல் காலேஜ், எல்லாப் பரீட்சையும் 'ட்ரை' பண்ணலாம் என்றிருக்கேன்..."

எனக்கு விசித்திரமாக இருந்தது. "ஒரு புறம் இன்ஜினியரிங், மறுபுறம் மெடிகல் .... முரண்பாடா இருக்கே... உனக்கு எதில் ஆப்டிட்யூட் இருக்கு?"

ஷரத் சிரித்தான் : "இந்த ஆப்டிட்யூட் விஷயமெல்லாம் நம்ப நாட்டுக்குப் பொருந்துமா... அரிச்சுவடியே படிக்கத் தெரியாத அப்பா – அம்மாவின்

பிள்ளைக்கு அக்கவுண்டென்ஸியில் ஆப்டிட்யூட் இருக்குமா? நம்ப நாட்டில் Survival Instinctஉம் சான்ஸும்தான் ஆப்டிட்யூட்.... வயிறு ரொம்ப வேலை செய்யணும். வேலை கிடைக்க தகுதி வேண்டும். தகுதி வர எங்கு இடம் கிடைக்கிறதோ, அங்கு ஒட்டிக்கொள்ள வேண்டும்... இல்லையா?"

ஷரத், "எக்ஸ்கியூஸ்மி" என்றவாறு, தான் ராமகிருஷ்ணனுடன் பேசிக் கொண்டிருக்கும்போது எழுந்து சென்று தட்டில் பிஸ்கட், காப்பியுடன் திரும்பினான்.

ராமகிருஷ்ணன் சொன்னான்: "அம்மாவிடமிருந்து லெட்டர் வந்திருக்கு... ஷரத்துக்கு இந்த விடுமுறையில் பூணல் போட்டுவிடணும்னு எழுதியிருக்கா...."

"அது என்ன பிரமாதம்... ஜமாய்ச்சுடலாம் கல்யாணமா என்ன, வரன் தேட. நினைச்சா நடத்திட வேண்டியதுதானே.... ஒத்தப்படை வயசா... ஸிக்ஸ்டீன் கம்ப்ளீட்ட்...?"

"நோ ராம். இதைப்பற்றி நாம ஏற்கெனவே ரொம்படிஸ்கஸ் பண்ணியாச்சு..." – ப்ரேமா கோபத்துடன் காப்பிக் கோப்பையைக் கீழே வைத்தாள்: "ஷரத்துக்குப் பூணல் போட நான் சம்மதிக்க மாட்டேன். அர்த்தமே புரியாத மந்திரத்தை, அதன் அவசியம் தெரியாத நீங்க அவன் காதில் ஓத; கட்டிக்கத் தெரியாத மடிசார் புடவையைச் சுத்திண்டு நான் ஓங்க பக்கத்திலே 'ஸ்டுபிட்டா' நிக்க மாட்டேன். எனக்கு ஜாதியிலே நம்பிக்கையில்லை. அதனால் நான் ஜாதியை எம் பிள்ளை மேலும் திணிக்க மாட்டேன்!"

எனக்குக் கொஞ்சம் வியப்பாகவே இருந்தது அவள் பேச்சு. ஆனாலும் எம்.ஏ. படித்து, ராமகிருஷ்ணனின் ஒவ்வொரு போஸ்டிங்கின்போதும் புதுப்புது விஷயங்களைக் கற்று, சுயமாகச் சிந்திக்கும் திறன் பெற்றிருக்கும் ஒரு பெண் இப்படிப் பேசுவது அதிசயமில்லை என்றும் தோன்றியது. "அதற்காகப் பிராமணனாய்ப் பிறந்தவா எப்படிப் பூணல் போடாம இருக்கிறது?"

"அந்தக் காலத்துப் பிராமணர்கள் செய்த எல்லா வேலையையும் நாம இப்ப செய்யறமா என்ன... நம்ம கிட்ட என்ன பிராமணத்துவம் பாக்கி இருக்கு? வேதம் படிச்சவன் எந்த ஜாதியானாலும் பூணல் போடாமலே கோவில்ல அர்ச்சனை செய்யலாம்னு சொல்லற காலம் இப்ப... எத்தனை பிராமணர்கள் பைவ் ஸ்டார் ஓட்டல்லே 'போர்க்கும்', 'ஹாமும்' சமைக்கிறவாளாவும், சர்வ் செய்யறவாளாவும் இருக்கா தெரியுமோ... பிள்ளைக்குப் பூணல் போடணும்கறாரே, இவர் கழுத்திலே பூணல் இருக்கான்னு பாருங்கோ! எப்போவாவது ஊருக்கப் போய்

அம்மாவைப் பார்க்கணும்னா, அவசர அவசரமாப் பூணலைத் தேடி மாட்டிப்பார் ரெண்டு நாளைக்கு! இன்னும் சொல்லப் போனா, எங்க மாமனார் போனபோது, பொணத்தைப் போட்டுட்டு இவருக்குப் பூணல் வாங்க ஓடினார் வாத்தியார்! இவர் தன் பிள்ளைக்குப் பூணல் போடணும்னு சொல்றது என்ன நியாயம்... அவர் பிரெண்ட் நீங்க சொல்லுங்கோ...!"

ராமகிருஷ்ணன் புன்சிரிப்புடன் மனைவி பேச்சைக் கேட்டுக்கொண்டு உட்கார்ந்திருந்தான். உயர் அதிகாரிக்கான நாகரீகமாக ஸ்காட்சிலும், விஸ்கியிலும் மிதந்து கொண்டு, நாற்காலி, மேஜை தவிர அத்தனை நாலுகால் வஸ்துக்களையும் ரசித்துச் சாப்பிட்டு, விடாமல் 'அக்னி ஹோத்ரம்' செய்தாலும் தமிழில் பேசத் தொடங்கினால், 'எப்ப ஆத்துக்கு வந்தேள்?' என்று கேட்கும் இவனைப் பிராமணன் இல்லை என்று சொல்லிவிட முடியுமா என்ன?

நான் பதில் பேசுவதற்குள் பிரேமா தொடர்ந்தாள் : "எந்த விஷயத்திலும் அவசியமானதைத்தான், நியாயம்னு படறதைத்தானே 'பாலோ' பண்ணணும்...? காளிதாஸரே சொல்லியிருக்கார் – 'புராணம் இதி இவ ந ஸாது ஸர்வம். ந காபி காவ்யம் நவம் இதி அவத்யம்'னு. பழகிய விஷயங்களெல்லாம் சரயுமில்லை , புது செல்லாம் தவறுமில்லைன்னு. ஜாதிங்கறது பழகிப்போன, புளிச்சுப்போன, திரிஞ்சு போன விஷயம். திரும்பத் திரும்ப ஏன் அதையே எடுத்துக் கடையணும்? எங்கப்பா காந்தியோட ஊர் ஊராக் கால்நடையாப் போனவர். வீட்டுலே அவர்கூட நுனி இலைபோட்டு எல்லா ஜாதிக்காரனையும் உட்கார வைத்துச் சாப்பாடு போடுவார்..."

"இது என்ன புதுசா இருக்கு! ஷரத்துக்குப் பூணல் போடச் சொன்னதுனாலே, நான் என்ன 'அன்டச்சுபிளிடியை' ப்ரீச் பண்றேனா? உங்கப்பாவும் பூணல் போட்டுண்டுதான் எல்லாரோடயும் உட்கார்ந்து சாப்பிட்டார். நீதான் இப்ப பிராமின்ஸ் எல்லாருமே அன்டச்சபிள்ஸ் மாதிரிப் பேசறே...

"ஓ.கே. நான் பூணல் போட்டுக்கலை. ஒத்துக்கறேன்... என்னைப் போலவே பல பேரும் அதை அவசியமா நினைக்கல்லை. பட்... தட் ஓல்ட் வுமன்... ஐ மீன்மை மதர்... அவ ஆசைக்காக ஒரு உபநயனம் பண்ணிட்டா என்ன தப்பு? நான் என்ன ஷரத் ஜாதி பார்த்துத்தான் கல்யாணம் பண்ணிக்கணும்னு சொல்றேனா... இல்லை, தினம் சந்தி பண்ணுடான்னு சொல்லப் போறேனா?"

"தென் யூ ஆர் எ ஹிப்போக்ரட்... ஒரு கோழை..."

இது ஏதடா வம்பாயிருக்கிறது.... புருஷன் – பெண்ஜாதி சண்டையில்

மாட்டிக் கொண்டமே என்று தோன்றியது.

'ஹாய் மம்... டாட்... காம் டௌன் போத் ஆப் யூ... எனக்குப் பூணல் போடறது பத்தித்தானே கேள்வி? நானே டிஸைட் பண்றேன்..." – ஷரத் குறுக்கிட்டான்.

"மிஸ்டர் ராஜ்கோபால், எனக்கு இந்த காஸ்ட் விஷயமெல்லாம் தெரியாது. ஹிஸ்டரியிலே படிச்சதுதான்! ஐ ஒன்லி நோ வீ ஆர் பிராமின்ஸ். சமீபத்துலேதான் என் பிரெண்ட் சொன்னான் – 'பிராமின்ஸ்லேகூட நிறைய ஸப்காஸ்ட் உண்டுன்னு. எங்க ஹாஸ்டல்லே சாப்பாடு, மற்ற வசதி எல்லாமே பொதுதான். யாருமே ஜாதியைப் பத்திக் கவலைப் பட்டதில்லை . பைதி வே... டாடி, இந்தப் பூணல் போடறதோட அர்த்தம் என்ன?"

"உனக்கு ஆஸ்ரமங்கள் பற்றித் தெரிஞ்சுருக்குமே... இது பிரம்மச்சரிய ஆஸ்ரமத்தோட ஆரம்பம்..."

"பிரம்மச்சரியா என்பது ஸ்டூடன்ஹுட்டைக் குறிக்குமில்லையா...? நான் பத்து வருஷத்துக்கு முன்னாடியே ஸ்டூடன்ட் ஆயாச்சே... இப்ப இதைப் பண்ணுவதின் அர்த்தம் என்ன ?"

ராமகிருஷ்ணன் என்ன பதில் சொல்லுவதென்று புரியாமல் நெளிந்தான்.

'ஐ டோல்டு யூ... அவருக்கே தெரியாது... பார்..." – பிரேமாவுக்கு ராமகிருஷ்ணனின் சங்கடம் சந்தோஷமாக இருந்தது.

நான் குறுக்கிட்டேன்: " 'உபங்கறது பிரம்மத்துக்குச் சமீபத்தில் 'நயனம்' ஆசார்யன் சிஷ்யனை அழைத்துச் செல்லுதல், உபநயனத்தில் குரு சிஷ்யனை ஒரு கல்லின் மேல் காலைல ஊன்றி நிற்க வைத்து, 'இந்தக் கல்லைப் போல் வலிமை கொண்ட உடலும், உறுதி படைத்த நெஞ்சும் உடையவனாக நீ இருக்க வேண்டும். அறியாமையிலிருந்து விழித்தெழு.... பரம்மச்சார்யஸி... அபோஸ்வான கர்மகுரு... மாஸுஷுப்தா' என்று ஆசீர்வதிப்பார். ஸந்தியாவந்தனம் செய்யக் கற்றுக் கொண்டவன் 'துவிஜன்' எனப்படுவான். முட்டையாக இருக்கும் போது பறவையின் உலகம் முட்டை அளவுதான்! முட்டையிலிருந்து வெளிவரபோது அதே பறவையின் உலகம் எத்தனைப் பெரிசாகிறது! இது பறவையோட ரெண்டாவது ஜனனம். அது மாதிரிதான் பூணூல் போட்டவன் ஆத்ம ஒளியைப் பார்த்து ஞானம் பெறமுடியும். காயத்ரி மந்திரம் ஒரு பெரிய கவசம் மாதிரி. இதோட சக்தியைப் பலபேர் எத்தனையோ டெக்னிகலா ஸ்டடி செஞ்சிருக்கா..."

"ஆமாமா... இப்போ ஒரு ஜெர்மன் 'டீம்'கூட ரீஸன்டா நம்ப வேதிக் மந்திரங்களை ஸ்டடி செய்து, 'சில மந்திரங்களால் ப்ளட் ப்ரஷரைக்கூடக்

குறைக்கலாம்'னு டெக்னிகலா எழுதியிருந்ததை நான் மேகஸின்லே படிச்சேன்... நீங்க தினம் சந்தியாவந்தனம், காயத்ரிமந்திரம் எல்லாம் செய்வேளா... மிஸ்டர் ராஜகோபால்?"

“எங்க செய்யறதுப்பா... அப்பா இருந்தவரை ஒருவேளை சந்தி பண்ணிண்டிருந்தேன். இப்போ ஏது டைம்? எட்டு மணிக்கே பாக்டரிக்கு ஓட வேண்டியதிருக்கிறது...!"

“தட்ஸ் வாட் ஐ டோல்ட் யூ ஷரத்... இந்தப் பூணல் மாடர்ன் டைம்ஸுக்கு ஒத்து வராதது. உண்மையில் இந்த மந்திரங்களைக் கத்துக்க எல்லாருக்கும் – எல்லா ஜாதிக்காரங்களுக்கும் ரிலிஜஸ் சாங்ஷன் இருக்கு. ஆனா பிராமின்ஸ் இதை ஏதோதங்க ப்ரிவலேஜ் மட்டும்னு சொல்லிண்டு, அதேசமயம் அதை பிராக்டிக்கலா செய்யாமலும் இருக்கிறாங்க... இதெல்லாம் ரொம்ப அனாவசியம் ஷரத்.... எனக்குத் துளிக்கூட நம்பிக்கையில்லாத ஜாதி உணர்ச்சியை, பிராமினிஸத்தை உன் மேலே திணிச்சா நான் ரொம்ப வெட்கப்படுவேன் ஷரத்... ஐ பிலீவ் இன் யுனிவர்ஸல் ப்ரதர்ஹுட்.... நாம எல்லாரும் மனிதர்கள் என்கிற சகோதர உணர்வைத் தவிர வேறு எந்த உணர்வும், பிராமின் அல்லது நான்– பிராமின் அப்படீங்கற உணர்வெல்லாம், இளைய தலைமுறையிடம் வரவே கூடாது."

"உண்மைதான் அம்மா... பட், உனக்கு ஜாதியிலே நம்பிக்கையில்லாததாலோ எனக்குப் பூணல் போட்டுப் பிராமணனாக மாத்தாததாலோ நாம எந்த பிராமணத்துவத்தை பிராக்டிஸ் செய்யாததாலோ, நான் Non-brahmin ஆகவோ, பிராமணனல்லாதவனாகவோ ஆகமுடியுமா?" –

இப்போது மூன்று பேருமே திடுக்கிட்டு அவனை நோக்கினோம்.

“நான் பூணல் போட்டுக்கல்லை... நான் பிராமணனாகப் போவதில்லை. அதனால் நான் ஷெட்யூல் காஸ்டாகவோ, பேக்வேர்ட் க்ளாஸ் ஆகவோ, அட்லீஸ்ட் மைனாரிடி கம்யூனிடி ஆகவோ ஆக வழியிருந்தாச் சொல்லு... எந்தவித ஐடென்டிடியும் இல்லாம இருப்பதற்கு, ஏதாவது ஒரு ஐடென்டிடி இருப்பது நல்லதில்லையா?

"மனுஷனோட மனசுக்கு, தொழிலுக்கு, ஆசைக்கு, ஆத்மலயிப்புக்குத் தக்கமாதிரி தன் ஜாதியையும், மதத்தையும் தேர்ந்தெடுத்துக்கற உரிமை எப்ப மனுஷனுக்கு இல்லையோ, எப்போ பிறப்போடயே, மாத்திக்கவே வழியில்லாம 'லேபிள்' ஒட்டிண்டு பிறந்துட்டமோ, அப்போ அந்த லேபிளையானும் பளபளன்னு தூதுதட்டிண்டு வச்சுக்கலாமே?

“ஸோ... மம்மீ... நல்ல நைன் யார்ட் ஸாரியா, அப்புறம் ஸிக்ஸ் யார்ட்ஸா கிழிச்சுக்க முடிகிற டிஸைன்ல ஸெலக்ட் பண்ணிக்கோ...

டாடீ... யூ கேன் ஸெலிப்ரேட் தி உபநயனா ரிஸப்ஷன் வித் பிரெண்ட்ஸ் இன் டாஜ் – வித் டிரிங்கஸ், சிக்கன் அண்ட் பிரியாணி. நான் பிறந்த திலிருந்து சுமக்கற 'ஹான்டிகாப்பை' பூணல் ரூபத்திலே சுமந்துண்டு, எந்த யூனிவர்ஸிடியிலே ரிஸர்வ்ட் சீட் இல்லாம ஓபன், 'கோடா'வில் இடம் கிடைக்கும்னு ட்ரை பண்றேன்.... சரிதானா மிஸ்டர் ராஜகோபால்...?"

இந்தக் காலப் பையன்களுடைய 'அவுட்லுக்கே' புரிவதில்லை!

# இவர்களும் அம்மாக்கள்தான்

டாக்டர் ஹரிஹரன் 'வாட்ச்'சைப் பார்த்தான். மணி ஏழரை. நைட் ஷிப்டிற்கான சார்ஜ் எடுத்துக் கொள்ள வேண்டிய டாக்டர் ரவிகுமார் இன்னும் வரவில்லை. சாதாரணமாக ரவி ஏழு மணி ஷிப்டிற்கு அரைமணி முன்னதாகவே வந்து விடுவான். இன்று இன்னும் ஆளைக் காணோம். வீடு போய்ச் சேர கொஞ்சம் நேரமானாலும் அம்மாகவலைப்பட ஆரம்பித்து விடுவாள். தெரு முனையிலுள்ள நாடார் கடையிலிருந்து ஆஸ்பத்திரிக்கு போன் செய்தாலும் செய்வாள். ஹரியின் மனது 'ரெஸ்ட்லெஸ்' ஆகி விட்டது. வயிற்றில் வேறு சங்கடம் உருவாகிக் கொண்டிருந்தது.

மணி ஏழே முக்கால். ஆயாசத்துடன் ட்யூட்டி ரூமில் சென்று உட்கார்ந்து கொண்டான்.

"ஸாரி டாக்டர்! ரொம்ப நேரமாகக் காத்துக் கொண்டிருக்கிறீர்களா?" ஹரி தலையை நிமிர்த்தினான். ரவிகுமாரின் சித்தப்பா மகள், இதே ஹாஸ்பிடலில் மற்றொரு வார்டில் இன்டர்ன்ஷிப் செய்யும் டாக்டர் வனஜா.

"என்ன வனஜா...?" வேகமாக வந்திருக்கிறாள் என்பதை அவள் மூச்சேகாட்டியது. என்னதான்சங்கோஜசுபாவமுள்ளவனாக இருந்தாலும், ஏறி இறங்கும் அவள் மூச்சு அழகை, சிவந்திருக்கும் அவள் கன்னத்தின் பளபளப்பை, படபடக்கும் அவள் கண்ணிமை களின் ஜொலிப்பை

ஹரியால் கவனிக்காமல் இருக்கமுடியவில்லை.

“ரவி ஆறு மணிக்கே கிளம்பி விட்டான், டாக்டர். ஸ்கூட்டரில் வரும் போது ஒரு எருமை மாடு குறுக்கே வந்ததாம்! ஸ்கூட்டரை வளைத்திருக்கிறான். கீழே விழுந்து விட்டான். வெறும் சிராய்ப்புத்தான். இவனைப் பார்த்து எருமை மாடுகூடப் பயந்து ஓடி விட்டதாம். ஸ்கூட்டருக்குத்தான் டாமேஜ். நீங்க ட்யூட்டி முடிந்து காத்திருப்பீங்கள் என்று சொன்னான். போன் பண்ணி ஆல்டர்னெட் அரேன்ஜ்மென்ட் செய்யவும் டயமில்லை. எனக்கு இன்னிக்கு ஆப் டே. இந்த ஷிப்டை முடித்துவிட்டு நாளைக்கு டீனிடம் சொல்லி அட்ஜஸ்ட் செய்து கொள்ளலாம் என்று நான் வந்தேன்.” – ஒரே மூச்சில் வேகமாகப் பேசினாள்.

“தாங்க் யூ வனஜா! வீட்டிலே அம்மா ரொம்ப கவலைப் பட்டுண்டு இருப்பா.” புதிய வார்டில் கேஸ்களை விவரித்துச் சொல்லாமல், ட்யூட்டி ஷீட்களை மாத்திரம் ஒப்படைத்து விட்டு அவசரமாக வெளியேறுபவனைவிசித்திரமாகப் பார்த்தாள் வனஜா.

அவன் நினைத்தபடியே அம்மா நாடார் கடையிலிருந்து வெளியே வந்து கொண்டிருந்தாள். ஹரி ஸ்கூட்டரைத் தள்ளிக் கொண்டு அம்மாவுடன் நடந்தான். "என்னவெல்லாமோ நினைச்சு பயந்துட்டேண்டா...” – அம்மாவின் கண்களில் நீர்தளும்பியது.

"என்னம்மா இது, பிள்ளையை டாக்டராக்கிவிட்டு, நேரமாச்சுன்னு பயந்தால் முடியுமா? ப்ராக்டீஸ் ஆரம்பித்த பிறகு நடுராத்திரியில்கூட கேஸ் என்றால் ஓடத்தான் வேண்டும்.” – அம்மாவைச் சமாதானப்படுத்துவதற்குள் போதும் போதுமென்றாகி விட்டது.

உலகத்தில் எல்லோருக்கும்தான் அம்மா உண்டு. ஆனால் இவன் அம்மா மாத்திரம் அலாதி. எலிமெண்டரி பள்ளியில் படிக்கும் போது, மற்ற பையன்கள் தினமும் ஒரேமாதிரி மோர் சாதமும், ஊறுகாயும் கொண்டு வருகையில், இவன் அம்மா மாத்திரம் காலையில் நாலு மணிக்கே எழுந்து சாப்பாட்டுடன், டிபனும் தயார் செய்து விடுவாள். மற்ற பையன்கள் பொறாமையுடன் பார்க்கும்போது ஹரி மாத்திரம் பூரி, பஜ்ஜி, போண்டா, வெல்லப் போளி என்று தினம் ஒருவகை சாப்பிடுவான். அப்போதெல்லாம் நினைத்துக் கொள்வான்: 'ஏன் உலகில் எல்லா அம்மாவும் எங்கம்மா மாதிரி இல்லை?' என்று.

மாலையில் வீடு திரும்பும்போது அம்மா வாசலிலேயே நிற்பாள். அவன் விருப்பப் படியே தேங்குழலோ, முறுக்கோ, மாம்பழமோ, சூடான ஓவலுடன் வரும். அம்மாவுடன் கபாலி கோயில்வரை நடை. இரவு சாப்பாடானதும் அம்மா மடியில் தலை வைத்துக்கொண்டு கதை

கேட்பான். எப்போது தூங்கினோம், எப்படிப் படுக்கைக்கு வந்தோம் என்றே புரியாது. அவன் தூங்கிய பிறகு அவன் டைம்டேபிள்படி புத்தகங்களை எடுத்து வைத்து, அவன் சீருடைகளைப் பெட்டி போட்டு, ஷூவுக்கு பாலீஷ் போட்டு வைத்திருப்பாள். அவள் உலகமே அவன் தான்! அவன் தேவைகள், அவன் வளர்ச்சி, அவன் உணர்ச்சிகள் இவைதான் அம்மாவின் வாழ்வு.

இந்த வாழ்வு அவனுக்கு அலுக்க ஆரம் பித்துவிட்டது. அம்மா அவனைக் குழந்தையாக நடத்தும்போது, வேண்டாததற்கெல்லாம் கவலைப்படும்போது, அவள் அன்பே அவனை முள் வேலியாய்க் குத்தும் போது – வேலிக்குள் இருக்கவும் மனமில்லாமல், தாண்டிச் செல்லத் தைரியமும் இல்லாமல் குற்ற உணர்வால் தவிக்கும்போது அவனுக்குச் சலிப்பேற்படுகிறது. இந்த சலிப்புணர்ச்சியின் முதல் ஊடுருவல் தோன்றியபோது அவனுக்கு வயது பன்னிரண்டு.

இளைஞனுமில்லாமல், குழந்தையுமில்லாத 'ப்ரீ அடோலஸ் ஸன்ட்' பருவம். தன்னம்பிக்கையும், தனித்தன்மையும் தோன்ற ஆரம்பிக்கும் நிலை. ஒருவன் தோள்மேல் மற்றவன்கை போட்டுக் கொண்டு உபாத்தியாயர்களை விமர்சிப்பதிலும், வீட்டுக்குத் தெரியாமல் சைக்கிளில் ரவுண்டு அடிப்பதிலும், ஸ்டாம்ப் சேர்ப்பதிலும், கெட்ட வார்த்தைகளை ரகசியமாகப் பரிமாறிக் கொள்வதிலும், பதினாறு வயதுப் பையன்களை ஹீரோ வாக்கி அவர்களைப்போல வளரும் நாளை எதிர்பார்த்து ஏங்குவதிலும் ஆனந்தம் காணும் அரைவேக்காட்டு நிலை.

அம்மாவே உலகம் என்றிருந்த ஹரியின் நடை, உடை, பாவனைகளிலும் மாறுதல் தோன்ற ஆரம்பித்தது. நண்பர்களுடன் பேசிக்கொண்டும், வழியில் புளியங்காய் அடித்துக் கொண்டும் வீடு வந்து சேர்ந்தால் பத்து நிமிடமாவது லேட்டாகி விடும். அம்மா அவனைக் கைதியைப் பார்ப்பதுபோல் பார்ப்பாள். அம்மாவைக் கெஞ் சினால்தான் கிரிக்கெட் விளையாடக்கூட பர்மிஷன் கிடைக்கும். அப்போதும் அவள் கண்ணிலிருந்து விலக முடியாது. ஆட்டம் சுவாரசியமானகட்டத்தில் அம்மா இருட்டி விட்டது என்று கூப்பிட்டு விடுவாள். 'பொம்பிள்ளைச்சட்டி டோய்! காஜி அடித்து விட்டு பீல்டிங் செய்யாமல் ஓடறான் டோய்! என்று நண்பர்கள் கேலி செய்யும்போது அவன் தன்மான உணர்ச்சியில் அடிக்கும்.

அவனைப் புரிந்து கொள்ள முயற்சித்த ஒன்றிரண்டு நண்பர்களையும் அவனிடமிருந்து விலக்குவதில் அம்மா மிகக் – கவனமாக இருந்தாள்: “ஹரி, அந்த சுந்தர் சகவாசமே வேண்டாம். அவன் மாமாக்காரன் ஒழுங்கில்லையாம், குடி, சீட்டு எல்லாம் உண்டாம்.” கன

ஹரிக்குக் கோபம் வந்தது: "சுந்தருடைய மாமா எப்படி யிருந்தால் எனக்கென்னம்மா? சுந்தர் நல்ல பையன்."

“நீ குழந்தைடா ஹரி, உனக்குச் சொன்னால் புரியாது. கெட்ட பழக்ககங்கள் குடும்பத்திலேயே வரும்." அம்மா முடிவு எடுத்தால் அதுதான் பைனல். நண்பர்களுக்கு இந்த ஹரி போனால் மற்றொரு ரவி. ஆனால் அம்மாவுக்கு இவனைத் தவிர வேறு உலகமில்லை என்ற உணர்வில், மெல்ல மெல்ல நண்பர்களிடமிருந்து விலகி, அம்மாவரைந்த கோட்டினுள் – அம்மா என்னும் சூரியனைச்சுற்றும் ஒரு உப கோளமாகி விட்டான். இல்லாத நண்பர்களின் இடத்தை அறிவு வெறியும், புத்தகங்களும் நிறைத்தன.

எம்.பி.பி.எஸ். பட்டத்துடன் தங்கப் பதக்கமும் புகழுரை களும் வந்தன. டி.ஸி.எச். தொடர்ந்தது. இன்றும் குழந்தைப் பருவத்து அம்மைநோயால் பிறவி உறுப்புகளுக்கு ஏற்படும் பாதிப்பு களைத் தவிர்க்க ஆராய்ச்சி செய்து கொண்டிருக்கிறான். பிறருடன் பழகத் தெரியாமல் நத்தையாய் அவன்தனக்குள் அடங்கிக்கிடப்பதே அவனுக்கு ஓர் அமைதியான கம்பீரத்தை அளிக்கிறது. இந்த கம்பீரத்தில் தன்னை இழக்கத் துவங்கியிருப்பதை வனஜா உணர்கிறாள். அவள் அறிவின் ஆழத்தில் ஹரியின் ஆண்மை நாடும் மென்மையான தோழமை கிடைக்கிறது. அவள் ஹாஸ்ய . உணர்ச்சியில் அவன் அறிவு நாடும் முதிர்ச்சி இருக்கிறது; அவள் அழகில் அவன் இளமை ஏங்கும் பருவக் கவர்ச்சி இருக்கிறது.

வேலைப் பளு குறையும் சமயம் ஹரி அவளைச் சந்திக்கப் போவது கொஞ்சநாளாக வழக்கமாகிவிட்டது. கான்டீனில் வனஜா அவனுக்காகக் காத்து நிற்கிறாள். உடலைக் கூறுபோட்டு மேஜை மேல் ஆராய்ச்சி செய்யும் இரு டாக்டர்களின் கால்கள் மேஜைக்கடியில் இதமான உரசலில் இன்பம் தேடுகின்றன.

ஒன்றாக ட்யூட்டி முடியும் நாட்களில் ஹரி அவளைத் தன் ஸ்கூட்டரில் அழைத்துச் சென்று வீட்டில் விடுகின்றான். அவள் கைகள் அவன் முதுகை அணைக்கும் போது, மேடுபள்ளமான தெருக்களில் அவள் உடல் நெருங்கும்போது அவன் தன்னையே மறந்து விடுகிறான். முதல் அறிமுகத்திலேயே அம்மாவுக்கு வனஜா வைப் பிடித்துவிட்டது. அவள் போன பிறகு, “ஏண்டா ஹரி, உனக்கும் வயசு இருபத்தாறாகிறது. அந்த டாக்டரும் உன்னிடம் உசிரா இருக்கா. இனிமே கல்யாண ஏற்பாடுதானேடா?” என்று ஆவலாகக் கேட்டாள்.

அவன் நினைத்ததைவிட எவ்வளவு சுலபமாக அவன் காதல் நிறைவேறும் போல் இருக்கிறது... நான்கு மாதத்தில் வனஜா டி.ஸி.எச்.

முடித்தவுடன் திருமணம் வைத்துக் கொள்ளலாம். வளர்ந்த மகனை இவ்வளவு புரிந்து கொண்டு, அவன் வாழ்வை வளம் பெறச் செய்யவே முனையும் அம்மா கடவுள்தான்!

இப்போதெல்லாம் வனஜா தினமும் அவன் வீட்டுக்கு வருகிறாள். ஹரியுடன் ஹாலில் அமர்ந்து மணிக்கணக்கில் பேசுகிறாள். வனஜாவந்தவுடன் அவளை உபசாரம் செய்யும் அம்மா, அவள் கிளம்பியவுடன் மாறி விடுவதாகப்படுகிறது ஹரிக்கு. என்றுமில்லாத முறையாக அவனிடமே சிடுசிடுக்கிறாள். எதையோ இழந்தது போல் பரிதவிக்கிறாள். உடம்பு வலி, தலைவலி என்று முக்கிமுனகிக் கொண்டு படுத்து விடுகிறாள். அவளுக்கு வெந்நீர் ஒத்தடம் போட்டு, அவளைக் கவனிப்பதிலேயே ஹரியின் நேரம் கழிகிறது.

இத்தனைக்கும் மத்தியில் அம்மா அவனை விட்டுப் போவது போன்ற ஒரு புதுப் பயம் வேறு ஆட்டுகிறது. ட்யூட்டி முடிய ஒரு மணி நேரம் முன்பே அம்மா ஞாபகம் வந்து அவளுக்கு மாரை வலித்திருக்குமோ, தலையை வலித்திருக்குமோ என்ற படபடப்பு வந்து விடுகிறது. கடைத் தெருவில் பஞ்சு மிட்டாயைப் பார்த்துவிட்டு அம்மாகையை விட்டு நழுவிய குழந்தை மாதிரி ஒரு பாதுகாப்பின்மையும், பீதியும் அவனை ஆட் கொண்டுள்ளது.

ஹரியும், வனஜாவும் அன்று அட்மிட் ஆகியிருந்த – பிறந்து நாலே நாளான ஒரு 'ஸெப்டிஸீமியா' கேஸைப் பற்றிச் சுவாரசியமாகப் பேசிக் கொண்டிருந்தார்கள். மணி எட்டடித்து விட்டதைப் பேச்சு சுவாரசியத்தில் இருவருமே கவனிக்க வில்லை. “வனஜா, இங்கேயே சாப்பிட்டு விடேம்மா...'' – அம்மா அழைத்தாள், வனஜாவுக்கும், ஹரிக்குமாக மேஜையில் இரண்டு தட்டிட்டாள். ''மாமி, ஹரி சாப்பிடட்டும் முதலில் . நான் பரிமாறுகிறேன். பிறகு நம்ம இரண்டு பேரும் சமையலறையில் சாப்பிடலாம்.'' – வனஜா சுவாதீனமாக சமையலறையில் இருந்து சட்டுவத்தை எடுத்து வந்தாள். அம்மா அவள் எதிர்பாராத வண்ணம் சட்டுவத்தை அவள் கையிலிருந்து முரட்டுத்தனமாகப் பறித்தாள்: “நீயும் உட்கார்ந்துகொள். ஹரிக்கு நான் பரிமாறினால்தான் சரிப்படும்.'' குரலில் கடுமை தெறித்தது. அம்மா வழக்கம்போல் ஹரிக்கு பார்த்துப்பார்த்துப் பரிமாறினாலும், வனஜாவை உபசரித்த போதிலும், வனஜாவின் முகம் வாடியிருப்பதை ஹரி பார்த்தான்.

மறு நாள் இருவருக்கும் விடுமுறை. மாலைக் காட்சி சினிமாவுக்குக் கிளம்பினார்கள். அம்மாவுக்கு ஒன்பது மணிவரை வேலம்மாதுணை என ஏற்பாடு. ஹரியும், வனஜாவும் ஸ்கூட்டரில் ஏறும்போது வேலம்மா ஓடி வந்தாள் : “அம்மா என்னவோ போல மயங்கி விழுந்துட்டாங்க.''

வனஜாதான் முதலில் மாட்டியிருந்த ஹரியின் ஸ்டெதஸ் கோப்பையும், இரத்த அழுத்தக்கருவியையும் எடுத்து வந்தாள். ஹரி, கண் சொருகி மயங்கி இருக்கும் அம்மாவின் கையைப் பிடித்த வனாகப் பிரமை பிடித்தது போல் உட்கார்ந்திருந்தான். “ஹரி, கவலைப்படாதீங்க. ஷி ஈஸ் நார்மல். பி. பி. பல்ஸ் எல்லாம் நார்மல் தான். ஏதோ ந்யூராடிக் டிஸ்டர்பன்ஸ். ஒரு வாலியம் அல்லது காம்போஸ் கொடுங்கள், தூங்கி விடுவார்" என்றபடி முகத்தில் தண்ணீர் தெளித்து விசிறினாள். அம்மாமலங்க மலங்க விழித்தாள். "ஹரி... ஹரி" என்று வாய் முணு முணுத்தது.

"இதோ இருக்கேம்மா". ஹரி தாயை அணைத்துக் கொண்டான்.

“என்னை விட்டுட்டுப் போயிடாதேடா."

"போக மாட்டேம்மா... வனஜா, இப் யூ டோன்ட் மைண்ட், பிக்சர் ப்ரோக்ராமை இன்னொரு நாள் வைத்துக் கொள்ளலாமா?"

"இட் ஈஸ் பர்பெக்டலி ஆல்ரைட்." – வனஜா பத்து நிமிடத்தில் கிளம்பிவிட்டாள். அந்தப் பத்து நிமிடமும் தாயும், மகனும் சுற்றுப்புறத்தை மறந்த ஒரு மோன நிலையில் கட்டுண்டு கிடப்பவர் போல் அமர்ந்திருந்தனர்.

அம்மா மருந்து மயக்கத்தில் தூங்க ஆரம்பித்தவுடன், ஹரி எழுந்து தன் அறைக்குச் சென்று உடைமாற்றிக் கொண்டான். அவன் உடலிலும், மனத்திலும் அயற்சி. அவனுக்கு 'ஓ' வென்று அழவேண்டும் போல இருந்தது. அவன் ஏன் இவ்வளவு கோழையாகி விட்டான்? அவன் கோழைத்தனமே அம்மாவுக்கு எவ்வளவு சாதகமாகி விட்டது?

ஹரிக்கும் வனஜாவுக்கும் நடுவே உருவாகிக் கொண்டிருக்கும் உலகில் அம்மாமுழுமையாகப் பங்கு கொள்ள முடியாது. அவர்கள் மன நெருக்கம், உடல் உறவு, தொழில் சம்பந்தம் அவர்களை அம்மாவிடமிருந்து பிரித்துவிடும். ஹரியின் வாழ்வில் முதலிடம் அவன் மனைவிக்குத்தான் கிடைக்கும். அம்மாவுக்கு மதிப்புண்டு, அன்புண்டு, ஆனால் நெருக்கம் இரண்டாம் பட்சம்தான். நண்பர் களுடன் அவன் பழகுவதையே விரும்பாத அம்மாவா, அவன் வாழ்வில் உடலாலும், மனத்தாலும் வேறாரு பெண்பங்கெடுத்துக் கொள்வதைப் பொறுப்பாள்?

தியாகத்தின் உருவம், சுய நலத்தின் பொருளே அறியாத தெய்வம் என மதிக்கப்படும் தாய் – ஏன்தன் மகனின் உணர்ச்சிகளைத் தனக்கு மட்டும் முழுவுடமை ஆக்கிக் கொள்ள வேண்டும் என்று புரியவில்லை. மண வாழ்வில் நியாயமாகக் கிடைக்க வேண்டிய

ஓர் இமோஷனல் ஸேடிஸ் பேஷன், உணர்ச்சித் திருப்தி அவளுக்குக் கிடைக்காததால் மன அளவிலாவது அதை மகனிடமிருந்து பெறலாம் என்ற எண்ணமா? அவன், இல்லாத தந்தைக்கு ஸப்ஸ்டிட்யூட்டா? ஏன் இந்தப் பொறாமை?' – ஹரி மனம் குழம்பினான்.

வழக்கம்போல மறுநாள் வனஜாவைகான்டீனில் சந்தித்தான்: "என்ன வனஜ், இன்று பிக்சர் போகலாமா?"

வனஜா அவனை ஆழப்பார்த்தாள்: "ஹரி, டோன்ட் மிஸ்டேக் மி. லெட் அஸ் ரிமெய்ன்கலீக்ஸ் அண்ட் ஃப்ரெண்ட்ஸ்."

"என்ன வனஜா, என்னவெல்லாமோ பேசுகிறாய்... நேற்று சினிமாவுக்குப் போகவில்லை என்று கோபமா?"

"நான் அவ்வளவு குழந்தையல்ல, ஹரி."

"பின்னே என்னவாம்?"

"ஹரி, பயிர்வளரநீர்தேவை. நீர்வற்றினால் பயிர்வாடி விடும். அதே நீர் வெள்ளமானாலும் பயிர் அழுகித்தான் விடும். உங்கள் வாழ்வு, வெள்ளத்தில் சிக்கிய பயிராகி விட்டது. வெள்ளத்தை அணையிட்டு அளவோடு பாய்ச்ச நீங்கள் காலந்தாழ்த்தி விட்டீர்கள். உங்களுடன் சேர்ந்து வெள்ளத்தில் அலைக்கழிய எனக்குத் தென்பில்லை.'

"வாட்டு யூ மீன்?"

"நான் போன பிறகு யோசித்துப் பாருங்கள், புரியும். நீங்கள் ஓரளவாவது மன நிம்மதியுடன் இருக்க வேண்டுமானால், உங்கள் மனைவி உங்கள் வாழ்விலிருந்து எந்தப் பங்கீட்டையும் எதிர் பார்க்காமல், ஒரு மனைவியால் மட்டுமே தரக்கூடிய உடல் சுகத்தை மாத்திரம் அளித்து, பிள்ளைகள் பெற்றுக் கொண்டு, உங்கள் பணமும், பதவியும் தரும் பாதுகாப்பில் நிறைவு கொண்டு, உங்கள் அம்மாவுக்குத் தோழியாக இருக்கவேண்டும். நான் என்கணவரிடம் எதிர்பார்ப்பதோமுழுமையான ஐக்கியத்தை. ஹரி லெட் அஸ் பார்ட் ஏஸ் ஃப்ரெண்ட்ஸ் ." – வனஜா எழுந்து விட்டாள்.

ஹரி சம்மட்டியால் அடிப்பட்டவன் போலத் துடித்துப் போய் விட்டான். அம்மா முன் நிமிர்ந்து நிற்க முடியாமல், தனித்தன்மை இழந்து நிற்கும் அவன் 'வீக்னஸை' எப்படிக் கண்டுபிடித்து விட்டாள் வனஜா!!

இயந்திரம் போல 'ஸெல்ப் ஆபரேடிங்' லிப்டில் நுழைந்து கதவை மூடுவதற்குள், "ஸார்... ஸார், நானும் வரேன் ஸார்" என்று உணவு ட்ராலியை வேகமாகத் தள்ளிக்கொண்டு வந்தான் வார்ட் –

பாய். லிப்ட் முழுவதும் பொங்கல் மணம். டயடீஷியன் களின் சிபாரிசுப்படி புரோட்டீன் மிக்க பருப்பும், அரிசியும் சம விகிதத்தில் கலந்து குழந்தைகள் நாவுக்கெனகாரம் இல்லாமல் செய்த பொங்கல், வலைமூடி இடப்பட்டிருந்தது. பெரிய பாத்திரத்தில் ஆவி பறக்கும் பால். புஷ்டியான பவுடர் கரைத்தது. கூடை நிறைய ஆரஞ்சுப் பழங்கள்.

ட்ராலியின் சத்தம் கேட்டதோ இல்லையோ, வார்டுக் குள்ளிருந்து கிழிந்த புடவையும், பறக்கும் தலைமுடியும், நசுங்கிய பாத்திரங்களுமாகப் பெண்கள்ட்ராலியைச் சுற்றிக் கொண்டனர்.

“நகரு... நகரு... நகரம்மா!" – வார்ட்பையன் குரல் உயர்ந்தது. ட்யூட்டியில் இருந்த நர்ஸ் கோபத்துடன் வெளியே வந்தாள் : "போங்கம்மா, போங்க. டாக்டர் வரார். எல்லாரும் போய் பேஷண்ட் பக்கத்திலே நில்லுங்க." ஒருவரும் நகர்வதாகக் காணோம்!

"நகரல்லே காலிலே சக்கரம் ஏறிடும். ஆமா, அப்புறம் நான் பொறுப்பில்லை." – வார்ட் பையன் மிரட்டினான். பசி யென்னும் பயங்கர வெறியாட்டத்தின் முன் மிரட்டலுக்கும், கோபத்துக்கும் மதிப்பில்லை. தாய்மார்களின் கும்பல் வண்டியின் பின்னாலேயே ஓடியது. தொந்தரவு தாங்காமல் இரண்டொருவருக்கு வார்டுக்கு வெளி யிலேயே வினியோகம் தொடங்கியது. "அம்மோவ், யம்மோவ்" என்று வார்டுக்குள்ளிருந்து குழந்தைகள் ஓலம். கும்பலில் முண்டியடித்துக் கொண்டு உணவைப் பெற்றுக் கொண்ட தாய்மார்களில் சிலர், வராண்டாவில் நின்று கொண்டே அவசர அவசரமாய்ப் பாதி உணவை வாயில் அடைத்துக் கொண்டனர். தாயொருத்தி அரைடம்ளர் பாலைக்குடித்துவிட்டு கக்கூஸிலிருந்து தண்ணீர் எடுத்துப் பாக்கியில் நிரப்பிக் கொண்டிருந்தாள். பசியெடுத்த பிள்ளைகணக்குக் கேட்பான் என்ற பயம். மற்றொருத்தி ஆரஞ்சுப்பழத்தை முந்தானையில் இறுக்கி முடிந்தாள்.

இரண்டு கையிலும் ப்ளாஸ்டர் இடப்பட்டிருந்த ஒரு பதினாலு வயது மகனின் தாய், பொங்கலை அவனுக்கு ஊட்டிக் கொண்டிருந் தாள். “என்னாம்மே நீ, பாதிக்கு மேலே நீயே சாப்பிட்டுட்டு பாக்கியை எனக்குத் தந்தா வவுத்துக்குப் பத்துமா என்ன?" – பிள்ளையின் நியாயமான முறையீடு.

“ஒம் வயிறென்ன வண்ணாஞ்சாலா? பத்து நாளா ஒங்கூட சோறு தண்ணியில்லாம கிடக்கிறேன்... பட்டினியா கிடக்க முடியும்? தூ...! சுத்த தின்னி புத்தி." – தாய் சீறுகிறாள்.

“ஆங்காங்... நயினா தினம் நோக்கு நாஸ்தாவுக்கு ஒரு ரூபா தருதே,

அதென்ன ஆச்சு?"

"உங்கப்பன் தர ஒரு ரூபாக் காசுலே நாப்பது பைசா வெத்திலை, பொகயிலைக்கே சரியாவறது. பாக்கிக்கென்ன சோறா சாப்பிட முடியும்? வாங்கி வர இட்லியையும்தான் நீ கொட்டிக்கிறே."

“தருவியே நீ..." – பாலை அருந்தி விட்டு, பிள்ளை சோர்வுடன் படுக்கிறான்.

“சும்மா சோறு போடறாங்களேன்னு தான் பஸ் சார்ஜையும் பார்க்காம செங்கல்பட்டிலேருந்து இங்கே இட்டிட்டு வந்திருக்கேன். இல்லாட்டி, ஒரு தாயத்து கட்டினா, காத்து, கருப்பு எல்லாம் ஓடிப் போகாதா என்ன? பெரிய வவுத்து வலி. ஆத்தா எதிரிலேயே இப்படித் துன்னா வவுத்தை வலிக்காதா என்ன?" – ஆதங்கத்துடன் முறையிடுகிறாள் ஒரு கிட்னி கேஸின் தாயார். பையனுக்கு இரண்டு நாளில் மேஜர் ஆபரேஷன்! கம்

சாதாரண நாளா இருந்தால் டாக்டர்ஹரிஹரன் ஓரளவுக்காவது இந்த சாப்பாட்டு நேரச் சந்தடியை அடக்கியிருப்பான். ஆனால் தற்போது அவன் இருந்த மன நிலையில், பழகிவிட்டதப்பை மேல் நோக்குவதுபோல் தியான நிலையில் ட்யூட்டி ரூமை அடைந்தான்.

"டாக்டர், ஒரு எமர்ஜென்ஸி கேஸ். பெட் நம்பர் நாலு." நர்ஸைப் பின் தொடர்ந்தான். நர்ஸ் தந்தி பாஷையில் கேஸைச் சொல்லிக்கொண்டேவந்தாள்: “உயரத்திலிருந்து விழுந்திருக்கிறான். மண்டையில் பலத்த அடி. ரத்தம் ஏகச் சேதமாகி இருக்கிறது. பேஷண்ட் அன்கான்ஷியஸ். ட்ரிப் ஏற்றிக்கொண்டு இருக்கிறார்கள். ரத்தம் க்ரூப்பிங்கிற்கு அனுப்பியிருக்கிறேன். உங்களைக் கேட்டுக் கொண்டு எக்ஸ்–ரே ஏற்பாடு செய்யலாம் என்று ரெஸிடெண்ட் சொன்னார்."

பன்னிரண்டு அல்லது பதின்மூன்று வயதுள்ள பையன். மண்டையில் ரத்தக்குழாய்கள் உடைந்திருக்கும் என்று தோன்றியது. "ஸிஸ்டர்! ந்யூரோ–ஸர்ஜனை வரச் சொல்லுங்கள்..." ரத்தம் ஏற்ற ஏற்பாடு செய்துவிட்டுப் பையன் அருகில் மலங்க மலங்க விழித்துக் கொண்டு நின்றிருந்த பெண்ணைக்கூப்பிட்டான்:

"நீதான் இந்தப் பையனுக்கு அம்மாவா?"

"ஆமாஞ் சாமி..."

"எங்கேருந்து விழுந்தான் பையன்?"

"என் தலையெழுத்து சாமி. எப்பவும் போலத்தான் பாண்டில் மண்ணெடுத்துக் கொண்டு சாரத்தில் ஏறியவன், நொடிப்பொழுதில்

கால் தடுக்கி விழுந்திருக்கான்..."

"என்னது, பன்னிரண்டு வயதுப் பையனையா கொலுத்து வேலைக்கு அனுப்பறே...? உன் புருசன் என்ன செய்யறான்?"

"புருசன் – அந்த ஆள் அப்பப்ப வருவாரு... போவாரு, அவ்வளவுதான். எட்டு வவுத்துக்கு சோறு வேணுமே சாமி? நான் கைக்குழந்தைக்காரி. சின்னப்பசங்க வேறே... எப்படிங்க விட்டுட்டு வேலைக்குப் போறது? இவன் கொலுத்து வேலைக்குப் போறான். அடுத்தவன் பெயின்டரு அஸிஸ்டெண்டு. பொட்டச்சிங்க ரண்டும் பத்துப் பாத்திரம் துலக்குது. பாக்கி மூணும் வீட்டோடதான்."

திகைத்து நிற்கும் டாக்டர் ஹரிஹரனைப் பார்த்தாள் : "சாமீ, புள்ளேக்கு பத்து நாளில் சரியாயிடுமில்லே? கண்ட்ராக்டர் அய்யா வேற கட்டடம் ஆரம்பிக்கப் போறாரு.... ஆரம்பத்தில் போகாவிட்டால் அவ்வளவு தான்."

பிள்ளையின் உயிர் நூலிழையில் ஊசலாடுகிறது என்று புரிந்து கொள்ளாமல் தன் வரும்படிக் குறைவையே கணக்கிடும் தாயைப் பார்த்தான். பெற்ற பிள்ளையின் உணவை வார்டினுள்ளேயே பறித்து உண்ணும் தாயின் நினைவு வந்தது. இவர்களும் அம்மாக்கள்தான்! உடற்பசியை ஆற்ற அவ்வப்போது வரும் கணவன்; அந்த சுயநலத்தின் விளைவாக எதிர்காலத்தை எண்ணாமல் பெற்றுப் போடும் பிள்ளைச் செல்வங்கள்; அவர்கள் வாழ்வையே ஒரு குறுகிய இடத்தில் அடைத்து, படிப்பின்றி, அறிவின்றி, சம்பாதிக்கும் இயந்திரமாக்கும் தாய்மார்கள். அவர்களை ஆட்டி வைப்பது வயிற்றுப் பசி என்னும் அகோர உணர்வு. அந்தப் பௌதீக உணர்வின்முன் பிள்ளை வெறும் வயிற்றுப் பசியை நிரப்பும் உணவுதான். பிள்ளையின் எதிர்காலம், அவன் ஆசைகள், அவன் கனவுகள், அவன் விருப்பங்கள் எல்லாம் தாயின் பசிமுன் – துரும்புதான்.

அம்மா ஞாபகம் வருகிறாள். அம்மா தியாகத்தின் உருவம். தனக்கென்று எதையும் வைத்துக் கொண்டு அறியாதவள். அவன் எதிர்காலம், அவன் விருப்பங்கள்தான் அவள் வாழ்வு. ஆனால், தன்னுடைய அதீத அன்புக்காக, அடங்காத பாச வெறிக்காக, இமோஷனல் ஸேடிஸ் பேக்ஷனுக்காக அவனையே ஆஹுதி ஆக்கிவிட்டாள். பகிர்ந்து வாழவேண்டிய உலகில் அவனை இறுக்கிப் பிடித்துக் கொண்டு, முரண்டிட்டு வெளியேற வேண்டிய சக்தியையும் அவனுக்கு அளிக்காமல் – அவன் பருவ ஆசைகள், தாபங்கள் எல்லாவற்றையும் பொசுக்கி விட்டாளே... வாழ்வு முழுவதும் அம்மாவின் அன்புக்கு, அவள் தியாகத்துக்கு நான் என்ன கைமாறு செய்தேன் என்ற குற்ற உணர்வில்,

என் இன்டிவிஜி வாலிடியையே இழந்துவிட்டேனே? மனத்தளவில் என்னை மலடாக்கிவிட்ட அம்மாவும் ஒரு தாய்தான். ஆனால் அவள் ஒரு காவியத்தாய்! தன்னையே உருக்கி மகனை வளர்த்த தாய்.

டாக்டர் ஹரிஹரனுக்கு ஒன்றும் புரியவில்லை. பௌதீக உணர்வுகளுக்காகப் பிள்ளையைப் பலியிடும் தாய்; சுய உணர்வு நிறைவுக்காகப் பெற்றவனின் வயதுக்குத் தக்க உணர்ச்சிகளைச் சாம்பலிடும் தாய் – இருவருக்கும் என்ன வித்தியாசம்? இவர்களும் அம்மாக்கள்தான்!

# வேலை

"என்னா, காரியத்துக்குக் கௌம்பல்லியா?"

"ம்... கௌம்பணும்... சவுண்டிப் பிராமணாளை நேர இங்கேயே வரச் சொன்னேன். அதுகளை இன்னும் காணோம்..." விசுவநாத சாஸ்திரிகள் வாசலுக்கும், உள்ளுக்குமாக நடந்தார். நேரம் ஆக, ஆக அவர் நடையில் பதற்றம் தெரிந்தது.

பின்புறக் கிணற்றடியில் குளித்துவிட்டு, இடுப்பில் துண்டுடன் வந்த வெங்கட்டைப் பார்த்ததும் அவர் ஆத்திரம் இன்னும் பன் மடங்கு அதிகமாகியது. அப்பாவும் பிள்ளையும் நேருக்கு நேர் முகத்தைப் பார்த்துப் பேசிக் கொண்டு மூன்று வருடமாகிறது. "அடியே , இந்தத் தண்டச் சோறு முண்டத்தை மேலத்தெரு வரைக்கும் போய்ப் பார்த்து விட்டு வரச்சொல்லு" என்று கத்தினார்.

வெங்கட்டைப் பொறுவத்தவரை, அடை மொழிக்கெல்லாம் அவமானப்படும் நாட்கள் என்றோமுடிந்துவிட்டன. வருத்தப்பட்டு, இயலாமையில், தனிமையில் அழுத நாட்களும் கடந்து விட்டன. இப்போதெல்லாம் எதிர்ப்பு மனப்பான்மையில், எடுத்ததற்கெல்லாம் கோபம்தான் சீறி வருகிறது. நாலுமுழ வேட்டியை அலட்சியமாகச் சுற்றிக் கொண்டவன், அப்பா எதிரில் அலட்சியமாக வந்து நின்றான். "என்ன வேணும், சவுண்டி பிராமணன்தானே வேணும். இதோ தண்டச் சோத்துப் பிராமணன் உங்க எதிரிலேயே நிக்கறேனே. இன்னும் மூணுபேரு கூட வேணும்னாலும் சொல்லுங்கோ... அதுக்கும் என்னைப் போல் ஊர் நிறைய உதவாக்கரைப் பிராமணப் பசங்க இருக்கிறார்கள். நானே அழைத்துக் கொண்டு வர்றேன்."

"கேளுடீ... உன் பிள்ளை பேசறதைக் கேட்டியாடீ... சாஸ்திரிகள் கையிலிருந்த விசிறி கைநழுவிக் கீழே விழ, கோபத்தில் முகம் சிவந்து, மேல் மூச்சு வாங்க, உடம்பு உதறத் தடுமாறினார்.

'நீங்க உக்காருங்கோன்னா. தலையை சுத்திண்டு வரப் போறது. தீர்த்தம் தர்றேன். ஏண்டா, வெங்கட்டா, அப்பாவுக்கு ரத்த கொதிப்புன்னு உனக்குத் தெரியாதா? அவரை ஏண்டா மனசு நோக வைக்கறே?" –

"சவுண்டி சாப்பிடப் போனா என்ன அவமானம்? மேலே போய்ச் சேர்ந்துவிட்ட ஒருத்தர், இந்த உலகத்திலே செஞ்ச பாவத்தை எல்லாம் சுமக்க தட்சிணை கெடைக்கும். பித்தளை விற்கிற விலையில் குண்டான், டபரா, சொம்பு இலவசமாக கெடைக்கும். செருப்பு, கொடை எல்லாம் காசு கொடுத்து வாங்குகிற நிலையிலா நாம இருக்கோம்? "ததாஸ்துன்னு" சொன்னா வர்ற காசை ஒங்கையிலே கொடுத்துவிட்டுக் கௌரவமாகவாவது சாப்பிடுவேன். மத்தவாளுக்கு எல்லா இடத்துலேயும் ரிஸர்வேஷன் இருக்கு. ஏழைப் பிராமணனுக்கு ரிஸர் வேஷன் இருக்கிற ஒரே தொழில் இதுதானே...?"

"ஓம் பிள்ளையை வாயை மூடச் சொல்லுடீ. இன்னிக்கும் பெரியவா ஸதஸிலே சாமவேதம் ஓத அவன் அப்பனைத்தான் அழைக்கிறான்னு புரியவை. எந்த மாதிரிப் பரம்பரையிலே பிறந்து, இந்தப் பேச்செல்லாம் பேசறான். கர்மம்...." வற்றலான நால்வர் பின்னே வர, தானம் வந்த செருப்பு சப்திக்க, படியிறங்கும் அப்பாவைப் பார்க்கும்போது வெங்கட்டுக்கும் பரிதாபமாகத்தான் இருக்கிறது. மனிதர்களுக்குள் எத்தனை விதமான வேஷங்கள், வறட்டுக் கௌரவங்கள், பொய் முகங்கள், வம்சாவளியையே சிலுவையாகச் சுமந்திருப்பதன் பலன், வேதம் படித்தவர் மகன் தண்டச்சோறாகவளர்ச்சியடைந்திருக்கிறான்!

"வெங்கட்டா, சாப்ட வர்றியா, பழயது வச்சிருக்கேன்..." அம்மாவிடம் தன் எண்ணங்கள் எதையும் பகிர்ந்து கொள்ள முடியாது. அவள் உலகம் ரொம்பவும் சின்னது. அதில் தலையாட்டல் மட்டுமே பழகிப் போனது. வெங்கட் ஐந்தாம் ஃபாரத்தில் படிக்கும் போது நாடகத்திற்காக விவேகானந்தர் வேஷம் போட்டான்... "ஒற்றைச்சிறகில் பறக்கும் பறவையாக நாம் இந்தியப் பெண்களை வைத்திருக்கும் வரை இந்நாட்டுக்கு ஏது சுதந்திரம்?" என்று முழங்கியிருக்கிறான். அம்மா போன்ற பெண்கள் மாத்திரமில்லை, இந்நாட்டு எதிர்காலச் சிற்பிகள் எனப்படும் இளைஞர்களையுமல்லவா சிறகொடித்து வைத்திருக்கிறார்கள்.

"சோத்தை வெறுமே அளையாம, ஒழுங்காச்சாப்பிடுடா..." அம்மா தாழ்ந்த குரலில் சொன்னாள். "உங்கப்பாவுக்கு உன் மேல ஆத்திரமோ, கோபமோ இல்லைடா.... உன்னைப் பத்தி அவர் நிறையக் கனவு

கண்டுண்டு இருந்தார். இந்தக் கட்டுக் குடுமியும், நீர்க்காவி வேஷ்டியும் என் ஜன்மத்தோட போகட்டும். என் பிள்ளையை நான் சூட்போட்டுண்ட ஆபீஸராக்குவேன்' என்றார். தூர இருக்கிற ஸ்கூலுக்கு உன்னைத்தனியா அனுப்ப மனசில்லாம, கூட நடந்து வருவாரே..... டிகிரி வாங்கினவன், இப்படி சவுண்டி சாப்பிட வரேன்னா அவர் மனசு சங்கடப்படாதா சொல்லு..."

"அம்மா, அப்பா பண்ணினதப்பே அது தான். வேதம் படிச்ச குடும்பம்னு வறட்டுக் கௌரவத்தை மட்டும் வச்சிக்காம, அந்த வேதத்தை அடுத்ததலைமுறைக்கும் சொல்லிக்குடுத்திருக்கணும். 'நீ போடா, படி.... படி..... இதுக்கெல்லாம் வராதேன்னு ' விரட்டி யிருக்கக் கூடாது. அப்பா ஒருத்தர், ஆறுமுக ஆசாரி ஒருத்தர் ரெண்டு பேரும் பிள்ளைகளைத் தங்கள் தொழில் வாடையே படாம வளர்த்தா. இப்ப நாங்க ரெண்டு பேரும்தான் இந்தச் சின்ன ஊர்லே வாழ வழி தெரியாம நிக்கறோம். ராவுத்தர் பையன் செருப்புக் கடை யிலே உட்கார்ந்துட்டான். நாடார் பிள்ளை புதிசாப் பாத்திரக்கடை தொறந்துட்டான். ஆபீஸ் வேலை என்னம்மா ஒசத்தி? என் பி.ஏ. படிப்புக்கு ஆயிரம் தகிடுதத்தம் பண்ணினாலும், பியூன் வேலை கெடைக்கறது கூடக்கஷ்டடமாயிருக்கு."

“என்னால உனக்குச்சமதையாப் பேசமுடியாதுடா."

அம்மா அவனை வெறுமனே பார்த்தாள். காலேஜுக்குப் போய்ப் பட்டம் வாங்கிய யாருக்காவது இப்படி அஞ்சு வருஷம், வேலைகிடைக்காம இருக்குமா என்ன? எல்லாம் தலைவிதிதான்.... அம்மாதரையில் சரிந்து உட்கார, வெங்கட் எதுவும் சொல்லாமல் சட்டையை மாட்டிக் கொண்டு கிளம்பினான்.

வெங்கட், சில மாதம் முன்பு கல்யாணப்பரிசாரகன்ராமுவிடம் தனியே பார்த்துச் சொல்லியிருந்தான். “கல்யாணம், கார்த்தின்னா பரிமாற ஒரு கை தேவைப்பட்டால் என்னைக் கூப்பிடுராமு"ன்னு. ராமு அவனைத் திடுக்கிட்டுப்பார்த்தான். "என்னடா பேசறே வெங்கிட்டு? உங்கப்பாகல்யாணம் நடத்திவைக்க வர்ற இடத்திலே நீதம்ளரிலே தண்ணீர்வைப்பியா?"

"அதனால என்ன தப்பு, நாளைக்கு, ரெண்டு, மூணு ரூபாயாவது கிடைக்குமில்லையா... உழைச்சு ஊதியம் பெற்றதுல என்ன கௌரவக் குறைச்சல்?"

"வேணாம்பா... உங்கப்பா கோச்சுண்டா அப்புறம் என் பொழைப்பில மண் விழும்."

சிரிப்புத்தான் வந்தது வெங்கட்டுக்கு. அப்பாவுக்கு ஊரிலே பெரிய மதிப்பு... ஆனால் வீட்டிலே சாப்பாட்டுத் தட்டுதான் பாதி நாள்காலி!

ராவுத்தர் பிள்ளை ஷைக் இவனுடன்தான் படித்தான். பள்ளி நாட்களில் வெங்கட் அவனுடன் அதிகம் பழகியதில்லை. இப்போதெல்லாம் கடை வழியாகச் செல்லும் போது ஷைக்குடன் சிறிது நேரம் உட்கார்ந்து பேசிவிட்டுத்தான் செல்கிறான். ராவுத்தர் தோல் பதனிடுகிறார். பதனிட்ட தோல் வெளியூருக்குச் செல்லும். அதில் ஒரு பங்கைத் தான் சேரி ஆட்களை வைத்துத் தைத்து, இந்தக் கடையில் விற்றுக் கொண்டிக்கிறார்.

ஷைக், கடை திறந்து, பிஸ்மில்லா ஓதி, ஊதுபத்தி ஏற்றுவது தெரிந்தது. வாசலில் செருப்புக்களை அலங்காரமாக மாட்டும் போது அவன் பார்வை வெங்கட் மீது படிந்தது. முகத்தில் இயல்பான புன்னகை தோன்றியது. "என்னப்பா, காலைலே எங்கே கிளம்பிட்டே?"

"உனக்கு உதவலாம்னுதான்!" வெங்கட் ஷைக்குக்கு உதவியாகச் செருப்புக்களை எடுத்து மாட்டலானான்.

"டேய், டேய்," ஷைக் பதற்றத்துடன் தடுத்தான். "இதெல்லாம் நீ செய்யாதே. நீ சும்மா உட்கார்ந்து பேசிட்டு இரு போதும். நான் இந்த வேலையெல்லாம் செய்யறேன்...

"நீ ஏண்டா பிறருக்கு பயப்படறே? நீ செய்யற தொழிலை நான் செய்யக் கூடாதா? பாட்டா கடையில் சேல்ஸ் மென் வேலை செய்தால், இதே செருப்பு வியாபாரம் உயர்ந்ததாகிவிடுமா?"

"அதிருக்கட்டும்! அடுத்த ஊர்லே ஒருகடைதுவங்கலாம்னு பாக்கறேன், வெங்கட். வாப்பாவும் சரின்னுட்டார். அவர் உடம்பும் ஒரு சீரா இல்லை. கடையிலே குந்த முடியாது. நாணயமான பையனாத் தேடிட்டிருக்கேன்" என்றான்ஷைக்.

“ஷைக்... உங்க புதுக் கடையை நான் பார்த்துக்கறேன். நான் ரொம்ப நாணயமா விற்பனை, வரவு, கணக்கு எல்லாம் பார்த்துப்பேன். நாளைக்குப் பதினாலு மணி நேரம் கடையிலே யிருப்பேன். நூறு ரூபா சம்பளம் தா போதும்."

ஷைக் பிரமிப்புடன் வெங்கட்டைப் பார்த்தான். பனியன் போடாத உடம்பில் ஒட்டியிருந்த பூணூல் சட்டை வழியே துல்லியமாகத் தெரிந்தது!

“என்ன பதில் சொல்லாமல் பார்க்கறே? என் மேலே உனக்கு நம்பிக்கை யில்லையா?"

"வெங்கட், அப்படியெல்லாம் பேசாதே. உன்னைவிட நாணயமானவனை நான் இன்னும் பார்க்கலை. ஆனா எனக்கு இதைப் பத்தி வாப்பாவிடம் பேசத் தைரியம் இல்லை. அவுரு உங்கப்பாமேல் ரொம்ப மதிப்பு வச்சிருக்காரு."

"அதுக்கோசரமானும் எனக்கு உதவமாட்டாரா?"

"வெங்கட், புரிஞ்சுக்கோப்பா. இது ரொம்பச் சின்ன ஊரு. ராவுத்தர் பணத்தைக் காட்டி சாஸ்திரிகள் ஊட்டுப் பிள்ளையை செருப்புக் கடையிலே மடக்கிப் போட்டு ஏளனம் செய்யறாருன்னு ஊரிலே பேசு வாங்க. உங்கப்பா, மானம், மரியாதை கூட எங்க வாப்பா கௌரவமும் போயிடும்..."

வெங்கட் அலுப்புடன் பார்த்தான். "ஷைக், நீ சொல்றது எதுவும் எனக்குப் புதில்லை . நான் எதிர்பார்த்ததுதான். ஆனா, யோசிச்சா சிரிப்புத்தான் வர்றது. நாலு மாசத்துக்கு முன்னாடி எம்ப்ளாய்மென்ட் எக்ஸ்சேன்ஜ் மூலமாப் பேட்டிக்குப் போய் வந்தேன். அரசாங்க உத்தியோகம்... பெரிய்யவேலை... சம்பளத்தை விடக்கிம்பளம் அதிகம் வரும் வேலை. பேட்டியிலே நான் வெற்றி பெறுவேனான்னு தெரியாது. அதுல கூட ஜாதி, சமுதாயம் எல்லாம் தடையா நிற்கலாம்..."

"என்னவேலை வெங்கட்?"

"ஸானிடரி இன்ஸ்பெக்டர் வேலை. செருப்புக் கடையிலே உட்கார்ந்தா அகௌரவம். அரசாங்க வேலைன்னா குப்பை அகற்றுகிறது கௌரவம். ம்... நானும் இந்தச் சமூகம், அதோட அர்த்தமற்ற அமைப்பு எல்லாத்தையும் எதிர்க்க முயற்சி பண்ணித் தோத்துட்டேன். வர்றேன் ஷைக், நீயும், ஒங்கப்பாவும் மனசை மாத்திக்கிட்டா சொல்லியனுப்பு!"

ஷைக் புன்னகையுடன் விடைகொடுத்தான்.

சென்னை மாதிரிப் பெரிய நகரத்திலேயாவது ஆயிரம் வாய்ப்புகள், பெட்டி தூக்கவும், தோட்டம் கொத்தவுமாவது கிடைக்கும். இந்த மாதிரிக்கிராமத்தளவே உள்ள சின்ன நகரங்களில் வாய்ப்புகள்தான் எங்கே... வயல் கொத்தப் போனால் கூட வம்சாவளி கேட்பான்கள்.

மரத்தடியில் உட்கார்ந்து நாணல் புல்லைக் கடித்துத் துப்பி, நாக்கு அறுபட்டு, மனமும் வாயும் உடலும் சோர்ந்தபோது அம்மா காலையில் வடித்த சாதத்துடன் காத்திருப்பாள் என்று நினைவு வந்தது. கால் தானே மோப்பம் பார்த்து நடந்தது.

"வெங்கட்டா வர்றான்ன?" – அம்மா பாவம்... காலையில் போன பிள்ளையைக் காணோமென்று வெளியிலேயே காத்திருந் தாள் போலிருக்கு. –

புழக்கடையில் கால் கழுவும்போது அப்பா குரல் கேட்டது. "அவனுக்குத் தட்டை எடுத்து வைடி... கார்த்தாலலேந்து குலைப் பட்டினி..." அப்பாவா இத்தனை கரிசனத்துடன்...?' ஐந்து ஆண்டுகளுக்குப் பின் முதன் முறையாக...!

அப்பா எதிரே வந்து நின்றார். "ஏண்டா, சவுண்டி சாப்ட வர்றேன்னுகார்த்தால் எடக்குப் பேசினியே... எனக்கு உன்மதிப்பும், தகுதியும் தெரியும்டா... பாரு... கவர்ன்மெண்ட் உத்தியோகத்துக்கு ஆர்டர் அனுப்பியிருக்கிறான். நீ இண்டர்வியூவுக்குப் போயிட்டு வந்தியே, அந்த முனிசிபாலிடி வேலை... ஆரம்பமே அறுநூறு ரூபாய்க்கு மேல் தேறும் போலிருக்கு...!

வெங்கட் கைநீட்டி ஆர்டரைப் பெற்றுப் பிரித்துப்படித்தான். தன் மனம் மிகவும் லேசாகிப் பறப்பதை அவனால் உணர முடிந்தது. சட்டென அப்பா காலில் விழுந்து நமஸ்கரிக்க வேணும் போலிருந்தது. அப்பாவின் கோபம் மட்டுமில்லை, தன் ஆத்திரம், எதிர்ப்பு எல்லாம் கரைவது புரிந்தது. ஷைக்கிடம் ஓடிப் போய்ச் சொல்ல வேண்டும் எனத் தோன்றியது. மறுநிமிடம்... 'ஆமாம்...! அந்தச் செருப்புக்டைக்காரனிடம் இப்போது சொல்லாவிட்டால் குடிமுழுகி விடுமாக்கும்' என்று மனம் மாறியது. முதலில் மெட்ராஸுக்குக் கிளம்புமுன் நாகரிகமாக டெரிகாட்டனில் பேண்டும், சட்டையும் தைத்துக் கொள்ள வேண்டும். நல்ல செருப்பு வாங்க வேண்டும்.

உறவுகளின் அர்த்தங்கள் கூடத் தேவைக்குத் தக்கபடி சுலபமாய் மாறி விடுகின்றன. சுயமதிப்பும் எத்தனை வித ரூபங்கள் எடுத்து விடுகிறது. இதைத்தான் அன்றே புரிய வைத்தான் மேதை கார்ல் மார்க்ஸ். 'உலகத்தில் அத்தனை விஷயத்துக்கும் அடிப்படை பொருளாதாரம்' என்று!

# வேஷங்கள்

இன்று காலையிலிருந்து வீட்டு வாசலில் கூட்டம். பல தரப்பட்ட மனிதர்கள், பலவிதமான கேள்விகள். "கரெக்டா ரசீது வருமா?" "வாட்டர் மீட்டர் தனித்தனியாக இருக்கிறதா?" "நாங்க வெளியில் போனால் நீங்க பார்த்துப்பீங்களா?" "வாடகையில் ஒரு அம்பது குறைக்கலாமே!" என்பது போல.

சொந்த வீட்டில் மாடியில் இருந்து கொண்டு கீழேவாடகைக்கு விட்டதன் அடையாளங்கள் இன்னும் பசுமையாக மனத்தில் பதிந்திருக்கும் போதே, நான் இன்னொரு குடித்தனக்காரரைத் தேடுகிறேன். சென்ற முறை போல இல்லாமல் இப்போது ஆபீஸுக்குப் போகும் கணவன், மனைவி, குழந்தை, குட்டிகளான குடும்பமாக வைப்பது என்று முடிவு செய்து கொண்டேன். காலையிலிருந்து வந்து போனவர்களில் ஒருவரும் சரிப்பட்டு வரும் என்று தோன்றவில்லை.

"ட்ரிங் ட்ரிங்" என்று வாசலில் மணி அடித்தது. நான் எச்சில் கையுடன்கதவைத் திறந்தேன். ஒரு இளைஞன். "சாப்பிடுகிறீர்கள் என்று எண்ணுகிறேன். மன்னிக்கவும். ஐ வில் வெயிட்."

சோபாவைக் காட்டிவிட்டு உள்ளே போனேன்.

கை அலம்பிக் கொண்டு வந்தால், வரவேற்பு அறையில் அவனுடன் ஒரு பெண்ணும் அமர்ந்திருந்தாள்.

வயது இருபதில்தான். பெரிய அழகியில்லை.

"ஐ ஆம் ரவிச்சந்திரன். இது என் மனைவி மீரா. வீடு பார்க்க வந்திருக்கிறோம்."

"வீட்டைச் சுற்றிப் பார்த்தார்கள். கேட்க வேண்டிய கேள்விகளை எல்லாம் கச்சிதமாகக் கேட்டார்கள். ஐந்து நிமிடம் தனியாகப் பேசினார்கள்.

“ஸார், எங்களுக்கு வீடு பிடித்து விட்டது. ஐநூறு ரூபாய் வாடகையை ஒவ்வொரு மாதமும் முதல் சனிக்கிழமை பாங்கில் கட்டி விடுவேன். அதில் உங்களுக்குப் 'ப்ராப்ளம்' எதுவும் இராது. தோட்டத்தை நல்லபடி வைத்துக் கொள்வோம்.

ஒரு விஷயம். நான் ஜெய்சன் கம்பெனியில் சேல்ஸ் எக்ஸிக்யூடிவ். என் மனைவி தாம்சன் அட்வர்டைஸிங்கில் காபி ரைட்டர். இருவருமே காலை ஒன்பது மணிக்குப் போனால் மாலைதான் திரும்புவோம். அந்த நேரத்தில் வீடு பூட்டித்தான் இருக்கும். அது உங்கள் வீட்டின் பாதுகாப்புக்குத் தடையில்லை என்று நீங்கள் எண்ணினால்... வெல் வீ கேன் மூவ் இன் எனி டே.”

நான் இவ்வளவு சீக்கிரம் ஒரு முடிவை எதிர்பார்க்கவில்லை . ஜானு முகத்தைப் பார்த்தேன். அவள் அந்தப் பெண்ணையே பார்த்துக் கொண்டிருந்தாள். அவளுக்கு இந்த மாதிரி ஃபேஷன் எல்லாம் அதிகம் பிடிக்காது. “மாலை நீங்கள் போன் செய்தால் முடிவைத் தெரிவிக்கிறேன்” என்று எதிர்வீட்டுப் போன் நம்பரை எழுதிக் கொடுத்தேன். இருவரும் விடை பெற்றார்கள்.

"இங்கே பாருங்கள், ஒரு தரம் பட்டது போதும். கண்டவர்களுக்கெல்லாம் வீட்டைத் தராதீர்கள். அந்த ஆள் மூஞ்சியும், தாடி, மீசையும்... பாவாடை மாதிரி பேண்டு, பொய்க்கால் குதிரைக்குக் கால் கட்டினாப்பல ஜோடு... ஆம்பளைதான் இப்படீன்னா, பொம்மனாட்டிப் பொண்ணு தலையைக் க்ராப் அடிச்சுண்டு, விஷம் குடிச்சாப்பலே உதட்டிலே ஊதாச்சாயத்தைத்தடவிண்டு, இதுங்கள்ளாம் குடித்தனம் பண்ணிக் குப்பை கொட்டினாப்பலேதான்... நாலு, நாளிலே ரெண்டும் சண்டை பிடிச்சுண்டு பிரிஞ்சு போனா, வாடகை யார் தருவா?” என்றாள் ஜானு.

அவள் சொல்லுவதும் சரி என்றுதான் எனக்குப் பட்டது. இதே வயதுதான் இருக்கும், என் பிள்ளை சங்கர் பொகாரோவில் இன்ஜினீயராக இருக்கிறான். இந்த மாதிரியா ஃபேஷன் செய்து கொள்கிறான்? இந்த மாதிரி அரைவேக்காடுகளை எல்லாம் நம்ப முடியாது.

மறுநாள் வரை காத்திருந்து பார்த்தோம். வேறு யாரும் வராமல் போகவே ரவிச்சந்திரனுக்கே சம்மதம் தெரிவித்துப் போன் செய்தோம். சரியாக ஒரு மணி நேரத்திற்குள் இரண்டு மாத வாடகையை நான் கேட்காமலே அட்வான்சாக அளித்துவிட்டு ஞாயிற்றுக்கிழமை குடிபுகுவதாகச் சொல்லிச்சென்றான்.

நானும், ஜானுவும் இரவு முழுவதும் தூங்கவே இல்லை. "என்னங்க, நல்ல குடும்பமாகப் பார்த்து வாடகைக்கு விட்டிருக்கலாமே! போன

தரம் மாதிரி ஏதாவது ஆகிவிட்டால்" என்று ஜானு தொண தொணத்தாள். எனக்கும் கவலையாகத்தான் இருந்தது.

சரியாக ஆறு மாத்திற்கு முன்.... நான் டெல்லியிலிருந்து ரிடையராகி வந்தேன். சங்கர்கிண்டியில் படிக்கும் போதே பார்த்துப் பார்த்து வீடு கட்டியிருந்தான். மாடியில் இரண்டு பெட்ரூம், கீழே , இரண்டு. சங்கரும் வெளியூரில் வேலையாகி, நாங்கள் இருவர் மட்டும் தனியாக வீட்டில் வளைய வளைய வந்தபோதுதான் தனிமை தெரிந்தது. கீழே இருந்து கொண்டு மாடியை வாடகைக்கு விடலாம் என்று முடிவு செய்தோம். பேப்பரிலும் விளம்பரம் கொடுத்தோம். இப்போது போலத்தான் பல பேர்வந்து பார்த்தார்கள்.

அந்தத் தம்பதிகளைப் பார்த்ததுமே ஜானகிக்கு ரொம்பப் பிடித்து விட்டது. அந்த மாமிக்கு அறுபது வயதுக்கு மேலிருக்கும். தழையத் தழையக் கட்டிய ஒன்பது கெஜம் புடவை. மஞ்சள் மினுக்கும் எலுமிச்சை நிறம். நெற்றியில் சாட்சாத் அம்பாள் மாதிரிக் குங்குமம். காது, மூக்கில் ஜொலிக்கும் வைரங்கள். கோவிலில் பிரதிஷ்டை செய்திருக்கும் அம்மனே இறங்கி வந்தாற்போல ஒரு அதீத லட்சுமி களை.

அவர் ஐந்தாறு வயது மூத்தவராய் இருப்பார். மனைவியைப் போல் அதி கம்பீரமாக இல்லாமல் கொஞ்சம் தளர்ந்து காணப் பட்டார். பேசும் போது குரலில் மூப்பும், ஒரு நடுக்கமும் தென்பட்டது. அவர்களை அழைத்து வந்த அவர்கள் பிள்ளை அறிமுகம் செய்து கொண்டார். 'நான் ரயில்வேயில் வேலையில் இருக்கிறேன். பம்பாய்க்கு ட்ரான்ஸ்ஃபர் ஆகிவிட்டது. இவா மெட்ராஸ்லேயே இருக்கணும்னு ஆசைப்படறா. அப்பாவுக்கு மாடி. ஏறி இறங்குவது கஷ்டம். நீங்க தயவு பண்ணி கீழே கொடுத்திங்கன்னா....' அவர் பேசி முடிவதற்குள் ஜானகி தானே முன்வந்து 'அதுக்கென்ன வந்தது? பெரியவர்கள் சௌகரியமாக இருக்கட்டும்' என்று சொல்லிவிட்டாள்.

"அப்பப்பா. என்ன தெய்வீகக் களை. இந்த மாதிரிப் பழுத்த சுமங்கலி குடியிருந்தாலே வீட்டுக்கு நல்லது" என்று அவர்கள் குடிவந்த ஒரு வாரத்திற்குள் தை வெள்ளிக்கிழமை என்று வெற்றிலை, பாக்கு, ரவிக்கைத் துண்டுடன் மாமியை நமஸ்காரம் பண்ணிவிட்டு வந்தாள். கொஞ்ச நாளைக்கு மாமி புராணம் ஓயவேயில்லை .

அன்னொரு நாள் மாலை 'வாக்கிங்' கிளம்பிக் கொண்டிருந்தேன். கீழ் இறங்கும்போது பார்த்தேன். பூனை ஒன்று சுவாரசியமாக பால்காரன் விட்டெறிந்துவிட்டுப் போன பால்பாக் கெட்டை நகத்தால் பிராண்டி உறிஞ்சிக் கொண்டிருந்தது. 'மணி ஐந்தாகிறது. ஏன் இன்னமும் பால் பாக்கெட்டுகளை உள்ளே எடுத்துச் செல்லவில்லை? வெளியில்

சென்றிருக்கிறார்களா? கதவு உள்புறம்னா தாழ்ப்பாள் போட்டிருக்கிறது?" நான் பெல்லை அழுத்தினேன். கொஞ்ச நேரத்துக்குப் பதிலே இல்லை.

நான் குழப்பத்துடன் காத்திருக்கும் போது மெல்ல முக்கல், முனகலுடன் கதவைத் திறந்தார் ராமசாமி ஐயர். ஏதோ பத்து நாள் ஜுரம் அடித்தவர் போலக் காணப்பட்டார்.

"ஸார்... பாலைப் பூனை பிராண்டிண்டு இருந்தது..."

"ஓ... ஐ வாஸ் டூடயர்ட். எடுத்துக் காச்ச மறந்து விட்டேன்" மிகவும் பிரயாசையுடன் பால் பாக்கெட்டைவைத்து விட்டு வந்தார்.

"உங்களுக்கு உடம்பு சரியில்லை என்று நினைக்கிறேன். மாமியில்லையா? டூ யூ நீட் எனி ஹேல்ப்?"

அவர் எதுவும் பதிலே பேசவில்லை. மெல்ல நாற்காலியில் உட்கார்ந்தார். ஏதோ சொல்ல ஆரம்பித்தார். அதற்குள் நெஞ்சைப் பிளக்கும் இருமல் எழும்பியது. தொண்டையிலிருந்தல்ல, அடி வயிற்றிலிருந்து, பலத்த கேவலுடன். "ஸார்... ஸார், என்ன ஸார்?" ஓடிச்சென்று அவரைத் தாங்கிக் கொண்டேன்... உடம்பு அனலாகக் கொதிக்கிறதே... அவரை மெல்ல ஆசுவாசப்படுத்தினேன்... "மாமி... மாமி எங்கே ?"

அவர் தலையை அசைத்ததிலிருந்து மாமி வீட்டில் இல்லை என்று புரிந்து கொண்டேன். "ஸார்.... சூடாகக் கொஞ்சம் பால் கொண்டுவரேன்."

"இஃப் யூ டோன்ட்மைண்ட்" இந்தப் பாலைகாஸில் வைத்து விடுங்கள்.... டிகாக்ஷன் இருக்கும்."

சமையலறைக்குச் சென்றேன். ஒரு பாத்திரத்தில் ரவா உப்புமா– அது எப்போது செய்ததோ மேலே வறவறவென்று காய்ந்து ஆறிக்கிடந்தது. பாத்திரத்தில் டிகாக்ஷன் இருந்தது. ஒரு டம்ளர் காபி கலந்து அவரிடம் தந்தேன். அடுத்த அறையிலிருந்த சில மருந்துகளையும் எடுத்துத் தந்தேன். என்னுடைய 'வாக்கிங்' செல்லும் மூட் கெட்டுவிட்டது. ராமசாமி ஐ. பருடனே உட்கார்ந்து கொண்டேன். காபியைக் குடித்ததும் அவர் கொஞ்சம் தெம்பு வந்தவர் போலக்காணப்பட்டார்.

"எத்தனை நாளா ஜுரம்.?"

"மூணு நாளாறது. ஒரு வாரமாகவே நெஞ்சிலே கபம்."

"டாக்டரிடம் காட்டினீர்களா?"

அவர் அசுவாரசியமாகச்சூள் கொட்டினார்.

"மாமி டாக்டரிடம் போயிருக்கார்களா?"

அவர் எங்கேயோ வெறித்துப் பார்த்தார். "ஜெயந்தியிலோ தியாகராஜா

விலோ புதுப்படம் வந்திருக்காம். போயிருக்கா. அதுவும் இல்லைன்னா ஈராஸ். இந்திரா நகரில் இருக்கிறதிலே ஒரு 'அட்வான்டேஜ்' பாருங்கோ, நடக்கும் தூரத்திலேயே சினிமா தியேட்டர்..." விரக்தியாகச் சிரித்தார்.

நான் குழப்பத்துடன் அவரைப் பார்த்தேன். இவர் இங்கே ஜுரத்துடன் படுத்திருக்கும்போதா மாமி இவ்வளவு அவசரமாக சினிமாபோக வேண்டும்?

மறுநாள், அதற்கும் அடுத்த நாள், ஒவ்வொரு நாளும் நான் மாலை வாக்கிங் போகும்போது ராமசாமி ஐயருடன் சிறிது நேரம் பேசி விட்டுப் போவது வழக்கம் ஆயிற்று. முதலில் படு ரிஸர்வட்' ஆக இருந்தவர், நாளாக நாளாகப் பல விஷயங்களை மனம் விட்டுப் பேசலானார், பழகலானார். ஒரு நாளாவது மாமியை நான் மாலை வேளையில் வீட்டில் பார்த்ததில்லை. ராமசாமியைக் கேட்டால், 'கபாலி கோவிலுக்குப் போயிருக்கா, ஈராஸில் புதுப்படமாம், பத்மநாபஸ்வாமி கோவிலில் கதாகாலட்சேபமாம்' என்பது போலப் பதில் வரும்.

பெரும்பாலான நாட்களில் சமையலறை மூலையில் உப்புமாவோ, இட்டிலியோமூடி வைக்கப்பட்டிருக்கும். ராமசாமி தானே பால் காய்ச்சிக் காபி குடிப்பார். வயதாக ஆகத்தான் தாம்பத்யத்தின் பிணைகள் வலுப்படும் என்று கேள்விப் பட்டிருக்கிறேன். இங்கென்னடா என்றால், கணவன் பேச்சுத் துணைக்குக்கூட வழியில்லாமல் 'கொட்டுக் கொட்டென்று' மோட்டு வளையைப் பார்த்துக் கொண்டு உட்கார்ந்திருக்கும் போது, புண்ணியம் தேடக் கோவிலென்ன, பொழுது போக்க சினிமா, டிராமா என்ன...?

ஒரு நாள் என்னால் தாங்க முடியவில்லை. கேட்டுவிட்டேன். விரக்திப் பெருமூச்சுவிட்டவர் தன் கதையைச் சொன்னார்.

ராமசாமி பரம்பரையாகப் பணக்காரக் குடும்பத்தில் பிறந்தவர். எம். ஏ. படித்துவிட்டு நல்ல அரசாங்க உத்யோகத்தில் இருந்தார். கமலா அவர் வீட்டு சாஸ்திரிகள் மகள். செல்வத்தில் குறை வைத்திருந்த கடவுள் அழகை ஏராளமாகவே அள்ளி வைத்திருந்தார். கூடமாட அம்மாவுக்கு வீட்டு வேலைகளில் ஒத்தாசைக்கு வந்தவள் ராமசாமியின் கண்ணில் பட்டாள். அவளைத்தான் மணப்பேன் என்று பிடிவாதமாக நின்றார். முதலில் மறுத்த பெற்றோர், மகன் முனைந்து நிற்கவேதாங்களே நகை நட்டெல்லாம் செய்து போட்டு, ஊரே வியக்கும் வண்ணம் கோலாகலமாகத் திருமணம் செய்து வைத்தார்கள்.

கமலாவின் அழகிலே ராமசாமி கிறங்கி நின்றார். மனைவிக்கு தினம் ஒரு புடவை, விதம் விதமாக நகை எனச் செய்து போட்டு அவளைப்பார்த்துப்பார்த்து மயங்கி நின்றார். ஏழை இடத்துப் பெண் வீட்டுக்கு அடங்கிய மாட்டுப் பெண்ணாய் இருப்பாள் என்ற அம்மாவின்

ஆசையில் தான் மண் விழுந்தது. தானே முன்வந்து கிடைத்த பெரிய இடத்துச் சம்பந்தம் பற்றி கமலா நன்றி கொள்ளவில்லை, மாறாகத் திமிர் கொண்டாள். எல்லோருமே தன் கால் தூசிக்குச் சமம் என்பது போல் எடுத்தெறிந்து நடந்து கொண்டாள். பகட்டுக்குப் பணத்தை வாரி இறைத்தாள்.

ராமசாமியின் மோகம் கழிந்து, கண்திறப்பதற்குள் அப்பாவும், அம்மாவும் அடுத்த பிள்ளையிடம் போய்விட்டார்கள். வீட்டில் பெரியவர்களும் யாருமில்லாமல் போகவும் எதுவுமே கமலாவின் இஷ்டமாயிற்று. உலகத்தில் அழகு என்ற வார்த்தையின் அர்த்தம் என்ன என்று ராமசாமிக்கு உணர வைத்தது கமலாவின் 'வெடுக் வெடுக்' என்ற பேச்சும், ஏச்சும், கர்வமும் தான். பணத்தையே கண்டிராதவள் பணத்தை வாரி இறைக்கலானாள். கணவனிடம் அவளை ஒட்டவைத்த ஒரே அம்சம் இந்த மூன்றெழுத்துத் தான். ராமசாமி பணங்காய்ச்சி மரமானன். அதில் பால்வடிசற்றுக்குறையத் துவங்கினாலும் உடனே அரிவாளால் வெட்ட ஒருகணமும் மனைவி தயங்க மாட்டாள்.

பணம்தான் செலவழிக்கிறளே, ஒரே பிள்ளை , அவன் எதிர்காலம் பற்றி எண்ணக்கூடாதா, குடும்ப நலம் எண்ணி வீடு வாசல் வாங்க வழி செய்யக் கூடாதா என்று ஏங்கினார் ராமசாமி. ஆனால் கமலாவைப் பொறுத்தவரைகணவன், குடும்பம், குழந்தை எல்லாமே அவளுக்குப் பிறகுதான். உலகில் தன்னைத் தவிர வேறு எதையுமே அவளால் உண்மையாகக் காதலிக்கத் தெரியாது என்ற உண்மை ராமசாமியைத் தாக்கியபோது......

வளர்ந்துவிட்ட மகனும் ஒதுங்கி விட்டான். அம்மாவைக் கொள்ளாமல், அப்பாவைப் போல் நேர்மையாக, ஒழுக்க மானவனாக வளர்ந்து பொறியியல் படித்து, ரயில்வேயில் சேர்ந்து விட்டான். ராமசாமியின் வருமானம், பரம்பரைச் சொத்து அத்தனையும் கமலாவின் டாம்பீகத்தால் அழிந்திருந்தது. எதிர்த்து நின்று ஊர் நாற அடிக்கும் கேவலம் வேண்டாம் என்று ராமசாமி தாழ்ந்து, தனித்துவிட்டார். மகனுக்கும் பெரிய இடத்தில் திருமணம் நடந்துவிட்டது.

ரிடையர் ஆனபோதுதான் தான் எந்த விதத்தில் தாக்கப்பட்டிருக்கிறோம் என்ற உண்மை புரிந்தது. பிராவிடண்ட் பணத்தைத் தவிர வேறு சேமிப்பு இல்லை. கமலாவின் சினிமா, டிராமா, ஊர்சுற்றல் செலவுக்கே மாதம் ஐநூறு ரூபாயாகும். வீட்டுச் செலவு வேறு. பிள்ளை தன்னுடன் வந்து இருந்து விடும்படி கூறினான். கமலா பிடிவாதமாக மறுத்துவிட்டாள். பழி கடவுள் தலையில் ஏற்றப்பட்டது. இந்தக்கபாலீச்சுவரனையும், கற்பகாம்பிகையையும் விட்டு வரமாட்டேன்' என்று மறுத்துவிட்டாள். தந்தையும், மகனும் கலந்தாலோசித்தார்கள். மகன் மாதம் ஐநூறு

ரூபாய் அனுப்ப ஒப்புக் கொண்டான்.

இந்த நேரத்தில் ராமசாமி திடீரென நோய்வாய்ப்பட்டார். ஒரே மாதத்தில் அரை ஆளாகிவிட்டார். திடீரென மயக்கம் போட்டு விழுந்தார். கை, கால் இழுப்பு வந்தது. நடையிலேயே தளர்ச்சி. 'இனி நீங்கள் தனியே இருக்கக்கூடாது' என்று மகன் எவ்வளவோ கூறியும் தாய் மறுத்துவிட்டாள். ஆள் வாட்ட சாட்டமாக இருந்து சம்பாதித்துக் கொண்டிருந்தபோதே அலட்சியம் என்றால், இப்போது கேட்க வேண்டுமா...? அவரைக் காணவும் அருவறுத்தாள். அவருக்கு எதுவும் செய்வதும், தன் சுமங்கலித் தனத்தைக் காத்துக் கொள்ள மட்டும் என்றே எண்ணினாள்.

“எத்தனை நாள் சார் இந்த ஆட்டபாட்டமெல்லாம்... என்றோ ஒரு நாள் ஆடி ஆடிக்கால் ஓயாதா? அப்போதலைசாய்க்க இடம், மனுஷத்துணைவேண்டாமா? இதை ஏனோ ஒருத்தரும் எண்ணிப் பார்ப்பதில்லை...” ராமசாமியின் கண்களிலிருந்து நீர் பெருகியது.

பழகப்பழக, ராமசாமியின் நட்புத்தான் எத்துணை இனித்தது! எவ்வளவு தெளிவாகச் சிந்திக்கிறார்! இவருடன் பேசுவதே ஒரு அனுபவமாயிற்றே. ஆனால் அனுபவங்களைப் பகிர்ந்து கொள்ள பிறரை மதிக்கும் திறன் வேண்டுமே. சுய அன்பையும், தன் மதிப்பையும் தவிரவேறொன்றையும் கொண்டிராத பிரகிருதியால் இது எப்படிச்சாத்தியமாகும்?

மாமி வெளியில் போகும்போதும் அடிக்கடி பார்ப்பேன். உடலெல்லாம் வைரங்கள் டாலடிக்க, அரை சாண் சரிகையிட்ட பட்டுப்புடவையும், அள்ளி வழியும் கோடாலி முடிச்சில் மல்லிகைப் பூவும், மஞ்சளும், மெட்டியும், நெற்றிக் குங்குமமுமாக... அக்கம்பக்கத்துப் பெண்கள் அனைவரும் தவறாமல் வெள்ளிக்கிழமை, மாவிளக்கு, லட்சம் மஞ்சள் என்று மாமிக்கு வெற்றிலை பாக்கு அளித்து நமஸ்காரம் செய்வார்கள்.

'இன்றைக்குக் கோவிலில் சுஹாசினி பூஜை. மாமிக்கு பெண்டுகள் பூஜை செய்தார்கள்" என்று சொன்ன ஜானு, நான் முறைத்த முறைப்பில் நடுங்கி விட்டாள்.

ஒரு நாள்... மணி நான்கிருக்கும். வேலம்மாபடபடப்புடன் ஓடிவந்தாள். “அம்மா, அம்மா, கீழே வீடு உள்ளாறப் பூட்டிக் கிடக்குது. ஒரு மணி நேரமாத் தட்டிப் பாக்கறேன். ஆரும் தறக்க மாட்டேங்கறாங்களே" என்றாள்.

“ஏன் அந்தம்மா இல்லையா?"

“இல்லியேம்மா. நேத்தைக்கே அந்தம்மா வெடிகாலையே திருநள்ளாறு சனிப் பெயர்ச்சிக்குப் போகப் போறேன். நீ காலேலே வேலைக்கு

வர்ராணாம்னாங்க. இப்பத்தானே வந்தேன்."

என் வயிற்றைக் கலக்கியது. ஜானு, நான், வேலம்மா மூவருமாக ஆளுக்கொருவராகக் கதவைத் தட்டிப் பார்த்தோம். ஒருவரும் திறக்க வரவில்லை. ஜன்னல் வழியே எட்டிப்பார்த்தோம். ஒன்றும் புரியவில்லை. எப்படிக் கதவைத் திறப்பது? என்னதான் வீட்டுச் சொந்தக்காரர் என்றாலும், பிறர் குடியிருக்கும் போது கதவை உடைப்பது சட்டப்படி குற்றமாயிற்றே? தவியாய்த் தவித்தேன். அக்கம் பக்கத்திலிருந்து வேறு சிலர் வந்துவிட்டார்கள்.

“சார், ஆபத்துக்குத் தோஷமில்லை. இந்திரா நகரில் போலீஸ் ஸ்டேஷன் கிடையாது. அடையாறுக்கோ, திருவான்மியூருக்கோ தான் போயாகணும். உள்ளே என்ன அசம் பாவிதமோ, நாமதான் இத்தனை பேர் சாட்சிக்கு இருக்கிறோமே, கதவை உடைத்து விடலாம்" என்றார் ஒருவர்.

அது சரி என்றுதான்பட்டது. எல்லோருமாகச் சேர்ந்து தள்ளிய தள்ளலில் உடைக்காமலே கதவு திறந்தது. ஹாலை அடுத்த பெட்ரூமில் கட்டிலிலிருந்து கீழே விழுந்து கிடந்தார் ராமசாமி. பின் மண்டையில் நன்கு அடிப்பட்டிருக்க வேண்டும். இல்லை, மூக்கு, வாயிலிருந்து ரத்தம் வந்ததோ தெரியவில்லை. தலை, முகம், மயிர் எல்லாம் ரத்தம் காய்ந்து கிடந்தது. இழுப்பு வந்திருக்க வேண்டும் – வாய் ஓரத்தில் நுரை.

"தோ. அடுத்த தெருவிலிருந்து டாக்டரைக் கூட்டியாரேன்" – யாரோ ஓடினார்கள்.

குனிந்து ராமசாமியின் கையைத் தூக்கினேன். என் நெஞ்சைப் பந்தாக அடைத்தது. டாக்டருக்கு அவசியமில்லை என்று புரிந்தது. வேலம்மாபெருங்குரலெடுத்து ஒப்பாரியைத் துவங்கிவிட்டாள்.

“என்ன சார், நீங்கள் எல்லாம் படித்தவங்கதானே? பூட்டியிருந்த வீட்டை உடைத்திருக்கீங்க. இது போலீஸ் கேஸ். நான் 'இன்வால்வ்' பண்ணிக்க மாட்டேன்." – டாக்டர் வள்' என்று விழுந்தார்.

“டாக்டர் ப்ளீஸ். உசிரு இருக்கான்னு பார்த்துடுங்க. மரணம் எதுனாலேன்னாவது...?"

“உசிரு இல்லைன்னு பார்த்தாத் தெரியல்லையா? போலீஸ் வரவரையிலும் நான் தொடமாட்டேன்" – 'விர்' என்று வெளியில் போய்விட்டார்.

“போலீஸுக்கு யாராவது போனிலாவது தெரிவியுங்களேன்" – நான் பரிதாபமாக முறையிட்டேன். பதில் எழும்பவில்லை . அப்போதான்

சுற்றுமுற்றும் பார்த்தேன். ஆபத்துக்குத் தோஷ மில்லை. இத்தனைபேர் சாட்சிக்கு இருக்கிறோம்' என்று சொன்ன ஒருவரையும் காணவில்லை. அக்கம் பக்கத்து குடிசைப் பெண்கள்தான் பாக்கி. பக்கத்து வீட்டுக்கு ஓடினேன். கதவைத் திறக்கக் கை கொடுத்த பார்த்தசாரதி இருப்பாரே...!

"அவரா? ரெண்டு மணிக்கே பெருமாள் கோவிலுக்குப் போயிட்டாரே" என்று பதில் வந்தது.

அட கடவுளே, போலீஸ் என்றால் இப்படியும் பொய்யா? எந்தப் பெருமாள் கோவில் இரண்டு மணிக்குத் திறந்திருக்கும்?

நானே எதிர்த்த வீட்டிலிருந்து போலீஸுக்குப் போன் செய்தேன். விறைப்பான "யெஸ் ஸாரோ'டு விவரம் கேட்டவுடன் "நீங்க நேர வந்து ஒரு ரிட்டன் கம்ப்ளெயின்ட் கொடுங்க" என்ற பதில் வந்தது.

ஜானு அசட்டுத்தனமாக ராமசாமி முகத்தில் ஜலத்தைத் தெளித்து உசிர்வருமா என்று பார்த்துக்கொண்டிருந்தாள்.

எதிர்வீட்டு ஸ்கூல் பையன் சைக்கிளை இரவல் வாங்கிக் கொண்டு அடையாறுக்கு ஓடினேன். சாவகாசமாக விவரங்களைக் குறித்துக் கொண்ட எஸ்.ஐ., கான்ஸ்டபிள் ஒருவரை வீட்டுக்கு அனுப்பிவிட்டு என்னைச் சுறுசுறுப்பாகக் கேள்விகள் கேட்கத் தொடங்கினார்.

"பெயர்?"

சொன்னேன்.

"அப்பா பெயர்?"

சொன்னேன்.

"வயது?"

"அவர் போயே பத்து வருஷமாச்சு."

என்னை முறைத்தார். "உங்க வயசு?"

"ஐம்பத்தி ஆறு."

"ஸெக்ஸ்?"

பார்த்தால் தெரியவில்லையா என்று கேட்க வேண்டும் போல் இருந்தது. அடக்கிக் கொண்டேன். கேள்விமேல் கேள்வி.

இன்னும் கொஞ்ச நேரத்தில் "நான்தான் ராமசாமியை மர்டர் செய்தேன்" என்று அலறிவிடுவேன் என்று தோன்றியது. ரிடையர் ஆன பிறகு கார், போன் வைத்துக் கொள்ள வசதி இருந்தும்

ஒன்றுமில்லாமல் எதிர்வீட்டு சைக்கிளில் வந்த தவறை உணர்ந்தேன்.

அரை மணி நேரதுருவல், வறுவலுக்குப் பின்சைக்கிளையும் வானில் போட்டுக் கொண்டு எஸ். ஐ.யுடன் கிளம்பினேன்.

வீட்டில் நுழையும்போதே, ஜானுவும் இதே ஹிம்சைக்கு உள்ளாக்கப் பட்டிருக்கிறாள் என்று புரிந்தது.

"டெத் சர்டிபிகேட் வேணும். மரணம் இயற்கையான சம்பவமா என்று போஸ்ட் மார்ட்டம் செய்யணும். ஜி. எச். மார்ச்சுவரிக்குப் போகணும்."

"ஸார். பாடியை எடுக்காதீங்க. அவா வீட்டு மனுஷா, அவர் 'ஓய்ஃப்' வந்தா யார் பதில் சொல்றது? அவா வந்தப்புறம் என்ன வேணுமானா செய்யுங்கோ."

"கதவை உடைக்கறபோதே இதையெல்லாம் யோசிச்சிருக்கணும். போலீஸ் கம்ப்ளெயின்ட்டும் குடுத்த பிறகு மேலே 'ப்ராஸீட்' பண்ணவிடாம தடுத்தா எப்படி?"

சடாரென்று எனக்கு மின்னல் அடித்தது. "கே. ராமகிருஷ்ணன், டி.எஸ்.பி., க்ரைம்ஸ் இப்ப ஆபீஸிலே இருப்பாரா?"

எஸ்.ஐ. குரல் இறங்கியது. "யெஸ். யெஸ். பழக்கமா அவர் உங்களுக்கு?"

மறுபடியும் எதிர்வீட்டுக்கு ஓடினேன். ராமகிருஷ்ணன், டில்லியில் எங்களை கித்வாய் நகர் ப்ளாட்டில் கீழேதான் குடியிருந்தார். நெருங்கிப் பழகியிருந்தோம். அவர் சென்னைக்கு ட்ரான்ஸ்ஃபர் ஆகி வந்திருப்பதாக இரண்டு மாதம் முன் பேப்பரில் படித்தேன். சந்திக்கவேண்டும் என்று நினைத்ததைச் செயலாக்கவில்லை . இன்று இப்படி...

என் பெயரைக் கேட்டவுடனேயே ஆவலுடன் சுக ஷேமங்களை விசாரிக்கத் தொடங்கியவரைக் குறுக்கிட்டு, மூச்சிறைக்க விஷயத்தைச் சொன்னேன். அப்படியா... டோன்ட் வொரி. எஸ்.ஐ.யைக் கூப்பிடுங்கள்" என்றார்.

பத்து நிமிடத்தில் கான்ஸ்டபிள் ஒரு டாக்டருடன் வந்தார். டாக்டர் இயந்திரம் மாதிரி கையை , மூக்கை, வாயை, கண்ணைப் பார்த்து விட்டு பேப்பரில் ஏதோ எழுதித்தந்துவிட்டுப் போனார்.

"சார். மரணம் நடந்து நாலு மணி நேரமாவது ஆகியிருக்கும்னு டாக்டர் சொல்கிறார். ரொம்ப நேரம் பாடியை இங்கே வைக்க முடியாது ..... வேற யாராவது அவங்க உறவுக்காரங்க தெரிஞ்சா சொல்லுங்க. பர்மிஷன் கேட்டுக் கொண்டு மார்ச்சுவரிக்குக் கொண்டு

போயிடலாம்" – எஸ். ஐ. குரல் தாழ்ந்து, பவ்யமாக ஒலித்தது.

"எனக்கு ஒருத்தரையும் தெரியாது. அவர் பிள்ளை பம்பாயில் ரயில்வேயில் அக்கவுண்ட்ஸ் ஆபீஸரா இருக்கார். ஸ்வாமிநாதன்னு பேர். அதுகூட விலாசம் தெரியாதே... எப்படியும் மாமி பொழுது சாயறத்துக்குள்ளே வந்துடுவா..."

"நான் எப்படியும் அவருக்குத் தகவல் தெரிவித்து விடுகிறேன். ஒரு கான்ஸ்டபிள் அவங்க வொய்ஃப் வர வரைக்கும் இங்கே இருக்கட்டும்" – எஸ். ஐ. விடைபெற்றார். கான்ஸ்ட பிள் பீடி பற்ற வைக்க வெளியே சென்றார். நான், ஜானு , வேலம்மா மூவரும் ஆளுக்கொரு பக்கமாக உட்கார்ந்தோம். வேடிக்கை பார்க்க வந்த கும்பலும் குறைந்து விட்டது. ஜானு விசும்பி விசும்பி அழுது கொண்டிருந்தாள். மகா இளகினமனது அவளுக்கு. பயமும், அதிர்ச்சியும் தாக்கியிருந்தன. போலீஸ் விசாரணையிலேயே அரண்டு விட்டாள்.

மணி ஐந்து... ஆறு... ஏழு.... பயம்.... கையாலாகாத பயம் என்னை உலுக்கியது. "ஜானு, நீ காபி கூடச் சாப்பிடல்லையே, வா" என்று அழைத்தேன். "மாமா, நல்லவர். அவரே போயிட்டார்... எனக்கென்ன காபி?" என்று அழுதாள்.

கான்ஸ்டபிள் எட்டிப்பார்த்தான். "அந்த ராட்சசக்கிழவி, கூட இருந்து ஒரு வாய்த் தண்ணீர் ஊத்திருந்தா, இந்த ஐயா பொழைச் சுருப்பாரேம்மா... எப்படி நாவறண்டு, நாதியில்லாம விய்ந்து செத்துதோ..." என்று வேலம்மா அரற்றினாள். அந்தக் கூற்றின் உண்மை எனக்கும் புரிந்தது. தக்க சமயத்தில் மருத்துவ உதவி அளித்திருந்தால் செத்திருக்க மாட்டாரோ? சொந்த, பந்தம், அதிகப் பழக்கம் கூட இல்லாதவர்பிணத்தைப் போட்டுக் கொண்டு குறுக்கும் நெடுக்கும் நடந்து கொண்டிருந்தேன்.

மணி எட்டு... எட்டரை... எதிர்வீட்டில் போன் வந்தது. ஓடினேன். ராமகிருஷ்ணன் – "உங்க டெனன்ட் வொய்ஃப்' வந்துவிட்டாரா?"

"இல்லையே... எனக்கும் ஒண்ணும் புரியவில்லை." –

'கவலைப்படாதீர்கள். அவர்'ஸன்னை கான்டாக்ட் செய்து விட்டேன். நாளைஃப்ளைட்டில் வந்துவிடுவார். டெல்லிஃப்ளைட் இரவு பத்து மணிக்குத்தான் வரவு... அந்தம்மா வரதும் தெரிய வில்லை. சனிப்பெயர்ச்சிக்கூட்டத்திலே அவரை எங்கே தேடறது? அப்புறம் பிணத்தை 'ஹாண்டில்' செய்வதும் கஷ்டம். மார்ச்சுவரிக்கு எடுத்துப் போயிடலாம்."

"அவாளைக் கேட்காம போஸ்டமார்ட்டம் வேண்டாம்."

"அது சரி. ஆனாலும் 'ஐஸில்' இருக்கட்டும். அவர் பிள்ளை வந்த பிறகு மேலே பார்க்கலாம். எந்த உதவி வேண்டுமானாலும் கேளுங்கள். காரும் ட்ரைவரும் அனுப்புகிறேன்."

நான் மறுக்கவில்லை .

ஜி. எச். – டி. எஸ். பி .யின் தயையால் எல்லாம் கஷ்ட மில்லாமல் முடிந்தும், மறுபடியும் கேள்வி – பதில். அரை மயக்க நிலையில் நான் வீட்டில் நுழைந்தபோது மணி பன்னிரண்டையும் தாண்டிவிட்டது. என்மனதும், உடம்புமாகச் சேர்ந்து பசியையே சாப்பிட்டு ஜீரணிக்க முடியாமல் தவித்துக் கொண்டிருந்தன. ஜானுவோ இரவு முழுவதும் ஓயாமல் அழுதாள்.

மாமி அன்று வீடு திரும்பவில்லை.

மறுநாள் காலை ஒன்பது மணிக்கு சனிப்பெயர்ச்சி தரிசனப் புண்ணியத்துடன் பஸ் ஸ்டாண்டிலிருந்து இறங்கியவளை எல்லோருமாகச் சுற்றிக் கொண்டு ஆளுக்கொன்றாகத் துக்கம் கேட்டிருக்கிறார்கள்.

விடு விடென்று வந்தவள், ஒரு சொட்டுக் கண்ணீர் விடவில்லை. திகைத்து மயங்கவில்லை. அழுது அரற்றவில்லை. நேரே மாடி ஏறினாள். தொய்ந்து கிடந்த என்னையும் ஜானகியையும், ஒரு ஆட்டம் ஆட்டினாளே பார்க்கணும் – "என்னன்னு நினைச்சேள்...? உங்க இஷ்டப்படி அறுத்துப் போட ஆஸ்பத்திரிக்குக் கொடுக்க என்ன அனாதைப் பொணமா?" எதையும் காது கொடுத்துக் கேட்காமல் 'ஓ' என்று கத்தினாள். 'நாம் இல்லாமல் இருக்கும் போது இப்படி ஒரு விஷயம் நடந்து விட்டதே... நாற்பது வருடங்கள் ஒன்றாக இருந்தவர் பிரியும் போது கூட இருக்கத்தவறிவிட்டோமே' என்ற வருத்தமோகழிவிரக்கமோ காணோம். 'பகவான் உங்களையெல்லாம் சும்மா விடுவானா?' என்று சாபம் வேறு. –

இரவு பிள்ளை வரும் வரையிலும் செத்தவர் முகத்தைப் பார்க்கவேண்டும் என்று கூடச் சொல்லாமல் எங்கள் மேல் கணை தொடுத்துக் கொண்டிந்தாள்.

பிள்ளை வந்ததும், மளமளவென்று எல்லாம் நடந்தது. சுவாமி நாதன், அப்பா மாதிரி சாந்த சுபாவம். ராமகிருஷ்ணன் உதவியுடன் போஸ்ட்மார்ட்டத்தைத் தவிர்த்து, மறுநாள் வீட்டுக்கு எடுத்து வந்து உடனடியாக வேலையைத் துவங்கினார். பதிமூன்று நாள் காரியங் களையும் முறையாக நடத்தினார். "சார். உங்களுக்கு ரொம்பக்கஷ்டம் சார். எப்படிக் கைமாத்துச் செய்யப்போறேனோ தெரியவில்லை. அப்பாகூடப் பொறந்தவாளை எல்லாம் கூட அம்மா ஒதுக்கிய பிறகு, நீங்கதான் கூடப் பொறந்தவரா எல்லாம் செய்திருக்கேள். ஐ ஓவ் யூ

ஸோ மச்" என்று உருகினார். இந்த அன்புக்காக இன்னும் கூடச் செய்திருக்கலாமோ என்று தோன்றியது.

கீழே ஒரே சத்தம் கேட்டது. முதன் முறையா, சுவாமிநாதன் குரல் உயர்ந்து கேட்டேன். "அம்மா, நீ என்கூட வந்துதான் ஆகணும். நாங்க இருக்கிற இடத்திலே, நாங்க சாப்பிடறதைச்சாப்பிட்டுண்டு, கஷ்டமோ நஷ்டமோ அனுசரிச்சிண்டு தான் போயாகணும். அப்பாவுக்கு நேர்ந்தது உனக்கும் நேரலாம்... நீ இங்க தனியா ராஜாங்கம் நடத்த முடியாது."

"உன்னாலே பணம் அனுப்ப முடியாதுன்னா சொல்லு, நான் கபாலீசுவரர் சன்னிதிலே விழுந்து கிடக்கேன்."

'கபாலீசுவரர் மனுஷரா? மனசுலேதான் இருக்கார். சன்னதியைத் தேடிப் போகவேண்டாம். நீ வரல்லேன்னா நான் குண்டுக் கட்டாத் தூக்கிண்டாவது போயிடுவேன்."

இரைச்சல், அழுகை, சண்டை. கடைசியில் பத்து நாள்கழித்து பாழ் நெற்றியும், குன்றிய சோபையுமாக மாமி பிள்ளை கூடக் கிளம்பிய போது பார்க்கப் பாவமாக இருந்தது. சுவாமிநாதன் வந்தார். "அம்மாவை எப்படியோகட்டி இழுத்துண்டு போறேன். அவள்சுபாவம் யாருடனும் சேர்ந்தும் இருக்க முடியாது, அடங்கியும் இருக்க முடியாது. இனிமேல் என்பாடு மிருதங்கம் மாதிரி இரட்டை இடிபாடு தான். என்ன பண்றது? நாளைக்கு, அப்பாவுக்கு ஆனமாதிரி இவளுக்கு ஆனா, நான் குற்ற உணர்விலேயே கருகிவிடுவேன். அம்மா மாதிரித்துடைத்துவிட்டு இருக்க முடியாது... மாமா, மாமி, ஒருமுறை பம்பாய் வாருங்கோ."

நானும், ஜானுவும் கீழே இறங்கினோம். "மாமி, இப்படிப் போறேளேன்னு இருக்கு" – ஜானு பொங்கிய கண்ணீரை அடக்க முயன்றாள்.

டாக்ஸி ஸ்டார்ட் ஆகியது. மாமி ஜன்னல் வழியே தலையை நீட்டினாள். இதற்காகத்தானேகாத்திண்டிருந்தேள்... திருப்தியாச்சா?" பொட்டில் அடிப்பட்டது. திகைத்து, அரண்டு விட்டோம்.... டாக்சி மறைந்துவிட்டது... இப்படியும் ஒரு கொடூரமா...? கடவுளே. – நாக்கு நுனிக் கசப்பு மறைய இரண்டு மாதம் ஆயிற்று. நினைத்து நினைத்து ஜானு வெதும்புவாள்.

சனிக்கிழமை. காலை மணி பத்து. வாசலில் டெம்போவந்து நின்றது. ரவிச்சந்திரன் சாவி வாங்கிக்கொண்டு போனார். "ஏன்னா, மொத மொதல்ல வீட்டுக்குக் குடி வரா. சனிக்கிழமை, நல்ல ராகு காலத்திலே வீட்டுக்குள்ளே அடியெடுத்து வைப்பாளோ? சொல்லக் கூடாதா?" என்றாள் ஜானு.

"இதோ பாரு ஜானு, நமக்கும் அவாளுக்கும் எந்தச்சம்பந்தமும் கிடையாது. சும்மா இரு" என்று அதட்டினேன்.

அடுத்த இரண்டு நாளும் அவர்கள் இருவருமாக வீட்டைச் சுத்தம் செய்கிறார்கள் என்று தெரிந்தது.

காலையில் சரியாக ஒன்பது மணிக்கு இரண்டு பேருமாக ஸ்கூட்டரில் செல்வார்கள். மாலையில் எப்போது திரும்புவார்களோ நான் பார்த்ததில்லை.

“ஏன்னா, கீழே இருக்கனே, அந்தப் பையன் ரவி பிராமணப் பையனாம். அந்தப் பொண்ணு கிருஸ்துவளாம். ரெண்டு பேரும் காதல் கலியாணமாம். பெத்தவா ஒதுக்கி வச்சுட்டாளாம். இவ இருக்கற அழகுக்குக் காதல் வேறு" என்று ஜானு விமரிசித்தாள்.

"ஏன் ஜானு. உலகத்துலே அழகா இருக்கிறவாதான் காதல் பண்ணணும், கலியாணம் செஞ்சுக்கணும்னு ஏதாவது சாஸ்திரமா என்ன? நாமெல்லாம் கலியாணம் பண்ணிண்டு குழந்தை குட்டி பெறல்லியா?'

ஜானு சிரித்தாள். "வேலம்மா ந்யூஸ். அவ கார்த்தாலே ஒருவேளை அரைமணிவேலை செய்யறா. அவ்வளவுதான். வீட்டை அவ்வளவு 'நீட்'டா வெச்சுண்டிருக்காளாம்."

“ஆசையா இருந்தா நீ ஒரு 'விசிட்' தருவதுதானே!"

“அய்யய்யோ இனிமேல் கீழ் வீட்டு சங்காத்தமே நமக்கு வேண்டாம்."

ஞாயிற்றுக்கிழமை காலை... சாவதானமாகப் பேப்பருடன் வராண்டாவில் வந்து உட்கார்ந்தவன், யதேச்சையாகக் கீழே கண்ணை ஓட்டினேன். அப்படியே வியப்புடன் பார்த்தேன்.

அழுக்கான அரைப் பேண்டு – மேலே சட்டையில்லை. உடம்பெல்லாம் ரோமம் படர்ந்த மாநிறமேனியில் வியர்வை வழிய, தலையில் ஒரு கைக்குட்டையைக்கட்டிக் கொண்டு அந்தப்பையன் மம்பட்டியால் தோட்டத்தைக் கொத்திக் கொண்டிருந்தான்.

அவனருகில் அவன் மனைவி, அதே போல் ஒரு ஹாட் பாண்டு. நல்ல வேளை... மேலே ஒரு பனியன் இருந்தது. தலையிலும் கைக்குட்டை. அவன் வெட்டிப் போட்ட மண்ணை 'குடுப்பி'யால் சமன் செய்து கொண்டிருந்தாள்.

இவர்கள் தோட்ட வேலை செய்யட்டும். அதற்காக இப்படியா, நாலு பேர் பார்க்கும் இடத்தில் அரைகுறை உடையில் நிற்பது? அந்த ஆணின் அரைப்பேண்டை ஏற்றுக் கொண்டாலும், பெண்ணின் ஹாட் பேண்டை ஏற்க மனம் மறுத்தது.

காபி எடுத்துவந்த ஜானகியும் எட்டிப் பார்த்தாள். அப்போது பார்த்துத்தான்... அந்தப் பெண் உள்ளிருந்து ஒரு 'டவல்' எடுத்து

வந்து கணவனின்வியர்வை வழியும் மார்பையும், முதுகையும் மிகப் பாந்தமாகத் துடைத்துவிட்டாள். அவன் எருமை மாடு மாதிரி நின்றுகொண்டிருந்தான்.

“இங்கே வாங்கோன்னா...” ஜானகி ஆணையிட்டாள். “இந்தக் கண்றாவியெல்லாம் நீங்க எதுக்கு வேடிக்கை பாக்கறேள்?

அதுகள்தான் விவஸ்தையில்லாமல் நடுத்தெருவையே பெட்ரூம் ஆக்கிண்டு இருக்கறதுகள்னா...”

நான் உள்ளே வந்துவிட்டேன்.

இரவு சாப்பாடானதும் நானும், ஜானுவுமாக வராந்தாவில் லைட்டை அணைத்துவிட்டு அரைமணி ரேடியோ கேட்டுக் கொண்டு பேசிக் கொண்டிருப்போம்.

கீழே தோட்டத்தில் புல் வெளியில் இரண்டு கூடை நாற்காலியில் அவனும், அவளும் உட்கார்ந்திருந்தார்கள். நடுவில் ஒரு மோடா. அதில் இருவர் காலும் பின்னிக் கிடந்தது. அவன் கையில் ஒரு கோப்பை... இந்த வயதில் 'பர்மிட்' கூடக் கிடைக்காதே... அதனால் என்ன? அவள் கையிலும் ஒரு கோப்பை... கோகோ கோலாவோ என்னவோ... அடப்பாவி ஒரே பாட்டிலிலிருந்தல்லவா இரண்டு பேரும் ஊற்றிக் கொள்கிறார்கள்... பெண்பிள்ளை... சே...

ஜானகியும் பேச்சை நிறுத்தி விட்டு சுவாரசியமாக வேடிக்கை பார்த்தாள்.

இரண்டு பேரும் பேசிச் சிரித்துக் கொண்டிருந்தார்கள். நுனி நாக்கு ஆங்கிலம் அலை அலையாக எழுந்து ஓய்ந்தது. 'பேக்ரவுண்டில்' துடிப்பானபாப் ம்யூஸிக்.

ஒரு கோப்பை முடிந்தது. அவன் பாட்டிலை எடுத்தான். அவள் சடாரெனப் பறித்தாள். அவன் கெஞ்சிக் கொண்டிருந்தான். அவள் சிரித்துக் கொண்டே இரண்டு விரற்கடை ஊற்றி விட்டு பாட்டிலை உள்ளே வைத்து விட்டு வந்தாள். மறுபடியும் பேச்சும், சிரிப்பும் தொடர்ந்தது?

“பெண்களுக்கு அடக்கம் வேண்டும். அது இல்லைன்னா, குடும்பம் இப்படித்தான் குட்டிச்சுவராகும். ஆம்படையான் கால் மேலே காலைத் தூக்கிப் போட்டிண்டிருக்கற போதே தெரியல்லை!” என் சேருக்கருகில் தரையில் உட்கார்ந்து கொண்டிருந்த ஜானு 'கமென்ட்' அடித்தாள்.

இது போதாதென்று தான் புகைத்துக் கொண்டிருந்த சிகரெட்டை அவன் மனைவியிடம் கொடுத்தான். அவள் அதை ஒரு இழுப்பு

இழுத்து விட்டு அவனிடம் திருப்பித் தந்தாள்... நல்ல வேடிக்கை.

“ஜானு, காதல் ஒருவனைக் கைப்பிடித்து அவன் காரியம் யாவினும் கைகொடுக்கும்படி பாரதி சொன்னார் இல்லையா, அதனால்தான் கெட்ட பழக்கங்களிலும் கைகொடுக்கிறாள் இந்தப் புதுமைப் பெண்'' என்றேன்.

கொஞ்ச நாள் கீழே இருந்த இரண்டு பிரகிருதிகளும் விசித்திரப் பொருள்களாக – வேடிக்கைப் பொருள்களாக இருந்தனர். அதுவும் பிறகு பழகிவிட்டது.

திடீரெனத் தம்பதிகள் இருவரும் ஷூ, ஸாக்ஸ் சகிதம், வெள்ளை உடையுடன் தெருவில் ஓடிவிட்டு வருவார்கள். இந்திரா நகரோ, பிழைத்தது. மயிலாப்பூரோ, திருவல்லிக்கேணியோவாக இருந்தால் கூட்டம் சேர்ந்து விடும். கல்லடிகூடப் படும். தோட்டத்தில் 'நெட்' கட்டிக்கொண்டு 'பாட்மின்டன்' விளையாடு வார்கள். நல்ல கத்திரி வெய்யிலில் தோட்ட நடுவில் ஒரு குடையை நட்டு, அதனடியில் தலையை மாத்திரம் புதைத்துக் கொண்டு தொடை, இடுப்பெலாம் வெளியே தெரிய வெய்யில் காய்வார்கள். இருக்கிற கறுப்பு போதாதா என்ன? சில சமயங்களில் இதேபோல் விசித்திர உடை நண்பர்கள் ஒரு கூட்டமாக வருவார்கள் ஆண், பெண்வித்தியாசமில்லாம பேசிச்சிரிப்பார்கள்.

என்னை வழியில் பார்த்தா 'ஹலோ, குட்மார்னிங்'' குடன் அனாவசியப் பேச்சுக் கிடையாது. வாடகை, மற்ற விஷயங்களில் கரெக்ட்.

“ஏன்னா, கீழாத்துப்பையனுக்கு நேற்றைக்கு ஆக்ஸிடென்ட்' ஆயிடுத்தாம். ஆஸ்பத்ரியில் அட்மிட் செஞ்சிருக்காளாம்.''

''என்ன சொல்றே ஜானு நீ?”

''நிஜமாத்தான்னா... வேலம்மா சொல்கிறாள். வாங்கோ போய்ப் பார்ப்போம்.''

இரண்டு பேருமாகக் கீழே ஓடினோம். அந்தப் பெண் அப்போது தான் வீட்டைப் பூட்டிக்கொண்டு கையில் ப்ளாஸ்க், பை சகிதம் கிளம்பிக் கொண்டிருந்தாள். அவள் கூட ஒரு அம்மாவும் இருந்தாள்.

நாங்கள் படபடப்புடன் விசாரித்தோம். ''எங்க கிட்ட ஒரு வார்த்தை சொல்லக் கூடாதா? மனுஷா ஆபத்து, சம்பத்துக்கில்லாம எதுக்கிருக்கோம்?” என்று ஜானகி அங்கலாய்த்தாள்.

''மாமி... கவலைப்படாதீங்க...... ரவிக்கு அவ்வளவு சீரியஸ்ஸாக ஒன்று மில்லீங்க. மவுண்ட் ரோடிலே க்ரீன்லைட் வந்தபோதுதான் நடந்து

க்ராஸ் செஞ்சிருக்காரு. ரொம்ப அவசரம் ஒரு டாக்சிக்காரருக்கு. நிறுத்தாம வந்து அடிச்சிட்டாரு. நேத்து ராத்திரி நினைவு வந்திடுச்சி. ஒரு நாலு நாளைக்கு ஆஸ்பிடலில் 'தரோ செக்' செஞ்சு அனுப்பிச்சிடு வாங்க" – அந்தப் பெண் பேச்சு ஒரு மாதிரியாக... மாறுபட்டு இருந்தது.

"என்ன உதவி தேவையோ தயங்காம கேளுங் கோ. சாப்பாடு எடுத்துண்டு வரணும்னா இவர் பஸ்ஸிலே கொண்டு தருவார். நீங்க ஒண்டியா திண்டாட வேண்டாம்" – ஜானு.

"நானே ஒரு உதவி கேட்கணும்னு இருந்தேங்க. கூடமாட ஹெல்புக்கு மதர் வந்துட்டாங்க. இவங்க ரவியோட மதர். மயிலாப்பூரிலே இருக்காங்க. நான் நேத்தி சாயந்திரம் கூட்டியாந்தேன்." பாழும் நெற்றியும், அதி பதவிசுமாக ஐம்பது வயது மதிக்கத்தக்க ஒரு அம்மாள் நின்றிருந்தார். தொடர்ந்தாள் – "மயிலாப்பூரிலே இவங்க தனியா இருக்காங்க. ரவிக்கு ஆக்ஸி டென்ட் ஆயிடிச்சுன்னு சொன்னவுடன் பதறிட்டாங்க. நல்ல நாளிலே தனியா இருக்கலாம். கஷ்டத்தைத் தனியா அனுபவிக்க முடியாது. பகிர்ந்துப் போம் ரெண்டு பேருமான்னு , கட்டாயப்படுத்தி அழைச்சிட்டு வந்துட்டேன்.

"ஆனா, அவங்க நம்ம வீட்டிலே சாப்பிடமாட்டாங்க. அவங்க ரிலிஜியஸ் ஃபீலிங்' கை 'ஹர்ட்' பண்ண எனக்கு இஷ்டமில்லே. நீங்க ரெண்டு மூணு பாத்திரம் தந்தீங்கன்னா, தனியா சமைச்சுப்பாங்க. ஸ்டவ் இருக்குது."

நான் திடுக்கிட்டேன். ஜாதியைக் காட்டி ஒதுக்கிய மாமியாரின் ஜாதியை மதிப்பதுடன், அவள் மனம் சாய்மானம் கேட்கும் போது தானே கொடியை அணைக்கும் மரமாகும் அந்தப் பெண்ணைவியப்புடன் பார்த்தேன். என் கண்ணோட்டத்தில் முதல் மாறுதல் தோன்றியது.

"அவா தனியா சமைப்பானேன்... நம்மாத்திலேயே சாப்பிடட்டும்" என்று வற்புறுத்தினாள்ஜானகி.

ரவி வீட்டு விவகாரங்கள் கொஞ்சம் கொஞ்சமாகத் தெரிந்தன. "அந்த மாமிக்கு மூணு பிள்ளையாம். பெரியவா ரெண்டு பேரும் அமெரிக்கா, ஆஸ்திரேலியா என்று போயிட்டார்களாம். அவாளுக்கெல்லாம் உறவிலேதான் பெண் எடுத்திருக்காளாம். இந்தப் பையன் எம்.ஏ. படித்தவுடனேயே நல்ல வேலை கிடைத்து, ஓஹோன்னுசம்பாதிச்சானாம். கல்கத்தாவுக்கு மாற்றல் ஆன பிறகு, ஆளே மாறிவிட்டானாம். உலகத்து ஸ்டைல் எல்லாம் வந்து விட்டதாம். அவன் ஃப்ரெண்டோடதங்கை, அதான் இந்தப் பெண் மீரா, அவளைத்தான்கலியாணம் பண்ணிப்பேன்னு ஒத்தைக்காலில்

நின்னானாம். பாவம் மாமி, என்ன பண்ணுவா. மேரியை மீரான்னு கூப்படறானேன்னுசந்தோஷப்படறா" என்றான்.

ஒரு நாள் மாமி சாப்பிடும்போது பேசுவது காதில் விழுந்தது. "மத்தமாட்டுப் பெண்களையெல்லாம் பார்த்தா, இவ எவ்வளவோ தேவலைன்னு படறது. அவாள்ளாம் மாதிரி 'உங்களுக்கு இங்கே சரிப்படாது'ன்னு மூஞ்சிலே அறைஞ்சாப்பில சொல்லாம, ஏதோ ஆசையாய்ப் பேசறாளே. பிள்ளை வீடுன்னு பாந்தமா ஒரு வாய்த் தண்ணி குடிக்க முடியாம செஞ்சுட்டாளேங்கறதுதான் ஆறவே மாட்டேங்கறது."

அன்று, அந்தப் பெண் ஸ்கூட்டர் ஓட்ட, ரவியுடைய அம்மா பின்னால் டிபன் பாக்ஸுடன் அமர்ந்திருந்த காட்சி வினோதமாக இருந்தது. மடிசார்ப்புடவையுடன்ஸ்கூட்டரில் ஏறும் மாமியால் ஏன் வேறு ஜாதிப் பெண்ணை ஏற்க முடியலை? ஆனா, யோசிச்சுப் பார்த்தா, சங்கர் இந்த மாதிரிச் செய்திருந்தா ஜானகியும் இப்படித்தானே அங்கலாய்ப்பாள்! வெளி, வாசல்ல போற புருஷாளுக்கு மாறுதல்களை ஏத்துக்கறது சுலபமா வந்துடறது. வீட்டுலே அடைஞ்சு கிடக்கிற பொம்மனாட்டிகளுக்குக் கஷ்டம்

நாலு நாளில் ரவி வீட்டுக்கு வந்துவிட்டான். அவனைப் பார்க்கச் சென்றேன். "சார், உங்களை எப்படித் தாங்க பண்ணுகிறது என்றே புரியவில்லை. அம்மாவை அவ்வளவு அன்புடன்கவனித்துக் கொண்டீர்களாம். மீரா மனத்துக்கு ரொம்பத் தென்பாக இருந்தது என்று சொன்னாள்" என்று உருகினான்.

ரவி வீட்டுக்கு வந்த பிறகு அந்த மாமி மைலாப்பூர் போய்விட்டாள். ஜானகி இரண்டு நாள் வட்டம் சொம்பில் தீர்த்தம் எடுத்துக்கொண்டு போவதிலிருந்து மாமி, பிள்ளையைப் பார்க்க வந்திருக்கிறாள் என்று தெரிந்து கொள்வேன்.

ரவியை டாக்டர் ஒரு மாதம் ஸ்கூட்டர் ஓட்ட வேண்டாம் என்று சொல்லிவிட்டாராம். இப்போதெல்லாம் அவள் ஹெல்மட்டுடன் ஸ்கூட்டர் ஓட்ட, அவன் பின்னே உட்கார்ந்து செல்லுகிறான். மாலை வேளைகளில் நிதானமாகக் கையைக் கோர்த்துக் கொண்டு ஒரு வாக்கிங் போய் வருகிறார்கள். "அந்தப் பையனுக்கு அடிபட்டதிலே ஒரு கை கொஞ்சம் சரியாக இல்லையாம். ஆபீஸுக்கு போற அவசரத்திலேயும், தினமும் கார்த்தால் இந்தப் பெண் ஒரு மணிநேரம் மருந்தெண்ணைதடவி உருவிடறாளாம்" என்று ஜானு சொன்னாள்.

அன்று சங்கரிடமிருந்து கடிதம் வந்தது. என் பேரனுக்கு, ஒன்றரை வயது சசிக்குப் பத்து நாளாக மீஸல்ஸா 'ம். ஏக ஜுரம் அடித்ததாம்

இப்போது இரண்டு நாளாக இந்திராவுக்கும் ஒரேஜுரம். சாதாரணமாக மீஸல்ஸ் பெரியவர்களுக்கு வருவதில்லை என்றாலும், இந்திராவுக்கு தொத்திக் கொண்டிருக்கும் என்று டாக்டர் சந்தேகப்படுகிறார். நீங்கள் அம்மாவை ஒரு மாதம் உதவிக்கு அனுப்பினால் சௌகரியமாக இருக்கும்' என எழுதியிருந்தான்.

ஜானகிக்கு ப்ளேன் டிக்கெட் வாங்கினேன். அதுவும் ரவி அவனுக்குத் தெரிந்த ட்ராவல் ஏஜென்ஸி மூலம் மறுநாளைக்கே வாங்கித் தந்தான். “என்னைப்பற்றிக் கவலைப் படாதே ஜானு. ஏதோசாதம் ரசம் செய்து சாப்பிட்டுப்பேன். இந்திரா உடம்பு தேறுகிறவரை செஞ்சுவிட்டு வா” என்றேன்.

மறுநாள் காலை எட்டு மணியிருக்கும். வாசல் மணி அடித்தது. திறந்தால் ... ரவியின் மனைவி வழக்கமான சாயம் போன பேண்டுடன் நின்றிருந்தாள்.

“மாமா, உங்களுக்குச் சாப்பாடு எடுத்து வந்திருக்கிறேன். ஹாட் கேரியரில்தான் இருக்குது" – ஒரு நிமிடம் தயங்கினாள் – “நாங்க வூட்லே நான்–வெஜ். சமைக்கிறதில்லை. நீங்க யோசிக்க வேண்டாம்."

"என்னம்மா இது ... இதெல்லாம் " – என் வழக்கமான சங்கோஜத்தையும் விட்டுவிட்டு ஒருமையில் பேசிவிட்டேன்.

"பரவாயில்லை . நீங்க ராத்திரி பலகாரம்தான் சாப்பிடுவீங் கன்னு மாமி சொல்லியிருக்காங்க. ராத்திரி எங்களுடன் சாப்பிடலாம்" – சிரித்துக் கொண்டே இறங்கிச் சென்று விட்டாள்.

எவ்வளவு மறுத்தும் முடியவில்லை . காலையில் மீராதரும் 'காரியர்' சாப்பாடு, இரவு அவர்களுடன் பலகாரம் என்பதே வழக்கமாயிற்று. உடையில் அடக்கமின்மை இருந்ததே தவிர, மற்றபடி அவர்கள் வாழ்வில் பகிர்ந்து கொள்ளும் பண்பும், அன்பும் என்னை மிகவும் கவர்ந்து விட்டது.

நாலு நாளாக ஒரே இருமல். டாக்டரிடம் சென்றுதான் ஆகவேண்டும் என்று இருவருமாகக் கட்டாயப்படுத்தி அழைத்துச் சென்றார்கள்.

"மாமா, மருந்து சாப்பிட்டீங்களா?" என்று மீரா தினம் காலையில் கேட்கத் தவறமாட்டாள்.

ஒரு நாள் ரவி ஆபீஸிலிருந்து வரவில்லை . இரவுதான் வருவான் என்று அறிந்தேன். சாப்பிட்டுவிட்டு மீராவுடன் பேசிக் கொண்டிருந்தேன். பொதுவாக, ரவியின் விபத்து பற்றி விசாரித்தேன்.

மீரா தரையைப் பார்த்தாள். "ரவிக்கு நடந்த விபத்து அதிகம் சீரியஸ்

இல்லை . ஆனால் 'மென்டல் ஷாக்' ரொம்ப அதிகம். அவரால் பழைய வேகத்துக்கு வரவே முடியவில்லை . அடிக்கடி ஞாபகமறதி வந்து விடுகிறது. கை ஜீவனத்துப் போய் விடுகிறது. இன்னும் வாரம் ஒரு முறை நியூராலஜிஸ்டிடம் போகிறார். அவர் ஒரு சைக்கியாட்ரிஸ்டிடம் அனுப்பியிருக்கிறார். அவர், சில மாதங்களில் ரவி பழையபடி ஆகி விடுவார் என்றுதான் சொல்லுகிறார்.

"என் கவலையெல்லாம், ரவி தன் வேகக் குறைவால் ஆபீசிலோ, வீட்டிலோ ஒரு காம்ப்ளெக்ஸை – தாழ்வு மனப்பான்மையை வளர்த்துக் கொண்டு விடக்கூடாது என்பதுதான். என் மனபலம், உடல் பலம் இரண்டையும் அவர் பகிர்ந்து நிறைவு பெறட்டும் என முயற்சிக்கிறேன். காட் ஈஸ் கிரேட்" – அவள் சிலுவைக் குறியிட்டுக் கொண்டாள்.

வேகத்தில் மட்டுமின்றி நிதானத்திலும் பங்கு கொள்ளும் மனைவி – அதைக் குறையாகவே எண்ணாமல், அது தன் இளமை ஆசைகளை எவ்வாறு பாதிக்கும் என்று எண்ணாமல், அவன் வாழ்வின் நிறைவை நினைக்கும் மனைவி... வாழ்வில் எத்தனை பேருக்கு அமையும்?

இந்திராவுக்கு உடம்பு தேவலை என்று ஜானகி பதினைந்து நாளிலேயே திரும்பி விட்டாள். நான் கீழ்வீட்டில் சாப்பிட்டுக் கொண்டிருந்தேன் என்றதும் இடிந்து விட்டாள். "கண்ணாலே தெரியாம பண்றது வேற; அப்பட்டமாகத் தெரிஞ்சுண்டு செய்வாளா? நான்ஸ்ரீசக்ரம் பூஜை செய்கிறேன்."

நான் ஜானுவின் அருகில் போய் உட்கார்ந்தேன். இதுவரை நான் கண்டதை விளக்கிச் சொன்னேன். "ஜானகி, நாம யுக யுகமா என்ன தவறு பண்ணிண்டு இருந்தோம்னு எனக்குப் புரிஞ்சு போச்சு. மனுஷனோட மனுஷத்தனத்தை எடை போட வேஷங்கள் போட்டுண்டு இருந்திருக்கோம். அந்த வேஷங்கள் உண்மைன்னு நம்பி மயங்கிக்கிடந்திருக்கோம். நீ கீழ்விட்டு மீராவுக்குசுஹாஸினி பூஜை செய்வியா... மாட்டாய். ஏன்னா, அவ கிட்ட அதுக்கு வேணுங்கற வேஷங்கள், மஞ்சள், பூ, மெட்டி, மடிசார் ஒண்ணுமே இல்லை. வேஷத்துக்குள்ளே நாத்தமெடுக்கும் எலும்புக்கூடு, அழுகினமாமிசப்பிண்டம் இருந்தாலும் அதுக்குத்தான் மதிப்பு.

ராமசாமி ஐயர் சம்சாரத்துக்கு லட்சம் மஞ்சள் எடுத்து வந்த அதே பெண்கள் ரவி மனைவியைப் பார்த்து ஏன் எக்காளச்சிரிப்புச் சிரிக்கிறார்கள்? அவ பேண்ட் போட்டுக்கறா, தலையை வெட்டிண்டிருக்கா, ஸ்கூட்டர் ஓட்டறா, குடிக்கறா, சிகரெட் பிடிக்கறா, எதை வேணுமானாலும் சொல்லலாம். ஆனா அத்தனைக்கும் மேலே அவள் தானும் சந்தோஷமா இருந்து, பிறரையும் சந்தோஷமா

வச்சிருக்காளே, அதை யாராவது பார்த்தேளோ? கணவன் குடிக்கவும், புகை பிடிக்கவும் கம்பெனி' தந்தவள், அவன் அத்து மீறாமல் அரணாகவும் நின்னாளே, பார்த்தேளோ? இன்னிக்கு அவன் நாடி, நரம்புதளர்ந்து நிற்கிறபோது, சுமைதாங்கியாத்தூக்கறாளே, கவனித்தேளோ? இந்த தெய்வீகம் ஏன் யார்கண்ணுலேயும் பட மாட்டேங்கறது?"

ஜானகி என்னை வினோதமாகப் பார்த்தாள்.

"நல்ல வேளை, நமக்கு இன்னொரு பிள்ளையில்லை. இருந்தா இப்படி ஒரு பேண்டுக்காரிதான் மாட்டுப் பெண்ணா வரணும்னு சொல்லுவேள் போலிருக்கே?"

"அடி அசடே... பேண்ட் அணிந்தவள் எல்லோரும் பரமாத்ம சொரூபம் என்று நான் சொல்லவில்லை. மடிசார் புடவையிலும் விபசாரித்தனம் செய்யலாம், நீச்சல் உடையிலும் பதிவிரதையாக இருக்கலாம். இதெல்லாம் வேஷம். உரித்தெடுத்துப் பார்க்கும் மனப் பக்குவத்தைப் பெத்துட்டா எத்தனையோ பொய் வேஷங்கள் கலையும்.

காலம் எத்தனையோ மாறியும், படித்தவர்கள் கூட நம்மைச் சுற்றிஜாதி, மொழி, நிறம், உடை என்று சின்னச்சின்னவேலிகளாகப் போட்டுக் கொண்டு அதுக்குள்ளேயே ஏனிப்படிப் புழுங்கிச் சாகிறோம்? உனக்குத் தெரியுமே, ஜானு, உம்பிள்ளை சங்கர் அமெரிக்காவில் ரொட்டி மாத்திரமா தின்னு கொண்டு இருந்தான்? இப்போதும் சாப்பிடலையா? இதைக் கவனிக்காத மாதிரி ரகசியமாகக் கண்ணை மூடிக்கொண்டு விட்டு இதை வாழ்வில் சாதாரண விஷயமாக எடுத்துக் கொண்டவர்களை ஏன் ஒதுக்குகிறோம்? சங்கருக்குப் பூணூல் மாட்டி விட்டதனாலே, உன் ஸ்ரீசக்ரத்தின் மகிமை காக்கப்பட்டு விட்டதா?

நம்மையெல்லாம்விட அந்தப் பெண் அறிவாளி. அவள் தன் நம்பிக்கையையும் விடவில்லை . பிறரையும் மதிக்கிறாள். அவளைப் பார்த்து நாம் எல்லோரும் வளரக் கற்கவேண்டும்."

"நீங்க பேசறதைப் பார்த்தா எங்கியானும் அவளைத் தத்து எடுத்துண்டுடாதீங்கோ " என்று சிரித்தாள் ஜானகி.

ஜானகி சொல்வதில் என்ன தவறு? சாஸ்திரம் அனுமதிக்கா விட்டாலும் நான் ஒரு புதுக் கண்ணோட்டம் கட்டாயம் பெற்று விட்டேன். இனிமேல் என்னால் மாடியிலிருந்து மீராவின் அரைகுறை உடையையோ, ரவியின் நாகரிகத்தையோ வேடிக்கை பார்க்க முடியாது. ஏனென்றால், நான் இந்த வேஷங்களுக்கு அப்பால் நோக்கும் பண்பைப் பெற்று விட்டேன்.

# பொன் குழந்தைகள்

**வா**யில் மணி அடித்தது. கதவுக்கு வெளியே நின்றிருந்த பெண்ணுக்குப் பன்னிரண்டு அல்லது பதின்மூன்று வயதிருக்கும். தலை எண்ணெய் தடவி ஒழுங்காக வாரப்பட்டு, ரிப்பனால் கட்டப்பட்டிருந்தது. நெற்றியில் ஸ்டிக்கர் பொட்டில் பாம்பு வளைந்து நின்றது. பச்சைநிற சல்வார்கமீஸ், துப்பட்டா.

“குட்மார்னிங் ஆன்ட்டி” அந்தப் பெண்பளிச்செனச்சிரித்தாள்.

“நான் எதிர் வீட்டிலயிருந்து வர்றேன். டாக்டர் ஆன்ட்டி, உங்ககிட்ட ஒரு பாக்கெட் பால் இருந்தா வாங்கிட்டு வரச் சொன்னாங்க. மதியம் பால் வந்ததும் திருப்பித்தந்துடுவாங்க."

"ஷ்யூர்..." ஃப்ரிஜ்ஜிலிருந்து பால்பாக்கெட்டை எடுத்துத் தந்தேன். அந்தப் பெண்மறக்காமல் தாங்க்ஸ் ஆன்ட்டி" என்றாள்.

“ஆமா, நீ எங்கேயிருந்து வந்திருக்கே?”

“திண்டுக்கல். அந்த ஊரு மதுரைப் பக்கத்தில் இருக்கு.”

“தெரியும்...” சிரித்தேன். அந்தப் பொண்ணும் சிரித்த படியே ஓடினாள். பூவை வாரிக் கொட்டினாற்போன்ற சிரிப்பு... யார் இந்தப் பெண்? எதிர்வீட்டு டாக்டர் பிரேமாவின் உறவுக்காரப் பெண்ணாக இருக்கவேண்டும். கிராமத்துக் குழந்தைத்தனமும் சுத்தமும் பளிச்சென்று தெரிந்தது.

மதியம் அந்தப் பெண் பால்பாக்கெட்டைத் திரும்பத் தர வந்தபோது

டாக்டர்பிரேமாவின்மகன்வினோத்தும் உடன்வந்தான். வினோத் ஆறு வயதுக்கு வெள்ளை வெளேர் என்று, ஒரு சுமோ ரெஸ்லர் அளவில் கடோத்கஜன் மாதிரி இருப்பான். அதீத ஊட்டம். அதீத புத்திக் கூர்மை. ஆனால், தாங்க முடியாத விஷமம். உள்ளே நுழைந்தவுடன் சோபாவில் நாலு முறை ஏறிக் குதித்து, டி.வி. ரிமோட்டை எடுத்து சேனலை மாற்றி மாற்றிப் போட்டு முழுவால்யூமில் அலறவிட்டு, டி.வி. மேலிருக்கும் பாடும் ஜப்பான் பொம்மையை முழு பலத்தில் அழுத்திக் கதற வைத்து... ஐந்து நிமிஷத்தில் வீட்டையே போர்க்களமாக மாற்றிவிடுவான்.

“வினோத், டி.வி–யிலெல்லாம் விஷமம் செய்யக்கூடாது..." அந்தப் பெண்தடுத்தாள். 'பட்'டெனத் திரும்பி அவள் முகத்தில் ஒரு குத்து விட்டான்.

அவன் செய்கை எனக்குள் ஆத்திரத்தைக் கிளப்பியது. பளார் என்று அவனை ஒரு அறை விடலாம் போலிருந்தது. என்ன செய்வது... எதிர்வீட்டுப் பையனாயிற்றே...

வினோத்தின் அடுத்த இலக்கு என் ஃப்ரிஜ். “ஆன்ட்டி சாக்லெட்" – என் அனுமதிக்குக் காத்திராமல் அவன் ஃப்ரிஜ்ஜைத் திறந்தான்.

"உஷ்.... நீ ஃப்ரிஜ்ஜைத் திறக்கக் கூடாது. பெரியவங்கதான் திறக்கணும்... ஆன்ட்டி எடுத்துத் தருவாங்க" என்றாள் அந்தப் பெண்.

“அப்படித்தான் திறப்பேன்!"

“சொன்னாக் கேட்கணும்... நல்ல பிள்ளையில்லை..."

கெஞ்சினாள்.

“மாட்டேன் போடீ... வேலைக்காரீ..."

நான் திடுக்கிட்டு நிமிர்ந்தேன். ஓ... இந்தப் பெண் உறவினர் இல்லை. புதிதாக வேலைக்குச் சேர்ந்திருக்கிறாள் போலிருக்கிறது.

வினோத்துக்கும் அந்தப் பெண்ணுக்கும் ஆளுக்கொரு சாக்லெட் கொடுத்தேன்....

“வேணாம் ஆன்ட்டி” அந்தப் பெண் மறுத்தாள்.

“பரவாயில்லை. வாங்கிக்கோம்மா"

வினோத் என் கையிலிருந்த சாக்லெட்டையும் பறிக்க முயன்றான். 'வேலைக்காரங்களுக்கு சாக்லெட் எல்லாம் கொடுக்கக் கூடாது ஆன்ட்டி ..."

நான் அவனை முறைத்துப்பார்த்தேன். எப்போது யார் சொன்ன வார்த்தையோ, குழந்தை மனதில் நன்றாகவே பதிந்து இருந்தது. "அந்த மாதிரியெல்லாம் பேசக்கூடாது. அவளும் உன்னை மாதிரி சின்னப் பொண்ணுதானே?" ம

"ஆனா, நான் ஸ்கூலுக்குப் போறேன். அவ போலியே.... எங்கிட்ட கம்ப்யூட்டர் கேம்ஸ் இருக்கு. அவகிட்ட இல்லியே... எங்க வீட்ல ரெண்டு கார் இருக்கு. அவ வீட்டிலே காரே இல்லியே. எங்க வீடு பெரீ...சு. அவ வீடு குடிசைதானே? என்னோட மம்மி, டாடி ரெண்டு பேருமே டாக்டர்ஸ். அவ மம்மி, டாடி கல்லு உடைக்கிறாங்க.... அது எப்படி நாங்க ரெண்டு பேரும் சேம்?"

குழந்தைகளுக்கு வெளிப்படையான வித்தியாசங்கள் புரிகின்றன. இந்த நிஜங்களுக்கும் வித்தியாசங்களுக்கும் பின்னாலும் அவள் உன்னைப் போல் ஒரு மனுஷி என்று இந்தச் சின்னக் குழந்தைக்குப் புரியவைப்பது எப்படி?

"உன் பேர் என்னம்மா?"

"ஜெயசுதா" பெரும்பாலானகீழ்மட்டத்துக் குழந்தைகளைப் போல் ஒரு நடிகையின் பெயர்... புன்னகைத்தேன்.

சாயந்திரம் என்கணவர்ஆபீஸிலிருந்து வந்தவுடன் சீரியஸாகக் கேட்டேன்... "பத்துப் பன்னிரண்டு வயதுப் பெண்களை வேலைக்கு வைத்துக் கொள்வது பற்றி உங்கள் கருத்து என்ன?"

அவர் நிமிர்ந்து பார்த்து விஷமமாகச் சிரித்தார். "என்னைப் பார்த்துக் கொள்ள அமர்த்துவதாக இருந்தால் இன்னும் கொஞ்சம் பெரிய பொண்ணாகப்பாரு. பதினெட்டு, இருபது வயசு... பார்க்கப் பளிச்சுனு இருந்தா பெட்டர்."

"வழியாதீங்க... நான் சீரியஸாக் கேக்கறேன். இப்படி இடக்கு மடக்காப் பதில் சொன்னா எப்படி?" –

"பின்னே, ஆபீஸிலிருந்து உள்ளே நுழையறபோதேசமுதாயப் பிரச்னையை எல்லாம் அலசி ஆராயச்சொன்னா எப்படி?"

மதியம் நடந்தவற்றைச் சொன்னேன். "டாக்டர் பிரேமாவும், அவ ஹஸ்பண்டும் படிச்சவங்க. விஷயம் தெரிஞ்சவங்க. சைல்ட்லேபரை ஆதரிக்கிறது தப்புன்னு தெரியாதா... நாமெல்லாமே இப்படிப்பட்ட காரியத்தில் ஈடுபட்டா, சமுதாயம் எப்படிங்க முன்னேறும்? இன்னிக்கு அரசாங்கம் இலவசமாக கல்வி அளிக்கிறது. புத்தகம், யூனிஃபார்ம், சாப்பாடு எல்லாமே ஃப்ரீ. பெத்தவங்கதான் ஸ்கூலுக்கு அனுப்பாம, வேலைக்கு விடறாங்கன்னா, படிச்சவங்க இந்தக் குழந்தைகளை

வேலைக்கு வெச்சுக்கிறதையாவது தவிர்க்கலாம் இல்லையா?"

“இந்த டாக்டர் வீடு இல்லைனா, இன்னொரு வக்கீல் வீடு... இதென்ன அமெரிக்காவா... இங்கே புருஷன், பெண்டாட்டி உறவைக் காப்பாத்தறதே வேலைக்கார சாதிதானே."

“நான்சென்ஸ்... சாதியே அர்த்தமில்லாதது. அதிலே இது என்ன புது சாதி... குழந்தைகளைப் பள்ளிக்கு அனுப்பாத அப்பா அம்மாக்களை ஒட்டுமொத்தமாக ஜெயிலில் போடணும்."

"போடலாம்... அத்தனை பேருக்கும் சோறு போட நானும் நீயும்தான் வரி கட்டணும். அத்தனைபேருக்கும் இடம் வேணுமே.. பள்ளிக்கூடத்தையெல்லாம் ஜெயிலா மாத்திடலாமா?' ன்

“டோன்ட் ஜோக்."

“சுமி, இங்க வறுமையும் வயித்துப் பாடும்தான் பெத்தவங் களை இப்படிச் செய்ய வைக்குது... ஸ்கூலுக்குப் போனாசம்பளம் கிடைக்குமா?"

“ஸ்கூல்ல படிச்சா வாழ்க்கையிலே முன்னேறலாம்.”

“உன்னோட லாஜிக் அவ அப்பா, அம்மாவுக்குப் புரியாது. இன்னிய வயித்துப் பாடு, என்னிக்கோ வரப் போகிற வாழ்க்கையைவிட முக்கியம்."

"அந்த ராட்சஸன் வினோத் அவ முதுகிலே ஏறி, சாட்டையால விசிறுகிற மாதிரி அடிக்கிறான்."

“இதிலென்ன அதிசயம்! அப்பா, அம்மா, தங்கைனு எல்லோரையும்தான் அவன் அடிக்கிறான். நீதான் வேறுபடுத்திப் பார்க்கிறே..."

"அவளை வேலைக்காரி, வேலைக்காரிங்கறான்...'

“என்ன தப்பு... உன் பார்வையிலேதான்கல்மிஷம் இருக்கு... ஒரு ஆபீஸை மானேஜ் பண்றவனை மானேஜர் என்கிறோம். டைப் அடிக்கிறவள் டைப்பிஸ்ட். துணி தைக்கிறவன் டைலர். சமைக்கிற வரைசமையக்காரர் என்கிறோம். அந்த மாதிரி வேலை செய்பவளை வேலைக்காரின்னு சொல்றான். என்னதப்பு..? இன்னும் நாசூக்கான வார்த்தை வேண்டுமானால் தேடலாம்."

அவர் என்ன சமாதானம் சொன்னாலும் என் மனக்குறுகுறுப்பு ஓயவில்லை .

பிரேமாவின் திருமணதின விருந்துக்கு எங்களை அழைத்திருந் தார்கள். வீடு மிக அழகாக அலங்கரிக்கப்பட்டிருந்தது. கதவருகிலேயே நின்றிருந்த வினோத், கண்ணில் குறும்புடன், “ஆன்ட்டி , எங்க வீடு எப்பவும்

குப்பையாத்தான் இருக்கும். நீங்கள்லாம் வர்றதுனால நானும் சுதாவும் வீட்டைக்ளீன் பண்ணி பூவெல்லாம் கூட வெச்சோம்" என்றான். அவனை இழுத்து அணைத்துக் கொண்டேன்.

"ஆமா, சுதா நல்ல பொண்ணு. சமையல் எல்லாம் முழுசா கத்துக்கிட்டா. பத்து நாள் முன்னாடி, நானும் அருணும் ஹைதராபாத்தில் கான்ஃபரன்ஸுக்குப் போனபோது இரண்டு நாள் அவளே வீட்டைமானேஜ் பண்ணி சமையல் செய்து, இந்த ரெண்டு வாலையும்கூட சமாளிச்சாள்" பிரேமா சொல்லச்சொல்ல, ஜெயசுதா பெருமையுடன் புன்னகைத்தாள்.

"ஆன்ட்டி , நான்தான் அவளுக்கு இங்கிலீஷ் டீச்சர். கம் ஆன் ஸ்பீக் இன் இங்கிலீஷ்..." வினோத் அவன் பங்குக்குக் கூறினான்.

"நான் அவளுக்கு என்பொம்மையெல்லாம்கூட விளையாடக் கொடுப்பேன். எனக்கும் சுதாவுக்கும் டாம் அண்ட் ஜெர்ரி காமிக் தான் பிடிக்கும்" அவன் குட்டித் தங்கையும் சேர்ந்து கொண்டாள்.

ஜெயசுதா சுறுசுறுப்பாக இங்கும் அங்கும் ஓடி, வந்தவர்களை உபசரித்தாள். பரிமாறினாள். பாத்திரங்களைக் கழுவினாள். நடுநடுவேகுழந்தைகளின் கேள்விகளுக்குப்பதிலளித்தாள். அவர்கள் சண்டை போடும்போது பிரித்து விட்டாள்.

வீடு திரும்பியவுடன், என் கணவர் நக்கலாக, "என்ன சுமி, இப்போவாவது உன் சந்தேகம் தீர்ந்ததா? அந்தப் பெண் அவ அப்பா, அம்மா வீட்டிலே இருந்திருந்தா இப்படி 'ஜம் 'முனு டிரஸ் பண்ணிக்கிட்டு பொம்மை விளையாடிட்டு, கார்ட்டூன் படம் பார்த்துக் கொண்டிருந்திருக்க முடியுமா?" என்றார்.

"ஆமா, பன்னிரண்டு வயசுப்பொண்ணு இத்தனை பேருக்கும் சமைக்கிறாளாம்."

"நல்ல விஷயம்தானே! பெருமைப்படணும். வினோத் பேசற இங்கிலீஷைப் புரிஞ்சுக்கிட்டு பதில் சொல்றா. இன்னும் கொஞ் சநாள்ல உன்னோட இங்கிலீஷ்ல பேசுவா. பசங்க எங்கே போனாலும், இவளும் கூட 'ஜம் 'முனு கார்ல ஏறிட்டுப் போறா... போன சண்டே அவளையும் சேர்த்துத்தானே கிஷ்கிந்தாவுக்குக் கூட்டிட்டுப் போனாங்க."

"வேற வழி, இந்த ரெண்டு பசங்க பின்னாடியும் ஓட, ஒரு ஆள் . வேணுமே!"

"பசங்க பின்னாடி ஓடறாளோ, முன்னாடி ஓடறாளோ... கிஷ்கிந்தா பார்த்தாளா இல்லையா? அவ அப்பா, அம்மாவால அழைச்சிட்டுப் போயிருக்க முடியுமா? வேலைக்கு வர்றபோது நோஞ்சானாட்டம்

இருந்தவ. ஆறேழு மாசத்துல எப்படி திமுதிமுன்னு வளர்ந்திருக்கா பாரு. அந்த டாக்டர்கள் இலவசமா வர்ற 'ஃப்ரீ சாம்பிள்' டானிக்குகள் அத்தனையும் இவளுக்குக் கொடுக்கறாங்கன்னு தோணுது..."

“என்ன வேணா சொல்லுங்க... படிப்புங்கறது ஜனநாயக நாட்டின் பிறப்புரிமை. அது எந்த ஒரு குழந்தைக்கும் மறுக் கப்படக்கூடாது. அதோடு ஒவ்வொரு குழந்தையும் தன்னோட 'சைல்ட்ஹுட்'டை அனுபவிக்க வேண்டும்."

"எப்படி.....? படிப்பறிவில்லாத, பணமில்லாத அப்பா, அம்மாவிடம் உதைபட்டா? சுமித்ரா, நீ பேசறதெல்லாம் அரசியல் மீட்டிங்குக்கு வேணும்னாசரிப்படும். நிதர்சனங்கறது வேற.'

“நோ... என்னால் இதை ஏத்துக்க முடியாது. பிறந்து, மூணு இலை விடறதுக்குள்ளேயே அம்மாவாகவும் ஆயாவாகவும் வேலைக்காரியாகவும் மாறும் குழந்தைத் தனம் இல்லாத குழந்தைகள்... இன்னிக்கு பேப்பர்ல பார்த்தீங்களா, இந்த மாதிரி வேலைக்கு வந்த பன்னிரண்டு வயசுப் பொண்ணை நெருப்புப் பத்தவெச்சு எஜமானி அம்மா கொளுத்தப் பார்த்திருக்கா.... அக்கம்பக்கத்துல காப்பாத்தி ஹாஸ்பிட்டல்ல சேர்த்திருக்கா...... காரணம் என்னன்னு விசாரிச்சா, அவ ஹஸ்பெண்ட், அதான் எஜமானன் இந்தப் பெண்ணை செக்ஸுவலாக எக்ஸ்ப்ளாயிட் செய்திருக்கான். அதுக்கு இந்தப் பெண்ணைத் தண்டிச்சிருக்கா... கண்ணகி காலத்துலேயிருந்து நம்ம நாட்டிலே இப்படித்தான் தொடருது."

“கம் ஆன்சுமி, இந்த மாதிரி ஏதோ ஒரு கேஸ்... லட்சத்துலே ஒண்ணு! சொந்த அப்பாவால, மாமாவாலன்னு பலாத்காரம் எல்லாம், படிச்ச குடும்பங்கள்ள கூடத்தான் நடக்குது. நல்லதைப் பாரு..."

நான்சமாதானமாகவில்லை.

அன்று ஜெயசுதா ஒரு கிராமத்து மூதாட்டியை அழைத்து வந்தாள். “எங்கம்மா" என்று அறிமுகப்படுத்தினாள். கல்லுடைத்துக் கரணையாகிப் போன உடம்பு வெயிலில் நின்றே வறண்டு, காய்ந்துபோன சருமம். மிகக் குறைந்த விலையிலான கைத்தறிப் புடவை. காலில் செருப்பில்லை. நாற்பது வயதில் அறுபது வயது மூப்பு. அவளருகில் மகள் தேவதை மாதிரி தெரிந்தாள்.

"கும்புடறேம்மா... புள்ளே வயசுக்கு வந்திடுச்சுன்னு அம்மா கடிதாசி போட்டாங்க. அதுதான் பார்த்துட்டுப் போலாம்னு வந்தேன்."

ஜெயசுதா வெட்கத்துடன்... "டாக்டர் ஆன்ட்டி அரைப் பவுன்லகம்மல் போட்டாங்க" என்று பெருமையுடன் காட்டினாள்.

"ஓ... வயசுக்கு வந்துட்டாளா, இனிமே இங்கே வேலை செய்வாளா, இல்லை ஊருக்குக் கூட்டிட்டுப் போயிடுவியா?"

"கூட்டிட்டுப் போய் என்னம்மா செய்யறது? அங்கே ஒருவேளைக் கஞ்சிக்கே வழியில்லை. அப்பன் குடிகாரன். கையிலே நாலு காசு கெடச்சுதுன்னா, வேலைக்கே போவாம உழுந்து கெடப்பான். என் தலைவிதி... மூணும் பொட்டையா பொறந்து வெச்சிடுச்சு. பெரியவ நம்ம டாக்டரம்மா உறவுக்காரங்க ஊட்லதான் மூணு வருஷம் இருந்தா. அந்தம்மா தயவுலே அஞ்சு பவுன் போட்டுக் கட்டிக்கொடுத்திட்டேன். இதுக்கும் என் தம்பி மவன்காத்திட்டு இருக்கான். அடுத்ததுக்கு இப்ப பத்து வயசாவுது. அவளை ஒங்களாண்ட அனுப்பலாமான்னு கேக்கத்தான் வந்தேன்." –

"வேலைக்காரியாவா?"

"ஆமாம்மா! இத்த விடவும் அது சூட்டிகைம்மா... பரபரன்னு இருக்கும்... சம்பளம்னு ஒரு பைசா வேணாம். ஒரு சீட்டுப் போட்டுடுங்க போதும்."

"சீட்டா ?" –

"ஆமா.... பெரியவளை அப்படித்தான் தேத்தினேன். டாக்டரம்மாவும் இதும்பேர்ல மாசம் ஐந்நூறு ரூபாய் நகைச்சீட்டு போட்டிருக்காங்க. பெரியவ மூணு வருஷத்திலேகம்மலு, மூக்குத்தி, செயின், மாப்பிள்ளை மோதிரம் எல்லாம் சேர்த்துக்கிட்டா. எங்க நாட்டு நடப்புலே அஞ்சாறு பவுனு நகை போட்டவ அவ ஒருத்திதான். நாங்க கல் ஒடச்சு காசு சேர்த்து, பவுன் வாங்கி பொண்ணுங்களை எப்பம்மாகட்டித்தர்றது? எல்லாம் ஒங்கள மாதிரி படிச்சவங்க சொல்லிக் கொடுத்தது தாம்மா."

"உன்கடைசிப் பொண்ணு என்ன செய்யுது?"

"அஞ்சாவது படிக்குது... ரொம்ப நல்லா படிக்கும். மார்க்கு நல்லா எடுக்கும்." '

"படிப்பை நிறுத்திட்டா, அதை வேலைக்கு விடப் போறே?"

"ஆமா... இவ படிச்சு என்னகலெக்டர் உத்தியோகமாபார்க்கப் போறா...? இல்லை , எவனாச்சும் பத்தாயிரம் ரூபாய் சம்பளம் தரக் காத்திட்டு இருக்கானா... இவ படிச்சு, வேலைக்குப் போனாலும் வர்ற சம்பளம் போக்குவரத்து, டிபனு, காபி, பொடவைன்னு சரியாயிடும்... இவ பணம் சேர்த்து, நகை வாங்கி, கல்யாணம் கட்டிக்கறதுக்குள்ளாற பேரன் பேத்தி எடுக்கற வயசாயிடும்."

"ஏம்மா, இப்படி பத்துப் பன்னண்டு வயசுப் பெண்களைத் தெரியாதவங்க

வீட்டிலே வேலைக்கு விடறியே... வேலைக்குப் போற வீடுகள்ல எல்லா ஆம்பளைகளும் ஒரே மாதிரி இருப்பாங்களா?"

"ஆமா, அங்க மட்டும் என்ன வாழுதாக்கும்! ஆம்பளைங்க அத்தினி பேரும் சாய்ந்திரமானாவயிறு முட்டக் குடிச்சுட்டு, ஆத்தா, பொஞ் சாதி, மக வித்தியாசம்கூடத் தெரியாம. அசிங்கம் பண்றாங்க. படிச்சவங்க மத்தியிலே யாரோ ஒருத்தர் அப்படி இருந்தாலும், பொதுவா ரீஜண்டானவங்க... நம்ம பசங்களும் நாகரிகம், நல்லபழக்கம் கத்துக்கறாங்க. ஒங்களுக்கும் வீட்டைப் பார்த்துக்க, சமையல் செய்ய, குழந்தைகளை கவனிச்சுக்க நல்ல ஆளு தேவைப்படுதே அம்மா. இவ தங்கச்சியை எப்ப இட்டாரட்டும்... அதைச்சொல்லுங்க. பத்து நாள்ல எல்லாவேலையும் கத்துக்கிடுவா. ரொம்ப உஷாரு. நானூறோ, ஐந்நூறோ ஒரு நகைச்சீட்டு. போட்டுடுங்க. மூணு வருஷம் நான் ஊருக்கு அனுப்புன்னு கேக்கவே மாட்டேன். பஸ் சார்ஜ் குடுத்திங்கன்னா, நாளைக்கே அழைச்சிட்டு வந்துடறேன்."

நான் எழுந்து உள்ளே சென்று இரண்டு நூறு ரூபாய் நோட்டுக்களை எடுத்து வந்தேன். "இந்தா... பொண்ணு வயசுக்கு வந்திருக்குன்னே, ஏதாவது வாங்கித்தா. இது உன் சின்னப் பொண்ணுக்கு ஸ்கூல் புத்தகம் வாங்க."

"அப்ப வேலைக்கு வேண்டாங்களா?" ஏமாற்றத்துடன் கேட்டாள்.

நான் வேண்டாமெனத் தலையசைத்தேன். அவள் போய்விட்டாள்.

மாலையில் டாக்டர் பிரேமா வந்தாள். "என்ன சுமித்ரா, ஜெயசுதாவின் அம்மா இவ தங்கையை வேலைக்கு அனுப்பறது பத்திக் கேட்டாளா?"

"ம்.... படிப்பை நிறுத்தி வேலைக்கு அனுப்பறேங்கறா... கொடுமை"

"என்கஸின், திண்டுக்கல்ல சப்–கலெக்டரா இருந்தபோது இவ அக்கா, வீட்டிலே படற கஷ்டம் தாங்காம தன் வீட்டிலே அழைச்சு வெச்சுக்கிட்டா... அப்பன்காரன்தினம் பணம் கேட்டுத் தொந்தரவு.... ஸ்கூல்லேயும் சேர்க்க விடலை. அப்புறம்தான் பொண்ணு பேர்ல ஃபிக்ஸெட் டெபாஸிட் போட்டா... வீட்டு வேலையோட படிப்பு எல்லாம் சொல்லியும் குடுத்தா... ப்ரைவேட்டா பத்தாவது எழுத வைக்க நினைச்சிருந்தா... கொஞ்சம் பணம் சேர்ந்ததோ இல்லியோ அம்மாக்காரி பவுன் சேர்த்து கல்யாணம் செய்துட்டா. என் கஸின் எவ்வளவோ எடுத்துச் சொல்லிப் பார்த்தா... 'இன்னும் இரண்டு வருஷம் இருக்கட்டும். பத்தாவது முடிச்சபிறகு வேலை வாங்கித் தர்றேன்'னு கேட்டால் தானே? இந்தப் பெண்களுக்கும் கல்யாணத்தைத் தவிர வேற இன்ட்ரஸ்ட் இருக்கிறதில்லை."

"நாசூக்கான குடும்பங்கள்ல சௌகரியமா வாழ்ந்துட்டு, மறுபடியும் பற்றாக்குறை வாழ்க்கைக்கு எப்படி இவங்க அட்ஜெஸ்ட் செய்துக்கறாங்க?"

"யார் கண்டா... கல்யாணம் செய்துக்கிட்டா, வாழ்க்கையிலே எல்லாமே அடைஞ்சுட்டாப்ல எண்ணம்... இந்த ஜெயசுதாவும்க்யூட் கேர்ள்... ஆனாலும் அவ மனசெல்லாம் அஞ்சு பவுன்லதான் இருக்கு. ஏதோ நம்ம வீட்டிலே இருக்கிற வரையிலே, வேலை வாங்கினாலும் சந்தோஷமா வெச்சுக்கறோம். அப்படித்தான் மனசைத் தேத்திக்க வேண்டியிருக்கு!"

டாக்டர் பிரேமா தொடர்ந்தாள்... "நம்ம நாட்டிலே எல்லா பிரச்னைகளுக்கும் ஏழ்மை, அறிவின்மைன்னு பல காரணங்கள் இருக்கு. ஆணோ, பெண்ணோ ... செக்ஸ், கல்யாணம் எல்லாமே அவசியம். ஆனா, பொண்ணுன்னு வந்தா நகைதான் அளவுகோல். அது இருந்தாத்தான் எதுவுமே நடக்கும். கும்பிடும் கடவுளேகூட பூப்பாவாடை கட்டி, சந்தன மேக்கப்பிலே, வைரநகை அணிந்து நின்னாத்தானே நாம விழுந்து கும்பிடறோம்."

உண்மை ... அத்தனையும் உண்மை ... ஆனாலும், நான் ஜெயசுதாவின் தங்கையை வேலைக்கு வைத்துக் கொள்ள மாட்டேன்! அது நிச்சயம்!

# இதோ பணம் வருகிறது

“பாலு, நீ என்னமோ நல்லாத்தான் மார்க் வாங்கியிருக்கே. ஆனாலும், நீ விரும்பறாப்பல இஞ்சினியரிங் எல்லாம் படிக்க வைக்க நமக்கு வசதியில்லைன்னு நீ புரிஞ்சுக்கோப்பா. ஐந்து ஆறு வருஷம் நம்மால தாக்குப்பிடிக்க முடியாது. இப்ப, டி.எம்.இ. சேர்ந்துக்க...”

பாலு, தன் அப்பாவின் வார்த்தைகளைக் கேட்டுச் சோர்வுற்றான்.

ஏமாற்றத்துடனும், ஏக்கத்துடனும் நிற்கும் மகனைப் பார்க்கக் கோதைக்குச் சங்கடமாக இருந்தது. எதையாவது, எப்படியாவது வைத்துப் பிள்ளையை அவன் விரும்பியபடி படிக்க வைப்போம் என்று சொல்ல முடியாத நிலையில் தங்களை வைத்திருந்தவனை மனம் ஆத்திரத்துடன் சபிக்க விழைந்தது. ஆனாலும், அப்பா சொல்கிறது தான்சரிப்பா. இந்தப்படிப்பு சீக்கிரம் முடிஞ்சு போவும். அதுக்குள்ளாற சித்தப்பாவும் திரும்பி வந்திட்டார்னா, அவர்கூடச் சேர்ந்து ஏதாவது பட்டறை வைச்சுப் பிழைச்சுக்கலாம்” என்றுதான் மகனைசமாதானப்படுத்தினாள்.

அவள்கணவரும் உற்சாகப் படுத்தினார்.

“ஆமா, செல்வராசுதான் போன கடிதாசியில வெளக்கமா எழுதியிருந்தானே. பாலுத்தம்பி எதிர்காலத்துக்குத் திட்டம் வெச்சிருக்கேன்னு... ஆச்சு அதுவே ரெண்டு வருசம்... இப்ப இன்னும் ஒரு லகரம் சேர்த்திருக்க மாட்டானா? அவன் திரும்பற நாளும் வந்திடிச்சு. அப்படி உங்க சித்தப்பாரு திரும்பி, மேல படிடான்னா, அப்போ கூட பி.ஈ. படிக்கத்தான் இப்போ வசதியிருக்கே.”

பாலுவுக்கும் அவர் சொல்வது நியாயமாகத்தான் பட்டது. பி.ஈ. படிக்க வேண்டும் என்பது கூட அவசியமா என்ன... செல்வராசு சித்தப்பா டாலரா நிறைய எடுத்துக்கொண்டு நாடு திரும்பினால், பெரிய வொர்க் ஷாப்பாக ஒன்று ஆரம்பிக்கலாம். படிச்சவங்களை விட, மாசச்சம்பளம் வாங்கறவங்களை விட, சொந்தமாத் தொழில் ஆரம்பிக்கறவங்க நல்லாவேசம்பாதிக்கறாங்க. சித்தப்பாசீக்கிரமே திரும்பி வரணும்.

இதைத்தான் அந்த வீட்டிலிருந்த அத்தனை பேரும் மனதார வேண்டிக் கொண்டார்கள், இன்று, நேற்றல்ல, தொடர்ந்து பல ஆண்டுகளாக இதைச்சுற்றித்தான் எத்தனைகற்பனைகள்!

'செல்வராசு திரும்பி வந்தா எப்படியும் சொந்தமாக ஒரு ப்ளாட்டாவது வாங்கணும். உங்க தம்பி பணம் எடுத்திட்டு வந்த பிறகுதான் லட்சுமி, சரஸ்வதிக்குக் காது, மூக்குக்கு வாங்கிப் போடணும். அங்கெல்லாம் தங்கம் ரொம்ப மலிவாம்மா. சித்தப்பாவை ரெண்டு செயினாவே வாங்கிட்டு வந்துரச் சொல்லலாம். இந்த வரன் லட்சுமிக்குத் தோதுப்படாது கோதை. அத்தோட அவளுக்கு வயசும் என்ன அதிகமா ஆச்சு.... தம்பி வந்தப்புறம், பெரிய எடமாவே பார்க்கலாம்.'

கடைசியாக, இப்போது சித்தப்பாவந்த பிறகு வொர்க்ஷாப் வைக்கலாம்." பாலு சித்தப்பாவுக்குக் கடிதம் எழுத உட்கார்ந்தான்.

கோதை திருமணமாகி வந்த போது மைத்துனன் செல்வராஜுக்கு வயது பத்துதான். தாயில்லாப் பிள்ளைக்குத் தாயாக வளர்க்கிறேன் என்று கணவனுக்குக் கொடுத்த வாக்கை அவள் இம்மியும் பிசகாமல் காப்பாற்றினாள். மைத்துனனுக்குப் பிடித்ததாகச் சமைத்தாள். பரிந்து ஊட்டினாள். சொல்பசம்பளத்தில் தங்கள் செலவுகளைக் குறைத்துக் கொண்டு, செல்வராஜுக்குப் புத்தகம், செருப்பு, புதுத்துணிகள் என்று வாங்கினாள்.

செல்வராஜை நன்கு கவனிக்க வேண்டும் என்பதற்காகக் கணவன் கூறிய படி தான் குழந்தை பெற்றுக்கொள்ளுவதைக் கூட ஒத்திப் போட்டாள். கோதையின் பிறந்தகத்தினர் "கோதை, உனக்கு சாமர்த்தியம் போதாதுடி. மச்சினனைவச்சிட்டு சீராட்டினா, வயசான காலத்திலே அவனா உன்னைக் காப்பாத்தப் போகிறான்? பெண்டாட்டி வந்தா மண்ணைத் தட்டிக்கிட்டு சொத்துல பங்கு உண்டான்னு ஓடுவான்" என்று சொல்லிப் பார்த்தார்கள். ஆனால், "உங்களுக்கெல்லாம் எங்க ராசுவைத் தெரியாதும்மா. அவன்தான் எங்களுக்கு மொத மகன்" என்று அழுத்தம் திருத்தமாகப் பதில் கூறினாள் கோதை.

நாலு வருஷம் 'அண்ணா , அண்ணீ' என்று உயிராக இருந்த

செல்வராஜ், திடீரென எப்படியோ மாறிப்போனான். அண்ணனின் பர்சிலிருந்து சில்லறை மறைய ஆரம்பித்தது. சாமி உண்டியை எலி கீழே தள்ளியதுமல்லாமல், நாணயங்களையும் விழுங்கிவிட்டு ஓடிமறைந்தது. செல்வராஜின் சட்டையில் சிகரெட் நாற்றம் வந்தது. துவைக்கும் போது மதிய காட்சி சினிமா டிக்கெட் பையில் கிடைத்தது. கடைசியில், பள்ளி ஆசிரியர் அவன் பள்ளிக்கு வந்தே இரண்டு மாசமாச்சு என்று சொன்னார்.

கோதையும், அவள் கணவனும் செல்வராஜுக்கு எவ்வளவோ எடுத்துச் சொன்னார்கள். “தம்பி, படிப்பு கஷ்டமாக இருந்தாச் சொல்லு. ட்யூஷன் வெச்சுக்கலாம். இப்போ படிப்பை நிறுத்தினாயோ, எதிர் காலத்திலே நீதான் கஷ்டப்படுவே.'' செல்வராஜ் எதற்கும் பதில் பேசவில்லை. நல்ல பிள்ளையாகத்தலை குனிந்தபடி இருந்தான்.

நாளுக்கு நாள் நிலைமை மோசமாயிற்று. மோசமான ரவுடிக் கூட்டத்துடன், சுற்றலானான். சாராய நெடியுடன் வீட்டுக்கு வரலானான். திடீர் திடீர் என்று காணாமல் போனான். நினைத்தபோது வீட்டுக்கு வந்து ஆர்ப்பாட்டம் செய்யலானான். அடுத்தடுத்துப் பிறந்திருந்த இரண்டு பெண்களையும் ஒரு பையனையும் கவனித்துக் கொண்டு மைத்துனனின் அட்டகாசங் களுக்கும் ஈடு கொடுக்க முடியாமல் கோதை துவண்டு போனாள். அப்படியும், அவனை 'வீட்டை விட்டுப் போ,' என்று சொல்ல மனமில்லாமல், வந்தபோது சோறு பரிமாறி, அன்புடன் புத்தி கூறினாள்.

ஒரு முறை உடம்பெல்லாம் கத்திக்குத்துடன்வந்து பத்து நாள் மூலையில் படுத்துக் கிடந்தான். கோதையின் கணவர், தம்பி படும் உடல் வேதனை தாங்காமல் தனியே கண்ணீர் விட்டார். “இந்தச் சகவாசமெல்லாம் விட்டுட்டா,'' என்று கெஞ்சினார். கோதை கைக் குழந்தையை இடுப்பில் சுமந்தபடிதினம்டாக்டர்வீட்டுக்குச் சென்று மருந்து வாங்கி வந்தாள்.

'இனி மேல் எந்த வம்பு தும்புக்கும் போக மாட்டேன் அண்ணி,'' என்று செல்வராஜ் அவளிடம் சத்தியம் செய்து தந்தான்.

அன்று அவனிடம் பெரிய குழந்தையைப் பார்த்துக் கொள்ளச் சொல்லிவிட்டு, அவனுக்கு உடம்பு தேற டானிக் வாங்கி வரச் சென்றாள் கோதை. –

திரும்பி வந்தவள், வீடு திறந்து கிடப்பதையும், குழந்தை லக்ஷ்மி தெருவில் தனியே நிற்பதையும் பார்த்தாள். பதறி உள்ளே சென்று பார்த்தால்.. அவள் ட்ரங்க் பெட்டி பலவந்தமாகத் திறக்கப்பட்டிருந்தது. அவள் பிறந்தகத்தில் அவளுக்குச் செய்திருந்த இரண்டு வடம் சங்கிலி, ஒரு

ஜோடி வளை, புஷ்ப ராகக் கம்மல், வெள்ளிக் கிண்ணம், சந்தனப் பேலா எதையும் காணோம். 'அடப்பாவி' என்று அலறியவளிடம், லக்ஷ்மி, "தித்தப்பா, என் காதுக்கம்மலையும் எடுத்துட்டார்" என்றாள்.

"பாவி, பெத்த தாய் மாதிரி வளர்த்தவளிடம் துரோகம் செய்ய எப்படிடா மனசு வந்தது! குழந்தை காதுத் திருகைக் கூடவா எடுத்தாய். நல்ல வேளை அவளைக் கொலை செய்யாமல் விட்டாயே..." நாலு பேருக்குத் தெரியாமல் வீட்டிற்குள்ளேயே கதறி அழுதாள்.

கணவர் ஆபீசுக்குச் செய்தி தெரிவித்து, அவர் ஓடி வந்து புலன் விசாரிக்கும் போது புலப்பட்டது. செல்வராஜ் அண்ணி நகையுடன் மட்டும் ஓடவில்லை, அண்ணன் குருவி மாதிரி வங்கியில் சேர்த்து வைத்திருந்த ஏழாயிரம் ரூபாய் பணத்தையும் பொய்க் கையெழுத்திட்டு எடுத்துச்சென்று விட்டான் என்று. இடிமேல் இடி.

"இத்தனை அன்புக்கும் திருந்தாதவன், ஜெயில் போயா திருந்தப் போறான். போலீசுக்குச் சென்று குடும்ப மானத்தை இழக்கிறதைவிட, அவனே போன பிறகு, பணம் என்ன, நகை என்ன?" என்று கோதையும், அவள் கணவரும் சும்மாயிருந்து விட்டனர். மொட்டைக் கழுத்துடன் எப்படிச் செல்வது என, கல்யாணம் சுப காரியங்களுக்குக் கூட கோதை செல்வதில்லை. அவள் கணவரோ, செல்வராஜைப் பற்றி விசாரித்தவர்களிடம், அவன் வெளி நாட்டிலே அமோகமாய்ச் சம்பாதிக்கிறான் என்று மனமாரப் பொய் சொன்னார்.

அதன் பிறகு, இந்தத் தம்பதியால் பணம் சேர்க்கவே முடியவில்லை . குழந்தைகள் செலவு, படிப்பு, வைத்தியம் என்று தினசரிச் செலவுகளே சம்பளத்தை விழுங்கியது. பெண்கள் வளர, வளர இவர்களுக்குத் திருமணம் செய்வது எப்படி என்னும் பெரிய கேள்வி கோதையை ஆட்டிப்படைத்தது. பாலு வேறே படிக்கிறான்.

"அந்த ஏழாயிரம் ரூபாய் இருந்தா, இப்ப வட்டியோட எழுபதா யிரம் ஆகியிருக்கும். இருபது பவுன் நகை அழித்துப் போட்டா, ஆளுக்குப்பத்து தேறும். என்தலைவிதி," என்று கோதை அழுது புலம்புவாள். குழந்தைகள் சித்தப்பா என்னும் ராட்சசன் போல் நாம் வளரக் கூடாது என்று சிறிய வயதிலேயே புரிந்து கொண்டார்கள்.

இந்த வெறுப்பு உணர்வே மாறும்படியான ஒரு சம்பவம் ஏழெட்டு வருஷங்களுக்கு முன் நடந்தது. இத்தனை ஆண்டு இடைவெளிக்குப் பிறகு செல்வராஜ் ஒரு கடிதம் எழுதியிருந்தான். கடிதமா அது! மனம் உருகி, மன்னிப்புக் கேட்டு, அழுது, வெதும்பிப் பக்கம் பக்கமாகப்புலம்பியிருந்தான். அண்ணனும், அண்ணியும்தன் மீது காட்டிய அன்புக்குப் பதிலாகத் தான் அவர்களுக்குச் செய்த

துரோகத்துக்கு மாற்று செய்து விடுவேன் என்று எழுதியிருந்தான். அண்ணியின் நகைகளையும், அண்ணனின் பணத்தையும் தான் அரபு நாட்டுக்கு வரஉபயோகித்ததாகவும் அங்கு தற்போதுதான் நிறையப் பணம் சேர்த்து, கௌரவமாக வாழ்வதாகவும் எழுதியிருந்தான்.

"நான் உங்களுக்குக் கொஞ்சம் கொஞ்சமாக பணம் அனுப்பி உங்கள் கடனை வட்டியும் முதலுமாகத் தீர்க்கிறேன். லக்ஷ்மி, சரஸ்வதி இருவரும் என் பெண்கள். அவர்கள் திருமணம் என் பொறுப்பு ," என்று சூளுரைத்திருந்தான். அதோடு நில்லாமல் முதல் தவணையாக ஐயாயிரம் பணமும் அனுப்பினான்.

உருகி விட்டார்கள் கோதையும் அவள் கணவரும். "நீ திருந்தி வாழ்வதும், திரும்பி வருவதும் தான் முக்கியம்" என்று பதிலெழுதினார்கள். அதன் பிறகு ஆறு மாதத்திற்கு ஒரு கடிதம் வந்தது. அடுத்த வருடம் சவூதியிலிருந்து வந்த நண்பன் செல்வராஜ் தந்ததாக ஒரு டூ இன் ஒன்னும், அண்ணிக்கு லேடி ஹேமில்டன் புடவையும், கைப்பையும் யார்ட்லி பவுடர்டப்பாவும் எடுத்து வந்து தந்தான். குடும்பம் பூரித்து விட்டது.

ஆனால் கடந்த மூன்று, நான்கு வருடமாகச் செல்வ ராஜிடமிருந்து ஒரு கடிதமோ, பணமோ, எதுவும் வரவில்லை .

பள்ளியுடன் படிப்பை நிறுத்திப் போட்ட பெண்களுக்கு வயது கடந்தும், பணமில்லாமல் திருமணம் தடைப்பட்டு நின்றது.

அன்று திடீரெனத் தரகர் பம்பாயில் ஹார்பரில் வேலை பார்க்கும் ஒரு பையனை அழைத்து வந்தார். தாய், தந்தையற்ற அவன், 'பணம் முக்கியமில்லை நல்ல பெண்கிடைத்தால் போதும்' என்றான். லக்ஷ்மிக்கும், பிள்ளையைப் பிடித்துப் போயிற்று. செல்வராஜுவுக்குத் தந்தி பறந்தது. இப்போ ஏதோ எளிமையாகச் செய்து விடுகிறோம். தம்பி வந்த பிறகு வழக்கமான சீர் எடுத்து விடுகிறோம்." என்றார் லக்ஷ்மியின் தந்தை. திருமண நேரம் வரை காத்திருந்தும், செல்வராஜிடமிருந்து கடிதமோ பணமோ வரவில்லை. நல்ல மாப்பிள்ளை கிடைத்ததால் எப்படியோ திருமணம் நடந்து விட்டது.

"பாலுவுக்கு இப்போவிடுமுறை தானே. மாமியும், அவனும் ஒரு மாதம் பம்பாய் வந்து இருக்கட்டும்," என்று அன்புடன் அழைத்தார் புது மாப்பிள்ளை. வாழ்வில் முதல் முறையாகப் புது ஊரையும் புது அனுபவங்களையும் நோக்கிப் புறப்பட்டார்கள் தாயும், மகனும்.

லக்ஷ்மியும், மாப்பிள்ளையும் முன்னால் நடக்க, அம்மாவுக்கு மாபெரும்க்ரேன்கள் சாமான் ஏற்றும் விந்தையைப் பெரிய மனுஷன் போல் விளக்கிக் கொண்டிருந்தான் பாலு.

"பாலு..." திடீரென அம்மா படபடப்புடன் குரல் எழுப்பினாள். “பாலு...” குரல் நடுங்கியது.

"என்னம்மா?"

“பாலு... அங்க பாரு...” சொல்லே எழும்பவில்லை.

“என்னம்மா அங்கே. ஆளுங்க சாமான் ஏத்திட்டு இருக்காங்க."

"பாலு, அங்கே நெடுக்கா, கறுப்பாசாமான் ஏத்தறான் பாரு."

“ஆமா ஒரு கையாலேயே சாமான் தூக்கறாரே. இன்னொரு கை, பாவம் ஏதோ ஆக்ஸிடெண்டிலே போயிருச்சு போலிருக்கு."

“பாலு, அவன், அவன் தாண்டா உன் சித்தப்பா, செல்வராசு."

“என்னது!" பாலு திகைத்து பிரமித்து நின்றான். “இருக்காதும்மா, சித்தப்பா ஸவூதி அரேபியாவிலே இருக்காரே? இது அவர் ஜாடையிலே யாராவது இருக்கும்."

“போடா போ, நான் தூக்கி வளர்த்த குழந்தையை எனக்கு அடையாளம் தெரியாதா? பாலு, அவன் என்னைப் பார்த்தா அடையாளம் கண்டுக்கிடுவான். நான் அக்காளோட நடக்கிறேன். அவன் உன்னைப் பார்த்ததில்லை. அவனைப் பத்தி வெவரம் விசாரிச்சிட்டு வா. பாலு, அவன் உன் சித்தப்பன்னு தெரிஞ்சதாக் காட்டிக்காதே. அக்கா கிட்டேயோ, மச்சான் கிட்டயோ, மூச்சு விடாதே. என்ன?"

இரவு லக்ஷ்மியும் அவள் புருஷனும் உறங்கிய பிறகு, பாலு தாயின் காதில் மெல்லக் கிசுகிசுத்தாள். “நீங்க சொன்னது சரிதான். அவர் பேரு செல்வராசுதான். சொல்லவே கஷ்டமா இருக்கும்மா. அரபு நாட்டிலே ஒரு ஷேக்கிடம் வேலை செய்துட்டிருந்தாராம். ஷேக் ரொம்ப அன்பாவே வெச்சிருந்தாராம். இவருதான்..."

“சொல்லுப்பா, என்ன செஞ்சானாம்?"

"ஷேக்குக்குத் தெரியாமே வீட்டு சாமானெல்லாம் வித்திட்டு இருந்திருக்கார். பல நாள் திருடன் ஒரு நாள் பிடிபட்டுப் போக அந்த நாட்டுச்சட்டப்படி இவருகையை வெட்டிட்டாங்களாம். அத்தோட, திருட்டுச் சொத்துன்னு எல்லாம் பறிமுதல் செஞ்சு நாடு கடத்திட்டாங்களாம்."

கோதை தலையில் கை வைத்து உட்கார்ந்தாள். “ம்... செல்வராசு திருந்திட்டான், நல்லா வாழறான்னு ஓங்கப்பா எவ்ளோ சந்தோஷப்பட்டாரு. இதைத் தாங்கிக்க அவரால முடியாதுப்பா. நமக்கு அவன் எதையும் திருப்பித் தர வேண்டாம். இப்படிச் சீரழிஞ்

சுட்டானே..." வேதனையுடன் புலம்பினாள்.

"பாலு, நீ எனக்காக ஒரு சத்தியம் செய்து தரணும்."

"சொல்லுங்கம்மா."

"நீ பிறந்து உன் சித்தப்பாவைப் பார்த்ததே இல்லை. உனக்கு அவரை அடையாளம் தெரியாது. இது யாரோ கையில்லாத போர்டர். இவனைப் பார்த்ததையோ, நான் இவன் உன் சித்தப்பான்னு அடையாளம் காட்டியதையோ சுத்தமாக மறந்துடணும். எந்தக் காரணம் கொண்டும் உங்கப்பா கிட்ட இவனைப் பத்திப் பேசிடாதே... எனக்கும், உனக்கும் மட்டுமே தெரிஞ்ச ரகசியமா இருக்கட்டும். உங்கப்பா, உங்கக்காமார் எல்லோரும் சித்தப்பா வருவார்னே நினைச்சுக்கிட்டு இருக்கட்டும்."

பாலு வேதனையுடன் தலை அசைத்தான்.

இரவு சாப்பிடும்போது மாப்பிள்ளை சொன்னார். "லக்ஷ்மியின் சித்தப்பாரு சவூதியிலிருந்து திரும்பின பிறகு, பம்பாயிலேயே ஒரு ஹார்பர்காண்ட்ராக்ட் எடுக்கலாம். இப்போதெல்லாம் அதில் நல்ல பணம். சென்னையிலே பம்பாய் போல வாய்ப்புக் கிடையாது. பாலுவும் படிப்பை முடித்தபிறகு சேர்ந்துக்கலாம்." –

பாலு நிமிர்ந்து பார்த்தான். 'மச்சான். நீங்ககூடச்சித்தப்பாரு திரும்பற நாளைப்பற்றிக்கனவு காணத் துவங்கிட்டீங்களா!'

கோதை அவசரமாக வேறுபுறம் திரும்பிக் கொண்டாள்.

# தர்மங்களும் நியாயங்களும்

ஏறக்குறைய ஓராண்டுக்கு முன் முகமெல்லாம் புதுமைப் பொலிவாக, கன்னத்தில் நாணக்குழைவு பளிச்சிட, உற்றவர்களைப் பிரிகிறோம் என்ற வருத்தத்தின் சாயையையும் மறைக்கும் குதிநடையுடன் கொண்டவனுடன் வீட்டை விட்டுச்சென்ற கௌரி இன்று திரும்பி வந்திருக்கிறாள். முகத்தில் மங்கலத்துக்குக் குறைவில்லை. நெற்றியில் அக்னிப் பிழம்பெனக் குங்குமம். கழுத்தில் கட்டிய மஞ்சள்கயிற்றில் பூச்சு இன்னும் மறையவில்லை; பெண்மைக்கு அழகூட்டும் தாய்மைச்செறிவு வேறு.

ஆனால்... ஆரத்தி கரைத்து வரவேற்க வேண்டிய பெற்றவள், அவள் முகத்தைப் பார்க்கவும் திறனற்றுப் புடவைத் தலைப்பை – வாயில் அடைத்துக் கொண்டு விம்மி விம்மி அழுதபடி நிற்கிறாள். கௌரியைப் பின்தொடர்ந்த தந்தையோ தலையைக் கையில் ஏந்தியபடி ஊஞ்சலில் அமர்ந்தார். அந்தக் கம்பீர புருஷரின். ஆண்மையையும் மீறிக்கண்ணில் கங்கை பிரவாக மெடுத்தாள்.

"அம்... மா!" – கௌரியின் குரல் அடிவயிற்றிலிருந்து கதறலாக எழுந்தது. காமாட்சி ஓடிவந்து அவளைத் தாங்கிக் கொண்டாள்.

குரு, சாமான்களை வண்டியிலிருந்து இறக்கினான். சுற்றுப்புறத்தின் சோகத்தையும் கனத்தையும் மீறிய ஓர் அமைதி அவனிடம் இருந்தது.

காமாட்சியிடம் திரும்பினான்: "மாமி, கௌரி மனத்தாலும் உடம்பாலும் ரொம்பக் கஷ்டப்பட்டு நொந்து வந்திருக்கிறாள். அவளை எதுவும் கேட்காதேயுங்கள். முடிந்தவரை அன்பா, இதமா

வைத்துக் கொள்ளுங்கள். இனிமே அவளை நாமதான் சந்தோஷமாகப் பாதுகாக்கவேண்டும். மாமா, மேலே ஆகவேண்டிய விஷயங்களை நாம அப்புறம் பேசுவோம்... மனசைத் தளர விடாதேங்கோ ...." – அவன் குரல் தழுதழுத்தது. –

குரு செல்வதையே பார்த்துக் கொண்டிருந்தார் நாகராஜன். அறுபது வருடமாய் சுருதி பிறழாமல் லயத்துடன் சென்று கொண்டிருந்த அவர் வாழ்வில் ஏன் இந்த அபஸ்வரம்...? –

அவர் விரும்பியது போல் கௌரியை குருவிற்கே கல்யாணம் செய்து கொடுத்திருந்தால்... அந்த விருப்பத்தை வெளியிட்ட அன்றுதான் காமாட்சியின் எண்ணம் அவருக்குப் புரிந்தது. "குரு நல்ல பிள்ளைதான், வேதவித்து, சம்ஸ்கிருத புரொப்ஸராக இருக்கிறான். பார்க்கவும் பங்கரையில்லை, உறவும் விட்டுப் போகாது. ஆனாலும் காலையில் பசங்களுடன்மாரடி, சாயங்காலம் ஆனால் கோயிலில் அர்ச்சனைத் தட்டு, போதும் போதாதற்கு அனாதை ஆச்ரமம் அது இது வேறு.... என்ன இருந்தாலும் ஸூட், கோட் போட்டுண்டு ஆபீசுக்குப் போற ஆம்படையான்னு பெருமை ஒரு பெண்ணுக்கு வேண்டாமா?" – அவள் குரலில் இருந்த பயங்கரமான அழுத்தம் அவள் வாழ்வில் இத்தனை நாள் வெளிப்படாமல் இருந்த ஏக்கத்தைப் பறை சாற்றியது. 'ஓரியண்டல் பள்ளித் தலைமை ஆசிரியரான என்னுடன் வாழ்ந்த வாழ்வை நாகரிகமற்றதாகத்தானே கணித்திருக்கிறாள்? இனி காமாட்சியின் குறையைத் துடைக்க முடியாது எனினும், கௌரிக்கும் இந்தக்குறை வேண்டாம்' – நாகராஜன் ஜாதகக்கட்டுடன் கிளம்பினார்.

சங்கர்ராமனின் ஜாதகம் கௌரி ஜாதகத்துடன் அற்புதமாய் இணைந்திருந்தது. தாய், தந்தையற்றவன். ஒரே சகோதரிக்கும் மணமாகி விட்டது. நாகராஜன் தானே பம்பாய் சென்று சங்கரைச் சந்தித்தார். எம்.எஸ்ஸி., முடித்து விட்டுப் பெரிய கம்பெனியில் ஆபீசராக இருந்தபோதிலும், சகஜமாகப் பேசி அவரைச் சிரித்து உபசரித்தான். அறுநூறு ரூபாய் வாடகையுள்ளஃப்ளாட், ஸ்கூட்டர், போன் வசதி. கௌரியின் அதிர்ஷ்டத்தை வியந்தவாறே திருமணத்தை நிச்சயம் செய்தார்.

பதினைந்து வருடம் காத்திருந்து தவமிருந்து பெற்ற பெண்ணுக்குத் தானே முன்வந்து பார்த்துப் பார்த்துச் சீர் செய்தார். பெண்மையின் மென்மையும் நளினமும் கொண்ட கொடியாகக் கௌரி பதினெட்டு வயதுப் பருவப் பூரிப்பிலும், இன்னும் மாறாத குழந்தைத்தனத்துடன், கணவனுடன் கண்களாலேயே பேசி, குழிந்த கன்னங்களாலே சிரித்து மகிழ்ந்தபோது புளகாங்கிதம் அடைந்தார்.

கௌரியின் பெண்மை மொட்டவிழ்ந்து அவனுக்கென மலர்ந்தபோது சங்கர்கிறங்கிப் போனான். கௌரி என்றுமே ஒரு மிகச் சாதாரணமான பெண்ணாகத்தான் இருந்தாள். அவள் பெண்மையின் எண்ணமே ஒரு புருஷனைச் சார்ந்து இனிய தாம்பத்யம் நடத்தவேண்டும் என்றுதான் நாடியது. அவள் கவனம் படிப்பிலே சென்றதில்லை. பள்ளிப் படிப்பையே இப்படி, அப்படி என்று கஷ்டப்பட்டுத்தான் முடித்திருந்தாள்.

பம்பாய் வாழ்க்கையின் நாகரிகம் அவளை வெகுவாகக் கவர்ந்தது. சங்கர் பெரிய வேலையில் இருந்ததால் நினைத்த போதெல்லாம் அவளை நாடி வீட்டுக்கு வருவான். "கௌரீ, உன் அழகுக் கன்னத்துக்கு ஒன்று, குண்டுக் கண்களுக்கு ஒன்று, இந்தக் குஞ்சு வாய்க்கு ஒன்று" என்று முத்தமாரி பொழிவான். ஞாயிற்றுக் கிழமைகளில் பூனா, மகாபலேஷ்வர் என்று சுற்றுவார்கள். அவர்களுடைய உல்லாச வாழ்க்கைக்கு, வீட்டில் விலை மதிப்புள்ள பொருள்களைவைத்துக் கொள்வது தடையாயிருந்ததால் வெள்ளிப் பாத்திரங்கள், தங்க நகைகள், உயர்ரகப் புடவைகள் எல்லா வற்றையும் பாங்க் லாக்க'ரில் வைத்து விட்டான் சங்கர். இப்போது கௌரியின் காதிலும் மூக்கிலும் வைரத் தோடோ, பேசரியோ இல்லை. மாறாக, காதில் மாத்திரம் நவீனரக ரிங்கும், ஷிபான் புடவையுமாக நாகரிக நங்கையாகி விட்டாள்.

நாளாக நாளாக, சங்கரைப் பற்றிய பல விஷயங்கள் குழப்பமாகத் தோன்றின. போனில் சங்கரைத் தேடும் பெண் குரல்கள், காரணமின்றி அவளைச்சிடுசிடுப்பது, குடித்துவிட்டு நடு இரவில் வீடு திரும்பி அவள் பெண்மையை அவமதித்து அவளை அடைவது... சங்கர் ஏன் இப்படி மாறிப் போனான்? அது மட்டுமா, பாங்க்கில் டெபாஸிட் ஆரம்பிக்க, பணமெடுக்க என்று அவளைப் பலவந்தப்படுத்தி, அவளுக்குப் புரியாத காகிதங்களில் அவளைக் கையெழுத்திடச்சொல்கிறான். அப்பாவுக்குக் கடிதம் எழுதலாம்... ஆனால் இத்தனை நாள் இந்திரன், சந்திரன் என்று தானே புகழ்ந்த கணவர், தன்னைத் துன்புறுத்துகிறார் என்றால் நம்புவார்களா? பொறுத்திருந்து பார்க்கலாம் என்று முடிவு கட்டினாள் கௌரி.

அனைத்துக்கும் மேல், அவள் தாய்மையுற்றிருக்கிறாள் என்று அறிந்தும், சங்கர் துளிக்கூட மகிழ்வு அடையவில்லை. மாறாக ஆக்ரோஷத்துடன் அவளை இழுத்துத் தரையில் தள்ளினான். "நீ என்னைச் சிக்க வைக்கப் பார்க்கிறாயா? உன்னைப் பலிவாங்க நேரமாகாது. டாக்டரிடம் அழைத்துச் சென்று டிஅண்ஸி செய்யப் போகிறேன்" என்று கத்தினான். முதல் குழந்தையைச் சிதைப்பதா? இவருக்கு என்ன புத்தி கெட்டுவிட்டதா?' – கௌரி விம்மி விம்மி அழுதாள்.

மறுநாள், சங்கர் புறப்பட்டுச்சென்றவுடன், 'தன்தாய்மையைச் சாக்காக்கி ஒரு மாதமாவது பெற்றோருடன் சென்று இருக்கலாம், இடைவெளி எத்தனையோ பிரிவுகளையும் பாலமாக்கும்' எனத் தாய்க்குத் தன் மசக்கையைப் பற்றிக் கடிதம் எழுத அமர்ந்தாள்.

வாயிலில் மணி அடித்தது. சங்கராகவே இருக்கலாம்... கடிதத்தைப் படுக்கையடியில் மறைத்துவிட்டு, ஓடிச் சென்று கதவைத் திறந்தாள். பயத்தில் அவள் மூச்சே நின்று விடும் போல் இருந்தது. தலை சுற்றியது. மூன்று போலீஸ்காரர்கள்... 'இங்கே எதற்காக..? அவர் ஏதாவது தப்புத்தண்டா செய்து விட்டாரா...? கடவுளே! காப்பாற்று...!'

“கௌன் ஹை ஸ்ரீமதி கௌரி சங்கர் ராமன்?” கௌரியின் நாக்கு அண்ணத்தில் ஒட்டிக் கொண்டது.

"போலோ!"

"நான்தான், ஹம்ஹை."

"அரெஸ்ட் வாரண்ட்."

"என்னது?" – கீழே விழப் போனவள் கதவைப் பிடித்துக் கொண்டாள். ஹிந்தியும் சரியாகப் புரியாது; ஆங்கிலமும் பேச வராது. தமிழிலேயே உளறிக் கொட்டினாள், “யாருக்கு அரெஸ்ட் வாரண்ட்? ஏதோதப்பாக வந்திருக்கீங்க."

சப்–இன்ஸ் பெக்டர் தெளிவான ஆங்கிலத்தில் எடுத்துச் சொன்னார், 'பொய்ப்பெயரில்கம்பெனிகள் தொடங்கிப்பல பேரை ஏமாற்றியதாகவும், பல லட்சம் ரூபாய் கடன் வாங்கிய தற்காகவும், சட்ட மீறியசெயல்களில் ஈடபட்டதற்காகவும் திருமதி கௌரிசங்கர் ராமனைக் கைது செய்ய அரெஸ்ட்வாரண்ட் எடுத்து வந்திருப்பதாக.'

"கம்பெனி, ஐ நோ நோ கம்பெனி. மை ஹஸ்பெண்ட் சங்கர்ராமன் ஆபீஸர்." உடைந்த ஆங்கிலம் கை கொடுத்தது.

“இது உங்கள் கையெழுத்துத்தானே?” கௌரியின் கண்கள் குத்திட்டு நின்றன. இது அவள் கையெழுத்தேதான். எப்போதோ பாங்க்கில் அக்கவுண்ட் துவங்கப் போட்டது. “யெஸ்..." – குரல் குழறியது. –

"வீண் தகராறு செய்யாமல் வாருங்கள்..." – இரு பெண் போலீஸார் மத்தியில் ஒன்றும் புரியாத நிலையில் கௌரி, போலீஸ் வண்டியில் ஏறிய போது, அந்த ஃப்ளாட்டில் இருந்த அறுபத்தாறு குடும்பங்களுக்கும் அவள் காட்சிப் பொருளானாள்.

போலீஸார் கேட்ட எந்தக் கேள்விக்கும் அவளால் பதில் தர முடியவில்லை. சங்கர் தலைமறைவாகி விட்டான். பம்பாய் போலீஸ்

சென்னையுடன் தொடர்பு கொண்டது, "எங்கப்பாவை வரவழையுங்கோ, என்னைக் காப்பாத்துக்கோ" என்ற அவள் கதறல் தாங்காது.

மறு நாள் மாலை ப்ளேனில் நாகராஜனும் குருமூர்த்தியும் பதைபதைப்புடன் ஓடி வந்தனர். லாக் – அப்பில் இருந்த மகளைக் கண்டதும் நாகராஜன் மயங்கி விழுந்து விட்டார். குருமூர்த்தி தான் செயல்பட்டான். கிரிமினல் கேஸானதால் ஜாமீன் பெறுவது சுலபமாக இல்லை. கௌரியின் தாய்மை நிலை, நாகராஜனின் சமூகத் தொடர்பு இவற்றைக் காட்டி, பெரிய வக்கீலாகப் பிடித்துச் செயல்பட வேண்டி யிருந்தது.

தலைமறைவாக இருந்த சங்கர் ராமன் ஒரு மாதம் கழித்துப் பிடிபட்ட போது, தன் மனைவியின் தூண்டுதலாலேயே தான் பொய்க் கம்பெனிகள் தொடங்கியதாகச் சத்தியம் செய்து சொன்னான். கௌரியின் அரைகுறைப் படிப்பு, இல்லாத உலக ஞானம் இவற்றை மட்டுமே சாட்சியமாகக் கொண்டு சில வழக்குகளில் வெற்றி பெற்றாகி விட்டது. சென்னைக் கோர்ட்டுக்கு மாற்றப்பட்டுள்ள இன்னும் சில வழக்குகள் எப்போது முடியுமோ... ஒன்றுமறியாத ஒரு பேதைக்கு – கொண்ட கணவனே தெய்வம் என்று எண்ணிய பாவைக்கு எத்தனை பயங்கர தண்டனை? கௌரியின் பேச்சு, சிரிப்பு, எல்லாமே அழிந்து விட்டது. இப்போது பெற்றோரிடம் மிஞ்சி நின்றது பயம்தான் – மகள் எங்காவது தன் வாழ்வை முடித்துக் கொண்டு விடுவாளோ என்ற பீதி. குடும்பமே இப்போது நடைப் பிணங்களின் இருப்பிடமாகி விட்டது.

குரு கோயிலிலிருந்து நேரே வந்தான். வழக்கம் போல இன்றும் அனாதை இல்லத்துச் சிறுவன் ஒருவனை அழைத்து வந்திருந்தான். “வா!" என்று வரவேற்கக்கூடச்செயலற்று நாகராஜன் வெற்றுப் பார்வையுடன் அமர்ந்திருந்தார். குரு அவர் அருகில் அமர்ந்தான். அவன் கைகள் மெல்ல அனாதைச் சிறுவனின் தலையை ஆதரவுடன் கோதின. உள்ளிருந்து வந்த தீனமானவிம்மல் சத்தம் நெஞ்சைச் சுண்டி இழுத்தது. குரு தானே பேச்சைத் துவங்கினான்:

"மாமா, இந்த வழக்குகள் எல்லாம் முடிய இன்னும் ஒரு வருஷம்கூட ஆகலாம்."

“ம்... ம்..."

"வக்கீலைப் பார்த்தேன்."

நாகராஜன் பதில் பேசவில்லை. இன்னமும் வெறித்து நோக்கிக் கொண்டிருந்தார். குரு பேச்சை மாற்றினான்:

"இந்தப் பையனின் பெயர் ப்ரேம் ஆனந்த். நானேவைத்தேன், இவன் வாழ்க்கை அன்பும் ஆனந்தமுமாக இருக்கவேண்டும் என்று. இவனுக்குப் பெற்றவள் இருக்கிறாள். அவளுக்கு இவனைத் தந்த ஆண் மகனும் எங்கோ இருக்கிறான். ஆனால் அன்புக்கு ஏங்கும் இந்தக் குழந்தைக்கு யாருமில்லை .... ம்... நம் நாட்டு ஆண்வர்க்கம் மட்டும் சகிப்புத்தன்மையையும் அன்பையும் பொறுமையையும் நம் பெண்குலத்தைப் போல வளர்த்துக் கொண்டிருந்தால்..."

"சுமந்து பெற்றவள் ஏன் குழந்தையை வெறுக்கவேண்டும்?" நாகராஜன் பதட்டத்துடன் கேட்டார்.

"சுமந்தவள் தாய்தான் மாமா. ஆனால் அவளைச் சுமக்க வைத்தவன் அன்பின் உருவாக இவனைத் தரவில்லையே? இந்தக் குழந்தை எந்தப் பெண்ணும் மறக்கப்பட வேண்டிய ஒருசம்பவத்தின் அழியாத நிழல்." குருவின் பரந்த மார்பில் குழந்தையின் உணர்ச்சி யற்ற முகம் அடைக்கலம் பெற்றிருந்தது.

"மாமா, இன்னும் ஒரு மாதத்தில் கௌரிக்கும் குழந்தை பிறக்கும்." – வார்த்தைகள் தயக்கமாகவே வெளிவந்தன.

"அதனால் என்ன, இந்த மாதிரி அனாதைப் பிள்ளை யில்லையே அது? அக்னி சாட்சியாக, அருந்ததி காட்டி, வேத சாஸ்திரங்களுடன் மணம் புரிந்தவன் குழந்தை அது."

"வேத சாஸ்திரப்படி செய்த மணம் தான் அது. ஆனால் சாஸ்திரப்படி மணந்தவன், சாஸ்திரங்களில் எழுதியதைக் கடைப் பிடித்தானா, இல்லை கணவனாக நடந்தானா? தன் பொறுப்பை மறந்து கொடியாகத் தழுவி நின்ற மனைவியைப் பிய்த்தெறிந்து மிதித்தவன் ஆண் பிள்ளையா, அவனுக்கு ஒரு – மனைவி தேவைதானா?"

"குரு... என்மனம் இதை எண்ணி எண்ணி உளுத்து விட்டது... கௌரியின்தலைவிதி காலமெல்லாம் இப்படி அவதிப் படணும்னு எழுதியிருக்கு..."

"அவள் தலையில் எதுவும் எழுதவில்லை மாமா. பங்களாதேசப்போரில் வெறியர்கள் பெண்களை உடலால் மாத்திரம் அலங்கோலப்படுத்தினார்கள். இந்த சங்கர் ராமன் என்னும் நரி மனத்தாலும் அவளை அழித்து விட்டான். கௌரியின் குழந்தை அவளுடைய அன்புடன் வாழ வேண்டுமென்றால் அவள் மனத்தில் பட்டிருக்கும் பயங்கரமான கல்லடிக்கு, அதிர்ச்சிக்கு, நாம் மருந்திட்டாக வேண்டும். சாஸ்திரப்படி போட்ட முடிச்சு என்றாலும் சட்டப்படி அதை அவிழ்க்க முடியும், அவிழ்த்துத்தான் ஆகணும்."

"குரு...!" – நாகராஜன் குரல் அலறலாக எழுந்தது.

"மாமா, ஆசானாகிய உங்களிடம் நான் வாதிடுவது சரியில்லை . ஆனாலும் மனம் கேட்கவில்லை. நீங்கள் பாடம் சொல்லித் தந்த ஸ்மிருதிகளிலிருந்தே மேற்கோள் காட்டவா, தர்மசாஸ்திரங்களை சாட்சிக்கு அழைக்கவா, இல்லை கௌடில்யரை ஒப்புவிக்கவா? கட்டியவனைக் கயவன் என்று சட்டமே ஒதுக்கிய பிறகு, கௌரி ஒதுக்கித்தான் ஆக வேண்டும். அவள் வயிற்றில் வளரும் இளந்தளிருக்கு வித்திட்டவன் அயோக்கியன் என்றாலும் அதற்கு நீர் பாய்ச்சுபவன் கயவனாக, நம்பிக்கைத் துரோகியாக இருக்கக் கூடாது."

“அம்பாளை ஆராதிக்கிறவன்... வேதத்தைக் கரைகண்டு குடிச்சவன் நீ இப்படிப் பேசலாமா?" இத்தனை நேரமும் மறைவாக நின்றிருந்த காமாட்சி இப்போது வெளியிலேயே வந்து விட்டாள். "நாங்களே இந்தப் பொண்ணை ஆயுசு பரியந்தம் எப்படிக் காப்பாத்தறதுன்னு நொந்து கிடக்கோம், நீ வேறு குட்டையைக் குழப்பாதே."

“குரு... நீ எதுவும் நல்லதுக்குத்தான் சொல்வாய், தெரியும். ஆனா மனசார ஒருவனோட ஒரு வருஷம் வாழ்ந்துவிட்டு, அதன் விளைவா ஒரு குழந்தையையும் சுமந்து கொண்டு, அதன் பிறகு அந்த உறவே பொய்யின்னு அழிக்க முடியுமா? கௌரி, குழந்தை பிறந்த பிறகு கல்லூரியில் சேர்ந்து படிக்கட்டும், வேலை பார்க்கட்டும், தன் குழந்தையை வளர்க்கட்டும்."

“இதெல்லாம் இழந்ததாம்பத்தியத்துக்கு ஈடாஎன்ன?"

“அதற்கென்ன செய்வது? உங்கப்பா இறந்தபோது உங்கம்மாவுக்கு வயது பதினேழு.... என்ன திடத்துடன் உன்னை வளர்த்தாள்?"

“எங்கம்மா மனதால் அழுத ஓலம், அவள் அனுபவித்த தனிமை இந்தக் காலத்துப் பெண்களுக்கு வேண்டாம் மாமா! வேத காலத் திலிருந்தே பெண்களைப் பிரம்மவாதினி என்றும், சத்யவதி என்றும் ஏன் பிரித்தார்கள்? கல்வி கற்றுத்தனித்து நின்று சாதனைகள் புரியும் முன் ரகம் அல்ல கௌரி... சார்ந்து நின்று ஒரு குடும்பத்தில் குல விளக்கு மட்டுமே ஏற்றத் தெரிந்த பேதை ரகம்."

“குழப்பாதே குரு...!" – நாகராஜன் விம்மி விம்மி அழுதார். உள்ளிருந்து வந்த முனகல் நின்றிருந்தது. கௌரி இந்தப் பேச்சைக் கேட்கிறாள் என்று புரிந்தது.

"கௌரி மறுப்புச் சொல்லவில்லை, பாருங்கள் மாமா. அவளுக்கு மனபலத்தைக் கொடுங்கள், வளமிக்க எதிர்காலத்தைக் காட்டுங்கள்."

“சுவர் இருந்தால்தானே...?"

“நானே சுவராகிறேன் மாமா. அவள் மனத்தில் சித்திரத்தின் கோர்வையாவது காட்டுங்கள்.”

“குரு... உனக்குப் பயித்தியம் பிடித்து விட்டது. கோயிலில் அம்மனை மனச் சுத்தத்துடனும் உடல் சுத்தத்துடனும் ஆராதிப்பவன், கைக் குழந்தைக்காரியைக் கட்டிக் கொண்டால் உலகம் காறித்துப்புமடா.”

"தேவதாசிகளைச் சட்டப்படி 'வைத்துக் கொள்ளும்', குருக்களை ஏற்கும் சமூகம், அந்தரங்க சுத்தமான அன்பால் ஒரு பாவமும் அறியாக் குழந்தையையும் பேதைப் பெண்ணையும் மனைவியாக ஏற்பதைக் கண்டு காறித் துப்பும் என்றால் நான் அந்தச் சமூகத்தை எதிர்க்கத் தயார்."

“குரு... மனசறிஞ்சுதான் பேசறயா, யாரோ ஒருத்தன் தொட்டுப் பெண்டாண்ட ஒருத்தியை..."

“என்ன செய்வது, உடம்பிலே தொடங்கும் நம் திருமண பந்தத்திலே அது தவிர்க்க முடியாததாச்சே மாமா... 'நீங்க பயப்படறாப்பலே கௌரிக்குச் சமூக அந்தஸ்து மாத்திரம் கொடுத்து உள் வாழ்வில் அருவருப்பேன் என்று எண்ணாதேங்கோ! கௌரி சட்டத்தாலும் மனத்தாலும் உடலாலும் தயாராக இருந்தால், அவளை என் தர்மபத்தினியா, முழுத்தாம்பத்திய உரிமையுடன் நான் ஏற்கத் தயாராக இருக்கேன்."

அந்த அனாதை ஆசிரமத்தின் மணி அடித்ததும், குழந்தைகள் ஒவ்வொருவராக உள்ளே வரத் தொடங்கினர். ப்ரேம் ஆனந்த் கையைப் பிடித்தவாறு, தத்தித்தத்தி நடை போட்டவாறு வந்தான் ஒரு மூன்று வயதுப் பாலகன். பல நிறப்பட்ட, பல சாயல்களைக் கொண்ட பூத்துக் குலுங்கும் மலர்த்தோட்டமாகக் காட்சி அளித்தது அந்த அறை. குருமூர்த்தியின் கம்பீரமான அன்புக் குரலில் ஈசோபனிஷத்தின் முதல் ஸ்லோகம் ஒலித்தது.

பிரார்த்தனை முடிந்த பின் குழந்தைகள் ஓட்ட ஓட்டமாய் உணவறையை அடைந்தனர். இரண்டு சமையல் செய்பவர்களுடன், கௌரியும் குழந்தைகளுக்கு உணவிட்டாள். அவள் வயிறு பூசினாற் போல இருந்தது. கழுத்தில் மஞ்சள் மின்னியது. ஒரு சோகத்தை மாற்ற முயலும் அமைதியும் திடமும் அவள் முகத்தில் இருந்தது. பெண்மை மலர்ந்து மணம் வீசிப்பக்குவமடைந்து காணப்பட்டாள்.

மனித குலத் தொடர்ச்சியின் வடிவம் அன்பு. அதை எப்படிப் பெற்று, எப்படி அளித்தால் என்ன? தர்மங்களும் நியாயங்களும் அன்புக்கு உட்பட்டவைதானே?

# அடங்காப்பிடாரி மருமகள்

நாகநாதன் நரைத்த மீசையை மெள்ளத் தடவிக் கொண்டார். ஆத்திரம், கோபம், டென்ஷன் ஏற்படும் போது எல்லாம் அதைக் கட்டுப்படுத்த இப்படித்தான் அவர் விரல்கள் செயல்படும். எதிரே அமர்ந்திருந்த மகளை நிமிர்ந்து பார்க்கக்கூட விரும்பாதவராகத் தலைகுனிந்திருந்தார்.

அவருக்கு நேர்மாறாக எந்த வருத்தமோ, துக்கமோ, ஏன் ஒரு குழப்பம்கூட இல்லாதவளாகத் தந்தையே பேச்சை ஆரம்பிக்கட்டும் என்று பொறுமையாகக் காத்திருந்தாள் நித்யா.

நாகநாதன் மெள்ளத் தலைநிமிர்ந்தார்.

"நித்யா, உனக்குக் கல்யாணமாகி சரியாக எட்டு மாசமாகுது. அதற்குள் அடங்காப்பிடாரி மருமக என்ற பெயரெடுத்துத் திரும்பி வந்திருக்கே..." என்றார் கோபமாக.

"இல்லைப்பா, திருப்பி அனுப்பப்பட்டிருக்கேன்..."

"ஓகே... ரெண்டுக்கும் அர்த்தம் வேற, வேற போலிருக்கு... பெத்தவங்களுக்கு இது எத்தனை வருத்தத்தை அளிக்கும்னு யோசிச்சுப் பார்த்தியா..." – நாகநாதனின் குரல் தழுதழுத்தது. "பெத்தவங்கன்ற முறையில் உனக்குப் படிப்பு, பண்பாடு, மனுஷத்தனம் எதையும் குறை வைக்காமத்தானேம்மா கத்துக் குடுத்தோம்..."

"ஆமாம்பா... என்னை ஒரு நல்ல மனுஷியா உருவாக்க நீங்க, பாட்டி, அம்மா எல்லாருமே நிறையத்தான் உழைச்சிருக்கீங்க...."

"அந்தப் பண்புகள் உன் வாழ்வு முழுசும் வழிகாட்டணும்னு நினைச்சேன்மா. ஆனா, இப்படி... இப்படி..." – அவர் குரல் உடைந்தது.

"அரவிந்தன் அம்மாவும், உங்க பாட்டியும் எங்கயோ கோயில்ல சந்திச்சு உறவு பலத்து, வீட்டுக்கு வரத்துவங்கிய போதே, 'அரவிந்த் ஒரே பிள்ளை . அவன் தாயாருடன் தான் வசிப்பான். அவங்களோடு நாம ஒத்துப் போகணும்'னு தெரிஞ்சுதானே நீ அரவிந்தை விரும்பினே? கழுத்திலே தாலி ஏறியதும் உனக்கு மாமியார் வேண்டாதவங்களாகி விட்டாங்களா?" வேதனையோடு கேட்டார் நாகநாதன்.

"அப்பா, எனக்கு அரவிந்த் அம்மா மேல... அதான் என் மாமியார் மேல எந்தத் துவேஷமும் கிடையாதுப்பா... நான் அவங்களை ரொம்ப மதிக்கிறேன். அன்பா கவனிச்சிக்கிறேன். தாயார்கிட்டேயிருந்து அரவிந்த்தைப் பிரிச்சுடணும்னு நான் மனசால கூட எண்ணினது கிடையாது..."

"இதை என்னை நம்பச் சொல்றியா? அரவிந்த் என்னிடம் பொய்யா சொல்றான்? 'மாமா.... என்னால முடியலை.... அம்மா சொல்லும் ஒவ்வொரு பேச்சுக்கும் நித்யா எதிர்ப்பேச்சுப் பேசறா... ஒவ்வொரு செயலுக்கும் எதிர்ச்செயல். நாள் முழுவதும் அம்மா அழுகையும் புலம்பலுமா இருக்காங்க. எனக்கு மனசு கஷ்டமா இருக்கு..... நானும் பல தடவை நித்யாவுக்கு எடுத்துச் சொல்லிட்டேன். வெளியே உழைச்சுட்டு வீட்டுக்கு வர்றவனுக்கு கொஞ்சமாவது மனநிம்மதி வேணும். வீட்டுக்குள் நுழையும்போதே 'சண்டை, பூசல்'ன்னு மனசு நொந்து போய்ப் பேசறா அம்மா..."

"அரவிந்த் மனசு கஷ்டப்படறதுக்குக் கட்டாயம் நான்காரணம் இல்லை..." – நித்யாவின் குரலில் இறுக்கம் தெரிந்தது.

"ஸோ, உங்க மாமியார்தான் சண்டை போட்டாங்க. நீ ரொம்ப 'நல்லவன்னு சொல்ல வர்றே...." என்று கேட்டார் நாகநாதன்.

"இல்லைப்பா..... உங்களுக்குச் சில விஷயங்களை நான் விளக்கினாதான் புரியும். எனக்கு நினைவிலே இருக்கிற சில சம்பவங்களை நான் சொல்றேன். அப்புறம் நீங்க ஒரு முடிவுக்கு வாங்க..." என்ற நித்யா நடந்தவற்றை விளக்கத் தொடங்கினாள்.

“எங்களுக்குக் கல்யாணமாகி ஒரு மாதத்திலேயே இது நடந்தது. எங்க வீட்டு வேலைக்காரிராணிக்கு இருபத்தஞ்சு வயசுகூட இருக்காது... அதற்குள் அவளுக்கு மூணு கொழந்தைங்க... குடிகாரக் கணவன்... பார்வை தெரியாத மாமியார்... ராணியோட முதல் பெண் ஒண்ணாங்கிளாஸ் படிக்குது. ரெண்டாவதுக்கு மூணு வயசிருக்கும்.

சத்துணவுக் கூடத்துக்குப் போகுது. எட்டு மாசக் கடைசிக் குழந்தையை மாமியார்கிட்ட விட்டுட்டுத்தான் ராணி தினமும் வேலைக்கு வருவா...

ஒரு நாள் அந்த மாமியார் ஏதோ பென்ஷன் பேப்பரில் கையெழுத்துப் போட கிராமத்துக்குப் போக, ராணி கைக்குழந்தையைத் தூக்கிக்கிட்டு வேலைக்கு வந்துட்டா... 'வேலை செய்யற இடத்துக்கு குழந்தையைத் தூக்கிக் கொண்டு வரக் கூடாதுங்கற கண்டிஷனில் தானே நான் உன்னை வேலைக்கு வைத்தேன்...' என்று என் மாமியார் கத்த, அவள் 'இல்லேம்மா... ரெண்டே நாள் பொறுத்துக்குங்கம்மா....' என்று குழந்தையைப் பின் வராண்டாவில் கிடத்திட்டு வேலை செய்தாள். எட்டுமாசக்குழந்தை, அதுவும் சரியான போஷாக்கு இல்லாத குழந்தை... அது 'நை... நை...' என்று அழ, என் மாமியாருக்குக் கோபம் அதிகமானது. 'நாளைக்கு உன்பெரிய பெண்ணைலீவு போட்டுட்டுக்குழந்தையைப் பார்த்துக்கச் சொல்லு.... இந்தச் சனியனை இங்க தூக்கிட்டு வராதே...' என்று தீர்மானமா சொன்னாங்க.

ஆனால், மறுநாளும் ராணி குழந்தையுடன்தான் வந்தா... 'அம்மா... கொழந்தைக்கு ஜுரம்மா... ஆஸ்பத்திரிக்குப் போகணும். வீட்டை மாத்திரம் கூட்டிட்டுப் போறேம்மா... நாளைக்குப் பாக்கி வேலை செய்யறேன்..." என்று கெஞ்சினாள்.

மாமியார் மசியவில்லை... 'உங்களுக்கெல்லாம் எதுக்கெடுத்தாலும் உடம்பு, ஜுரம், ஊசி... எல்லா வேலையும் முடிச்சுட்டுத்தான் போகணும்...' என்று கட்டாயமா சொல்லிட்டாங்க. இந்தப் பேச்சைக் கேட்டுக் கொண்டிருந்த நான், குழந்தையைத் தொட்டுப் பார்த்தேன். ஏகஜுரம்... அதோடு, உடம்பு வேற வறண்டிருந்தது. கொஞ்சம் சர்க்கரை, உப்பு கலந்த தண்ணியை ஸ்பூனால் வாயில் விட்டேன். நான் படிச்சவ... இந்தக் குழந்தைக்கு உடனேட்ரிப்ஏத்தியாகணும்கறது எனக்குப்புரிஞ்சுது. உள்ளேயிருந்து நூறு ரூபாய் பணம் எடுத்து வந்தேன். 'ராணி... நீ குழந்தையைச் சீக்கிரம் ஹாஸ்பிடலுக்கு எடுத்துட்டுப் போ...' என்றேன். 'அம்மா திட்டுவாங்க... வேலையை முடிச்சுட்டே போறேன்...' என்றாள் அவள். 'நான் துணி துவைச்சுக்கறேன். நீ போ...' என்று அவசரப் படுத்தினேன். அவள் பயந்தாள். 'நான் அம்மாகிட்டே' சொல்லிக்கறேன்'னு அவளைக் கட்டாயப்படுத்தி அனுப்பி வெச்சேன்.

அந்தச் சமயத்துல, மாமியார்கிட்ட விளக்கமா பேசிப் புரிய வெச்சு பர்மிஷன் வாங்கறதை விட, குழந்தையை ஆஸ்பத்திரியில் சேர்க்கறதுதான் எனக்கு முக்கியமாபட்டுது. அம்மாவிடம் சுலபமா விளக்கிடலாம்னு நான் நினைக்க, அவங்களோ என் பேச்சைக் காது கொடுத்தே கேட்காமல், 'நான் வேலையை முடிச்சுட்டுத் தான்

போகணும்னு சொன்ன வேலைக் காரியை, என்னை மதிக்காமல் என்னை அலட்சியப்படுத்தி, வேணும்னே அனுப்பி வெச்சியா...? என்னை வேலைக்காரி எதிரிலேயே அவமானப்படுத்த உனக்கு என்ன தைரியம்....?'னு கத்தினாங்க. அவரைப் பொறுத்தவரை இது ஒரு கௌரவப் பிரச்னையா ஆயிடுச்சு. புதுசா வீட்டுக்கு வந்த ஒருத்தி, தன் ஆணையை மீறுவதாவது என்கிற பிரஸ்டீஜ் இஷ்யூ....

மாலை அரவிந்த் ஆபீஸிலிருந்து வரும்போதே, 'நான் இனிமே இங்கே இருக்கமாட்டேன்... எனக்கு இங்கே மதிப்பில்லை...' என்று மாமியார் அழுதார். நான் நடந்ததை அரவிந்த்திடம் விளக்கினேன். 'நீ ராணியை ஆஸ்பத்திரிக்கு அனுப்பியது தப்பில்லை நித்யா... ஆனால், அம்மாகிட்ட ஒரு வார்த்தை சொல்லிட்டு அனுப்பியிருக்கலாம் இல்லையா...?' என்றார் அரவிந்த். நான் அவசரத்தைச் சொல்லி மன்னிப்புக் கேட்டேன்..." – நித்யா சொல்லிக் கொண்டிருந்ததை நாகநாதன் பொறுமையாகக் கேட்டுக் கொண்டிருந்தார்.

"குழந்தை ஆஸ்பத்திரியில் இருந்ததால ராணி தொடர்ந்து ஒரு வாரம் வேலைக்கு வரலை... வேலைக்காரி இல்லாத கஷ்டம் வேறு சேர, மாமியாரோட ஆத்திரம் பல மடங்காகியது. தினம் கோபம், அழுகை... அம்மா சந்தோஷமில்லாமல் இருப்பது அரவிந்த்தை ரொம்ப பாதிச்சது.

ராணி வேலைக்குத் திரும்பி வந்த போது, மாமியார் அவளை வீட்டுக்குள்ளேயே விடாமல் வேலையிலேர்ந்து நிறுத்திட்டாங்க. இதை என்னால் ஏத்துக்க முடியலை. ஒரு ஏழை, குழந்தையின் உடல்நிலையை முன்னிட்டு லீவு போட்டதுக்காக வேலையிலிருந்து நீக்கப்படுவதை என் மனசாட்சி ஒப்புக்கொள்ளலே. 'அவள் வேலையில் தொடரட்டும்'னு எவ்வளவோ வாதாடிப் பார்த்தேன். அன்று ஞாயிற்றுக்கிழமையானதால் அரவிந்த் வீட்ல இருந்தார். 'நித்யா, அம்மாகிட்ட வாதம் செய்யாதே...'ன்னு என்னை அதட்டினார். அவருக்கு நியாயத்தைவிட நிம்மதி முக்கியமா பட்டதுன்னு நினைக்கிறேன்.

ஒரு வேலைக்காரியைத் தங்களிடம் காசுக்கு வேலை செய்பவளாக மட்டுமே பார்க்க வேண்டும்னு நினைக்கும் என் மாமியாரின் பார்வையும், என் பார்வையும் வேறுபட்டுப் போனதற்குக் காரணம், மாமியார் – மருமகள் என்ற உறவுகளின் பிரச்னையே இல்லைப்பா... இது மாறுபட்ட கணிப்புகளின் பிரச்னை .

வேலைக்காரி ஒரு இனம்..... நாம ஒரு இனம்னு என்னால பிரிச்சு நினைக்க முடியவில்லைன்னா, அதுக்கு நீங்க என்னை வளர்த்த விதமும் காரணம்னு சொல்ல விரும்பறேன் அப்பா...

ஒரு உதாரணம் சொல்றேன்... எங்க வீட்டுக்கு அடுத்த வீட்டுல ரெண்டு குழந்தைங்களோட பங்கஜம்னு ஒரு லேடி... ஹஸ்பண்ட் இல்லாதவங்க.... டீச்சரா வேலை பாக்கறாங்க. ரொம்ப சாது. ஒவ்வொரு நாளும் அரவிந்த் காரை ஸ்டார்ட் செய்யுமுன் மாமியார் வெளியே போய் எட்டிப்பார்ப்பாங்க. 'இரு... அந்த பங்கஜம் எதிரே வரப்போறா'னு சில சமயம் அந்தம்மாகாதுபடவே சொல்வாங்க. அவங்க மனசு எவ்வளவு வேதனைப்படும்...? அதில் ஒரு பகுதி வேதனையாவது எனக்கும் வந்தது. தனியே சம்பாதிச்சு, குழந்தைகளை வளர்க்கும் ஒரு பெண்ணுக்கு, இன்னொரு பெண் செய்யும் மிகப் பெரிய அநியாயமா இது எனக்குப்பட்டது. பல நாள் பொறுத்துக் கொண்டிருந்தேன். ஆனா, ஒரு நாள் மாமியார் பேசறதைக் கேட்டு பங்கஜம் கூனிக்குறுகி அழுதுகொண்டே உள்ளே போனதைப்பார்த்தபோது, 'தீமைகண்டு பொங்கி எழு' என்கிற உங்க சொல்தான் என் நினைவுக்கு வந்தது.

அப்போதுகூட ரொம்ப யோசிச்சு, நிதானமாத்தான் பேசினேன். 'அம்மா... பங்கஜத்தைத் தப்பா நெனைக்காதீங்க... அவங்க புருஷன் சாவுக்கு அவங்க என்ன செய்வாங்க, பாவம்... தெருவுலே எவ்வளவோ பேர் போறாங்க. பங்கஜம் எதிரே வந்தா மட்டும் என்ன ஆயிடும்...? அதோட, அவங்க நிலையிலிருக்கிற நீங்களே இப்படிச் சொல்லக்கூடாதும்மா.... அவரு ஆபீஸுக்குக் கிளம்பும்போது, நீங்க உங்க முகத்தைக் காட்டாதீங்கன்னு நான் சொன்னா உங்களுக்கு எப்படி இருக்கும்...?' என்றேன்.

'ஐயோ... ஐயோ... என்னை மொட்டச்சிங்கறா... நான் பங்கஜத்தைப் போல பொட்டும் பவுடருமா ஊர் சுத்தறேனா...?' என்று குரலெழுப்ப...

'அவங்க தலை சீவாம, பொட்டு வைக்காம, தோய்க்காத புடவையோடு வேலைக்குப் போக முடியுமா...?' என்று நான் கேட்க, விஷயம் விபரீதமாகி விட்டது. அரவிந்த்தும் என்னைக் கன்னாபின்னான்னு கோவிச்சுக்கிட்டார்.

அப்பா.... அறியாமையால செய்யப்படற சில செய்கைகளைப் பொறுத்துக்க முடியுது. உதாரணமா, வீட்டுக்கு விலக்கா - மூணு நாள் தனியா இருக்கணும்னு என் மாமியார் சொன்னபோது, அது என் பெண்மைக்கு இழுக்கா நான் நினைச்சாலும், அவங்க நம்பிக்கைக்கு மதிப்பு கொடுத்து, அவங்க விருப்பப்படி இருந்தேன். ஆனால், இந்த நம்பிக்கைகள் அடுத்தவங்களைத் துன்புறுத்தும் போது, அது நம் மனிதாபிமானத்தை மிதிக்கிற போது, ஒரு சின்னக் குரல் எழுப்பறது அடங்காப்பிடாரித்தனமா...?

அப்பா... நாங்க மாமியார் - மருமகள்தான். நான் என் மாமியாரிடம்,

அவர் பிள்ளையிடம் உரிமை கோரி சண்டையிடலை. அவரோட சௌகரியங்கள், சுகதுக்கங்களைக் கவனிக்காம இல்லை. எத்தனையோ மதியங்களில் ரெண்டு பேரும் பல்லாங்குழி விளையாடுவோம் ..... சேர்ந்து டி.வி. பார்ப்போம்... நான் அரவிந்த்துடன் பேசுவதைப் பார்த்து; அவர் வயிறெரியவில்லை . அவருக்கு மகனிடம் இருக்கும் நெருக்கத்தைப் பார்த்து நான் பொறாமைப்படலை.

எங்க மாமியார் – மருமக உறவுல நிறைய அண்டர்ஸ்டாண்டிங் இருக்கு. ஆனால், எங்கள் மனிதக் கணிப்புகள்லே நிறைய மாறுபாடுகள் இருக்கு. என்னப்பா செய்யட்டும்...?"

– மனதிலிருந்த உறுத்தல்களை ஒன்று விடாமல் சொல்லி முடித்தாள் நித்யா.

நாகநாதன் செயலற்று மகளைப் பார்த்தார். என்ன பதில் சொல்வது...? 'மகளே! உன் கல்வி, அறிவு, மனிதநேயம் இவற்றை மூட்டை கட்டி வை. அடுத்தவருடன் அனுசரித்துப் போ...' என்று கூறுவது சுலபம். ஆனால், விலகல் எங்கே தோன்றியது என்று புரியும் போது நெருக்கத்தின் சாத்தியக்கூறுகள் புலப்படவில்லையே...?

அரவிந்த் வாழ்வில் எப்படி நிம்மதி கொண்டு வருவது...? நாகநாதன் மீசையைத் தடவினார். நாளை நித்யாவைக் கணவன் வீட்டுக்குத் திரும்ப அனுப்பிவிடலாம். ஆனால், பிரச்னையின் முடிவு...?

# ஒழுக்கம் மட்டும் போதிக்க என்ன உரிமை

"ஓங்களை வாழவைக்கத் தெரியாத தெய்வத்துக்குக் குற்றம் காணற யோக்கியதையே கிடையாது!"

சுமதி புடவையிலிருந்த மணலை உதறியவாறு எழுந்தாள்.... "ச்சூ... நாளைக்கும் இந்தப் புடவையையே கட்டலாம்னு பார்த்தேன். கசங்கிடுத்து..."

"அயர்ன்வாங்கிட்டயா?"

"எங்க வாங்கறது? நாப்பது ரூபாசேத்து வச்சிருந்தேன். அது – போனமாசம் சின்னு வைத்தியச் செலவுக்குச் சரியாப் போச்சு."

"ரீ எம்பர்ஸ்மெண்ட் கிடையாதா?"

"கவர்மெண்ட் ஹாஸ்பிட்டல்ல அவளையும் கூட்டிண்டு போய் 'க்யூ'வில் நிற்க யாருக்கு நேரமிருக்கு... ம், கிளம்பலாமா?"

"வா... நான் உன்கூடப் பஸ்ஸ்டாண்ட் வரை நடந்து வரேன். இன்னிக்கு எனக்குப் பொடி நடைதான்..."

'சட்'டென்று அவனை நிமிர்ந்து பார்த்துவிட்டுச் சுமதி தலைகுனிந்தாள். மாதக் கடைசி.... அவனிடம் பஸ்ஸுக்குக் கூடச் சில்லறை இல்லை . அவளிடம் அவனுக்குத் தரப் பணமில்லாததுடன், அவனுடன் சேர்ந்து நடக்க உடம்பில் தெம்புமில்லை.

அவள் பஸ் ஏறியவுடன்கையசைத்து விடை கொடுத்த போது, நாகுவுக்குப் பத்து ஆண்டுகளுக்கு முன்தான் முதன் முதலில் சந்தித்த சுமதி நினைவு வந்தது. அந்த மாநிற மேனியில் படபடத்த கனவுக் கண்கள்... குழந்தைத்தனமும், கற்பனையும் மிதக்கும் கண்கள்... "ஸார், நான் இதுவரை வேலைக்கே போனதில்லை. இப்பத்தான் ஸார் ஒங்க ஸெக்ஷன்ல சேர்ந்திருக்கிறேன். எனக்கு வேலை புதிசு... ஹெல்ப் பண்றீங்களா ஸார்?" – நொடிக்கு நூறு ஸார்' போட்டு, 'கலீர்' எனச் சிரித்து, வாய் ஓயாமல் பேசி குதித்து நடந்து உல்லாசப்பட்ட அந்த சுமதியா இவள்?

முப்பத்திரண்டு வயதில், வாழ்வின் நிதர்சனங்களைச் சந்தித்து விட்ட முதிர்ச்சி இப்போது வெளிப்படையாகவே தெரிகிறது. நிரந்தரக்காயம் பட்டதுபோல் அவள் முகத்தில் ஒளிவற்றிவிட்டது. உழைத்து ஓடாகும் உடலில் செழிப்பில்லா விட்டாலும், வயதின் காரணமாக இடை மட்டும் தடிக்கத் துவங்கியிருந்தது. கனவு களுக்குக் கோவில் கட்டி மூடி வைத்து விட்டு, இடுகாட்டில் மட்டுமே பூஜை நடத்தும் அடையாளமாக தோல் செழுமை வற்றி சாம்பலிடத் துவங்கி விட்டது. நாகுவுக்குப் பெருமூச்சுத்தான் வந்தது. அவன் மட்டும் என்ன இன்னும் இளைஞனா...? முப்பத்தி எட்டு வயதில் முன்தலையில் வழுக்கை துவங்கி விட்டது ... காதோரத்தில் நரை... துருத்தி நிற்கும் கைநரம்புகள்.

எவனோ ஒரு கவிஞன் எழுதினானாம்... 'பருவம் ஒரு சிறகுதான். வானில் பறக்க வழிகள் இல்லாதபோது சிறகே ஒரு சுமைதான்!' என்று நாகுவும், சுமதியும் இளமையை உபயோகப்படுத்த முடியாத சிறகைச் சுமக்கும் பறவைகள் அல்ல. இளமை என்னும் சிறகையே இழந்துவிட்ட நொண்டிப் பறவைகள்! ஆனால் என்றோசிறகிருந்தபோது கூடப் பறக்கக்கற்றுக் கொள்ளாத பாவங்கள். இனிமேல் எப்போது பறக்கக்கற்பது?

எப்போதோ ஒரு நாள் கடற்கரை மணலின் சூடாறாத மாலை நேரத்தில் அவன் அவள் விரல்களைத் தன்னதில் பிணைத் திருக்கிறான். மெல்ல அவள் பெண்மையைத் தொட்டுப் பார்க்க முயன்றிருக்கிறான். "வேண்டாம் நாகு! ப்ளீஸ் ..... நாம உறுதி குலைஞ்சு போனா எப்படி?" என்று சுமதி அவனைத் தடுத்திருக்கிறாள். அவள் அறிவு தடுத்தாலும், அவனது உணர்வுகளின் எதிர்பார்ப்பு அவளுக்கு நிறையவே புரிந்தது.

புரிந்து என்ன பலன்? அவள் கடைத்தேற்ற வேண்டிய வரிசையில் – ஒரு கால் கை இழுத்துப்போன அப்பா, உலகமே அறியாத அம்மா, பி ஏ. படித்து இரண்டாண்டுகளாக வேலைக்கு அலைந்து மனம் வெறுத்து வீட்டைவிட்டே ஓடிப்போனதம்பி, எஸ். எஸ்.எல்.ஸி முடித்து விட்டு மோட்டுவளையைப் பார்த்துக் கனவு காணும்

தங்கை நீலா, கமல்–ரஜினி – சினிமாப் பாட்டு இவையே உலகம் என எண்ணி வளையவரும் ஒன்பதாவது படிக்கும் தங்கை ரமா, அப்பா உடம்பிழுத்து விழுந்தபின், எப்படி என்று புரியாமல் –ஆனால் அப்பாவை அப்படியே உரித்து வைத்தாற்போல் பிறந்திருக்கும் ஐந்து வயது சின்னு...! இத்தனை பேர் வயிறும் நிரம்ப வேண்டுமானால், மானமாக உடுக்க வேண்டுமென்றால், இவள் – சுமதி உழைத்தாக வேண்டும். தனக்கு என்று எதையும் பாகுபடுத்திக் கொள்ளாமல் வள்ளலாக வழங்க வேண்டும். தான் எரிந்து அவர்களைக் குளிர்விக்க வேண்டும்.

அவள் வாங்கும் சம்பளம், ப்ளஸ் டி.ஏ. முன்னூற்று ஆறு ரூபாயில், ஒற்றை அறைக்கு எழுபது ரூபாய் வாடகை தந்து, மிஞ்சியதில் ஒருவேளைச் சாப்பாட்டுக்காவது ஒதுக்கி, பாக்கியில் பள்ளிச் சீருடை, பஸ் சார்ஜ்.... அது முடிவில்லாமல், என்றோ படத்தில் கண்ட 'அவள் ஒரு தொடர்கதை' யாகத்தான் தொடர்கிறது.

'நீ சம்பளத்தை உன் வீட்டுக்குக் கொடுத்து விட்டு என்னுடன் வாழ வந்துவிடு' என்று சொல்லும் நிலையிலா நாகுவும் இருக்கிறான்? இருதயம், சிறு நீரகம் இரண்டுமே பாதிக்கப்பட்ட விதவைத் தாயார் – அவன் வேலைக்குப் போக ஆரம்பித்த அன்றையிலிருந்தே வீட்டுக்கும், ஆஸ்பத்திரிக்கு மாக மாற்றி மாற்றி வாசம் செய்து வருகிறாள். பதினைந்து வயதில் அம்மாவைக் கவனித்துக் கொண்டு வீட்டுப் பொறுப்பை ஏற்க என படிப்பை நிறுத்திய லக்ஷ்மி இன்று முப்பது வயது முடிந்து இறுகிக் கிடக்கிறாள். அடுத்தவள் சரஸ்வதி இருபத்தி ஏழு வயதில் அவ்வப்போது கிடைக்கும் சோப், பவுடர் போன்றவற்றை வீடுவீடாக விற்று வருகிறாள். இரண்டு பேருக்குமே குறைந்திருந்த அழகை நிரவி கட்டி விலைபேசிக் கல்யாண சந்தையில் விற்க முயன்று, பலமுறை தோல்வி கண்டவன் நாகு. கடைசித் தம்பி இப்போதுதான்ப்ளஸ்–டூவில் சேர்ந்திருக்கிறான். அவன் எப்போது தலையெடுத்து இவன் சுமையைப் பகிர்வது?

ஐயாயிரம், பத்தாயிரம் வரதட்சணையுடன்வந்த பெண்களைக் காட்டி. அம்மா இவன் ஆசையைத்தூண்டிய போது நாகு நிச்சயமாகச் சொன்னான்: "நமக்கு மேல சம்பந்தம் செஞ்சுண்டா, உங்களை 'அம்போ'ன்னு விட்டுட்டு மாமானார் வீட்டோட போக வேண்டியதுதான். நம்மைப் போலவே ஒருத்தியைக் கல்யாணம் பண்ணிண்டாலும் இந்தப் பத்துக்குப் பத்து குச்சிலே படுக்கக் கூட இடம் கிடையாது... போம்மா..." வாழக் காத்திருக்கும் தங்கைகளின் வாழ்வுக்கு வழி செய்யாமல் சுயநலமியாக அவன் மனம் இடம் கொடுக்கவில்லை.

முடிவு... பத்தாண்டுகளாக சுமதி–நாகராஜன் காதல் வெறும் காதலாகவே நின்று வருகிறது.

"நாகூ..... நாகராஜா.."

"ஹலோ ... ராஜு!"

"என்ன நாகு, சுமதியைப்பஸ்ஸிலே ஏத்திவிட்டுட்டு நீநடந்தே போறயே?"

"ம்... லலிதா உடம்பு?"

"ஷி ஈஸ் நார்மல்... நெக்ஸ்ட் மன்த்தான் டெலிவரிடயம். வாயேன் கொஞ்ச நேரம் மணல்லே உட்காரலாம்..."

இருவரும் நடந்தார்கள். ராஜு நாகுவின் செக்ஷனில்தான் வேலை செய்தவன். வேறு ஒரு செஷனுக்கு டெபுடேஷனில் சென்றவன். மளமளவென முன்னேறி விட்டான். நாகு – சுமதி காதலைப் போலவே, ராஜுலலிதா நெருக்கமும் பல நாள் தொடர்ந்து, பின் ஜாதி எதிர்ப்புகளைத் தகர்த்துக் கொண்டு சென்ற ஆண்டு நிறை வேறியது...

"நாகு, நானும் லலிதாவும் உன்னையும் சுமதியையும் பத்தி அடிக்கடி பேசுகிறோம்பா... அதுவும் மேரேஜ் ஆனதிலிருந்து, நீங்க என்னத்தை மிஸ் பண்றீங்கன்னு புரிஞ்சதுனாலே ரொம்ப வருத்தப்படறோம். நீ என்னை விடவே மூணு வயசு மூத்தவன். சுமதி ஈஸ் ஆல்ஸோ நியரிங் மிடில் ஏஜ்..."

நாகு சூள் கொட்டினான்.

"உங்க ரெண்டு பேர் லைப்ல இருக்கற ப்ராப்ளம்ஸையும் பார்த்தா, நீ கிழவனாகி, சுமதிக்கும் மெனோபாஸ்' வந்த பிறகுதான் உங்க கல்யாணமே நடக்கு மோன்னு பயமாயிருக்கு நாகூ.... ஐ பீல் வெரி ஸாரி ...."

"எதை நினைச்சு வருத்தப்படறது சொல்லு. சுமதி வயசுலே எனக்கே தங்கைகள் நிக்கிறதுகள்.... சுமதியும், நானும் இத்தனை வருஷமா, எத்தனையோ கஷ்டத்துக்கிடையிலும் ஆனஸ்டா இருக்கிற ஒரு திருப்திதான்..."

"அதுமட்டும் திருப்தி கொடுத்திடுமா நாகு? நான் ஒண்ணு ஸஜ்ஜஸ்ட் பண்ணுகிறேன்.... ஆஸ் எ மேட்டர் ஆப் பேக்ட், லலிதாதான் இதை எனக்கே சொன்னா... தப்பா நினைச்சுக்காதே..." ராஜுதயங்கினான்.

"சொல்லு... ராஜு..."

"லலிதா டெலிவரியாகித் திரும்பிவர மூணு மாசமாகும். நானும் ஒரு

மாசம் லீவில் போகிறேன். வீட்டுச்சாவி தரேன்... யூஸ் படுத்திக்குங்க..."

நாகு 'விருட்'டென்று எழுந்தான். "சே...அவ்வளவு கேவலமாகவா எண்ணிட்டே.... நா இன்னும் அவளுக்கு ஒரு 'கிஸ் 'கூடத்தந்ததில்லைடா... வி ஆர் நாட் இம்மாரல் க்ரீச்சர்ஸ்..." – அவன் உடம்பேதுடித்தது.

"கோபப்படாதே... நாகு! அது தெரிஞ்சுதாண்டா சொல்றேன். 'மனுஷனுடைய பேஸிக் நீட்'லிபிடோ'தான் என்று சொன்ன ப்ராயிட் முழுமுட்டாளல்ல! உங்களை நீங்களே சித்திரவதை செய்து கொள்கிறது சகிக்கலைடா... ஆப்டர் ஆல், இந்த ஜென்மத்திலே நீயோ, சுமதியோ வேற ஒருத்தரைக் கல்யாணம் செஞ்சுக்கப் போறதில்லை. உங்களுக்குக் கல்யாணம் ஆறபோது நீங்க கிழவனாப் போயிடுவீங்க. ரெண்டு மெச்சூர் இன்ட்விஜுவல்ஸ் மனசு ஒப்பிச் செய்யற காரியம் தப்பே இல்லை..."

"நோ ராஜு... என் மனசு ஏற்காது. அதுவுமில்லாம, ஏதாவது ஏடாகூடமா ஆயிட்டா..."

"அதெல்லாம் ஒண்ணும் ஆகாது. கான்ட்ராஸப்டிவ் டாப்லட்ஸ் ஹன்ட்ரட் பர்ஸென்ட் ப்ரொடெக்ஷன். அப்படி ஆச்சுன்னாலும், இப்போ எல்லாமே ரொம்பச் சுலபம். இதுக்கெல்லாம் பயப்பட வேண்டாம்!"

"தெய்வக் குத்தம்..."

"ஓங்களை வாழவைக்கத் தெரியாத தெய்வத்துக்குக் குத்தம் காணற யோக்கியதையே கிடையாதுடா!"

"சுமதி ஒருக்காலும் சம்மதிக்கமாட்டா..."

"லலிதாஏற்கெனவே இதுபற்றி அவகிட்டப்பேசிட்டா. அவ பயப்படறா நாகு... நீ தைரியம் தந்தா மறுக்க மாட்டா... ஷி ஈஸ் ஆல்ஸோ எ வுமன். அதனாலே தன் இளமை போயிண்டே இருக்குங்கறது அதிகமாகவே உறுத்தும்..."

ராஜுபேசப் பேச நாகு தன்னில் ஒரு மாறுதல் தோன்றுவதை உணர்ந்தான். இரவு தூக்கம் வராது புரண்டபோது, சுமதி தன்னை அணைத்து அருகில் படுத்திருப்பதாகக் கனவு கண்டபோது, அந்த நெருக்கத்திற்காக ஏங்கியபோது, அவன் தாபம் அதிகரித்து 'பிறருக்காக இத்தனை தியாகம் செய்யும் நீ, உனக்காக இதை மட்டும் ஒதுக்கிக் கொள்வது தவறல்ல' என்று மனம் அடித்துச் சொன்னது.

"நாகு... எனக்கு ரொம்ப பயம்மா இருக்கு... ஆனா ஆசையை அடக்கவும் முடியலையே..."

சுமதி விசும்பி அழுதவாறேதான் நாகுகையைப் பிடித்தவாறே ஒரு மாலை நேர அரை இருட்டில் அந்த வீட்டில் நுழைந்தாள்.

நடு வயதைக் கடந்த இருவரின் முதல் ஸ்பரிசசுகத்தில் பயம், தயக்கம் அத்தனையும் கரைந்து... இதை இத்தனை நாள் அனுபவிக்காமல் போனோமே என்ற வருத்தம்தான்கூடியது.

சுமதியின் உடலில் ஒரு பளபளப்புத் தோன்றியது. முகத்தில் நாணம் மிளிர்ந்தது. உடம்பு பூரித்தது. நாகுவின் செயலிலும், பேச்சிலும் ஒரு தன்னம்பிக்கையும், கம்பீரமும் ஒளிர்ந்தது.

விடுமுறை முடிந்து திரும்பி வந்த பிறகும் ராஜு அவ்வப்போது நாசூக்காக அவர்களை அழைத்துவிட்டுத் தான் நழுவிக் கொண்டான். இந்தப் புதிய உறவு தந்த பலத்தில், சுகத்தில் மற்ற பொறுப்புகளை நாகுவும் சுமதியும் மிகவும் லகுவாக, சுலபமாக அலுப்பின்றி ஏற்க முடிவதை உணர்ந்தார்கள்.

"தேங்ஸ் ராஜு ... லைப்ல இந்தப் பத்து வருஷத்துல நான் எவ்வளவு 'மிஸ்' பண்ணியிருக்கேன்னு இப்பத்தான் புரியறது. ஐ டோண்ட்பீ ல் கில்டி அட் ஆல்..." – ஆபீஸ் விட்டபின் ஆறரை மணிவரை சுமதியுடன் கழித்த இன்ப நினைவுகளைச் சுமந்தவாறு நாகு வீட்டிற்கு நடந்தான். இதுவும் ஒரு மாதக் கடைசிதான். அவன் கையில் பஸ்ஸுக்குப் பணமில்லை. ஆனால் இப்போது நடை சுமையாகத் தெரியவில்லை.

அவன் வீடு விளக்குக்கூட ஏற்றப்படாமல் இருண்டு கிடந்தது. வாசலில் தம்பி முழங்காலைக்கட்டிக் கொண்டு அதில் தலையைப் புதைத்தவாறு அமர்ந்திருந்தான். உள்ளே ஒரே விசும்பல் ஒலி. அம்மாவுக்கு ஏதானும்...? கையில் பைசாப் பணமில்லையே?

“மோசம் போயிட்டோம்டா, நாகு..." – அலறுவது அம்மாதான்! அப்போ நடந்தது என்ன? "பெத்த வயித்திலே நெருப்பை வாரிக்கொட்டிட்டா..."

"அம்மா, அக்கம்பக்கம் கேக்கறாப்ல கத்தாதே. என்ன ஆச்சு சொல்லு... சச்சு, முதல்லே வீட்லே விளக்கேத்து!"

"இந்த வீட்டிலே இனிமே வெளக்கே எரியாதுடா.... தெய்வமாட்டம் நீ உசிரைக் குடுத்துக் காப்பாத்தற குடும்பத்துலே மானம் மரியாதை எல்லாம் போயி, நாக்கைப் பிடிங்கிண்டு சாகாம அந்தக்கழிசடை ஏண்டா இருக்கா?"

நாகுவுக்கு அயற்சி தாங்கலை: “அம்மா, விளக்கமாகத்தான் சொல்லேன்!"

"என்னத்தேன்னு சொல்லுவேன்... சமையலுள்ளே படுத்துண்டு அழுது அழிச்சாட்டியம் பண்றாளே அந்த மூதேவி.... இத்தனை நாளா வீட்டுக்கு

அடங்கின பெண்ணா வேஷம் போட்டிருக்காளே அந்த முகரக்கட்டை... எப்படிடா சொல்வேன்? நம்ம குடும்பங்கள்ள கேள்விப்பட்டது தான் உண்டா? நாள் தள்ளிப் போச்சேன்னு நினைச்சபோது கூட இப்படி நெனைக்கத் தோணலையே... நெஞ்சைப் பிடிச்சுண்டு வாந்தி எடுத்தபோதுதான் புரிஞ்சுது... மோசம் போயிட்டோம்டா..."

"அம்மா, கத்தாதேம்மா... அண்ணா , லக்ஷ்மியை ஏதானும் செஞ் சுடாதீங்க. அவ ரொம்ப சாது... வீட்டுக்கு வெளியே ஒண்ணும் தெரியாது. ப்ளீஸ் அண்ணா !" கோபமும், திகைப்பும், ஆத்திரமுமாக நின்ற நாகுவின்கையைப் பிடித்துக் கொண்டாள் சரஸ்வதி.

திடீரென்று செயலிழந்து, ஆண்மையிழந்து அவன் அழ ஆரம்பித்தான். அவன் தங்கைகளுக்கு அமைத்துக் கொடுக்க எண்ணிய வாழ்வெங்கே? இப்போது நடந்திருக்கும் சம்பவம்...

"சச்சூ... யாரும்மா அவன்?"

“தெரிஞ்சு பிரயோசனமில்லை... எதிர் வீட்டிலே கொஞ்ச நாள் குடியிருந்தானே ஸ்கூட்டர்காரன் அவன் தான்! இவ ஏழை, அழகில்லாதவன்னு தெரிஞ்சுண்டு வலைவிரிச்சிருக்கான். இந்த அசடு ஏமாந்துட்டா... அவன் ட்ரான்ஸ்பர் வாங்கிக் கொண்டு போயாச்சு. கல்யாணமும் ஆச்சுன்னு கேள்வி. இவ கதிதான்..." – விசும்பத் தொடங்கினாள்.

திகைத்து உட்கார்ந்தான் நாகு. தனக்கும் சுமதிக்கும் நியாயமாகப் பட்ட உணர்வை, இன்று தன் தங்கைக்கும் நியாயமானதாக ஏற்க முடியவில்லையே... 'ஐ டோண்ட் பீல் கில்டி அட் ஆல்' என்றவன் தங்கைக்காக குற்ற உணர்வில் கரைகிறானே? நாங்களாவது வெளிவாசலுக்குப் போகிறோம். வீட்டிலேயே அடைந்து புழுங்கும் அந்தப் பெண்... 'மனுஷனுடைய பேஸிக் நீட் ஸெக்ஸ்தான்' என்ற ப்ராயிட் முட்டாளல்ல... அந்த பேஸிக் நீடை கூட அளிக்கும் வழியை மனிதருக்குக் கொடுக்கப் பெறாமல், ஒழுக்கம் மட்டும் போதிக்க இந்த சமுதாயத்துக்கு என்ன உரிமை இருக்கிறது? 'அப்படி ஆச்சுன்னாலும், இப்ப எல்லாமே சுலபம். பயப்பட வேண்டாம்' என்று ராஜு கூறியதை மன ஒப்புதலுடன் அவனால் தன் உடன் பிறப்புக்குக்கூற முடிய வில்லையே... உடம்பு எரிகிறதே... நாக்கு கசக்கிறதே.....

இரவு பன்னிரண்டு மணிவரை டீயாற்றி விட்டுக் கடை வாசலில் துணி விரித்துப் படுக்கும் நாயருக்கும் இந்த 'நீட்' உண்டு... வாழ்வெல்லாம் தன்னை மெழுகுவர்த்திகளாக எரித்துக் குடும்ப விளக்கை ஏற்றும் எல்லா ஆண்களுக்கும் உண்டு... தட்சிணைத் தட்டு நிரம்பாததால் கன்னியாகுமரி அம்மன்களாகக் கடலலை ஓயக் காத்திருக்கும்

முப்பதைக் கூடக் கடந்துவிட்ட அத்தனை கன்னிகைக்கும், இருபதிலும் – முப்பதிலும் கணவனைப் பறி கொடுத்து விட்டு உடம்பையும், மனத்தையும் ஒட்டத் துடைத் தெறியும் கைம்பெண்களுக்கும் இந்த 'நீட்' அத்யாவசியமானது.

ஆனால் இந்தச் சமுதாயப் போர்வையில் எதை மூடுவது, எதை விட்டு வைப்பது? மனிதனைப் 'பயலாஜிகல் அனிமல்' என்று ஏற்பதா? 'மாரல் ஸெயின்ட்' என்று ஒப்புக் கொள்வதா? இயற்கையுடன் ஒட்டுவதா? தெய்விகத்தை நெருங்குவதா? ப்ராய்டைநம்புவதா, ராமகிருஷ்ணரைஉபாசிப்பதா?

நிதர்சனத்தில் ப்ராயிட்தான்கண்கூடு!

முப்பதைத்தாண்டிய தங்கையைத் திட்டாமல், அடிக்காமல், வருத்தாமல், அபார்ஷன் க்ளினிக்கிற்கு அழைத்துப்போன ஒரே தமையன் நாகுவாகத்தான் இருக்கும்! ஆனால், இப்போது அவன் ராஜூ வீட்டிற்குப் போவதில்லை. இப்போது அவன் பிரச்சினை அவனுக்கும், சுமதிக்கும் மட்டுமானதாகத் தோன்றவில்லை. அந்த அடிப்படை சமுதாயப் பிரச்சினைக்கு வழி...?

# அம்மாவுக்கு ஒரு இடம்

"அதிலே தப்பொண்ணும் இல்லேன்னு சொல்கிறாயா பாலு?" திரும்பத் திரும்ப ஒரே கேள்வி. பாலுவுக்கு அலுப்பாக இருந்தது. "இதிலே தப்பென்ன கோபால்? அவனவன் பெத்தவளை வேளைக்குச் சோறு போடாமல் பிச்சை எடுக்க விடறான். நீயானால் எத்தனையோ வருஷமா பல கஷ்டங்களைப் பொறுத்துக் கொண்டு சம்ரட்சணை செய்துவிட்டே.... இப்ப அம்மாவை ஹோமில் விடறது உன் சவுகரியத்துக்காக மட்டும் தானா? ஒருக்கால் இந்த மாறுதலினால் அவுங்க உடல் நிலையில் கூட ஏதாவது மாற்றம் ஏற்படலாமில்லையா?"

"யெஸ் பாலு. அப்போ நாளைக்குக் காலையில் பத்து மணி சுமாருக்கு நீயும் கூட வறியா?"

"மாரல் ஸப்போர்ட்டுக்கா? நல்ல ஆளப்பா நீ... நீ பேசறதிலேயே மூணு வேளையும் மோருஞ்சாதம் சாப்பிட்டு வளர்ந்த நியாய அநியாயத்துக்குப் பயந்த பார்ப்பான்னு நல்லாத் தெரியுது... ஓ... கே... நான் நாளைக்குக்கூடவர்றேன். ஆனா ஒண்ணு சொல்றேன் கோபால்... ஒரு முடிவைத்தைரியமா எடுத்த பிறகு, அதைப்பற்றிய குற்ற உணர்வைத் தொடைச்சுடறது நல்லது... ஆஸ் எ மேட்டர் ஆஃப் பேக்ட், நீ கில்டியா' ஃபீல் பண்ண அவசியமே இல்லை... ஸீயூ டுமாரோ."

பாலுவுக்கென்ன, சாதாரணமாச் சொல்லிவிட்டான். நாலு பிள்ளைகளுக்கு நடுவே ஒருத்தனாக வளர்ந்தவன். அப்பாவை இழந்த பிறகு, இருபத்திரண்டு வயசிலேயே தன்னை எரித்துக் கொண்டு தனியாத்

திடமாக நின்னு, ஆணாகவும், பெண்ணாகவும் மாறி மாறி இதமா தைரியமாக ஒரே பிள்ளையை வளர்த்த அம்மா அவனுக்கிருந்தாத் தெரியும்... 'கில்டியாக' ஃபீல் பண்ணக் கூடாதுன்னு சொல்றது ரொம்பச் சுலபம்... தனக்கு வந்தாத் தெரியும்...

'சே, என்ன எண்ணம் இது? ஏதோ பாலுதான் என்னை அம்மாவை வீட்டை விட்டு வெளியேற்றச் சொல்கிறாற் போல அவனுக்கு என்ன சம்பந்தம் இதில்...? கமலா சொன்ன ஒரு சொல் தானே என்னை இப்படிப் பாதித்தது?

"உங்கம்மாவுக்கு வந்திருக்கிறாப்பல எனக்கு வந்திருந்தா என்ன செஞ் சிருப்பேள்? கொஞ்ச நாள் வைத்தியம் பார்ப்பேள்.... சரியாகுமான்னு நாலு வருஷம் காத்திருப்பேள் அப்புறம் பெண்டாட்டிதானே பிறந்தாத்துக்குப் போன்னு' பணம் காசைக் கொடுத்துச் சரிக்கட்டி அனுப்பிச்சு விட்டு வேற பெண்ணை அழைச்சுண்டு வருவேள்... அம்மாவை அப்பிடி அனுப்ப முடியுமா? இல்லை , வேறு அம்மாவை அழைத்து வர முடியுமா?"

கமலா வேடிக்கையாகவே சொல்லியிருக்கலாம். அலுப்பினால் சொல்லி யிருக்கலாம். ஆனாலும், அவளால் கசப்பை மறைக்க முடியவில்லையே..? கமலா சொன்னது, 'சுருக்'குனு நெஞ்சத்தைத் தைத்தாலும், அதிலிருக்கிற உண்மைதான் மனசைப் பாதிக்கிறது. நாலஞ்சு பிள்ளையா இருக்கா, கொஞ்ச நாள் எனக்கும் என் மனைவிக்கும் ஓய்வு தேவை. அம்மாவைப் பார்த்துக்குங்க என்று கேட்க.....

கமலாவும் வேண்டுமென்றா அப்படிப் பேசினாள், "எனக்கு கோபம் வரது... படபடப்பு வரது... அலுத்துக்கறேன்... எல்லாம் உண்மை தான். நான் என்ன உங்களை ஹிம்சிக்கணும்னா அப்படியெல்லாம் நடந்துக்கறேன்? நீங்கஜம்முனு நாள் முழுவதும் ஆபீஸ் போய் விடுகிறேள். இருட்டினப்புறம்தான் ஆத்துக்கு வரேள். எந்த நிமிஷம் எப்படி நடக்கு மோன்னு தெரியாம், ஒவ்வொரு நாள் போறதும், ஒரு கண்டமா, சுதந்திரமா மூச்சு விடக் கூட முடியாம, பயந்து பயந்து நான் 'நெர்வஸாப் போயிட்டேன்."

"அம்மா வேணுமின்னா இப்படி யெல்லாம் நடந்துக்கறா?"

"இல்லை, அது புரிஞ்சு தானே நானும் விட்டுக் கொடுத்து அரவணைச்சு நடத்திண்டு போறேன். அம்மா வேணுமென்று கொடுமைப்படுத்த வில்லை என்பதால், என் கஷ்டம் குறைஞ்சுடுமா?"

கமலாவுடைய கஷ்டம் நன்றாகப் புரிகிறது. ஒன்றல்ல, இரண்டல்ல. தொடர்ந்து பன்னிரண்டு வருஷம் தனக்கென்று எதையும் தேடாமல், ரத்தபந்தம் கூட இல்லாத மாமியாருக்கு, எதிர்பார்ப்பு

எதுவும் இல்லாம சிச்ருட்சை செய்வது சுலபமான காரியமில்லை . கமலாவைத் தவிர வேறு எவளாவது இப்படி செய்திருப்பாளா என்று யோசித்துப்பார்த்தால் கட்டாயம் மாட்டாள் என்றுதான் தோன்றுகிறது. இத்தனைக்கும் பதிலாக நான்கமலாவுக்கு என்ன செய்திருக்கிறேன்? புடவையாக, துணியாக வாங்கித் தர பணவசதி உண்டா? இருப்பது எல்லாவற்றையும்தான் மருந்தும் வைத்தியச்செலவும் ராட்சதனாகக்கபளீகரம் செய்கிறதே.

அம்மா படுத்த இந்தப் பன்னிரண்டு வருஷத்தில் ஒரு நாள் நாங்கள் இருவருமாகச் சேர்ந்து சினிமா டிராமா? சரி. அது வேண்டாம். கோவில் குளம் உறவினர் வீடு என்றாவது போனதுண்டா ? கமலாவுக்கு என்னதான் வயசாயிடுத்து? முக்கி, முக்கிப் பார்த்தாமுப்பத்திரண்டோ, முப்பத்திமூணோ? தெருவிலே வாசலிலே ஜோடியாப் போறவாளைப் பார்த்தா மனசு தன்னை ஒத்துப் பார்த்துக்காதோ?

ஒத்துப் பார்த்துப் பொருமினாப் போதுமா என்ன? அம்மாவுக்கு வந்திருக்காப்பல எனக்கே வந்திருந்தா என்னை விட்டுட்டாஓடியிருப்பா? கல்யாணம்னு செஞ்சுண்டப்புறம்கஷ்டம் நஷ்டம் எல்லாத்துலேயும்தான் கூட நிற்கணும். அலுத்துண்டா முடியுமா? பெண்களுக்குப் பொறுமை இல்லேன்னா எப்படி?

அம்மா வாசல் திண்ணையில் உட்கார்ந்திருந்தாள். அவன் உள்ளே நுழைவதை அவள் கவனித்ததாகத் தெரியவில்லை. அவள் பார்வை எங்கோ நிலைத்திருந்தது. வரவர, அம்மாவின் பார்வையிலிருந்த 'பேக்குத்தனம்' மறைந்து குரூரம் நிரம்பி வருவதாக அவனுக்குப் பட்டது.

கமலா எட்டிப் பார்த்தாள். "வந்துட்டேளா, காப்பி சாப்பிடறேளா?"

“ஒரு எழவும் வேண்டாம்..." ஏனிப்படி அர்த்தமில்லாமல் கோபம் வருகிறது? யோசித்துப் பார்த்தால் அவன் கமலாவிடம் காரணமில்லாமல் எரிந்து விழுவது வழக்கமாகி ரொம்ப நாளாகிறது என்று தோன்றியது.

அவன் சிடு சிடுப்பைச் சிறிதும் லட்சியம் செய்யாதவளாகக் கமலாகாப்பியை 'டொக்' என்று வைத்துவிட்டுச் சென்றாள்.

முள்ளே, முள்ளை எடுப்பதுமாதிரி காபிச்சூடு அவன் உள்ளச் சூட்டைக் குறைத்த மாதிரி இருந்தது. கமலா அவன் எதிரில் வந்து நின்றாள். முக்காலுமாக நரைத்திருந்த அவள் மயிரையோ, கண்களிலிருந்த சோகத்தையோ, உடம்பிலிருந்த வறட்சியையோ, இல்லை, அவளாகி யிருந்த காருண்யத்தையோ சந்திக்க விரும்பாதவன் போல், அவன் தலையைக் குனிந்தவாறே சொன்னான். "பாலுகூட அந்த ஹோமுக்குப் போயிருந்தேன். அம்மா மாதிரி இன்னும் வயசானவா, உடம்பு நன்னா

யிருக்கறவா, வியாதிக்காரான்னு நிறையப் பேர் அங்கே இருக்கா. அந்தத்தலைவி, அதுதான் பாலு ரிலேடிவ்', அவங்ககிட்டே விவரமாப் பேசினேன். நம்ம கஷ்டத்தை நன்னா புரிஞ்சிண்டா... "யூ ஹேவ் எவரி ரைட்டு என்ஜாய் லைப். ஒருத்தருக்காக இன்னொருத்தர் வாழ்வை வீணடிச்சுக்க முடியுமா? நீங்க முதல்லே உங்க 'மதரை' ஒரு சேஞ்சுக்கு இங்கே கொண்டு வந்து விடுங்க. அடிக்கடி வந்து பார்க்கலாம். வீட்டுக்கு வேணா அழைச்சுக் கிட்டுப் போகலாம். அப்புறம் 'கிராஜுவலா' இந்த 'லைப்' பழக்கமாயிடும் அவங்களுக்கு. இங்கே ரெகுலராடாக்டர்ஸ் வந்து பார்த்துப்பாங்க. நத்திங் டு வொர்ரி' அப்படின்னா. கட்டணமும் அப்படி யொண்ணும் அதிகமில்லை ."

"ம்... அம்மா போகச்சம்மதிக்கணுமே?"

"அவளுக்கு அவ்வளவு தெரியுமா?"

"புடவை, துணி நனையறது தெரியவில்லை . ஆனா, ஒரு நாள் நீங்க வர எட்டு மணியாச்சுன்னா சொல்லத் தெரியாம, விசித்திரமா உறுமிண்டு, சுத்தி, சுத்தி நடக்கறா. அன்னிக் கொருநா, அடுப்படியிலே காரியமா இருந்த என்னை அசுரபலத்தோட உலுக்கி எடுத்துட்டா. 'ஆபீஸிலே யாருக்கோ விருந்துபசாரம்னு' சொன்னாலும் புரியறதா?"

'சட்'டென்று நெஞ்சை அடைத்தது. கமலா ஏனிப்படி சமய சந்தர்ப்பம் தெரியாமல் பேசுகிறாள்? "சரி, சரி. அவ ஒரு பைத்தியம்; போறாதுன்னு, நீயும் எதையாவது கற்பனை செய்துக்கோ."

கமலா எழுந்து போய்விட்டாள்.

இரவு கமலா இரண்டு தட்டை எடுத்து 'ணங்'கென்று வைத்த சத்தம் கேட்டதும், அம்மா வழக்கம்போல் தட்டின் முன் வந்து உட்கார்ந்தாள். பாலுதலையைக்குனிந்தபடி சாதத்தில்மோர்விட்டுப் பிசைந்தபோது கமலா கிசுகிசுத்தாள். "ஏன்னா, அம்மாவைப் பாருங்களேன். வாரி இறைக்காம, இவ கைச்சோறு இன்னிக்குத்தான் கடைசின்னு புரிஞ்சுண்டாப்பல, ஒரு பருக்கை சிந்தாம அனுபவிச்சுச் சாப்பிடறா..." உண்மைதான். அம்மா இன்று அளையவில்லை. இரைக்கவில்லை... அழகாகச் சாப்பிடறா... கோபாலின் உணவு தொண்டைக் குழியில் இறங்க மறுத்து சண்டித்தனம் செய்தது. நிமிர்ந்து கமலாவைப் பார்த்தான்.

அவள் தூணில் சாய்ந்தபடி அம்மாவையே பார்த்துக் கொண்டிருந்தாள். கண்கலங்கிச்சிவந்திருந்தது. ஏண்டி சனியனே. எனக்குத்தான் பத்து மாசம் வயிற்றிலே வளர்ந்த பாசம்... உனக்கென்னடீ தரித்திரம்...? என்னையும் குழப்பிண்டு...' என்று அலற வேண்டும் போலிருந்தது

அவனுக்கு. 'வேஷமாட போடறே? பொண்டாட்டியானா விரட்டு வேள், அம்மாவை விரட்டி விடுவேளா என்று தூபம் போட்டது நீ தானே?' என்று மயிரைப் பிடித்து உலுக்க வேண்டும் போலிருந்தது.

வழக்கத்துக்கு மாறாக அம்மா தட்டைக் கையில் எடுத்துக் கொண்டு புறக்கடைப்பக்கம் சென்றாள். தட்டைத் தேய்த்து அலம்பி வைத்துவிட்டுத்தான் சாப்பிட்ட இடத்தை அழகாகச்சாணிபோட்டுத் துடைத்தாள்.

இன்று என்ன திடீரென்று? உங்கள் உறவையெல்லாம் துடைத்தெறிந்துவிட்டேன் என்கிறாளா? இவள் செயலில் அர்த்தம் தேடமுடியுமா? நடுநிசி ஊளையிலிருந்து நாட்கணக்கில்லாப் பட்டினிவரை எதுதான் எதிர்பாராத விதமாக வரவில்லை ? காரணம் புரியாவிட்டாலும் இன்று அவள் ஏதோ அசாதாரணத் திடத்துடன் உலாவுவது மாதிரித் தோன்றியது. மனப்ரமை எனக்கு மட்டுமா, இல்லை? கமலாவுக்கும்தானா?

கமலா வேலை முடித்து வரும் வரை கோபால் காத்திருத்தான், ரேடியோவை மெல்லத் திருப்பினான். "அம்மா... என்பது தமிழ் வார்த்தை" என்று பாடிக் கொண்டிருந்தது. அம்மா என்பது வார்த்தை மட்டும் தானா? 'சட்'டென்று நிறுத்தினான். திரும்பியபோது அம்மா படுக்கையில் படுத்தபடி தூங்காமல் அவனையே பார்ப்பது மாதிரி இருந்தது... ஒரு வினாடி உடம்பு சில்லிட்டாற்போல் நடுங்கியது. எழுந்து அவளருகில் சென்றான். மூடியிருந்த போர்வையை இழுத்து மூடினான். "தூங்கேம்மா!" அவள் பார்வையிலோ, செயலிலோ எந்த மாற்றமுமில்லை. பெருமூச்சுடன் எழுந்தான்.

கமலா கை துடைத்தவாறு வந்தாள்... "சாமானெல்லாம் எடுத்து வைக்கணுமில்லையா?"

"ம்..."

"எதுலே வெக்கட்டும்?"

"...."

"உங்க மஞ்சப் பெட்டியிலே வெக்கட்டுமா?"

மஞ்சள் பெட்டி. அவனுடைய ஒரே பெட்டி... அம்மா எப்படியோ அவனுக்காக வாங்கி தந்த பெட்டி. பி.ஏ. படிக்கும் சமயம் கல்லூரியில் பத்து நாள் கட்டாயப் பயணம். அப்போது 'ஏர் – பாக்கு கள் பிரபலமாகவும் இல்லை. சூட்கேஸ் வாங்கப் பணவசதியும் இல்லை. துணிப்பையில் பாதுகாப்பாகச்சாமான்களை எடுத்துப் போக முடியுமா? "நம்ம செட்டியாரண்டை சொல்லி இந்தப் பெட்டியை வாங்கிண்டு

வந்துண்டேண்டா கோபு. மாசம் அஞ்சு ரூபாவா மூணு மாசத்திலே தந்துடலாம். பாருடா..." கையில் ஒரு சின்ன மஞ்சள் நிற டிரங்குப் பெட்டியும், முகமெல்லாம் குதூகலமுமாக அம்மா நின்ற காட்சி போகட்டும். அவள் போகுமிடத்துக்குப் பெட்டியும் போகட்டும்.

"புடவை, ரவிக்கை, சோப்பு , சீப்பு எடுத்து வச்சாச்சு. மருந்து ப்ரிஸ்க்ரிப்ஷன், டானிக் எல்லாம் தனியா வச்சிருக்கேன். அங்கே யாராவது பார்த்து வேளாவேளைக்கு மருந்து கொடுப்பாளோ?"

"கொடுக்காம என்ன?"

“கைக்கெட்டறாப்பல வச்சிட மாட்டாளே..."

“எல்லாம் உன்னைவிட நன்னாப் பார்த்துப்பா..." எரிந்து விழுந்தான்.

“இருங்கோ ஒரு நிமிஷம்... பூட்டிடாதேங்கோ..."

கமலா எழுந்து உள்ளே போனாள். "மறக்காம உள்ளே வையுங்கோ... அங்கெல்லாம் வேளைக்குச் சாப்பாடு வேணும்னா போடுவா... சாப்பாடானப்புறம் பாக்குமா கொடுப்பா. கேட்டு வாங்கிக்கத் தெரியாத ஜீவன் பாருங்கோ..."

களிப்பாக்குடப்பியை எடுத்து வந்தாள்.

கோபுவுக்கு நினைவு தெரிந்ததிலிருந்து அம்மா காலையும், மாலையும் தவறாமல் சாப்பிட்டானதும் ஒரு களிப்பாக்கை வாயில் அடக்கிக் கொள்வாள். இப்போதும் கை கழுவியதும் நேரே டப்பாவைத்திறந்து ஒன்றே ஒன்றை மட்டு எடுத்துக் கொள்வதைப் பார்த்திருக்கிறான். பாக்கு தீரக் கமலம் வாங்கி வைப்பாள் போலிருக்கிறது.

பெட்டியைப் பூட்டி வைத்தாகி விட்டது. கமலா பாய்களை உதறி விரித்தாள். எத்தனையோ வருஷங்களாய் இருப்பது போல் திறந்த அறையின் இரு மூலையில் இரண்டு பாய்கள்... இன்று ஒரே ஒரு மாறுபாடு, அந்தப் பாயில் படுத்திருந்த இருவருமே உறங்கவில்லை .

“ஏன்னா, நாளைலேர்ந்து ஹாலிலேயே படுத்துக்கலாம். காத்தோட்டமா இருக்கும்..."

“அம்மா காலி பண்ணட்டும்னு காத்திண்டு இருக்கியா?"தன் குரூரம் அவனுக்கே பயமாயிருந்தது.

“என்ன தப்பாம்... நான் ஒரு பெண்தானே? ஒருத்தர் பெண்டாட்டிதானே?

“ரொம்பத்தான் வாய் நீளறது? பெண்டாட்டியா இருக்கிற அழகு எனக்குத் தெரியும்..."

“நடுத்தெருவிலே நாலு பேர் பார்க்க சரசமாடறவ தேவடியா, பெண்டாட்டி இல்லே...”

"சே... சே..." வெட்கமும், பயமும் அடக்கமுமாக வீட்டுக்குள் அடியெடுத்து வைத்த கமலா எப்படியெல்லாம் மாறிப்போய், என்னவெல்லாம் பேசுகிறாள்? ஏக்கமா காரணம்? நாலு சுவருக்குள் கணவனுடன் அனுபவிக்க விரும்பியதெல்லாம் கைநழுவிப்போன கோபமா? ஆனாலும் ஒரு பெண்பேசும் பேச்சா இது?... குடிசையிலெல்லாம் ஒரே அறையில் பத்துப் பேர் எப்படிக் குடித்தனம் நடத்துகிறார்கள்... தானே தன் தலையில் மண்ணை வாரிப் போட்டுக் கொண்டு... எல்லாம் என் தலைவிதி... இதே அம்மாவுக்கு உடம்புக்கு வந்த புதிதில் ஒருநாள்... அவள் உறங்கிய பிறகு கதவைச் சத்தமில்லாமல் மூடிக் கமலாவை அணைத்த போது... பட படவென்ற கதவுத் தட்டல்... பயங்கரமான ஊளை. பதறியடித்துக் கொண்டு ஓடிக் கதவைத் திறந்தால் கதவில் சாய்ந்து கொண்டு ஜ்வலிக்கும் கண்களுடன் அம்மா.... தனியே விடப்பட்டதற்குப்பயப்படுகிறாளா?

இது ஒரு தற்காலிகச் சம்பவம் என்று நினைக்கப் போனது போக, ஆழ்ந்த உறக்கத்தில்கூடக் கதவை ஒருக்களித்தால் மிரண்டு எழுந்து பிசாசாக அம்மா அலறுவது தொடர, அக்கம் பக்கத்தை எண்ணி அந்தக் கதவு திறந்தே இருக்க வேண்டியதாயிற்று. கமலா அவனிடமிருந்து கொஞ்சம் கொஞ்சமாக விலகி, அவனுடைய எப்போதோ ஒருமுறை பலாத்காரத்தைக்கூட, திறந்த கதவை மிரள மிரள விழித்துப் பார்த்தபடி பங்கேயில்லாத அசூயையுடன் ஏற்றுக்கொள்ள ஆரம்பித்தாள். வருஷத்தில் ஒருநாள் அவசரத்தில் சங்கமிப்பதாகப் பாவனை செய்யும் அந்த உறவு எத்தனை அர்த்தமற்றது என்று இரண்டு பேருக்குமேதான் தெரிகிறதே...! அந்த ஏக்கத்தை அவன் அலுவலில் மறக்கலாம். அவள் சொல்லில் காட்டுகிறளா?

'பெண்டாட்டி கணவனிடமிருந்து இந்த ஆனந்தத்தைக் கூட எதிர்பார்ப்பது தவறா? அவள் எதிர்பார்ப்பு நியாயம் தானே? ஒரு பத்து நாளாவது நடு இரவுவரை அவளுடன் சிரித்துப் பேசி, விளையாடி, கணவன் – மனைவி உறவின் எல்லாக் கோணத்தையும் அலசி... நான் செய்துதான் ஆக வேண்டும்... எனக்கு எவ்வளவோ செய்திருக்கும் கமலாவை இந்த ஒருவிஷயத்தில் மட்டும் ஏமாற்றவே கூடாது...

சரியாக நாலே மாதம் நீடித்திருந்த அந்த இன்பத்தின்சுவைகூட மறந்து போய்விட்டது. அப்போதெல்லாம் அம்மா இப்படியா இருந்தாள். அப்போ குடியிருந்த இடம் இதில் பாதிகூட இல்லாத ஒற்றை அறை. அது தான் சமையல், படுக்கை எல்லாமாக. அவன் ஆறுமணிக்கு ஆபீஸிலிருந்து திரும்புவான் என்றால், பத்து நிமிஷம்

முன்பே, “கமலா, கோபு வந்தால் காபி கொடு... வாசக்கதவை திறந்து வச்சுக்காதே" என்று சூசகமாகச் சொல்லி விட்டுக் கிளம்புவாள். வாரத்தில் நாலைந்து நாளாவது “கதை முடிய நாழியாகும்... நீங்க தூங்குங்கோ " என்பாள். “சாலாட்சி பிள்ளையை ஒரு நடை பார்த்துட்டு வந்துடறேன். நாழியானா அங்கேயே தலையைச்சாய்ச்சுடறேன்" என்று கட்டாயம் இரவு வரமாட்டேன் என்று சொல்லிவிட்டுப் போவாள்.

“உங்கம்மா ஆனாலும் ரொம்ப நல்லவ" என்று கமலா, கோபால் மடியில் படுத்துக் குழைவாள்... அவன் மயங்குவான்.

எல்லாம் சரியாக நாலே மாதம்தான். –

வெள்ளிக்கிழமை விளக்கேத்தக் கையில் எண்ணையுடன் கோவிலுக்குப் போனவளை ஏதோ அவசரத்துடன் வந்த லாரி மெல்லத்தான் ஒதுக்கியது. உடம்பில் கைகாலில் சிராய்ப்பில்லை.... சொட்டு ரத்தமில்லை. “இரண்டு நாளில் நினைவு வந்துவிடும்... வெறும் ஷாக் மட்டுமே" என்றுடாக்டர்கூறியும், அம்மா, அம்மா' எனக்கமலாவும் கோபுவும் சுற்றிச் சுற்றி வந்தனர்.

கண் திறந்தது. ஆனால் நினைவு வரவில்லை . மிரள மிரள விழித்தாள். ஆனால் பேச்சு வரவில்லை ... திடீரென்று வலிப்பு வந்தது... அதன் பிறகு ஒன்றா, இரண்டா... எத்தனை சோதனை, எத்தனை மருந்துகள்... மாற்றி மாற்றி கமலாவும், கோபுவும் மாதக் கணக்காக ஆஸ்பத்திரியில் 'ஷிப்ட்' போட்டுக் கொண்டு கவனித்துக் கொண்டார்கள், அப்போது எதிர்பார்ப்புகள் காத்திருந்தன. நம்பிக்கை சாகவில்லை.

கடைசியாக ஒருநாள் டாக்டர் சொன்னார்: “கோபால், உங்கம்மாவிடம் இனிமேலும் மாறுதல் தோன்றும் என்று காத்திருப்பதில் அர்த்தமில்லை. மண்டையில் பல நர்வ் ஸென்டர்கள் பாதிக்கப்பட்டிருக்கின்றன. பேச்சு வரும் நரம்புகள், உணர்ச்சி நரம்புகள், செயல் நரம்புகள் என்று. இதை எல்லாவற்றையும் சரி செய்ய வேண்டுமென்றால் ரொம்பப் பெரிய ஆபரேஷன் செய்தாகணும், ஆபரேஷன் எந்த அளவு ஸக்ஸஸ்புல் ஆகும் என்பதையும் உள்ளே திறந்து பார்த்த பிறகுதான் சொல்ல முடியும். ஷி இஸ் ஏபிள் டு வாக், ஈட்... மோட்டார் பங்ஷனில் எதுவும் குறையில்லை. எனவே என்னுடைய அட்வைஸ், அவள் இப்படியே ஒரு குழந்தையைப்போல் இருந்துவிட்டுப் போகட்டும் என்பதுதான். சில சமயம் தானே நரம்புகள் பலப்பட்டு கிராஜுவலாகப் பேச்சு வரலாம். வலிப்பைக் கட்டுப்படுத்தி விட்டோம். அவளிடம் மூர்க்கத்தனமும் இல்லை. நீங்கள் சாதாரணமாக வீட்டில் மேனேஜ் செய்யலாம்."

அம்மாவுக்கு உடம்பு சரியாகாது என்பதை ஜீரணிக்கவே முடியாமல்

கோபால் பிரமை பிடித்து நின்றபோது, கமலாதான் தைரியம் தந்தாள். "இது அம்மான்னு நினைக்காதேங்கோ... நமக்கே மூளைவளர்ச்சி யில்லாத குழந்தை பிறந்திருக்குன்னு நெனைச்சிப்போம். பெத்தவா குழந்தைக்கு சிசுருஷை பண்ண மாட்டாளா?..."

அம்மா காலையில் எழுந்தவுடன் தானே சமையலறையில் வந்து நின்றாள். குளியலறைக்குச் சென்று குளித்தாள். பசித்தால் தட்டை வைத்துக் கொண்டு உட்கார்ந்து சாப்பிட்டாள். எல்லாம் சிலநாள்தான். 'எபிலான்' தவறாமல் தந்தும் திடீரென ஒருநாள் வலிப்பு வரும்.

திடீரென நாள் கணக்கில் சாப்பிடாமல் சோற்றை அளைந்தபடி பட்டினி கிடப்பாள், விட்டுவிடமுடியுமா? மருந்து, மாத்திரைகள், ஆஸ்பத்திரி, நரம்பு, மனோதத்துவத்துறை வாயிலில் காத்திருப்பு; திடீர் திடீரெனப் பயங்கரக் கூக்குரலிடுவாள். நாள் கணக்கில் சாதுவாக உட்கார்ந்திருப்பாள். திடீரென ஒரு மாதம் சுரணை தெரியாமல் புடவை நனைய நின்றாள். கமலம் சுணங்காமல் தோட்டி வேலை செய்தாள். ஆளில்லாமல், இப்படி அப்படித்தனியே அரை மணி கூட விட்டுச் செல்ல முடியாது. எதையாவது கொட்டிக் கொண்டுவிடுவாளோ, அடுப்பை ஏற்றிவிடுவாளோ என்று பயம். பயப்படத் தோதாக அவ்வப்போது ஏதாவது நடக்காமலும் இல்லை.

டாக்டரிடம் எத்தனையோ முறை கேட்டாகி விட்டது, "ப்ளீஸ். ஏதாவது செய்ய முடியாதா?" என்று. "முடிந்தால் செய்ய மாட்டோமா மிஸ்டர் கோபால்? ப்ரேடு காட்" என்று அவரும் தவறாமல் பதில் சொல்லுகிறார். எதுவுமே புரியாத ஜடத்திடம் அன்பாகத்தான் சொல்ல முடியுமா? இல்லை கோபித்துத்தான் பயனுண்டா? –

நாட்கள், மாதங்கள், வருஷங்கள் என்று இந்த நரகவேதனை நீடிக்க, கோபால் கமலா இரண்டு பேருமே தங்கள் நல்லியல்புகள் அத்தனையுமே ஒவ்வொன்றாய் மாறுவதைக் கண்டார்கள். எதற்கெடுத்தாலும் கோபம், சிடுசிடுப்பு, வெறுப்பு, ஆத்திரம். ஜடமாகிப் போன ஒருத்தியுடன் அத்தனை பேருமே ஜடமாகிப் போக முடியுமா? மனுஷ உணர்ச்சிகளை அவ்வளவு சுலபமாகப் பொசுக்கிக் கொள்ள முடியுமா?

ஆபீஸில் திடீரென கோபாலுக்குத் தோன்றும்... கமலா எங்காவது கெரசின் ஊற்றி எரித்து விடக் கூடும். நாடெங்கும் வேண்டாத மருமக்களை எரிப்பது மாதிரி என. 'சே... கமலாவா அப்படியெல்லாம் செய்வாள்?" என்று சமாதானம் செய்துகொள்ளும் போது, இதுதன் சொந்த எண்ணப் பிரதிபலிப்பு மட்டும்தானா என்று தன்னைப்பற்றிய வெறுப்பும், கசப்பும் தோன்றும். அம்மாவை நான் சுமையாக உணரத் தொடங்கி விட்டேனே? என்ற கழிவிரக்கம் சுய இரக்கமாக மாறும்.

தன் வாழ்வில் தனக்கு எதுவுமே கிடைக்கவில்லை என்ற ஏக்கத்தைக் கமலா பேச்சுக்குப் பேச்சு சொல்லிக் காட்டினாள். அம்மாவைக் கவனிப்பதில் அவள் எதையுமே குறைக்கவில்லை. ஆனால் கணவன் கவனிப்போ அரவணைப்போ அன்போ தனக்குக் கிடைக்கவில்லை என்று அவன் உணருமாறு வெறுப்பை உமிழ்ந்தாள்.

தற்செயலாக ஆபீஸ் அலுவலக நண்பன் பாலு விடம் பேசும் போது பாலுதான் இந்த ஐடியாவைக்கொடுத்தான். "உன்மிஸஸ்ஸை நான் ரொம்பசிம்பதைஸ் பண்ணுகிறேன். தன் வாழ்வை இவ்வளவு தியாகம் செய்திருக்கிறவ தனக்கும் சில சுகங்களை எதிர்பார்க்கறது நியாயம்தானே? யூ ஆர் நாட் ஜஸ்ட் எ ஸன், பட் எ ஹஸ்பண்ட் ஆல்ஸோ . மனைவிக்குச் செய்ய வேண்டிய சில கடமைகளும் இருக்கல்லவா? என் ரிலேடிவ் கவர்மெண்ட் எய்டுடன் ஒரு ஓல்ட் ஏஜ் ஹோம் நடத்தறா. நாம போய் விசாரிக்கலாம் வா..."

முதலில் கோபால் நடுங்கிவிட்டான். "பெத்த பிள்ளை கல்லுக் குண்டாட்டமா இருக்கறப்ப, நான் அவளை ஹோமிலே விட்டா ஊரிலே என்ன சொல்லுவா? அம்மா ஆத்தை விட்டு எங்கேயும் போகச்சம்மதிக்க மாட்டா!"

"உங்கம்மா இது வீடு இது ஹோம் என்று புரிஞ்சுக்கற நிலையிலா இருக்கிறா? அவளைப் பொறுத்தவரை எல்லாம் ஒண்ணுதானே? இந்த ஊர் உலகம் நாலு பேர் எல்லோரும் நமக்கு அடுத்தபடிதான். பேசறவனல்லாமா வந்து உனக்கு உதவப் போகிறான்?"

முதலில் தயக்கத்துடன் தான் அங்கு சென்று விசாரித்தான். தலைவியுடன் பேசப் பேசபாலு சொன்னதைப் போல் அம்மாவை ஹோமில் விடுவதில் தவறு எதுவுமில்லை என்றுதான் பட்டது. இன்று பணமும் கட்டி, நாளை அவளை சேர்ப்பதற்கு ஏற்பாடும் செய்தாகிவிட்டது.

கமலாவும் தூங்காமல் புரண்டு படுப்பது தெரிந்தது. அவன் கைமெல்ல நீண்டு அவள்கரத்தைத் தேடியது. அவள் வழக்கம்போல் சிலிர்ப்பு கொண்டு கையை உதறவில்லை. தனக்குத் தான் அவள் கரத்தின் பாதுகாப்பு இப்போது தேவைப்படுகிறதென்றால் அவளுக்கும் அந்தச் சின்ன நெருக்கம் அவசியமாகிறதா? இல்லை , நாளைய எதிர்பார்ப்பின் வெளியீடலா? சுதந்திர எண்ணத்தின் முன்னோட்டமா?

"கார்த்தால நீயும் கூடவறயா?"

"ஊஹும்."

"வாயேன் அம்மாவுக்கும் தைரியமாக இருக்கும்."

"ஏன், உங்களுக்கு தைரிய மில்லயா? நாளைக்கு யாராவது கேட்டா மாட்டுப் பெண்தான் விரட்டினான்னு சொல்லலாம்னு பார்க்கறேளா?"

சட்டென்று திரும்பிப் படுத்தான்.

பாலு ஒன்பதரைக்கே வந்து விட்டான். பெட்டி எல்லாம் தயாராக ஹால் மூலையில் இருந்தது. அம்மா ஒன்பதுக்கெல்லாம் இலையின் முன் உட்கார்ந்தவள் சாதத்தை அளைந்தபடியே இருந்தாள். அம்மாவுக்கு மிகவும் பிடித்த பருப்புசிலியும் வத்தக் குழம்பும் சாதமும் ஒரு மொத்தமாகக் கலந்து பிரிந்து கொண்டே இருந்தது.

பாலு கைக்கடிகாரத்தைப் பார்த்தான். “டாக்ஸிக்குப் போகட்டுமா கோபால்?"

“சாப்பிடேம்மா...” கோபால் ஒரே மட்டாக இரைந்தான்.

" ஏன்னா பட்டினியாவா போவா? நா எப்படியானும் ஊட்டிடறேன். சாய்ந்திரமா வேணாம்னா அழைச்சுண்டு போகலாமே?"

“நோ, நோ, பிரெஸிண்ட் பதினோரு மணிக்குக் கிளம்பிடுவா. அதற்குள் போகணும்” பாலு குறுக்கிட்டான்.

கமலா சாதத்தை ஊட்ட முனைந்தாள். ஒரு பிடி கூடப் போகவில்லை . “சே.... என்ன வீம்பு..." கோபு முணு முணுத்தான். கமலாதட்டிலேயே கையை அலம்பி, வாய்துடைத்து, தட்டெடுத்துச் சுத்தம் செய்தாள். பாலு டாக்சி அழைத்து வரக் கிளம்பினான்.

ஆஸ்பத்திரிக்குப் போவதாக நினைத்தாளோ, என்னமோ, அம்மா டாக்சியில் அவசரமாக ஏறி உட்கார்ந்து கொண்டாள். பெட்டியை ஏற்றியாய் விட்டது. பாலு முன்புறம் ஏற, கோபு அம்மா அருகில் உட்கார்ந்தான்.

விடுதியின் உள்ளே வரும்போதோ, தலைவியுடன் கோபால் பேசும் போதோ அம்மா எந்த உணர்வுமில்லாதவளாக நிச்சலனமாக உட்கார்ந்திருந்தாள்.

“ஐ வில் டேக் ஹெர் டு தி ரூம்... ஈவினிங் டாக்டர் வந்து செக்–அப் செய்வார். நீங்க ஒன் வீக் கழித்து வந்தாப் போதும்... எனிப்ராப்ளம் ஐ வில் கால் யூ இன் தி ஆபீஸ்... வாங்க..."தலைவி அம்மாவின் கையைப் பிடித்துக் கூப்பிட்டாள். அம்மா சமர்த்தாக எழுந்தாள். தலைவியுடன் நடந்தாள்.

அம்மா, நின்னு தயங்கி ஒரு பார்வையாவது பார்த்து விட்டுப் போகக் கூடாதா? இத்தனை நாள் செஞ்ச தெல்லாம் ஒண்ணுமே இல்லைங்கறமாதிரித் திரும்பிக் கூடப் பார்க்காமயா போவே? 'உடம்பைத்

தேய்ச்சு வளர்த்தவளை 'ஹோமிலேயா' கொண்டு விடறே? என்று கத்தி அழுதாலாவது பாந்தமாக இருக்கும். என்னை விரட்டிவிட்டு நீயும் உம் பொண்டாட்டியும் அனுபவிக்கப் போறேளாக்கும்?' என்று கோபத்தில் சாபமிட்டாலும் இயற்கையாக இருக்கும். 'இங்கெல்லாம் வேண்டாண்டா, ஆத்திலேயே இருக்கேன்' என்று கெஞ்சினால் இரக்கமாவது தோன்றும் .... வீராப்பா, அகம்பாவம் பிடிச்சாப்பல, 'இது தான் என் இடம். நீயெல்லாம் துச்சம்' என்கிற மாதிரியா போகணும்... சே... என்ன எண்ணமிது... அம்மாதான் ஜடாமாச்சே... விஷயம் புரிஞ்சுண்டு, என்னை மட்டம் தட்டணும்னா இப்படிப் போறா, இல்லை. நான் தான், அம்மாமுரண்டு பிடிக்கணும், என்னைப்பார்த்து எல்லோரும் "ஐயோ பாவம், எப்படிச் சமாளிக்கிறீங்க?" என்று இரக்கப்பட்டு, நானே என் செய்கை சரிதான்னு ஏத்துக்கணும் என்ற சுய எண்ணம்தானா?

"கிளம்பலாமா கோபால்?" பாலு இவனைப் புரிந்து கொண்டவன் போல் மிருதுவாகக் கேட்டான். “வா... ஹோட்டலில் காபி சாப்பிட்டு விட்டு ஒரு பிச்சருக்குப் போகலாம். உன் ‘மூடும்’ மாறும்"

இந்தப் பன்னிரண்டு வருஷத்தில் கோபால் நண்பர்களுடன் அவ்வப்போது சினிமாவுக்குப் போய்க் கொண்டு தான் இருக்கிறான். இன்று அம்மா வீட்டில் இல்லாத போது கமலாவை அழைத்துப் போவது தான் முறை. ஆனால் அவனுக்கு கமலாவின் முகத்தில் விழிக்கக் கூடப் பிடிக்கவில்லை. அவளைப் பார்த்தாலே ஆத்திரம் வரும் என்று தோன்றியது. பாலுவுடன் நடந்தான்.

மாலையில் தியேட்டரைவிட்டு வெளியே வரும் போது பாலு நாலு, நாலாக எட்டு முழம் பூ வாங்கினான். “இந்தா, பாதியை நீ உன் மிஸஸ்ஸுக்கு எடுத்துப்போ..."

"நோ, நோ, எனக்குப் பழக்கமில்லை...”

"இனிமேலாவது பழகிக்கணும்.” கையில் திணித்தான்.

வாசல் கதவு திறந்திருந்தது. என்றுமில்லாத அதிசயமாகக் கமலா முகம் கழுவிப் பொட்டு வைத்திருந்தாள். புடவையில் அவ்வளவு கசங்கலில்லை. "ஏன்னா அம்மா ரொம்ப முரண்டு பண்ணினாளா...? என் மனசே கேக்கல்லை. நீங்களும் உடனே வராதது மனசை 'பக்' பக்குன்னு..." குரல் பிசிறுதட்டி, உடைந்து அழுகையாக வெடித்து, 'சடா'ரென்று சமாளித்துக் கொண்டாள்... "காபி கலக்கட்டுமா?"

“ஒரு எழவும் வேண்டாம்” எரிந்து விழுந்தான்.

வீடே வெறிச் சென்று கிடந்தாற் போல் தோன்றியது. காபி குமட்டிக்

கொண்டு வந்தது. தரையில் பூப்பொட்டலம் கிடந்தது. கமலா பேசாமல் குறுக்கும் நெடுக்குமாக நடந்தாள். சாப்பாடும் மௌனத்தில்தான் நடந்தது.

கமலா பாயை உதறினாள். "ஹால்லே போடறயா?"

கமலா பதில் பேசாமல் அறையிலேயே விரித்தாள். காலையில் வழக்கம் போல் அறையின் இரு மூலையிலும் பாய்கள் கிடந்தன.

ஒரு உணர்ச்சியை எரித்து, மற்றொன்றுக்குத் தூபம் போட முடியாது என்ற உண்மை புரிய, நாம ஏன் மனுஷாளாப் பிறந்தோம் என்ற தாபம் இன்னும் ஆத்திரமாய்க் கோபமாய் எழ, இருவரும் அடுத்த நாளுக்குச் சென்றனர். தரையில் பூப்பொட்டலம் சுத்தமாய் வாடி இருந்தது. கமலா அதைப் பிரித்துத் தண்ணீர் தெளித்துத் துணியில் சுற்ற முயன்றவள் என்ன பிரயோசனம்' என்று வாயிற்புறக் குப்பைத் தொட்டியில் எறிந்து விட்டு வந்தாள்.

# முற்றுப் பெறாத முதல் காதல்கள்

ரம்யா காரிலிருந்து இறங்கும் போதே முதல் மணி அடித்திருந்தது. வேகமாக ஓடி 'எக்ஸ் யூஸ்மி சார்' என்று மூச்சிரைக்கச் சொல்லிவிட்டு, ஆங்கிலப் பொது வகுப்பில் காலரியில் ஏறி அமரும்போது 'அப்பாடா' என்றிருந்தது. –

தலையை நிமிர்த்திய போது, வழக்கம் போல் அவன் – நந்தகோபால் முதல் வரிசையில் அமர்ந்து, ஆசிரியர் முகத்திலிருந்து கண்ணெடுக்காமல்... எப்படி எந்தவிதச் சலனமும் இல்லாமல் இப்படிப் படிப்பில் ஈடுபடுவது சாத்தியமாகிறது? என்னசீரியஸாக இருந்தாலும், 'ப்ரொபைலிலேயே' எவ்வளவு அழகு. ரோமாபுரிச் சிலை மாதிரி மூக்கு, பளபள வென்ற முகம், தினம் ஷேவ் செய்து கொள்வானோ? கமல் போலப்படிப்படியாய் அடர்ந்த மயிர்... ரியலி ஹேண்ட்ஸ ம்.... தினமும் பள்ளிச் சீருடை மாதிரி காக்கி பாண்ட், வெள்ளை ஷர்ட் அணியாமல், வித விதமாக உடையணிந்தால் எவ்வளவு பொருத்தமாக இருக்கும்? எப்போது பார்த்தாலும் படிப்பு, படிப்பு என்று உயிரை விடாமல், கொஞ்சம் சிரித்து, கலாட்டா செய்து, ப்ராக்ஸி கொடுத்து 'லைவ்லி'யாக இருந்தால்?.....

அப்பாடி...! நந்தகோபால்தான் ஆசிரியரின் விரைவுக்கு ஈடாக எப்படி வேக, வேகமாக நோட்ஸ் எழுதுகிறான். அவள் முகத்தில் குறும்பு படிந்தது.

வகுப்பு முடிந்து வெளியேறும் போது, "மிஸ்டர் நந்தகோபால், நான் க்ளாசுக்கு லேட். உங்க நோட்ஸைத் தர முடியுமா?... ஐ வில் காப்பி இட்..." என்றாள்.

“நா...ன் சரியாக எழுதவில்லை . ரப்ஸ்கெட்ச்தான். நாளைக்கு நன்றாக எழுதிக்கொண்டு வறேன்.''

''அப்போ ... லஞ்ச் அவரில் எக்ஸ்ப்ளெயின் செய்யறீங்களா?'' அவன் பதில் கூறுமுன் “ஐ வில் வெயிட் ஃபார் யூ” என்று அடுத்த வகுப்பில் நுழைந்தாள்.

நந்தகோபால் விளக்க ஆரம்பித்தபோது ரம்யாவைத்தவிரவும் பலர்கூடினர். ஆங்கிலமே வராத பலர் அவன் நிதானமாகப் பொருள் கூறுவதை வியப்புடன் பார்த்தனர்.

''ஹேய் நந்தா! யூ ஆர்க்ரேட் யார்...''

''தேங்க் யூ மிஸ்டர் நந்தகோபால் ..... ரொம்ப அழகாக எக்ஸ பிளெய்ன் செய்தீர்கள். என் ட்ரீட்டாக வாருங்கள், காண்டீனுக்குப் போகலாம்.''

நோ, தேங்க்ஸ்... நான் டிபன் பாக்ஸ் கொண்டு வந்திருக்கேன்.''

– “நந்தகோபால், லாங்பெல்லோ கப்பல் கட்ட மாத்திரம் கவிதை எழுதவில்லை . அவருடைய இந்தப் பாடல் படித்திருக்கீங்களோ? –

Youth perpetual dwells in fountain....

Not in flasks and Carks and Cellars.

இளமை நீரூற்று, அது பாத்திரத்துக்குள் அடைபடக்கூடாது என்று. நீங்களானால் டிபன்பாக்ஸுக்குள் அடைத்து விடப் பார்க்கிறீர்களே? கம் ஆன்... ஃபார் எகப் ஆஃப்காபி.''

“நான் காப்பியே குடிக்கிறதில்லையே.''

''பின்னே என்ன குடிப்பீங்க, விஸ்கி, ஜின்னா? என்னதான் பெங்களூரானாலும் காலேஜ் காண்டீன்லே கிடைக்காதே.''

நந்தகோபால் உதட்டு நுனியில் புன்னகை, கீற்றாகத் தோன்றியது. ஆனாலும் அவள் விளையாட்டை ரசிப்பதே ஒரு குற்றம்போல் முகத்தை சீரியஸாக்கிக் கொண்டு “தேங்க்யூ ஃபார் த ஆபர்...'' என்று விறுவிறு வென்று நகர்ந்தான்.

படுக்கையில் படுத்தவாறு ரம்யா யோசித்துக் கொண்டிருந்தாள். இந்த ஆண்டுடன் பட்டப்படிப்பு முடிந்து விடும். மேலே படிப்பதும் படிக்காததும் உன் இஷ்டம் என்று அப்பா எப்போதோ சொல்லி யிருந்தார். பி.ஏ. படித்துச் சாதிக்காத எதை அவள் எம்.ஏ. படித்துச் சாதித்துவிடப் போகிறாள்? பிள்ளை இல்லா வீட்டின் ஒரே செல்லப் பெண்ணான அவள் பிஸினஸில் மட்டும் ஆர்வம் காட்ட வேண்டும்

என்று அப்பா விரும்புகிறார். பிஸினஸ் என்றால், மானேஜிங் டைரக்டராக ஏ.ஸி.யில் அமர்ந்து பேப்பர்களில் கையெழுத்துச் செய்வதானால் சரி. அப்பா மாதிரி இரவு பகலென்று நேரம் காலமில்லாமல் தொழிற்சாலைக்கு ஓடிக் கொண்டு, வீட்டிலும் ஆபீஸைப் பற்றிக் கவலைப்பட்டுக் கொண்டு சுகமாக வாழவேண்டிய வாழ்க்கையைப் பாரமாக்கிக் கொள்ள அவள் தயாராக இல்லை.

அம்மா ஆசைப்படுவது போல நல்ல இடத்துச் சம்பந்தமாகச் செய்துகொண்டு வசதியானசுகவாழ்க்கை அமைத்துக் கொள்ளலாம். ஆனால் அம்மாகூறும் பெரிய இடத்துச்சம்பந்தங்கள் பெரும்பாலும் பணக்காரக் குடும்பத்துக் கூட்டு வாழ்க்கை... புல்ஷிட்... ஷி ஹேட்ஸ் லிவிங் வித் ஓல்ட் பீபீள். சுதந்திரமே இல்லாத வாழ்வு என்னவாழ்க்கை?

நந்தா... என்ன நிறம்... என்னகம்பீரம்... என்ன அழகு... என்ன புத்திசாலித்தனம்... சம வயதானால் என்ன... ப்ராமின்... ஸோ வாட்? இத்தனை பணத்துடன் அழகுடன் ஒரே பெண்ணான நானே வரும்போது, அவர் பெற்றோர் ஜாதியைக் காட்டியா மறுத்து விடுவார்கள்? அப்பாவின் வியாபார சாம்ராஜ்யத்தின் முடிசூடிய சக்கரவர்த்தியாக அமர்த்தி விட்டால், விதவிதமாக காஷுவலுக்கு லிவிஜீன்ஸும் அபீஷியலுக்குசபாரி சூட்டுமாக, மீட்டிங்குகளிலும், பார்ட்டிகளிலும் பேச, சிரிக்க, ஜோக் அடிக்கக் கற்றுக் கொள்ள எத்தனை நேரமாகும்?

நந்தாவுடன் வாழ்வு எத்தகைய இன்பமாக இருக்கும்? ஹனிமூன் சிங்கப்பூரில். சாமானாக வாங்கிக் குவிக்க வேண்டும். ப்ரெஞ்சு பர்ப்யூமில் மூழ்கி லண்டன் ஓட்டல்களில் விளையாட்டுக் காட்ட வேண்டும். நயாகரா நீர்வீழ்ச்சியில் உடம்பை நனைத்து, 'இப்போது சொல்லுங்கள், நான் அழகா, சீமா அழகா' என்று திணற அடிக்க வேண்டும். கல்லூரி முடிய இருக்கும் மூன்று மாதத்தில் உன்னை அப்படியே காதல் வசப்படுத்தி விடுகிறேன் பார்... கொஞ்சம் கொஞ்சமாக என் அழகில் மயங்கி... ஒரு நாள் காலடியிலேயே விழுந்துவிடுவாய்...

அன்று கல்லூரி முடிவு ஸோஷியல், மாலையில் டீபார்ட்டி. கல்லூரியில் பல்சுவை நிகழ்ச்சி. ரம்யாவின் க்ரூப் மாணவ மாணவியர் அனைவரும் சேர்ந்து நிகழ்ச்சிக்குப் பிறகு ஒரு படம் பார்த்துவிட்டு, 'காமத்'தில் உணவருந்த முடிவு செய்திருந்தனர். ரம்யாசிவப்பு ஷிபானில் தேவதையாகத் திகழ்ந்தாள்.

சினிமா முடிந்து கும்பலாக அனைவரும் கப்பன் பார்க்கில் நுழைந்தார்கள். நண்பர்குழாம் கும்பல் கும்பலாகப் பிரிந்தது. ரம்யா காத்திருந்த நேரம் வந்தது.

“மேலே என்ன செய்யப் போகிறீர்கள் நந்தகோபால்?"

“இப்போது எப்படிச் சொல்வது? வாங்கும் மார்க்கைப் பொறுத்தது. மார்க்கை மட்டும் வைத்துக்கொண்டு கல்லூரியில் சீட் கிடைக்குமா என்பதைப் பொறுத்தது. ஏதாவது 'லோன்' ஸ்காலர்ஷிப்பாவது கிடைக்குமா என்பதைப் பொறுத்தது."

"எப்படியாவது படித்துத்தான் ஆகவேண்டுமா?"

"படிக்க முடிந்தால் படித்துத்தான் ஆகவேண்டும். எம்.ஏ. முடித்தாலே எம்ப்ளாய்மெண்ட் எக்ஸ்சேஞ்ச் வாசலில் எத்தனை வருடம் நிற்க வேண்டுமோ, வெறும் பட்டப் படிப்புடன்... ம்... வாட் அபவுட் யூ ரம்யா?"

“என்னைப் பற்றியா... இப்போதுதான் என்னைப் பற்றி ஏதாவது கேட்க வேண்டும் என்று தோன்றியதா?"

"ஸாரி ரம்யா..."

"நான் அழகாயில்லையா, நந்தா?"

“யூ ஆர் வெரி ப்யூட்டிஃபுல்... மோர் ப்யூட்டிஃபுல் தென் எனி கேர்ள் ஐ ஹேவ் சீன்..."

"இந்தச் சூழ்நிலையில் உமர்கய்யாம் நினைவு வரவில்லை?" ரம்யாவின் கரம் அவன் கையில் அழுந்தியது. ஒரு நிமிடம் இறுகப் பற்றிய அவன் விரல்கள், மறு நிமிடம் கழன்று பிரிந்தன. அவன் உடம்பு இறுகி விரைத்தது. அவன் முகம் கல்லாயிற்று.

"நந்தா, ஐ லவ் யூ... ஐ வாண்ட்டு மேரி யூ... நான் உங்களை எவ்வளவு விரும்புகிறேன் என்று சொல்லிப் புரிய வைக்க முடியாது. என் பெற்றோர் தரப்பிலிருந்து எந்தத் தடையும் இருக்காது."

நந்தா திடீரென்று எழுந்து விலகி நின்றான். “ஸாரி ரம்யா, நீ என்னைதவறாகப் புரிந்து கொண்டு விட்டாய்."

“ஏன் நந்தா, என்னை பிடிக்கவில்லையா?"

"பிடிப்பது வேறு ரம்யா, எங்களால் எல்லாம் காதலிக்கவே முடியாது!"

ரம்யா இருட்டைச் சாதகமாக்கிக் கொண்டு அவன் மேல் சாய்ந்து சிணுங்கினாள். "வேண்டுமென்றே வம்பு செய்கிறீர்கள்."

நந்தகோபால் நாலு அடி நகர்ந்து சென்று கையைக் கட்டிக் கொண்டு நின்றான். “ரம்யா, உன்னை டிஸப்பாயிண்ட் செய்துதான் ஆகவேண்டியிருக்கிறது. ஆனாலும் புரிந்து கொள்ள முயற்சி செய்.

உங்களுடைய அகராதி வேறு, எங்களுடைய அகராதியே வேறு. உன்னைப் பொறுத்தவரை முதற்காதல் இனிமையானது, அழகானது, நடக்கக்கூடியது. நீங்கள் எல்லாம் உங்கள் 'ஸ்டேட்டஸை' விட்டு இறங்கி வந்தால் வாழ்வு எப்படி இருக்கும் என்று சிந்தித்துக்கூடப் பார்த்திருக்க மாட்டீர்கள். மேலே ஆகாசமும், கையிலேகவிதையும் கோப்பையிலே மதுவும், தங்கத் தட்டு நிறைய உணவும், பக்கத்தில் காதலியுமாக இருந்தால் எல்லோருமே உமர்கய்யாமாக ஆகிவிடலாம்.

ஆனால் ரம்யா, எங்கள் வீட்டு அலுமினியத் தட்டுகளும், அகப்பைகளுமே அடகுக் கடையில் இருக்கின்றன என்பது உனக்குத் தெரியுமா? குடிக்கும் தண்ணிக்கே நாலு தெரு தாண்டிப் போக வேண்டியிருப்பவர்கள், குழந்தைப் பருவமே இல்லாத குழந்தைகளாக வளர்ந்து இளமையே இல்லாத இளைஞர்களாகி விட்டவர்கள்."

“நோ, இளமையை வீணாக்குபவர்கள்."

"இல்லவே இல்லை ரம்யா... எங்கள் இளமைகள் எல்லாம் நாங்கள் ஆசைப்பட்டு வீணாக்கப்படுபவை அல்ல. என் எதிர் காலத்தையே எடுத்துக்கொள். நான் ஐ.ஏ.எஸ். பாஸ் செய்து விடுவேன் என்று கனவு கண்டு இருப்பதையெல்லாம் அடகுவைத்து முதல் பிள்ளையான என்னைக் கல்லூரிக்கு அனுப்புகிறார்கள். இதற்காகப் பெற்றவர்கள் மட்டுமின்றி, அடுத்து இருக்கும் நாலுபேரும்கூட வயிற்றைச் சுருக்குகிறார்கள்.

ஐ.ஏ.எஸ். அவ்வளவு சுலபமில்லை . கவர்ன்மெண்ட் ஆபீஸராகக் கூட எனக்குத் தகுதியில்லை . ஏனென்றால், சபிக்கப்பட்ட பார்வர்ட்கம்யூனிடியில் பிறந்து விட்டேன். அதுவும் ஏழை அப்பாவுக்குப் பிள்ளையாகப் பிறந்து விட்டேன். வேத பாடசாலையில் வேதத்தையே ஓதிப் பழகிவிட்ட அப்பா, வேறெந்தப்பள்ளிக்கூடத்தையும் எட்டிக்கூடப் பார்த்ததில்லை. என் குடும்பத்தில் நான் முதல் தலைமுறை' பள்ளிக்குச் செல்பவன். அதற்காக எனக்கென்ன சிபாரிசு? நான் முதல் வகுப்பு வாங்கினால் மட்டும் மேல் படிப்புக்கு சீட்டா கிடைக்கப் போகிறது? கிடைத்தாலும், வெளி வந்த பின் என்ன மல்டி நேஷனலில் எக்ஸிகியூடிவ் வேலையா காத்திருக்கப் போகிறது? என்னால் மேலிடத்துச்சிபாரிசு வாங்கித்தர முடியுமா?

ஒவ்வொரு ஆபீஸாகப் படி ஏறி இறங்கி, வெறும் தண்ணீரை மட்டும் குடித்துவிட்டு வேலைவாய்ப்பகத்தின் முன் தவம் கிடந்து, வீட்டில் அத்தனை உள்ளங்களும் நிராசையாகி, வெறுப்பை என்மீதே எடுத்து வீச, நானே சுய மதிப்பை இழந்து, கண்டவன் காலில் விழுந்து, நாலு வருடமாவது நாய் மாதிரிசுற்றிய பிறகு, ஏதாவது ஒரு கம்பனியில்

எல்.டி.ஸி.யாகவோ யு.டி.ஸி.யாகவோ சேருவேன். இந்த வேலை கிடைப்பதற்குள் எனக்காகப் படிப்பை விட்ட தங்கை இருபது வயதில் நிற்பாள். நான் எப்போது சம்பாதித்து, சேர்த்து, பிராவிடெண்ட் பண்டில் கடன் வாங்கி அவளுக்குக் கல்யாணம் செய்வது? என் தம்பிகளையாவது நல்லபடி இன்ஜினியரிங்கோ மெடிகல்லோ படிக்க வைக்க வேண்டும். இதெல்லாம் எப்படிச் செய்வது? அம்மா பார்த்த அடக்க ஒடுக்கமான பெண்ணை அஞ்சாயிரத்துடன் நான் மணந்தால்தான் தங்கைக்குக் கல்யாணம் செய்யக்கட்டுபடியாகும்."

"யெஸ் நந்தா... என்னைக் கல்யாணம் செய்து கொண்டால் எந்தப் பிரச்னையும் இருக்காதல்லவா?"

"இருக்காது ரம்யா. என்னுடன் சேர்த்துத் தன்மானத்தையும், என்னைச் சேர்ந்தவர் மானத்தையும் விற்றுவிட்டால் இருக்காது. ஆனால் நான் படித்த படிப்பு எதை வளர்த்ததோ இல்லையோ, தன்மானத்தை அதிகமே வளர்த்து விட்டது. என் இன்ட்விஜி வாலிடியை வளர்த்ததுடன் இல்லாமல் என் படிப்பு, எனக்கு அதை அளித்தவர்கள் இழந்த எல்லாவற்றையும் சுட்டிக்காட்டிக்கொண்டே இருக்கும்.

இளமையில் முதல் காதல் அற்புதமான ஒன்று. ஆனால் அது என்னைப் போன்ற ஏழைகள் எண்ணிக்கூடப் பார்க்க முடியாத அளவு விலை உயர்ந்தது. நாங்களெல்லாம் கவிதையைக் கூட வகுப்பறையில் பாடமாகத்தான் படிக்க முடியும். உமர்கய்யாமாக நின்று ரசிக்க எங்களிடம் நேரமே கிடையாது.

எங்கள் வாழ்க்கையில் நாங்கள் அறிந்த ஒரே காதல், காவியம் எல்லாம் 'சர்வைவல்' மட்டுமே... வாழ்வை நோக்கிய ஓட்டம், ஒருமனப்பட்ட போட்டி... அத்தனையும் இருந்தும்கூட நாங்கள் தோற்றுத்தானேபோகிறோம். அதனால்தான்காதலை விட்டு விலகி, ஓடிப்போகிறோம். ஸாரி ரம்யா..."

ரம்யாவுக்குப் புரியவேயில்லை. இத்தனை அழகாக இருந்தும், செல்வத்தின் ஒரே வாரிசாக இருந்தும், நந்தாவின் அத்தனை கஷ்டங்களையும் போக்கத் தயாராக இருந்தும், தன் முதல் காதல் ஏன் முற்றுப்பெறவே இல்லை என்று!

# எனக்குப் பொறாமை இல்லை

நாகராஜனுக்கு எப்போதுமே தன் தோற்றத்தைப் பற்றி மிகவும் தாழ்வு மனப்பான்மை உண்டு. அதுவும் ராம் அவனுடன் வசிக்க வந்ததிலிருந்து மிகவும் அதிகமாகி இருந்தது.

ஆறடி உயரமும் ஆஜானுபாகுவான தோற்றமும், சுருள் முடியுமாக இருக்கும் ராமின் அருகாமையில் குறை அதிகமாகத்தான் தெரிகிறது. இவனுடன் ஒரே வீட்டில் வாழ ஒப்புக்கொண்டிருக்கக் கூடாதோ? அதுவும் ராம் தினம் தினம் புதிது புதிதாக கெஸ்ட்கள் என்று சொல்லி, பஞ்சாபிப்பெண்களுடன் வரும்போது மனசு நிலை கொள்ளாமல் சங்கடப்படுகிறது. அலுவலகத்தில் நாகராஜனை யாரும் ஏறெடுத்தும் பார்ப்பதில்லை. இத்தனைக்கும் ராமைவிட நாகராஜனுக்கு க்வாலிஃபிகேஷன் அதிகம். சம்பளம் அதிகம். என்ன இருந்தால் என்ன... கவர்ச்சிகரமான தோற்றமில்லையே...

நாகராஜன் எம்.டெக். கடைசி ஆண்டு படிக்கும்போதே காம்பஸ் இன்டர்வியூவுக்கு வந்திருந்த பெரிய மல்டி நேஷனல் கம்பெனியில் தேர்வாகி விட்டது. ஆரம்பட்ரெய்னிங்கிற்குப் பிறகு டெல்லியில் போஸ்டிங். கை நிறைய சம்பளம், பஞ்சப்படி, ஸ்கூட்டர் அட்வன்ஸ், வீட்டு வாடகை, இத்யாதி, நாகராஜன் முதலில் ஒரு லாட்ஜில் தங்கிச் சமாளிக்கலாம் என்றுதான் நினைத்தான். ஆனால், வேளைக்குச் சேர்ந்த மறுநாளே, தன் வழக்கமானகவர்ச்சியுடனும், கம்பீரத்துடனும் கை குலுக்கினான் ராம். "மிஸ்டர் நாகராஜ், க்ளாட்டு மீட் யூ... நான் ராம்மூர்த்தி. ராம் ஃபார் எவரிபடி. ஸேல்ஸ் எக்ஸிகூடிவ். நானும் சென்னை யிலிருந்துதான் வருகிறேன்." ஹிந்தி தெரியாமல், வடக்கத்திய

வழக்கங்கள் புரியாமல் டெல்லிக்கு வந்து சேர்ந்துவிட்டோமே என வருந்திக் கொண்டிருந்த நாகராஜனுக்கு இவன் சிநேகம் மிகவும் அவசியமாக இருந்தது.

நாலு நாள் கழித்து ராம் சொன்னான். "நாகராஜ், நம்ம கம்பெனிலே நமக்கு வீட்டு வாடகை, ஃபர்னிச்சர் அட்வான்ஸ் நிறையத் தர்றங்களே. நாம ஏன் ஒரு வீடு வாடகைக்கு எடுத்துக் கொண்டு இருக்கக்கூடாது? நேற்று சஃப்தர்ஜங் என்க்ளேவில் ஆயிரத்து இருநூறுக்கு ஒரு சின்ன வீடு பார்த்தேன். ஒரு ஹால். ரெண்டு பெட்ரூம். கிச்சன். ஆளுக்கு ஒரு ரூம் ஆச்சு. பொதுவான கெஸ்ட் வந்தால் ட்ராயிங் ரூம் இருக்கு. மார்னிங்காபி, ப்ரேக்ஃபாஸ்ட் நாமதயாரிச்சுண்டுவிடலாம். வீடு சுத்தம் செய்ய ஒரு சோக்ரா... செலவைப் பகிர்ந்து கொண்டால் போச்சு..."

நாகராஜனுக்கு இந்த ஐடியா மிகவும் பிடித்திருந்தது. வெளிநாட்டில் கல்லூரியில் படித்திருந்த ராம், நாகராஜனைவிட சாமர்த்தியமாக வீட்டை 'செட் அப்' செய்தான். நிர்வகித்தான். கடந்த நாலு மாதமாக எந்தவிதப் பிரச்னையும் இல்லை . ஒருவர் சுதந்திரத்திலோ, விருந்தினர்விஷயத்திலோமற்றவர்தலையிடுவதே இல்லை.

நாகராஜனைதாழ்வு மனப்பான்மைக்கு உள்ளாக்கி அவனைக் குறுகுறுக்கச் செய்த விஷயம் வேறு.

ராம் அலுவலகத்தில் பெண்கள் மத்தியில் மிகவும் பாப்புலர். வேலையில்லாத நேரத்தில் பெண்கள் அவனுடன் பேசிக்கொண்டும், ஜோக் அடித்துக்கொண்டும், கொஞ்சிக் கொண்டும் இருப்பார்கள். 'கிருஷ்ண பரமாத்மாதன் கோபியருடன் சபை கூட்டிவிட்டார்' என்று ஜெனரல் மானேஜரே கேலி செய்வது வழக்கம். மாலையில் ராமின் ஸ்கூட்டரின் பின் சீட்டில் கட்டாயம் ஒரு பெண் இருப்பாள். சனி, ஞாயிற்றுக்கிழமைகளில் அவனுடன் சினிமாவுக்குப் போக, ஹோட்டலில் சாப்பிட என்று எவளாவது ஒருத்தி அவனைத் தேடி வந்து விடுவாள்.

முந்திய தினமே ராம் நாகராஜனிடம் கேட்டான். "நாகராஜ், நாளைக்கு எனக்கு கெஸ்ட்சாயந்திரம் வருவாங்க. நான் அவங்களை உபசரிக்க ஹாலை உபயோகப்படுத்திக் கொள்ளட்டுமா, இல்லை என் அறைக்கே அழைச்சிட்டுப் போயிடட்டுமா" என.

"நீங்க தாராளமா முன்னறையிலேயே பேசலாம். எனக்கு யார் கெஸ்ட் வரப் போறாங்க, மாசத்துக்கு ஒருமுறை குழந்தை, குட்டிகளோடவர்ற ஒண்ணுவிட்ட சித்தி பெண்ணையும், அவள் புருஷனையும் தவிர..." நான் "தென் வொய் டோன்ட் யூ ஜாயின் அஸ். மிஸ் டி ஸில்வாவும் அவள் ஃப்ரெண்டும் வருகிறார்கள்" என்று ஒருநாள் அழைத்தான் ராம்.

மிஸ் டி ஸில்வாவா! நாகராஜனிடம் ஆசை துளிர்விட்டது. எத்தனையோ முறை ரிஸப்ஷன் டெஸ்க்கைத் தாண்டும்போது அவன் கண்களை ஈர்த்த செழுமையான, நீண்ட, வழுவழு கால்களின் சொந்தக்காரி இந்த டி ஸில்வா. அவள் டெலிபோனைச் சுழற்றும்போது குலுங்குவது டயல் மட்டுமல்ல. இன்று ராமின் பார்ட்டியில் கலந்துகொண்டால் என்ன?

டி ஸில்வா டைட்டான ஜீன்ஸிலும், பனியனிலும் உடம்பு பிதுங்க வந்தாள். அவள் தோழி அழகில்லை என்றாலும் இருப்பதை நன்றாகவே பேணியிருந்தாள். நாகராஜன் டபுள் புல் சட்டை அணிந்து, தலையைப் பலமுறை திரும்பத் திரும்ப வாரி, முகத்துக்கு நிறைய பவுடரடித்து தன்னைத் தயார் செய்து கொண்டிருந்தான்.

உள்ளே நுழையும்போதே டி ஸில்வா "ஹாய் ராம்" என்று ராமின் கழுத்தில் கையை வளைத்து அவன் கன்னத்தில் முத்தமிட்டாள். அவனும் அவளை "ஹாய் பேபி" என்று நெருக்கினான். "என் ஃப்ரெண்ட் ஜென்ஸி" என்று தோழியை ராமுக்கு அறிமுகப்படுத்தினாள். ஜென்ஸி ராமைக் கண் அகலப் பார்த்தாள்.

மூவருமே தன்னைக் கவனிக்காத நிலையில் நாகராஜன் தானே முன்னுக்குச் சென்று "ஹலோ, மிஸ் டி ஸில்வா" என்று வரவேற்றான். "ஓ நாகராஜ், நீ ராமுடன் வீட்டை 'ஷேர்' செய்துகொள்கிறாய் இல்லையா" என்று சாதாரணமாக அவனை அலட்சியம் செய்தவள், விஸ்கியில் ஐஸ் போட்டுக் கொண்டிருந்த ராமிடம் சென்று ஒட்டிக்கொண்டாள். தன் தோழியை நாகராஜனுக்கு அறிமுகம் செய்து வைக்கக்கூட முயலவில்லை . டபுள் சோபாவில் ராம் நடுவில் அமர்ந்திருக்க, அவன் இருபுறமும் பெண்கள் நெருக்கி அமர்ந்து அவனைக் கவரமுயல, நாகராஜன் மிகவும் சங்கடமாக உணர்ந்தான். அத்துடன் அவன் ஆண்மை அவனிடம் பலத்த அவமான உணர்வைத் தூண்டியது.

ட்ரிங்ஸ் முடிந்தபின் "கிளம்பு நாகராஜ். ஹோட்டலில் சாப்பிட்டு விட்டு, நைட் ஷோ போகலாம்" என்று ராம் அழைத்தபோது "இல்லை ராம், தலையை வலிக்கிறது" என்று ஒதுங்கிக் கொண்டான். மற்றொரு முறை ராமுடன் ஓக்லாவுக்குப் பிக்னிக் சென்ற போதும் இதே கதைதான். அத்தனை பெண்களும் இவன் ஒருவன் இருப்பதையே மறந்து ராமையே சுற்றிக் கொண்டிருந்தார்கள். ராமும் பெண்களுக்காகப் பணத்தை வாரி இறைத்தான். பரிசுகளாக வாங்கிக்குவித்தான்.

பல சமயங்களில் அடுத்த அறையிலிருந்து சிணுங்கும் குரல்கள், சிரிக்கும் குரல்கள் எனப் பல பெண்ரூபங்கள் நாகராஜனை வதைக்கும். இளமை உந்ததலில் நாளுக்கு நாள் அவனால் வேலையில் கூட கவனம்

செலுத்த முடியாமல் போனது. ராமிடம் இதைப் பற்றிப் பேசலாம் என நினைப்பான். ஆனால் ஒரு நாகரீகமான, முதிர்ச்சியான ஆணிடம் "உன் பெண் சிநேகிதிகளைக் கண்டு நான் பொறாமைப்படுகிறேன்" என்று எப்படிச் சொல்வது? எவளாவது முழு இரவு தனியாகத் தங்கினாலாவது எதிர்க்கலாம். நாகராஜனால் தனக்கு இல்லாத அழகை நினைத்து சுயப்பரிதாபத்தில் மட்டுமே ஈடுபடமுடிந்தது.

அன்று அஜ்மல்கான் ரோடில் ஸ்கூட்டரை நிறுத்திவிட்டு ராமும், நாகராஜனும் தெருவோரக் கடைகளை நோட்டமிட்டபடி காலாற நடந்தார்கள். வழியில் பல பெண்கள் ராமுக்கு 'ஹலோ' சொன்னார்கள். பத்து நிமிடம் நின்று வம்படித்த பார்ஸிப் பெண் "மீட் யூ ஸம்டைம், ஸ்டட்புல்" என்று ராமின் மூக்கில் செல்லமாகக் குத்தி விடைபெற்றாள். நாகராஜனின் வயிறு எரிந்தது.

திடீரென தெருவின் மறுபுறத்திலிருந்து "டேய் நாகராஜா" என்ற அவசர அழைப்புக் கேட்டது. மறுபுறத்தில் நிற்பது ஹரிஹரனல்லவோ! இவன் சென்னையிலிருந்து எங்கே டெல்லிக்கு வந்தான்?

'ஒன் மினிட் ராம். ப்ளீஸ் வெயிட்." அவசரமாக ரோடை க்ராஸ் செய்து "என்னடாஹரி... நீ எங்கடா டெல்லியில்" என்றான்.

"எனக்கு இங்கே ப்ரைவேட் கம்பெனி ஒண்ணுல வேலை கிடைச்சிருக்கு. இப்பத்தான் சாயந்திரம் வந்தேன். உங்கம்மா உன் அட்ரஸ் தந்திருக்கா. காலையிலே போன் செய்யலாம் என்றிருந்தேன்."

நண்பர்கள் ஐந்து நிமிஷம் பேசிக் கொண்டிருந்தபிறகு, நாகராஜன் "என் நண்பன் காத்துக்கொண்டிருக்கிறான். வாயேன். எங்களுடன் சேர்ந்து சாப்பிடலாம்" என்று ஹரியை அழைத்து வந்தான்.

"ஹரி, என்னுடைய கலீக் கம் ஹவுஸ் மேட் ராம்." கைகுலுக்கிய ராமின் முகத்தில் பதட்டமிருந்தது, ஹரியிடம் குழப்பமிருந்தது. ஹரி பேச முற்படுவதற்குள், "நாகராஜ்... ஸாரி நான் அவசரமாகப் போக வேண்டியிருக்கிறது. என் ஃப்ரெண்டுக்கு உடம்பு சரியில்லையாம். அவன் ஸிஸ்டரை இப்போ ரோடில் பார்த்தேன்." வேகமாகப் படபடப்புடன் பேசியபடி கூட்டத்தில் மறைந்தான் ராம். "நாகராஜா, இவன் பேரு மூர்த்திதானேடா?"

"நோ.... ராம். ஆமாம் முழுப் பெயர் ராமமூர்த்தி. உனக்கு இவனைத் தெரியுமா என்ன. வெரி நைஸ் மேன். இன்டலிஜன்ட் அண்ட் வெரி பாப்புலர்.... ணீ "பாஸ்டார்ட்! இவனைப் பார்க்கும் போது எனக்கு எப்படி இருக்கு தெரியுமா? அப்படியே குத்தித் குதறி கிழித்து விடணும் போல இருக்கு"

"என்னடாவிஷயம்?"

"விஷயமாவது... ராஸ்கல்! ஒரு பொண்ணுடைய வாழ்க்கையை என்னமாச் சூறையாடி விட்டான்..."

"ஓ. அதுவா. தப்பு முழுவதும் அவன் மேல இல்லைடா ஹரி. ஒருத்தன் அழகா வாட்டசாட்டமா இருந்தா பொண்களும் அதற்காக இப்படி அவன் மேல விழவேண்டாம். 'வீட்டுலேட்ராப் பண்ணட்டுமா' என்று அவன் கேட்டால் கூட 'ஏன் நான் உன்னோட தங்கக்கூடாதா?' என்று ஒவ்வொருத்தி இழையறதை நான் கண்ணால பார்த்திருக்கிறேன். கொஞ்சநேரத்துக்கு முன்னாடி ஒரு பொண்ணு என் கண் முன்னாடியே செல்லமாக இவனை 'ஸ்டட்புல்' என்று மூக்கில் தட்டறது."

"யாரு இவனையா நல்ல ஜோக்தான்."

"இவனும் அப்படித்தான் ஜோகிங்கா அப்பப்ப கொஞ்சம் விளையாடறான்." –

"ஏண்டா விளையாட மாட்டான்? பாபிடா. மகாபாபி. எங்க அத்தை பொண்ணு ரமா தெரியுமில்லையா உனக்கு. காலேஜில கூட லெக்சரராக இருந்தாளே, அவளுக்குத் தாலி கட்டின புருஷன் இவன்.

"ராமுக்கு கலியாணமாயிடுத்தா?" நாகராஜன் அதிர்ந்தான்.

"கலியாணம் என்ன, டைவர்ஸ் கூட ஆச்சு..."

"ஏண்டா!"

"சொன்னா வெட்கக்கேடு. கலியாணத்தின்போது இவன் கல்கத்தாவிலே பெரிய கம்பெனிலே வேலையாய் இருந்தான். இவன் அப்பா, அம்மா கிராமத்துலே. இவன் அழகையும் வேலையையும் பார்த்து, நன்றாக விசாரித்துத்தான் கலியாணம் செஞ்சு குடுத்தாங்க. துரை ஸ்டைலாக் கலியாணத்தன்னைக்குக் காலை ப்ளேனிலே வந்து இறங்கினான். அம்பதாயிரம் ரூபாய் வரதட்சிணையும், சீரும் வாங்கிக் கொண்டு கல்யாணம். சாயந்திரமே ரிஸப்ஷன் முடிந்ததும் 'சடங்கு எதுவும் வேண்டாம், ஹனிமூனுக்கு ஊட்டி போகிறோம் என்று கிளம்பிவிட்டான். ஒரு வாரம் கழித்து வந்தவன் சோழா ஹோட்டலில் புது மனைவியோட இறங்கிவிட்டு, 'இப்போதே ப்ளேனில் கல்கத்தா போகிறோம். 'ரமா துணி மணிகளை 'பாக்' செய்து எடுத்து வாருங்கள்' என்று மாமனாருக்கு போன் செய்தான்.

பெரிய அதிகாரி மாப்பிள்ளை! என்ன ஆபீஸ் வேலை, அவசரமோ என்று இவங்களும் பெட்டியை மட்டும் எடுத்துட்டுப் போய் விடை குடுத்துட்டு வந்தாங்க. ரமா சுகமாக கணவனோட இருக்கா என்றுதான்

நினைச்சிட்டு இருந்தாங்க. மாசம் ரெண்டுதரம். மாப்பிள்ளையும், பெண்ணும் சுகசமாசாரம் எழுதிவந்தாங்க.

திடீரென ஒருநாள் உறவினர் வீட்டுக்கு மொட்டைத் தாத்தான் குட்டையிலே விழுந்தான்னு போன் வர்றது. உங்க மக அபாயத்திலே இருக்கா வந்து கூட்டிட்டுப் போங்கன்னு . ஒண்ணும் புரியாம ரமாவோட அப்பாவும். அண்ணனும் ப்ளேனிலே போய் இவளை விடுவிச்சு கூட்டிட்டு வந்தாங்க."

"விடுவிச்சா ..." –

"ஆமாம். இந்த வக்ரமான ராட்சசன் வச்சிருந்த சிறையிலேர்ந்து. இந்த பாஸ்டார்ட் ஒரு இம்போடன்ட். அந்த விஷயம் இவனைப் பெற்றவங்களுக்குக் கூடத் தெரியாது. சோஷியல் ஸ்டேடஸ்பற்றிய ஆர்வம், வக்ர புத்தி ரெண்டுமாச் சேர்ந்து கல்யாணத்துக்கு ஒப்புத்துக் கொண்டுட்டான். இவன் குறையைக் கூடத் தன் தலைவிதின்னு ரமா ஏற்றுக்கொண்டிருப்பா. ஆனா, இந்த விஷயம் வெளியிலே தெரிஞ்சுவிடப் போகிறதேன்னு கலியாணத்துக்குப்பிறகு ரமாவை அவள் பெற்றோரைக் கூடச் சந்திக்க விடல்லே. கல்கத்தாவுக்கு அழைத்து வந்த பிறகும் இந்த விஷயம் வெளியே தெரிந்தால் தன் ஹீரோ இமேஜ்' கெட்டுவிடுமே என்று மனைவியை வீட்டில் அடைத்து வீட்டைப் பூட்டிக் கொண்டு ஆபீஸுக்குப் போனான்.

அக்கம் பக்கம் யாருடனும் இவனுக்குத் தொடர்பில்லை. வீட்டில் கார்டு, காகிதம்கூட இருக்காதாம்; அதோட விட்டானா ராஸ்கல்! தன் குறையை வக்ரமாக வெளிப்படுத்தி, மனைவியை ஹிம்சைப்படுத்தித் தான் சந்தோஷப் பட்டிருக்கான். ரமாவும் பொறுத்துப் பொறுத்துப்பார்த்திருக்கா. ஒரு நாள் இவன் போனபின் கதவைத்தட்டி அமர்க்களப்படுத்தியிருக்கா. அடுத்த ப்ளாட்காரங்க ஓடிவந்து இவனுக்கு போன் செய்தா, மனைவிக்கு 'ஹிஸ்டீரியா' என்றானாம்.

ஒரு நாள் இவ ஜன்னல் வழியாகக் கத்தியபோது பக்கத்து வீட்டு காலேஜ் ஸ்டூடண்ட் ஒருத்தன் மட்டும் இவளை நம்பி, இவ கூறிய விலாசத்துக்கு போன் செய்திருக்கான். எப்படியோ ரமா திரும்பி வந்து சேர்ந்தா. கோர்ட்டிலும் தைரியமாவழக்காடி, இவன் கலியாணத்துக்குத் தகுதியற்றவன், ஆண்மைக்குறைவானவன், மனைவியைக் கொடுமை செய்தவன் என்று விவாகரத்தும் வாங்கி பழைய படி கல்லூரி வேலையைத் தொடர்ந்து செய்யறா..."

நம்ம சமுதாயத்திலே விவாகரத்தான பெண்ணைகலியாணம் பண்ணிக்க

எவன் முன்வரான். அதோட இவன் ஒரு மாத காலம் அவளைச் செய்த சித்ரவதையின் அதிர்ச்சியிலிருந்தே அவளால் விடுபடமுடிய வில்லை . எப்படித் துடி துடிப்பா இருந்த பெண் நடைப்பிணமா மாறிட்டா தெரியுமா... அதே இந்த ராஸ்கலைப் பாரு. ரகசியமா வேலையை மாத்திண்டு டெல்லி வந்து டான்ஜுவானா வேஷம் போடறானாக்கும். பர்வரடட் ராஸ்கல். ஸ்டட்புல்லாம். மாட்டைத் தடவிக் கொடுக்க மட்டும்தான் இவனுக்குத் துப்பு..."

இப்போதெல்லாம் ராமின்கோபியர் பட்டாளம் வரும்போது நாகராஜன் தன் ஆண்மையையும், அழகையும் பற்றி எந்தவிதமான காம்ப்ளெக்சும் இல்லாமல், அலட்சியமாக ஒதுங்கிவிடுகிறான்.

# நான் கன்னி இல்லை

அனு, இந்திய விடுதலைப் போராட்டத்தைப் பற்றிய புதுக் கருத்துக்கள் அடங்கிய ஆங்கிலப் புத்தகத்தில் மூழ்கி இருந்தாள். மாடிப்படியில் இருந்து கலகவெனச் சிரிப்பெழுந்தது. ஓர் ஆண் குரல் ரகசியமாக ஏதோ கூறியது. பெண் குரல் மெதுவே சிணுங்கியது. மறுபடியும் ஆண் குரல். தொடர்ந்து வெட்கச் சிரிப்பு. அனு, முகத்தை மறைத்திருந்த புத்தகத்தை எடுக்காமலே, கண்களை மாத்திரம் உயர்த்திப் பார்த்தாள்.

மாடிப்படியில் அண்ணன் சுதாகர், அண்ணி வித்யாவுடன் இறங்கி வந்து கொண்டிருந்தான். அவன்கை, வித்யாவின் தோளை அணைத்திருந்தது. வித்யாவின் முகம் அவன் கழுத்து வளைவில் பதிந்து இருந்தது. வித்யாவின் உடை, தூக்கியடிக்கும் 'சானல் 19'ன் மணம் இரண்டுமே அவர்கள் வெளியே சென்று கொண்டிருக்கிறார்கள் என்று பறைசாற்றியது.

அனு அவர்களை நோக்கிய அதே கணத்தில் வித்யாவும் அவளைக் கவனித்தாள். சடாரெனக் கணவனின் பிடியிலிருந்து விலகினாள். சுதாகர் குற்ற உணர்வுடன் திடுக்கிட்டு நின்றான். சாதாரணமாக இரவு உணவு முடிந்தவுடனேயே தன் அறையில் கதவைத் தாழிட்டுக் கொண்டு விடும் அவளை அவர்கள் கீழே ஹாலில் எதிர்பார்க்கவில்லை என்பது புரிந்தது.

சங்கடமான மௌனத்தை அனுதான் கலைத்தாள் : "என்ன அண்ணா, வெளியே போகிறீர்களா?"

“ஆமாம், அனு. நீயும் வாயேன்.”

கணவனிடமிருந்து குறிப்பெடுத்துக் கொண்டவள் போல வித்யா தொடர்ந்துதாள்: "அனு, உனக்குப் பிடிக்கும் என்றுதான் ஆங்கிலப் படமாகப் போகலாம் என்றார் உங்க அண்ணா."

வெறும் வெளிப் பேச்சுக்கள். தன்னையும் ஏமாற்றிப் பிறரையும் ஏமாற்ற முயலும் வெளிப்பூச்சுகள். அண்ணனும், அண்ணியும் அவள் மீது கொண்டுள்ள உண்மை அன்புக்குத் தேவையில்லாத வேஷங்கள்.

"பரவாயில்லை, அண்ணி. நான்தான் சினிமாவுக்கெல்லாம் போவதையேவிட்டு விட்டேனே, நீங்க போயிட்டு வாங்க."

அடுத்தது என்ன என்பதுபோல் கணவனைப் பார்த்தாள் வித்யா. சுயமாக நிமிர்ந்து நிற்கத் தெரியாதவள். சார்ந்தே வாழ்ந்து பழவியவள்.

“அனு, நீ எதற்காக இப்படி வேண்டுமென்றே உன்னை வருத்திக் கொள்கிறாய் என்று எனக்குப் புரியவில்லை. வீட்டை விட்டு வெளியில் வரமாட்டாய். சினிமா, டிராமா எதுக்கும் போகமாட்டாய். அதுதானாகட்டும். எம்.ஏ., படித்த பெண். ஆபீஸுக்காவது வா. பிஸினஸாவது கற்றுக் கொள் என்றால் அதுவும் மாட்டாய். வீட்டுக்குள்ளேயே எத்தனை நாள் அடைந்து கிடப்பாய்?" – சுதாகர் தொப்'பென்று அவளெதிரில் சோபாவில் உட்கார்ந்தான்.

அனு குறுக்கிட்டாள்: "அண்ணா, திரும்பத் திரும்ப ஏன் பழங்குப்பையைக் கிளறுகிறாய்? இப்போது என்னைப் பற்றிச் சிந்தித்து உங்கள் மூடைக் கெடுத்துக் கொள்ளாதீர்கள். அண்ணீ, நீங்கள் இரண்டு பேரும் ஐந்து நிமிஷத்திற்குள் கிளம்பாவிட்டால் ஐ வில் ஷூட் யூ."

குழந்தைத்தனமாகச் சிரிக்கும் தங்கையை ஏக்கத்துடன் பார்த்தான் சுதாகர்: “தோட்டக்காரனையும் அவன் மனைவியையும் வராண்டாவில் படுத்துக்கச்சொல்லியிருக்கிறேன்."

"நான் என்ன, குழந்தையா அண்ணா. எனக்கெதற்குத்துணை? அண்ணி, அண்ணா பிஸினஸ் சிந்தனையை விட்டு ஒரு நாள் மனைவியை மகிழ்விக்கக் கிளம்பியிருக்கிறார். அவரை விடாதீர்கள்." – அவர்களை வெளியே தள்ளாத குறையாக அனுப்பிவிட்டுக் கதவைத் தாழிட்டாள்.

'எவ்வளவு சுலபமாகச் சொல்லிவிட்டான், ஏன் சினிமாவுக்குப் போகக்கூடாது, ஆபீஸுக்கு வரக்கூடாது என்று. மூன்றாண்டுகளாக என் மனமும், உடலும் செய்யும் புரட்சிக்கு இன்னும் தூபமிடக் கூடாது என்று, சமூகத்துக்காகவும், சுயமாகவும் நானே உண்டாக்கிக் கொண்டிருக்கும் சில கட்டுப்பாடுகள் எனக்கு வேள்வி. பலதரப் பட்ட வியாபாரம் செய்யும் அண்ணன், பணத்திலேயே புரளுகிறான். 'பண்ணை

' வைத்துப் பந்தயக் குதிரைகளை உருவாக்குபவனுக்குத் தங்கையின் மனக் குதிரையை நிறுத்திச் சோதனை செய்யும் சாமர்த்தியமோ, துணிவோ இல்லை. திமிரேறிய குதிரை துள்ள ஆரம்பித்து விட்டால், துள்ளி நிற்காது, பாய்ந்து ஓடும். வேலியிட்டாலும் தயங்கி நிற்காது, தாண்டித்தான் குதிக்கும் என்று இவனுக்கு எப்படிப் புரிய வைப்பது?

'தாயாகவும், தந்தையாகவுமிருந்து வளர்த்து விட்ட அண்ணனிடம், நின்று பேசும் துணிவு இருந்தால் வெளிப்படையாக எடுத்துச் சொல்வேன்: "நான் ஒரு 'ஹிப்போக்ரட்' இல்லை. நானே என்னை ஏமாற்றிக் கொள்ளத் தயாராக இல்லை. நான் ஒரு சாதாரணப் பெண். வெளி வாழ்வில் ஈடுபட ஆரம்பித்தால், ஒவ்வொரு முறை கம்பீரமான ஓர் ஆணைச்சந்திக்கும்போதும் என் மனம் சலனமுறும். மனப் பக்குவமடையாத நிலையில் நான்சுவைத்தது தாம்பத்யத்தின் மிகச் சிறிய பகுதிதான். என்றாலும் அதன் இனிமை இன்னும் என் நாக்கிலேயே நிற்பதால், நான் திருடிச் சுவைக்கக்கூடத் தயங்காத நிலை ஏற்படலாம். என் திருட்டால் குடும்பத்துக்கு அவப்பெயரோ, சமூகத்தில் இழிநிலையோ ஏற்படாமல் உங்களையும் என்னையும் காக்கத்தான் இந்த வேள்வி. நான் கருகிய செடி என்று சமூகம் ஒதுக்கிய நிலையில் அதற்கு உரமெதற்கு, நீரெதற்கு?"

மோகன் – நெஞ்சிலும் நாவிலும் இனிக்கும் பெயர். இருபத்தைந்து வயதிற்குள் தொழிலின் உச்சாணியில் ஏறிவிட்ட அமெரிக்காரிடர்ன்ட் நிர்வாக ஸ்பெஷலிஸ்ட். வாழ்வின் ஒவ்வொரு துளியையும் இப்போதே அள்ளிப் பருக வேண்டும் என்பது போல், ஒவ்வொன்றிலும் ஒரு பரபரப்பு, துள்ளல், அவசரம். அந்த அவசரத்துடனே மணமான பதின்மூன்றாம் நாளே வாழ்வையும் முடித்துக் கொண்டு விட்டான்.

திருமணமான அன்றே சுதாகரை அழைத்துச் சொல்லி விட்டான், "ரிஸப்ஷன் முடிந்த உடனே நான் என் மனைவியை அழைத்துக் கொண்டு பிளேனில் காஷ்மீருக்குப் போகப் போகிறேன்" என்று. "டிஸம்பர் மாதக் குளிரில் காஷ்மீரில் ஹனிமூனா!" வியந்து நிற்கும் சுதாகரிடம், "என்ன மிஸ்டர்சுதாகர், உங்களுக்குத் தெரியாதா குளிரில்தான் ஹனிமூன் ரசிக்கும் என்று? உங்கள் தங்கையைக் கேளுங்களேன்" என்று நாணி, ஒளிந்து நிற்கும் அனுவை வம்புக்கிழுத்த தன்னம்பிக்கை. எப்படி அந்தக் குறும்பை எல்லாம் கனவாக்கி விட்டு மண்ணோடு மறைந்தான்?

டில்லியில் ஐந்து நட்சத்திர ஓட்டலை அடைந்ததுமே கதவை மூடியவன், "அனு டார்லிங், வாழ்வில் நாமிருவரும் மனதார ஒருவரை ஒருவர் புரிந்து கொள்ள எவ்வளவோ நேரமிருக்கும். ஆனால் இந்தத் தேனிலவு முடிந்து நான் ஆபீஸுக்குத் திரும்பினால் காலை எட்டு மணி முதல்

மாலை ஏழு மணி வரை என் மனத்தில் வேலையைத் தவிர வேறு எந்தச் சிந்தனைக்கும் இடமிராது. உன்னுடன் இருக்கும் நேரத்தைக் கூட கணக்கிட்டுத் தான் செலவழிக்க முடியும். அதனால் தான் ரொம்பசுயேச்சையாக இருக்க விரும்புகிறேன்" என்று அவளை அணைத்தான்.

"இவன் என்னடா காட்டுமிராண்டியாக இருக்கிறானே என்று நினைக்காதே. இந்தப் பத்து நாட்களும் நான் இரவும் பகலும் உன் பெண்மைக்குப் பூஜை செய்யப் போகிறேன்" என்று அவளை லாகவமாகக் கட்டிலில் தூக்கிக் கிடத்தினான். இதுவரை அவள் நினைத்துமறியாத ஒரு போக வாழ்க்கை அவள் முன் விரிந்தது. ஆண்மை என்னும் ஒரு கம்பீரச் சக்திக்குள் அவள் பெண்மை மென்மையாகக் கரைந்தது.

விமானத்தில் சென்னை திரும்பும்போதுதான் மனத்தளவில் இருவருமே இன்னும் அந்நியர்களாக நிற்பதை அனு உணர்ந்தாள். பத்து நாட்களில் உடலுறவை மீறி, ஒருவரை ஒருவர் புரிந்துகொள்ள முயலக்கூட இல்லையே? மோகன் சொல்லுவது போலப் புரிந்து கொள்ளவும், நெருங்கி உணரவும்தான் வாழ்நாள் முழுவதும் இருக்கிறதே என்று சமாதானப்படுத்திக் கொண்டாள்.

ஆனால் சென்னை திரும்பிய மறுநாளே, மனைவியை நாடி ஆபீஸிலிருந்து வேகமாகக்காரில் வந்து கொண்டிருந்தவன்மவுண்ட் ரோடு திருப்பத்தில்லாரி மோதி சுக்கலாகிய போது, பேப்பரில் செய்தி வந்தபோது, உற்றாரும், உறவினரும் ஒன்று சேர்ந்து அவளுக்காக அழுதபோதுகூட அனு ஒரு கனவில் நடப்பவளாகச் சுய நினைவற்றிருந்தாள். இருபதே வயதானதங்கையின் மாங்கல்யமும், பொட்டும் பறிக்கப்படுகையில் சுதாகர் கதறி விட்டான்.

நாளாவட்டத்தில், அவளைச்சாதாரண வாழ்வில் ஈடுபடுத்த சுதாகரும், வித்யாவும் செய்த எல்லா முயற்சிகளும் பயனற்று விட்டன. மோகனின் இழப்பு அவளுக்குப் பெரிதாகத் தெரியவில்லை. பதின்மூன்றே நாள் வாழ்க்கைப்பயணத்தில் சந்தித்த ஒருவரின் பிரிவு தரக்கூடிய சாதாரண வருத்தத்தைத்தான் அவன் மறைவு அவளுக்கு அளித்தது. ஆனால் அந்தக் குறுகிய காலத்தில் அவன் அவளுக்குப்பழக்கப்படுத்தியிருந்த இன்பவாழ்வின் நினைவு அவளை அலைக்கழித்தது. இதைச் சமுதாயம் ஒப்புக்கொள்ளாது என்று புரியாதவளல்ல அனு. ஆனால் மனக் குரங்கென்ன, சமுதாய வரம்புகளுக்கு அடங்கியாகுதிக்கிறது? அவள் ஒருத்தியால் மட்டுமே புரிந்து கொள்ளக்கூடிய துன்ப நிலையில் தான், அவள் தன் வாழ்வையே ஒரு குறுகிய வட்டத்துக்குள் சுருக்கிக் கொண்டு விட்டாள்.

சுதாகர் அனுவின் அறையைத் தேடி வந்தான். அவன் பலத்த குழப்பத்தில் ஆழ்ந்திருக்கிறான் என்பது அவன் முகத்திலேயே தெரிந்தது.

“என்ன அண்ணா , ரொம்ப கவலையாக இருக்கிறாய்?"

“ஒன்றுமில்லை அனு, உன்னைப் பற்றிய கவலைதான்."

சுதாகரின் கண்ணிலிருந்து மடைதிறந்தாற்போலக் கண்ணீர் வழிந்தது: “அனு, எத்தனை ஜாதகம் பார்த்து, ஆயிரம் பொருத்தம் சேர்த்து ஆசையாகக் கல்யாணம் செய்தேன்."

"வேண்டாம் அண்ணா, வேறு ஏதாவது பேசுவோம்."

"இல்லை அனு, நான் இன்று வெட்டிப் பேச்சு பேசப் போவதில்லை. முடிவுடன் தான் வந்திருக்கிறேன்." – அவளை ஆழமாகப் பார்த்தான்: “நான் இனிமேல் சமூகத்துக்குப் பயப்படப் போவதில்லை. உன் வாழ்வைவிட சமுதாய மதிப்பீடு எனக்குப் பெரிசில்லை. நான் உனக்கு மறுமணம் செய்யப் போகிறேன்."

"எனக்கு எந்த மறுப்பும் இல்லை, அண்ணா. நானே உன்னிடம் இதுபற்றிப் பேசவேண்டும் என்றிருந்தேன்."

சுதாகருக்கு ஒரே ஆச்சரியம்.

"என்ன அண்ணா , அதிசயப்படுகிறாயா? நானே மோகனுடன் நாலாண்டு காலமாவது வாழ்ந்து பாசம் என்றபந்தப் பிணைப்பில் ஈடுபட்டுக்குழந்தைகளையும் பெற்றுக்கொண்டிருந்தேனானால் என் முடிவு வேறு விதமாக இருந்திருக்கக் கூடும். என்னை இப்போது எந்தப்பாசக்கயிறும் தடுக்கவில்லை. எங்கள் குறுகிய மணவாழ்வில், உடலில் தொடங்கும் நம் தாம்பத்ய சம்பிரதாயத்தில் நாங்கள் இருவரும் போகப் பொருட்களாகத் தான் இருந்தோமே தவிர, மனிதத் தன்மைக்கு வரவே இல்லை. மனிதர்களாக வாழவே எங்களுக்கு நேரமில்லை. அதனால்தான் ஆண்மையில் மனிதத் தன்மையை, ஒரு முழுமையை, தாம்பத்யம் என்னும் பவித்ரமான பந்தத்தைக் காண நான் ஆவலாக இருக்கிறேன். உன்னால் புரிந்து கொள்ள முடியும் அண்ணா ."

"நான் எப்போதோ புரிந்து கொண்டு விட்டேன், அனு. ஆனாலும் ஏதோ ஒன்று, தலைமுறை தலைமுறையாக வரும் சில தடைகள் என்னைக் கட்டிவிட்டன."

"அதே காரணத்தினால் தான் அண்ணா, நான் சுயநம்பிக்கை இல்லாமல் என்னையே தடுப்புக்குள் அடைத்துக்கொண்டு விட்டேன். நீ இப்போது தைரியமாக என்னிடம் பேச வந்திரா விட்டால், நான் வாழ்நாள் முழுவதும் கோழையாகவே, ஒரே வட்டத்துக்குள் சுற்றிச் சுற்றி வந்து,

தலை சுற்றியே மயங்கி விழுந்திருப்பேன். எனக்கு வெளிக்காற்று தேவை. இந்தப் புழுக்கம் என்னைக் கொல்கிறது." – விம்மி அழும் தங்கையை சமாதானப் படுத்தினான் சுதாகர்.

இன்று அனுவின் மனம் ஒரு சுகானுபவத்தில் மூழ்கிக் கிடக்கிறது. தூசு படிந்த படமாகக் கிடந்த மோகனின் நினைவின் மேல், பளிச்சிடும் புது வண்ணமாக ரமேஷின் அறிமுகம் அமைந்திருக்கிறது. ரமேஷ், அண்ணன் சுதாகரின்கம்பெனி ஒன்றில் சார்ட்டர்ட் அக்கவுண்டண்ட். முப்பது வயதானாலும் இளமை கொஞ்சும் முகம். இரண்டு முறை அண்ணன், அண்ணியுடன் வீட்டு ஹாலில் பொது விஷயங்களைப் பற்றிப் பேசிய பிறகு இன்று அவர்கள் அனுமதியுடன் அனுவும், ரமேஷும் ஒரு பெரிய ரெஸ்டாரண்டில் உணவு அருந்திக் கொண்டிருக்கிறார்கள்.

சுபாவத்திலேயே இருவரும் சங்கோஜிகள். பேச்சு வேகமாக வளரவில்லை.

"உனக்கு இலக்கியம் பிடிக்குமா, அனு?"

"ஏதோ பொழுதுபோக்கிற்காகத் தற்கால எழுத்தாளர்களின் புத்தகங்கள் படிப்பேன். இப்போதெல்லாம் அதுகூடப் படிப்பதில்லை ."

"எனக்கு இலக்கியம் என்றால் ரொம்பப் பிடிக்கும். சொன்னால் நம்ப மாட்டாய். நான்பி.காம்., படிக்கும் போது, 'கற்பில் சிறந்தவள் கண்ணகியா, மாதவியா' என்று ஒரு பட்டிமன்றம் நடந்தது. அதில் எனக்கு முதல் பரிசு கிடைத்தது."

"உண்மையாகவா? அப்போது உங்களுடன் வாதிட்டு மீள முடியாதாக்கும்!" – அனு சிரித்தாள். சிரிக்கும் அவள் அழகிய முகத்தையே உற்றுப்பார்த்தான் ரமேஷ். அனு தலை குனிந்தாள்.

"அனு!" – ரமேஷின் குரல் கரகரத்தது: "திருமணமான பதின்மூன்றாம் நாளே மரணம். இந்தக் கொடுமையை உன்னால் எப்படித்தான் ஜீரணிக்க முடிந்ததோ? சுதாகர் சொன்னார், நீங்கள் குடித்தனம்கூடப் போடவில்லை என்று."

அனுவின் கண்கள் துயரத்துடன் வெட்ட வெளியை நோக்கின: "தேனிலவின்போது காஷ்மீரில் எத்தனையோ கோட்டை கட்டினோம்."

"என்ன, காஷ்மீரிலா?"

"ஆமாம். தேனிலவுக்கு காஷ்மீருக்குத்தான் போனோம். அந்த இன்ப நாட்களின் நினைவாகத்தான், முடியாத ஒரு கனவின் தொடர்பாகத்தான் நான் என் கட்டுப்பாட்டுக் கூட்டை உடைத்து விட்டு உங்களுடன் வந்திருக்கிறேன்."

"அனு! சுதாகர் கூறியதை நான் தவறாகப் புரிந்து கொண்டேனா?

இல்லை, சுதாகர் வேண்டுமென்றே என்னிடம் மறைத்தாரா? புரியவில்லை."

"எதை?"

"நீ ஒரு... ஐ மீன்... அவர்கள் வாழ்வையே தொடங்கவில்லை என்று பல முறை அடித்துக் கூறியதை நான் நம்பினேன். அதனால்தான் நீ விதவை, ஒருமுறை பலர்முன்னிலையில் தொட்டுத் தாலி கட்டிய கணவனை இழந்தவள் என்று அறிந்தும்கூட உன்னை மணக்கத் திட்டமிட்டேன்."

"ஓகோ! நீங்கள் தேடியது ஒரு கன்னி விதவையை. எனக்கு வாழ்வளிக்க ஏதோ இரக்கத்தில் தர்மம் செய்வது போல் முன்வந்தீர்களாக்கும்."

"அனு, நான் புதுமைக் கருத்துக் கொண்டவன். ஆனால் பண்பாட்டை மதிப்பவன். உடலால் மாசுபட்ட ஒருத்தி வேறோர் ஆணை நாடுவதை என் பண்பு ஒப்புக்கொள்ளாது. பெண்களுக்கு கற்பு என்பது இன்று நேற்றுத் தோன்றியது இல்லை."

"கற்பு என்பது என்னவென்று கேட்கிறேன் மிஸ்டர் ரமேஷ். ஒரு பெண் இருந்தாலும், இறந்தாலும் ஒரே ஆணைச் சார்ந்து நிற்பதுதான் கற்பு. உங்களைப் போன்ற சீர்திருத்தக்காரர்களுக்குப் பழமையும் வேண்டும், புதுமையும் வேண்டும். பழமையை அழித்துப் புதுப் பாதையிடத் தைரியமில்லை . அதனால் புதுமை என்று வெளிப்பூச்சுப் பூசுகிறீர்கள்.

"தாய்க்குலம், அதன் கற்பு என்று குடும்ப வாழ்வில் ஈடுபட விரும்பும் கைம் பெண்களைச் சிம்மாசனத்தில் உட்கார வைத்து, அவர்கள் உடலில் மாசுபடாமல் பாதுகாத்து, அவர்களை மனத்தளவில் விபசாரிகளாக்குகிறீர்கள்.

"நீங்கள் எல்லோரும் ஹிப்போக்ரட்ஸ், ஏமாற்றுவாதிகள். மேடையேறி மாதவியின் கற்பையும், கண்ணகியின் கற்பையும் அலசும் நீங்கள், கோவலனின் கற்பை ஏன் ஆராயவில்லை?" – இரண்டு பத்து ரூபாய் நோட்டுக்களை ரமேஷ் எதிரில் மேஜையில் விட்டெறிந்துவிட்டு, வேடிக்கை பார்க்கும் முகங்களை லட்சியம் செய்யாமல் ஹோட்டலைவிட்டு வெளியேறினாள் அனு.

இரவு நேரத்தில் தனியே டாக்ஸியில் வந்திறங்கும் தங்கையை ஆச்சரியத்துடன் பார்த்தான் சுதாகர்: "என்ன அனு, என்னம்மா ஆச்சு? ரமேஷ் உன்னைட்ராப் பண்ணவில்லையா?"

"நான் அவரைட்ராப் பண்ணி விட்டேன். என்னைச் சந்திக்கும் துணிவு அந்த ரமேஷுக்கு இனிமேல் இல்லை."

“அனு, என்ன நடந்தது சொல். நான் அவனைச் சும்மாவிட மாட்டேன்.”

அனு அமைதியாக சோபாவில் அமர்ந்தாள்: “நீ நினைப்பது போல எதுவும் நடந்து விடவில்லை அண்ணா. ஆனால் ஒன்று நிச்சயமாகச் சொல்கிறேன், தெரிந்து கொள். என்னைக் கடைச்சரக்கு ஆக்குவதற்காக யாரும் கலப்படம் செய்ய வேண்டாம். என் வாழ்வைப் பற்றிப் பூசி மெழுகி, நான் ஒரு 'வர்ஜின்' என்ற எண்ணத்தை ரமேஷ் மனத்தில் உண்டாக்கியிருக்கவேண்டாம். நான் உண்மையில் ஒருகன்னியாக இருந்திருந்தால் இந்தத்திருமணத்தையே நாடி இருக்க மாட்டேனோ என்னவோ? பதின்மூன்றே நாள் பழகிய என் கணவர் முகத்தை நான் மறந்திருக்கலாம். ஆனால் அவர் பௌருஷ்யத்தில் எனக்குச் சந்தேகமில்லை. அவருடன் கழித்த ஒவ்வொரு நொடியையும் நான் இன்பமாகக் கழித்ததால்தான் நான் இன்று மறுமணத்தை நாடுகிறேன். நான் திருமணம் செய்து கொள்வதில் எந்தத் தவறுமில்லை என்று நினைக்கிறேன். ஆனால், என்னை நான் கன்னி என்று பறைசாற்றிக் கொண்டால் அது நான் மோகனுக்கு இழைக்கும் மகா துரோகமாகும். படம்

“அண்ணா, நினைத்துப் பார். என் நிலை உன் மனைவிக்கு ஏற்பட்டால் – கடவுள் காப்பாற்றுவார், அப்படி நடக்காது. வளை ஒரு கன்னி என்று சமுதாயம் ஏற்றுக் கொண்டால், உன் ஆண்மை அதை ஒப்புக்கொள்ளுமா? உன் மனைவியின் மனம் சம்மதிக்குமா? ஒருவருடன் கொண்ட உடல் உறவை நான் குற்ற உணர்வுடன் மறுப்பின், அதே குற்ற உணர்வின்றி என்னால் இன்னொருவரை ஏற்க முடியுமா, சொல் அண்ணா ? உன் வியாபாரத் திறமையைக் கொண்டு கால்குலேஷன் போட்டுப் பார், புரியும் ஏன் ஈகுவேஷன் சரியாக விழவில்லை என்று. மோகனின் நினைவுக்கு நான் அளிக்கும் ஒரே மதிப்பு, நான்கன்னி இல்லை என்பதால் வரும் பெருமைதான்.

''நான் இனிமேல் பழைய கூட்டில் அடைபட்டு இருக்கப் போவதில்லை. அப்படி இருந்தால் சமுதாயம் என்னை மதிக்கலாம். ஆனால் என் மனத்தளவில் நான் ரொம்பக் கீழ்நிலைக்கு இறங்கி விடுவேன். உன்னுடன் ஆபீஸுக்கு வரப்போகிறேன். பலரையும் சந்திக்கப் போகிறேன். இரக்கப் பொருளாக இல்லாமல் சம உணர்வுள்ள பெண்ணாக ஏற்றுக்கொள்ளும் ஓர் ஆண்மகனைச் சந்திக்காமலாபோய்விடுவேன்? பிறர் இரக்கப்படும்படியாக எந்தக் குற்றத்தையும் நான் செய்துவிடவில்லையே? நான் என்கணவனுக்கு மனைவியாக இருந்தது குற்றமா? இல்லை, அவர் இறந்ததுதான் என் குற்றமா? இரண்டும் இல்லை.

“அண்ணா, உன் பங்குக்கு முயல வேண்டுமானால் பேப்பரில்

விளம்பரம் கொடுத்துப் பார், 'மணமாகி உடனே விதவையாகி விட்ட, வர்ஜினில்லாத என் தங்கைக்கு அவளை சம அலையில் சந்திக்கக் கூடிய ஒரு ஆண்மகன் தேவை' என்று. எனக்குப் பாதுகாப்புக்கு ஆண்மகன் வேண்டாம், மனத்தாலும் உடலாலும் பகிர்ந்து கொள்ளக்கூடிய ஒரு தோழன் தான் தேவை.

“அவர் யாராக இருந்தாலும் அவரிடம் முன்கூட்டியே சொல்லிவிடு, நான் வாழ்வில் பெருமைப்படும் ஒரு விஷயம், நான் கன்னியில்லை என்பதுதான் என்று.” – பாதிப் படி ஏறியவள் ஞாபகம் வந்தவள் போல் அவனைத் திரும்பி நோக்கினாள்: “அதை நீயும் புரிந்து கொள்வது நல்லது.”

சுதாகர் கீழிருந்து பார்த்துக் கொண்டிருக்க அவள் மேலே போய்விட்டாள்.

# தொழில் ரகசியம்

மூன்றாண்டுகள் அமெரிக்காவில் தங்கி, உயர் படிப்பை முடித்து நாடு திரும்பும் வாசுதேவனை வரவேற்க, அவன் குடும்பத்தினர் அனைவரும் வெகு ஆவலாக விமானதளத்தில்

ஏழ்மையிலும் கஷ்டப்பட்டுப் படிப்பைத் தந்த அப்பாவுக்கு, மகன் இனி தங்களுடன் தங்கிச் சுமையைக் குறைப்பான் என்ற நம்பிக்கை. அம்மாவுக்கோ, தான் பார்த்திருந்த பெண்ணைத் திருமணம் செய்து கொண்டு, தனக்கு வீட்டு வேலைகளைப் பகிர்ந்து கொள்ள மருமகளும் கிடைப்பாள் என எதிர்பார்ப்பு. நூறு ரூபாய் சம்பளத்துக்குச் சின்ன கடையில் டைப் அடிக்கும் சுமதிக்கோ தனக்கு அண்ணா அமெரிக்காவில் வசிக்கும் மாப்பிள்ளை பார்த்திருக்க மாட்டானா என்ற நப்பாசை. தம்பி சுந்தர், தானும் அமெரிக்கக் கல்லூரியில் சேர்ந்து படிக்க வாசு ஏற்பாடு செய்திருப்பான் என நிச்சயமாக எண்ணினான். மற்ற தம்பி, தங்கையருக்கும் கற்பனையில் குறைவில்லை...

இவர்கள் அத்தனை பேருக்கும் வாசுவின் வரவு எவ்வளவு பெரிய அதிர்ச்சியைத் தரப்போகிறது என்று அறிந்திருந்தவன் சந்துரு ஒருவன் மட்டும்தான்! 'நீ கட்டாயம் ஏர்–போர்ட்டுக்கு வந்துவிடு... உன் முன்னிலையில் அனாவசிய சீன்களாவது தடுக்கப்படும். ஆனாலும், நான் அங்கு வந்து சேரும் வரை லிண்டாவைப்பற்றி என் பெற்றோரிடம் எதுவும் கூறவேண்டாம்' என்று வாசுதேவன் எழுதியிருந்தான்.

கடந்த மூன்று வருடத்தில், மாதம் ஒரு கடிதமாவது தவறாமல் நண்பனுக்கு எழுதுவான் வாசு. முதலில் தன் ஆராய்ச்சி, படிப்பு,

கல்லூரி, வாழ்க்கை விவரங்கள் பற்றி மட்டுமே எழுதிவந்தவன், பின் தன்னுடன் ஆராய்ச்சி மாணவியாகச் சேர்ந்துள்ள லிண்டாவைப் பற்றியும் எழுத ஆரம்பித்தான்.

'இந்த நாட்டில் நடுத்தர வர்க்கத்து மாணவ – மாணவிகள் கல்லூரிப் படிப்பைத் தொடரப் படும்பாடு கொஞ்சமல்ல.பெரும்பாலோர் ஒரு நாளைக்கு ஆறு மணி நேரமாவது வேலை செய்து கொண்டுதான் கல்லூரிச் சம்பளம் கட்டுகிறார்கள். பெண்பிள்ளைகளே கல்லூரி வேனை ஓட்டுவதும், கல்லூரித் தோட்டத்தில் புல் வெட்டுவதும், ஓட்டல்களில் சர்வராகவும், பார்மேயிட் ஆகவும் வேலை செய்து கொண்டும் இருக்கிறார்கள்.'

லிண்டாவும், தானும் செய்யும் ஆராய்ச்சியின் விளக்கங்களை சந்துருவுக்கு எழுதியிருந்தான். அவள் புத்திசாலித்தனத்தையும், ஆர்வத்தையும் பற்றி எழுதுவான். நாளடையில் தங்கள் நட்பு காதலாக மாறிவிட்டது என்றும் எழுதினான். ப்பம்

'அமெரிக்க மாணவரிடையே காதல் என்னும் வார்த்தையே இப்போது பேஷனில்லாத, அர்த்தமில்லாத வார்த்தையாகி விட்டது. கல்லூரியில் நுழைந்தவுடனேயே ஒரு துணையைத் தேடிக் கொண்டு, அவர்களுடன் சேர்ந்து வாழ்வது என்பதுதான் சகஜம்... வருடக் கணக்கில் இந்தமாதிரி 'லிவிங் டு கெதர்' நடக்கும்; அல்லது ஜோடி மாறிக் கொண்டிருக்கும், இந்தியப் பண்பாட்டில் மிகவும் தீவிரப் பற்றுடையவன் நான் என்பதுதான் உனக்குத் தெரியுமே? என்னதான் சமய, சந்தர்ப்பம் இடம் அளித்தாலும், திருமணத்துக்குமுன் ஒரு பெண்ணுடன் உறவு கொள்ளுவதை என் மனம் அனுமதிக்காது. இதை நான் லிண்டாவிடம் கூறினேன் : 'நான் உன்னைத் திருமணம் செய்து கொள்ள விரும்புகிறேன், ஆனால், அதுவரையில் நாம் நண்பர்களாகவும், சக ஆராய்ச்சியாளர்களாகவும்தான் பழக முடியும்' என்று...'

'வேறு ஒரு அமெரிக்கப் பெண்ணாக இருந்தால் என் ஆண்மையை நம்பி யிருக்க மாட்டாள் அல்லது கேலி செய்திருப்பாள். ஆனால், லிண்டா என்னை முழுமையாகப் புரிந்து கொண்டு என் உணர்ச்சிகளைப் புரிந்து நடக்கிறாள்' – இப்படியும் ஒரு கடிதம்.

சென்ற மாதம்தான் வாசு நாடு திரும்புவது பற்றி முடிவு செய்தான்... 'சந்துரு, என் ஆராய்ச்சியின் ஒரு பகுதி முடிந்து விட்டது. ஆனால், அடுத்த இரண்டு ஆண்டுகள் ஆராய்ச்சியைத் தொடர உதவிப்பணம் கிடைத்துள்ளது. நான் இதைப்பற்றி பெற்றோருக்கு இன்னும் எழுதவில்லை. அவர்களுடைய ஆசைகளைத் தூளாக்க விரும்பவில்லை. அதேசமயம், எனக்குக் கிடைத்துள்ள வாய்ப்பை நான் இழக்கவும் விரும்பவில்லை. அவர்களை நேரில் சந்தித்து என் நிலையை விளக்கி,

புரிந்து கொள்ளச் செய்யப் போகிறேன். அத்துடன் என் குடும்பத் தினருடன் இரண்டு மாதம் இந்தியச் சூழலில் கழிக்க விரும்புகிறேன்.

'என் பெற்றோர் சம்மதத்துடன் நான் இந்தியாவில் இருக்கும் போதே லிண்டாவை எளிமையான முறையில் திருமணம் செய்து கொள்ளவும் விரும்புகிறேன்... நான் அமெரிக்கப் பெண்ணை மணம் செய்து கொள்வது என் அப்பா அம்மாவுக்கு மிகவும் 'ஷாக்'காக இருக்கும். ஆனால், எங்கள் தொழில் முறை நட்பையும், லிண்டாவின் பண்புகளையும் அவர்கள் புரிந்து கொள்வார்கள் என நம்புகிறேன்." – இது அவனிடமிருந்து கடைசியாக வந்த கடிதம்.

சந்துருவுக்கு அந்த நம்பிக்கையில்லை. அதனால்தான் இப்போது ப்ளேன் ரன்வேயில் இறங்கவும் அவன் மனம் படபடவென அடித்துக் கொண்டது. வாசுவின் பெற்றோர் இங்கேயே அமர்க்களம் செய்யாமல் இருக்க வேண்டும் என்று பிரார்த்தித்துக் கொண்டான்.

"அம்மா, வாசு அண்ணா எவ்ளோசேப்பா இருக்கான் பாரேன்!" – சுமதி சந்தோஷப்பட்டாள்.

உண்மைதான். நியூயார்க் சீதோஷ்ணம் வாசுவை நன்கே பதனப்படுத்தியிருந்தது. பயணச் சோர்வுதான் முகத்தில் பூச்சாக அப்பி யிருந்தது. படியில் இறங்கும் நண்பனைப் பார்த்தவுடன், சந்துருவின் கண்கள் அவனைத் தொடர்ந்து தேடின.... மூட்டை முடிச்சுடன் இந்தியக் குடும்பங்கள், நாலைந்து கறுப்பு மாணவர்கள், நடுத்தர வயது வெள்ளைக்காரத் தம்பதியர்.... தனியாகப் பெண் யாரையும் காணோம்! நல்லவேளை, வாசு கடைசி நிமிஷத்தில் லிண்டாவை அழைத்து வருவது பற்றி மனசை மாற்றிக் கொண்டு விட்டான் போலிருக்கிறது... சந்துரு நிம்மதியாக மூச்சு விட்டான்.

வாசு – பழைய வாசுவாய்ப் பெற்றோரைச் சேவித்தான். நண்பனை அணைத்துக் கொண்டான். தம்பி – தங்கைகளைக் குசலம் விசாரித்தான். வீட்டுக்கு வந்ததும் பரிசுப் பொருள்களைப் பரப்பி வைத்தான். நண்பனுடன் உணவருந்தி விட்டு, மாலையில் சந்திப்பதாக சந்துரு விடை பெற்றான்.

சந்துருவும், வாசுவும் பீச்சில் தனியே நடக்கும்போதுதான் சந்துரு கேட்டான்: "வாட் ஹேப்பண்ட் வாசு? நீ கட்டாயம் லிண்டாவை அழைத்து வருவதாக எழுதியிருந்தாயே?" –

வாசு பதிலேதும் பேசவில்லை. அவன் தாடை இறுகியிருந்தது.

"சந்துரு, ஐ பீல் டிஸீவ்ட்... நான் ஏமாற்றப்பட்டு விட்டதாக . உணர்கிறேன்..."

“நீ ஆண் இல்லையா? சமாதானம் செய்து கொள்... அழாதே!''

''சந்துரு, நான் மூன்றாண்டுகளாக நியூயார்க் நகரில் வசித்திருக்கிறேனே தவிர, வெளி உலகத்துடன் எனக்கு அதிகம் தொடர்பு இருந்ததில்லை. என் குடும்பச் சூழ்நிலை, பொறுப்பு இவற்றை உத்தேசித்து ஒவ்வொரு டாலரையும் எண்ணித்தான் செலவழிப்பேன்.

“இந்தியாவுக்குக் கிளம்புவதற்கு ஒரு வாரம் முன்புதான் நண்பன் ஒருவன், 'இத்தனை நாள் இந்த நகரத்தில் இருந்திருக்கிறாயே... இந்த நகரத்தை முழுமையாகப் பார்க்க வேண்டாமா?'' என்றான், முதலில் நான் ரொம்பத் தயங்கினேன். கடைசியில் நாலு விஷயத்தையும் பார்த்தால் என்ன கெட்டுவிடும்? அதுவும் ஒரே முறை...'' என்று நண்பன் கூடப் போனேன்.

''நியூயார்க்கின் பிரபலமான பிராட்வே', 'ப்ளேபாய்க்ளப்' என்று நண்பன் அழைத்துப் போனான்.... நிஜமா சொல்றேன். பெண்கள் மார்பைத் திறந்து காட்டிக் கொண்டு உணவு அளிப்பதும், ஆடுவதும், பாடுவதும் என்னை பலத்த அதிர்ச்சிக்குள்ளாக்கியது. நாற்பத்தி இரண்டாவது தெருவில்தான் என்னமாதிரி கேளிக்கைகள்...!

“நண்பன் அடல்ட் எண்டர்டெயின்மெண்ட் போகலாம் என்றான். ஐம்பது சென்டை ஸ்லாட்டில் போட்டு விட்டுத் திரையில் ஸெக்ஸ் காட்சிகளைப் பார்க்கப் பெண்கள்கூடச் சமத்துவ உணர்வுடன் க்யூவில் நின்றார்கள்!

''கடைசியாக ஒரு லைவ் ஷோவும் பார்த்து விடலாம் என்று கிளம்பினோம். 'லைவ்' ஷோ' என்றால், ஆணும் – பெண்ணும் மட்டுமில்லை... வக்கிரமான பல உறவுகள்... எனக்குச் சகிக்கவில்லை.

''வெளியில் போகிறேன்' என்று எழுந்து விட்டேன். ‘கடைசிக் காட்சி' என்று நண்பன் இழுத்து உட்கார வைக்கும்போது...

''இருட்டைக் கிழித்துக் கொண்டு, ஒற்றைக் கீற்று வெளிச்சத்தில் உடம்பில் துணியில்லாமல் வெளிவந்து, நூற்றுக்கணக்கான மனிதர்கள் எதிரில் இந்தநிலையில் நின்றாள் அந்த இளம் பெண் – அவள் லிண்டா !''

சந்துரு திகைப்புடன், ''வாசு! அது லிண்டாதானா... இல்லை. அவமாதிரி வேற யாரேனுமா?''

“கேட்டுட்டேன் சந்துரு... 'நான் என்ன செய்வது? வண்டி ஓட்டியும் பார் மேய்டாக இருந்தும் வரும் பணம் ஆராய்ச்சிக்குப் போதவில்லையே? இந்த மாதிரி ஒரு ஷோவுக்கே நூறு டாலர் தருகிறார்கள் ..... மாதம் நாலைந்து தடவையாவது செய்தால்தான் படிப்பைத் தொடர முடிகிறது'

என்றாள். அத்தோட, நாம கல்யாணம் செய்து கொண்டு நீ என்னை ஓரளவாவது சப்போர்ட் செய்தால் நான் ஏன் இந்தத் தொழிலுக்குப் போகிறேன்? என்படிப்பு ஆசைதான் எந்தத் தொழிலாவது கிடைக்காதா என்று தேடச் சொல்கிறது" என்றும் சொல்லி விட்டாள்.

"என்னால முடியாது சந்துரு! அமெரிக்காவிலே நான் வர்ஜீனைத் தேடப் போவதில்லை. ஆனால், என் கண் முன்னாடி நான் பார்த்த பிறகு அவளை என் மனைவியாக ஏற்கவே முடியாது..... அவ வாதம் நியாயமோ, அநியாயமோ... ஆனால், என் பார்வையிலே அவ கேடு கெட்ட விலைமகளைவிடக் கேவலமாகத்தான் தோன்றுகிறாள்... நான் இந்தியன் சந்துரு... கல்யாணத்துலே ஒரு துளியாவது புனிதத்தை எதிர்பார்க்கிறேன்!

"அவளோட வாதிட எனக்குத் துணிவில்லை. அதனால நான் கோழையைப் போல சொல்லிக் கொள்ளாமல் ஓடி வந்துட்டேன். நான் அந்த நாட்டுக்குத் திரும்பப்போறதில்லை. ஹெல் வித் மை ஸ்காலர்ஷிப்... அப்புறம் ஹெல் வித்... தங்கள் குழந்தைகளை இந்த நிலைக்கு சீரழிய விடற சுயநலக்கார அமெரிக்கப் பெற்றோர்கள்... எனக்கு வேண்டாம்ப்பா..."

சந்துருவுக்கே வாசு செய்தது சரிதானா என்பது பற்றி குழப்பம் இருந்தது.

அடுத்த மாசம் வாசுதேவன், அம்மா கோத்ரம், ஜாதகம் பார்த்துத் தேர்ந்தெடுத்த – வேலைக்குப் போகாத, வீட்டு வேலையில் அம்மாவுக்கு உதவக்கூடிய வடகலைப் பெண்ணாகப் பார்த்துக் கல்யாணம் செய்து கொண்டான். ட்ரான்ஸ்பரில்லாத வேலை பார்த்துக் கொண்டு திருவல்லிக்கேணியில் 'ஸெட்டில்' ஆனான். சுமதி மார்கழி மாதம் காலையில் எழுந்து பிரபந்தம் பாட வேண்டும் எனக் கட்டாய ரூல் போட்டிருக்கிறான்... அவளை வேலையிலிருந்து நிறுத்தி விட்டதுடன், நாலுமூலையில் மஞ்சள் தடவிய ஜாதகத் தாளுடன் வீடு வீடாக அலைகிறான். இந்த இந்திய ஸிஸ்டத்தில் ஆயிரம் குறை இருந்தாலும், அதிர்ச்சிகள் மிக மிகக் குறைவுதான்!

# அவனாவது உறங்கட்டும்

**வை**ரவன் கடிகாரத்தைப் பார்த்தார். மணி ஒன்று பத்து. அந்தப் பிரம்மாண்டமான அறையை அளவெடுப்பது போல் குறுக்கும் நெடுக்குமாக நடந்தார். தூக்கத்திற்குப் பதில் பெரு மூச்சுதான் வந்தது. நெஞ்சை கனமான சுமை, இன்னதென்று புரியாத பளு அழுத்தியது. ரமேஷ் இன்னும் வீடு திரும்பவில்லை . இருபத்தி நாலு வயதுப் பையனைத் தட்டிக் கேட்கும் காலமா இது? இருந்தாலும் ஒரே பிள்ளை' என்று உயிரையே வைத்திருக்கும் பெற்றவர்களிடம் ஒரு வார்த்தை – நேரமாகும் வீட்டுக்கு வர, நைட்ஷோவிற்குப் போகிறேன் என்று சொல்லக் கூடாதா? பிள்ளையின் போக்கு அவருக்குத்தான் புரியவில்லையா?...

அவருக்குத் தூக்கம் வரவில்லை... மரகதம் மாடியில் நிம்மதியாகத் தூங்குகிறாள். நகைக்கடையில் ஆர்டர் கொடுத்திருக்கும் புது நெக்லஸைப்பற்றிக் கனவு கண்டு கொண்டிருப்பாள். அவருக்குத்தான் தூக்கமே போய்விட்டது.

நைட்ஷிஃப்டில் வேலை எப்படி நடக்கிறதோ? சொந்த மாகக் கம்பெனி ஆரம்பித்து மேனேஜிங் டைரக்டர் பதவிக்கு உயர்ந்தபோதிலும் சின்னச் சின்னக் கவலைகளை மறக்க முடிய வில்லை. நாளைக்கு ட்ராக்டர் கம்பெனிக்கு நூறு ஸ்டியரிங் கியர் சென்றாக வேண்டும். தயாராகுமா? சைக்கிள் ரிம் கம்பெனியில் தொழிலாளர் தகராறு இன்னும் சரியாகத் தீர்க்கப் படவில்லை... சே... வாழ்வே நிம்மதியில்லாமல் போய்விட்டது. எட்டு மணிக்கே விழுங்கிய 'வாலியம்' மாத்திரைகள் தொண்டைக் குழியை விட்டே இறங்கவில்லையா?

ஒன்று இருபது. இன்னும் ரமேஷ் வரவில்லை; அவருக்குத் தூக்கமும் வரவில்லை. அடித்துப் போட்டாற்போல அவர் தூங்கிய நாட்கள் நினைவுக்கு வந்தன.

"கோழி கூவி ஜாமம் ஆச்சு. படிக்கணுமுங்கற நினைப் பில்லாம தூங்கற இந்தத் தரித்திரத்தைத்தான் பணத்தைக் கொட்டி நீ படிக்கவைப்பே..." என்று நயினாவைச் சாடியவாறே, வாசல் தெளிக்கும் தண்ணீரை வயித்தெரிச்சலுடன் சின்னம்மா அவன் முகத்திலும் தெளிக்கும்போதுகூடத் தூக்கத்தைப் பிரிய மனமிருக்காது.

அப்புறம் – ஸ்கூல் ஃபைனல் பரீட்சையில் ஃபெயில் ஆனதற்காக அப்பா தந்த அடி, உதைகள் தாங்க முடியாமல் பட்டணத்துக்கு ஓடிவந்த நாட்கள் – நாள் முழுவதும் கார் டயரில் பங்க்சர் ஒட்டிவிட்டு, இரவுக்கு நாயர் கடையில் பொறையும், சாயாவும் அடித்துவிட்டு ப்ளாட்பாரத்தில் படுத்தால், காலையில் காக்கி அரை ட்ராயர் அணிந்து முதலாளி காலால் நிறடி எழுப்பும் வரை நிம்மதியாகத் தூங்குவார். என்ன இன்பமான, சுதந்திரமான நாட்கள் அவை!

சைக்கிள் ரிப்பேர் ஷாப்பில் ஒண்ணரை ரூபாக் கூலிக்கு நாளெல்லாம் மன்றாடி விட்டு, முனியாண்டி விலாஸ் 'பாயா' மதமதப்பில் துணிவி ரித்துப் படுத்தால், பத்து ஷாப்பு களுக்குப் பொதுவாக வாசல் தெளித்துக் கோலம் போடும் ஆயா, "யோவ், பனியிலே என்னய்யா தூக்கம்... கடைக்குள்ளாற போய்ச் சொகமாத் தூங்கு... இங்க குளிர்கண்டுடும்" என்று அன்பாக விரட்டும் வரை நித்திரா தேவியுடன் சரசமாடி விட்டுப் பின் மனமில்லாமல் சோம்பல் முறித்தெழுந்த நாட்கள்... –

இன்று – திறந்தவெளி, பனி, குளிர் என்று எந்தக் கவலையுமில்லை. குளிர் சாதனத்தை நினைத்தபடி அட்ஜஸ்ட்', செய்துகொண்டு, பஞ்சு மெத்தையில் குறட்டைவிட வேண்டிய நாளில் தூக்கம் வரவில்லை .

ஒன்று முப்பது – 'படபட' என்ற பேரிரைச்சலுடன் மோட்டார் பைக் உள்ளே வந்தது. உதைத்து நிறுத்திய ரமேஷ் அலட்சியமாக உள்ளே நுழைந்தான்.

"என்னா தம்பி, சினிமா போயிருந்தியா?" அன்பொழுக வந்த கேள்விக்குப் பதில் சொல்லுவது அவனுக்கு அவசியமாகப் படவில்லை. ஸோபாவில் உட்கார்ந்து ஹெல்மெட்டைக் கழற்றிவிட்டு, ஷூவை அவிழ்க்கலானான்.

"ஷெட்டில் ஒண்ணுக்கு ரெண்டாக் கார் நிக்குது, எடுத்துப் போகாம இந்தக் குளிரிலே மோட்டார் பைக்லே..."

"லெதர் ஜெர்கின்ஸ் போட்டுக் கிட்டுத்தான் போனேன்..." அவர்

முடிப்பதற்குள் மகன் குறுக்கே வெட்டினான்.

"சாப்பிடறயாதம்பி? தவிசுப்பிள்ளை அவுட் ஹவுஸுக்குப் போயிட்டாரு... நா போடட்டுமா?"

"அதெல்லாம் ஆச்சு."

"பாலானும் குடியேன்."

"புஹாரிலே மசால் மில்க் குடிச்சாச்சு..."

அவருடன் பேசியதே ஏதோ தயை செய்துவிட்ட மாதிரி , ஜெர்கின்ஸை அவிழ்த்துத் தோளில் மாட்டிக் கொண்டு மாடிப்படி ஏறினான்.

"ரமேஷ், உன்னோட கொஞ்சம் பேசணும்."

"இந்நேரத்திலே என்னப்பா, உங்களுக்குத்தான் தூக்கம் வரலைன்னா..."

'சுருக்' என்று உறைத்தது. "சரி, நீ போய்ப் படு. காலைலே நான் ஃபேக்டரிக்குக் கிளம்பறத்துக்கு முன்னாடி கீழே வா..."

"ம்' அலட்சிய உறுமலுடன் படி ஏறினான்.

ஒரே பிள்ளை – கனவெல்லாம் அவன் மேலேயே தேக்கி வச்சி வளர்த்தாச்சு. ஏதோ நல்லாப் படிச்சுப் பட்டமும் வாங்கிட்டான் . ஃபேக்டரிலே வந்து பொறுப்பேத்துக்கனாத்தான் முரண்டறான் .. எப்பப் பார்த்தாலும் கோபம், யாரைக்கண்டாலும் அலட்சியம்.... அவனுக்கு என்ன குறை? அந்தக் காலத்திலே அவரெல்லாம் வாழ்வுல அடிப்பட்ட மாதிரி ஒண்டக்கூட இடமில்லாம, கண்டவன்கிட்ட பேச்சு கேட்டுக் கிட்டு, வேளை நேரம் இல்லாம உழைக்கிற வேலையா? ஜம்முனு ஏர்கண்டிஷன் ஆபீஸில் உட்கார்ந்து நிர்வாகம் செய்யற வேலை... பையன் போக்கே கொஞ்சம் கூடப் புரியவில்லை.

ஹால் கடிகாரம் இரண்டடித்தது. இப்பத்தான் கண்ணை அசத்தறாப்பலே வருது... சோபாவிலே படுத்தால் நல்லா இருக்காது – படுக்கை அறையை நோக்கி நடந்தார்.

காலையில் – வழக்கமாக ஏழரைக்குக் கிளம்புபவர் எட்டே முக்கால் வரை காத்திருந்தார். இட்டிலித் தட்டுடன் நின்றிருந்த மரகதத்தைப் பார்த்தார்.... இத்தனை காலையிலும் சாண் அகலப் பட்டுப் புடவை, உடம்பெல்லாம் நகைகள்... அவர் உழைப்பின் பலனை அவள் ஒருத்திதான் முழுமையாக அனுபவிக்கிறாள். ரமேஷைக் காணோம்... "மரகதம், எனக்கு நேரமாவுது... பையனைக் கூப்பிடறயா?" –

ரமேஷே படியில் இறங்கி வந்து கொண்டிருந்தான். மழிக்கப்படாத முகம், வாறப்படாத தலை, இரவு உடைப் பைஜாமா... மரகதத்தின்

கையிலிருந்த சட்டுவத்தைப் பற்றித் தானே மகனின் தட்டில் இட்டிலியை வைத்தார்.

"ரமேஷ்..." குரல் கொஞ்சம் இறக்கமாகவே வந்தது. ஆயிரக்கணக்கான ஆட்களைக் கட்டி மேய்ப்பவருக்கு பெற்ற மகனிடம் என்ன பயம்?" ரமேஷ்... சனிக்கிழமை நீ அம்மாகூடக் கொடைக்கானல் போற... உனக்கும் ஒருமாறுதல், அம்மாவுக்கும் துணையா இருக்கும். முத்தையாக் கவுண்டரு, அவர் சம்சாரம், குழந்தைங்களும் கோடைக்குக் கொடைக்கானலுக்கு வராங்க... நமக்கு ரொம்ப வேண்டியவங்க. நம்ம பங்களாவிலேயே தங்கிப்பாங்க..."

ரமேஷின் முகம் கோபத்தில் சிவந்தது. தட்டை விருட்டென்று தள்ளினான்..'' என்னை என்னன்னு எண்ணிக்கினீங்க? முத்தையாக்கவுண்டரு வருவாரு... அவுங்க சம்சாரமும் அம்மாவும் குழைவாங்க.... நான் அவரு பதினெட்டு வயது மவளைப் பார்த்துப் பல்லிளிக்கணும்... அவரு கலியாணம் பேச ஆரம்பிப்பார். நீங்க புதுப்பிஸினஸ் பிடிப்பீங்க. நீங்க கவுண்டரை வெட்டணும்னாலும் சரி, கூட்டு சேரணும்னாலும் சரி, வேறு பகடை பாருங்க... நீங்க நினைச்சபடி உருட்டி விளையாட நான் அவ்வளவு முதுகெலும்பில்லாதவனில்லை..."

அசந்துவிட்டார் வைரவன். அறையை விட்டு வெளியேறும் மகனை ஆத்திரத்துடனும், அதேசமயத்தில் ஆதுரத்துடனும் பார்த்தார். முத்தையாக் கவுண்டர் ஒரு வருஷமாக இந்தச் சம்பந்தத்தில் விருப்பம் காட்டறார். குதிர்ந்தால் இரண்டு தரப்புக்கும் லாபம்... பையன் வழக்கப்படி பெண் பார்க்க வருவான் என்று சொல்லப்போக... கணவனின் சங்கடத்தைப் பார்த்த மரகதம்... 'இன்னும் உலகம் புரியல்லைங்க... விட்டுப்பிடிக்கலாம்'' என்றாள். வைரவன் பெருமூச்சுடன் தொழிற்சாலைக்கு விரைந்தார்.

ஒரு வாரம் கழிந்திருக்கும் தொழிற்சாலையிலிருந்து வீடு திரும்பிக் கொண்டிருந்தார். கார் ஸ்லோவாகியது... "ஐயா, தம்பி மோட்டார் சைக்கிள் நிக்குதுங்க..." காந்தி மண்டபம் எதிரில் வெளியே பார்த்தார்... உண்மைதான். ரமேஷின் வாகனம் ஒருபுறம் மரத்தில் சாய்த்து வைக்கப்பட்டிருந்தது.

"ட்ரைவர், தள்ளி நிறுத்தப்பா." காரிலிருந்தபடியே எட்டிப்பார்த்தார். "வேலையற்ற பட்டதாரிச் சங்க உதவி" என்ற போர்டுடன் ஒரு ஆஸ்பஸ்டாஸ் ஷெட். ஒரு பையன், பட்டதாரி வாலிபன் போலிருக்கிறது, டீக்காக உடையணிந்திருந்தான்... பிசைந்த மாவை உருண்டைகளாக்கி, லாவகமாக வட்டமாக்கி, நிமிடத்தில் கூம்புகளாக மாற்றி, அதனுள் உருளைக்கிழங்கை அடைத்துக் கொண்டிருந்தான்... அருகே ரமேஷ்...

ரமேஷ்தான்... நண்பன் செய்து தந்த சமூசாக்களை கெரோகாஸ் அடுப்பில் சூடான எண்ணெயில் பொரித்துக் கொண்டிருந்தான்.

"ரெண்டு பிஸ்கட், சூடா ரெண்டு நெஸ்கஃபே சார்."

"நாலு சமூசா கொடு தம்பி..."

"சக்கரை போடாம ஒரு கப்காபி..."

"இருங்க ஐயா, இதோ காபி கலந்துட்டேன்... இந்தாங்கய்யா சமூசா..... ஆயா, இந்தா சக்கரை போடாத காபி..' சதா சிடுசிடுக்கும், பேசக்கூடப் பொறுமையில்லாத ரமேஷா இவ்வளவு நிதானமாகப் பதில் சொல்லுகிறான்...?

"ம்... கிளம்புப்பா..."

ட்ரைவர், ஐயா முகத்தைப் பார்க் துணிவில்லாமல் காரைக் கிளப்பினான். வைரவனுக்கு அழலாம் போலிருந்தது. அவர் பிள்ளைக்கா இந்த கதி? சொத்து, சுகம் எல்லாம் தேடி வைத்து என்ன பயன்? அவன் புத்தி இப்படி போகிறதே....? மறுநிமிடம் ஓ' வென்று சிரிப்பு வந்தது. பையனை நினைத்தால் பெருமையாக இருந்தது. பங்க்சர் ஒட்டிய பையன், இன்று காருக்குத் தேவையான அத்தனை பாகங்களும் தயாரிப்பது சாத்யம் என்றால், அவன் பிள்ளை இன்னும் பத்து வருடத்தில் "ஃபைவ் ஸடார்' ஹோட்டல் கட்டினாலும் கட்டுவான். தான் பட்ட கஷ்டமெல்லாம் தன்னுடனேயே போகட்டும்; மகனாவது சுகமாகச் சொகுசாக வாழ்வைத்துவங்கட்டும் என்று எண்ணியது போக – அப்பனுக்குத் தப்பாமல் பிறந்த பிள்ளை, தன்மானத்தில் பத்தடி பாய்கிறான்.

ஒரு சந்தோஷம்... இன்னும் பத்து வருஷமாவது அவன் நிம்மதியாகத் தூங்குவான். அவனுக்கு வாலியமு'ம் காம்போசும் தேவைப்படாது. உடல் சோர உழைக்கும் அசதியில், சுயமுயற்சியின் நிம்மதியில் நன்கு தூங்கி சந்தோஷமாக எழுந்திருப்பான்... அதிர்ஷ்டக்காரன்... அவருக்கு இப்போது பொறாமையாக இருந்தது. மனம் அவனாவது நிம்மதியாகத் தூங்கட்டும்' என வாழ்த்தியது.

# ஜாதி – நிறம் – கொள்கை

"குட்டீ... ஏகுட்டீ..."

"குட்டீ என்னம்மா குட்டி... ஆத்தா எனக்குப் பேரு வெக்கல்லியா என்ன?" – நடிகை கொடிகட்டிப் பறந்த நாளிலே நாமகரணமிடப்பட்ட ஜெயலலிதா, இன்றைய டீன் ஏஜ் வெட்டலுடன் தலையைச் சிலுப்பிக் கொண்டாள்.

"மன்னிச்சுடுடியம்மா பெரிய மனுஷி! சினிமாக்காரி பேரெல்லாம் ஆருக்கு வாயிலே வரது... இன்னிக்குப் பூஜை தெரியுமோல்லியோ... சும்மாத் தொடப்பத்தைத் தூக்கிண்டு குறுக்கே, நெடுக்கே வரப்படாது. பாத்திரத்தைத் தேச்சு பைப்பண்டையே கவிழ்த்துடு. நாகையொழியறப்ப மடித்தண்ணி விட்டு அடுப்பங்கரையிலே எடுத்துக்கறேன். மாடி தொடைக்கப் போகணும்னா. பக்கெட்டைத் தூக்கிண்டு வாசவழியாப் போ... வாத்யார் வந்தப் புறம் கொல்லைக்கதவைச் சாத்திடுவேன்... என்ன டீ சிரிக்கறே...?"

"இல்லை... நா என்னா ஐயரோட 'டூயட்'டா பாடப் போறேன்... அவுரு பாட்டுக்குப் பூசை செய்யறாரு..."

"சினிமாப் பாத்துப் பாத்து ஒங்களுக்கெல்லாம் புத்தியே திரிஞ்சுண்டு வரது! ப்ராம்மணா காரியம் ஆசாரமாத்தான் செய்யணும்... போ... போ. வேலையைப் பாரு..."

"மாமன் ஒரு நா... மல்லிகைப்பூத் தந்தான்..." என்று பாடியபடியே ஜெயலலிதா இடுப்பை ஆட்டியபடி நடந்துவந்து பத்துப் பாத்திரங்களின் முன் உட்கார்ந்தாள்... "உஹூம்,.. ப்ராம் மனா... பெரீய்ய ப்ராம்மனா,..

அறுத்துப் பாத்தா இவங்களுக்கூன்னு பச்சையாவா ரத்தம் ஓடும்..." அய்யர் வூட்டம்மாளின் காதிலே விழும்படியாகவே உரத்துச் சொன்னாள்.

'முனியம்மாவானால் இப்படிப் பேசுவாளா...? ஆத்துப் பழக்க வழக்கம் தெரிஞ்சவ... மூத்தாரு மவளுக்குச் சடங்கு என்று நேற்றே போனவள் இன்னும் வராததால் இந்த அரை, குறை நண்டு சிண்டிடமெல்லாம் பேச்சுக் கேட்க வேண்டியிருக்கு...

'காலங்கார்த்தால் இவளோடயார் வாய் குடுப்பா?' பெருமூச்சு விட்டவாறே பர்வதம் மாமி உள்ளே வந்து போளி தட்ட உட்கார்ந்ததாள்.

"நைவேத்யம் ஆச்சாம்மா, சாப்பிடலாமா?"

"ஆச்சுடா வா, தட்டு வெச்சாச்சு. சுமதியையும் கூப்பிடு..."

"இதோ நானேவரேன்..." – நீட்டாகக் கஞ்சி முடமுடப்பில் மின்னிய காட்டன் புடவையில் சுமதி வந்து டைனிங் டேபிளில் உட்கார்ந்தாள்.

மாமியார் பாயசத்தை எடுத்துவந்த போது அவள் கைகள் தட்டின் முன் ப்ளஸ்' ஸாகப் படிந்தன... பல

"கொஞ்சம் விட்டுக்கோயேன்..."

"நோ..."

ராஜா அவளை உறுத்து விழித்து விட்டுப் பாயசத்தைக் கிண்ண த்திலிருந்து சப்பினான். "வெரிகுட்... ஒரு ஸிப்சுமதி..."

"நோ, தேங்க்யூ..."

ராஜாவுக்குச் 'சட்'டென்று கோபம் வந்தது... "உனக்கா வேணும்னா ஓட்டல்ல பாயசம் சாப்பிடறதில்லையா... அம்மா கஷ்டப்பட்டு செஞ் சிருக்கறபோது ஒரு வாய் எடுத்துண்டா என்னவாம்?"

சுமதி பதில் பேசவில்லை.

பர்வதம் போளியை ராஜாதட்டில் போட்டாள்... "அம்மா, அவளுக்கும் ஒண்ணு போடும்மா..."

"நோ... நான் சாப்பிட மாட்டேன். டோன்ட் கம்ப்பெல் மீ.... ராஜா, எனக்கு இந்த ரிலிஜன், கன்னெக்டட் பெஸ்டிவல்ஸ், ரிசுவல்ஸ் இதிலெல்லாம் நம்பிக்கை இல்லைன்னு உங்களுக்குத் தெரியும்... என் கொள்கைகளைப் பற்றி நாம எத்தனையோ முறை பேசியாச்சு..."

"என்ன பெரிய கொள்கை?"

'என்னைப் பொறுத்தவரை பெரியதுதான்... நான் கல்யாணத்துக்கு முன்பே உங்களிடம் வெளிப்படையா டிஸ்கஸ் செய்ததுதானே... எனக்குக் கடவுள் நம்பிக்கை கிடையாது. ஐபிலீவ் இன் ப்ரீ திங்கிங்... கடவுள் பெயரைச் சொல்லிக் கொண்டு 'மாக்கு மாக்கென்று' தின்னுண்டு வருஷத்துக்கு அம்பது பண்டிகைகள்! வேஸ்ட் ஆப்டைம், எனர்ஜி அண்ட் மணி. நான் வெறுக்கிற இந்தப் பண்டிகைகளில் சாப்பாட்டுக்காக மட்டும் கூட்டு சேர எனக்கு விருப்பமில்லை... ஸாரி... கம் ஆன்... வேறு ஏதாவது விஷயம் பேசுவோம்..."

"உன் கொள்கை... அது மட்டும் தான் உனக்கு முக்கியம். காலைலேருந்து மாடா உழைச்சு வித விதமா சமைச்சிருக்காளே அம்மா .. அவ மனசு..."

“அவங்கமனசை 'ஹர்ட்' பண்ணக் கூடாதேன்னுதான் நம்பிக்கையுள்ள வர்களை நான் தடுக்கல்லை..."

"ராஜா, சுமதிக்கு இஷ்டமில்லைன்னா அவ சாப்பிட வேண்டாம். அவ காலேஜுக்குக் கிளம்பற நேரத்திலே நீ வீணா விதண்டாவாதம் பண்ணாதே... சாப்பிடறதும், சாப்பிடாததும் அவ இஷ்டம்..."

"என்னம்மா அவ இஷ்டம்? எனக்கும் அலுத்துப் போறது.... வெட்டிங் ஆனிவர்ஸரி, பர்த்டேன்னு புதுப் புடவை வாங்கிக்கல்லையா... அதை தீபாவளிக்குக் கட்டிண்டா கொள்கை குறைஞ்சு போயிடுமா? யார், யாரையோ அழைத்து டின்னரும், பார்ட்டியும் தரோம்... ஆத்துலே விளக்கேத்தி வச்சு, நைவேத்யம் பண்ணினதைச் சாப்பிட்டா வேஸ்ட் ஆப் டைம், எனர்ஜி... பெரியவா வழி வழியாப் பண்ணினதை 'பாலோ' பண்ணினால் சிந்திக்கத் தெரியாதவர்கள்... அதுக்கே வேறுபேரிட்டுச் செய்தா ப்ரீதிங்கிங்...!"

பர்வதம் பெரிய குடும்பத்தில் அடிபட்டவள். எப்போது மருமகளை சப்போர்ட் செய்ய வேண்டும், எப்போது மகன் பக்கம் சாயவேண்டும் என அறிந்தவள்... “ராஜா, இலையில் ஒக்காந்து கத்தியே தொண்டை வறண்டிருக்கும். ராமருக்கோ, தொண்டைக்கோ எப்படியானாலும் இந்த நீர்மோர், பானகத்தைச் சாப்பிடு...!"

ராஜா ஷூவைக் கட்டிக் கொண்டே 'ஹிந்து' வில் மூழ்கி யிருந்த சுமதியிடம் தொடர்ந்தான்... “நாளைக்குக் குழந்தைகள் பிறந்து, ஆளுக்கொரு பக்கம் இப்படி இழுத்தா, பிடிச்சுக்கக் கயறில்லாம குழந்தைகள் தான் விழும்... டோடல் மாரல் லேப்ஸ்..."

சுமதி அதிராமல் தலைநிமிர்ந்தாள்: “நோ, யூ ஆர் ராங்... ஒரு காசுக்கு இரண்டு புறமுண்டு, எந்தக் கருத்துக்கும் மாறுபட்ட கருத்துண்டு என்று புரிந்து கொண்டு சின்ன வயசிலிருந்தே சுயமாய் சிந்தித்துச்

செயல்படக் கற்றுக் கொள்வார்கள். என் குழந்தைகள் வெறும் ஆட்டு மந்தைகளாக வளர்வதை நான் விரும்பவில்லை... ஓகே... கிளம்பலாமா?" –

"யூ... யூ...' – சிவந்த கண்களும், சுட்டிய விரலுமாகப் பேச்சுக்கூட வராமல் ராஜாதிணறிய போது சுமதி மெல்லச் சிரித்தாள்: "என்ன சொல்லப் போகிறீர்கள். 'இன்டலெச்சுவல் அர்ரகன்ஸ்... படித்த திமிர்..." லெக்சரராக இருக்கும் மமதை...' ஓகே. எதுவானாலும் நாம இரண்டு பேரும் தனித்தனி இன்டிவிஜுவல்ஸ் என்பதை மறக்க வேண்டாம். யூ ஹேவ் யுவர் ரீஸன்ஸ் அண்ட் ஐ ஹேவ் மைன்..."

ராஜா ஸ்கூட்டரை ஆத்திரத்துடன் உதைத்தான். சுமதி பின்னால் ஏறி அமர்ந்தாள். ஸ்கூட்டர் கேட்டிலிருந்து இறங்கி ரோட்டில் கலக்குமுன், காட்டுத் தனமாகத் திரும்பிய ஒரு பல்லவன் எக்ஸ் பிரஸ் கிறீச்சிட்டுப் ப்ரேக்கை அழுத்த, பின்தொடர்ந்து வந்த ரிக்ஷா பல்லவனின் சைடில் அடித்து, ரிக்ஷாக்காரன் ப்ளாட்பாரத்தில் பந்தாகத் தூக்கி எறியப்பட்டான்.

"டேய், சோடா வாங்கியா..." "உயிர் இருக்கா, பல்ஸைப் பாருங்க சார்..." "பக்கத்துலே யாராவது டாக்டர் இருக்காரா?"

"போலீஸ் கேஸ்... டாக்டர் வரமாட்டார். ஆஸ்பத்திரிக்குத் தான் எடுத்துப் போகணும். அந்தப் பஸ்ஸையே நிறுத்துங்க..."

– "எல்லாம் ஆபீஸுக்குப் போற பாஸஞ்ஜர்ஸ்! எப்படி நிறுத்தறது?"

பஸ் ஸ்டாண்ட் கும்பலைக் கிழித்துக் கொண்டு ராஜா பாய்ந்தான், "இந்த வெயிலில் நடு ரோட்டில் போட்டுக் கொண்டு.... ஒரு கை கொடுங்க... வீட்டுக்குள்ளே தூக்கிண்டு போயிடலாம்..."

"நோஸார்... போலீஸ் வரவரையிலும் தொடக்கூடாது..." – இது ஒரு பெல்பாட்டம், தொங்கு மீசை...

"போலீஸ் வரத்துக்குள்ளே ஆளே போயிடுவான்! வாசுமதி, நீ தூக்கு..." – கும்பல் திகைத்து நிற்கும்போதே, மாதத்தில் பாதி நாள் பட்டினி கிடந்து பழகிய அந்த ரிக்ஷாக்காரனின் வற்றிய நினைவிழந்த உடம்பை சுமதியும், ராஜாவுமாகத் தூக்கி, கேட்டைத் தாண்டிச்சென்று ஹாலில் கிடத்தினார்கள்.

இலையில் போட்ட உணவை அப்படியே வைத்துவிட்டு எழுந்து ஓடி வந்தாள் பர்வதம். "ராஜா, அவன் தலையை மடிலே தூக்கி வச்சுக்கோடா... சுமதி, மூஞ்சிலே ஐஸ் தண்ணி அடி...." – டெட்டாலில் பஞ்சைத் தோய்த்து ரத்தம் பரவிக் கொண்டிருந்த முழங்காலையும், நெற்றியையும் துடைத்தாள்.

– "மூச்சு சீராத்தான் இருக்கு... நெனவு வந்துடும். டாக்டருக்கு யாரானும் போயிருக்காளா?"

"அம்மா க்ளூகோஸ் தண்ணி இருக்கா? வாயிலே சொட்டுச் சொட்டா விடலாம்..."

'க்ளூகோஸுக்கு எங்க போறது? அடிக் குட்டீ... சமையலுள்ளே வெங்கலச் சொம்புலே பானகம் இருக்கு, எடுத்துண்டு வா..." கி "சீக்கிரம் கொண்டா..." – குட்டி எடுத்து வந்த பானகத்தை ஸ்பூனால் எடுத்து ரிக்ஷாக்காரனின் வாயில் சொட்டுச் சொட்டாக விட்டாள் சுமதி. ராமரின் பிறந்த தினத்திற்காகக் கரைக்கப்பட்ட வெல்லம் க்ளூகோஸாக மாறி ரிக்ஷாக்காரனுக்கு உயிர் சக்தி அளித்துக் கொண்டிருந்தது.

கரை உடைத்துப் பிரவாகமாய்ப் பெருகிய மனிதாபிமானம் என்னும் கடலில் சாதி, நிறம், கொள்கை என்ற சாயைகள் அடையாளம்கூடத் தெரியாமல் மறைந்து கிடந்தன!

# வலி

வாசலில் கார் ஹார்ன் சத்தம் கேட்டதுமே இந்துவின் இதயத்தில் படபடப்புத் தோன்றியது. அவசரமாக வாசல் கதவைத் திறந்தாள்.

காரிலிருந்து இறங்கி, கையில் ப்ரீஃப்கேசுடன் வரும் கணவனைப் பார்த்ததும் அவள் இதயம் ஒரு கணம் பூரித்தது. என்ன கம்பீரம், என்ன தன்னம்பிக்கை, அவன் தோற்றமே அவன் உயர் மட்டப் பதவியையும், பலத்தையும் பறை சாற்றுவதுபோல்...

சங்கர் அசிரத்தையாக அவள் கன்னத்தில் ஒரு தட்டுத் தட்டிவிட்டு, சோபாவில் உட்கார்ந்து ஷூவைக் கழற்றினான். "சங்கர்... காப்பி கொண்டு வரட்டுமா?"

"ம். சீக்கிரம் அப்புறம்... இந்து. சீக்கிரம் கெட் ரெடி. வீக் எண்டுக்கு கோவளம் கெஸ்ட் ஹவுஸ் போகிறோம்."

இந்துவின் மனத்தில் மெல்ல வீசிய தென்றலுடன், ஒரு பயமும் கலந்திருந்தது.

அவள் காப்பியை நீட்டும் போது, சங்கரின் முகம் கோபத்தில் சுருங்கியது. "நாட்டுப்புறம்... சுத்த கன்ட்ரி. காபியை இப்படி அக்ரகாரம் மாதிரி எவர்சில்வர் டபரா டம்ளரில் நீட்டாதேன்னு எத்தனை தரம் சொல்றது?"

பொங்கிய கண்ணீரை இந்து மெல்ல விழுங்கிக் கொண்டாள். வலித்தது. இந்த இரண்டு வருடங்களில் வலி பழகிப் போய்விட்டது. ஆனால் இன்னும் மரக்கவில்லை. ஒவ்வொரு முறை சங்கர் வாயால் குத்தி,

மனத்தால் நிர்வாணமாக்கிச் செயலற்று அவளை நிற்கச் செய்யும் போதும் வலிக்கிறது. சின்னச் சின்ன ஊசிகள் ஆயிரம் சேர்ந்து ஆழக்குத்துவது போல வலிக்கிறது.

சங்கர் எழுந்து உள்ளே செல்லும்போது மெல்ல இந்துவின் இடுப்பில் துழாவினான். "நல்லாத்தான் இருக்கே, வழ வழன்னு. இந்த அழுமூஞ்சித்தனம்தான் சரியில்லை. வீக் எண்டுக்கு எங்க ஆபீஸிலிருந்து எல்லோரும் ஃபாமிலியோட வருவாங்க. அங்க வந்து கட்டுப்பெட்டியாட்டம் இழுத்துப் போத்திண்டு நெளிஞ்சுண்டு நிக்காதே!"

இந்து மெல்லத் தலையாட்டினாள். “என்ன ட்ரெஸ் போட்டுண்டு வரணும்? ஜீன்ஸ் போட்டுக் கட்டா?"

சங்கர் நிதானமாகச் சிரித்தான். “ஹஸ்பெண்ட் சொல்றதை நல்லாவே ஃபாலோ பண்றே. போன பார்ட்டில ஜீன்ஸைப் போட்டுண்டு ஏதோஸ்விம் சூட்டில் இருக்காப்பல காலை சேர்த்து வச்சிண்டு நடந்த காட்சி எனக்கும் இன்னும் மறக்கலை. உன் உடம்புக்கு அதெல்லாம் சரிவராது. பேசாம சல்வார் கமீஸில் வா, போதும். தூண் மாதிரித் தொடைக்கு ஜீன்ஸ், ஷார்ட்ஸ் எல்லாம் சரிப்படாது."

மறுபடியும் வலித்தது. 'இந்த உடம்பைப் பார்த்து நீங்க மயங்கவில்லையா? ரசித்துச் சரசமாடவில்லையா? என்று மனது கேட்டது. பொங்கி வந்த துக்கத்தை நெஞ்சிலேயே நிறுத்தினாள்.

சங்கரைத் தவிர, அவன் அலுவலக நண்பர்களோ, அவர்கள் மனைவிமார்களோ அவளைக் கர்நாடகமாகவோ, அறிவற்றவளாகவோ, நாகரிகமற்றவளாகவோ எண்ணவில்லை. அவளுடன் கண்ணியமாகத் தான் பழகினார்கள்.

சங்கர் மட்டும் ஏன் இப்படிச் சதா அவளை மட்டம் தட்டுகிறான்? அவன் பதவிக்கும், திறமைக்கும் அவள் ஏற்றவளில்லை என்று ஏன் நினைக்கிறான்? இரண்டு வருடத்துக்கு முன் இப்படியா எண்ணினான்?

இந்துவின் தந்தை நகரில் பிரபல தொழிலதிபர். அடி மட்டத்தில் துவங்கி, கடின உழைப்பால் படிப்படியாக முன்னேறியவர். அவர் வளர்த்த முறை இந்துவிடம் பல அருமையான குணங்களை ஏற்றி யிருந்தது. இன்று சங்கர் அவனைக் கேலிப் பொருளாக்கும் போது கூடப் பொறுத்துப் போகும் குணம் அதில் ஒன்று.

மனைவிக்கு அன்பைத் தருவதிலோ, அவள் தேவைகளைப் பூர்த்தி செய்வதிலோ அவன் குறை வைக்க வில்லை. ஆனால், அவள் தனக்குச் சமமானவளில்லை என்று சுட்டிக் காட்டித் துன்புறுத்தினான். மேல்

மட்ட இளைஞர்களுக்குச் சமூக ஏணியில் ஏற, மனைவி உடன் இருப்பதும் அவசியமாயிற்றே.

இந்த வலியை மறக்கத்தான் இப்போதெல்லாம் இந்து இன்னும் நிறையப் படிக்கிறாள். அவ்வப்போது தோன்றும் வலிக்காக என் வாழ்க்கையை அழித்துக் கொள்ளமாட்டேன் என்ற திடத்துடன் நிற்கிறாள்.

"இந்து... என் கஸின் வஸந்த் அமெரிக்காவிலிருந்து வந்திருக்கிறான்."

"ஒரு மாசம் மெட்ராஸில் தங்கப் போகிறானாம்."

'ஐயோ' என்றிருந்தது இந்துவுக்கு. 'இப்படிப் பேசினாய், அப்படி உட்கார்ந்தாய்...' என்று திரும்பத் திரும்பக் குத்திக் குதறிவிடுவானே சங்கர்...

"அவனுக்கு என்ன... எதாவது ஃபைவ் ஸ்டார் ஓட்டல் சூட்டில் தங்குவான். வீட்டுக்கு டின்னருக்கு வருவான்னு நினைக்கிறேன். ப்ரில்லியன்ட் பாய் .... எத்தனை கோடிக்குச் சொந்தக்காரன்... பதினெட்டு வயசிலேயே அமெரிக்கா போய்விட்டான். குழம்பும், ரசமுமா சாப்பிடப் போறான்? நீதான் வீட்டிலே நான் – வெஜ் சமைக்கமாட்டே. அவன் உன்னை ஃபர்ஸ்ட் டைம் மீட் பண்ணப் போகிறான். நீ எதையாவது கேட்டு வழியப் போறயேன்னு பயமா இருக்கு."

சங்கர் அவளுக்குத் தினமும் நாகரிகம் கற்றுத் தந்தான். 'ஃபாரின்' என்று சொல்லக்கூடாது 'ஸ்டேட்ஸ்' என்று சொல்ல வேண்டும். உட்கார்ந்தால், நிமிர்ந்தால் 'தேங்க்ஸ்' சொல்ல வேண்டும் ... பாத்ரூமில் டாய்லெட் பேப்பர் வைக்க வேண்டும். என்று. எங்கோ ஹோட்டலில் தங்கிக் கொண்டு ஒருநாள் விஸிட் செய்யப் போகிறவனுக்காகச்சங்கர் இத்தனை நேரம் செலவிடுவது இந்துவுக்கு வேடிக்கையாகவே இருந்தது.

ஏர்போர்டுக்குக் கிளம்பும் போதே உடம்பெல்லாம் வியர்த்தது. மனம் பட படவென்று அடித்துக் கொண்டது.

"அதோபார், சூட்டில் உயரமாய்க் கண்ணாடி போட்டுண்டு வர்றானே, அவன்தான் வஸந்த்." சங்கரின் குரலிலும் நிறையப் பதட்டமிருந்தது.

"ஹலோசங்கர்... உன்னைப் பார்த்து எத்தனை வருஷமாச்சு. அப்படியே இருக்கியே ...." வஸந்த் அப்படியே சங்கரை அணைத்துக் கொண்டான். "ஹலோ இந்து... பழகினவன் போல இந்துவிடம் கை குலுக்கினான். "சங்கர், யூ ஹேவ் எப்யூட்டிஃபுல் வொய்ப்..." வஸந்தின் கண்களில் நிஜமான வியப்பிருந்தது.

காரில் ஏறும்போது சங்கர் கூறினான். "ஷெராட்டனில் உனக்கு

ரூம் புக் செய்திருக்கிறேன். வீட்டுக்குப் போய்ச் சாப்பிட்டுவிட்டுப் போகலாம் இல்லையா?"

வஸந்த் குழப்பத்துடன் பார்த்தான். "வாட்டு யூ மீன் சங்கர்? நான் உன்னுடன் உங்க வீட்டில் இருப்பதில் உனக்கு ஏதாவது அசௌகரியமா? ஹோட்டல் எதற்கு?"

"எங்க வீட்டில் உனக்கு வசதி போதுமா? உன்னைத் தேடி வர்றவங்களை மீட் பண்ண, பேச... சௌகரியப் படுமா?"

"வாட் டு யூ மீன்... எனக்கு என்ன ரெண்டு கொம்பா முளைத்திருக்கிறது? என்னைப் பார்க்கணும்னு வர்றவங்க, எனக்கிருக்கிற வசதி , வசதிக் குறைவுகளையும் தான் ஏத்துக்கிடணும். சங்கர், பதினைந்து நாளாவது உன்னுடனும், இந்துவுடனும் மெட்ராஸில் கழிக்கணும்னு நான் ப்ளான் போட்டுண்டு வந்திருக்கேன்."

"இந்து..." சங்கர் பேசமுற்படுமுன் வஸந்த் குறுக்கிட்டான். "எனி அப்ஜெக்ஷன் இந்து...?"

"நோ... நோ... நீங்க எங்களுடனே தங்கலாம்." இந்து சமாளித்தாள்.

வீட்டில் நுழையுமுன்பே, வஸந்த் சுற்றுமுற்றும் பார்த்தான். "க்யூட் ஹவுஸ். சங்கர், அமெரிக்காவில் ஊரெங்கும் ஸ்டீலும், கண்ணாடியும் மட்டுமில்லை... வீடுகள்லாம் கூட ஒரே மாதிரித்தான் இருக்கும். வெரி இம்பர்ஸனல். உங்க வீட்டிலே அப்படியே உங்க பர்ஸனாலிடி தெரிகிறது.

வீட்டிலிருந்த ஒவ்வொரு பொருளையும் வஸந்த் ரசித்தான். இந்து சமைக்கும் போது கூட இருந்து உதவினான். அவனைச் சந்திக்க வருபவர்களிடம் இந்துவையும், சங்கரையும் அறிமுகப் படுத்தினான். ஒரு சாதாரணக் குடும்பஸ்தனாக, சகோதரன் வீட்டுக்கு வந்துள்ள தம்பியாக மிகவும் சகஜமாக இருந்தான்.

சங்கர், வஸந்துக்காகத் தன் அலுவலக நண்பர்களை விருந்துக்கு அழைத்தான். இந்து விதம் விதமாகச் சமைத்தாள். "இது பிஸிபேடா ஹிளி, தயிர் சாதம்னு மானத்தை வாங்காதே. நான் பர்கர், சிக்கன் எல்லாம் கடையிலிருந்து வாங்கி வந்திருக்கிறேன்." சங்கர், வசந்தைப் பார்த்து, சலிப்புடன் கூறினான். "இந்துவுக்கு நாகரிகமான ஒரு வழக்கமும் கிடையாது. சிக்கன் வாங்கி வந்தால்கூடத் தனிப் பாத்திரத்தில் வை என்பாள். எத்தனை சொல்லிக் கொடுத்தாலும் அவள் பட்டிக்காட்டுத்தனம் போகாது. நாலு பேரிடம் பேச, பழக.... ஊஹூம்."

இந்துவின் முகம் சுருங்கி, அசாதாரணமான வலி ஏற்பட்டது. மனைவி

எதிரிலேயே, மற்றவனிடம் அவளைத் தாழ்த்திப் பேசும் அநாகரிகம் ஏற்படுத்திய வலி. மெல்ல விழுங்கிக் கொண்டாள்.

அன்று விருந்தின்போது கூட பலமுறை இந்துவை உறுத்துப் பார்த்துக் கண்டித்தான் சங்கர்.

விருந்து முடிந்து இந்து அனைவருக்கும் ஐஸ்க்ரீம் வழங்கும் போது அது நடந்தது. இந்துவைக் கவனிக்காமல் யாரிடமோ , பேசியபடியே பின்னால் வந்த சோப்ரா இந்துவின் மேல் இடிக்க, அவள் கையிலிருந்த ஐஸ்க்ரீம் கோப்பைகள் சோப்ராவின் மேலும், தரையிலுமாக விழ, "யூ ஸ்டுப்பிட் உமன்..." சங்கர் எங்கிருந்தோ வந்து அவளை ஆக்ரோஷமாகக் குலுக்க, ஒரு நிமிடம் அனைவரிடமும் திடுக்கிட்ட அமைதி .

“கோல்ட் ஷவர்... இந்து, நீங்க எனக்கு ஐஸ் ஒத்தடம் தந்துட்டீங்க. உடம்பெல்லாம் குளிர்ந்து போச்சு." சோப்ரா சுற்றுப்புற கனத்தை லேசாக்கிச் சிரிக்க, அனைவரும் சேர்ந்து சிரித்தனர்.

பிறர் முன் தான் பட்ட அவமானத்தை எவ்வளவு மறைக்க முயன்றும், இந்துவால் முழுவதும் சகஜமாக முடியவில்லை .

மறுநாள் சங்கர், அலுவலகம் சென்ற பிறகு, வஸந்த் இந்துவின் அருகில் உட்கார்ந்தான். "இந்து, நீ எவ்வளவு அற்புதமான, அறிவுள்ள பெண்... ஆனால், எனக்குச் சங்கரை நினைத்தால் பரிதாபமாக இருக்கிறது. வெளியே பெரிய தன்னம்பிக்கை உடையவனாகக் காட்டிக் கொள்ளும் சங்கரிடம், எவ்வளவு தாழ்வு மனப்பான்மை! அவனுடைய பதவிக்குப் பொருத்தமில்லாத குற்றவுணர்வு... இன்னும்கூட அவன் தன்னை, தான் வகிக்கும் உயர் பதவிக்குத் தகுதியில்லாதவனாகத்தான் நினைக்கிறான். தன்னைப் பற்றிய தாழ்வு மனப்பான்மை அவனைச் சதா உன்மேல் குற்றம், குறை காண வைக்கிறது. இந்த நாகரிக சொஸைட்டிக்கு அவன் அன்னியமானவன். அதை ஒப்புக் கொள்ள மனமில்லாமல் உன்னை அன்னியப்படுத்துகிறான்."

திடீரென்று இந்து பொங்கி அழுதாள். விம்மிக் கதறினாள். "ஆனால், வஸந்த்... ஒவ்வொரு முறையும் எனக்கு வலிக்கிறது. தாங்க முடியாமல் வலிக்கிறது. சில சமயம் உடைந்து போயிடுவேனோன்னு பயமா இருக்கு."

வஸந்த் அவள் தலையை மிருதுவாகக் கோதினான். “இந்து, நீ அழக்கூடாது. இந்த டெம்பரரி வலிக்காக உடையக்கூடாது. இந்து .... ஒரு விஷயம் சொல்கிறேன், கேள்! நான் உலகில் எத்தனையோ பெண்களிடம் பழகியிருக்கிறேன். ஆனால் நீ சாதாரணமானவளில்லை. எனக்கு உன் அறிவையும், அழகையும், சாதுர்யத்தையும் பார்த்தால்

பிரமிப்பா இருக்கு. இப்படி ஒரு பெண்ணா என்று மலைப்பாக இருக்கு. யூ ஆர் ரியலி க்ரேட்."

'ஓர் உலகம் புகழும் சாதனையாளன், க்ளிண்டனுடனும் கை குலுக்கும் பதவி வகிப்பவன், கோடீசுவரன், அழகன், இளைஞன், சங்கரைவிட எல்லாவிதத்திலும் உயர்ந்த ஆண்மகன் பார்வையில் நான் ரியலிக்ரேட்,' இந்து திகைப்பிலும், ஆச்சரியத்திலும், மகிழ்ச்சியிலும் மிதந்தாள்.

மறுநாள் வஸந்த் கிளம்பினான். சங்கர் ஏர்போர்ட்டில் அவனை இறக்கிவிட்டு, வரும் வழியிலேயே கடந்த பதினைந்து நாளில் இந்து நடந்து கொண்ட முறைகளைப் பற்றிக் குற்றப் பத்திரிகையிட்டான். இந்து கண்ணாடி வழியே வெளியே சுவாரசியமாகப் பார்த்துக் கொண்டிருந்தாள். சென்னை அழகாகத் தோன்றியது.

"தத்தி.... காதில் விழுந்ததா!" சங்கர் கேட்டபோது, அவள் பார்வையில் கனவு இருந்தது. வலி தோன்றவேயில்லை.

# நீயுமா இப்படி?

வகுப்பு முடிந்து வெளிவரும்போது, அந்த மூன்று மாணவர்களும் ப்ரீதாவை நிறுத்தினார்கள். 'மாலை நாலு மணிக்குப் பெண்களின் நிலை குறித்து டௌன் டவுன் பகுதியில் ஒரு கண்டனக் கூட்டமும் ஊர்வலமும் நடத்துகிறோம். நீங்கள் கலந்து கொள்வதுடன் பேசவும் வேண்டும்..."

ப்ரீதாவுக்கு உடம்பு நடுங்கியது. அமெரிக்காவுக்குப் படிக்க வந்த இந்த மூன்று மாதத்தில் யாருமே இப்படி அவளைக் கேட்டதில்லை. இத்தகைய கூட்டங்களின் பின் விளைவுகள் என்ன என்று அவளுக்குத் தெரியாது. "தேங்க் யூ பார் தி இன்விடேஷன். ஆனால் மன்னிக்கவும், பேசிப் பழக்க மில்லை எனக்கு..."

அப்போது, அவளுடன் படிக்கும் லிண்டா அறையிலிருந்து வெளியே வந்தாள். "ஹாய் பில், ஜிம், ஷேரன். ப்ரீதா, நான்தான் உன்னைப்பற்றி இவர்களிடம் சொன்னேன். இந்த மீட்டிங் முக்கியமாகக் கூட்டப்படுவது எங்களுக்காக அல்ல. இந்தியப் பெண்களின் நிலைகுறித்து. பில், ப்ரீதாவிடம் அந்தப் பேப்பரைக் காட்டு."

பில் நீட்டிய செய்தித்தாளை மேலோட்டமாகப் பார்த்தாள் ப்ரீதா. அது நியூயார்க்டைம்ஸின் முதல் பக்கம். "திருமணமா, இறைச்சிச் சந்தையா?" என்ற பெயரில் மூன்று பத்திக் கட்டுரை. முதல் பத்தியிலேயே சென்ற ஆண்டில் இந்தியாவில் வரதட்சணைக் கொடுமையால் மரண முற்ற பெண்களின் எண்ணிக்கை, அடுத்து பணமில்லாததால் திருமணம் ஆகாமல் இருக்கும் பெண்களிடம் பேட்டி, தொடர்ந்து வேலையிலும், கூலியிலும் பெண்கள் எப்படி ஏய்க்கப்படுகிறார்கள் என்று.

ப்ரீதா பரிதாபமாகப் பார்த்தாள்.

"ப்ரீதா, உங்க நாட்டுப் பெண்களின் நிலையைக் குறித்து ஏதாவது செய்யணும்னு உனக்குத் தோன்றவில்லையா?"

"நான் பேசியதால மட்டும் அது மாறிடும்னு நினைக்கறீங்களா?"

ஷேரன் என்னும் பெயர் கொண்ட கொஞ்சம் நிறங்குறைந்த தாடிக்காரன் அவளைக் கனிவுடன் பார்த்தான். "ஓ.கே. எனக்கு உன் சங்கடம் புரிகிறது. அதே இந்தியச் சூழ்நிலையிலிருந்து இப்போது தானே முதல் முறையாக மீண்டு வெளியே வந்திருக்கிறாய். பேச விரும்பாவிட்டாலும் பரவாயில்லை. கண்டனக் கூட்டத்திலாவது கலந்து கொள்."

ப்ரீதா அவளை நன்றியுடன் பார்த்தாள். லிண்டா பேசியவாறே நடந்தாள். "இந்த முறை, பெண்களின் பிரச்னை பற்றிய கூட்டத்தில் நிறைய ஆண்களும் பங்கெடுப்பதே நமது சாதனைதானே. அதுவும் இந்த ஷேரன் எல்லாப் பிரச்னைகளிலும் மிகவும் தீவிரமாக ஈடுபாடு கொள்கிறான்."

ப்ரீதாவிற்குத் திடீரென ஷேரனிடம் ஒரு அன்பும், மதிப்பும் தோன்றியது. இந்த நாட்டைப் பற்றி அவள் கடந்த சில மாதங்களில் ஓரளவு புரிந்து கொண்டிருந்தாள். "ஹாய் ஹாய்" எனத் தோழமையுடன் சிரித்துச் சிரித்துப் பேசுபவர்கள்கூட ஒரு சின்னப் பிரச்னை என்றாலும் ஒதுங்கி விடுவார்கள். அப்படிப் பட்ட நாட்டிலும் ஷேரன் போன்ற ஒருவனா?

ப்ரீதா தன் அறைக்குச் செல்லும் வழியில் ஒரு ஹாம்பர்கர் வாங்கிக் கடித்தவாறு நடந்தாள். இந்த அமெரிக்க மண்ணில் எவ்வளவுதான் கலக்க முயன்றாலும் படிப்பு, அது சம்பந்தப்பட்ட வேலை நேரம் தவிர, மற்ற சமயங்களில் அவள் மிகவும் தனிமையாகத்தான் உணர்கிறாள். தென் இந்திய அப்பாவாலும், பஞ்சாபி அம்மாவாலும், மேல்மட்ட சுகங்களுடன் தில்லியில் வளர்ந்தவள் என்றாலும் அவள் அடிப்படையில் இந்தியத்தனம் நிறையவே பரவி இருந்தது. அமெரிக்கப் பெண்களுக்கு இருக்கும் துணிவும், தன்னம்பிக்கையும் அவளிடம் கட்டாயம் இல்லை. 'ஹலோ' என்று விகல்பமில்லாமல் அணைத்துக் கன்னத்தில் வயதான ஆண்கள் முத்தமிட்டாமல் கூட உடம்பு கூனிக் குறுகுகிறது.

மாலை கூட்டத்திற்கு லிண்டா அவளை அழைத்துச் சென்றாள். எதையுமே பிரம்மாண்டமாகச் செய்யும் இந்திரபுரியில் இத்தகைய கூட்டங்களுக்கு மட்டும் என்ன குறைவு? முதலில் கழுதை வேடமணிந்த ஒரு பெண்ணைச் சவுக்கால் அடித்தபடியே ஒரு ஆண் வந்தான். தொடர்ந்து, "நாங்கள் கழுதையல்ல" என்று கத்தியபடியே ஒரே மாதிரிக் குட்டையாக உடையணிந்த பெண்கள் கூட்டம் வந்தது. அடுத்தபடி புடவை சுற்றிப் பெரிதாகப் பொட்டணிந்த பெண்ணை, பஞ்சக்கச்சம்

வேட்டி கட்டுக் குடுமி வைத்த ஒரு ஆள் பியர் டப்பாவுடன் துரத்த, அவன் பின்னால் தலையில் முக்காடிட்ட ஒரு மகாகுண்டு மாமியார் கையில் நெருப்புக் குச்சியுடன் வந்தாள். "எரிய மாட்டோம்..... எரிய மாட்டோம்..... உங்களையே எரிப்போம்" என்று கத்தியவாறு இப்போது புடவை சுற்றிய சில அமெரிக்கப் பெண்கள் குழாமே வந்தனர். ம்.... பெண் அடிமைத் தனத்தைச் சித்தரிக்கும் எத்தனை காட்சிகள்!

கூட்டம் தொடங்கியது..... லிண்டா மேடையிலேறி அமெரிக்கப் பெண்களுக்கு எந்த எந்தத் துறைகளில் சுதந்திரம் தேவை' என ஆக்ரோஷமாகப் பேசினாள். "ஹாய், ஹாய் ..." என்று கூட்டத்தினர் பியர் பாட்லை உறிஞ்சியபடி கை தட்டினர்.

பல பெண்களும், ஆண்களும் பேசிய பிறகு, கடைசியில் ஷேரன் மேடையேறினான். நிதானமாக, "பெண்களை இந்தச் சமுதாயம் ஒரு மாற்றுக் குறைந்தவர்களாக நடத்தும் கொடுமை மாற வேண்டும்" என்றான். பல சட்ட , மருத்துவ சமூக மேற்கோள்களைக் காட்டினான். அவன் பேசும் போது எங்கும் நிசப்தம்.

பேசி முடித்த போது, ஹிப்னடைஸ் ஆகியிருந்த கூட்டம் பலக்க கை தட்டியது ப்ரீதாவுக்கு சந்தோஷமாக இருந்தது.

தனியே திரும்பி நடக்கும் போது, "ஹாய் ப்ரீதா ... தேங்க்ஸ் ஃபார் கமிங்" என்று குரல் கேட்டது. திரும்பினால் ஷேரன். ப்ரீதாவின் நெஞ்சை மகிழ்ச்சி நிரப்பியது. "ஷேரன், நீ இப்படி பேசுவாய் என்று நான் நினைக்கவில்லை. யூ ஆர் வொன்டர்புல்." ஷேரனின் அழகான முகம் இன்னும் அழகாயிற்று. 'தேங்க்ஸ் ப்ரீதா... பியர் சாப்பிடுகிறாயா?"

"உஹூம் ... நான் சாப்பிடுவதில்லை."

"சீக்கிரமே கற்றுக் கொள்வாய்."

"நான் அவ்வளவு சுலபமாக மாறமாட்டேன். இந்தியப் பெண்களுடைய கெமிஸ்ட்ரியே வேறு."

ஷேரன் இவளுடன் இது பற்றிப் பேசுவது அர்த்தமற்றது என நினைத்திருக்க வேண்டும். "ம்... வொய் டோன்ட் வீ ஸ்பெண்ட் தி ஈவினிங் டு கெதர்?"

ப்ரீதா ஷேரனால் மிகவும் பாதிக்கப்பட்டிருந்தாள். அதுவும் அவளை வருத்திக் கொண்டிருந்த தனிமையிலிருந்து மீள அவளுக்கு அறிவு பூர்வமான நட்பின் தேவையிருந்தது. "ஷேரன், உன்னுடன் வெளியே வருவது எனக்கு ரொம்ப சந்தோஷம் தான். ஆனால் அதற்கு முன் சில விஷயங்களை வெளிப்படையாகச் சொல்லி விடுகிறேன். நம் உறவு நல்ல நட்பாக மட்டுமே இருக்க வேண்டும் என நான் விரும்புகிறேன்.

நான் திருமணத்திற்கு முன் எந்த ஆணுடனும் உடல் சார்ந்த உறவு கொள்ளமாட்டேன். இதற்கு சம்மதமென்றால், நாம் மாலையைச் சேர்ந்து கழிக்கலாம். அதோடு ஒரு விஷயம். நாம் இருவருமே மாணவர்கள் என்பதால் செலவையும் பகிர்ந்து கொள்ளலாம்."

"வுமன்ஸ் லிபரேஷன் வாழ்க. எனக்குச் செலவு குறைச்சல் பார். உன்னுடைய எல்லா நிபந்தனைக்கும் சம்மதம். முதலில் ஒரு சினிமாப்படம், அப்புறம் வெளியே சாப்பாடு. அதன் பிறகு நீண்ட வாக்கிங்.... இரவு டிஸ்கோ சரியா, ம்?"

இரண்டு பேருமாக ஒரு சினிமாவுக்குப் போனார்கள். திரும்பும் போது அவசர உணவு விடுதியில் உணவை முடித்துக் கொண்டு , இயற்கையும் செயற்கையுமாகப் போட்டியிட்ட வெளிச்சத்தில் நெடுக நடந்தார்கள்.

"நீ இங்கு ப்ரின்ஸ்டனில் எவ்வளவு ஆண்டுகளாய் இருக்கிறாய் ஷேரன்?"

"ஒன்றல்ல, இரண்டல்ல இந்த நாட்டுக்கு வந்து எட்டு வருஷமாச்சு. ப்ரின்ஸ்டனிலேயே நாலு வருஷம் முடிஞ்சு போச்சு. நானும் ஜகஜ் ஜால வித்தையெல்லாம் செய்து அமெரிக்காவில் தொடர்ந்து வசித்து வருகிறேன். இன்னும் எத்தனை நாளோ, தெரியவில்லை." ஷேரன் பெருமூச்சு விட்டான்.

"நீ தென் அமெரிக்காவைச் சேர்ந்தவன்தானே. ஸ்பானிஷா அல்லது மெக்ஸிகனா?"

ஷேரன் 'ஹோ' என்று வாய் விட்டுச் சிரித்தான்.

"ஏன் இப்படிச் சிரிக்கிறாய் ஷேரன்?"

"என் இனிய சிநேகிதியே! உன் கேள்விக்குச் சிரிக்காமல் என்ன செய்வது? ஒரு சக இந்தியனை அடையாளம் கண்டு கொள்ளத் தெரியாத இந்தியப் பெண்ணைப் பற்றி என்ன சொல்லுவது?"

"நீ... நீ... நீ... இந்தியனா? உன் ஷேரன் என்ற பெயர், உன் ஆங்கிலம், உன் தோற்றம் எதுவுமே இந்தியத் தனமாக இல்லையே."

"அதுதான் அமெரிக்க மகிமை. தோற்றத்தைப் பொருத்தவரை நாங்கள் பஞ்சாபிகள். உயரம், நிறம் எல்லாமே கொஞ்சம் அதிகம்தான். என் பெயர்..."

அமெரிக்காவில் நாமகரணமா, இல்லை பெயர் மாற்றமா?"

"நோ, நோ. குர்ஷரன் சிங்கை தலையையும், வாலையும் வெட்டி ஷேரனாக்கி விட்டேன். அவ்வளவுதான்."

ப்ரீதா மகிழ்ச்சிப் பெருக்கில் அவன் இரு கைகளையும் பற்றிக் குலுக்கினாள். “ஐ ஆம் ஸோஹேப்பி ஷேரன். என்னதான் எல்லோரும் ஒரு இனம், எல்லாம் என் மொழி என்று கூறினாலும், இவ்வளவு தூரம் வந்த பிறகு, சக நாட்டவர்களைச் சந்திப்பது ரொம்ப சுகானுபவம். நானும் பாதிப் பஞ்சாபிதான். ஆனால் தில்லியில் பிறந்து ஆங்கிலமும், ஹிந்தியும் மட்டுமே கற்று வளர்ந்தவள்."

இருவரும் மர நிழலில் உட்கார்ந்தார்கள். ஷேரன் ஒரு சிகரெட்டைப் பற்ற வைத்துக் கொண்டான். அவன் முகம் வெகு சீரியஸாக மாறியது. "என் அப்பா, அம்மா இன்றும் தில்லியில்தான் வசிக்கிறார்கள். ஆனால் நான் அவர்களைப் பார்த்துப் பல வருஷமாச்சு. பார்க்கவும் விரும்பவில்லை."

ப்ரீதா அவனை வியப்புடன் பார்த்தாள். "அப்படியென்ன கோபம் உனக்கு?"

"கோபம் இல்லை, வெறுப்பு. அது கூட இல்லை . பிள்ளைகளைத் தங்கள் மறுபதிப்புகளாக, மூளை மழுங்க அடித்து வளர்க்கும் ஒரு சமுதாயத்திலிருந்து விடுதலை கிடைத்து விட்ட சந்தோஷம். அப்பாவுக்கு நாலு ஆட்டோ ஷாப் இருக்கு. வஸந்த் விஹாரில் வீடிருக்கு. அதில் ஒன்றும் குறைவில்லை . பத்து குழந்தைகளைப் பெற்று விட்டு, அவர்கள் தங்களைத் தொடர்ந்து 'குருபூர்ணிமாவுக்கும், மற்றொன்றிற்கும் குருதுவாராவில் பாட வேண்டும், வீட்டையே பள்ளிக் கூடமாக மாற்ற வேண்டும்' என்பது போன்ற சின்னத்தனங்களை நான் மனமார வெறுத்தேன். ஸெயின்ட் ஸ்டீபன்ஸில் சேர்ந்த வருஷம் தாடியையும், முடியையும் எனக்குச் சுமக்கப் பிடிக்கவில்லை . ஒரு நாள் மழுங்கச் சிரைத்துக் கொண்டு வீட்டுக்குச் சென்றேன். வீட்டில் பூகம்பமே வந்தது. அம்மா மயங்கியே விழுந்து விட்டாள். அப்பா, 'நீ என் மகனல்ல, போவெளியே' என்று கழுத்தைக் பிடித்துத் தள்ளினார். அன்று வெளியேறியவன்தான்."

ப்ரீதா அவனை அனுதாபத்துடனும், வியப்புடனும் பார்த்தாள்.

"சரி. தில்லியிருந்து இங்கே எப்படி வந்தாய்?"

“ஓ... அது மிகச் சுவையான கதை. தில்லியிருந்து பம்பாயிலிருந்த என் அண்ணன் வீட்டுக்குப் போனேன். பெரிய வேலையிலிருந்த அண்ணன், நாகரிகப் பூச்சில் வாழ்பவன். நான் செய்ததைத் தவறென்று கூறவும் முடியாமல், என் செயலை ஏற்கவும் முடியாமல் தவித்தான். பம்பாயில் கொஞ்ச காலம் தண்டச் சோறாக அண்ணன் வீட்டில் இருந்தேன். ஒருநாள் அண்ணி, ப்ராவின் ஹூக்கை முதுகுப் பக்கம் போட்டு விடச் சொன்னாள். அங்கே தொடர்ந்தால் என் நிலை என்ன

ஆகும் என்று புரிந்து கொண்டு திருட்டுக் கப்பலில் ஏறி குவெய்த் சென்றேன் அங்கே பல தகிடுதித்தம் செய்து பாஸ்போர்ட்டு விசாவுடன் அமெரிக்கா – வந்து விட்டேன். நாலு ஆண்டுகள் செய்யாத தொழி லில்லை. சேர்த்த பணத்தை வைத்து இரண்டு ஆண்டு படித்தேன். பிறகு யூனிவர் ஸிடியின் பண உதவியுடன் ஆராய்ச்சி செய்கிறேன். அதுவும் இன்னும் நாலு மாதம் தான் கிடைக்கும். இப்போது இங்கு எல்லாமே சிரமமாகி விட்டது. ஸ்காலர்ஷிப் கிடைக்கா விட்டால் விஸா நீடிக்காது."

ஒரு அசகாய சூரனின் கதையைக் கேட்பது போல் ப்ரீதா இந்த முன்னாள் ஸர்தார்ஜியின் கதையைக் கண் விரியக் கேட்டாள். "உன்னை எல்லோரும் ரொம்ப புத்திசாலி என்கிறார்களே. வேறு ஸ்காலர்ஷிப்புக்கு முயற்சி செய்யேன். அல்லது அஸிஸ்டென்ட்ஷிப்பில் வேலை செய்யலாமே"

"முயன்றுதான் வருகிறேன். ஆனால், இப்போது அமெரிக்கா மிகவும் மாறி விட்டது . ப்ச்..."

அதன் பிறகு இருவரும் நிறைய உலக விஷயங்களைப் பற்றிப் பேசினார்கள்.

'ப்ரீதா , இதியோபியாவில் பசியால் வாடும் குழந்தை களுக்காக நிதி திரட்ட ஒரு கலைவிழா ஏற்பாடு செய்திருக்கிறேன். உன்னால் எந்த விதத்திலாவது உதவ முடியுமா?"

ஷேரனின் ஆர்வம் தன்னையும் தொற்றிக் கொள்வதை அவள் உணர்ந்தாள். "ஷேரன், எனக்கு கதக் நடனம் ஆடத் தெரியும். உடை, டேப் எல்லாம் எடுத்து வந்திருக்கிறேன். நான் வேண்டுமானால் ஒரு பத்து நிமிஷ நிகழ்ச்சி தருகிறேன்.'

ஷேரன் சந்தோஷத்துடன் அவள் கையைப் பற்றிக் குலுக்கினான். "தேங்க்ஸ் ப்ரீதா. எனக்குத் தெரியும், நீ சாதாரண இந்தியப் பெண்ணில்லை. ஒரு உரசல் இருந்தால் போதும், சமூக சேவைக்காகத் தீயாகப் பற்றிக் கொள்வாய் என."

"அனாவசியமாகப் புகழாதே ஷேரன். நீ உன் லட்சியங்களில் வைத்திருக்கும் தீவிரம்தான் என்னைச் செயல்பட வைக்கிறது. சொல்லப் போனால், இந்தியாவில் உன்னைப்போல் நிறையப் பேர் தேவை."

ப்ரீதாவின் அறை வாயிலில் ஷேரன் கை குலுக்கி விடை பெற்றான். அறையில் லிஸா ஜேன்பாண்டா டேப்பைப் போட்டு, கையையும், காலையும் மூச்சு வாங்க உதறிக் கொண்டிருந்தாள். "ஹாய் ப்ரீதா , இன்னிக்கு அதிசயமாக 'டேட்டிங்' சென்றாயா? எப்படி இருக்கிறார்கள்

அமெரிக்க ஆண்கள்?"

"ஓ , கம் ஆன் லிஸா. நான் எந்த அமெரிக்க ஆணுடனும் 'டேட்டிங்' போகவில்லை. ஷேரன் என்ற இந்தியனுடன் பொதுவாகப் பேசிக் கொண்டிருந்தேன்."

'ஷேரனுடனா?" தேள் கொட்டியது போல் லிஸா குதித்து எழுந்தாள். "அவன் ஒரு மகா போர். வேண்டாததற்கெல்லாம் மூளையைக் குழப்பிக் கொண்டு, வீண் பிரச்னைகளில் தன்னை ஈடுபடுத்திக் கொண்டு..."

ப்ரீதாவிற்கு லிஸா மீது ஆத்திரமாக வந்தது. ஆண் என்றால் உடம்பு , அது சம்பந்தப்பட்ட சந்தோஷம் இது தவிர எதுவுமே சிந்திக்காத இவர்கள் ஷேரனை 'போர்' என்பது அதிசயமில்லை . ஷேரன் எவ்வளவு உன்னதமான மனிதன். தன்னைப் பற்றிய கற்பனைகளேதலைக்கு மேல் இருக்கையில் மனித சமுதாயத்தின் மேம்பாட்டுக்காக வாழ்பவன்.

ஷேரனுடன் அவளுக்குத் தோன்றியுள்ள நட்பு காதலாக வளருமானால் அவள் மிகவும் சந்தோஷப்படுவாள். அது நட்பாகவே நின்றாலும் அந்த இனிய உறவை வாழ்நாள் முழுவதும் நினைத்து மகிழ்வாள்.

ப்ரீதா கடந்த நாலு மாதங்களில் ஷேரனை நிறையத் தடவைகள் சந்தித்து விட்டாள். அவள் விரும்பியது போல் ஷேரனுக்கும், அவளுக்குமான உறவு காதலாகப் பரிணமிக்கா விட்டாலும், அது நல்ல நட்பாக மலர்ந்திருந்தது.

சில நாட்களாக ஷேரன் மிகவும் குழப்பமான மனநிலையில் இருந்தான். அவன் ஒவ்வொரு செயலிலும் நடுக்கம் இருந்தது. "எனக்கு ஸ்காலர்ஷிப் முடியும் தருணமாகி விட்டது ப்ரீதா. இனி என்ன செய்யப் போகிறேனோ தெரியவில்லை" என்று அங்கலாய்த்தான். அயராமல் ஒவ்வொருவரிடமும் சென்று கெஞ்சினான். அவன் துரதிருஷ்டம், அவன் டிபார்ட்மெண்ட்டில் தற்சமயம் தலைமை தாங்கியவருக்கு இந்தியர்கள் என்றாலே அலர்ஜியாக இருந்தது. "நாடு திரும்பி, வேலை செய்து பணம் சேர்த்துக் கொண்டு வந்து படிப்பை முடி" என்று இரக்கமில்லாமல் சொன்னார்.

அன்று ஷேரனை சந்தித்தபோது அவன் முகம் சோர்ந்து, கண்கள் குழி விழுந்து, பல நாள் ஜுரம் அடித்தவன் போலக் காணப்பட்டான்.

"ஷேரன், உன் டிபார்ட்மெண்ட் தலைவர் கூறுவது போல் இந்தியா திரும்பி விடேன். எங்கப்பாவிடம் வேண்டுமானால் சொல்லி உனக்கு உடனே வேலைக்கு ஏற்பாடு செய்கிறேன். உனக்குக் கல்லூரி வேலை பிடிக்கவில்லை என்றால் கம்பெனி எக்ஸிக்யூடிவ் வேலை பார்க்கலாம். இந்தியாவில் அமெரிக்க டிகிரிகளுக்கு நிறைய மதிப்புண்டு. ஓரிரு

வருடங்கள் கழித்து அமெரிக்கா திரும்பி ஆராய்ச்சியை முடிக்கலாமே."

"நோ, ப்ரீதா. அது மட்டும் வேண்டாம். அந்த நாட்டுக்கும் எனக்கும் இனி ஒத்துக் கொள்ளாது. தெருவில் நம்மைத் தொடர்ந்து வரும் பிச்சைக்காரக் குழந்தைகளைப் பார்த்தால் வயிறு எரிகிறது. தெருவெல்லாம் ஆடு, மாடு, திறந்த சாக்கடை, கொசு. அந்த நரகம் மனிதர்கள் வாழக் கூடியதல்ல."

ப்ரீதாவுக்கு அலுப்பாக இருந்தது. "ஷேரன், விஷ் யூ ஆல் தி பெஸ்ட். உதவிப் பணம் கிடைக்க என் வாழ்த்துக்கள். இன்று எனக்குப் பரீட்சை முடிந்துவிட்டது. நான் இன்று இரவே நியூயார்க்கில் இருக்கும் என் உறவினர் வீட்டுக்குப் போகிறேன். இந்தா போன் நம்பர். மன்ஹாட்டன் பகுதியில் இருக்கு அவர் வீடு. அடிக்கடி போன் செய்."

ப்ரீதாவின் மாமா அமெரிக்கா வாழ் இந்தியர்களில் ஒரு முக்கிய புள்ளி. அவரையாவது ஷேரனுக்கு உதவ முடியுமா என்று கேட்க வேண்டும் என முடிவு செய்தாள். மாமா வீட்டில், அப்பழுக்கற்ற இந்தியச் சூழ்நிலையில், முழு அமெரிக்கர்களாக வாழும் குழந்தைகள் அவளுடன் மிக அன்பாகப் பழகின. மாமி ஆபீஸுக்குப் போகுமுன் அவளுக்கு வீட்டு வேலையில் உதவி, மதியம் முழுவதும் குழந்தைகளுடன் விளையாடி, இரவில் குடும்பமாகச் சேர்ந்து பேசிச் சிரித்துச் சாப்பிடுவது எவ்வளவு சுகமான விஷயம்.

"ஒவ்வொரு சமயம் பார்த்தால் எனக்கும் உங்கப்பா மாதிரி இந்தியாவில் பெரிய ஆபீஸர் வேலை பார்த்துக் கொண்டு செட்டிலாகி விடலாம் என்று தோன்றுகிறது. ஆனால் இந்த நாட்டில் பலவிதமான சுகங்கள் எங்களுக்குப் பழகி விடுகிறது. இதெல்லாம் பணம் தரும் சௌகரியங்கள். இதையெல்லாம் விட்டு விட்டு வருவது சுலபம் இல்லை . ஆனாலும் நம் குடும்பம், சொந்தக்காரர்கள், ஆத்மார்த்தமான மனிதர்கள் இதற்கெல்லாம் மனசு ரொம்பத்தான் ஏங்குகிறது. நாங்கள் எல்லாம் இருப்பது ஒரு திரிசங்கு சொர்க்கம். இரண்டாந்தரப் பிரஜைகளாக ஏற்கப் பட்டாலும், நாங்களாகவே முதல் தரப் பிரஜைகள் என இறுமாப்பு கொள்கிறோம்.

"எங்கள் ஏக்கம் எவ்வளவு தெரியுமா? இங்கே ரேடியோவில் இந்தியர்களுக்கென நேரம் கேட்டுப் பெற்றும் இருக்கிறோம். இங்கு ஒவ்வொரு ஞாயிற்றுக்கிழமையும் ஒரு நடன அரங்கேற்றம் இருக்கும். வாரா வாரம் நாங்கள் ஏதாவது சாக்கை வைத்துக் கூடுவோம். இந்தியர்களுக்கெனத் தனியாகச் செய்தித்தாள், பத்திரிகைகள் கூட நடத்துகிறோம்."

"உண்மையாகவா?" ப்ரீதர் வியப்புடன் கேட்டாள். "அந்தப்

பத்திரிகையில் என்ன செய்தியெல்லாம் போடுவீர்கள்?"

"நீயேதான் பாரேன்." மாமா இந்தியா அப்ராட் ஏட்டில் ஒன்றை அவளிடம் தந்தார். அப்புறம், "ஹாங்... இன்று ப்ரின்ஸ்டனிலிருந்து கூட ஒரு மாணவனைச் சந்தித்தேனே. உன்னைத் தெரியுமா என்று கேட்க விரும்பினேன், மறந்து விட்டேன்."

ப்ரின்ஸ்டனில் நிறைய இந்தியர்கள் படிக்கிறார்களே. ஆனால் ஒரு விஷயம் அங்கிள். இந்திய கண்கள், சக நாட்டுப் பெண்களுடன் பழகுவதேயில்லை."

"ஆமாம், தெரியும். பெண்களுடன் பழகி, ஏதாவது வம்பாகி விட்டால், கல்யாணம் செய்து கொள் என்று கழுத்தறுப்பாள். ஜாதி, மதம் எல்லாம் குறுக்கிடும். அமெரிக்கப் பெண்டுகள் என்றால் அப்படி யில்லை, பத்தாண்டு குடித்தனம் செய்து விட்டுக்கூடக் கை குலுக்கி விடலாம்."

"எனக்குக் கூட ஒரே ஒரு இந்திய நண்பர்தான். பட், ஹி ஈஸ் டிபரண்ட்."

"இன்று வந்திருந்த பையன்கூட பெயர் என்ன, ஆங்.... குருசரண்சிங்." '

"ஓ... ஷேரனா!"

"தெரியுமா அவனை?"

"வேலை தேடி ஏதாவது விளம்பரம் தந்தானா?"

"நோ, நோ, 'மேட்ரிமோனியல்' விளம்பரம். இன்னும் ப்ரஸ்ஸிற்குக் கூடத் தரவில்லை . இதோ பார்."

அது ஷேரனின் கையெழுத்துதான்.

அவள் கண்கள் நிலைகுத்தி நின்றன. ஷேரனா இந்த விளம்பரத்தைத் தந்தான்? அமெரிக்காவில் தங்க விரும்பும் ப்ரின்ஸ்டன் பஞ்சாபி வேறு யார்?

மறுமுறை படித்தவள் 'குபீர்' எனச் சிரித்தாள். தென் ஆப்ரிக்காவிலும் அமெரிக்காவிலுமா நிறவெறி? கறுப்புப் பெண்ணுக்காகக் கொடி தூக்கிய ஷேரனுக்கு மிக வெளுப்பான அழகான பெண் வேண்டுமாம்.

அமெரிக்காவின் சுக வாழ்வைப் பிரிய விரும்பாத ஷேரனுக்குக் கடைசி வழியாக அமெரிக்க மண்ணின் மேலேறத் தேவைப்படும் மிதியடி வசதி படைத்த, குடியுரிமையுடைய அமெரிக்கா வாழ் இந்தியரின் பெண். பெண்கள் என்ன ஏலப்பொருளா என்ன என்று மேடை யிலேறி முழக்கியவன் ஏலமெடுக்க உரக்கக் கூவுகிறான்.

இந்தியர்களைப் பேதம் செய்யும் காட்டு மிராண்டிகள் என நினைப்பவன் தன் இனத்தைச் சொல்லிப் பெண் கேட்கிறான்.

அட போடா குருசரண்சிங், மேடையேறி ஆயிரம் முழக்கினாலும் உன்னைப் போன்ற ஒட்டுண்ணிகளால்தான் இந்திய சமுதாயம் முன்னேறவில்லை. பெண்ணுடன் பணம் கிடைக்கும், அமெரிக்காவில் தங்க இடம் கிடைக்கும் என்றவுடன் திருமணத்தையே நுழைவா யிலாக்கிய உன்னைப் போன்ற பேடிகளால்தான்டா பெண்கள் எரிகிறார்கள்.

போடா, போ! இனிமேல் உன் முதலைக் கண்ணீருக் கெல்லாம் என் அகராதியில் இடம் தேடப் போவதில்லை.

# கார்ல் மார்க்சும் கத்தரிக்காய்ப் பொரியலும்

தெருவுக்கு ஒரு குப்பைத் தொட்டி, வீட்டுக்கு ஒரு மரம் என்று அரசியல்வாதிகள் திடீர் அறிக்கை விடுவதுபோல் நானும் ஒரு நாள் எனக்கென்று ஒரு தனி வாசகசாலை என்று திடீர் முடிவெடுத்தேன். அப்போது நான் கல்லூரி மாணவி, எனவே, முதல் கட்டமாக அம்மாவிடம் புத்தகங்களின் அருமை, பெருமைகளைப் பற்றிய 'எப்படி எழுத்தால் உலகப் புரட்சியையே உண்டாக்க முடியும்' என்பது பற்றிப் பேசி கையேந்தினேன்.

அம்மா, பொரிச்ச குழம்பைக் கிளறியபடியே, 'ஆமாம்... இந்தாத்திலே உங்கப்பா சேர்த்து வச்சிருக்கிற குப்பை போதாதாக்கும். உனக்கு வேற தனியா வேணுமாக்கும்" என்று சிடு, சிடுத்தாலும், கடைசியில் பத்து ரூபாய் தந்தாள்.

என் வாசகசாலையின் முதல் புத்தகம் நல்ல பவுண்ட் அட்டை போட்டதாக, மிகப் பெரிய தத்துவங்களைச் சொல்லுவதாக, என்னைப் பெரிய அறிவாளியாகப் பிறர் முன் காட்டுவதாக இருக்க வேண்டும் என்று முடிவு செய்தேன். அப்போதுதான் மேதை கார்ல் மார்க்ஸின் அறிமுகம் கிடைத்தது. அரிஸ்டாட்டில், ப்ளேடோ, ராதாகிருஷ்ணன் போன்றவர்களின் மெல்லியப் பதிப்புக்களே என் பட்ஜெட்டில் பாதி வழியில் சிக்கி நின்றுவிட சோஷலிஸ மேதையின் ஆயிரம் பக்க, வழ, வழா அட்டையிட்ட பவுண்ட் செய்த புத்தகம் ஒன்றல்ல, மூன்று ஒன்பதே ரூபாய்க்குக் கிடைத்தது. என் வாசகசாலைக்கு எவ்வளவு அமோகமான ஆரம்பம்.

தினம், தினம் கார்ல் மார்க்ஸைத் தொட்டுத் தடவிப் பார்த்தேன். பொழுது போகாதபோது புரட்டியும் பார்த்தேன். ப்ராக்ருத மொழிக் கவிதை படிப்பது போலிருந்தது. நாலு முறை திரும்பத் திரும்பப் படிக்கவும் சமத்துவம், சகோதரத்துவம் போன்ற வார்த்தைகள் பேச்சுக்குப் பேச்சு உதிர ஆரம்பித்தன. பிடல் காஸ்ட்ரோவும், சேகுவாராவும் சினிமா நடிகர்களை விடவும் பெரிய ஹீரோக்களாகத் தோன்றத் தொடங்கினார்கள். என் கல்லூரி வாழ்வின் கடைசி ஆண்டில் நான் மரத்தடிகளை மேடையாக்கிப் பொது உடமை பேசிக் கொண்டிருந்தேன். புரட்சி என்பதே என் பேச்சு, மூச்சு, செயல் எல்லாமாகியது. படிப்பு முடிந்தவுடன், என் புரட்சி நேரே சமையலறையில் புகுந்துவிட, என் குடும்பத்தையே செயல்களனாக்க முடிவு செய்தேன். முதல் கட்டமாக, வேலைக்காரர்கள், காக்கை குருவி அனைத்தும் எங்கள் இனமே, ஊசிப் போனதையும், மீந்து போனதையும் எனக்கு உதவும் வேலைக்காரர்களுக்கு அளித்து அவர்களை அவமதிக்கக்கூடாது. முதலாளிக்குச் சமமாகத் தொழிலாளியின் சமத்துவம் பேணப்பட வேண்டும் என்று முடிவு செய்தேன்.

முதல் நாளே காத்தாயியிடம் கூறினேன். "இங்கே நீ மத்தவங்க வீடு மாதிரி இருக்க வேண்டாம். பசித்தால் என்னிடம் கூறி விட்டு ப்ரிஜ் ஜைத் திறந்து உணவு எடுத்துக் கொள்ளலாம். வேலை முடிந்த பிறகு எங்கள் குளியலறையிலேயே குளித்துக் கொள்ளலாம். இந்தா உனக்கு சோப்பு. உன் துணிகளையும் இங்கேயே தோய்த்து உலர்த்தலாம். நான் உனக்குச் சம்பளம் தருகிறேன் என்பதைத் தவிர நமக்குள் வேறு எந்த வித்தியாசம் கிடையாது. அந்தச் சம்பளமும் உன் உழைப்பின் பரிசே தவிர அடிமைத்தனத்தின் சாசனமில்லை" என்று கூறினேன். காத்தாயியின் மஞ்சள் மினு மினுக்கும் முகமெல்லாம் பல்லாயிற்று. பத்து பைசாக் குங்கும நெற்றியைச் சுருக்கி, "படித்தவங்க குணமே அலாதிதாங்க" என்றாள்.

அன்று முதல் காத்தாயி என் உற்ற தோழியானாள். ஏழாவது படிக்கும் ஆங்கிலம் வராத அவள் மகளுக்கு ஆங்கிலப் பயிற்சிகள் துவங்கினேன். வாரம் ஒரு நாள் அவளுக்கு விடுமுறையும், காசும் தந்து குழந்தைகளுடன் வெளியே போய் வா என அனுப்பினேன். அவள் குடிகாரக் கணவனிடமிருந்து காத்துக் கொள்ள வழிமுறைகள் சொன்னேன். மொத்தத்தில் அவள் குடும்பத்தின் வளர்ச்சியில் அக்கறையும், ஆர்வமும் கொண்ட நான் அவர்கள் உடல் வளத்திற்கும் வழிகோலினேன். காத்தாயியைத் தவறாமல் பச்சைக்காய்கறி, பருப்பு உண்ணச் சொல்வேன். அவள் குழந்தைகளுக்குத் தின்பண்டம், சத்துமாவுக் கஞ்சி எனச் செய்து தருவேன். கல்வி, சுகாதாரம், சுத்தம் பற்றி அவர்களுக்கு நிறையப் போதனை செய்தேன். காத்தாயி என்

வீட்டில் எடுத்துக் கொள்ளும் உரிமைகள் வீட்டு விருந்தினரைத் திகைக்க வைக்கும். ஆனால் நான் அவள் உரிமைகளை மதித்தேன். "ஒவ்வொரு குடும்பத்துக்குள்ளும் நாம் சமத்துவத்தை அனுசரித்தால் போதுமே, சமுதாயத்தின் மாறுதல் உண்டாக" என என் கணவரிடம் பீத்திக் கொள்வேன்.

அன்று காத்தாயியை வீட்டில் வைத்துவிட்டு நான்தான் கடைக்குச் சென்று திரும்பினேன். வாயிற்கதவு திறந்து கிடக்க முன்னறை கார்ப்பெட்டில் காத்தாயியும், பக்கத்து வீட்டு சராசாவும் உருண்டு கொண்டிருந்தார்கள்.

“என்னத்தைச் சொல்றது போ, இங்கே வந்து மாட்டிக் கிட்டேன். ஏதோ, நாம்பாட்டுக்கு வந்தேனா, போனேனான்னு உண்டா, ஹும்... சதா உன் புருசன் என்ன பண்றாரு? கொயந்தைங்க ஸ்கூலுக்குப் போறதான்னு தொண, தொணன்னு கழுத்தறுப்பு... பாத்திரத்தைத் தேய்க்க எடுத்திட்டுப் போனா, கூடவே வந்து ஒக்காந்துடும். ஏதோ பழையதும், கொழம்பும் எடுத்து மூடி வச்சோம்னு கிடையாது. என்னை ஒக்காத்தி வச்சுக் கொயம்பைக்குடி, கறியாத்துன்னுன்னு ரோதனை. இதும் பருப்பு கொழம்பை யார் துன்றது? காலைல அப்படித்தான் பாரு கத்தரிக்காய் எண்ணெய்ப் பொறியலைப் போட்டுத் துண்ணு, துண்ணுங்கறது, அதுங்க பாட்டுக்குச் சுத்திட்டிருக்கிற பசங்களையும் சும்மா உடாம லோ, லோன்னு பேச்சு... நம்ம பெரிய பொண்ணுக்கு இங்கிலீஸ் ட்யூஸன் வேற. அது அடுத்த தெருவுல கொயந்தைப் பாத்துக்கற வேலைக்குப் போறதுன்னு இந்த லூஸ்கிட்ட நான் சொல்லவே இல்லை. ஸ்கூலை ஏன் நிறுத்தினேன்னு தாம் தூம்னு குதிக்கும். இது ரோதனை பொறுக்காம இந்த ஊட்டை வுட்டுடலாம்னா, வாரா வாரம் பசங்களைக் கூட்டிட்டு சினிமா பாக்க பணம் தர்றது. மாசம் ரெண்டு கட்டி வாசனை சோப்பு வேற... அதை நான் அப்படியே அந்த ஸ்கூல் டீச்சரண்டவுத்துறது... ம்... எழுந்திருடீ, சராசா அந்த லூஸ் வீட்டுக்கு வர்ற நேரமாச்சு."

காத்தாயி தலையை அவிழ்த்து முடிந்தாள். ப்ரிஜ்ஜில் இருந்து ஒரு டம்ளர் ஆரஞ்சு ஜுஸ் கலந்து குடித்துவிட்டு என் ரோதனைக்குத் தயாரானாள்.

காத்தாயி, முனியம்மா, லக்ஷ்மி, ராமக்கா என்று எத்தனையோ பேர் வந்து போய் விட்டார்கள். ஆனால் 'லூஸ்' என்ற பட்டம் எனக்கு நிலைத்து விட்டதன் காரணம் கார்ல் மார்க்ஸா, கத்தரிக்காய்ப் பொரியலா?

# கணிப்புகள்

விசுவம் தலையில் கைவைத்துக் கொண்டு உட்கார்ந்தான். மாதந்தவறினாலும் தவறும்; இந்த வீட்டில் இந்தச் சண்டை மாத்திரம் நிற்காது! "அம்மா வாயை மூடேன்" என்று சொல்லி விட்டால், "நீ ஏண்டா என்னைச் சொல்ல மாட்டே.... யார் பிள்ளை நீ? ஓங்கப்பா மாதிரி எப்பவும் பாட்டி பக்கம்தானே பேசுவே...' என்று அம்மா பாய்வாள்.

"படிக்கணும் பாட்டி" என்று கெஞ்சினாலோ, "ஆமா, இந்தாத்துலே நான்தான் சண்டைக்காரி. அதைச் சொல்ல நீதான் பாக்கி. வீட்டுக்கு வேண்டாதவ நா ஒருத்தி இன்னும் சாகாம்..." என்று பெரிதாகப் புலம்ப ஆரம்பித்து விடுவாள். அப்பாவிடம் புகார் செய்தாலோ, வாயே திறக்க மாட்டார். யார் பக்கம் என்று நியாயம் சொல்லக் கூடிய விஷயமா இது?

"என்னைச் சொன்னேள், கேட்டுண்டிருந்தேன்... கச்சட்டிலே கொழம்பு வச்சு, தையல் இலைல வாரச் சாப்பாட்டுக்காரனாட்டமாப் போட்டேள். பொறுத் திண்டுருந்தேன். இனிமேயும் பொறுத்திண்டுருக்க மாட்டேன். கேட்கறது ராமாயணம்; ஒடைக்கிறது ராமர் சிலைனு, எம்.ஏ. ஹோம் ஸயின்ஸ் படிச்சுட்டுத் தலைவிதியேன்னு ஓங்க கட்டுப்பெட்டித் தனத்துக்கெல்லாம் பணிஞ்சு போயாச்சு... அவ கொழந்தை பதிமூணு வயது முடியலை. தீட்டுமாச்சு, மண்ணுமாச்சு. அவளை நான் தனியா ஒக்கார வைக்க முடியாது. இப்போலேருந்தே ஸெக்ஷுவல் பியர்ஸை உண்டு பண்ணி, நாளைக்கு அவ மேரீட் லைஃப்பையே பாழாக்க மாட்டேன். போடி சுமதி... நீ பீரோலேந்து துணி எடுத்துக் கோடி..."

"ஆமா... நாங்கள்லாம் கல்யாணம் பண்ணிக்கல்லை; கொழந்தை பெறல்லை... கொழந்தை மனசுலே கண்ட கண்ட பயத்தெல்லாம் நீதான் உண்டாக்கறே. ஆத்துலே ஸ்ரீசக்கரம் வச்சுப் பூஜை பண்றது... தூரத்தையும், எச்சலையும் சேர்த்துண்டு பூஜை பண்றதுக்குப் பதிலா சாமியைத் தூக்கி எறிஞ்சுடலாம். அந்தக் காலத்திலே இதெல்லாம் தெரியாமலா பெரியவா வெச்சா? ரெண்டெழுத்துப் படிச்சுட்டா ஆகாத விஷயம் கூட நல்லாதாயிடுமா என்ன? இப்ப தூரமணா பீரோவத் தொடட்டும்பே... அப்பறம் சமைக்கட்டும்பே. பூஜை பண்ணினா என்னம்பே. கோவிலுக்குப் போனாத் தப்பில்லை அப்படிம்பே. சிரார்தம் பண்ணினாக் குடிமுழுகிடுமாம்பே... சிவ... சிவா..."

'சம்பந்தமில்லாம சாமியையும், தீட்டையும் குழப்பிண்டு... இதுதான் 'லேக் ஆப் எஜுகேஷன்." பொம்மனாட்டியைப் படைச்ச சாமிதானே அவ உடம்போட தீட்டையும் படைச்சார். அது வேண்டாம்னா, அவர் ஏன் படைச்சார்? கேக்கறேன். இது ஒரு சாதாரண உடம்பு பங்க்ஷன்னு பதிமூணு வயசுக் குழந்தைக்குத் தெரியணும். இதுலே பயப்பட ஒண்ணுமில்லை. அருவருக்க ஒண்ணுமில்லை. ஒதுங்கியிருக்க ஒண்ணுமில்லைன்னு..."

– 'ஒனக்கு எதுலேயும்தான் ஒண்ணுமில்லை. நானும்தான் பொஸ்தகம் படிக்கறேன். ஆசாரிய ஸ்வாமிகள் என்ன சொன்னார்... அருள்வாக்கிலே படிச்சியா? அதுமாத்திரம் கண்ணுல படாது. அதைவிடு. விகடனிலோ, குங்குமத்திலேயோ வந்ததே... அமெரிக்காக்காரன் கண்டு பிடிச்சிருக்கான். தூரத்து நாள்லே வொடம்புலையே ஒரு விஷவாயு வரதாம்..."

"எதையாவது அரைகுறையாப் படிச்சுட்டு..."

இந்த வாக்குவாதம் மணிக்கணக்கில் தொடரும் என்று விசுவத்துக்குத் தெரியும். இதில் யார்கட்சி சரி, யார் கட்சி தப்பு...?

பாட்டி வந்த வழியில், அவள் பரம்பரையில் ஏற்ற சில கனமான நம்பிக்கைகளில் இந்த மாதாந்திரத் தீட்டு விஷயமும் ஒன்று. அம்மா படித்துக் கற்ற கல்வியினால், அதன் மூலம் அவள் அறிந்து கொண்ட விஷயங்களின்படி இது நம்பிக்கையல்ல. ஆதாரமற்ற மூடநம்பிக்கை.

இது பாட்டிக்கும் – அம்மாவுக்குமான சண்டையில்லை. இரண்டு தலைமுறைக் கணிப்புகளுக்கான முரண்பாடு . யார் பக்கம் பேசறது?

அது "டீ சுமதி, அங்கே ஏண்டி ஆந்தையாட்டமா முழிச்சுண்டு நிக்கறே..... எந்த ட்ரெஸ் வேணும் சொல்லு. நான் பீரோலேந்து எடுத்துத் தரேன்..." – விசுவம் எழுந்தான். இந்த மாதிரிச் சில 'கம்ப்ராமிஸ்கள்' அப்பாவால், அம்மாவால், சுமதியால், ஏன் பாட்டியால் கூடத்தான்

எடுக்க வேண்டி இருக்கிறது. அதுகூட இல்லாவிட்டால் வீட்டில் இந்த அமைதி அறவே இருக்காது.

சாயங்காலம் பையைத் தூக்கிக் கொண்டு, 'சமர்த்துப் பையனாக' அம்மாவுடன் தண்ணித்துறை மார்க்கெட்டுக்கு நடந்தபோது, அம்மா வழிநெடுகப் புலம்பிக் கொண்டே நடந்தாள். பாட்டி மாதிரிக் காலத்தை அனுசரித்துப் போகத் தெரியாமல், விஞ்ஞான அறிவு இல்லாத பெண்களால்தான், பெண்கள் சமுதாயமே முன்னேறவில்லை என்றாள். சுமதியையாவது படிச்ச குடும்பத்திலே கல்யாணம் பண்ணிக் கொடுக்கணும் என்றாள்.

ஹனுமார் கோயிலைச் சுற்றிவிட்டு, புரட்டாசி சனிக் கிழமை வடைமாலைக்கு பணம் கட்டிவிட்டு, வெளியே வந்து செருப்பை மாட்டிக் கொண்டு திரும்பும்போது, வேண்டுமென்றே தன் போஸ்ட் கிராஜுவேட் தகுதியை நிலைநாட்டுவதுபோல் ஆங்கிலத்தில் சொன்னாள்: “ஒண்ணு மட்டும் நிச்சயம் விசு... உன் மேரேஜ் ஆனால், இந்த மாதிரி விஷயங்களில் நான் தலையிட மாட்டேன். இட் ஈஸ் யுவர் லைப் யூ லீட்.... நீ மராத்திக்காரியைக் கல்யாணம் பண்ணிக்கறியோ, அமெரிக்காக்காரியையோ, உன் இஷ்டம். உன் படிப்பு, தகுதி, அறிவு, உன் மனைவி விருப்பத்துக்குத் தகுந்த மாதிரி நீ வாழணும். அப்பா – அம்மா, நீங்க கூப்பிட்டா கெஸ்ட் மாதிரி வந்து தங்குவோம். க்ளாஷ் பண்ணமாட்டோம்."

திடீரென்று அம்மாவின் சுருதி இறங்கியது... “பட், ஐ டோன்ட் ப்ளேம் யுவர் க்ராண்ட்மா... கிராமத்திலே பொறந்து வளர்ந்தவ. தான் பிடிச்சதே சரின்னு பிடிவாதம். வித் மீ இட் வில் பி டிப்பரண்ட்.... எஜுகேஷன் மேக்ஸ் ஆல் தி டிபரன்ஸ்..."

விசுவம் பதில் பேசவில்லை. பாட்டிக்கு இரக்கப்படுவது போல் அம்மா தன் 'ஈகோ'வைத் தடவி விட்டுக் கொள்கிறாள் எனப்பட்டது. 'இத்தனை இரக்கப்படறவள் ஏன் காலையில் சண்டை போட்டே?' என்று கேட்கலாமா எனத் தோன்றியது. அதற்குள் எதிரே வந்த இரண்டு தாவணிகள் கவனத்தைக் கலைத்தார்கள்!

***

ஜான் கென்னடி ஏர்போர்டில் ஏர் இண்டியா விமானம் சொகுசாக வழுக்கிச் சென்று நின்றது. –

லலிதா மாமி ஓவராலையைப் போர்த்திக் கொண்டு, வானிடிபேக்கை கையில் எடுத்துக் கொண்டு ஏர்ஹோஸ்டஸிடம் 'தேங்க்யூ' என்று புன்னகையுடன் விடைபெற்றவாறு. நியூயார்க்கின் புகை மூட்டத்தில் மகனையும் – மருமகளையும் தேடினாள்.

இந்த அமெரிக்க சீதோஷ்ணத்திலும் சௌகரியங்களிலும் விசுவம்தான் எப்படி 'நிகுநிகு' என மாறியிருக்கிறான்! அவன் மனைவி சுமித்ரா தமிழ்ப் பெண்தான். ஆனாலும் கணவனுக் கேற்ப, அவன் வாழும் – வசிக்கும் விதத்திற்கேற்ப குட்டை முடியும், ஸ்கர்ட்டுமாக... இதுவும் அழகாகத்தான் இருக்கிறது.

“ஓ எஸ்... தாங்க்யூ...''

டாக்டர் விசுவநாதன் பி.எச்டி.யின் இருபத்தி நாலாம் மாடி அபார்ட்மெண்ட் மிகவும் அழகாக, அமெரிக்கத்தனமாக இருந்தது. லலிதா மாமிக்கெனத் தனி அறை. தனி டி.வி, கார்ப்பெட் போட்ட பாத்ரூம். ஜன்னல் வழியே பார்த்தால் கரையான் புத்து மாதிரி உயர, உயரக் கூண்டாகக் கட்டடங்கள்.

சுமித்ரா லைம் ஜூஸ் எடுத்து வந்தாள். மாமி மெல்ல உறிஞ்சினாள். கசந்தது.

“சுமி, சுகர் ப்ளீஸ்...”

“ஸாரி மம்மி... மறந்துவிட்டேன். இங்கே அமெரிக்காவில் எல்லோரும் வெயிட் கான்ஷியஸ். சக்கரை போடற வழக்கமில்லை. உங்களுக்கு எடுத்துண்டு வரேன்.''

சுமித்ரா சக்கரை கொண்டு வந்து போட்டாள். விசுவமும், அவளும் ஆளுக்கொரு மக்கில் பியரை உறிஞ்சியவாறு, அமர்ந்த னர்.

வேலை எப்படியிருக்கிறது என மகனை விசாரித்தாள் லலிதா. புதிதாக ஏதாவது செமினாருக்குச் செல்கிறானா எனக் கேட்டறிந்தாள். சுமியின் லாபரட்ரி வொர்க் பற்றி விவரமாகக் கேட்டாள்.

''மம்மி , நீங்க ரெஸ்ட் எடுத்துக்கங்க... கன்டின்யுவஸ் ட்ராவலிலும், டைம் சேன்ஜிலும் ரொம்ப டயர்டாக இருக்கும்'' என, விசுவமும் – சுமியும் விடைபெற்றார்கள்.

மறுநாள் காலையில் சுமிக்குச் சமையலறையில் உதவலாம் என நுழைந்தாள். ''பரவாயில்லை. மம்மி... நான் எட்டு மணிக்குக் கிளம்பணும். சமையல் முடிச்சாச்சு. நீங்க தனியாச் சாப்பிடணுமேன்னு வருத்தம்தான்.”

''அதுனாலென்ன? நீயும், விசுவமும் மத்தியானம் சாப்பிட ஆத்துக்கு வரமாட்டேளா?''

''ஓ... நோ... ஸச் எ லாங்க் ட்ரைவ்... வீ ஸ்கிப் லஞ்ச்... அமெரிக்காவில் பெரும்பாலானவர்கள் மத்தியானம் சாப்பிடறதில்லை...''

'உடம்பு என்னத்துக்காகும்?' என்று சொல்ல நினைத்தவள் அடக்கிக்கொண்டு, "ஏதாவது வேலையிருந்தால் சொல்லு சுமி... நீ திரும்பறதுக்குள்ள முடிச்சு வைக்கறேன்..." என்றாள்.

"நோ, நோ... டி.வி. பார்த்துக் கொண்டு... ஜஸ்ட் ரெஸ்ட்... பை.. பை மம்மி..." – சுமி கிளம்பினாள்.

லலிதா மாமி டி.வி.யை ஆன்' செய்தாள்... குதிரைமேல் ஒருவன் வேகமாக வந்து படா ரென ஷூட் செய்தான். கொஞ்ச நேரம் பார்த்தாள். திரும்பத் திரும்ப டுஷிம், டுஷிம்... எத்தனை தரம் சுடறது?

மறுபடியும் திருப்பினாள்... முழு நிர்வாணமாக இருவர் கட்டிலிலிருந்து உருண்டு, கீழே உருண்டு... உருண்டு புரண்டு உருண்டு புரண்டு...

உடம்பெல்லாம் வேர்த்தது. விசுவம், சுமி திரும்பி வந்தால்... சே... சே... குமிழியைப் பழையபடி கன்மேனைப் பார்த்த இடத்தில் திருப்பிவிட்டு எழுந்தாள்.

சமையலறையில் பாத்திரங்களைத் திறந்து பார்த்தாள். பொம்மைச் சமையல் மாதிரி ஓர் ஆளுக்கு அளவாக நீள நீள அரிசி, மஞ்சள் நிறமாக சாம்பார், டொமாடோரஸம். காலிப்ளவர் கறி... வாசனை மூக்கைத் துளைத்தது!

ப்ரிஜைத் திறந்து பார்த்தாள்... ப்ரிஜை நோட்டமிட்டாள். ரோசும் மஞ்சளும், பச்சையுமாக விதம் விதமாகக் கறிகாய், பழம், உருவம் புரியாத வேறு என்னன்னமோ...

அமெரிக்கா அழகாய்த்தான் இருக்கிறது. நாகரீகமாகத்தான் இருக்கிறது. நாகரீக ஊரில் ஒரு நாகரீக 'மதர் – இன் லா'... டாக்டர் விசுவம் குற்ற உணர்வுடன் ஒளிக்க வேண்டிய நார்மடி சமாசாரமில்லை அவள்.

ஞாயிற்றுக்கிழமை காலை மூவருமாகச் சேர்ந்து காலைப் பொழுதைக் கழிக்க முடிந்தது. விசுவம் வாகுவம் க்ளீனரைப் போட்டு வீட்டைச் சுத்தம் செய்தான். வாஷிங்மெஷினில் துணியைத் துவைத்து, ட்ரையரில் காய்ந்து வந்ததை மாமி அயர்ன் செய்தாள். சுமி சமையல் செய்தாள்.

மூவருமாக இரண்டு மணி நேரம் டி.வி. பார்த்துவிட்டுச் சாப்பிட அமர்ந்தார்கள்.

மாமி முன்பே சொல்லியிருந்தாள் : 'சுமி, எனக்காக உங்க சாப்பாட்டை நீங்க மாத்திக்க வேண்டாம். உங்களுக்கு எது பழக்கமோ சாப்பிடுங்கோ... எனக்கு இத்தனை சாதம், மோரு இருந்தால் கூடப்போறும்" என்று.

சுமியா கேட்பாள்...? கூட்டு, கறி என்று சமைத்திருந்தாள்.

சுமியும் – விசுவமும் ப்ரெட்டில் ஏதோ தடவிச் சாப்பிட்டார்கள். சாதத்துடன், எதையோ கலந்து போர்க் கால் எடுத்துச் சாப்பிட்டார்கள். நல்ல ரோஸ் நிறமாகப் பெரிய துண்ட மாக..... நிதானமாகக் கடித்துக் கடித்து...

மாமியின் கூட்டு தொண்டைக்குழியில் இறங்காமல், குமட்டிக் கொண்டு நின்றது...

“எந்தப் பிராமணன் மாமிசம் சாப்பிடாம இருக்கான்... அதுக்காக, ஆத்துலே ஆட்டை, மாட்டை அடிச்சுச் சமைச்சா... பன்னின்னா ரோஸா இருக்கும்னு கேள்விப்பட்டிருக்கேன்..."

"எக்ஸ்கியூஸ் மீ..." அவசரமாக டாய்லட்டை நோக்கி ஓடினாள்.

“வாட் ஹேப்பண்ட்?"

"நத்திங் ஸாரி.... என்னால நான்–வெஜ்'ஜுடன் சாப்பிட முடியலை..."

“நீதானே உங்களுக்கு வேணுங்கறதைச் சாப்பிடுன்னே..."

“யெஸ்... பட்.... ஒரே பாத்திரத்துலே ஒரே அடுப்புலே... இட் ஈஸ் வெரி டிபிகல்ட் ஃபார் மீ..."

'சட்'டென்று விசுவத்தின் முகத்தில் ஒரு கோபமும், பொறுமை யின்மையும் தோன்றியது. "அம்மா, நீ புரிஞ்சுக்கணும். நான் வெறும் மயிலாப்பூர் மாடத்தெரு விசுவமில்லை . பி.எச்டி ., ப்யூசராலஜிஸ்ட். எதிர்காலத்தைப் பத்திக் கணக்கு போட்டு, செமினார் பேசி, நானும் கவலைப்பட்டு பிறத்தியாரையும் கவலைப்பட வைக்கிறவன்... இன்னும் ஆயிரம் வருஷத்திலே மனுஷன் சாப்பிட மீனையும், கடல் எருமையையும் தவிர ஒண்ணும் பாக்கியிருக்கப் போறதில்லை. நம்ம உணவுப் பழக்கங்களை மாத்திக்கல்லைன்னா, இந்த மனிஷ வர்க்கத்தோட நிலை என்ன ஆகும் பார்த்தாயா? டெவலபிங் நாடுகளுக்கு நாங்க டெலிகேஷன் அனுப்பறோம். புட்ஹேபிட்ஸை மாத்திக்கச் சொல்லி, இத்தனை படிச்சு, இத்தனை விஷயத்தைத் தெரிஞ்சுண்டப்பறமும், என்னையும் பழைய பழக்கங்களில் உழலச் சொல்றாயா? திஸ் ஈஸ் இக்னெரன்ஸ்... ஷியர் இக்னெரன்ஸ்..."

லலிதாவுக்கு அழுகை வந்தது. அடக்கிக் கொண்டாள். "ஐ ஆம் ஸாரி விசு.... ஜஸ்ட் எனக்குப் பழக்கமில்லை. அவ்வளவுதான். பல வருஷமா வர சில 'கன்விக்ஷன்'ஸை அவ்வளவு சுலபமா மாத்த முடியுமா?"

"ஐ அக்ரி... மெட்ராஸில் ப்ராமினிகல் சூழ்நிலையில் இருந்துட்டு உனக்கு அமெரிக்காவில் அட்ஜெஸ்ட் செய்து கொள்வது கஷ்டந்தான். உன் 'வேல்யூக்கள்' வேற... எங்க 'வேல்யூக்கள்' வேற. பாட்டிக்கு

‘மன்த்லீ பீரியட்’ அப்ஸர்வ் செய்யறது எப்படி ஒரு 'வேல்யூ'வோ, அந்த மாதிரித்தான் உனக்கு வெஜிடேரியனிஸம். பட் ரிமம்பர்... எந்தக் கணிப்புமே நிலையானதில்லை. அந்த அந்தக் காலத்துக்கு மட்டும்தான் பொருத்தமானது. இடம், காலம், அறிவு மூன்றும் 'ஹ்யூமன் வேல்யூக்களை மாற்றிக் கொண்டே இருக்கும்.

"விதவையின் மயிரைச் சிரைக்கிறது எங்க கொள்ளுப் பாட்டி காலத்திலே ஒரு மாரல் வேல்யூவாக இருந்தது... பாட்டி காலத்திலே மல் புடவைக்கு வந்தது. உன் சமயத்தில் சாந்துப் பொட்டு, காஞ் சிபுரம் புடவையில் நிற்கிறது. நான் 'விடோ ரிமேரஜ்' மட்டுமில்லை. திருமணம் ஆகவில்லை என்றாலும் உடலுறவு கொள்வது சரி என்பேன். என் பிள்ளையின் வேல்யூக்கள் இன்னும் வேறுமாதிரி இருக்கும்.

“இதுலே யாரு சரி? பாட்டியும் சரி, நீயும் சரி, நானும் சரி, என் பிள்ளையும் சரிதான்...!"

“தூரமான தீட்டும், மீட் சாப்பிடறதும் ஒண்ணாகுமா விசு? அது அன்ஸயின்டிபிக்... இது க்ரூயல்டி.... புத்தரிலிருந்து..."

"ரெண்டும் ஒண்ணுதான். ஹ்யூமன் வேல்யூஸ்... பாட்டி எப்படி ஹ்யூமன் பிஸியாலஜி படிக்கல்லையோ, அதைப் போலப் புத்தரும் ப்யூச்சராலஜி படிக்கல்லை. இட் ஈஸ் தி ஸேம். இரண்டு தலைமுறைக் கணிப்புகளுக்கான முரண்பாடு..."

லலிதா மாமிக்குத் தலைசுற்றியது. நாகரீக உலகில் எம்.ஏ. படித்த நாகரீகத் தாயாராக, மாமியாராக இருக்க முயன்று இப்படித் தன் கைநாட்டு மாமியார் 'லெவலுக்கே' தள்ளப்படுதல் –

அவமானம், ஆனாலும் அவமானம்....

# வேலை வெட்டி இல்லாதவ

ஐந்து நிமிடம் முன்வரை எண்ணைப் பிசுக்குப் புடவையுடன் சமையல் மேஜை துடைத்துக் கொண்டிருந்தவள், பவுடர் மணக்க கஞ்சி போட்ட காட்டன் புடவையுடன் வந்ததை சீனிவாசன் பைபோகல் கண்ணாடியின் மேலிருந்து பார்த்தார்.

கையில் நோட்டு புஸ்தகத்துடன் வந்த பாக்யலக்ஷ்மி, "மேஜையிலே ஹாட்கேஸ் ஒன்றில் எலுமிச்சம்பழ சேவையிருக்கு, மத்ததிலே எள்ளுச் சேவை... பக்கத்திலே கொத்து மல்லி சட்னியும், மோர் குழம்பு மிருக்கு. ப்ளாஸ்கிலே சூடாப் பால் காச்சி வச்சிருக்கேன். டிகாக்ஷனும், சாகரின் மாத்திரையும் மேஜையிலேயே இருக்கு. நான் ஸ்லோக க்ளாஸ்லேந்து வற லேட்டானா சாப்பிடுங்கோ..."

*"கத்ரி வெயில் வீணாகாம, ஸ்லோக க்ளாஸ், பஜனை க்ளாஸ்னு உனக்கு வேற வேலை இல்லையா?"*

பாக்யம் குபீரெனச் சிரித்தாள்.... "தற்சமயம் வேற என்ன வேலையிருக்கு?"

*"லேடீஸ் வம்பு க்ளாஸ்னு பேர் வைக்கலாம். பாவம் கடவுளை அனாவசியமாபஜனை அது, இதுன்னு இழுக்கறேள்."*

"கடவுள் பேரைச் சொல்லித் தானே பஜனை செய்யணும்.... சின்ன வயசுக்காரா சேர்ந்தா நக்மா, ரம்பான்னு ஜபிப்பா... நமக்கு அதெல்லாம் அலுக்கற வயசுல கிருஷ்ணா, ராமாதானே கைகுடுக்குறா... எதுவானா என்ன, ஏதோ நாலு பேரைப் பார்க்க, பேச, பொழுதுபோக்க ஒரு சந்தர்ப்பம்..."

சீனிவாசன் கதவைத் தாழ் போட்டுக் கொண்டு டி.வி. முன் உட்கார்ந்தார். ஒவ்வொரு சானலாக மாற்றினார். மொழிதான் மாறியதே தவிர, ஒரே மாதிரி இடுப்பசைவு தான், அல்லது 'உல்லல்லா' என்று உதட்டை அசைத்துக் கொண்டு வேப்பிலை யாட்டம். டி.வியை அணைத்தார். இந்து, எகனாமிக் டைம்ஸ் காலையிலே படித்தாகிவிட்டது. நாளைதான் சர்குலேடிங் லைப்ரரியிலிருந்து புத்தகம் வரும். மதிய நேரத்தில் படுத்தாலும் தூக்கம் வருவதில்லை.

வாசல் வராந்தாவில் எட்டிப் பார்த்தார். நெருப்பாகக் கொதிக்கும் வெயிலில் பத்து வயதுக்குட்பட்ட ஜூனியர் டீம் கிரிக்கெட் விளையாடிக் கொண்டிருந்தது. இதோடு எத்தனை முறை இவர்களைக் கண்டித்தாகி விட்டது. அஸோஸி யேஷனிலும் முறையிட்டாகிவிட்டது. பந்தைப் பிடுங்கி வைத்துக் கொண்டு மிரட்டினால் காணாமல் போவர்கள். மறுபடியும் இரண்டு நாள் கழித்துப் புது டென்னிஸ் பாலுடன் ஜமா சேர்ந்துவிடுவார்கள்.

"டேய், பால் புடுங்கி மாமா பார்க்காரு..." இந்த ராட்சத டீமின் வாண்டு ஒன்று சீனிவாசனைப் பார்த்துவிட, கையில் மட்டையுடன் அவர் அடுத்தகட்ட நடவடிக்கைக்காகக் காத்திருந்தார்கள்.

குண்டு முகம், கோலிக் கண்களுமாக இருந்த ஒரு பையன் மட்டும் முன்னே வந்து... "ஹலோ தாத்ஸ்... போல் பண்ணவர்றீங்களா?" என்று கண்களில் குறும்பு மின்ன அவரைச் சீண்டியது.

சீனிவாசன் கோபத்துடன் திரும்பி வீட்டுக்குள் போனார். ஹாய் தாத்ஸாம்... பசங்களா இவை... பிசாசுகள். மட்டு, மரியாதையில்லாம வளர்த்து வைத்திருக்கும் பெற்றோர்களைத் தான் குறை சொல்ல வேண்டும். அப்பா, அம்மாக்களுக்குப் பிள்ளைகள் வளர்ப்பில் எங்கே கவனமிருக்கு? சிங்காரித்துக் கொண்டு வேலைக்குப் போவதிலும், ஊர் சுற்றுவதிலும், எதை வாங்கலாம் என்று அலைவதிலும் தானே ஆர்வமிருக்கு... எவ்ரிதிங் ஈஸ் ராங்க்... தில்லி இப்படியா இருந்தது?

சீனிவாசன் இண்டஸ்ட்ரி டிபார்மெண்டில் ஜாயிண்ட் ஸெகரட்ரியாக இருந்தவர். செல்வாக்கான டிபார்ட்மெண்ட். லைஸன்ஸ், பர்மிட் காலத்தில் பெரிய பெரிய தொழிலதிபர் களைக் கூட காரிடாரில் காக்க வைக்கும் சக்தி அவருக்கிருந்தது. ராமகிருஷ்ண புரத்தில் ரிங்க் ரோட்டில் ஏப்ளாக் வீடு. மலைமந்திர் கமிட்டியில் மெம்பர். கொஞ்சம் பூர்வீக சொத்து இருந்ததால் வசதியாக வாழவும் முடிந்தது. இரண்டு பிள்ளைகளும் பெற்றோர் பெருமைப்படும் வகையில் ஐ.ஐ.டி. அமெரிக்க எம். எஸ். என்று பிரச்சனையில்லாமல் அமெரிக்காவில் செட்டிலாகி, எச். ஒன் விசாவில் இருக்கும் போதே குலம், கோத்ரம்,

ஸ்டேடஸ பார்த்து அப்பா தேடி வைத்த பெண்களைத் திருமணம் செய்து கொண்டு விட்டார்கள்.

சீனிவாசன் ரிடையராக நாலைந்து வருஷத்துக்கு முன்பே சென்னையில் பிளாட் வாங்கினார். 'இந்த சுக்கா ரொட்டியும், மணலை வாரிக் கொட்டும் ஆந்தியும், ராகம், தாளம் புரியாத மனுஷாளும், ப்ரொபஷனில் இருக்கும் வரை சரி. ரிடையரான பிறகு தினம் பீச் வரை வாக்கிங். கச்சேரி, டான்ஸ், ட்ராமா என்று கலை அழகோடு வாழ வேண்டும் என்று திட்டம் போட்டார். அழகாக திட்டமிட்டு பாஞ்ச்க்வீமார்கில் வாங்கிய பர்னிச்சர், புது பியட்கார், இரண்டு சபாக்களில் மெம்பர் ஷிப் என்று ரிடையர் மெண்டின் ஆரம்பம் பிரமாதமாக அமைந்தது. இவர் வீட்டருகிலேயே தில்லியிலிருந்து ரிடையரான அரசாங்க அலுவலர்கள் வசிக்கவும், இங்கே ஒரு புது தில்லி அரசாங்கக் கலாச்சாரமே உருவானது. சீனிவாசன் இந்தக் காலனி வெல்ஃபேர் அஸோஸியேஷன் பிரஸிடெண்டாகத் தேர்வு செய்யப் பட்டார். இந்த முக்கியத்துவம் அவருக்கு ரொம்பப் பிடித்திருந்தது, கமிட்டி மீட்டிங்கில் மாற்றுக் கருத்துக்கள் தோன்றும் வரை. ஓராண்டு பதவிக்காலம் முடிவதற்கு இரண்டு மாதம் இருக்கும்போதே திடீரென ரிஸைன் செய்து விட்டார்.

“ஏன்னா இப்படி செஞ்சேள்? பொழுது போறதோட நல்ல காரியமும் செஞ்சிண்டு இருந்தேளே."

"பின்னே என்ன செய்யறது . ஹெல்த் மினிஸ்ட்ரியிலே இருந்தானே க்ளார்க் கோவிந்தன், அவன் வி.ஆர். வாங்கிண்டு இங்க ஏதோ ப்ரைவேட் கம்பெனியில சேர்ந்துண்டு, எனக்கு ஆலோசனை சொல்றான். பெரிய புடுங்கி இவன்... இந்த மாதிரி ஆயிரம் க்ளார்க்குகளை நான் பாத்திருக்கேன். என் எதிர்க்க நிற்கவே பயப்படுவா...

"சும்மா ப்ளார்க்கு, க்ளார்க்குன்னு சொல்லாதீங்கோ. க்ளார்க்குக்கு எந்தக் கம்பெனியிலும் கார், ட்ரைவர் எல்லாம் தரமாட்டா. ஒரு அஸோஸியேஷன்னா எல்லாரும் சேர்ந்து தான் வேலை செய்யணும். நாலுபேர் இருந்தா, நாலு விதமா அபிப்ராயம் இருக்காதா?" அவர் எதையும் காதில் போட்டுக் கொள்ளத் தயாராக இல்லை.

"நீங்களாவது வாங்கோ மாமி" என்று பாக்யத்தை அழைக்க அவள் கமிட்டி மெம்பரானாள். அந்தக் காலனிப் பெண்கள் ஒன்று சேர்ந்து அங்குள்ள வேலைக்காரர் குழந்தைகளுக்கு ட்யூஷன் வகுப்பு ஆரம்பித்தார்கள். இயல்பான போட்டி, பொறாமை இருந்தாலும், திட்டம் நன்றாகவே செயல்பட்டது.

சென்னைக்கு வந்த புதிதில் மியூசிக் சீசனில் எல்லாவிதமான

பாட்டையும் கேட்டாகி விட்டது. பாட்டுக் கேட்க இத்தனை தூரம் கார் ஓட்ட வேண்டுமா என்ற அலுப்பு தோன்றியது. இரவு வீடு திரும்பும்போது எதிரே வரும் கார் விளக்குகள் கண்ணைக் கூசியது. ஆட்டோவில் போய் வருவது கௌரவக் குறைச்சலாக இருந்தது.

சீனிவாசனுடன் ரிடையராகி வந்த தில்லி நண்பர்களில் ஒருவர் மனைவி இறக்க, மகனுடன் ஆஸ்திரேலியா சென்றார். மற்றவர்களும் ஆங்காங்கே சிதற நிறைய இளைஞர்கள் அங்கே குடி வந்தனர். யாருக்கும் பிறருடன் பேசவோ, பழகவோ நேரமில்லை. குறிப்பாகத் தங்களைவிட வயதான, ரிடையரான வர்களிடம் பேசி வீணடிக்க நேரமில்லை.

வேலையிருக்கும்போது கோவில் கமிட்டியில் இருப்பது அந்தஸ்தைப் பறைசாற்றுகிற விஷயமாக இருந்ததே தவிர, சீனிவாசனுக்கு என்றுமே ஆன்மீக ஈடுபாடு கிடையாது. "நம்ம காலனியிலேயே யோகா வகுப்பு ஆரம்பிக்கிறா" என்று பாக்யம் கட்டாயப்படுத்தி அறிமுக வகுப்புக்கு அனுப்பினாள். ஒரு எக்ஸ்பர்ட் அழகான ஆங்கிலத்தில் யோகா பற்றிப் பேசவும், போய்த்தான் பார்க்கலாமே என்று ஐநூறு ரூபாய் பணம் கட்டி வகுப்பில் சேர்ந்தார்.

முதல் வகுப்பில், நாற்பது பேரை ஒரே ஹாலில் தரையில் சப்பணமிட்டு அமரச் சொன்னார்கள். சீனிவாசனுக்கு அடுத்த படியாக ஒரு ப்ளஸ் டூ சூயிங்கம் சப்பியபடி 'ஹாய்' என்றது. மறுபுறம் கறிகாய்க்கடை வைத்திருக்கும் பெருமாள். ஒரு தராதரம் கிடையாதா... ஆசிரியர் கண்ணை மூடு, மூச்சை இழு என்று நர்ஸரிக் குழந்தைகளுக்குச் சொல்வது போல் சொல்லிக் கொடுத்தார். சீனிவாசன் தப்பு செய்தபோது, அருகில் வந்து சரியாகச் செய்ய வைத்தார்.

வகுப்பு முடிந்து வெளியே வரும்போது பெருமாள் "க்ளாஸ் எப்படியிருக்கு... போன வருஷம் கூட நான் இந்த க்ளாஸ்ல கத்துக்கிட்டேன். இப்ப, வீட்டிலேயும் தெனத்துக்கும் தியானம் செய்யறேன். வெறுப்பு, ஆத்திரம், கோபம் எல்லாம் போயிடிச்சு. இப்போ நான் கறி, மீன், தொடர்றதில்லை. காத்திலே பறக்கிறாப்பல உடம்பே லைட்டாயிடுச்சு. க்ளாஸ் முடிச்சப்புறம் நீங்களே சொல்வீங்க வாழ்க்கையே மாறிடிச்சுன்னு" என்றான்.

சீனிவாசன் மறுநாள் யோகா வகுப்புக்கு போகவில்லை. "ஏன்னா உடம்பு வலிக்கிறதா... க்ளாசுக்கு போகல்லை?" என்று கேட்டாள் பாக்யம்.

"பெருமாள் போறானோல்லியா, அது போறும்..."

"பெருமாளா, அது யாரு?"

"கறிகாய்க்காரன். அவன் சொல்றான் இந்த க்ளாசுக்குப் போனா என் வாழ்க்கையே மாறிடுமாம். என் வாழ்க்கைக்கு என்ன குறைச்சல்? கறிகாக்காரன் பேச்சைக் கேட்டு நான் மாறணும்னு தலை எழுத்தில்லை... இதெல்லாம் உபநயனம் பண்ற போதே கத்துண்டாச்சு...."

"எல்லாம் தெரிஞ்சிருந்தாதினம் ஒரு மணி செய்றதுதானே" என்று பாக்யம் அவர் தலை வழுக்கையில் செல்லமாகத் தட்டியபடி சிரித்தாள்... "எப்படியோ, ஐநூறு ரூபாய் அம்பேல்..."

"நான் கதவைச் சாவி போட்டு திறந்துண்டு வர்றது கூடத் தெரியாம, உட்கார்ந்துண்டே தூக்கமா.... டிபன் சாப்டேளா..."

பாக்யம் உள்ளே வரவும், வெளியிலிருந்து 'சர்' என்று பறந்து வந்த பந்து டி.வி. மேல் இருந்த கடிகாரத்தைத் தள்ளி, காபிக் கோப்பையில் அடித்து விழுந்தது.

"டேய்" என்று கர்ஜித்தபடி சீனிவாசன் வெளியே வந்தார். "எவன்டா வீட்டுக்குள்ள பந்தை அடிச்சது? உதை கொன்னுப்பிடறேன் பாரு..."

"அய்யய்யோ... பொறத்தியாராத்துக் குழந்தைமேல் கை வெச்சேளோ வம்பாயிடும்... நீங்க போங்கோ..... நான் பார்த்துக்கறேன்... யார் பந்தை வீட்டுக்குள்ள அடிச்சது?" பாக்யம் மிரட்டினாள்.

"நான்தான் மாமி..." ஹலோ தாத்ஸ் என்று வம்புக்கிழுந்த அந்தக் குண்டுப் பையனின் கண்ணில், இப்போது குறும்பில்லை. பயமும், அழுகையும்தானிருந்தது. "ஸாரி மாமி..."

"உன் பேரென்ன?"

"தீபக்..."

"இதோ பாரு, எங்க வீட்டு கடிகாரம், காபி கப் எல்லாம் உடைஞ்சிடுத்து. போலீஸ்ல கம்ப்ளெயிண்ட் குடுத்துடுவேன்... ஆமா... சாயந்திரம் உங்க அப்பாவை அழைச்சுண்டு வந்து பந்தை வாங்கிக்கோ..." பாக்யம் பந்துடன் வீட்டுக்குள் வந்தாள்.

மாலையில், அவர்கள் சற்றும் எதிர்பாராத வண்ணம் தீபக் தன் தந்தையின் முழங்காலில் மிரட்சியுடன் ஒட்டியபடி வந்தான். "ஐ ஆம் ப்ரமோத்... டாடா கன்ஸல்டன்ஸியில் இருக்கேன். தீபக் உங்க வீட்டுக்குள் பந்தை அடிச்சு சாமான்களை ஒடைச்சுட்டதை சொன்னான். நடந்த தவறுக்கு நான் ரொம்ப வருத்தப்படறேன்... தீபக், தாத்தா, பாட்டிகிட்ட மன்னிப்புக் கேளு.

படு சீரியஸ்ஸான முகத்துடன் தீபக் தொபுக்கடீரென்று சீனிவாசன் காலில் விழுந்தான். பரிதாபமான முகத்துடன், மனப்பாடம் செய்தது போல், “நான் இனிமே இங்க கிரிக்கெட் விளையாட மாட்டேன். உங்க வீட்டு சாமானை உடைக்க மாட்டேன்" என்றதும், பாக்யத்துக்கு சிரிப்பு வந்து விட்டது. அந்தப் பொடியனை இழுத்து அணைத்துக் கொண்டாள். “இந்தக் காலக் குழந்தைகளைப் பார்த்தாலே பாவமா இருக்கு. இந்த ப்ளாட் ஸிஸ்டத்தில் அதுகள் விளையாட இடமில்லாம கஷ்டப் படறதுகள்..." என்றாள். –

“யெஸ்... யெஸ்... உண்மை தான்" என்று ஆமோதித்தார் சீனிவாசன். "தில்லியில் எங்கு பார்த்தாலும் குழந்தைகள் விளையாட ஓபன் ஸ்பேஸ் இருக்கும். என் பிள்ளைகள் சின்னப் பசங்களா இருந்தபோது நானே கிரிக்கெட் கோச்சிங் தந்திருக்கேன். ஐ வாஸ் எ யுனிவர் சிட்டி ப்ளேயர்... நீங்கள்ளாம் உங்க குழந்தைகள் விஷயத்துல இன்னும் கொஞ்சம் இன்ட்ரஸ்ட் எடுத்துக்கணும். காம்பவுண்டுக்குள்ள குழந்தைகள் விளையாட இடமில்லை. ஒத்துக்கறேன். ஆனா, எதிர்ப்புறத்திலே புறம் போக்கு நிலம், புதரும், முள்ளுமா இருக்கு. இந்த இடத்தைக் 'க்ளீன்' செய்தா குழந்தைகள் விளையாடலாம் இல்லையா... ஆப்டர் ஆல், வீட்டுக்கு முப்பது ரூபா கலெக்ட் பண்ணினா போதும்..."

"தேங்க்யூ ஸார்... இந்த ஐடியா எங்க ஒருத்தருக்கும் தோணவே யில்லை பாருங்க... இதுதான் ஸார் அனுபவங்கறது. நீங்க ஐடியா கொடுத்ததோட நிற்கக்கூடாது. நீங்க எங்களுக்கு முன்னோடியா இந்த வேலையை ஏத்துண்டு செய்யணும்." சீனிவாசன் மனதார ஒப்புக் கொண்டார்.

தீபக்கும், அவன் நண்பர்களும் தினமும் முப்பது, முப்பது ரூபாயாக எடுத்து வந்து, நாற்பது பக்க நோட்டில் அவர் சொல்லித் தந்தபடி கணக்கெழுதினார்கள். சீனிவாசன் இப்போதைக்கு இந்தக் குட்டி டீமின் ஹீரோ. அவர் இந்தப் பதவியை ரொம்ப ரசித்தார்.

சீனிவாசன், குழந்தைகள் புடை சூழ மேற்பார்வையிட, நாலு ஆட்கள் புதர்களை வெட்டிச் சுத்தம் செய்தார்கள். "உங்களுக்கு கோக் வேணுமா, பெப்ஸி வேணுமா" என்று அவரைச் சாக்கிட்டுத் பசங்களும் தாங்களும் அடிக்கடி உறிஞ்சினார்கள்.

“நாளை தண்ணி விட்டு மறுநாள் ரோலர் வாடகைக்கு எடுத்து லெவல் செய்துவிட்டால் பீல்ட் ரெடி” என்று சீனிவாசன் கூற, குழந்தைகள் ஆர்ப்பரித்தார்கள்.

“ஸார், ஒரே நாளில் இவ்வளவு ஜோரா க்ளீன் பண்ணிட்டீங்களே ஸார்” என்று பெற்றோர்கள் வியந்தனர்.

“ஸாருக்கு இனிமே நல்லாவே பொழுது போகும்” ஒரு இளைஞன் கூற, சீனிவாசனின் முகம் ஜிவு, ஜிவு எனச் சிவந்தது. விறுவிறு என்று வீட்டுக்கு வந்தார்... “என்ன நெனைச்சுண்டு இருக்காங்க இவங்க.... ஒரு பொறுப்புமில்லாம, இவங்க ஊர் சுத்திண்டு, கொழந்தைகளைக் கஷ்டப்படுத்தறாளேன்னு, நர்ன் ஏத்துண்டு செய்தா, எனக்குப் பொழுது போகறதுக்கு கிரிக்கெட் பிட்ச தயார் செய்கிறேனாமா.... எனக்குப் பொழுதைக் கழிக்க நெறயவே வேலையிருக்கு... பாக்கியை அவங்களே முடிச்சுக்கட்டும்" என்று கத்தினார்.

“ஏதோ, வாயா வார்த்தையா சொல்லியிருப்பா, அதுக்குக் கோபப்படாதீங்கோ... ஆரம்பிச்சவேலையை முடிச்சுடுங்கோ..."

"நோ, வே.... என்னை இளிச்சவாயன்னு நெனைச்சியா... பிர்லா, டாடாகூட என் அப்பாயிண்ட்மெண்டுக்குக் காத்திருந்த காலம் உண்டு..." விர் என்று கதவை மூடிக்கொண்டார். பாக்யத்துக்கு இந்தப் பிடிவாதம் புதிதல்ல.

காலையில் குழந்தைகள் பக்கெட், சொம்பு சகிதம் க்ரவுண்டுக்குத் தண்ணீர் விட வந்தபோது... “ மாமாவுக்கு உடம்பு சரியில்லை. வாங்கோ நான் வர்றேன்..." என்று கிளம்பினாள். அக்கம் பக்கத்து லேடீஸ் இரண்டு, மூன்று பேரும் சேர்ந்து கொண்டார்கள்.

இரண்டு, மூன்று நாள் தொடர்ந்து தண்ணீர் விட்டாகி விட்டது. ரோலர் எங்கிருந்து வரும்? வேறு வழி தெரியாமல் அந்தப் பகுதி எக்ஸனோரா தலைவரிடம் போனில் கேட்டார் பாக்யலஷ்மி. "எவ்வளவு நல்ல காரியம் மிஸஸ் சீனிவாசன். நாங்க உதவிக்கு ஏற்பாடு செய்கிறோம்" என்றார். நாலு நாளில் கிரிக்கெட் க்ரவுண்ட் ரெடியாகிவிட்டது.

கிரிக்கெட்க்ளப்புக்கு பாக்யலஷ்மி சீனிவாசன் தலைவராகத் தேர்ந்தெடுக்கப்பட்டார். மாதச் சந்தா வசூலிப்பதும், கணக்கு எழுதுவதும், சண்டை தீர்ப்பதுமாக மாமி படு பிஸி...

“உன்னை மாதிரி வேலை வெட்டியில்லாத பொம்பிளைகள்" என்று சீனிவாசன் இன்னமும் பல்லைக் கடிக்கிறார்.

# அவள் எடுத்த முடிவு

**கா**ர் புறப்படும் சத்தம் கேட்டது. எத்தனையோ ஆண்டு இடைவெளிக்குப் பின் ராஜத்தின் மனத்தில் ஒரு இனிமையான துள்ளல் தோன்றியது. 'என் பெண்ணுக்குத்தான் எத்தகைய அதிர்ஷ்டம். நினைத்துக்கூடப் பார்க்க முடியாத அதிர்ஷ்டம். பெண்ணாகப் பெற்றுவிட்டேன், அவளை எப்படி யாவது கரையேற்ற வேண்டும் என்று சொந்த சுகம் பாராமல் உழைத்ததற்குக் கை மேல் பலன். என்னைப் போல இல்லாமல், என் பெண்ணாவது கஷ்டப்படாமல் வாழட்டும்...' சந்தோஷத்தின் மிகுதியில் ராஜத்தின் கண்களில் நீர் வழிந்தது. நித்யா எப்போது கல்லூரியிலிருந்து வருவாள் என்று மனம் ஆவலுடன் எதிர்நோக்கியது.

ராஜத்தின் வாழ்க்கையும் அழகாக, அமைதியாக, சுகமாக அமைந்திருக்கக் கூடும். ஆனால் விதியின் விளையாட்டு வேறு மாதிரி ஆகிவிட்டது. ஓரளவு வசதியான குடும்பம். பெண்கள் படித்து, வேலைக்குப் போவதில் நம்பிக்கையில்லாத அப்பா, ராஜம் எஸ். எஸ். எல்.ஸி. முடித்ததுமே ஜாகத்தை எடுத்தார். ஆயிரம் பொருத்தம், குலம், கோத்திரம் பார்த்து ராகவனைத் தேர்ந்தெடுத்தார். ராகவன் ஒழுங்கானவன். இன்ஜினியரிங் முடித்து நல்ல கம்பெனியில் வேலையில் இருந்தான். வயதான தாயார் மட்டுமே. பிக்கல், பிடுங்கலற்ற குடும்பம். கிராமத்தில் கொஞ்சம் நிலம் இருந்தது.

ராஜத்தின் தந்தை ஒரே மகளுக்குப் பணத்தை வாரி இறைத்து அமர்க்களமாகத் திருமணம் செய்தார். இரண்டு ஆண்டுகள் சென்னையில் அமோகமான குடித்தனம். இத்தனை அழகான,

அன்பான கணவன். தொல்லையற்ற மாமியார். வாழ்வில் இப்படியும் ஒரு அதிர்ஷ்டம் உண்டா என ராஜம் பூரித்துப் போனாள். அவள் மகிழ்வுக்கு மகிழ்ச்சி சேர்ப்பதுபோல் மூன்றாம் ஆண்டு நித்யா தோன்றினாள். ஆனால் மகிழ்ச்சிதான் நீடிக்கவில்லை. ஸ்கூட்டரில் சென்ற ராகவன் ஸ்கிட் ஆகிக் கீழே விழுந்தான். தலையில் லேசாக அடி. இரண்டு நாள் ரெஸ்டில் இருந்தால் சரியாகி விடும் என்றார்கள். ரெஸ்ட் முடிந்த அன்று எழுந்து அலுவலகம் செல்வதற்குப் பதில் முழு கோமாவில் ஆழ்ந்தான்.

தொடர்ந்த ஓராண்டு ராஜத்தின் வாழ்வில் மறக்க முடியாத ஆண்டு. நினைவு வருவதும், போவதுமாக உயிருக்கு மல்லாடிய ராகவன், ஒன்று, இரண்டு என்று ஆபரேஷன்கள். ஒவ்வொரு அறுவைச் சிகிச்சையும் ஒரு புதுப் பிரசினையைக் கிளப்ப, பணம் தண்ணீராய்க் கரைந்தது. ஆரம்பத்தில் ராகவனின் அலுவலகம் அவன் வைத்தியப் பொறுப்பை ஏற்றது. ஆறுமாதம் கழிந்த பிறகு அவர்களும் மெல்ல நழுவ, அதிகம் படிப்பில்லாத, சுயமாகவும் பொருளாதார வசதியில்லாத ராஜம், கைக்குழந்தையும், வயதான மாமியாருமாகத் தனித்துவிடப்பட்டாள். ராஜத்தைப் பெற்றவரும் தன்னால் இயன்றவரை உதவிவிட்டார். வறுமை, விரக்தி இரண்டும் தாக்க அவள் செயலற்று நின்ற போது மாமியார் இருந்த சொற்ப நிலத்தையும் விற்று உதவினாள். ஆனால் எந்த உதவியும் உதவாமல் ராகவன் போய்ச் சேர்ந்தான்.

பெற்றவர்கள் ராஜத்தைக் குழந்தையுடன் திரும்ப ஏற்க முன்வந்தனர். ஆனால் ஒரே பிள்ளையையும் இழந்து நிற்கும் கிழவியையும் சேர்த்து ஏற்க முன்வராத நிலையில் ராஜம் தனியே வாழ வேண்டிய அவசியம் ஏற்பட்டது. கைக்குழந்தை, படிப்பையோ, தகுதியையோ பெருக்கிக் கொள்ள வழியில்லாத பொருளாதாரம், சுமையாக மாமியார்... என்ன தான்... செய்ய முடியும்? பள்ளிக் குழந்தைகளுக்கு ஆயா வேலை, ஒண்டுக் குடித்தனத்தில் அப்பளக் கடை என்று சதா பட்டினியுடன் போராட்டம். உதவிய பெற்றோர் காலமும் முடிந்தது. நல்லவேளை, ஒரு சமூகசேவகி ராஜம், குழந்தை இருவரையும் ஒரு சேவை நிலையத்திலும், மாமியாரை முதியோர் இல்லத்திலும் சேர்த்துவிட்டாள்.

இல்லத்தில் ஐந்து ஆண்டுகளில் தையல், டைப்பிங், ஷார்ட் ஹேண்ட் என்று கற்று, ஒரு தனியார் நிறுவனத்தில் டைப்பிஸ்ட் வேலையும் பெற்றுவிட்டாள். வயிற்றைக் கட்டி, வாயைக் கட்டி எப்படியோ நித்யாவைக் கல்லூரி வரையில் படிக்க வைத்துவிட்டாள். நித்யா பொறுப்பு மிக்க பெண். தாயின் கஷ்டத்தை உணர்ந்து நன்கு படித்தாள். பள்ளிப் படிப்பு முடிந்ததுமே வேலைக்குப் போக முன்வந்தாள். ராஜம் அவளைத் தடுத்து விட்டாள். "இந்தக் காலத்தில் பட்டப்படிப்பாவது

முடித்தால்தான் நல்ல வேலை கிடைக்கும். எப்படியாவது படித்துவிடு," என்றாள்.

நித்யா இப்போது பி.எஸ்ஸி. முதலாண்டு கணிதம் படிக்கிறாள். மூன்று சல்வார், கமீசையே மாற்றி, மாற்றி துவைத்து அணிவது பற்றி அவள் கவலைப்பட வில்லை . கல்லூரி விடுமுறை நாட்களில் எக்ஸிபிஷனில் சேல்ஸ் கேர்ள் வேலை, அடுத்த வீட்டுப் பையனுக்கு எட்டாவது வகுப்பு கணிதமும், ஆங்கிலமும் ட்யூஷன் எனத் தன்னால் இயன்ற அளவு அம்மாவுக்குப் பொருளாதார ரீதியாகவும் உதவினாள். அவள் நல்ல குணத்திற்கும், பண்புக்கும் இப்படிப்பட்ட அதிர்ஷ்டம் வீடு தேடி வந்திருக்கிறது.

என்னைப் போலில்லாமல் என் பெண்ணாவது அதிருஷ்டசாலியாக இருக்கட்டும். கஷ்டப்படாமல் வாழட்டும். ராஜம் நிமிர்ந்து ஹாலின் நடுவில் வைக்கப்பட்டிருந்த தட்டுக்களில் பார்வையைப் பரப்பினாள். இந்த ஒற்றை அளவுக்குப் பெயர் ஹாலா... சிரிப்புத்தான் வந்தது. இங்கே சற்றும் பொருந்தாமல், பளபளக்கும் எவர்ஸில்வர்தட்டுக்களில் இரண்டு டஜனாவது இருக்கும் வாழைப்பழம், பாலிஷ் போட்டாற்போல பள பளக்கும் ஆரஞ்சு, மாம்பழம்.... இத்தனை பழங்களுமே அவளது ஒரு வார சம்பளத்திற்கு ஈடாகும் போலிருக்கே... "வேண்டாம், வேண்டாம்..." என்று சொல்லிக்கூடக் கேட்காமல் தட்டுடன் வைத்து விட்டுப் போய்விட்டார்கள். தினம் இப்படி வித, விதமாகப் பழம் சாப்பிட்டால் நித்யா எவ்வளவு அழகாக மாறிவிடுவாள். ஏற்கனவே பள, பளக்கும் நிறம்... கனவு வடியும் கண்கள்... சத்தான சாப்பாடும், சுகமும் இருந்தால் தேவதையாக மாறிவிடுவாள். க

"என்னம்மா இதெல்லாம்? நம்ம வீட்டிலே ஏதாவது டி.வி. சீரியல் ஷூட் பண்றாங்களா... கல்யாண சீர் வரிசையெல்லாம் வச்சிருக்கு?" தோளில் புத்தகப் பையும், சாயம் போன பழைய சல்வாருமாக நித்யா சிரித்தபடி கேட்டாள். "என்னம்மா கேட்கக் கேட்கப் பதில் சொல்லாம ஏதோ கனவுலகத்துல இருக்கே?"

"நித்யா... நித்தி... கல்யாண சீர் வரிசைதான். உனக்குத்தான் கல்யாணம்..." திக்கித் திணறி மகிழ்ச்சிப் பூரிப்பில் மகளை அணைத்தாள்.

"என்னது... என்னம்மா சொல்றே?" நித்யா திடுக்கிட்டு நின்றாள்.

"நெசந்தான் சொல்றேன் கண்ணு. உன்னைத்தான் பொண்கேட்டுண்டு வந்தாங்க."

"என்னம்மா பைத்தியக் காரத்தனமா இருக்கு. எனக்குத் தெரியாம என்னைப் பொண்கேட்டுட்டு வர்றதாவது. ஏதாவது ஏமாத்துக் கும்பல்

வேலையாயிருக்கப் போகிறதும்மா. முன்னப் பின்ன தெரியாதவங்களை ஏம்மா உள்ள விட்ட? இந்தப் பழங்கள் எல்லாம் எங்கேயிருந்து வந்தது?"

"ஏமாத்தெல்லாம் எதுவுமில்லை நித்தி. உன் அறிவுக்கும், பண்புக்கும், அழகுக்கும் பகவான் கண் திறந்திருக்கான். நான் வேண்டிக் கொண்டதுக்கு பலன் கிடைச்சிருக்கு."

"விவரமாச் சொல்லும்மா..."

"நித்யா, அடுத்தத் தெருவிலே கோல்டன் இண்டஸ்டரீஸ் காரங்க வீடு பார்த்திருப்பியே... பெரிய கறுப்பு கேட் போட்டு... கூர்க்கா நிற்பானே, அந்த வீட்டம்மா மிஸஸ். விஸ்வநாதன் வந்திருந்தாங்க.. அவங்க இரண்டாவது பையன், பெயர் விஸ்வேஷாம். எம்.பி.ஏ. படிச்சிட்டு அப்பாவுடன் பிஸினஸில் இருக்கிறான். ரெண்டு வருஷமா உன்னைத் தினமும் பார்க்கிறானாம். வீட்டில் கல்யாணப் பேச்சு எடுத்தவுடன் உன்னை கல்யாணம் பண்ணிக்கணுங்கற தன் ஆசையை அம்மாவிடம் சொல்லியிருக்கான். உன் விருப்பத்தைக் கேட்கச் சொன்னானாம். "எங்க பிள்ளை என்ன ஆசைப்பட்டாலும் அதை நிறைவேத்தறது எங்க கடமை என்று அந்த அம்மா நேரே வந்து பெண் கேட்டுட்டா... நித்யா, பணத்தைத் தவிர வேற எதற்கும் மதிப்புத் தராத இந்தக் காலத்தில் இப்படி ஒரு பிள்ளையா?"

நித்யா அம்மா சொன்னதை நம்பாதவளாக உறைந்து நின்றாள்.

"உனக்கு ஆச்சரியமாக இருக்கில்லம்மா... இனிமே நீ சௌக்கியமா, சந்தோஷமா வாழலாம். பணங்காசுக்கு ஒரு குறையும் இருக்காது. அதோடு கட்டினவனும் அன்பா, அனுசரணையா அமைஞ்சுட்டா வேறு என்னம்மா வேணும்?"

"எல்லாம் சரிதாம்மா. ஆனா, நான் இப்போ கல்யாணத்துக்குத் தயாரா இருக்கிறதா அவங்களுக்கு யார் சொன்னாம்மா?"

"தயார்ன்னா என்ன செய்யணும்.... மாலையோட நிற்கணுமா? வயசுக்கு வந்த எல்லாப் பொண்ணுமே கல்யாணத்துக்குத் தயார்தான்."

"ஸாரிம்மா. விஸ்வேஷ் என்னைக் கலியாணம் செய்துக்கத் தயாராக இருக்கலாம். ஆனா, நான் அவரை மட்டுமில்ல, வேற யாரையும் கல்யாணம் செய்துக்கத் தயாராக இல்லை."

"நீ பாதிப் படிப்பிலே நிறுத்த சம்மதிக்க மாட்டேன்னு எனக்குத் தெரியும். அவங்க வீட்டிலே நீ மேல படிப்பைத் தொடர சம்மதித்தாலும் சம்மதிக்கலாமே..."

"அம்மா, பிறர் சம்மதத்தை நம்பி அல்லது எதிர்பார்த்து என் படிப்பைத் தொடர நான் தயாராக இல்லை." –

"நித்யா, பைத்தியம் மாதிரிப் பேசாதே. நீ எதுக்காகப் படிக்கிறே? வேலை பார்க்க, பணம் சம்பாதிக்க, சந்தோஷமா வாழ. விஸ்வேஷைக் கல்யாணம் செய்து கொண்டால் வேலை பார்க்காமலே, நீ உழைத்துப் பணம் சம்பாதிக்காமலே சந்தோஷமாக இருக்கலாம். ஒரு விஷயம் நித்யா... பணத்துக்காக மட்டும் நான் இந்த சம்பந்தத்துக்கு ஒத்துக்கலை. இதே விஸ்வேஷ் நல்ல நடத்தை இல்லாதவனாக இருந்திருந்தால் நான் பழத்தட்டைத் தூக்கி வந்த அம்மாவுடன் பேசிக்கூட இருக்க மாட்டேன். அவங்க பண்பு, பழக்கம் எல்லாமே பதவிசா இருக்கு. விஸ்வேஷ மிகவும் சாவதானமான குணமுள்ளவனாம். எந்தக் கெட்டப் பழக்கமும் கிடையாதாம். இதுக்கும் மேல உனக்கு என்ன வேணும்?" –

"எனக்கு என் மேல நம்பிக்கை வேணும். அந்த நம்பிக்கையைத் தரக்கூடிய தகுதியும், பொருளாதார சுதந்திரமும் தேவை. வாழ்க்கையில் எந்த சமயத்திலும் பிறரை எதிர்பார்க்காம வாழக்கூடிய சக்தி வேணும்."

"தாலி கட்டின புருஷன் பிறத்தியானா? மனைவியை சௌக்கியமா வச்சுக்கறது அவன் கடமைதானே..."

"ஸாரிம்மா. இந்தக் கருத்திலே எனக்கு உடன்பாடில்லை. இதே விஸ்வேஷ் நான் படிப்பை முடிச்சுட்டு, நல்ல வேளை தேடிக்கிட்ட பிறகு என்னை அப்ரோச் பண்ணினா நான் மனசார சம்மதிப்பேன். எனக்கு இப்போ கல்யாணம் செய்துக்கற தகுதி இல்லை. எனக்கு க்வாலிபிகேஷன் போறாதும்மா..."

"பைத்தியக்காரப் பேச்சு நித்யா. ஒரு தரம் வாய்ப்பு நழுவினால் திரும்ப வராது. இன்னும் நாலு வருஷத்திலே முகம் முத்திப் போன பிறகு எவனும் உன்னை ரோடுல பார்த்து மயங்கமாட்டான்."

"ரோடில பார்த்து மயங்கா விட்டால், என் வேலைச் சாதுர்யத்தை விரும்பறான்... அழகு மட்டும் கல்யாணத்துக்குப் பாஸ் போர்ட் இல்லைம்மா."

ராஜம் தளர்ந்து தரையில் உட்கார்ந்தாள். அவள் கண்களில் ஏமாற்றமும், அழுகையும் ஒன்றாய்க் கலந்து வந்தது.

"ஏண்டி இப்படி வயத்தெரிச்சல் கொட்டிக்கறே? வலிய வந்த சீதேவியை யாராவது வேண்டாம்னு விரட்டுவாங்களா?"

"நித்யா தாயின் அருகில் உட்கார்ந்து அவளை அணைத்துக் கொண்டாள். "அம்மா, உன் ஆதங்கம் புரியறதும்மா. இந்த சீதேவியை நிராகரிச்சுட்டா, அப்புறம், சீர், செனத்தி கொடுத்து இந்தப் பெண்ணை

எப்படிக் கரையேற்றப் போறேன்னு யோசிக்கறே, இல்லையா? நியாயமானகவலைதாம்மா. இப்போ சொஸைட்டி இருக்கிற நிலையிலே நம்மைப் போன்ற ஏழைகளின் நியாயமான அங்கலாய்ப்புத்தான் அது. ஆனா, நான் வேற கோணத்துலே பார்க்கிறேன். நல்ல குடும்பத்திலே கல்யாணம் செய்தும் அருமையான கணவனை அடைஞ்சும், ஏதும் நிலைக்காம நீ அல்லாடறதை நான் தினம், தினம் பார்த்தவம்மா. உன் கல்யாணத்துக்கு ஆயிரம் பேருக்கு விருந்து வெச்ச உங்க அப்பா, தன் ஒரே பெண்ணைப் பட்டப் படிப்பாவது படிக்க வைத்து, சொந்தக்காலில் நிற்கத் தயார் செய்திருந்தா நீ இப்படிக் கஷ்டப்பட்டிருப்பியாம்மா?"

"என் வாழ்க்கை ஆயிரத்திலே ஒண்ணு. கல்யாணம் செய்து கொண்டவங்க எல்லோரும் கஷ்டப்படறாங்களா என்ன.... என் தலைவிதி... சின்ன விபத்து உங்கப்பா வாழ்வை சூறையாடியது. விபத்துகள் தினம் நடப்பதில்லை .

"விபத்துகள் தினம் நடப்பதில்லைன்னு நாம நடு ரோட்டில் நடக்க முடியாதும்மா. தக்க பாதுகாப்புகளைச் செய்துகொண்டு தான் ஆகணும். விபத்து நிகழலாம் என்கிற பயம் இருந்தால் தான் பாதுகாப்பாக வாழ முடியும்."

"நித்யா, நீ சின்ன வயசிலேயிருந்து கஷ்டப்பட்டதால, மனசு ஒரு மாதிரி விரக்தி அடைஞ்சிருக்கே. அது தப்பு. ஆப்டிமிஸ் டிக்கா இருக்கணும். வாழ்க்கையிலே நல்லதுதான் நடக்கும்னு எதிர்பார்க்கணும்னு நீ தானே எனக்கு லெக்சர் பண்ணுவே."

"ஆப்டிமிஸம் வேற... அசட்டுத் துணிச்சல் வேற. தக்க படிப்போ, பொருளாதார சுதந்திரமோ இல்லாம ஒரு ஆணை நம்பி மட்டும் வாழறது அசட்டுத் துணிச்சல். அந்தக் காலத்துக்கு அது. பொருந்தியிருக்கலாம். இந்தக் காலத்துக்குப் பொருந்தாத ஒரு அசட்டுத்தனம். பொண்ணுக்குக் கல்யாணம் சமூக ரீதியான பாதுகாப்போ, பொருளாதார ரீதியான முழுப் பாதுகாப்போ இல்லை. அதோட, கல்யாணம் ஒரு பெண் வாழ்வில் எல்லாம் இல்லைம்மா... கணவன், குடும்பம் எல்லாம் வாழ்வின் ஒரு பகுதிதான்."

"நீ என்னதான் முடிவாச்சொல்றே... நீ பி.எஸ்ஸி. படிப்பை முடிக்கிறவரையில் விஸ்வேஷ் உனக்காகக் காத்திருக்கணும் என்கிறியா? அது நடக்கக்கூடிய விஷயமா?"

"அது அவர் விருப்பம். தெருவிலே போக , வரப் பார்த்த பெண்ணுக்காக, வருஷக் கணக்கில் காத்திருப்பதும், காத்திருக்காததும் அவர் இஷ்டம். என்னைப் பொறுத்தவரை, என் வாழ்க்கையில் இப்போதைய முன்னுரிமை படிப்புக்குத்தான்."

ராஜத்திற்குப் புரிந்தாற் போலிருந்தது. ஆனாலும் ஒரு தாய் என்கிற முறையில் மகள் எடுத்த முடிவு மிகவும் ஏமாற்றத்தை அளித்தது.

"அம்மா, அவங்க நல்லெண்ணத்துக்கு நன்றி சொல்ற வகையில் ஒரே ஒரு பழம் எடுத்துக் கோம்மா. பாக்கியை நானே அவங்ககிட்ட திருப்பித் தந்துட்டு, அவங்களை 'தேங்க்' பண்ணிட்டு வந்துடறேம்மா." நித்யா பழங்களை நிதானமாய்க் கூடையில் அடுக்கினாள்.

# உனுக்கொரு நாயம்...
# எனுக்கொரு நாயமா?

வெளிச்சத்தைத் தேடிக் குடிசைக்கு வெளியே வந்தவள், கையிலிருந்த கண்ணாடித் துண்டில் கண்ணை இடுக்கிப் பார்த்தவாறு வாயில் கல்வியிருந்த பச்சை, சிவப்பு, மஞ்சள் க்ளிப்புகளை முடியில் குத்திக் கொண்டாள். "பாவிங்க, இடுப்பளவு இருந்த முடியை இப்படிக் கழுத்தோட வெட்ட வெச்சிட்டாங்க. பொம்பளையைப் பிடிச்சு இழுக்கணும்னா முடியில்ல தோதா இருக்கு..." இரண்டு புறமும் முகத்தைச் சரித்துக் கண்ணாடியில் பார்த்துக் கொண்டாள். "ஆங் இதுவும் அளகாத்தான் இருக்குது. இங்கிலீஸ் படம் பார்க்கக் கார்ல வந்து இறங்கற பொண்ணுங்க இப்படித்தானே முடியை ரவுசா வெட்டிக்கினு ஜீன்ஸ் போட்டுக்கினு வர்றதுங்க..."

பவுடரைக் கையில் தூவிக் கன்னத்தில் இழைத்ததில் கறுப்பு நிறம் மாறி ஊதாவாகப் பளபளத்தது. கண்ணில் மை இட்டுக் குருவி வால் நீட்டினாள். ஜிகினாவைத்த ஸ்டிக்கர் பொட்டு ஒட்டி 'ஜம்' மென்று தயாராகிவிட்டாள்.

"தாயீ... பொன்னுத்தாயீ... கௌம்பிட்டயா?" – ஆயாவின் குரல் ஹீனமாகக் கேட்டது.

"சினிமாவுல கூப்பிடற மாதிரி தாயி, கீயினெல்லாம் கூப்பிடாத. ஆமா... எம்பேரு பூர்ணிமா, தெரியுமில்ல... ஓங் கஞ்சிதான் ஆறப் போட்டிருக்கேன்..."

உள்ளே வந்தவள் கிழிந்த பாயில் படுத்திருந்தவளைத் தூக்கிச் சாய்த்தபடி, கஞ்சியை மெள்ள வாயில் ஊற்றினாள். மகளின் அவசரம் புரிந்தும் கிழவியால் வேகமாக விழுங்க முடியவில்லை... "தாயீ... போறும்மா... நீ கௌம்பு..."

"இரும்மா... அஞ்சலையைக் கூட்டியாறேன்..." என்றவள், "அஞ்சலை யக்கோவ்" என்று அடுத்த குடிசையை நோக்கிக் குரல் கொடுத்தாள்.... அஞ்சலை அவசரத்துக்கு வீட்டில் இல்லை. மாரி அண்ணன் சம்சாரம் முகத்தைச் சுருக்கியபடியே வந்தாள். இருவருமாக ஆத்தாளைத் தூக்கிச் சென்று பொதுக் கழிப்பறையில் அமர்த்தினார்கள். கழுவித் தூக்கி வந்து பாயில் கிடத்தும் போது மாரி அண்ணன் சம்சாரம், "பெத்ததுங்க அம்புட்டும் கழண்டுக்கினாங்க. வயசுப் பொண்ணு ஒனக்கேண்டி இந்த சுமை?" என்று பொருமினாள்.

“என்னா செய்யச் சொல்றே... கூவத்தில் தூக்கிக் கடாசிடலாமா?"

"ஐயோடியம்மா... நான் எதுவும் சொல்லலை... உன்னைப் பார்த்து ஐயோ பாவம்னு இரக்கப்பட்டேன்... அவ்வோதான்..." இந்தப் பேட்டையில் பொன்னுத்தாயியின் வாய்க்குப் பயப்படாதவர்களே கிடையாது.

முகத்தில் இன்னும் கொஞ்சம் பவுடரை அப்பியவாறே..... "யம்மோவ்... போயாறேன்" என்றாள்.

"ஏட்டி, சாராய் மேல துணி போடலையா?"

"சாராயாம், சாராய்... ஸவ்வார் கமீஜ்... இதுமேல போடற துணியெல்லாம் வெறும் ஸ்டைலுக்குத்தான். நம்ம தொழிலுக்குத் தோதுப்படாது..." ரப்பர் செருப்பை மாட்டியவாறு, "மாத்தாடு, மாத்தாடு மல்லிகே..." என்று இடுப்பை விலுக் விலுக் என்று வெட்டியபடி நடந்தாள்.

அட்வான்ஸ் புக்கிங் க்யூ ஏற்கெனவே படிவரை நீண்டிருந்தது. பொம்பளைகளுக்குத் தனி வரிசை போட்டு மீனா, அம்மு, பார்வதி பாட்டி மூவரும் நின்றிருந்தார்கள்.

“ரொம்ப நேரமாவுதா?"

"ஆமா... நூறு டிக்கெட் கிழிச்சுட்டான். நம்மளைக் கண்டுக்கவே மாட்டேங்கிறான்."

“அப்ப நான் போயி ஆம்பிள்ளை வரிசையிலேயே நிக்கறேன்..." என்று கிளம்பினாள் பொன்னு.

“ஆளுக்கு மூணு டிக்கெட்தான் தர்றான். அங்கே நின்னா, ரெண்டாம்

ரவுண்டு வர முடியாது. சங்கர் அண்ணே, நம்மளைக் கண்டுக்க மாட்டீங்களா?" – பத்து வயது அம்மு குரலெடுத்துக் கத்த, கௌண்டரில் இருந்தவன் அவர்களைக் கவனிக்காதது போல் இயந்திர கதியில் டிக்கெட் கொடுத்துக்கொண்டிருந்தான்.

திடீரென்று அந்தப்புறம் வந்த மானேஜர் இவர்களைப் பார்த்ததும் கத்தினார். "வர வர ஆண்பிள்ளைகளுக்குச் சமமா எதுதான் செய்யறதுன்னு இல்லை. ஒவ்வொரு ஷோவுக்குமா திருட்டு டிக்கெட் வாங்குவீங்க. போங்க, போங்க... போலீஸ் வருது" என்று மிரட்டினார்.

பார்வதி பாட்டி பரிதாபக் குரலில் " உங்க பாட்டி வயசாவுது. வயிற்றுப் பிழைப்புக்குத்தானே அல்லாடறோம்..... இரக்கம் காட்டுங்க ஐயா" என்று கெஞ்சினாள்.

மானேஜருக்குப் பாட்டி மேல் என்ன பாசமோ தெரியாது. "சங்கர், இந்த மூணு பேருக்கு மட்டும் ஆளுக்கு ரெண்டு டிக்கெட் குடு. திரும்பி வந்தா போலீசைக் கூப்பிடு" என்று சிடுசிடுத்தார்.

"ஐயோ, நானும் லேடீஸ் சார்"ஆம்பிள்ளை க்யூவிலிருந்து பொன்னு பாய, மானேஜர், "அந்தக் கெழவிக்கும் சின்னப் பசங்களுக்கும் மட்டும்தான்" என்று திடமாக மறுத்துவிட்டார்.

மறுபடியும் கெஞ்சிக் கூத்தாடி பழைய இடத்தை க்யூவில் பிடித்து, கௌண்டர் மூடுவதற்குள் நாலு டிக்கெட் வாங்குவதற்குள் உயிரே போய்விட்டது. இன்னிக்கு நல்ல வேளை, இதோடு போச்சு .... இங்கே டியூட்டியில் இருக்கும் போலீஸ்காரனுக்கு அவளைப் பார்த்தாலே வெறி வந்துவிடும். அவள் இரட்டைஜடையை வலிக்க, வலிக்க இழுப்பான். ஐயோ, ஐயோ' என்று அவள் வலியில் அலற அலறக் கையை முறுக்குவான். அதோடு விடாமல், 'வயசுப்பொண்ணு தானே... பளபளன்னு நாகப்பழம் மாதிரி உடம்பிருக்கே.... சம்பாதிக்கச் சுலபமாக வழியிருக்கில்ல..." என்று கண்ணடிப்பான். போலீஸ் காரன்னா கொக்கோ.... இந்த மாதிரி வேறு எவன் பேசினாலும், இவள் போடும் சத்தத்தில் காதைப் பொத்திக் கொண்டு ஓட வேண்டியதுதான். அப்படியும் எவனாவது ஒருத்தன் தோளில் கைபோட்டு மிரட்டிக் கைக்காசைப் பிடுங்கிக் கொள்வான். மாதக் கடைசியில் கேஸ் போதவில்லை என்றால் இரண்டு நாள் உள்ளே வைத்தும் அனுப்புவார்கள். அந்த மாதிரி சமயங்களில் அக்கம் பக்கத்தில் ஆத்தா வாயில் காபித் தண்ணி, கஞ்சித் தண்ணி ஏதாவது ஊத்தி விடுவார்கள். அவள் படுக்கையில் நாறிக்கொண்டு கிடப்பாள். பொன்னு வீடு திரும்பி அவளைச் சுத்தம் செய்யவே நாலு மணி நேரமாகும்.

இன்று சனிக்கிழமை இரவு. மாத முதல் வாரம். புதிதாக அடல்ட்ஸ்

ஒன்லி ஆங்கிலப்படம் ரிலீஸாகியிருந்தது. செம கூட்டம். டிக்கெட் கிடைக்காமல் வேறுவழி தேடுபவர்களின் அடையாளம் பொன்னு போன்றவர்களுக்கு நன்றாகவே தெரியும்.

புதிதாகக் கல்யாணமான அந்தத் தம்பதி கையில் மஞ்சள் கயிறுகூட இன்னும் அவிழவில்லை. அவர்கள் அருகில் மெள்ள நகர்ந்தாள். "சார், டிக்கெட் வேணுமா, சார்?"

“ப்ளாக்கா... என்ன வெலை?"

“அந்தப் பக்கம் வாங்க சார்..."

அந்த இளைஞனும் அவன் புது மனைவியும் அவளைப் பின்தொடர்ந்தார்கள். கூல்ட்ரிங்க் கடை நாயர் அவளைப் பார்த்துக் கண்சிமிட்டினார். அதன் பொருள் "இன்னைப் போதுக்குக் கவலை யில்லை ..."

"ரெண்டு டிக்கெட் போதுமா சார்... என்பது ரூபா கொடுங்க" அந்த இளைஞன் தோளைக் குலுக்கி, உடம்பை அஷ்டகோணலாக்கிக் கொண்டு வளைந்து நிமிர்ந்து, உடம்புடன் ஒட்டிய ஜீன்ஸின் பாக்கெட்டிலிருந்து பர்ஸைக் கஷ்டப்பட்டு வெளியே எடுத்தான்.

நிதானமாக ஒவ்வொரு ரூபாயையும் எண்ணும் இளைஞனைக் கோபத்துடன் பார்த்தாள் பொன்னு . “சீக்கிரம் எடுங்க சார்.... ஷோகூட வுட்டாச்சு... இன்னும் நாலு டிக்கெட் இருக்குது சார், விக்க."

"இரும்மா... என்னவோ அவசரப் படுத்தறே... முடிஞ்சு போன ஷோ டிக்கெட்டைக் குடுத்து ஏமாத்தப் பாக்கறியா?"

அவள் அவசரம் புரியாமல் நிதானமாக டிக்கெட்டைப் பரிசோதனை செய்த இளைஞன், ரூபாயை விரித்து அவளிடம் நீட்டினான்.

பொன்னு காசைப் பற்றும் சமயம் ஓர் இரும்புக்கரம் அவள் கையைப் பற்றியது. –

"வுடுய்யா கையை" அவள் திமிறினாள்.

"கையுங்களவுமா புடிச்சிருக்கேன். அவ்வளவு சுலபமா வுட்ருவேனா? இன்னும் எவ்ளோ டிக்கெட் வெச்சிருக்கே?"வழக்கமாக இவள் டிக்கெட் பதுக்குமிடம் தெரிந்த கான்ஸ்டபிள், ரவிக்கையின் கழுத்துப் புறம் கைவிட 'ஓ' என்ற சத்தத்துடன், சென்னை நகரின் அதி அநாகரிகமான வசவுகளால் பயங்கரமாகக் கத்தத்துவங்க, ஷோமுடிந்துவரும் கூட்டம் திகைப்புடன் நின்றது.

'ஏய்... வாயை மூட்றி .... ப்ளாக்ல டிக்கெட் விக்கறே... கண்முன்னால

புடிச்சா, என்னவோ உன்னைக் கற்பழிச்சாப்பல ஊரைக் கூட்டறியே..." கான்ஸ்டபிள் கையை ஓங்கி அறைய முற்பட்டவன், கூட்டத்தைப் பாத்துத் தயங்கினான். "வயசுப் பொண்ணாச் சேன்னு பார்க்கிறேன் ...."

"எம்மேல கையை வெப்பியோ பாத்துடறேன்..." பொன்னு வெறி பிடித்த நாய் போல் அவன் மேல் பாய்ந்தாள்... "நீங்கல்லாம் செய்யாத எந்தத் தப்பைய்யா நான் செஞ்சேன் சொல்லு. ஒம் வூட்ல திருடினேனா, வயசாளி கழுத்தை நெறிச்சு நகையைப் பறிச்சுக்கிட்டேனா, இல்லை... ஜல்சா பண்ணி எவனுக்கானும் வியாதி குடுத்தேனா..." கூட்டத்திடம் திரும்பினாள்... "யோவ், படம் பார்த்துட்டுப் போற புண்ணி யவான்களே, நீங்களே நாயம் சொல்லுங்க..... இந்த வெயில் காலத்துல, லீவ் வுட்ட பசங்களோட நீங்க படம் பார்க்கணும்னு நான் டிக்கெட் வாங்கிக் குடுத்தா தப்பா... ஊருக்குப் போவணும்னா, ஏர்கண்டிசன் ஆபீஸிலே டிராவல் ஏஜெண் டாண்ட உக்கார்ந்து டிக்கட் எடுக்கறீங்களே, அவங்க சும்மாவா எடுத்துத் தர்றாங்க... அதுக்குக் காசு தரல்லே... வீடு வாங்கணுமா, அதுக்கு ஒரு புரோக்கர்... கம்பெனி வாங்கணுமா, கலியாணம் பேசணுமா, ஒண்ணொன்னுக்கும் நடுவிலே ஒரு ஆளு... நானுங்கேக்கறேன்... ஒங்கள்ள எத்தினிபேரு டிரெயினுக்கு டிக்கெட் வாங்க ஸ்டேஷன்ல க்யூவிலே நின்னுருக்கீங்க? தியேட்டரிலே ரசிகர் மன்றம்னு ஒட்டுமொத்தமா டிக்கெட் அள்ளிக்கினு போறாங்களே, அது நியாயமா... ஆமா, சட்டம் பேசணும்னா நானுந்தான் பேசுவேன்... இது மொதல் போட்ட யாவாரம்... தெரிஞ்சுக்க... நான் போட்ட மொதலுக்கும் ஒழைக்கிற ஒழைப்புக்கும், அஞ்சு, பத்து லாபம் வெச்சா இன்னாதப்புங்கறேன். இதே பணக்காரவூட்டுப் பொம்பளைங்க ஆள் வெச்சி, டிக்கெட் வாங்கி, ஊட்ல டெலிவர் பண்ணினா, தொழிலதிபர்னு பத்திரிகைல படம் போடுவீங்க. டி.வி–ல பேட்டி எடுப்பீங்க... ஆமா... எனக்கு வேற சட்டம், அவளுகளுக்கு வேற சட்டமா? இங்கிலீஸ்ல பெயிலே தவிர நானும் பன்னண்டு கிளாஸ் படிச்சுத்தான் இருக்கேன். எனக்கும் சட்டம் தெரியும்... புளி வாங்கி வித்தா தொழிலு.... புடவை வாங்கி வித்தா தொழிலு... படத்துக்கு டிக்கெட் வாங்கி வித்தா திருட்டா ?"

கூட்டம் அவள் பேச்சை ரசிப்பதைக் கண்ட கான்ஸ்டபிள் பொறுமை யிழந்தான்... "வாயை மூட்றி... திருடி... நட ஸ்டேஷனுக்கு..."

"ஓ... கான்ஸ்ட பிளு... என்னிக்கானும் காசு கொடுத்து சினிமா பாத்திருக்கியா நீ... குடும்பத்தோட ஓசியிலே சினிமா பார்க்கற ஒனக்கு மூணு மணி நேரம் க்யூவிலே நிக்கிறது என்னா கஷ்டம் தெரியுமா... நான் திருடி.... நீ என்னைப் புடிக்கிறயா..." காலைப் பரப்பி இடுப்பில் கைவைத்து முறைத்தாள்.

கூட்டத்தில் ஏ.ஸி – யின் தலையைக் கண்டு விட்ட கான்ஸ்ட பிள் "ஷ்... ஏ.ஸி. வந்திருக்காரு ஷோக்கு... வாயைப் பொத்திக்கிட்டு வா ஸ்டேஷனுக்கு" என்று அவளை ஏ.ஸி. பார்வையிலிருந்து நகர்த்த முயல, ஊரிலிருந்து வந்திருந்த மாமியார், மச்சினி குடும்பத்தினருடன் படம் பார்த்து வெளியே வந்து கொண்டிருந்த ஏ.ஸி. குற்ற உணர்வுடன், "சின்னப் பொண்ணு... வார்னிங் குடுத்து வுட்டு விடு" என்று கான்ஸ்டபிளைப் பார்த்துக் கூற, பொன்னுத்தாயி என்னும் பூர்ணிமா கழுத்தளவு முடியை சிலிர்த்துக்கொண்டு "டாங்க்ஸ் சார்" என்று ஏ.ஸி–க்குப் பெருமிதத்துடன் 'சல்யூட்' அடித்தாள்.

# மறந்து விட்டோம்

கோமதி கறிகாய் நறுக்கியவாறே, நேர் எதிரே தெரியும் அடுத்த ஃப்ளாட் சமையலறையைப் பார்த்தாள். அமர், ஸ்டார் டி.வி–யில் வரும் சமையற்காரன் மாதிரி ஏப்ரன் கட்டிக்கொண்டு சமையல் செய்து கொண்டிருந்தான்... இன்றைய இளைஞர்கள் தான் எவ்வளவு தன்னம்பிக்கைமிக்கவர்களாக, மனைவிக்கு அனுசரணையாக, சந்தோஷமாக இருக்கிறார்கள்.

கோமதியின் பார்வையை உணர்ந்தவன் போல அமர், "குடமார்னிங் ஆன்ட்டி" என்று கையைசைத் தான். கருங்காலி மரம் போலிருந்த அவன் உடம்பையும் அந்த நிறத்தில் பளீர் எனச் சிரித்த பல்வரிசையையும் கோமதி ரசித்தாள்.

அமரும் மானசாவும் சமீபத்தில்தான் எதிர் ஃப்ளாட்டுக்குக் குடிவந்திருக்கிறார்கள். அமர் டெல்லி நிறுவனம் ஒன்றின் சென்னைக் கிளையின் பிராஞ்ச் மானேஜர், மானசாவுக்கு ஒரு விளம்பர நிறுவனத்தில் வேலை. மானசாவின் பளபள வெள்ளை நிறமும், அமரின் கருப்பு நிறமும் நல்ல கான்ட்ராஸ்ட் ஆக இருக்கும். டிகாக்ஷனும் பாலும் அளவாகக் கலந்த காபி மாதிரி அவர்கள் குடும்பம் படுஜாலியாக இருக்கும். அவர்கள் இரண்டு வயது மகன் நவீனைக் குழந்தைக் காப்பகத்தில் விட்டு விட்டு வேலைக்குச் செல்வார்கள். பெரும்பாலும் மாலை வேளைகளில் சீக்கிரம் வீடு திரும்பும் அமர், அவனை வீட்டுக்கும் அழைத்து வருவான். ஸ்டைலாக மழலை ஆங்கிலம் பேசும் நவீன் "ஹாய்... பாத்தீ" என்று விளையாட வந்து விடுவான்...

இரண்டு மூன்று நாட்களாக அமர் வீட்டில் புதிதாக ஒரு முகம் தெரிந்தது.... கோமதியைப் போல் சற்றே வயதான பெண்மணி படி யிறங்கும்போது அமர் அறிமுகப்படுத்தினான்... "ஆன்ட்டி ... மீட்மை மதர்... மம்... இவங்க மிஸஸ் நரசிம்மன்... எதிர் ஃப்ளாட்ல இருக்காங்க. நவீனோட க்ரேட் ஃப்ரெண்ட். – அந்தப் பெண் புன்முறுவலுடன் கை கூப்பினார்.

இரவு ஏழு மணியிருக்கும், மானசாவும் அமரும் அவசரமாகக் கதவைத் தட்டினார்கள்... "ஆன்ட்டி.... உங்க உதவி தேவை..."

"வாங்க, வாங்க... என்ன விஷயம்?"

"இன்னிக்கு நைட் நாங்க நாலு பேரும் மானசாவின் தம்பி கல்யாணத்துக்காக அஹமதாபாத் கிளம்புவதாக இருந்தது. எங்கம்மாதிடீர்னு பாத்ரூம்ல வழுக்கி விழுந்துட்டாங்க... இடுப்பு எலும்பு பெசகிடுச்சி. அம்மாவால கட்டாயம் இந்த நிலையில் பயணம் பண்ண முடியாது. மானசாவுக்கு ஒரே தம்பி. கல்யாணத்தை நாங்க தவிர்க்க முடியாது. அதனால அம்மாவைக் கவனிச்சுக்க வேலைக்காரியை வீட்டோட இருக்கச் சொல்லியிருக்கோம். கல்யாணம் முடிந்த அன்னிக்கு நான் ஃப்ளைட்லே கிளம்பி வந்துடுவேன். ஆன்ட்டி ..... உங்களுக்கு நேரம் கிடைக்கறப்போவெல்லாம் அம்மாவைப் போய்ப் பார்க்க முடியுமா? என்னதான் வேலைக்காரி செய்தாலும், எங்க நம்பிக்கைக்காக..."

"என்ன அமர், இதென்ன பெரிய விஷயம்... அடிக்கடி போய்ப் பார்த்துக்கறேன்... நானும் வீட்டிலே சும்மாத்தானே உட்கார்ந்து இருக்கேன்... அவங்களுக்கும் பேச்சுத் துணையா இருக்கும்... நீங்க கவலைப்படாம கல்யாணத்துக்குப் போயிட்டு வாங்க..."

"தாங்க்யூ... தாங்க்யூ..." என்று அமரும் மானசாவும் விடைபெற்றார்கள்.

இருபது வருஷத்துக்கும் மேல் டெல்லியில் வேலை செய்து குடும்பம் நடத்தியதில் கோமதிக்கு இந்தி நன்றாகவே தெரியும். குஜராத்திக்காரர்கள் பொதுவாக இந்தி பேசுவார்கள். எனவே, காலை வேலைகளை முடித்துக் கொண்டு கோமதி எதிர்வீட்டுக்குக் கிளம்பினார்.....

அமரின் தாயார் உடம்பில் கட்டும் முகத்தில் வலியுமாகப் படுத்திருந்தார்...

அவர் அதிகம் பேசிப்பழகும் ரகமாகத் தெரிய வில்லை . கோமதி தானாகவே டெல்லியில் தன்கணவரும் தானும் அரசாங்க வேலை யிலிருந்தது, இரண்டு பிள்ளைகளும் வெளிநாட்டில் வசிப்பது என்று தங்களைப் பற்றிய எல்லா விவரங்களையும் கூறினாள். அமரின்

தாயார் மிகவும் அமுக்கமாகவும் ஜாக்கிரதை யாகவும் பேசினார்... உடல் வலியின் தாக்கமாகவும் இருக்கலாம். தன் பெயர் வசந்தா என்றும் ஸ்கூல் டீச்சராக வேலை பார்த்தவர் என்றும் கூறினார். அமர் அவர்களின் ஒரே மகன் என்று தெரிந்தது.

'அமர் அம்மா, அமர் போலவோ மானசா போலவோ கலகலன்னு பேசற சுபாவம் இல்லை... வாயிலே முத்து உதிர்ந்துடறாப்பல கேட்ட கேள்விக்குப் பதில் அவ்வளவுதான். ஆனாலும் கர்வம். அந்தப் பையன் அமர் குணத்துக்காகத் தான் அவங்க வீட்டுக்கே போறேன்" என்று கணவரிடம் ஒரு நாள் குறைப்பட்டுக்கொண்டாள் கோமதி.

அவர்கள் ஊரிலிருந்து திரும்புவதற்கு முதல் நாள் கோமதியின் தலையைக் கண்டதுமே வேலைக்காரி, "நீங்க அரை மணி இங்க இருப்பீங்க இல்ல... ரெண்டு நாளா வீட்ல பசங்க என்ன பண்ணினாங்களோ... ஒரு நடை எட்டிப் பார்த்துட்டு ஓடியாந்துடறேன்" என்று கிளம்பினாள்.

ஒரு மணி, இரண்டு மணி நேரமாயிற்று. எட்டிப் பார்த்து விட்டு வருவதாகக் கூறியவள் திரும்பவே காணோம். கோமதி தங்கள் ஃப்ளாட்டுக்குச் சென்று காபி கலந்து கணவருக்குத் தந்துவிட்டு, தனக்கும் அமரின் தாயாருக்கும் எடுத்து வந்தார்.

"ஐயோ! நீங்க எனக்காக இவ்வளவு சிரமப்படறீங்களே" என்று அமரின் தாயார் மிகவும் வருந்தினார்.

நேரம் கடந்தது. ஆனால், வேலைக்காரி திரும்புவதாகக் காணோம். கோமதி, அமர் வீட்டிலேயே அவன் தாயார் அருகே உட்கார்ந்திருந்தார். "சாயந்திரம் ஃப்ளைட்டில் அமர் எப்படியும் திரும்பிவிடுவான். அதுவரை என்னால உங்களுக்கு ரொம்பக் கஷ்டம்" என்று அவர் புலம்பினார்...

அவர் படும் கஷ்டத்தையும் கண்ணில் பெருகிய நீரையும் பார்த்து கோமதி பதறினாள். "வசந்தா... என்ன ஆயிடுச்சு ஒங்களுக்கு... ரொம்ப வலிக்குதா?"

"ஒண்ணுமில்லை... என்னால அடக்க முடியலை..." விம்மி விம்மி அழத்துவங்கினார். "பெட்–பேன்வைக்க யாரையாவது அழைச்சுட்டு வர முடியுமா?"

"இதுக்கா இப்படி அழறீங்க... சங்கடப்படறீங்க... நானே வெக்கறேன்..." கோமதி எழுந்திருக்க, அமரின் தாயார் தடுத்தாள்.

"என்னங்க இது... பொம்பளைக்குப் பொம்பளை அவசரத்துக்கு உதவி செய்யறதிலே என்ன தப்பு?" கோமதி பெட் – பேனை வைத்து எடுத்துக் கழுவினார்.

தனக்கு இப்படி ஒரு நிலை வந்து கோமதி போன்ற பெரிய மனுஷியைக் கஷ்டப்பட வைக்கவேண்டிவந்ததே என அமரின் தாயார் அழுதார். கோமதி நட்புடனும் பரிவுடனும் அவரைச் சமாதானம் செய்தார். இரவில் அவர் வீட்டிலேயே உறங்கினார். மறுநாள் மாலையில் அமர் ஊரிலிருந்து திரும்பும் வரை உடன் இருந்தார்.

இந்த நிகழ்ச்சிக்குப் பிறகு அமரின் தாயார் மிகவும் மாறிப் போனார். கோமதி என்று பெயர் சொல்லி அழைக்கத் துவங்கினாள்.

கோமதியும் வசந்தாவும் நெருங்கிய தோழிகளானார்கள். மதிய நேரத்தில் டி.வி. பார்த்தபடியே பேசுவார்கள்... "இன்னிக்கு எம் பிள்ளை அமரேந்திரன் வாழ்க்கையிலே எவ்வளவோ முன்னேறிட்டான். ஆனா, அந்த நாளில் நாங்க பட்ட கஷ்டங்கள்... அப்போவெல்லாம் உங்க மாதிரி ஜனங்க வசிக்கிற தெருவிலேகூட நாங்க நடக்க முடியாது. நாங்க என்ன சாதின்னு நீங்க ஊகிக்கக்கூட இல்லை. எனக்கு பெட் பேன் வெச்சிங்க..."

"இன்னிக்கு சிடி லைஃப்ல யார் என்ன சாதின்னு யார் கண்டாங்க? எல்லோரும் ஒரே மாதிரி பேசறாங்க... ஆபீஸுக்கு பஸ்ஸிலேயும் ஆட்டோவிலேயும் இடிச்சுண்டு போறாங்க. டிரஸ், சாப்பாடு எல்லாம் ஒண்ணுதான். சாதியுமாச்சு... ஒண்ணுமாச்சு... ஆமா... நாங்க என்ன சாதின்னு நீங்க யூகிச்சீங்களா?"

"அதுதான் உங்க முகத்துலேயே பிராமின்னு எழுதியிருக்குதே..."

"எழுதறவங்க இப்படியாதப்புத்தப்பா எழுதுவாங்க. அதை. விடு... ஏன் வசந்தா, நீங்கள்லாம் சின்ன வயசுலே ரொம்பக் கஷ்டப்பட்டீங்களா?"

"ஆமா.... கொஞ்சநஞ்சக் கஷ்டமில்லை. ஒருவேளைக் கஞ்சிக்கே மேல்சாதிக்காரங்க தயவுதான். தாங்க முடியாத ஏழ்மை. அதோட தன்மானம் இல்லாத புழுவாக நெளியற வாழ்க்கை" வசந்தா பெருமூச்சுவிட்டார்.

"அமரோட அப்பாவும் இவனைப் போலத்தான் உயரமும் பருமனும் கல்லாட்டம் உடம்புமா இருப்பார். எங்க சாதிக்காரரு ஒருத்தர் அங்கே இங்கே அலைஞ்சு கடைசியிலே மிலிட்டரியிலே சேர்ந்தார். ஒரு முறை லீவிலே வரும் போது, மற்ற சாதிக்காரங்களுக்கு கூலியாக இருக்கிறதைவிட, மிலிட்டரியில் சேர்ந்தால் மானமாய் வாழலாம்னு இவரையும் கூடக் கூட்டிக்கிட்டுப் போயிட்டார். வடக்கே இவரு மிலிட்டரி ஆளாயிட்டார். அங்கேயும் கூட்டிப் பெருக்கற வேலைதான். ஆனாலும், மனுஷனுக்கு சாதி, மதம் பார்க்காம மதிப்புத்தர்ற ஒரே இடம் பட்டாளத்து வேலைதான்? கொஞ்சம் கொஞ்சமாக இந்தி பேசக் கத்துக்கிட்டார். பெரிய ஆபீஸருக்கு ஆர்டர்லி ஆனார்... நடை

உடை பாவனை எல்லாமே ஒழுங்கா, கண்ணியமா ஆயிடிச்சு..."

"நீங்க அவர்கூட வடக்குலதான் இருந்தீங்களா?"

"இல்லை... அது முடியலை... நான் ஆரம்பத்துலே கிராமத்துலதான் இருந்தேன். அவர் லீவுக்கு மட்டும் வந்து போவார். நாலு க்ளாஸ் கூடப் படிக்காத என்னைக் கட்டாயப்படுத்திப் பள்ளிக் கூடத்திலே சேர்த்தார். எங்க ஊர்ல ஸ்கூல்ல மத்த பசங்களோட உட்கார எனக்கு அனுமதி கிடையாது. பின்வரிசையிலே தனியா ஒரு மூலையிலே நின்னபடி பாடம் கேட்கணும். அதுவும் எனக்கு மத்த பசங்களைவிட வயசு வேற அதிகமா... டீச்சருங்களோகன்னா பின்னானு பேசுவாங்க... அமர் அப்போ சின்னக் கொழந்தை.... அப்படியும் நான் விடாம கஷ்டப்பட்டு ஸ்கூல் படிப்பை முடிச்சு டீச்சர் டிரெயினிங் எடுத்தேன். கிராமத்துப் பள்ளியிலே சேரிக்காரிக்கு டீச்சர் வேலை தரக்கூடாதுன்னு பஞ் சாயத்துல சொல்லிட்டாங்க... சரின்னு சேலத்துக்குக் குடிபெயர்ந்தோம்... நானும் டீச்சரானேன்...

அமர் அப்பா எப்பவும் சொல்வாரு, 'வசந்தா, நாம முன்னேறணும்னா அமரை நல்லாப் படிக்க வெக்கறதுலே நாம குறியா இருக்கணும்'னு. அவங்கப்பா ஆசைப்பட்டாப்ல அமர் ரொம்ப ஆர்வமாகப் படிச்சான். நாங்க ரெண்டு பேரும் அமர் படிப்புக்காக நிறையவே தியாகம் செய்தோம்... பிறந்த சாதி, வம்சம் ரெண்டிலேருந்தும் அவனை விலக்கியே வளர்த்தோம். அவங்கப்பாவெளிமாநிலங்களிலே இருந்தால் இது சாத்தியமாச்சு. அமர் தமிழ், இங்கிலீஷ், இந்தி, மராட்டி, குஜராத்தின்னு எல்லா மொழியும் பேசினான். பல மாநிலத்து மக்களோட பழகற வாய்ப்புக் கிடைத்தது. அமர் பூனாவிலே செகண்ட் இயர் பி.எஸ்.ஸி. படிக்கிற போது அவங்க அப்பா காலமாயிட்டாரு. ஆனா, மிலிட்டரியிலே தொடர்ந்து உதவி செஞ்சாங்க. அங்கதான் கோமதி, நான் நெஜமான மனுஷங்களைப் பார்த்தேன். சாதியாவது, மதமாவது. அங்கே நசிகேதனும் ஹீரோதான், மாரியப்பன், சரவணனும் ஹீரோதான். ஒழுக்கம், கட்டுப்பாடு, மனிதநேயம் இதுதான் அங்க பொதுவான சாதி.

அமர் எம்.எஸ்.ஸி. முடிச்ச பிறகு அஹமதாபாத்தில் பெரிய மருந்து கம்பெனியில் எக்ஸிக்யூட்டிவாக வேலை துவங்கினான். அங்கேதான் மானஸா குடும்பத்தினர் நண்பர்களானார்கள். மானஸாவும் அவனும் காதலர்களானார்கள். 'அருமையான நம்ம குடும்பத்துக்கு ஏத்த மாப்பிள்ளை...' என்று மேத்தா குடும்பத்தினர் மானஸாவை விரும்பி அமரேந்திரனுக்குத் திருமணம் செய்து வெச்சாங்க.

மானஸா, அமர் சாதியைப் பார்த்தா காதலித்தாள்? அவ அப்பா, அம்மா எங்க சாதியைத் தேடியா பெண் குடுத்தாங்க.... அமர் சாதி

முத்திரை என்னிக்கோ மறைஞ்சு போச்சு பாரு... உலகத்துக்கு அமர் என்கிற புத்திசாலி இளைஞனோட படிப்பு, தகுதி இது மட்டும்தானே தெரியுது...

இந்தப் பெரிய மெட்ராஸ் சிடியில் எங்களைப் போல எத்தனையோ குடும்பங்கள் இருக்கே... அமரேந்திரன் என்கிற எக்ஸிக்யூட்டிவ்வோட மகன் நவீன் அவன் வகுப்பு பிள்ளை களிடமிருந்து எந்த விதத்திலேயாவது மாறுபட்டிருக்கான்னு சொல்லுங்க..."

"யோசிச்சுப் பார்த்தா... உங்க குடும்பம் முன்னேறியதற்குக் காரணமே தாழ்த்தப்பட்டவங்க என்கிற முத்திரையை நீங்க ஏற்க மறுத்ததுதான்னு நினைக்கிறேன்" என்றாள் கோமதி.

"ஆமா... நமக்கு சாதியே வேணாம்னு விட்டப்புறம் நாங்க தாழ்ந்தவங்கன்னு பிறத்தியார் சொன்னாலும், நாங்க அதை ஏற்க மறுத்துட்டோம். அப்புறம் அது தர்ற சலுகைகள் எதுக்கு? நாங்க காக்கவேண்டியது கல்வி தர்ற கௌரவத்தைத்தானே தவிர, எங்களைக் கேவலமாக்கிய சாதியை இல்லை."

வசந்தா பேசுவதைக் கோமதி அமைதியாகக் கேட்டுக் கொண்டிருந்தார்.

"நேத்து அமரும் மானஸாவும் பிஸினஸில் 'லெவல் பிளேயிங் பில்ட்....' பத்திப் பேசிட்டு இருந்தாங்க... வாழ்க்கையில் ஒரே ஒரு லெவல் பிளேயிங் பில்ட்தான்... எல்லா வித்தியாசங்களையும் சமன் செய்கிற விஷயம்... கல்வி அறிவு..."

"இதை நாங்களும் புரிஞ்சுண்டு ரொம்ப வருஷமாகிறது வசந்தா. அன்னிக்கு ஒரு நாள் நீ என்னை என்ன கேட்டே.... நீங்க பிராமின்தானேன்னு... நோ... வசந்தா... ஸ்ரீ முஷ்ணம் தாத்தாச்சாரியார் பேரனும் சக்ரவர்த்தி சுதர்சனம் மகனுமான என் கணவர் நரசிம்மனுக்குக்கூட இப்போ சாதி அடையாளம் கிடையாது... அவர் ரிட்டயர்டு ஐ.ஏ.எஸ். அதிகாரி... நான் ரிட்டயர்டு ரெவின்யூ அதிகாரி. எங்க ரெண்டு பிள்ளைகள்ல ஒருத்தன் கட்டியிருக்கிறது பொலிவியா நாட்டு விஞ்ஞானியை... என் மகன் சுதர்சனமும் சிலினாவும் உலகம் புகழும் விஞ்ஞானிகள்னு தெரியுமே தவிர, சிலினா அவ ஊர்லே என்ன சாதின்னு யாருக்கும் தெரியாது... என் பேரப் பிள்ளைகளுக்கு வைஷ்ணவ சம்பிரதாயம் தெரியப்போகிறதா இல்லை, பொலிவியா சம்பிரதாயமா? அவங்க வளர்ற சூழ்நிலையிலே கத்துக்கப்போற ஒரே சம்பிரதாயம் அப்பா, அம்மாவைவிட நாம் இன்னும் அதிகமாக எப்படிப் படிக்கிறது. உலக அளவிலே என்ன சாதனை செய்யறதுங்கறதுதான்... அடுத்த பையன் கம்ப்யூட்டர் ஸ்பெஷலிஸ்ட்.... அவன் ஜாவா கோத்திரத்திலே பெண் தேடறான்... சீக்கிரம் கண்டுபிடிச்சுடுவான்."

"ஆனா கோமதி..... நாங்கள்லாம் சாதியை விடறதுல அர்த்தமிருக்கு..... உங்க மாதிரி மேல் சாதிக்காரங்க ஏன் அதை ஒழிக்கணும்... சாதி உங்களுக்குப் பெரிய பலமாச்சே..."

"ரொம்ப சிம்பிள்... மனுஷங்களுக்குள்ள மேலும் இல்ல, கீழும் இல்லைன்னு நாங்க நிலைநாட்ட வேண்டிய அவசியம் வந்துடுச்சு... நானும் என் கணவரும் காலேஜ்ல எம்.ஏ. படிக்கறபோது நண்பர்களானோம்... பாட்டு, பேச்சுப் போட்டின்னு பொதுவான இன்ட்ரஸ்ட்... அப்புறம் சிவில் எக்ஸாமுக்குத் தயார் பண்றபோது காதலாச்சு... வைஷ்ணவ சம்பிரதாயத்தில் ஊறியிருந்தவர், தன் அப்பாவிடம் ராமானுஜர் தத்துவங்களையெல்லாம் எடுத்துக்காட்டியும் ஏற்க மறுத்துட்டார். அதனால என் கணவர் வீட்டை விட்டு, உறவை விட்டு, சாதியை விட்டு வெளியேற வேண்டியதாச்சு.

சிவில் சர்வீஸ் ரிசல்ட் வந்தது. ரெண்டு பேரும் டெல்லியில் வேலைக்குச் சேர்ந்து 'ஜம்'னு கல்யாணம் செய்துண்டு நாப்பத்து ரெண்டு வருஷமா சந்தோஷமாக வாழறோம். வேதமும் படிக்கிறோம், பெரியாரும் படிக்கிறோம்... எங்க ரெண்டு பேர் சிந்தனையிலும் செயலிலும் சாதி தர்ற வித்தியாசங்களைவிட, அறிவு தர ஒற்றுமைதான் அதிகமா இருக்கு..."

வசந்தா வியப்புடன் பார்த்தாள்.

"அதுமட்டுமில்ல... வசந்தா... என் மாமனார் தொண்ணூத்து நாலு வயசுல போன வருஷம்தான் இறந்தார்.... மனைவி, மகள், எல்லோரும் அவருக்கு முன்னால இறந்து போய், நடமாடக்கூட முடியாம போன நிலையில் ஸ்ரீமுஷ்ணம் சக்ரவர்த்தி சுதர்சன ஐயங்காருக்கு எல்லாமே செய்தது அவர் குலம் ஒதுக்கிய மகனும் ஏற்க மறுத்த வேற்று சாதி மருமகளும்தான் ... மனுஷனுக்கு சந்தோஷத்துல மட்டுமில்ல, நோய், துன்பம், வலி இதிலெல்லாம் கூட சாதி கிடையாது... தன் மகன் தனக்குக் கர்மம் செய்யக்கூடாது என்று என் மாமனார் எழுதி வைத்தார். ஆனால், அவர் உயிருடன் இருக்கும்போது அவரைப் பாதுகாக்கற மனிதக் கடமையை என் கணவர் செய்தார்... மனுஷன் மனுஷனா இருந்தாப் போதும்... மத்ததை மறந்துடுவோம்..."

கோமதி கிளறிக்கொண்டிருந்த உப்புமாவில் வசந்தா நெய் ஊற்றினாள்.

# லட்சுமி

மசியப் பிசைந்த பருப்புச் சோற்றை ஜில்லுவின் வாய்க்குள் திணிக்க முயலும் ஒரு காலைப்பொழுதில்தான் அந்த மாட்டுடன் என் முதல் அறிமுகம்.

“இனிமே இப்படிச் சாதத்தைத் துப்பினே, அத்தனையும் இந்த மாட்டுக்கே குடுத்துடுவேன். நீபட்டினிதான் கிடக்கணும்...'' என்று கேட்டுக்கு வெளியே நின்றிருந்த பசுமாட்டைக் காட்டி, கண்களை உருட்டிஜில்லுவை மிரட்டினேன்.

கோதுமை நிறப் பசு. கழுத்தில் மட்டும் நெக்லஸ் அணிவித்தாற் போல பெரிய பழுப்பு வட்டங்கள். கண்ணாடி வளையல் துண்டு போல அழகாக வளைந்த கூர்மையான கொம்புகள். அப்பாடி... எத்தனை அழகான கண்கள்! மாட்டின் கண்கள் பேசுமோ? ம்... இந்த மாட்டின்கண்களில் சிரிப்பு இருந்தது, கனிவு இருந்தது... நட்பு, பாசம் இன்னும் என்னவெல்லாமோ இருந்தது!

“மாட்டுக்கு மம்மூ...” என்று ஜில்லு தட்டைப் பறித்தபடி அலறத்துவங்கினாள். “அப்படி வாவழிக்கு... மாட்டுக்கு ஒரு பிடி, ஜில்லுவுக்கு ஒரு பிடி... சரியா?'' ஜில்லு மகிழ்ச்சியாகத் தலையை அசைத்தாள். தட்டு சீக்கிரமே காலியாயிற்று.

அடுத்த நாளும் அதற்கடுத்த நாளும் “சீக்கிரம் மம்மு கொண்டா... மாட்டுக்கு மம்மூ...'' என்று எனக்கு முன்பே ஜில்லு கேட்டுக்கு ஓடினாள். அவள் வருகையை எதிர்பார்த்தது போல் அந்த மாடும் குறித்த நேரத்துக்குக் காத்திருக்கும். அதற்கு லட்சுமி என்று பெயர் வைத்தேன்.

இப்போதெல்லாம் ஜில்லுவுடன் லட்சுமிக்கும் சேர்த்துத்தான் சாதம் பிசையப்படுகிறது. லட்சுமி சாப்பிடுவதற்கென்று ஒரு எவர்சில்வர்தட்டும் தயாராகிவிட்டது. அதில் பருப்பு மம்முவுடன் வாழைப்பழம், மீந்துபோன கோஸ் துண்டு, ஜில்லுவுக்காக வெட்டிய ஆப்பிளில் பாதி, சாக்லெட், பிஸ்கட் என்று லட்சுமியும் தினம் ஒரு வெரைட்டியாக ரசித்துச்சாப்பிடுகிறது.

லட்சுமியை உதாரணம் காட்டி, ஜில்லுவுக்குப் பாடம் நடத்தினேன். மாட்டுக்கு நம்மைப் போலப் பேசவராது. ஆனால், 'ம்மே' என்று கத்தும். அசட்டுப் பாப்பாமாதிரி அழாது. மாடு புல், இலை, ஜில்லுவின் பருப்பு சாதம் எல்லாம் சாப்பிடும். மாட்டில் பால் கறக்கலாம். பாலை உரை குத்தி, தயிரெடுத்து, தச்சி மம்மு செய்யலாம். தச்சி மம்முசாப்பிட்டால், அப்பாமாதிரி புத்திசாலியாகி, பெரிய படிப்புப் படிச்சு, காரிலே போகலாம்... இத்யாதி!

"நான் பால் கறக்கிறேன்..." என்று ஜில்லு தரையில் இறங்கியபோதுதான் கவனித்தேன். லட்சுமியின் அடிவயிறு நன்றாக மேடிட்டு இருந்தது. ஓ... மாடு சினையா!

இப்போது புரிகிறது, கறக்காத மாட்டுக்குத் தீனிச் செலவு மிச்சம் என்று மாட்டுச் சொந்தக்காரன் லட்சுமியைத் தெருவில் அவிழ்த்து விட்டிருக்கிறான்! இப்போதெல்லாம் அரைகிலோகாரட், தக்காளி என்றுலட்சுமிக்கும் சேர்த்துத்தான் கறிகாய் வாங்குகிறேன்.

"ஜில்லு, லட்சுமிக்கு பாப்பா பொறக்கப் போகுது..." என்று சொன்னவுடன் அவளுக்கு ஆனந்தம். இரவு அவள் அப்பா வந்தவுடனேயே, "அப்பா... இதெல்லாம் லட்சுமி பாப்பாக்கு..." என்று தன் நீலநிற பிராக், இருட்டில் பளிச்சிடும் ஷூ, ரப்பர் வளை, எலாஸ்டிக் ஜட்டி எல்லாம் எடுத்து வந்துவிட்டாள்.

"மீனா... எந்தலட்சுமிக்கு குழந்தை பிறக்கப்போகுது?" என்று அரவிந்த் கேட்கவும். நான், "லட்சுமிங்கறது பசுமாடுங்க..." என்று விளக்கினேன். "அட, இதெல்லாம் மாட்டுக்குப் பிறக்கப்போகும் பாப்பாவுக்கா? ஹா... ஹா..." என்று சிரித்தார்.

"போங்க... குழந்தை என்ன கண்டது? நாமதான் சொல்லித் தரணும். ஜில்லுக் கண்ணு , மாட்டோட பாப்பா உன்னை மாதிரி இருக்காது. டிரஸ், ஷூ எல்லாம் போடாது. அது நாலு கால்ல நடக்கும்..." என்றேன்.

லட்சுமியின் வயிறு நாளாக ஆகப் பெரிதாகிக்கொண்டே வந்தது. மடியைத் தடவினால் கன்றுக்குட்டியின் தலை, கால் எல்லாம்

உணரமுடிந்தது. கன்று, மாட்டின் வயிற்றில் புரண்டு படுத்த போது, என் அடிமடியில் ஒரு சிலிர்ப்பு... இரண்டரை வருடங்கள் முன் உணர்ந்த மிகப் பரிச்சயமான உணர்வு...

நாள் செல்லச்செல்லலட்சுமியின் நடையில் தளர்வு, உடம்பில் அசதி, கண்ணில் சோர்வு... மாடானால் என்ன, மனிதரானால் என்ன... வயிற்றுச்சுமை வெளிவரும் வரை பாரம்தானே! –

அன்று காலை லட்சுமி வரவில்லை. ஜில்லு , அது வந்த பிறகுதான் சாப்பிடுவேன் என்று அடம்பிடித்தாள். வேலைக் காரி ராணியை அழைத்து, லட்சுமியைத் தேடி அழைத்து வரச் சொன்னேன். ஜில்லுவும் அவள் இடுப்பில் ஏறிக் கொண்டாள். ஐந்தே நிமிடத்தில் பதற்றமாகத் திரும்பி வந்தாள் ராணி.

"ஆமாம்மா... எதிர்ப்புறம் காலிமனை ஒண்ணு இருக்கில்ல, அதுல ஒருமாதிரியா மாடு குந்திக்கினு இருக்கும்மா... பிரசவ நேரம் போலிருக்கும்மா!"

நகரத்தில் பிறந்து வளர்ந்து, கல்லூரியில் சயின்ஸ் படித்திருந்த நான், இதுநாள்வரை மாட்டுக்கு யார் பிரசவம் பார்ப்பார்கள் என்று சிந்தித்ததில்லை. "ஏம்மா ராணி, மாட்டை ஆஸ்பத்திரிக்குக் கூட்டிட்டுப் போகணுமா?"

"அதெல்லாம் வேணாம்மா... எங்க வீட்டாண்ட இருக்கற முருகன் மாடுதானே அது... சொல்லிட்டுப் போறேன். அவன் பார்த்துப்பான். நீ கவலைப்படாதேம்மா...." என்றாள்.

உண்மைதானே! மாட்டுச் சொந்தக்காரன் சினைமாட்டைக் கவனிக்காமல் அவிழ்த்துவிடலாம். ஆனால், பிரசவமானவுடன் மாட்டின் மதிப்பு உயர்ந்து, அது காமதேனுவாக வாரிக் கொட்டுமே! அவனுக்கு இல்லாத அக்கறை எனக்கு ஏன்?

சிறிது நேரத்தில் ராணி கூறிய தகவல் பகீரென்றது. "மாட்டுக்கு ஏதோ ஆயிடுச்சும்மா... கன்னு ஏறுமாறாசிக்கிட்டது போல..."

"ராணி, சீக்கிரம் அந்த முருகனைக் கூட்டிட்டு வா. பாத்திரத்தை அப்புறம் தேய்ச்சுக்கலாம். சீக்கிரம் கிளம்பு..." என்றேன்.

ராணியுடன் ஒரு பட்டாளமே வந்தது. உரத்த குரலில் ஒப்பாரி... "ஐயோ, காமதேனுவா பால் கறந்துட்டு இருந்ததே... இப்படிச் சொணங்கிக் கெடக்குதே..."

தள்ளாடியபடியே வந்த ஒருவனை, ஒப்பாரிப் பெண்முன்னே தள்ளினாள். "இவரு மாடுதாங்க அது... கையில துட்டு இல்லாம,

ஆஸ்பத்திரிக்குக் கூட்டிட்டுப் போவ முடியாம என் குழந்தை சாவுதே..." போட்ட சத்தத்தில் அக்கம்பக்கம் பலதலைகள் எட்டிப் பார்த்தன.

என்னிடமிருந்த இருநூறு ரூபாயைக் கொடுத்தேன். "சீக்கிரம் போய் ஒருடாக்டரைக் கூட்டிட்டு வாப்பா..."

"டாக்டர் இங்க வரமாட்டாரும்மா... மாட்டை டெம்போவுல வெச்சு ஆஸ்பத்திரிக்குத்தான் கூட்டிட்டுப் போவணும். இந்தத் துட்டை வெச்சுட்டு இன்னா செய்ய?"

என் உண்டி. ஜில்லு உண்டி இரண்டையும் உடைத்தேன். இன்னும் ஒரு நூற்றைம்பது தேறிற்று. "சீக்கிரம் போப்பா..." என்று அனுப்பிவைத்தேன். காத்திருந்து பார்த்தேன். டாக்டரும் வரவில்லை, டெம்போவும் வரவில்லை!

ரொம்ப நேரம் கழித்து, முருகன் தெருமுக்கு ஒயின்ஷாப்பில் தடுப்பின் பின்புறம் நன்றாகக் குடித்துவிட்டு விழுந்து கிடக்கிறான் என்று ராணி செய்தி கொண்டு வந்தாள். பாவி... கிடக்கிறபோது, இவனுக்குச் சாராயம் ஒரு கேடா?

என்ன செய்வது? சடாரெனத் தோன்றிய யோசனையில் ப்ளூகிராஸுக்கு போன் செய்தேன். "மாடு சாகக் கிடக்குது... லட்சுமி... லட்சுமி" மேலே பேசமுடியாமல் விம்மி விம்மி அழத் தொடங்கினேன்.

– "டோண்ட் வொர்ரி மேடம்... உங்க விலாசம் குடுங்க... நாங்கவர்றோம்..." கனிவான குரல் கேட்டது.

ஐந்தே நிமிடத்தில் வெள்ளையில் நீலக்கரையிட்ட வேனில் ஒரு டாக்டரும் இரண்டு ஆட்களும் வந்தார்கள். மாட்டைப் பரிசோதித்த டாக்டர், "ப்ரீச்சர் இருக்கு.... நாங்க மாட்டைத் தூக்கிச் சென்று, ஆபரேஷன் செய்து கன்றை எடுத்து விடுகிறோம். மாட்டோட ஓனர் யாரு?" என்று கேட்டார்

"டாக்டர், முதல்ல லட்சுமியைக் காப்பாத்துங்க ப்ளீஸ்... அதன் ஓனர் பிராந்திக் கடையில் விழுந்து கிடக்கிறான். ப்ளீஸ் டாக்டர்..... நான் அவனைச் சமாளிச்சுக்கிறேன்..." என்று கெஞ்சினேன்.

கிரேன் போன்ற ஒன்று மாட்டை அலாக்காகத் தூக்கி வண்டியில் ஏற்றியது. வேன் கிளம்பி அரைமணி கழித்து, வாசலில் ஒரேசத்தம்... 'லபோ, திபோ' என்று முருகன் வாயிலும் வயிற்றிலும் அடித்தபடி நின்றிருந்தான். அவனுடன் பட்டை சாராய கேஸ்கள் ஐந்தாறு பேர் வேறு...

"பால் கொடுத்துட்டிருந்த மாடுபடுத்துக்கினு இருந்தது. அதை இந்த

மாடி வூட்டம்மா திருடி வித்துட்டாங்கோ. படிச்ச பெரியவங்களே, நீங்களே முருவனுக்கு நியாயம் சொல்லுங்க..." லுங்கி அவிழ்வது தெரியாமல் ஒருத்தன் கத்தினான்.

"மாடு எங்கேயும் போகலை. அதை ஏன் இந்தம்மா விக்கணும்? அதை மாட்டு ஆஸ்பத்திரிக்குப் பிரசவத்துக்கு அனுப்பிச்சிருக்காங்க. நாளைக்குக் கூட்டியாரலாம் ..... இப்ப, ரோதனை பண்ணாமப் போங்கப்பா....." பக்கத்து வீட்டுக்காரர் அவர்களைச் சமாதானப்படுத்திக் கொண்டிருந்தார். நான் பயத்தில், சமையலறையில் உறைந்திருந்தேன்.

“என்னசார்... மாடு இன்னா இந்தம்மாமாதிரி பெரிய இடத்துப் பொம்பளையா... பிரசவத்துக்கு ஆஸ்பத்திரிக்குப் போவறதுக்கு? எவனாவது காதுல பூ சுத்தினு இருப்பான்.... அவன்ட்ட போய்ச் சொல்லு!" என்று ஒருத்தன்கத்த, "ஐயாயிரம் ரூபாயை இப்ப எடுத்து வெக்கலே... நடக்கற கதையே வேற..." என்று மற்றவன் மிரட்டினான். – யாரோ போலீஸுக்கு போன் செய்திருப்பார்கள் போலிருக்கிறது. ஆபத்பாந்தவனாக ஒரு கான்ஸ்டபிள் சைக்கிளில் தோன்றினார். என்னை வெளியே அழைத்துத் தைரியம் கூறி நான் கூறுவதையெல்லாம் விவரமாகக் கேட்டுக் கொண்டுவிட்டு, "முருகா... உம் மாட்டுக்குப் பிரசவம் ஆனதும் அம்மாவே உன் வீட்டாண்ட கொண்டு விடுவாங்கப்பா..." என்று சமாதானம் செய்ததுடன் நில்லாமல், “முருகன் காலைலேர்ந்து மாட்டைக் காணாம ரொம்ப நொந்து போயிருக்கான்... ஐந்நூறோ அறுநூறோ கையில இருக்கறதைக் கொடுத்து அனுப்புங்கம்மா.... பாவம், பொழைச்சுப் போறான்" என்றார்.

"என்கிட்ட இருந்த அத்தனை பணத்தையும் அப்பவே கொடுத்துட்டேனே... எங்க வீட்டுக்காரரும் டூர் போயிருக்காரே..." என்றேன் பயத்துடன்.

நல்லவேளை... அதற்குள் போன் மணி அடித்தது. 'அறுவை சிகிச்சை செய்து கன்றை நல்லபடியாக வெளியே எடுத்து விட்டார்களாம். இரண்டு நாள் கழித்து மாட்டை ஓட்டிச்செல்லலாம்' என்றார்கள். செய்தி கேட்டுச் சந்தோஷப்பட முருகன் காத்திருக்கவில்லை .

மாலையில் ஜில்லுவை அழைத்துக் கொண்டு, ஒரு ஆட்டோவில் ப்ளூகிராஸுக்குக் கிளம்பினேன்.

லட்சுமியைப் பார்த்ததும் ஜில்லு கைதட்டிக் குதித்தாள். லட்சுமியின் அருகிலே அழகான சின்னக் கன்றுக் குட்டி. ஒரு இடத்தில் நிற்காமல், துள்ளித் துள்ளிக் குதித்தபடி இருந்தது. வெள்ளையும் பழுப்புமாக நிறம். தாயைப் போலவே ஊடுருவும் கண்கள்.

"அம்மா, கன்னுக்குட்டி சமத்தும்மா... சாக்லெட்தாம்மா..." என்று ஜில்லு கெஞ்சினாள். "ஊஹும்... அது ரொம்ப சின்னப் பாப்பாம்மா.... அது, அம்மா பால்தான் குடிக்கும். சாக்லெட் சாப்பிட்டா, தொப்பை கெட்டுப் போய், உவ்வா வந்து ஊசி குத்தணும்..." என்று சொன்னேன்..

"அம்மா, கன்னுக்குட்டியை நான் தூக்கிக்கறேம்மா..." என்று கெஞ் சியவளின் மடியில் அந்தக் கன்றுக்குட்டியைச் சின்னக் குழந்தையைத் தூக்குவது போல் நாசூக்காகத் தூக்கி வைத்தேன். ஜில்லுகன்றைத் தடவிக்கொடுத்தாள். அதன் முதுகில் முகம் பதித்து முத்தமிட்டாள். தன் பங்குக்கு அது அவள் கையை நக்கியது.

பின்பு அது அவள் மடியிலிருந்து இறங்கி 'ஜிவ்' வென்று துள்ளித் தன் தாயிடம் சென்று, அதன் மடியை நக்கிவிட்டு, மறுபுறம் ஓடியது. நின்று எங்களைத் திரும்பிப் பார்த்தது ஜில்லு அவசரமாக என் புடவை மடிப்பில் முகத்தை மறைத்துக் கொண்டு, "ஜூட்..." என்றாள்.

ஒரு நிமிடம் திகைத்து நின்ற கன்றுக்குட்டி, ஜில்லு பார்க்கும் விதமாக 'ஜம்ப்' செய்து அருகில் வந்தது.ஜில்லு மறுபடியும் புடவை மடிப்பில் மறைய, அதுவும் தன் தாயின் பின்புறம் மறைந்து நின்றது. ஜில்லுகைதட்டி, முகம் காட்ட.... அதுவும் ஓடிவர... பிறந்து ஒரே நாளான அந்த ஐந்தறிவு ஜீவனுக்குக் கண்ணாமூச்சி விளையாடும் அளவு மூளை வளர்ந்திருக்குமோ! இல்லை, இல்லை ... இது என் அதீதக் கற்பனையாக இருக்கும்.

"அம்மா.... அது பாயா, கேர்ளா?" என்று கேட்டாள் ஜில்லு. புல் எடுத்து வந்த ஆளைக் கேட்டேன். "இது கெடாம்மா..." என்றான். விஷயம் தெரிந்தவுடன்ஜில்லு, கன்றுக்குட்டிக்கு சின்னு' என்று பெயரிட்டாள். "அம்மா, சின்னுவை நம்ம வீட்டுக்குக் கூட்டிட்டுப் போலாம்மா..." என்றாள்.

"ஊஹும்... சின்னு ரொம்பச் சின்னப் பாப்பா... சின்னப் பாப்பால்லாம் அவங்கம்மாகூடத்தான் இருக்கணும். அம்மா இல்லைன்னா, பாப்பா அழும். நீ என்கூடத்தானே இருக்கே..... அதுமாதிரி..." ஒரு வழியாக ஜில்லுவைச் சமாதானப்படுத்தி வீட்டுக்கு அழைத்து வந்தேன்.

இரவு அரவிந்த்தைத் தூங்கவிடாமல் நானும் ஜில்லுவும் சின்னு புராணம் பாடினோம். பிறந்து முப்பது மணி நேரமே ஆகும் கன்றுக்குட்டிக்குக் கண்ணாமூச்சி விளையாட வருமா அரவிந்த்?" என்று நான் கேட்டவுடன், அரவிந்த் தலையில் அடித்துக் கொண்டார். இது சரியான பித்துக்குளிக்குடும்பம்டா... இரண்டு வயசுப் பொண்ணுக்குச் சரியா இருபத்தைந்து வயசு அம்மா!"

அடுத்த இரண்டு நாளும் ப்ளூ கிராஸுக்கு போன் செய்து லட்சுமி, சின்னுவின் நலம் விசாரித்தேன். மூன்றாவது நாள் முருகன் அவற்றை அழைத்துப் போய்விட்டதாக அறிந்தேன்.

அன்று மாலை லட்சுமிக்காக நானும் ஜில்லுவும் கேட்டில் மூன்று மணியிலிருந்து காத்துக் கிடந்தோம். நாலு மணிக்குலட்சுமி வருவதைத் தூரத்திலிருந்து பார்த்தபோதே மெய்சிலிர்த்தது. லட்சுமியுடன் நாலுகால் பாய்ச்சலில் ஓட்டமும் துள்ளல் நடையுமாக சின்னு !

லட்சுமியும் எங்களைப் பார்த்துவிட்டது. "ஏற்கெனவே நாளியாச்சுனு ஐயரூட்டம்மாகத்தும் அக்கம்பக்கம் நிக்காம நட....." என்று கயிற்றால் தட்டியதையும் பொருட்படுத்தாமல், என்னருகே வந்தது.

நான் தந்த வாழைப்பழத்தை நிதானமாகச் சாப்பிட்டது. ஜில்லுவின் மிருதுவான கை வருடலை வாலாட்டி ரசித்தது. சின்னுவோ, ஓடிப்பிடித்து விளையாடவே துவங்கிவிட்டது. ஒரு மிருகத்துக்கு இத்தனை பாசமா? அன்பு காட்டுகிறவர்களை அடையாளம் தெரியுமா?

இனிமேல் லட்சுமியுடன் அதிகம் விளையாட முடியாது. முன்போல முருகன் அதை நினைத்த நேரத்தில் அவிழ்த்துவிட மாட்டான். ஏதோ, பால் கறக்க அழைத்துச்செல்லும் போதாவது சில நிமிடங்கள் பார்க்க, விளையாட அனுமதிக்கிறானே... அதுவே பெரிசு!

இன்றும் அப்படித்தான்... “அம்மா, லட்சுமி வருதும்மா..."

“இரு, இரு... பழம் இருக்கு. எடுத்துட்டு வர்றேன்.." .உள்ளே ஓடினேன்.

கைநிறையப் பழங்களுடன் வெளியே வந்தேன். லட்சுமி கேட்டில் நிற்கவில்லை. பழத்தை வாங்கவில்லை.

பேசும் அவள் கண்களில் சிரிப்பு, கனிவு, நட்பு, பாசம் எதுவுமே இல்லை ....

"சின்னுவைக் கீழே விடு... இறக்கிவிடு... அதோட கண்ணா மூச்சி விளையாடணும்..." ஜில்லுவின் குரல் கிரீச்சிட்டது. பார்வையைத் திருப்பினேன்.

முருகன், ஜில்லுவின் கதறல் தாங்காமல் சின்னுவை இறக்கி விட்டான்.

பளிச்சிடும் ஆரஞ்சு பழுப்புக் கால்களைக் கட்டை தாங்க, வைக்கோல் அடைக்கப்பட்டு நின்றிருந்தான் சின்னு.

“சின்னு, ஜம்ப்... சின்னு, ஜம்ப்..." என்று ஜில்லு கத்தக்கத்த, . லட்சுமி கண்ணீர் வழிய நடந்து போய்க் கொண்டே இருந்தாள். .

# சாட்சி

என் வேலை பேப்பரும் பென்சிலும்... இல்லை, இல்லை... பால்பாயிண்ட் பேனாவும் கார்பன் பேப்பரும் வெச்சுட்டு எழுதறது. வரும்படி மோசமாயில்லை. சொல்லப்போனா, எம் படிப்புக்கு ரொம்பவே அதிகம்.

'கல்யாணம் கட்டிக்கிட்டு ஓடிப்போலாமா?'னு வரவா பலபேர், எப்பவோ நாற்பது வருஷத்துக்கு முன்னாடி பண்ணிண்ட கல்யாணத்தை இப்ப ரெஜிஸ்டர் பண்ண வரவா சிலபேர்..... எல்லாரையும் வாசலிலேயே மடக்கி மாரிமுத்து சொல்லிடுவான்.

“என்ன சார்... மேரேஜ் ரெஜிஸ்ட்ரேஷனா? கவலைப்படா தீங்கோ... அங்கே செவத்த நெறமா ஒரு மாமி ஒக்காந்திருப்பாங்க. அவங்களைப் போய்ப் பார்த்தீங்கன்னா, சுலபமா முடிச்சுத் தந்துடுவாங்க!”னு.

மாரிமுத்து பாவம், கால் ஊனம்... ஒரு கை வேற சரியா வராது. எழுதப்படிக்கத் தெரியாது. பகவான் அவனுக்கும் பொழைக்க ஒரு வழி செய்திருக்கான். கொழகொழனு அரை குறையாப் புரியற மாதிரி பேசினாலும் வரவாளை என்கிட்டே கொண்டு சேர்த்துடறான்னோ... அன்னன்னிக்கு இருபது, முப்பது குடுத்துடுவேன்!

என்னோட ஆபீஸுங்கறது, இந்தப் பழைய வீட்டை ஒட்டியிருக்கிற மரத்தடிதான். 'சில்'லுனு காத்தடிக்கும். சில சமயம் மாமரத்திலிருந்து சில்வண்டு கடிக்கும். என்ன பண்றது... அதுக்காக ஏர்கண்டிஷன் ஆபீஸாகட்டிக்க முடியும்?

மழை பெஞ்சா, ஆபீஸ் முன்னாடி இருக்கிற வராண்டாவுல என்னையும்

என்கால் ஒடைஞ்சகுமாஸ்தாமேஜையையும் ஒண்டிக்க மறுப்புச் சொல்லாமலிருக்கிற ரெஜிஸ்ட்ரார் ஐயாவுக்கு நன்றி சொல்லணும். இந்த ஆபீஸிலிருக்கிற பொம்மனாட்டிகளுக்கு என்னை அவ்வளவாப் பிடிக்கிறதில்லை. காரணம், அவாள்லாம் பி.ஏ., எம்.ஏ., ஏன்... இன்னும் அதிகம் கூடப் படிச்சவா. எஸ்.எஸ்.எல்.சி படிச்ச நான், இப்படிப் பணம் சம்பாதிக்கிறது அவாளுக்குப் பத்திண்டு வர்றது.

பெரிய தொகைவரும்போது எல்லாரும்தான் பரிமாறிக்கிறோம். அப்படியும் அந்த லொடலொட மாமியாண்ட கேளு... அந்த லூஸ் மாமிகிட்ட ஃபார்ம் வாங்கிக்க...'னு அஃறிணையில்தான் பேசுவா. ஏதோ பேசிட்டுப் போகட்டும். ஆசை மிஞ்சினாலும் அஃறிணையில்தானே பேசறோம். போகட்டும்.... எனக்கு மனுஷாள் தயவு தேவையாச்சே... வாழ்க்கையில நெறையப்பார்த்தாச்சு!

ஏழ்மை, ஜாதி எல்லாம் ஒண்ணா சேர்றபோது, வாழ்க்கை ரொம்பக் கஷ்டமாயிடறது. ஆமா..... வறட்சிக் கிராமத்துல ஒரு ஏழைக்கடவுகளுக்குப் பூஜை செய்யற பரிதாப குருக்களின் மொதப் பொண்ணாப் பொறக்கறது போல சாபம் வேறு இருக்க முடியாது.

வெளிவாழ்க்கைல படிப்பு, விளையாட்டுனு எதிலும் சலுகைகள் கிடைக்காது. வீட்டுல வறுமையோட ஒத்துப்போகாத மடி, சட்ட திட்டங்கள், ஒழுங்குமுறைகள். கடவுளின் நெவேத்யம் அரைவயித்து சாப்பாடாச்சு. கோயில்ல வரும்படி இல்ல.

கிராமத்திலிருந்த ஒரே பிராமண வீட்டுல விசேஷ காரியங்களுக்கு அம்மா உதவினதில், ஏதோ உடுத்த பழைய துணிகளும் அப்பப்போ விசேஷபட்சணங்களும் கிடைத்தது. வறுமை , அப்பாவிடம் ஒரு கையாலாகாத திமிரை வளர்த்திருந்தது. அதுவும் மூணும் பொண்ணாப் பிறந்துட்டதால, அவங்களை எப்படிக்கரையேத்துறதுனு பயம் வேற.

கிருஷ்ணய்யராத்து மாமி, "கவலைப்படாதேள் குருக்களே... மூணு பொண்ணும் செக்கச்செவேல்னு சொர்ண விக்ரகமாட்டம் இருக்கா! எவனாவது கொத்திண்டு போயிடுவான்!"னு சாதாரணமாச் சொன்னது, அப்பாவின் இயலாமையைச் சுட்டிக்காட்டறதாத் தோண... அவர் எங்களை படுத்திய பாடு இருக்கே!

யாரோ ரெண்டு ஜாதகம் தந்தா. எல்லாம் குருக்களாத்துப் பிள்ளைகள். எங்களைவிட ஏழைப்பட்டவா. ஆனா, ரெண்டு வேளை சாப்பாடு போட்டு, தாலி, புடவை, வேஷ்டி வாங்கக்கூட வழியில்லாம தட்டிப்போச்சு.

வயசு ஏறிண்டு போச்சு. திடீர்னு ஒரு நாள் எதிர்பாராம நடந்த விஷயம் இது. கோயில்ல நூத்தியெட்டு தோப்புக்கரணம் போட்டுட்டு

நிமிர்றேன். என்னையே ஒருத்தர் பார்த்துட்டு நிற்கறார். "என்ன சுசீலா... என்னை ஞாபகம் இருக்கா?" ங்கறார். பேந்தப் பேந்த முழிக்கிறேன்.

"ஸ்கூல்ல உன் சீனியர் சிவகுமார். எங்கப்பாகூட நம்ம ஸ்கூல்ல டீச்சரா இருந்தாரே.... இப்ப, நான் திருச்சியில் ஒரு கம்பெனியில வேலையா இருக்கேன். நீ என்ன செய்யறே?"

"நானா?"" சிரிக்கிறேன். "எஸ்.எஸ்.எல்.சி–யில ஃபெயிலா யிட்டு அடுப்பூதிண்டு இருக்கேன்..." என்கழுத்தைப் பார்க்கிறான்.

“என் வீட்டுல வந்து அந்த அடுப்பை ஊதேன்...”

“விளையாடறியா?"

“நெஜமாதான் கேக்கறேன் சுசீ... சாயந்திரம் உங்கப்பாகிட்ட வந்து கேக்கட்டுமா?"

"உன்னோட என்னையும் சேர்த்துக் கொலை பண்ணிடுவார்."

“என்னைவிட பெட்டரான மாப்பிள்ளை பார்த்திருக்காரா உனக்கு?"

நான் சிரிக்கிறேன்.

"மாப் பிள்ளையா... அடுத்த வேளை சோத்துக்கே வழியில்லை!"

"எனக்கு அதெல்லாம் கவலையில்லை. நான் செலவழித்துக் கல்யாணம் பண்ணிக்கறேன். இல்லை, ரெஜிஸ்டர்பண்ணிக்கலாம். எங்க குடும்பம் மார்க்சிஸ்ட் குடும்பம். தெரியுமில்லையா?"

“ரொம்பவே நல்லது! அப்பா நெஜமாவே கொள்ளிக் கட்டையோட வருவார்..."

“அப்பாவை விடு... உனக்குச்சம்மதமா?"

“எனக்கா... தெரியலையே! எனக்கு உன்மேல காதல், கீதல் எதுவும் இந்தப் பத்து நிமிஷத்துல வரலை. உனக்கு என் சேப்புத் தோலைப் பார்த்ததும் அப்படி ஏதாவது வந்துடுத்தா?"

"அப்படியில்லை. எனக்கு ஸ்கூல்ல நாள்லயே உன்மேல ஒரு ஈர்ப்பு இருந்தது. இன்னிக்கு, பத்து வருஷம் கழிச்சு உன்னைப் பார்க்கிற போது உடம்பெல்லாம் பதறி, நெருப்பா எரிஞ்சு, என்னவெல்லாமோ ஆச்சு..."

"கேக்கவே நன்னாயிருக்கு! ஆனா, இந்தக் கல்யாண மெல்லாம் சரிப்பட்டு வருமா? உங்கபழக்கம், எங்க பழக்கம் எல்லாம் வேற வேற... கோழி, மாடு, ஆடுனு என்னென்னவோ சாப்பிடுவேள்! தவிர, நீங்கள்லாம் சாமியே இல்லேங்கறவா.... ஒத்துப்போகாது இதெல்லாம்!"

சிவகுமார் சிரிக்கிறான். 'நான் நான்வெஜ் சமைக்கவோ, சாப்பிடவோமாட்டேன்னு சத்தியம் செய்யறேன். அதோட நீ பூஜை செய்யறதையோ, சாமி கும்பிடறதையோ நான் தடுக்க மாட்டேன். உனக்கு எல்லா விஷயத்துலயும் முழுச் சுதந்திரம் உண்டு. ஒருவேளை, நான் உங்க ஜாதியில்லைனு உங்கப்பா நம்ம கல்யாணத்துக்குச் சம்மதம் தரலைன்னா, நீ என்னோட தைரியமா வந்து, கல்யாணம் பண்ணிக்கத் தயாரா?"

எந்தத்தைரியத்தில் சொன்னேன்னு தெரியலை. "சம்மதம்..." என்றேன்.

சாயந்திரம் சிவகுமாரும் அவங்கப்பாவும் பழத்தட்டுடன் வந்தா. அவங்களுக்கு காபி கொடுக்க, வீட்டில் பால் இல்லை. உட்காரவைக்க ஸ்டூலோ, பாயோ இல்லை. ஆனா, அப்பாதன் ஜாதி மகாத்மியம் பாடினார். தன் பிணத்து மேலதான் இந்தக் கல்யாணம் நடக்கும்'னு சொன்னார். வந்தவங்களை எள்ளி நகையாடினார். அவங்க எடுத்து வந்த பழங்களை வெளியே வீசினார். தலையைத் தொங்கப் போட்டுக்கொண்டு அவங்க வெளியேறிய பிறகு, என்னை விறகுக்கட்டையால் வெளுத்து வாங்கினார்.

அன்னிக்கு ராத்திரி நான் வீட்டைவிட்டு வெளியேறினேன். சிவகுமாரை ரெஜிஸ்டர் மேரேஜ் செய்துகொண்டு , மகா சந்தோஷமாக நாலு வருஷம் திருச்சியிலும் நாலு வருஷம் மெட்ராஸிலும் வாழ்ந்தேன்.

என் தங்கை லலிதா, முனிசிபாலிட்டியில் பியூனாயிருந்த நல்லண்ணன் பையனோட ஓடிப்போயிட்டானு எங்க மாமனார் சொன்னபோது சந்தோஷமா இருந்தது. மாமனார், மாமியார். போனபோதுகூட, நான் ஊர்ப்பக்கம் போனேனேதவிர, எங்காத்துப் பக்கம் போகலை. போகணும்னு தோணலை... அவ்வளவுதான்!

எங்காத்துக்காரர் சிவகுமார் ரொம்ப அருமையான மனுஷா. என்னை ராஜாத்தி மாதிரி வெச்சிண்டார். எங்கப்பா மாதிரி அவர் என்னைக் கோச்சுண்டதோ, அடிச்சதோ, சத்தம் போட்டதோ... ஒரு நாள்கூட இல்லை . இவர் பேச்சுல ஒரு இதம் இருக்கும். மனுஷன் சமையலுக்கு கூடநின்னு கறிகாய் நறுக்கித் தருவார். ஒரு நாள் தலைவலிக்குதுனு சொன்னப்ப, தானே ரசம் வெச்சு, கரைச்சு எடுத்துண்டு வந்தார். சொல்ல வெட்கமா இருக்கு..... சில சமயங்கள்ல... ஊட்டியே விடுவார்! லோகத்துல எத்தனை பேர் பொண்டாட்டி மேல இத்தனை ஆசை வைக்கிறா! நான் எத்தனை அதிர்ஷ்டம் பண்ணினவள் னு பூரிச்சுத்தான் போனேன்.

எங்களுக்கும் ஒரு குறை இருந்தது. வருஷம் கழிஞ்சதே தவிர, வயித்துல ஒண்ணும் உண்டாகலே. கைப்பணம் நிறைய செலவு பண்ணினோம்.

ரெண்டு பேருக்கும் ஒண்ணும் தப்பில்லைன்னுட்டா. நான் பகவானை வேண்டிண்டேன்.

அவாள்லாம் பகவான் நம்பிக்கை இல்லாதவா. ஆனா, செஞ்ச காரியம் தான் என்னை அப்படியே உருக்குலைச்சிடுத்து. எட்டு வருஷம் உடம்பா, உசிரா ஒண்ணா இருந்த ஒருத்தர் செய்யற காரியமா அது?

அன்னிக்கு ஆபீஸ்லேயிருந்து வர்றபோது, ஒரு அம்மாவைக் கூட்டிண்டு வந்தார். முப்பத்தஞ்சு, நாற்பது வயசிருக்கும். அதாவது, எங்காத்துக்காரர் வயசு. உசரமும் தாட்டியும் மாநிறமும் கொண்டைத் தலையுமா, பள்ளிக்கூட ஹெட்மிஸ்ட்ரஸ் மாதிரி இருந்தா!

ரெண்டு பொட்டியோட ஆட்டோவிலேயிருந்து இவரோட இறங்கவும், நான்தான் அசடாச்சே... யார்னு கேட்காமலே , "வாங்கோ.... வாங்கோ"னு வரவேற்கிறேன். அந்தம்மாகண்கள்ல மிரட்சி. தயங்கறா. எங்காத்துக்காரர் என்னை ஒருமாதிரியா பார்க்கறார். நான் பொட்டியை சொமக்கமாட்டாம சொமந்து உள்ளே வைக்கிறேன். ரெண்டு பேருக்கும் காபி, டிபன்தர்றேன்.

"இவா யார்னு சொல்லலையே?"னு கேட்டேன். "எங்க ஆபீஸ்லதான் வேலை செய்யறா. ரோஸினு பேரு..." அப்படினு அறிமுகப்படுத்தினார். அப்பக்கூட எனக்கு விகல்பமா எதுவும் தோணலை. எங்கையால விருந்து பண்ணிப்போட்டேன்.

"ஏன்னா, பெட்டி படுக்கையோட வந்திருக்காளே... இவா நம்மாத்திலே எத்தனை நாள் இருப்பா? இவாளுக்கு எங்கே படுக்கை போடட்டும்?"னு அப்பிராணியா கேட்டேன். "உள்ளே வா, பேசுவோம்"னார்.

"இதோ பாரு சுசீலா... கல்யாணமாகி எட்டு வருஷமாறது. நமக்குக் குழந்தையில்லை. நம்ம ரெண்டு பேருக்கும் குழந்தை ஆசை ரொம்பவே இருக்கு. நம்மால முடிஞ்ச அளவு மருத்துவச் செலவு செய்துட்டோம். இனிமே செயற்கை கருத்தரிப்புக்கெல்லாம் பண வசதியில்லை.

ரோஸி, எங்க ஆபீஸ்லமெடிக்கல் செக்ஷன்ல வேலை பண்றா. டைவர்ஸி... நர்ஸிங் படிச்ச கிராஜுவேட். எந்த கமிட்மெண்டும் இல்லாதவ. அவளுக்கு செகண்ட் வொய்ப் ஆவறதுல ஒரு பிரச்னையும் இல்லை. அவ மூலமா குழந்தை பிறந்தா, நீயும் சந்தோஷப்படுவேனு நிச்சயமா எனக்குத் தெரியும்!"

அவரை அப்படியே எரித்து விடறாப்ல பார்க்கிறேன். 'பாவி... உன் ஞானம் இவ்வளவுதானா? இவ்வளவு கேவலமான பொறுக்கியா நீ? எனக்கும் உனக்கும் குழந்தை வேணும்னு ஆசைப்பட்டேனேதவிர, உனக்கும் இன்னொருத்திக்கும் குழந்தை பிறக்கணும்னு நான்

ஆசைப்படலையே...' நான் எதுவும் சொல்லலை. என் பார்வை என்ன சொல்லித்தோ, தெரியாது.

மறுநாள் அவா ரெண்டு பேரும் ஆபீஸுக்கும் போன பிறகு ரொம்ப யோசிச்சு ஒரு காரியம் பண்ணினேன். பாங்க்ல எம் பேர்ல இருந்த கொஞ்சப் பணம், நாலஞ்சு புடவை, என் கல்யாண ரெஜிஸ்டரேஷன் சர்டிபிகேட் எல்லாத்தையும் ஒரு பையிலே எடுத்திண்டு, வீட்டைப் பூட்டிச் சாவியைப் பக்கத்தாத்துல கொடுத்துட்டுக்கிளம்பிட்டேன்.

எங்கே போறேன்னு தெரியாது. எட்டு வருஷத்துக்கு முன்னாடி எப்படிப் பெத்தவாளைத் தொடச்செறிஞ்சுட்டு கிளம்பினேனோ, அப்படியே மறுபடியும் சுத்தமாக எல்லா உறவையும் மனசுலயிருந்து அடையாளமில்லாம அழிச்சுட்டுக் கிளம்பிட்டேன்.

அப்போ போற இடம் தெரியும். கூடப் பிரயாணம் பண்ணத் துணை இருந்தது. இப்ப அப்படியில்லை! நான் தனி... எங்கே போகணும், என்ன செய்யணும்... ஒண்ணும் புரியலை. நேரே திருப்பதிக்கு டிக்கெட் வாங்கினேன். ஒரு மாதம் தர்ம தரிசனமும் இலவச சாப்பாடும் தொடர்ந்தது, திடீரென்று மனசு 'இது சரியில்லை' என்றது. பஸ் ஏறித்திரும்ப மெட்ராஸுக்கு வந்தேன்.

நான் மொதல்ல சொன்னாப்ல, பகவான் யாரையும் கைவிடறதில்லை. ஒரு கோயில் பிராகாரத்தில், ராத்திரி பாதுகாப்பா எங்கே படுத்துக்கலாம்னு யோசிச்சிண்டிருந்த என்கிட்ட, மாரிமுத்துவைக் கொண்டுவந்து அடையாளம் காட்டியதும் அவன்தானே...

என் முன்னால பைத்தியம் மாதிரி ஒருத்தன் "மாமி, மாமி"னு வாயில் எச்சில் வழிய நிற்கிறான். "என்னடா வேணும்?"னு அதிகாரமா மிரட்டினேன். கையும் காலும் கோணிண்டு விசித்திரமான பிராணி மாதிரி இருக்கான்.

"மாமி, நல்ல புடவை கட்டிண்டு சாட்சிக் கையெழுத்துப் போடவரேளா? ஐம்பது ரூபா வாங்கித் தர்றேன்..." – மிகக் கஷ்டப்பட்டு அவன் பேசறதைப் புரிஞ்சுக்கறேன். அப்போ அங்கே வயதானசாஸ்திரிகள் ஒருத்தர் வருகிறார்.

மாரிமுத்து அவரைக் காட்டுகிறான். "இந்த மாமா கூட வருவார்..." அந்த சாஸ்திரிகள் என்னை மேலும் கீழும் பார்க்கிறார். "யாரும்மா?" – இப்போ நான் சிவகுமார் பொண்டாட்டி இல்லை. எனக்கும் சாமர்த்தியம் வந்து விட்டது, "குருக்களாத்துப் பொண்ணு மாமா... இவன் ஏதோ சொல்றானே?"

"அது ஒண்ணும் தப்பில்லை. எந்தக் காலத்திலேயோ கல்யாணம்

செய்துண்டவாளை, இப்போ ரெஜிஸ்டர் பண்ணணும் கிறதுக்காக கல்யாணம் 'அட்டெண்ட்' பண்ணினவாளை அழைச்சுண்டு வா, கல்யாணம் செய்து வைச்ச வாத்தியாரைக் கூட்டிண்டு வான்னா எங்கே போவா? நாமதான் போய் உதவணும். நமக்கும் ஏதோகாசு கெடைக்குது!"

எனக்குசாஸ்திரிகள் ஆத்துலதங்கறதுக்கு பாதுகாப்பான இடம் கிடைத்தது. முதல்ல கல்யாணங்கள்ல சாட்சிக் கையெழுத்துப் போடறதுல துவங்கி, அப்புறமா ஃபார்ம்' எழுதுறது, ஒண்ணுமே தெரியாம ஆபீஸுக்குவர்றவங்களுக்கு விவரமாபுரியவைக்கிறதுனு எல்லாத்துக்கும் ஒரு விலை வைத்துச் சம்பாதிக்கக் கத்துண்டுட்டேன்.

வெளிநாடு போறதுக்காகக் கல்யாண ரெஜிஸ்ட்ரேஷன் செய்யவராளே... அவாளாலதான் எனக்கு வரும்படி. எத்தனையோ வருஷம் முன்னாடி கோயில்லயோ, கல்யாண மண்டபத்திலயோ கல்யாணம் நடந்திருக்கும். மூணு குழந்தை பெத்து சௌக்கியமா குடித்தனம் நடத்திண்டு இருப்பா. திடீர்னு எம்பஸில் மேரேஜ் ரெஜிஸ்ட்ரேஷன் சர்டிபிகேட் வேணும்பா. உடனே அரக்கப்பாக்க இங்கே ஓடிவருவா. எந்த ஜூரிஸ்டிக்ஷன்ல கல்யாணம் நடந்துதோ, அங்கேதான் சர்டிபிகேட் பெறமுடியும். அதுக்கு ஃபார்ம் பூர்த்தி செய்யணும். கல்யாணப் பத்திரிகை அட்டாச் செய்யணும். அதை யாருஜாக்கிரதையா வெச்சிருக்கப்போறா, சொல்லுங்கோ...

கல்யாணம் செய்து வெச்ச புரோகிதரோட முழு விலாசமும் கையெழுத்தும் வேணும். கல்யாணத்தை அட்டெண்ட் செய்த உறவுக்காரா நாலு பேர் நேரா வந்து சாட்சி கையெழுத்துப் போடணும். இது அத்தனையும் ஆனபிறகு சர்டிபிகேட் மெதுவா வரும்.

விவரம் கேட்டதுமே சிலவா, மயக்கமடிச்சு விழாத குறைதான். அதோட, கால்ல கஞ்சியைக் கொட்டிண்டு வருவா. அவாளுக்கு கவுன்சிலிங் கொடுக்கத்தானே நான் இருக்கேன். இந்த லோகத்துல முடியாத காரியமே இல்லை. பகவான் எல்லாத்துக்கும் ஒரு வழி வெச்சிருக்கான்.

"மாமி..." – மாரிமுத்து அழைக்கிறான்.

"என்னடா?"

"ஒருத்தர் விசாரிக்க வந்திருக்காரு!"

"என்ன வாம்?"

அந்த ஆளே வந்தார்....

“மேடம், என் ஃப்ரெண்டுக்குத் தான்... அவர் ஹிண்டு. வொய்ஃப்கிறிஸ்டியன்!"

“ஹிண்டு வெட்டிங்கா, சர்ச்வெட்டிங்கா?"

"ரெண்டுமில்லை ..... ஏதோ வீட்டுல மாலை மாத்திண்டாங்களாம். பத்து வருஷமாறது. இப்ப, அந்தம்மாக்கு வெளிநாட்டுல வேலை கிடைச்சிடுச்சு. இவர்கூடப் போக மேரேஜ் சர்டிபிகேட் வேணும்..."

"ரொம்பக் கஷ்டம் சார்...."

"சில்ட்ர ன் இருக்கா? ஸ்கூல் சர்டிபிகேட்..."

“நோ இஷ்யூஸ்!"

“சார். இன்டர்ரிலிஜஸ் மேரேஜ்... நோ எவிடென்ஸ்..."

"நீங்க எப்படியும் சரிபண்ணிடுவீங்கனு சொன்னாங்க, செலவைப் பார்க்க வேணாம். அவங்களை வரச்சொல்லட்டுமா?"

“செலவு கூட ஆகும். அப்புறம் கோபப்படக்கூடாது..."

"எத்தனை ?"

"பத்து ..... இப்ப உங்களை அழைச்சுட்டு வந்தானே! அவன்கிட்டேயே தைரியமாதரலாம். பார்ட்டியை அனுப்புங்க... ஃபார்மை எப்படி ஃபில் பண்ணணும்னுகாமிக்கிறேன்..." –

“ரொம்ப நன்றிங்க. அவங்களை அனுப்பிவைக்கறேன்...'"ஆள் நகர்கிறான்.

“நீயா சுசீலா?"

தலை நிமிர்ந்து பார்த்தா, சிவகுமாரும் ரோஸியும்! அட, நர்ஸம்மாவுக்கு இப்ப வெளிநாட்டுல வேலை கிடைச்சிருச்சா? சிவகுமார் பாவம், இவ வயித்துலயும் ஒண்ணும் பிறக்கலையா?

சிவகுமார் படபடப்புடன் ஏதோ பேச ஆரம்பிக்கிறான். நான் எதுவுமே நடக்காதது மாதிரி, எந்த உணர்ச்சியும் இல்லாம ஃபார்மைக் கொடுக்கிறேன். விதிமுறைகளைச் சொல்றேன். சாட்சி, மற்ற விஷயங்களை நான் ஏற்பாடு செய்வதாகச் சொல்றேன்.

“தாங்க்யூ, தாங்க்யூ..."னு ரெண்டு பேரும் நன்றி சொல்லிட்டு நகர்கிறார்கள். அசடுகள்...!

நான் மட்டும் கல்யாண ரெஜிஸ்ட்ரேஷன் எவிடன்ஸோடு போலீஸுக்குப் போனா என்ன ஆகும் தெரியுமோ?

எட்டு வருஷம் என்னை நன்னாவே வெச்சிண்டிருந்தே. அதனால,

நான் உன் கையில விலங்கு மாட்டினா எனக்குக் கஷ்டமாத்தான் இருக்கும். ஃப்ராடு கேஸ்ல எத்தனை நாள் உன்னைப் போடுவாளோ, தெரியாது. உன் வேலை போனாலும் போகும். எம்பஸில் உன்னை , உன் பார்யா, அதாவது... உன் வைப்பாட்டி வேலை பண்ற இடத்துக்குப் போகவே விடமாட்டா.

சிவகுமார், நீ ரொம்பப் பாவம்...

பகவான், எல்லாத்தையும் பார்த்துண்டு சும்மாயிருக்க மாட்டார். அவர் மகாவிஷமி!

# நேரமில்லை எனக்கு

மே மாத வெயிலில் ஆட்டோ பயணம் கூடத் துன்பம்தான். அதுவும், வயது ஏற , ஏறச் சின்ன விஷயங்களுக்குக்கூட நிறையப் பிரயாசை தேவைப்படுகிறது. இந்த ஆட்டோ டிரைவருக்கும் வயது ஐம்பதுக்கு மேலிருக்கும். வண்டி ஓடும் போது காற்றடிக்கும் என்றாலும் கத்தரி வெயிலில் தெரு முனைகளில் காத்திருப்பது என்பது சுலபமா? பாவம் என்னைப் போல் இவரால் ஐம்பத்தைந்தாவது வயதில் 'டாண்' என்று ரிடையராகி விசிறி அடியில் உட்கார முடியுமா? உட்கார்ந்தால் அடுத்தவேளைச் சோறு; ஒரு கால் சோறு போடப் பிள்ளையிருப்பானா? அரைமணியில் சந்தித்த ஒரு ஓட்டுனரின் சரித்திரத்தை எப்படி விசாரிப்பது. மூப்பும், நோயும் ஏழை, பணக்காரன் என்று வித்தியாசம் பார்க்காது. அது மட்டும் தெரியும்.

"ஹலோ டாக்டர்! நான் மிஸஸ் சுந்தரம் டாக்டர் சந்திரனின் பேஷண்ட். நேற்று ஸ்கானிங், மற்ற டெஸ்டுகள் செய்தீங்களே."

"யெஸ்... யெஸ்... ஐ ரிமெம்பர் ஆனா... நீங்க... ஐ மீன்... உங்க டெஸ்ட் ரிசல்ட்ஸை டாக்டர் சந்திரனுக்கு அனுப்பி விட்டேன். அவரிடமே நீங்க பேசறது நல்லது"

சாவித்ரிக்கு சட்டென்று கோபம் வந்தது. என்னை நேரே சந்தித்து நாளை ரிசல்ட் வாங்கிக்குங்க என்று இந்த ஸ்பெஷலிஸ்ட் கூறியதால் தானே வெயிலில் ஐந்து மைல் வந்திருக்கிறாள். விசிட்டுக்கு ஐம்பது ரூபாய் வாங்கும் டாக்டருக்குப் பேஷண்டுடன் பேசக்கூடவா தயக்கம்.

"ஸாரி டாக்டர் பட் நீங்கதான் என்னை இங்கே வரச் சொன்னீங்க."

குரலிலிருந்த கண்டிப்பு டாக்டரைச் சற்றே உறுத்தியது. மிஸஸ். சுந்தரம்..... ப்ளீஸ் உட்காருங்க. வெயிலில் அதுவும் தனியே வந்திருக்கீங்க. உங்க பேமிலி டாக்டர் கூறியதால்தான் ரிபோர்ட்ஸை அவரிடமே அனுப்பினேன். "டாக்டர் சாவித்ரியின் வெற்றுக் கழுத்தையும், நெற்றியையும் கூர்ந்து பார்த்தார். தயக்கத்துடன் "மிஸ்டர் சுந்தரம்..."

"அவர் மாஸிவ் ஹார்ட் அட்டாக்கில் இறந்து ஏறக்குறைய இருபது வருஷமாச்சு."

"ஓ... எத்தனை குழந்தைகள் உங்களுக்கு?

"எங்களுக்குக் குழந்தைகளில்லை. ஒரு குழந்தையாவது அடாப்ட்' செய்துக்க எண்ணியிருந்தோம். அவர் திடீர்னு போய் விடவும் நான் அந்த எண்ணத்தைச் செயலாக்கவில்லை. மேலே பி.எட். படித்து டீச்சரானேன்."

டாக்டர் மேஜையிலிருந்த கண்ணாடி உருண்டையை அனாவசியமாய் உருட்டினார், ஏதோ பேச ஆரம்பித்து மென்று விழுங்கினார். "நீங்க யார்கூட இருக்கீங்க?"

"யார் கூடவா?" சாவித்ரி சிரித்தார். "வாட்டு யூ மீன். என் கணவர் இறந்ததிலிருந்து தனியாகத்தான் இருக்கேன்."

"உங்க கூட யாருமில்லையா?"

சாவித்ரிக்கு சங்கடப்படுவதா, சிரிப்பதா என்று புரியவில்லை. நம் சமூகத்தில், தனியாக வசிக்கும் பெண் அவள் எந்த வயதுக் காரியாக இருந்தாலும் வியப்புத்தான். மனு எழுதிவைத்திருக்கிறான் பெண் தந்தை, கணவன் மகன் என்று பாருடைய பாதுகாப்பிலாவது. இருந்தே ஆக வேண்டும். இவற்றில் யாருமில்லாதவருக்கு ஒரு உறவினராவது இருந்தாக வேண்டியது கட்டாயம் "நான் தனியாகத்தான் வசிக்கிறேன்" தனியாகவில் அழுத்தம் தந்தாள். டாக்டர் கண்ணாடி உருண்டையை இன்னும் வேகமாக உருட்டினார். "தனியாக இருப்பது நல்லதல்ல..."

சாவித்ரி எழுந்து கொண்டார். தேங்க்யூ டாக்டர். வர்றேன். நீங்கள் நேற்றே எனக்குப் புரியும்படி பேசியிருந்தால் இந்த விஸிட்டைத் தவிர்த்திருப்பேன்."

டாக்டர், சாவித்ரியுடனேயே வெளியே வந்தார். "சாரி.... டாக்டர் சந்திரனிடம் நீங்க போக வேண்டாம். யாராவது ரெஸ்பான்ஸிபிளாக அனுப்புங்கள்."

அட போ... உன் பெண்டாட்டிக்குப் பிரச்சினை, குழந்தைக்குக் கஷ்டம்னா நீ பொறுப்பா ஓடுவே . எனக்கு பாதுகாப்பு, பொறுப்பு

எல்லாம் நானேதான் என்று கத்த வேண்டும் போலிருந்தது.

வாயிலில் அதே ஆட்டோ காத்திருந்தது. இந்நேரம் டாக்டர் சந்திரன் க்ளினிக்கிலிருந்து கிளம்பியிருப்பார். இனி சாயந்திரம்தான் அவரைப் பார்க்க முடியும் காலையிலேயே காந்தம்மா வரவில்லை. நேரே வீடு திரும்பினால் வீட்டு வேலையாவது முடிக்கலாம்.

பூட்டிய கேட்டுக்கு வெளியே காந்தம்மாள் உட்கார்ந்திருந்தாள். ஐயோ பாவம்... வெயிலில். மடியில் ஒரு குழந்தை வேறு.

“அம்மா, காலையிலே நேரத்தோட வரமுடியவில்லை."

"பரவாயில்லை, வா உள்ளே..."

“அம்மா, உங்களுக்கு ஒரு சின்னக் கஷ்டம்மா."

“என்ன காந்தா?"

“நேத்து மேற்குப்புறச் சேரியிலே தீப்பத்திக்கிட்டதிலிருந்து இன்னைக்கு எங்க பக்கம் தீ பத்திக்கும்னு ஒரு பொரளிம்மா..... பொரளியோ, நெசமோ, இந்தச் சப்பாணியைத் தனியா வூட்டுல உட்டுட்டு வர மனசு கேட்கலை. கூடவே தூக்கியாந்துட்டேன். உள்ளே கூட்டியாரல்லைம்மா கேட்டாண்டயே குந்த வச்சிறேன்."

"இந்த வெயில்ல நடக்கக்கூட முடியாத குழந்தையைத் தனியா கேட்டுக்கு வெளியே வுடுவியா... உள்ளே தூக்கிட்டு வா."

புரிந்தாற்போல் காந்தம்மாவின் இடுப்பிலிருந்த மூன்று வயதுக் குழந்தையின் அழுக்கு முகத்தில் அழகுச் சிரிப்பு விரிந்தது.

"பையன் பேசுவானில்லை. உம் பேரென்னடா?"

“ராசா, நடராசா..." நடையே தெரியாத அந்த ராசா மழலையில் மிழற்றினான்.

பள, பளவென்ற கருப்பு நிறம். அந்தப் பெரிய கண்களில் மட்டும் பௌர்ணமி நிலவு... "ஏன் காந்தா குழந்தையை இவ்வளவு அழுக்கா வச்சிருக்கே.. குளிப்பாட்டவே மாட்டியா?"

"ஆமா, குடிக்க... சமைக்க ஒத்தக் கொடம் தண்ணி கொண்டாரவே அரைமைல் போயி ஆயிரம் வாய்ச் சண்டை. கைச்சண்டை போட வேண்டியிருக்கு. இவனுக்குக் குளிப்பாட்டி, சீவிச் சிங்காரிக்க இவன் என்ன சினிமா ஸ்டாரா? என் தலைவிதி பொறந்தது நல்லா இருக்கக் கூடாதா... தடுப்பூசி போடறதுக்குள்ள காலே வௌங்காம போயிடிச்சு..."

"வைத்தியம் செய்யலையா?"

"என்ன செய்யறது. எழும்பூர் ஆஸ்பத்திரியில காட்டுன்னாங்க அங்க சீட்டுப் போட்டு, டாக்டர் பார்த்து, மருந்து, மாத்திரை தர நாலுமணி நேரமாகும். அத்தோடு, நாளக்கி வா, நாளன்னிக்கு வா, தெனாக்கும் வந்து மருந்து வாங்கிக்கம்பாங்க. இவனோட நான் கெடந்து மல்லாடினா எம்பொழப்பு என்ன ஆவறது? புருசன்காரன் ஒயுங்கா இருந்தா நா புள்ளையைக் கவனிக்கலாம். அவன்தான் கூத்தியாவூட்டோட போ யிட்டானே. பெத்த பாவத்துக்கு என்னாலானது இவன் வவுத்துக்குப் போடறேன்." காந்தா அலுத்துக் கொண்டாள்.

"குழந்தை எதிரே அப்படியெல்லாம் 'பேசாத காந்தா. அவனை இங்க உட்காரவச்சுட்டு நீ போய் வேலையைக் கவனி..."

எதிரே உட்கார்ந்து குறு, குறுவெனப் பார்க்கும் குழந்தைக்கு ஏதாவது தர வேண்டும். இந்த வீட்டில் குழந்தையா, குட்டியா, பிஸ்கட், மிட்டாய் எதுவும் கிடையாது. கை நிறையப் பொட்டுக் கடலை எடுத்து வந்தார்.

"இந்தாசாப்பிடு..." நீண்ட கையில் அடையாய்த் தெரு மண் இது வேறு ஏதாவது இன்பெக்ஷன் வரணுமா...." அழுக்கு....... வா கழுவி விடறேன்." குழந்தையைத் தூக்கினாள்.

"அம்மா, அதை நீங்க ஏம்மா தூக்கறீங்க?" காந்தா அரப்பு கையுடன் ஓடி வந்தாள்.

"நீ போயி உன் வேலையைக் கவனி. உன் பிள்ளையை நல்லா சோப்புப் போட்டுக் குளிப்பாட்டி. சோறு போடப் போறேன்" என்ற எஜமானியை காந்தம்மா வியப்புடன் பார்த்தாள்.

நடராஜனுக்கு குளியல் விளையாட்டாக இருந்தது. அவன் கையை வீசி, வீசிச் சிரிக்க சாவித்ரியின் முகத்திலும், உடம்பிலும் நீர் பரவியது. "உதைக்கிறேண்டா படவா" என்று செல்லமாய்க் கொஞ்சினாள்.

குழந்தை படு சுட்டி. இடுப்புக்கு மேல் கொழு, கொழு என்று செழுமையாக இருக்கும் குழந்தைக்கு கால் மட்டும் இப்படித் துவண்டுள்ளது. வாழ்வு முழுதும் இவனை யாராவது தூக்கி உட்காரவைக்க வேண்டும். வளர்ந்த பிறகு பாத்ரூம் செல்லக்கூடத் தாயை எதிர்பார்க்கும் போது எப்படி அவமானத்தால் உடைவான். வளர்ந்த ஆண்பிள்ளையை நோஞ்சான் காந்தம்மாள் எப்படித் தூக்குவாள்? ஏண்டா பிறந்தே என்று தினம் சபிப்பாளோ? இவனுக்குப் பள்ளிப்படிப்பு வெளி உலக அறிவு எதுவுமே கிட்டாதா? இறக்கும் வரை சின்னக் குடிசையில் தரையைத் தேய்த்துக் கொண்டு சோற்றுக்காக மட்டும் வாழ்வானா.. நோ.... நோ.... மனிதனாகப் பிறந்த எவனுக்கும் நடக்கவே கூடாத அநீதி, இது.

இவனை ஊன்றுகோலுடனாவது நிற்கவைக்க முடியாதா... டி.வியில் ஜெய்ப்பூர் கால், காலிபர் ஷூ என்றெல்லாம் காட்டுகிறார்களே, அவற்றில் ஏதாவது ஒன்றாவது இவனுக்குப் பொருந்தாதா? இவனை ஆஸ்பத்திரிக்கு அழைத்துப் போக இவன் அம்மாவுக்கு நேரமோ, பணமோ, மனபலமோ இல்லை. காந்தம்மாவுக்கு நேரமில்லை. ஆனால் உலகத்து நேரமெல்லாம் என்னிடம் உள்ளதே. ரிடையரான திலிருந்து பொழுதைக் கழிப்பது தான் பிரச்சினையாக உள்ளது. நானே மருத்துவரிடம் அழைத்துப் போவதனால், அதிகம் முடியாது என்றாலும் ஒரு உதவியற்ற குழந்தைக்கு நூறு, இருநூறு ரூபாய் செலவழிக்க என்னால் கட்டாயம் முடியும்.

மாலையில் குழந்தையும், கையுமாக வரும் சாவித்தி சுந்தரத்தை டாக்டர் சந்திரன் வியப்புடன் பார்த்தார். "நானே வீட்டுக்குப் போறப்ப வரணும்னு இருந்தேன். நீங்க ஏன் சிரமப்படறீங்க. யாரு கொழந்தைங்க இது?"

"எங்க வேலைக்காரி குழந்தை..."

"நீங்க தூக்கணுமா?"

"பரவாயில்லை ..." சாவித்ரி, நடராஜனை நாற்காலியில் உட்கார வைத்தார். காலையில் ஸ்பெஷலிஸ்டிடம் அனாவசியமாக அலைந்ததைக் கூறினார்.

'சாரி மேடம் சில காரணங்களால அவர், பேமிலி டாக்டரா உங்களோட பழகிய நானே, உங்களோட பேசறது நல்லதுன்னு நினைச்சார். இனிமே நீங்க உங்க ரிலேடிவ் யாரையாவது உங்களுடன் தங்க வச்சுக்கணும். ஆபத்து அவசரம்னா..."

இருபது ஆண்டுகளாகத் தன்னை நன்கு அறிந்த சந்திரனும் ஏனிப்படிப் போதனை செய்கிறார் பேச்சை மாற்ற வேண்டும். 'டாக்டர் இந்தப் பையன் போலியோ அட்டாக்கில இப்படி ஆகிவிட்டான். அட்லீஸ்ட் ஒரு வீல் சேரில் நகர அல்லது ஊன்றுகோலுடன் நடக்க வழி செய்யணும்." நடராஜனைப் பெஞ்சில் தூக்கி வைத்தார். டாக்டர் சந்திரன் அவனை நிதானமாகப் பரிசோதித்தார் "ஆக்சுவலி, இவனுக்கு ஒரு கால்தான் பாதிக்கப்பட்டிருக்கு ஆனால் இன்னொரு கால் உபயோகப்படுத்தப்படாமல் வீணாகியிருக்கிறது என்று தோன்றுகிறது. எக்ஸ்ரே எடுத்துப் பார்த்து விட்டுத் தொடர்ந்து பிஸியோதெரபி செய்தால் ஒரு கால் மூவ்மெண்ட்ஸை ரிஸ்டோர் செய்யலாம். உங்க சர்வெண்டை இந்தப் பையனை ஜி.எச்சுக்கு அழைச்சுப்போகச் சொல்லுங்க. எல்லாமே ப்ரீயா செய்வாங்க. "அது முடியாது டாக்டர். ஷி கென்னாட்.. நான் ப்ரைவேட்டகவே செய்கிறேன்.

பணம் செலவானாலும் பரவாயில்லை ."

டாக்டர் தந்த சீட்டை ஹேண்ட்பேகில் வைத்தபடி, "இனிமேல், என்னைப் பற்றி பேசுவோம். எனக்கு பிளட் – பிரஷர் குறைய ஏதாவது மருந்து தர்றீங்களா?

சந்திரன் சங்கடத்துடன் விசித்திரமாகப் பார்த்தார். "நானே அதுபற்றித்தான் பேசுவரலாம்னு இருந்தேன். இனிமே உங்களுக்கு மாரல் சப்போர்டுக்காவது யாராவது கூட வசிக்கணும்."

மறுபடியும் உபதேசமா? சாவித்ரிக்கு சட்டென்று உரைத்தது. ஏதோ சங்கடமான விஷயத்தை வெளிப்படையாகச் சொல்ல முடியமல்தான் இரண்டு டாக்டர்களும் தயங்குகிறார்கள். "டாக்டர்... நான் தைரியமான பெண்மணி. ஐ அம் நாட் யங். தனியா வாழறது மட்டுமில்லாம, சாகறதுக்கு எனக்குத் துணிவுண்டு. ஐம்பத்தி எட்டு வயசு சாவை வரவேற்கிற வயசு. பயப்படற வயசில்லை. தயங்காம என்கிட்டே நேரிடையாகவே நீங்க பேசலாம் வாட் ஈஸ் ராங்? எனி திங்க் சீரியஸ்?

"உங்க ரிபோர்ட்ஸை நானே டாக்டர் சாந்தாவிடம் நேரிடையாக காட்டி டிஸ்கஸ் செய்தேன். சில சமயங்களில் இப்படித்தான் எந்த வெளிப்படையான ஸிம்ப்டமும் இல்லாமல் பரவிடுகிறது."

"யூ... மீன் ஸ்டேஜ் ஆப் கான்ஸர்." டாக்டர் தலையை நிமிராமலே சொன்னார். "கான்சர் ஆரம்ப காலத்தில் சுலபமாக க்யூர் ஆகிற வியாதி. ஆனா உங்க விஷயத்துலே ரொம்ப அட்வான்ஸ் ஆகியிருக்கு. ஆபரேஷனில் எந்த பியோசனமும் இருக்காதுன்னு டாக்டர் பீல் பண்ணுகிறார். ஸெல்மல்டி பிகேஷனைத் தடுக்க சில மருந்துகள் மட்டும்தான் தரமுடியும். சாவித்ரி தலை குனிந்து சிந்தித்தார். மரண பயம் என்பார்களே அது அவரைத் தாக்கக் காணோம். மனத் தெளிவுடன் சிந்திக்க முடிந்தது. 'நான் ஏன் சாவை நினைத்துப் பயப்படணும். எனக்கென்ன இடுப்பிலும், மடியிலும் குழந்தையா? படுக்கை யாகக் கிடக்கும் கணவனா, குடும்பப் பொறுப்பா எதுவுமில்லை . வாழ்ந்து அனுபவித்தாகி விட்டது. அவர் இருந்தவரை சந்தோஷ மாகக் குடும்பம் நடத்தியாகி விட்டது. நல்ல டீச்சர் என்று பெயரும், மதிப்பும் பெற்றாகி விட்டது. இனி இறக்க என்ன தடை? பூமியில் ஒரு பாரமாவது குறையும். ஒரே ஒரு பயம்தான். "டாக்டர், ரொம்ப வலிக்குமா?" வலி என்பது துன்பம். உடம்பு வலி மனவலியைவிடவும் தாங்க முடியாதது.

"நோ, நோ, நாட் ஆல்வேஸ். அதுவும் வலி தெரியாமல் கவனித்துக் கொள்ளத்தானே நாங்க இருக்கோம். நீங்க மனசை மட்டும் தளரவிடக் கூடாது. சந்தோஷமாக இருக்கணும். உறவுக்காரங்க ஃப்ரெண்ட்ஸ்

என்று நிறைய மனிதர்களோட பேசி, சிரிச்சுக்கிட்டு இருக்கணும். யூ மஸ்ட் ஹேவ் தி வில் டு வில். நான் அடிக்கடி வந்து பார்க்கிறேன்."

"முடியற வரைக்கும் நானே வர்றேன். படுக்கையிலே விழற வரை நார்மலாக இருக்கலா மில்லையா?"

தன் சாவை எந்தப் பதட்டமுமின்றி எதிர்நோக்கக் காத்திருக்கும் பேஷண்டுடன் டாக்டர் கதவு வரை வந்தார். வீட்டுக்குச் சென்று தனியே உட்கார்ந்து குமைந்து அழுவாரோ?

"தம்பி, ரிஷாவை எக்ஸ்ரே க்ளினிக்கிற்கு – விடு. வீட்டுக்கில்ல" என்ற சாவித்ரியின் குரல் கேட்டது. இவர் வாழ்வு இன்னும் மூன்று மாதம்தான். எனி டே தி கிட்னி மே பெயில்.

தன் தினசரி வாழ்வில் எந்த மாறுதலும் இருக்கக் கூடாது என்று முடிவு செய்தபடியே சாவித்ரி தொடர்ந்து வாழ்ந்தார். அதே ரொடீன், அதே நியதி, அதே பழக்கம், ஓரிரு மருந்துகள். அவ்வப்போது தலை சுற்றல், குமட்டல் இவைதான் எக்ஸ்டரா.

அடிக்கடி நடராஜனை அழைத்துக் கொண்டு சந்திரனின் க்ளினிக்கிற்கு வருகிறார். அவனுக்கு டெஸ்டுகள், ட்யக்னோஸிஸ், சிகிச்சை என்று கவனிக்க எவ்வளவு விஷயங்கள். ஒரு மாதத் திலேயே ஏறக்குறைய ஆயிரம் ரூபாய் செலவும் ஆகிவிட்டது.

காலையில் 'டாண்' என்று எட்டு மணிக்கு ரெகுலர் ரிக்ஷாக்காரன் வந்து விடுவான் நடராஜனுடன் ஆந்திர மகிளா ஆஸ்பத்திரிக்கு பயணம். போலியோ பாதித்த காலில் புது மாதிரி ஷூ போடப்பட்டது. தினம் பிஸியோ தெரபி. மறு காலில் பலம் ஏறத் துவங்கியிருந்தது.

"நீங்க எப்படியிருக்கீங்க?" என்று சந்திரன் கேட்கும் போதெல்லாம் "வாட் ஈஸ் ராங் வித் மீ... ஜஸ்ட் ஓல்ட் ஏஜ். இந்த நட்டு (நடராசன்) தான்." என்று ஆர்வத்துடன் பேசினார் சாவித்ரி. சாவை எதிர்நோக்கிக் காத்திருக்கும்போது வாழ்வதற்கு ஒரு காரணமாக இந்த வேலைக்காரியின் பிள்ளை டாக்டர் சந்திரனுக்கு வியப்பாகவும், திருப்தியாகவும் இருந்தது.

சாப்பாடு பிடிக்கவில்லை . குமட்டியது. ரத்த அழுத்தம் இறங்க மறுத்தது. ஆனால் இதெல்லாம் சின்ன அவஸ்தைகள். சாவித்ரி மொட்டு மலராக விரியப்போவதைக் காணக் காத்திருந்தார். முடங்கிக் கிடந்த குழந்தை உதவியுடன் நிற்கிறான். அவன் நடக்கவும் போகிறான். அ, ஆ, இ, ஈ எழுதுகிறான்; அவர் ஆணைக்குக் கட்டுப்பட்டு காலை நீட்டி மடக்குகிறான். முதலில் சந்தேகப்பட்ட காந்தம்மாவுக்கு இப்போது அவள் தெய்வமாகி விட்டாள்.

"இவன் நடக்கிறபோது நடக்கட்டும். ஆனா, இந்த வருஷம் சத்துணவு

ஸ்கூல்ல சேத்துடணும். படிப்பு தான் மனுஷனுக்குப் பலம்" காந்தம்மா சாவித்ரியின் ஆணைக்கு சிரமேற்கிறாள்.

பத்து மாத விடா முயற்சி நிறையப் பலன் தந்திருக்கிறது. நடராஜன் ஒரு காலில் ஷூவுடன், மறுகாலால் மெல்ல, மெல்ல அடியெடுத்து வைத்து முன்னேறுகிறான். சாவித்ரியின் கண்களில் நீர் பெருகுகிறது.

மறுபடியும் கத்திரி வெயில் ரிஷாவிலும் ஆட்டோவிலும் ஏறி இறங்குவது சுலபமாக இல்லை. நல்லவேளை இனி மாதாந்திர செக் – அப்தான். இப்போதெல்லாம் நட்டு ரிக்ஷாக்காரன் உதவியுடன் தான் முதலில் இறங்கி, இவருக்குக் கை கொடுக்கிறான்.

எதிரே வரும் டாக்டர்... யாரிவர் பார்த்த முகமாக இருக்கே. "ஹலோ, நீங்க மிஸஸ் சுந்தரம், டாக்டர் சந்திரன் பேஷண்ட் இல்லை . நீங்க.... இங்க... எப்படி?"

ஓ... மேஜைக்குண்டை உருட்டும்ஸ்கானிங்ஸ்பெஷலிஸ்டா... "நமஸ்காரம் டாக்டர். என்ன, என்னைப் பார்த்து ஒரேயடியாய்த் திகைச்சுட்டீங்க. எப்பவோ போயிருக்க வேண்டியவ இன்னும் சாகலையேன்னு அதிசயமாப் பார்க்கறீங்களா? உண்மை என்னன்னா டாக்டர், இந்த நடராஜனை வாழ வைக்கிற அவசரத்தில் எனக்கு சாகறதுக்கே நேரமில்லாம போச்சு..." குபீர் எனச் சிரித்தார்.

செகண்டரி கான்சர் ப்ரெயினைத் தாக்கியிருக்கிறது என நினைத்திருப்பாரோ அந்த டாக்டர்?

# சோலைவழிப் பாலைவனம்

துக்கமும், வருத்தமும், மனசு குமுறல்களும் மதனுக்குப் புதிதல்ல. ஆனாலும் ஒவ்வொரு முறையும் சுமதியின் கடிதங்களைப் படிக்கும் போதும் ஏற்படும் வேதனை தாங்கக் கூடியதாக இல்லை.

சுமதியை சதீஷுக்கு மணமுடித்தவுடன் சங்கிலியாகத் தொடர்ந்த தங்கள் கஷ்டங்கள் முடிந்துவிட்டன என்று அவன் நம்பியிருக்கப் போய்... இப்படி மறுபடியும் மறுபடியும் தொடர்வது... கடவுளே இதுதான் விதி என்பதா? –

நடு இருட்டில், பயங்கர ஓலத்தில், தடம் புரண்டு விழுந்த ரயில் பெட்டியில் பெற்றோர் இருவரும் நசுக்குண்டு துடித்துச் செத்தபோது மூன்று வயதுத் தங்கையைக் கையில் பற்றியவாறு செயலறியாது அழுதவாறு வேடிக்கை பார்த்த காட்சி இன்னும் மனத்தில் அழியாமல், இரவுக் கனவாக அவ்வப்போது பயமுறுத்துகிறது. எட்டு வயதுப் பேரனையும், மூன்று வயதுப் பேத்தியையும் அன்புடன் அரவணைத்த பாட்டியும், தாத்தாவும் காயம் ஆறு முன்னரே ஓராண்டுக்குள் அடுத்தடுத்து மறைந்ததும் எப்படித்தான் நடந்ததோ?

ரயில்வே தந்த தொகைக்கு ஆசைப்பட்டுக் கூட அனாதைக் குழந்தைகளை யாரும் வளர்க்க முன்வராத நிலையில், மாமா வீட்டில், பலவந்தமாகத் திணிக்கப்பட்டு, வாழ்வா அது? தெரு நாயை விட அதிகமாகக் கல்லடி பட்டு காத்துக்கொள்ளக்கூட வழியின்றிக் கன்றிச்சிவந்து.... மாமா ஊர் வாய்க்குப் பயந்து கொண்டு செய்த ஒரே காரியம் அவர்களைப் பள்ளிக்கு அனுப்பியதுதான்.

பள்ளிக்குச் செல்லு முன் குடம் குடமாகத் தண்ணீர் இழுத்து, மாமா, மாமி, அவர்கள் குழந்தைகள் துணி அனைத்தும் அலசி உலர்த்தி சமைத்து, தினம் அரைப் படி மாவாட்டி, சாயம் போன பாவாடையும் சட்டையுமாக இருக்கும் தங்கையிடம் மதனால் இரக்கத்தை வெளிப்படையாகக் காட்டக்கூட முடியாது. தனக்குக் கடை கண்ணிக்குப் போகும் வேலை இல்லாதபோது தங்கைக்கு துணி பிழிந்து உலர்த்துவான். மாவாட்டித் தருவான். பாடம் எழுதித் தருவான். "சுமதிக் குட்டி, கொஞ்ச நாள்தான் பொறுத்துக்கோ... நான் வேலைக்குப் போயி.... அப்புறம் எல்லாமே மாறிடும் பார்..."

அவன் சொன்ன வாக்கைக் காப்பாற்றினான். மாமா அவனைக் கல்லூரிக்கு அனுப்ப மறுத்தவுடன், ஹோட்டலில் எடுபிடி ஆளாக வேலை செய்தவாறே மாலைக் கல்லூரிக்கு அனுப்பி, ஹோட்டல் வேலையிலிருந்து கடைக் கணக்கனாக உயர்ந்து, மருந்துக் கடை 'ரெப்ர ஸன்டேட்டிவ்' ஆகி, படிப் படியாக இன்று முப்பது வயதில் ஒரு நல்ல மருந்துக்கம்பெனியில் ஸேல்ஸ் ஆபீஸராகப் பதவி ஏற்றம் பெற்றுள்ளான்.

மெடிகல் ரெப்ரஸன்டேட்டிவ் ஆக நிரந்தர வேலை கிடைத்தவுடன் எறும்பாகப் பணம் சேர்த்துத் தங்கைக்குக் கல்யாணம் செய்ய வேண்டும் என்ற எண்ணத்தை சிரமப்படாமல் சுலபமாக்கிவிட்டது சக ஊழியன் சதீஷின் நட்பு.

அழகு, அறிவு, நிதானம், கண்ணியம், அடக்கம்... ஆயிரத்தில் ஒருவனுக்குக்கூட இத்தனை பண்புகள் சேர்ந்து அமைவது கடினம்.

"உன்னிடமிருந்து நான் கத்துக் கொள்ள வேண்டியது நிறைய இருக்கு சதீஷ்" என்று மதன் உருகும் போது சதீஷ் சிரிப்பான். “வாழ்வில் உனக்கு இருக்கிற அனுபவங்களுக்கு நீயே நூறு பேருக்குப் பாடம் சொல்லித் தரலாம்” என்று...

நாள் கணக்கில் வைத்தால் புளிப்பேறிப் பின் கசப்பாகும் காடியைப் போலில்லாமல் நட்பு நயமேறும் திராட்சை ரசமாக, பழக்கத்தில் சதீஷின் பாங்குகள் இன்னும் அழகோடு, மெருகோடு பளிச்சிட

வியந்து நின்றானே தவிர, சதீஷிடம் தனக்கு உறவு கொண்டாடத் தகுதி இருக்கென்று மதன் நினைக்கக்கூட இல்லை.

ஒரு நாள் –

சாதாரணமாகத்தான் கேட்டான் சதீஷ். “ஸோ, மாமா வீட்டிலிருந்து பிரிந்து தனிக் குடித்தனம் போட்டாகி விட்டது.ஃப்யூச்சர் ப்ளான்' என்ன?"

“எதிர்காலத்திட்டத்தில் முதலிடம் சுமதி கலியாணம்தான். எவ்வளவுதான் தேவைகளைக் குறைத்துக் கொண்டு சேர்த்தாலும் பத்தாயிரம் ரூபாய் எந்தக் காலத்தில் சேருவது? கடன் வாங்கிக் கல்யாணத்தை முடித்து விட வேண்டியதுதான். அவளும் பி.ஏ. முடித்துவிட்டாள்."

"இஃப் யூ டோன்ட் மைன்ட், சுமதியை நான் கல்யாணம் செஞ்சுக்கறேன் மதன்."

திடுதிப்பென்று மிகச் சாதாரணமாய் இதைக் கூறியதும் மதன் திடுக்கிட்டான்.

'விளையாடறியா சதீஷ்? பெரிய குடும்பத்து நீ எங்கே, பிச்சாண்டிகளான நாங்கள் எங்கே? உங்க அப்பா, அம்மா கேட்டாலே சிரிக்க மாட்டாங்களா? நீதான் சுமதியைப் பார்த்திருக்கிறே.... உன் அழகுக்கு முன்னால் அவ எடுபடுவாளா?"

மதன் படபடவெனப் பொரிந்து தள்ள, நிதானமாகக் கேட்டுக் கொண்டிருந்தான், சதீஷ். "மதன், நம்ம நட்பை நான் ரொம்பவும் மதிக்கிறேன். அது தொடரணும்னு விரும்பறேன். வாழ்க்கையில் பணம் வந்து, போகிற விவகாரம். நிரந்தரமானதல்ல. சுமதி அழகாக இல்லை என்று உனக்கு யார் சொன்னது? அழகு பார்க்கிறவர் பார்வையைப் பொருத்தது. குணமில்லாத, உலக அழகியை மணந்து கொண்டாலும் சேர்ந்து வாழும்போது, குணத்தின் குறையில் முகம் கூடக் குரூரமாகத்தான் தோன்றத் துவங்கும் – சுமதியின் குணம், உன் பண்பு, உங்கள் அனுபவங்கள் முன் ஏதாவது சின்னக் குறை இருந்தால் கூட நிறைவாகத்தான் தெரியும். உனக்கும் சுமதிக்கும் சம்மதமென்றால் நான் அப்பா, அம்மாவுடன் பேசுகிறேன்."

மதனோ, சுமதியோ எதிர்பாராத வகையில் ஒரே மாதத்தில் 'சிம்பிளாகத்திருமணம் முடிந்தது. சென்னையில் இருக்கும் வரை மதன் பார்த்துப் பார்த்துப் பூரித்த குடும்பம் அது, ஒவ்வொரு நிமிடமும் என் கனவு நனவாகி, சுமதிக்கு அருமையான வாழ்வு அமைத்துக் கொடுத்து விட்டேன்' என மதனை இறுமாப்புறச் செய்த ஆனந்த வாழ்க்கையாகச் சுமதியின் வாழ்க்கை அமைந்தது.

பம்பாய்க்கு மாற்றலாகி மதன் கிளம்பிய போது, வருத்தத்தைக்கூட உள்ளடக்கிக்கொண்டு, "எனக்கு அருமையான கணவனைத் தேர்ந்தெடுத்து விட்டாய். உன் கடமை முடிந்து விட்டது. இனி என் பொறுப்புத் துவங்கி விட்டது" என்று சிரித்து வழியனுப்பிய சுமதி – "இந்த மாற்றம் வெறும் சேஞ்ச்' மட்டுமில்லை மதன் .. நீ வேகமாக ஏறத்துவங்கிவிட்ட வாழ்க்கை ஏணியில் முதல் படியும் கூட.... விஷ் யூ ஆல் த பெஸ்ட்" தோழமை – 'டோன்ட் ஓர்ரி அபவுட் சுமதி... நான்

அவளைக் கவனித்துக் கொள்கிறேன்" என்ற வாக்கு – இரண்டுக்கும் நடுவே முரண்பாடுகள் தோன்ற ஆரம்பித்தது எப்போது?

மதன் பம்மாய் சென்ற ஒரு மாதத்துக்குள் .... யெஸ்... முதலில் இலைமறைவு காயாக – 'அண்ணா ... உன்னிடம் சொல்லாமல் இருக்கவும் முடியவில்லை . ஆப்டர் ஆல் ... உலகத்தில் அன்றிலிருந்து இன்று வரை எனக்கிருக்கும் ஒரே உறவு நீதானே..."

முதலில் சில கடிதங்களை மதன் "இக்னோர்' செய்தான். சதீஷுக்குக் கடிதம் எழுதும் போது வழக்கம் போலவேசுமதிக்கும் ஒன்று எழுதி வைத்தான். புது மணத் தம்பதியர் மாறுபட்ட சூழ்நிலையிலிருந்து வந்த இருவர் அட்ஜஸ்ட் செய்து கொள்ளும் போது தோன்றும் சின்னச்சிக்கல்கள்... சுமதி பெரிதுபடுத்திகிறாள் என்று திடமாக நம்பினான். சதீஷை , அவன் குணத்தைத் தெரியாதா?

கடந்த ஆறு மாதங்களாக, சுமதியின் கடிதங்கள் ஓலங்களாக, அலறல்களாகவே மாறிவிட்டன. அண்ணா, பம்ப் அடித்து அடித்து என்கைகளே புண்ணாகி விட்டன. ஆயிரம் ரூபாய் சம்பாதிப்பவர் பத்து ரூபாய் வேலைக்காரி கூடப் போட மறுக்கிறார்."

'நான் எது செய்தாலும் குறைதான். என்னை வேலைக்காரியிலும் கேவலமாக நடத்துகிறார். அண்ணா, என்னைக் காப்பாற்றேன். எனக்காக ஒரு சொட்டுக் கண்ணீராவது வடி. உன் அருமைத் தங்கையின் வாழ்வு இப்படி ஆகிவிட்டதே என்று வருத்தப்படு. உன்னைத் தவிர எனக்கு வேறு யார் இருக்கிறார்கள்?'

ஆயிரம் மைல்களுக்கு அப்பால் இருந்து கொண்டு தங்கையின் வாழ்க்கையை எப்படிச் செப்பனிடுவது? ஒரு முறை நேரில் சென்று வரலாம் என்றாலும் ஓராண்டுக்கு லீவில்லை . ஒரே குழப்பம். சதீஷின் கடிதங்களிலோ எந்தக் குறையும் தெரிய வில்லையே? சுமதியின் நிர்வாகத் திறன் பற்றி. அடக்கம் பற்றி, அறிவு பற்றி மிகவும் பெருமையாக அல்லவா எழுதுகிறான்? சுமதியிடம் வெறுப்புத் தோன்றியிருந்தால், அந்தக் கசப்பு சிறிதாவது கடிதத்தில் வெளிப்படாதா?

சுமதி கட்டாயம் பொய் சொல்லக் கூடியவள் இல்லை. அதுவும் கணவனைப் பற்றி. வாழ்வில் அடிபட்டு, அனுபவப் பட்டவளே தாள முடியாமல் அண்ணனிடம் கதறி அழும் அளவுக்கு சதீஷ் அவளைக் கொடுமைப்படுத்துகிறானா?

உறக்கம் இல்லாமல் தவித்தான் மதன். சதீஷிடம் நேரிடையாக எழுதி விளக்கம் கேட்கலாம் என்றால் 'அண்ணா, நான் உனக்கு ரகசியமாகக் கடிதம் எழுதுவது அவருக்குத் தெரிந்தால், என்னைக் கொலையே

செய்து விடுவார்' என்ற சுமதியின் கெஞ்சல் தடுத்தது.

அப்பா! இந்தத் துன்பத்துக்கும் முடிவு வேண்டும் என்பது போல் மதனுக்கு விடுமுறை கிடைத்தது. தான் வருவதைப் பற்றி சுமதிக்கோ, சதீஷுக்கோ எழுதவில்லை. முன் கூட்டி வருவது தெரிந்தால், நாடகமாடக் கூடும்.

சதீஷ் லுங்கியும் பனியனுமாக வாசலில் பேப்பர் படித்தவாறு உட்கார்ந்திருந்தான்.

"மை காட் மதன்! ஒரு லெட்டர் போடமாட்டே? ஸ்டேஷனுக்கு வந்திருக்க மாட்டேன்?" இந்த வெளிப்படையான மகிழ்ச்சியில் எந்தக் கபடமும் தெரியக் காணோம். "பம்பாயில் போய் ஜாலியாக இருப்பாய் என்று பார்த்தால் ஆள் அரை உடம்பாகியிருக்கிறாயே?"

தோளை அணைத்தது, பெட்டியை உரிமையாகப் பற்றி எடுத்துச் சென்றது எல்லாம் பழைய சதீஷ்தான். "காப்பி கலக்கட்டுமா? இன்னும் சுமதி எழுந்திருக்கவில்லை . ஒன் வீக்கா ஷீ ஈஸ் நாட் வெல்."

“என்னது... சுமதிக்கு என்ன உடம்பு?" பதட்டம் ரொம்ப வெளிப்படையாகத் தெரிந்தது.

“நத்திங் மச்..."

'சதீஷ், நடிக்காதே' உள் மனம் அறை கூவியது... "நத்திங்கா... சுமதி அப்படியெல்லாம் ஏழு மணி வரை தூங்க மாட்டாளே?"

"அட, உன் தங்கையைக் குறைகூறவில்லைப்பா... நான் தான் எழுந்திருக்கக் கூடாதுன்னு ஆர்டர் போட்டேன். ஒரே மார்னிங் ஸிக்னஸ்..."

வார்த்தையின் அர்த்தம் புரிந்து மகிழ்ச்சி உடம்பையும், மனத்தையும் லேசாக்கிய போது கூடவே ஒரு பயம். சுமதியின் துன்பத்தில் இன்னொரு கூட்டலா?

"சுமதி, சுமதி.... யார் வந்திருக்கா பார்" உள்ளே குரல் எழுப்பிவிட்டுச் சமையலறை சென்ற சதீஷ் இரண்டு டம்ளரில் காப்பி கலந்து வந்தான். அவன் செயலில் எந்த ஆர்ட்டி பிஷியாலிடியும் காணோம். இது எங்கள் வீடு. எங்கள் சமையல் அறை என்பது போன்ற ஒரு சாதாரண பகிர்வுணர்வு தான் தெரிந்தது. எத்தனை ஆண்களால் மனைவியைப் பரிவாக உறங்கச் சொல்லிவிட்டு இப்படிக் காப்பி போட்டுத் தான் குடித்துப் பிறருக்கும் தர முடியும்? திஸ் ஈஸ் மை ப்ரண்ட் சதீஷ்....' நிமிட நேரம் இருமாப்புற்ற மதனின் மனம், 'நோ, இது என் தங்கையை இம்சிக்கும் ராட்சதனின் கபட வேடம். இதைப்

பிய்க்காமல் போகமாட்டேன்' என்று சூளுரைத்தது.

மதன் ஓராண்டுப் பிரிவுக்குப் பின் தங்கையைப் பார்த்த இன்பத்தில் அப்படியே நெகிழ்ந்து நின்றான். உடம்பு சற்றே பூசினாற் போல், முகம் வெளிறி, இந்த வாட்டம் தாய்மையால் மட்டும்தானா ஏற்பட்டது? "கங்க்ராட்ஸ்... ஏன் எழுதவில்லை?"

சுமதி வெட்கிச் சிவந்தாள். சதீஷ் சாவதானமாகக் காப்பி டம்ளரை எடுத்துச் சென்று அலம்பி வைத்து விட்டு வந்தான். 'சுமதி, நீ காப்பி சாப்பிடாதே... எலுமிச்சம் பழ ஜூஸ் பிழிந்து வைத்திருக்கிறேன். டேக் இட்... மதன், நான் குளிக்கக் கிளம்புகிறேன். ஆபீசுக்கு டயமாச்சு. ஈவினி விடுகிறேன். வீவில் கோ அவுட் ஃபார் டின்னர். சுமதி, நீ இப்போ அண்ணனுக்கு விருந்து சமைக்கிறேன்னு அலட்டிக் கொள்ளாதே. மதன் விருந்தாளி இல்லை. வீட்டு மெம்பர்தான்." சதீஷ் டவலை எடுத்துக் கொண்டு கிளம்பினான்.

சுமதியிடம் தனியாக விடப்பட்ட மதன் எப்படிப் பேச்சைத் துவங்குவது என்று தயங்கினான். கடைசியில் முடிவெடுத்தான், அவளாக ஆரம்பிக்கும் வரை தானாக எதுவும் கேட்பதில்லை என்று .

சுமதி சோர்ந்து சோர்ந்து போனாலும் பழைய சுமதியாகத் தான் இருந்தாள். மதனுக்குப் பிடித்த உணவாகச் சமைத்தாள். "உடம்பைக் கவனித்துக் கொள்ளாமல் இளைத்துத் துரும்பாகி விட்டாயே , எண்ணெய் தேய்த்துக்கொள்" என்று எண்ணெயும் சீயக்காயையும் பலவந்தமாகக் கையில் திணித்தாள். பிள்ளை தேடி வந்த பெண்களின் பெற்றோர்களைப் பற்றிப் பேசிச் சிரித்தாள். கேரம் விளையாடினாள். நாலு மணியிலிருந்தே அவசர அவசரமாக முகம் அலம்பிப் பொட்டிட்டு, புதுப் புடவை கட்டிக் கணவனுக்காக வாசலில் எட்டி எட்டிப் பார்க்கலானாள். இந்த ஆர்வமும், கண் மினு மினுப்பும், பூரிப்பும் கொடுமைப்படுத்தும் கணவனுக்கா?

மாலையில் மூவருமாகப் பீச்சுக்குச் சென்று விட்டு ஹோட்டலில் உணவருந்தி, "ஒன்மினிட் மதன்..." பீச்சுக் கும்பலில் மறைந்து திரும்பும்போது கையில் மாங்காய்த் துண்ட மும், மிளகாய்ப் பொடியுமாக வரும் சதீஷ், "ம்....ம்... நான் கேட்டேனாக்கும்" என்று கொஞ்சிச் சிணுங்கும் சுமதி, ஹோட்டலில், "சுமதி நீ அதிக எண்ணெய் இல்லாத 'டிஷ்'ஷாக ஆர்டர் பண்ணு. வயிற்றைப் புரட்டப் போகிறது" என்ற கரிசனம், இருட்டில் திரும்பும்போது, மனைவி கையை இதமாகப் பற்றி அடக்கிக் கொள்ளும் கம்பீரம், இரவு நெடுநேரம் அறைக்குள் அலையாக எழும்பிய நாணச் சிரிப்பு, வளைச் சத்தம்...

மதனின் குழப்பம்தான் அதிகரித்தது.

ஒரு வாரம் வெகு வேகமாக, மகிழ்ச்சியாக ஓடியது. அண்ணன் வாங்கித் தந்த புடவையைக் கட்டிக் கொண்டு நெகிழ்ந்தாள் சுமதி.

"இந்தப் பெண்களுக்குக் கணவன் எவ்வளவு வாங்கித் தந்தாலும் பிறந்தகத்துச் சீர்தான் உசத்தி" என்று அவளை நிமிண்டினான் சதீஷ். மதனுடன் டெலிவரி பற்றி சீரியஸ்ஸாகப் பேசினான்." லுக், ஐ கான்ட் ஸென்ட் ஹர் டு பாம்பே. நான் இங்கேயே வைச்சுக்கறேன். எங்கம்மா ரொம்ப ஓல்ட் உதவிக்கு வந்தும் பயனில்லை. நீ இப்போது லீவில் கொஞ்சம் 'ஸேவ்' பண்ணி அந்த டயத்தில் பதினைந்து நாள் வந்திருந்தாயானால் நாம் இருவருமாகச் சமாளித்துவிடலாம்..." இவ்வளவு நியாயமாகப் பேசுபவனா அப்படி யெல்லாம்...

மறுநாள் மதன் கிளம்ப வேண்டும். சதீஷும் மதனும் ஸ்டேஷனில் ரிஸர் வேஷன்' கன்பர்ம் செய்து கொண்டு ஸ்கூட்டரில் திரும்பிக் கொண்டிருந்தார்கள். "பீச்சில் கொஞ்ச நேரம் உட்காரலாமா?" கேட்டது சதீஷ்தான்.

முதலில் பொதுவாக ஆபீஸ் விஷயங்களைப் பற்றி, மதனின் திருமணத்தைப் பற்றி எனப்பேசி, பின் தயங்கி, எப்படி எங்கே ஆரம்பிப்பது என்று புரியாமல், "நடுவில் வேலைக்காரி இல்லை போலிருக்கே, இப்ப வந்திருக்கிறவ புதிதா?" என்றான்.

"ஓ...சுமதி எழுதியிருந்தாளா? ஆமாம். ஒரு மாதம் ப்ராப்ளமாகி விட்டது. பழகிய வேலைக்காரி சொல்லாமல் கொள்ளாமல் நின்றுவிட்டாள். இந்த வீட்டில் தண்ணி அடிப்பது வேறு கஷ்டம். நானும் காலையில் ட்ரம் நிறையத் தண்ணி அடித்துத் துணி தோய்த்து ஹெல்ப் செய்தும் சுமதி சிரமப்பட்டு விட்டாள். அதுதான் அவள் டெலிவரி டைமில் ஒரு புல் டைம் ஆயா ஏற்பாடு பண்ணணும் எனப் பார்க்கிறேன்."

மறுபடியும் பேச்சு திசை மாறியது. மதனின் அரிப்பு அடங்கவில்லை. கடைசியாகக் கொஞ்சம் தயக்கத்துடனே கேட்டான். "ஆர் யூ ஹேப்பி வித் சுமதி?"

சதீஷ் அவனை விசித்திரமாகப் பார்த்தான். அப்கோர்ஸ்..... உனக்கு இந்த மாதிரிச் சந்தேகமெல்லாம் ஏன் வரது?"

மதன் மௌனமானான்.

"வாட் ஈஸ் பாதரிங் யூ?"

"சதீஷ்... எனக்கு ரொம்பவும் குழப்பமாயிருக்கு."

மதன் மிகவும் பாதுகாப்புடன் அதிகம் விவரிக்காமல், சுமதி சிலகடிதங்களில் மன வருத்தப்பட்டு எழுதியிருப்பதாகச் சொன்னான்.

சதீஷ் பதில் பேசாமல் கேட்டுக் கொண்டிருந்தான். பிறகு சிந்தனையில் ஆழ்ந்தான்.

"மதன், உனக்கு இந்த விஷயம் தெரியாது. ஆனாலும் நீ அந்தக் கடிதங்களைப் பற்றி மறந்துவிடு. அது அவ்வளவு சீரியஸ் இல்லை. சுமதி சந்தோஷமாக இருக்கிறாள் என்று நான் காரண்டி தருகிறேன்."

மதன் எதிர்பாராத வண்ணம் கோபமும், ஆத்திரமும் தலைதூக்கியது. "எது சீரியஸ் இல்லை ? என் சிஸ்டர், நான் உயிருக்குயிராய் அன்பைக் கொடுத்து வளர்த்த தங்கை மனக் கஷ்டப்பட்டுப் புழுவாகத் துடிக்கிறாள்... நான் கடிதங்களைப் பற்றி மறப்பதா?"

'காம் டௌன் மதன். சுமதி என் மனைவியான பிறகு ஆப்டர் ஷி பிகேம் பார்ட் ஆப்மி. குறை, நிறை எது இருந்தாலும் அதை அணைத்துச் செல்ல வேண்டியது என்பொறுப்பு என்று நான் முழுதாக நம்பியதால், என்ன தான் நீ அவளுடைய அண்ணனானாலும் அது உன் சம்பந்தப்படாதது என நினைத்தேன். ஆனால் நீயாக இப்படிக் கேட்கும் போது நான் சொல்லித்தான் ஆக வேண்டும் என்று நினைக்கிறேன்."

"என்ன சொல்லப் போறே, எல்லாக் குற்றத்தையும் அவள் தலையில் சுமத்தப் போறே... ஏனென்றால் அவளைத் தாங்க அப்பா அம்மா இல்லை. எங்கோ ஆயிரம் மைலுக்கப்பால் வசதியில்லாத ஒரு அண்ணன்தான்..."

"மதன், சுமதியை விடவும் நீ உணர்ச்சி வசப்பட்டுப் பேசுகிறாய். நான் சொல்வதை நிதானமாகக் கேட்டால் புரிஞ்சுப்பே. சுமதி வாழ்வில் ரொம்பக் கஷ்டப்பட்டவள். சந்தோஷமாக இருக்க வேண்டிய இளவயதிலே , சிறகொடித்த பறவையாக நொண்டியவ. இப்போ சிறகு முளைத்தும் பறக்கப் பயப்படறா. சிறகே ஏதோ ஒரு சுமை மாதிரிக் குற்ற உணர்வுலே கஷ்டப்படறா..."

"விளக்கமாகச் சொல்லு..."

'இள வயதிலே மனம் தளராமல் கஷ்டத்தை மனப் பக்குவத்தோட 'துன்பம் தான் வாழ்க்கை' என்ற உறுதியோட ஏத்துகிட்டா. அதனால் இப்போ சந்தோஷமா இருக்கிற ஒவ்வொரு நிமிஷமும், ஏதோ குற்றம் செய்துட்டாப்பல தோணுது. அதைக் குறைக்க இப்பவும் தான் கஷ்டப்படறாப்பல கற்பனை செய்துக்கறா. தானே தன்னைக் கஷ்டப்படுத்திக்கவும் செய்கிறாள்.

அதுவுமல்லாமல், அண்ணன், தங்கை உறவு துன்பத்தில் சாய்மானமாகவும், ஆதரவாகவும் மட்டுமே இருந்ததால், இன்பத்தைப் பகிர்ந்து கொள்ள

முடியாமல், இன்னமும் சின்னப் பெண்ணைப் போல் தன் கஷ்டங்களை உன் தோளில் ஏற்றி உறவைப் பலப்படுத்துகிறாள். ஷி ஈஸ் ஸப்பரிங் ப்ரம் பர்ஸிக்யூஷன் காம்ப்ளெக்ஸ் ... தன்னை எல்லோரும் துன்பப் படுத்துகிறார்கள் என்ற மனப் பிராந்தி. இது அவள் தவறில்லை . அவள் அனுபவங்கள் ஏற்றிய பாரம்.

சில சமயங்களில் அவள் கை புண்ணாகும் வரை தண்ணி அடிக்கும் போது, தோய்த்த துணிகளையே திரும்பத் திரும்பத் தோய்க்கும் போது, இல்லாத உடல் வலியைக் கற்பனை செய்து கஷ்டப்படும் போது ..... அவளை விடக் கஷ்டப்படுவது நான்தான்.

இன்பத்திலிருந்து துன்பத்துக்குத் திடீர் என வருவது எவ்வளவு கஷ்டமோ அவ்வளவு கஷ்டம் துன்பத்திலிருந்து இன்பத்தை ஏற்கிறதும்னு இப்பத்தான் புரியுது.

சுமதி ஈஸ் ஸப்பரிங்.... ஷி வான்ட்ஸ் யூ ஆல்ஸோ டு ஸஃபர். அவள் உன்னிடம் இரக்கத்தை எதிர்பார்க்கிறா. நீ இரக்கத்தை வெளிப்படுத்தினாயானால் அவள் மனச் சுமைகள்' இன்னும்தான் பெருகும்."

"சதீஷ்... ஐ ஆம் ஸோ ஸாரி, நா உன்னைத் தப்பாப் புரிஞ்சுண்டுட்டேன்."

"பரவாயில்லை. குழந்தைக்குப் பிறகு அவ படிப்படியா மாறுவா என நான் எதிர்பார்க்கிறேன். இல்லாவிட்டால், ஒரு ஸைக்கிரியாட்ரிஸ்ட்டைக்கன்ஸல்ட் செய்யலாம். மதன், ஒண்ணு ஞாபகம் வச்சுக்கோ. சுமதியோட பர்ஸனாலிடியில் இது ஒரு சின்ன மூலைதான். மற்ற இடமெல்லாம் காற்றோட்டமான, அன்பான, விசாலமான இடங்கள். அதன் அருமை எனக்குத் தெரியும். வீ ஆர் ஹேப்பி."

"சதீஷ்....!" இந்த ஆண்மையில், நட்பின் விகசிப்பில் நெக்குருகித் தழதழத்தான் மதன். அவன் கண்கள் பனித்தன.

"மதன், சுமதியைப்பற்றிக் கவலைப்படாம பம்பாய்க்குப் போ. பாலைவனத்து வறட்சியைப் பார்த்து சோலையில் சென்றால் கூட வறட்சிதான் கானலாக அவளைப் பயமுறுத்துகிறது. சோலையில் கண்ணை மூடிக் கொண்டால் கூட குளிர்ச்சி தானாக உடம்புக்குப் புரிய ஆரம்பிக்கும். இதுக்காக உன் திருமணத்தைத் தள்ளிப் போடாதே. நௌ சீயர் அப்..."

ஸ்டேஷனில் சதீஷுடன் கை குலுக்கியபோது மதனின் மனச் சோலையில் ஒரு மெல்லிய இதமான தென்றல் தவழ்ந்தது.

# முதல் முறையாக!

"ஏறங்கு தேவி... கார் இதுக்கு மேலே போவாது. இனிமேல் மாட்டு வண்டியிலே போகலாம். இல்லை பொடி நடையாக நடந்துடலாம்" என்றார் செந்தில் நாதன் டூரிஸ்ட் டாக்ஸிக்குப் பணம் தந்தவாறே.

"என்னங்க கிராமம் இது, ஒழுங்காரோடு கூட இல்லாத பட்டிக்காடா இல்ல இருக்குது. இங்க நடக்க நம்மாலே ஆவாதுப்பா" என்றாள் தேவி திடமாக.

"கிராமத்துலே வசதி போதாதுன்னு தெரிஞ்சுதானே ஒன்னைக் கூட வரவேணாம்னேன். இப்ப ரோடு சரியில்லை. நடக்கமாட்டேன்னா, என்ன செய்யறது?" என்றார் செந்தில்.

தேவி முகத்தைச் சுளித்தவாறே இறங்கி நிற்க, அவர்களை வேடிக்கை பார்க்க ஒரு கூட்டமே கூடிவிட்டது. யாரோ ஒருவர், "வண்டி கட்டியாறேன்" என்று ஓடினார்.

முப்பது வருஷங்களுக்கு முன் பார்த்த அதே பசுமை. செந்தில்நாதன் நெஞ்சை நினைவு அடைத்தது. தெருவுக்கு ஒருபுறத்தில் அகலமான காவேரி, மறுபுறத்தில் மதகுநீர் அளவாய்ப் பாய்ந்திருந்தது. அருகே குலை தள்ளிய வாழை மரங்கள். தெருவின் இருபுறமும் உயர உயரமான தென்னை .

அப்போதெல்லாம் மதகுநீர் இவ்வளவு கச்சிதமாக ஓடாது. நுரை பொங்கிக் கொப்பளித்து, ஓடும் நீரில், அவரும் அவர் நண்பர்களும் கோவணாண்டிகளாகக் குதித்து விளையாடி யிருக்கிறார்கள். கொஞ்சம்

விவரம் புரியும் வயதில், குருக்கள் வீட்டு சரசா வெள்ளை உடம்பில், மார்பு வரை புடவையைத் தூக்கிக் கட்டி முங்கி எழுவதை மறைந்து பார்த்து ரசித்திருக்கிறார்கள். பரிசல் கட்டி, அகண்ட காவிரியில் சுழன்று, அக்கரை சென்று ஆற்று மணலில் சென்று பலீஞ்சடுகுடு விளையாடி யிருக்கிறார். வேலப்பன், தண்டபாணி, சுப்பிரமணியன், வின்ஸென்ட் என்று சில பழைய நண்பர்கள் பெயர்கள் நினைவுக்கு வந்தாலும் முகங்கள் மறந்து போச்சு.

“வண்டி வந்திடுச்சு ஏறுங்க” என்று அவசரப்படுத்தினாள் தேவி.

"மேட்டு மேல ஏறித் தெற்குத் தெரு வரைபோவணும். கூலி எவ்வளவு சொல்லு?" என்று கேட்டார் செந்தில்.

வண்டிக்காரர் பொக்கைப் பல் தெரியச் சிரித்தார். “தெற்குத் தெரு கண்ணம்மா மவன்தானே. நீங்க எல்லாம் பட்டணம் போய்ப் பெரிய மனுஷன் ஆயிட்டீங்கன்னு நாங்க நம்ம கிராமத்தவங்க கிட்டயே காசு வாங்கி வண்டி ஓட்டுவமா என்ன?"

வண்டிக்காரர் தன்னை அடையாளம் கண்டு கொண்டது செந்திலுக்கு வியப்பைத் தந்தது. முப்பது ஆண்டுகளுக்கு முன் உடம்பு வராமல், வற்றிச் சோனியாக அரைகுறை மீசையுடன் ஊரை விட்டுப் போன இளைஞனை, இந்த வழுக்கை, முன் தொப்பையில் முதியவர் எப்படிக் கண்டு பிடித்தார்? பல ஆண்டுகள் சேர்ந்து வளர்ந்து , கூடி விளையாடிய சின்ன வயசு நண்பர்களின் முகம் அவருக்கு மட்டும் ஏன் மறந்து போச்சு?

மண்பாட்டையில் வண்டி அதிர்ந்தபோது தேவி சிடுசிடுத்தாள். "எம் புத்தியைச் செருப்பால அடிக்கணும். உங்க கூட வந்தேன் பாருங்க... இன்னிக்குத் தலைவலி வந்து சாகத்தான் போகிறேன்."

முன்பு சாணி முட்டை தட்டப்பட்டிருந்த சுவர்களில் இப்போது சினிமா போஸ்டர். அடே... சில்க்கு சுமிதா... லேட்டஸ்ட் சினிமாக்கள் கூட, இவ்வளவு சீக்கிரம் குக்கிராமத்துக்கு வந்து விடுகிறதா?

'ஜல் ஜல்' என்ற சத்தத்துடன் கறவை மாடுகள் மேயச் சென்று கொண்டிருந்தன. ஒல்லியான பையன் ஓட்டிவந்த மாட்டின் கொம்புகளில் கறுப்பு சிவப்பு வண்ணம் அடிக்கப் பட்டிருந்தது.

செந்தில் வியப்புத் தாங்காமல், “தேவி, அதப்பாரு, வர, வர கிராமத்து மாடுங்களுக்குக்கூட அரசியல் கட்சி புரியுது" என்று குதூகலமாகச் சிரித்தார்.

'சும்மாயிருங்க, தொணத்தொணன்னு... தலைவலி பொளக்குது!" வள்ளென்று விழுந்தாள் தேவி.

"ஏங்க..... நெலத்தை விக்கறதா. முடிவு பண்ணிட்டீங் களாமே, காவிரிப் பாசனத்து நெலம் கெடைக்கக் கூடியதா?" வண்டிக்காரர் மாட்டை விரட்டியபடியே திரும்பிக் கேட்டார்.

தேவிக்குக் கோபம் பொங்கியது. "ஆஸ்க் ஹிம்டு ஷட் அப். இந்த ஆளுங்களுக்கு ஊர் வம்பை விட்டா வேற வேலை இல்லை ?" என்று ரகசியக் குரலில் சிடுசிடுத்தாள்.

லட்சுமண மாமா மகன் ரவி பதற்றத்துடன் இவர்களை வரவேற்றார்..... "வாங்க அண்ணா , வாங்க அண்ணீ ..... வர்ரது குறிச்சு ஒரு வார்த்தை எழுதியிருந்தா, ரயிலடி ஜங்ஷனுக்கே வந்திருப்பேனே" வீட்டிலிருந்த ஒரே ஊஞ்சலில் ஆண்கள் அமரவும், வேறு நாற்காலி இல்லாதது கண்டு, எங்கு உட்காருவது என்று புரியாமல் தேவி திண்டாடியபடி சுற்றுமுற்றும் பார்த்தாள். ரவியின் மனைவி கை, கால் கழுவ நீர் எடுத்துத் தந்தாள். குமுட்டி அடுப்பை மூட்டி மளமளவெனப்பற்ற வைத்து பருப்புப் போட்டு சாம்பார் செய்து, பாயசம் வைத்துப் பரிமாறினாள். தேவி தலையை வலிக்கிறது' என்று சாப்பாட்டை நிமிர்ந்து பார்க்காமல் அலட்சியமாகப் படுத்தாள்.

அம்மா பதினெட்டு வயதிலேயே கணவனை இழந்தவள். என்னதான் உறவினர் என்றாலும், அக்கம்பக்கம் இருந்தவர் ஒன்றுவிட்ட அண்ணன், தம்பிமார்தான். அத்தனை இளவயதில், ஒரு சின்னப் பேச்சு வராமல், தாயாதிக்காரர்களிடம் முகச் சுணக்கங்கள் கூட இல்லாமல், தானே தன் நிலத்தில் உழைத்து, மகனையும் கல்லூரிப் படிப்புக்குத் திருச்சி வரை அனுப்புவது அவ்வளவு சுலபமான காரியமாக இருந்திருக்காதுதான். ஆனால், அவள் அதை வெளிக்காட்டியவள் இல்லை. செந்திலுக்குத் தாயாரிடம் மிகவும் அன்பு, மரியாதை எல்லாம் உண்டு.

சென்னைக்கு வேலை பார்க்கச் சென்று, முதலாளி தன் ஒரே மகளை அவருக்கு மணமுடித்து மாப்பிள்ளையாக்கிக் கொண்ட பின்தான் அவர் வாழ்க்கை எப்படியெல்லாமோ மாறிவிட்டது. பெரிய இடத்துச் சம்பந்தம் என்றவுடன் அம்மா மகிழ்வுடன் செயல்பட்டாள். தன் பிள்ளைதலை தூக்கிவிட்டான் என்று பெருமைப்பட்டாள். ஆனால் எல்லாம் மாமனார் தயவில் என்றாகி விட்ட நிலையில் செந்திலின் தலைதான் தூக்கவே முடியாமல் புதையுண்டு சென்றது.

அம்மா செந்திலின் வாழ்க்கையைப் புரிந்து கொண்டு "அவன் நன்னாயிருந்தா சரி" என்று எதையும் எதிர்பார்க்க வில்லை . திருமணமான புதிதில் வருடம் ஒரு முறை அவரும் எப்படியாவது அம்மாவை எட்டிப்பார்த்து விடுவார். பின் அதுவும் குறைந்து, நின்றே போச்சு. அம்மா இறந்தபோது, அவர் வியாபார விஷயமாக வடக்கே

சென்றிருந்தார். அம்மாமறைவு பற்றித் தேவி அவருக்குச் செய்தி எட்டி விட்டபோது அம்மா போய்ப் பத்து நாள் முடிந்திருந்தது. "ஆமா, காரியம் ஆன பொறவு போயி என்னதான் செய்யப் போறீங்க" என்று தேவி அப்போதும் தடுத்துவிட்டாள்.

அம்மாவின் ஒன்றுவிட்ட சகோதரர் லட்சுமண மாமா தாமாகப் பொறுப்பேற்றுக் கொண்டு , செந்திலின் நிலத்தையும், சேர்த்துக் கவனித்து, வருடம் தவறாமல் ஒழுங்காகக் கணக்கும் ஆயிரம், ஆயிரத்தைந்நூறு என்று பணமும், இரண்டு, மூட்டை அரிசியும் அனுப்புவார். இரண்டு மாதம் முன் மாமா இறந்து போனபின் அவர் மகன் ரவி, செந்தில் நாதனுக்குக் கடிதம் எழுதினான். தான் கரூரில் தாலுகா ஆபீஸில் வேலை பார்ப்பதாகவும், தன் நிலங்களையே நேர்முகமாகக் கவனிக்க முடியாத நிலையில் குத்தகைக்கு விடப்போவதாகவும் அவரும் அப்படியே செய்யலாம் என்றும்.

"குத்தகைக்காரனை நம்பிப்பட்டிக்காட்டில் நிலம் வைத்துக் கொள்வானேன், வித்துப் போட்டால் இங்கேயே அவுட் ஹவுஸ் கட்டி வாடகைக்கு விடலாம்" என ஐடியா கொடுத்தாள் தேவி. அத்துடன் கணவன் சாமர்த்தியத்தில் அவளுக்குத் துளியும் நம்பிக்கை யில்லாததால், தானும் கூடவே, கிளம்பி விட்டாள்.

நடக்கத் துவங்கினார். சென்னையில் இப்படி அகலக்கால் வைத்து நடக்க இடம் கிடையாது. அம்மாடி! எவ்வளவுதான் அணைகட்டிவிட்டாலும் இந்தக் காவிரிநீர் என்னமாய்ச் சுழன்று, சுழன்று நுரை கொப்பளிக்க ஓடுகிறது. உடல் ரோமத்தை உலுக்கி, நிற்க வைக்கும் இந்த விடிகாலைக் காற்றுத்தான் என்ன இதம்?

தூரத்தே தெரிந்த பரிசலையும் ஒரு சின்னப் பையன் தான் ஓட்டி வந்தான். அவர் பார்த்துக் கொண்டே இருக்கும் போது, அந்தப் பையன் ஒருபுறமாகத் குனிந்து சரிய, 'ஐயயோ' என்ற ஓலத்தைத் தொடர்ந்து பரிசல் கவிழ்ந்து, அந்தப் பையன் நீரில் சரிந்து விழுந்தான்!

ஒரு நிமிடம் கூட யோசியாமல் ஆற்றில் பாய்ந்து குதித்தார் செந்தில்.

செந்திலுக்கு மூச்சு முட்டியது, பழக்கமில்லாத உடற்பயிற்சியில் கை, கால் துவண்டது. அவர் கையை வீசிப்போட, சூழல் மறு பக்கம் இழுத்தது. மயங்கி விழும் நிலை. திடீரென அவர் கையில் ஒரு சின்னக்கரம் தட்டுப்பட்டது. அத்தனை சிரமமும் மறந்து பஞ்சாகிப் போன நிலையில், அவர் அந்தச் சின்னக் கையைப் பிடித்து இழுத்து நீந்தியது தான் தெரியும். தரையை அடைந்தபோது அவர் நினைவு தவறிவிட்டது.

அவர் மெல்லக் கண்விழித்த போது, அவர் காலில் சூடாக எதையோ தேய்த்துக் கொண்டிருந்தார்கள். உடம்பு முழுவதும் தவிட்டு ஒத்தட இதம். அவரைச் சுற்றி அந்தச் சின்னக் கிராமமே திரண்டிருந்தது.

"ஐயா; எங்க புண்ணியம் கண்திறந்துட்டீங்களா... புள்ளே சூடா பால் எடுத்துட்டு வா..." ஒரு ஆணை பிறந்தது.

"பட்டணத்து ஐயா, நீங்க மனுஷரில்லை... எங்களுக்கு மடிப்பிச்சைதந்த தெய்வம்." யாரோ ஒரு கணவனும் மனைவியும் அவர் காலில் விழுந்தார்கள்.

தேவி புயலென வந்தாள்... "இந்தக் கிராமம் கொள்ளி வாய்ப் பிசாசுன்னு எனக்குத் தெரியும். அதுதான் உங்களைத் தனியா அனுப்பாம நானும் கூட வந்தேன். என் தாலி பலம் நீங்க பொழைச்சிருக்கீங்க. ஆள்விட்டுக் கரூரிலிருந்து ஒருடாக்ஸி கூட்டியாரச் சொல்லுங்க... நாம இப்பவே கிளம்பியாகணும்" என்று படபடவெனப் பொரிந்து தள்ளினாள்.

"அம்மா, ஐயா இப்பத்தான் நெனைப்புக்கு வந்திருக்கார். ரெண்டு நாள் படுத்து, எழுந்து ஒடம்பைத் தேத்திக்கிட்டுப் போகலாம்மா..." ஆளுக்கு ஒன்றாய்ப் பேசினர்.

சுற்றி நின்ற அனைவரையும் மறந்தவராக செந்தில் பலத்த குரலெடுத்துக் கத்தினார். "நான் வர முடியாதுடீ... நீ வேணா உன்பட்டணத்துக்குப் போய்க்கோ. நான் நிலத்தை விற்கப் போவதில்லை. இந்தக் கிராமத்தை விட்டும் நகரப் போவதில்லை. உங்க அப்பனுக்கும் உனக்கும் நிறைய உழைச்சுப் போட்டாச்சு. இனிமே நான் உங்க சேவகத்திலேருந்து ரிடையர் ஆகி, இந்தக் கிராமத்திலே தான் தங்கப்போகிறேன். இந்தக் கிராமம் உன் ஸ்டைலுக்கு ஒத்துக்காதுன்னா, நீ போய்க்கோ... நான் வரப் போறதில்லை , போடீ..."

"அய்யய்யோ. அவருக்கு ஜன்னி கண்டு போச்சே தன் நினைப்பில்லாம உளர்றாரே. யாராச்சும் டாக்டரைக் கூட்டியாங்களேன்."

சரியாக ஏழாவது நாள் ரவி வீட்டு வாசலில் இரட்டை மாட்டு வண்டி நின்றது. நிலம் விற்ற பணம் கைப்பையில் அடக்கமாக, கல் அட்டிகையைத் துடைத்துப் பளபளப்பேற்றியபடி, வண்டியில் ஏறினாள் தேவி. அவளைப் பின் தொடர்ந்து செந்திலும் ஏறினார். அவர் மனத்தில் புரசைவாக்கம் வீட்டு அவுட் ஹவுசும், அதில் வரப் போகும் வாடகை பற்றிய கனவும் நிறைந்திருந்தது.

வண்டி கிளம்பி, அவரும் தேவியும் தனியாக விடப்பட்ட போது அன்று அவர் போட்ட சத்தத்திற்குத் தேவியிடமிருந்து கிளம்பப் போகும் எதிரொலி பற்றிய பயம் எழுந்தது. கணநேரச் சாதனைகளும்,

வீரத்தனங்களும் மட்டும் ஆயுசுக்கும் வாழ்வாகத் தொடராது என்ற சிந்தனை ஏன் அன்று எழவில்லை என்ற சுய இரக்கம் தோன்றியது. "தேவி, நா வரட்டினாச் சொல்லு. ஏளநீர் போட்டுத் தரச் சொல்கிறேன்" என்றார் சமாதானத்தின் முதல் கட்டமாக. தேவி அவரைத் திரும்பிக் கூடப் பார்க்கவில்லை.

தன் முதல் முறை ஆண்மை அடிப்பட்டு, அதுவே கடைசியாகவும் போய்விட்டது என்று புரிந்ததைவிட, இப்போது தேவியை எப்படிச் சமாதானப் படுத்துவது என்ற பிரச்சினைதான் அவர் மனத்தின் மேல் நின்றது.

# எது முக்கியம்?

**வா**சுதேவன் படியிறங்கும்போது சாப்பாட்டு மேஜையில் லதாவும், ரவியும், கலாவிடம் ஏதோ சொல்ல, உரத்த குரலில் சிரித்துக் கொண்டிருந்தனர். வாசுதேவனின் செருப்புச் சத்தம் கேட்டவுடன் மூவரும் சிரிப்பை நிறுத்தி விட்டுக் கடுமையான முகபாவத்துடன் அவரை நிமிர்ந்து பார்த்தனர்.

“என்ன சமாசாரம்? பலத்த சிரிப்பு, என்ன விஷயம் சொல்லுங்க?"

“சாதாரண விஷயந்தான்.”

“என்ன சாதாரண விஷயம் சொல்லுங்களேன். நான் தெரிந்து கொள்ளக்கூடாதா?"

“ஒண்ணுமில்லை .” மூவரும் குற்ற உணர்வுடன் சங்கடமாக நெளிந்தனர். இதற்கு மேலும் வற்புறுத்த வாசுதேவனுக்கு மனம் இல்லை .

இன்று புதன்கிழமையா? பூரி மசாலா, ரவா தோசை. இந்த வீட்டில் சிற்றுண்டியை வைத்தே கிழமையை அறிந்து கொண்டு விடலாம்.

அசாதாரணமாக நிலவிய அமைதியை உடைக்கும் பொருட்டு, “கல்லூரி எல்லாம் எப்படியிருக்கு ரவி?" என்று கேட்டார்.

“விசேஷமா ஒண்ணுமில்லை."

“நடன வகுப்புக்குப் போகிறாயா லதா?"

“ம்ம்."

“இப்போ என்ன கத்துக்கறே?"

“வர்ணம்."

“ம்."

மௌனத்தில் இன்னும் சில நிமிடங்கள். “லதா, இன்று உனக்கு என்ன வேலை இருக்கு?"

"வழக்கம் போலத்தான். ஒன்பது மணிக்கு யோகப் பயிற்சி இருக்கு. அங்கிருந்து நேரே மஸாஜ் பார்லருக்கு. அப்புறம் வீட்டுக்கு வந்து குளித்துச் சாப்பிட்டுவிட்டு, மத்யான்னம் ஒரு மலர்க்கண்காட்சி ஏற்பாட்டுக்குப் போகணும். அதற்கப்புறம் திருமதி தயால் வீட்டிலே விருந்து."

சாப்பாடு முடிவதற்குள் வாசற்கதவின் அருகில் கதவைத் திறக்கத் தயாராக காரோட்டி நின்றான். உதவியாளர் மாடி அறையிலிருந்து அவர் கைப்பெட்டியை எடுத்துக் காரில் வைத்திருந்தார். கலா எழுந்து வந்து அவர் தோளை அணைத்துக் கன்னத்தைச் செல்லமாகத் தட்டினாள்.

"நல்லது, வர்றேன்!"

அவர் காரில் ஏறும் சமயம் மறுபடியும் மூவரும் சேர்ந்து பேசிக் கலகலவெனச் சிரிக்கும் சத்தம் கேட்டது.

வாசுதேவனுக்குச் சடாரெனக் கோபம் வந்தது. திரும்பி உள்ளே சென்று, 'என்ன என்னைக் கேலியா செய்கிறீர்கள்?' என்று கத்தலாம் போல் இருந்தது..

அவர் நண்பர்கள், சக தொழிலதிபர்கள் அவரிடம் அடிக்கடி சொல்லுவார்கள். "வாசுதேவன், நீங்கள் அதிர்ஷ்டசாலி. தொழிலில் நீங்கள் தொட்டது எதுவும் பொன்னாக விளங்குகிறது. எந்த நெருக்கடியும் உங்களை நெருங்கவே பயப்படுகிறது. திரும்பினால் நிம்மதியான குடும்ப வாழ்க்கை. அந்த விஷயத்திலேயும் நீங்க உண்மை யிலேயே ரொம்ப அதிர்ஷ்டசாலி.'

“நம்ம வீட்டில் ஒரு நாளைக்குக் கொஞ்சம் அசைவம் செய்ன்னா, இன்று பூஜை, புனஸ்காரம் என்று முதலிலேயே எதிர்மறை" என்று ஒருவர் முணு முணுப்பார்.

“அதுவே தேவலை போல் இருக்கிறது, இந்த நாகரிகத்துக் கெல்லாம் பழக்கி வைத்தது, இப்போது என் மனைவியை மாதத்துக்கு ஒருமுறை கூட நான் வீட்டில் பார்க்க முடிவதில்லை. என்னைப் பார்த்துப் பேசக்கூட அவளுக்கு நேரம் இல்லை." – இப்படி ஒருவர்.

“குழந்தைகள் என்றால் வாசுதேவன் குழந்தைகள் போல் இருக்க வேண்டும். பையனைப் பாருங்கள், ஐ.ஐ.டி.யில் பி.டெக். முதல் வகுப்பு. எம்.பி.ஏ.விலும் ஏற்கெனவே முதல் மாணவன் என்று பெயர். இந்த வயசுக்கு ஒரு கெட்ட பழக்கம், பெரிய மனிதர்கள் வீட்டுப் பிள்ளைகளுடன் சேர்ந்து ஊர் சுற்றல் என்று எதுவும் இல்லை. என்ன மனமுதிர்ச்சி, அறிவு, அடக்கம்!"

“பெண் லதா மட்டும் என்ன, படிப்பு, பாட்டு, டான்ஸ் என்று எல்லாவற்றிலும் முதல், அத்தனை இருந்தும் அப்பா, அம்மாவுக்கு அடங்கின பெண். சிநேகிதிகள், சினிமா, பொழுதுபோக்கு என்று அப்பா அம்மாவுக்கு ஒரு தொந்தரவும் கிடையாது. வாசுதேவன் வாழ்க்கையில் முன்னேறக் கேட்பானேன்?"

இந்த உண்மையைக் கட்டாயம் வாசுதேவனால் மறுக்கத்தான் முடியாது. குடும்பத் தொல்லை என்பது அவர் அறியாத ஒன்று. மனைவியாலோ, குழந்தைகளாலோ அல்லது குடும்ப நிர்வாகத்திலோ சிக்கல் என்றோ, பிரச்னை என்றோ அவர் என்றுமே உணர்ந்தது இல்லை.

ஆனால், இந்தக் குடும்பம் அவர் எதிர்பார்ப்பதை அவருக்கு அளிக்கிறதா? குடும்பம் என்பது என்ன? நூலில் கட்டிய, நெருக்கமான பூமாலை அல்லவா அது? அவர் வீட்டிலோ லதாவும், ரவியும் அம்மாவுடன் சகஜமாகப் பேசிச்சிரிக்கிறார்கள். அவர் வந்ததும் மரியாதையான உபசரணையுடன் நின்று விடுகிறார்கள்.

ஏன் இப்படி? அவர் மேல் ஏதாவது தவறா? கட்டாயம் அதற்கு வழியில்லை. அவர் குழந்தைகளைத் திட்டியதோ, அடித்ததோ, ஏன் கடிந்து கொண்டதோகூட இல்லை. வாய்ப்பு இருந்தால்தானே அதற்கெல்லாம்? எல்லாமே எதிர்பார்ப்பது போல் நடக்கும்போது ஏச்சுப் பேச்சுக்கு இடம் ஏது?

அவரை ஏன் யாரோ வெளிமனிதன் போல ஒதுக்கி வைக்கிறார்கள்? அவர் அவர்களுக்கெல்லாம் என்ன குறை வைத்திருக்கிறார்? தம் சுய தேவைகளை யெல்லாம் பின்னுக்கு ஒதுக்கி, மாடாக உழைப்பதால்தானே வீட்டில் எல்லாரும் இத்தனை வசதிகளுடன் வாழ முடிகிறது? ஏன் அதை நினைத்தாவது இவர்கள் அவரை நெருங்கி அணைக்கக் கூடாது? அன்பாக இரண்டு வார்த்தை பேசக் கூடாது?

குழந்தைகளாவது வேறு மரத்துப் பறவைகள். அவர் மனைவி! இருபத்தேழு ஆண்டுகளாக அவருடன் வாழ்வை இணைத்துக் கொண்ட, கலா, வேறு யாரும் அல்ல; அவருடைய நெருங்கிய உறவினள். அவள் கூட அல்லவா அவர் யாரோ போல நடத்துகிறாள்? அவர் ஏதோ ஓர் இயந்திரம் போலவும், அது சரியாக ஓட வேண்டும்

என்பதற்காக வாரம் ஒருமுறை எண்ணையிட வேண்டும் என்பது போலவும் அல்லவா நடந்துகொள்கிறாள். மனைவியா இவள்?

இருபது வருஷத்துக்கு முன் இப்படியா இருந்தாள் இவள்? 'கலா' என்று அழைக்குமுன் அப்படியே துவண்டு, குழைந்து விடுவாளே? ஐந்து வருஷம் முன்வரைகூடக் காலைச் சிற்றுண்டி முடிந்து எழும்போது மெல்ல அவர் தோளை அழுத்திக் கண்ணோடு கண் பார்த்துச் சிரிப்பாள். திடீரென எல்லாருக்கும் என்னதான் வந்தது? கலாவும் ஏன் சேர்ந்து மாறிப் போனாள்?

வாசுதேவனின் கோபத்தின் உச்சத்தில் மண்டைக்குள்ளே பூச்சி பறந்தது. படபடப்பில், குளிர்பதனம் செய்த காரின் உள்ளும் வேர்த்தது. 'கலா, உனக்கும், குழந்தைகளுக்கும் நான் யார் என்பதைப் புரியவைக்கப் போகிறேன்.'

அந்த வெளிநாட்டுக் கார் வழுக்கிக்கொண்டு நின்றது. வாயிற் காப்பாளன் காரின் கதவைத் திறக்க, ஒரு பணியாள் அவர் அலுவலகப் பெட்டியை எடுத்துச் சென்றான். வழி நெடுகப் பயமும் மரியாதையும் கலந்த வணக்கங்கள்.

இவர்கள் எல்லாருமே நடிக்கிறார்கள். இந்த வணக்கம், கும்பிடு எல்லாம் வெளி வேஷத்தோடு சரி. இந்த முக்கால் கிழவன் மண்டையைப் போடமாட்டானா என்றே ஒவ்வொருவரும் காத்திருக்கிறார்கள். இவன் போனால் என்ன, என்ன லாபம் நமக்கு என்று கணித்துக் கொண்டிருப்பார்கள். எல்லாம் வேஷம்.

அலுவலகத்தினுள் நுழையப் போனவர் சட்டென்று நின்றார். விறுவிறுவென்று வெளியே வந்து மறுபடியும் காரில் ஏறி அமர்ந்தார். "டிரைவர், அகவுண்டன்டைக் கூப்பிடு."

காரோட்டி ஒன்றும் புரியாமல் உள்ளே ஓடி, கணக்காளருடன் வெளியே வந்தான்.

"ஸார், எனக்கு உடனே இருபதாயிரம் ரூபாய் பணம் வேண்டும். அத்துடன் பத்து நாளைக்குக் கடிதங்கள், பில்கள் எல்லாவற்றிலும் எனக்குப் பதிலாக நீங்களே கையெழுத்துப் போட அனுமதி கொடுக்கும் அத்தாட்சிக் கடிதமும் எழுதிக் கொண்டு வாருங்கள்."

அவரைப் பயத்துடன் நிமிர்ந்து பார்த்தார்.

"ஸார், ஏதாவது தப்பா..."

"நான் சொன்னதைச் செய்யுங்கள்."

வாசுதேவன் இருக்கையில் சாய்ந்து கொண்டார். கணக்காளர் ஐந்தே

நிமிடத்தில் பணத்துடனும், கடிதத்துடனும் வந்தார்.

பணத்தை வாங்கிப் பெட்டியில் வைத்துக் கொண்டார். கடிதத்தை ஒப்பமிட்டார். “டிரைவர், என்னை விமானதளத்தில் இறக்கிவிட்டு நீ வீட்டுக்குப் போ" என்று ஆணையிட்டார்.

காலை விமானத்திலேயே டில்லிக்கு இடம் கிடைத்தது. டில்லியில் சில மணி நேரமே தங்கினார். அதுவும் கன்னாட் ப்ளேசில் சில உடைகள் வாங்கமட்டுமே. டில்லியிலிருந்து குளிர்பதனம் செய்த டாக்ஸி அவரைச் சிம்லாவுக்குச் சுமந்து சென்றது.

வாசுதேவன் ஏறக்குறைய முப்பது ஆண்டுக் கால இடை வெளிக்குப் பிறகு டாக்ஸியினுள் சுதந்தரமாக விசிலடித்தார். சளசளவென்று தாம் அறிந்த ஓட்டை இந்தியில் சர்தார்ஜி காரோட்டியிடம் ஓயாமல் பேசினார்.

திருமதி. டி.சில்வா , வாசுதேவன் ஏன் நிர்வாகக் குழுக் கூட்டத்துக்கு வரவில்லை என்று புரியாமல் வீட்டுக்குப் போன் செய்தபோது, மஸாஜ் பார்லரில் முரட்டு நேபாளிப் பெண் ஒருத்தி, கலாவுக்கு எண்ணெய் தடவி நீவி விட்டுக் கொண்டிருந்தாள். காரியதரிசி, சமையற்காரன், காரோட்டி என்று கேள்விகள் மாற்றி, மாற்றிப் பறந்து முடிவில், “முதலாளி விமான கூடத்தில் இறங்கிக்கொண்டு காரைத் திருப்பி அனுப்பி விட்டார்" என்ற செய்தி கிடைத்தது. எந்தக் கூட்டத்தை தள்ளிப் போடுவது, எதை ரத்துச் செய்வது என்று புரியாமல் டி. சில்வா குழம்பிக் குதித்துக் கொண்டிருந்தாள். அரை மணிநேரம் அலுவலகம் ஸ்தம்பித்தது. பின் வழக்கமாகச் செயல்படத் துவங்கியது.

வாசுதேவன் சஹானா ராகத்தை நீட்டி முழக்கி ஆலாபனை செய்தவாறு படகைத் துடுப்புப் போட்டார். முதல் இரண்டு நாள் வலியாக வலித்த தோள்பட்டை இன்று ஆரோக்கியமாகத் துடுப்பை வலித்தது. படகைக் கரை ஓரமாக நிறுத்தியவர், படக்குக்காரனின் அழுக்குப் பல் சிரிப்புக்காக இரண்டு ரூபாயைக் கூட்டிக் கொடுத்துவிட்டுப் புல்தரையில் எகிறிக் குதித்தார். அவர் அரை நிஜாரின் பின்புறம் ஒட்டியிருந்த சேற்றைப் பற்றிக் கவலைப்படாமல் வெறுங்காலுடன் நடந்தார்.

"ஸாஹப், ஸாஹப்" என்று மூன்று நாள் பரிச்சயமான பூக்காரப் பையன் அவர் பின்னால் பூங்கொத்துடன் ஓடி வந்தான். அவனிடம் பிடிபடாதவாறு வாசுதேவன் வேடிக்கையாக ஓடினார். அந்தக் குழந்தைப் பையனும் விளையாட்டாகத் துரத்தினான். திடீரென நின்ற வாசுதேவன் பூச்செண்டு பிடித்திருந்த பையனையே அலாக்காகத் தலைக்கு மேல் தூக்கிச் சுழற்றினார். அவன் குலுங்கக் குலுங்கச் சிரித்தான். சேர்ந்து

சிரித்த வாசுதேவன் அவன் கையிலிருந்த அத்தனை பூச்செண்டையும் பறித்துக் கொண்டார். சுலபமாக வியாபாரம் முடிந்த மகிழ்ச்சியில் பையன் அவருடன் சேர்ந்து குதித்து நடந்தான்.

வாசுதேவன் மனசு மிகவும் லேசாக இருப்பதை உணர்ந்தார். இந்தச் சுதந்தரம் மிகவும் சகஜமாக இருந்தது. உலகம் அழகாக இருந்தது. அவர் எல்லாருக்கும் வேண்டியவராக இருந்தார். பொழுது மங்கிய பிறகு அவர் தங்கியிருந்த நடுத்தர வர்க்க ஓட்டலில் மது அருந்தினார். அங்கே குடிக்க வந்த முந்நூறு நானூறு சம்பளம் வாங்கும் ஓட்டைக் கோட் அணிந்த பள்ளி ஆசிரியர்களும், அரசாங்க எழுத்தர்களும் தந்த நட்பு இனிமையாக இருந்தது.

சில சமயங்களில் கலாவுக்குக் காட்டமாக ஒரு கடிதம் எழுதலாம் என நினைப்பார். ஒரு பெரிய கூட்டமே கலாவின் தலைமையில் அவரைத் தேடிக் கொண்டிருக்கும். கலா கவலையிலேயே இளைத்திருப்பாளா? கணவன் யாரிடமும் சொல்லாமல் ஓடிவிட்டான் என்றால் அது மனைவிக்கு எவ்வளவு பெரிய சமுதாயத் தலைகுனிவாக இருக்கும்? கலாவுக்கு நன்கு வேண்டும். அவரை ஒதுக்கி, குழந்தைகளின் வாழ்க்கையிலிருந்தும் அப்புறப்படுத்தியதற்கு நன்கு அநுபவிக்கட்டும். பத்து நாள் கழித்தும் அவர் வீடு திரும்பப் போவதில்லை .

"நான் எத்தனை சந்தோஷமாக இருக்கிறேன்" என்று கடிதம் எழுதிக் கலாவைக் குரூரமாக வதைக்கப் போகிறேன். என் உழைப்பையும், சம்பாத்தியத்தையும் உறிஞ்சிக் கொண்டு, என்னை மதிக்காமல் இருக்கும் அந்தத் திமிர் பிடித்த கழுதை நன்கு அனுபவிக்க வேண்டும்.' கடிதம் எழுதும் எண்ணத்தை இன்னும் சில நாட்களுக்கு ஒத்திப்போட்டார்.

வாசுதேவன் கன்னங்கள் உப்பி , முகத்தில் சோபை கூடி இருந்தது. சிம்லாவின் அக்கம் பக்கம் இருந்த பிரதேசங்களை யெல்லாம் நடந்தும், பஸ்ஸில் சென்றும் பார்த்தாகிவிட்டது. மட்டக் குதிரையைத் தாமே ஓட்டிச் செல்லக் கற்றுக்கொண்டு விட்டார். 'ஹலோ' சொல்லுமளவு நிறைய நண்பர்கள். எல்லாவற்றிற்கும் மேலாகத் தம் குடும்பத்தாரைப் பழி தீர்த்துக் கொண்டு விட்டோம் என்ற எக்காளம்.

அன்று படகைத் துடுப்புப் போட்டுக் கொண்டு கரையை நெருங்கிய போது, தூர தெரிந்த முகம் பரிசயமானதாக இருந்தது.

அருகே நெருங்க, நெருங்க அவர் தொழிலகங்களின் கண்காணிப்புக்கென அமர்த்தியிருக்கும் தனிப்பட்ட துப்பறியும் நிபுணர் அல்லவா இவர்! இவர் சென்னையிலிருந்து எங்கே சிம்லாவுக்கு வந்தார்? இவர் கண்ணில் படாமல் தப்பித்துக் கொள்ள வேண்டுமே!

வாசுதேவன் படகிலிருந்து இறங்கும்போதே அவர் வந்து கைலுக்கினார். "சிம்லாவில் விடுமுறை சௌகரியமாக இருக்கிறதா?" என விசாரித்தார். வாசுதேவன் அவரை அலட்சியமாகத் தவிர்த்து ஹோட்டலுக்குச் சென்றார்.

ஹோட்டல் வாசலில், கலா சாவதானமாகக் காரிலிருந்து இறங்கினாள். அவளுடன் கூட ஒன்றிரண்டு பரிச்சயமான முகங்கள். டாக்டர் தேவநேசன், அவர்கள் குடும்ப டாக்டர். இவர்களை எல்லாம் ஏன் இங்கே அழைத்து வந்திருக்கிறாள்?

கலா ஓடிவந்து அவர் மார்பில் முகத்தைப் புதைத்துக் கொண்டாள். வாசுதேவன் தம்மையறியாமலேயே அவள் முடியை வருடினார். "ஏன் சொல்லிக் கொள்ளாமல் கிளம்பி வந்துட்டீங்க?" அவள் புலம்பினாள்.

டாக்டர் தேவநேசன் புரிந்து கொண்ட பாவனையில் சிரித்தார். "பரவாயில்லை வாசுதேவன். உங்களைப் போல வாழ்வில் உழைப்பும், பரபரப்பும் இருப்பவர்களுக்கு இது சகஜந்தான். ஆனால், உங்கள் மனைவியிடமாவது ஒரு வார்த்தை சொல்லிவிட்டு வந்திருக்கலாம். பாவம், அவர் ரொம்பக் கஷ்டப்பட்டார்."

வாசுதேவன் கலாவைப் பார்த்தார். உடல் துவண்டு, கண்களில் கருவளையமிட்டிருந்தது. நிறையவே கவலைப் பட்டிருப்பாள் போல் இருக்கிறது? வேண்டும் அவளுக்கு.

"வாசுதேவன், காரிலே உட்காருங்கள். பாக்கியையெல்லாம் மற்றவங்க பார்த்துக் கொள்வாங்க." அவர் தள்ளாத குறையாகக் காரில் ஏற்றப்பட்டார். அதன்பிறகு பலவந்தமாக டெல்லி, சென்னை. இப்போது இந்த நாளைக்கு ஆயிரம் ரூபாய் அறையில் தாமே டைரக்டராக உள்ள மாபெரும் மருத்துவ மனையில் பலவந்த உபசரிப்புகளுக்கு நடுவில் கைதி போலப் படுத்திருப்பதும் உண்மை .

கலா, இரவு பகலாக அவர் அருகில் உட்கார்ந்திருந்தாள். லதாவும், ரவியும் சோகமான முகத்துடன் காலையும் மாலையும் வந்து பார்த்தனர்.

அனைவர் வாயிலும் ஒரே சொல்தான். “மனிதன் இப்படி அளவுக்கு மீறி உழைத்ததால் .... பாவம், படுத்து விட்டார்."

அவருக்கு என்ன வியாதி என்று எல்லாரும் இப்படி அமர்க்களப் படுத்துகிறார்கள்? சிம்லாவில் மணிக்கணக்கில் துடுப்புப்போட்டுக் கொண்டு மைல் கணக்கில் நடந்து கொண்டிருந்தவருக்கு வியாதியா? கலாவிடம் உரத்தே கேட்டுப் பார்த்தார். அவள் பதில் கூறாமல், “அலட்டிக் கொள்ளாதீர்கள். உங்களுக்குப் பூர்ண ஓய்வு தேவை" என்று கூறி அவர் கன்னத்தில் முத்தமிட்டாள்.

அன்று டாக்டர் வந்த போது, "கதவை மூடுங்கள்" என்று ஆணை யிட்டார். கலாவிடம் கேட்ட அதே கேள்வியை அவரிடமும் கேட்டார்.

"உங்களுக்கா வியாதி? எதுவுமில்லை வாசுதேவன். உங்களுடைய நிலை இருக்கே, அதிக உழைப்பு, அதிக அயர்ச்சி, தன் தேவையும், முக்யத்துவமும் குறைந்து வருகின்றன என்ற எண்ணம். அதன் பலனாகச் சில விபரீத நடவடிக்கைகள். அதன் பெயர் தான் நரம்புப் பலவீனம். பத்தே நாள் ஓய்வு. உங்கள் நரம்புகள் பலம் பெற்றுப் புது மனிதனாகி விடுவீர்கள். சரிதானே?"

“எனக்காவது நரம்பு பலவீனமாவது? இல்லவே இல்லை.”

பத்து நாள் கழித்து வாசுதேவன் நாகரிக உடை அணிந்து அலுவலகம் கிளம்பிய போது தாமாகக் கலாவின் கன்னத்தை நிமிண்டினார். லதாவின் காதில் அவளுடன் மாலையில் டென்னிஸ் விளையாடப் போவதாக ரகசியம் சொன்னார். "வா, அப்பா ரவி, ஆபீசுக்குப் போகலாம்" என்று ரவியைத் தோளில் கைபோட்டு அழைத்தார்.

நண்பர்கள் கூட்டத்தில் பலமாகச் சிரித்தார். "பத்து நாள் படுத்ததற்குள் என்ன அமர்க்களம் பாருங்கள்! என் மனைவியும், குழந்தைகளும், படும் கஷ்டம் தாங்காமல் படுக்கையிலிருந்து எழுந்துவிட்டேன். நம்மைப் போன்ற தொழிலதிபர்களுக்கு எது முக்கியம்? வீடு திரும்பினால் நிம்மதியான குடும்ப வாழ்க்கை. அந்த விஷயத்தில் நான் ரொம்பவே அதிர்ஷ்டசாலி. குடும்பத் தொல்லை. வீட்டு நிர்வாகப் பிரச்னை என்று என்னை எதுவுமே அணுகுவதில்லை. அதுதானே முக்கியம்?"

# மனைவி மனுஷியானால்

அம்மாவின் கடிதத்தைப் படிக்கும் போது ஏனோ கோபமே வரவில்லை. அவர்கள் அவசரப்பட்டுக் கொண்டு ஓடி வருகிறார்களே என்று வருத்தமாகத்தான் இருந்தது. அவர்கள் வருகையினால் மாறப் போவது எதுவுமில்லை எனப் புரிகிறது.

கடிதத்தை மறுபடியும் பிரித்தாள்.

“கலா, சரி, தவறு என்று பாகுபடுத்திப் பார்க்கும் பக்குவமும், எடுத்த முடிவை நிறைவேற்றும் முதிர்ச்சியும் பெற்றவளாக நீ வளர்ந்திருக்கிறாய் என்று எங்களுக்கு மிகவும் பெருமை உண்டு. அப்படியும் நீ செய்யத் துணிந்துள்ள காரியத்தை எண்ணும்போது எங்கள் வளர்ப்பில் எங்கோதவறு நடந்துவிட்டது என்றுதான் நினைக்க முடிகிறது. அன்பையும், பொறுமையையும், விட்டுக்கொடுக்கும் மனப்பான்மையையும், எல்லாவற்றிற்கும் மேலாக, ஏற்றுக்கொள்ளும் மனப்பான்மையையும் நீ வளர்த்துக் கொள்ளத் தவறிவிட்டாயோ எனத் தோன்றுகிறது."

"அம்மா யூ ஆர் ராங்க்... நீ கூறும் அத்தனை விஷயங் களையும் நான் கற்றுத்தான் வைத்திருக்கிறேன். சொல்லப் போனால் உன்னையே முன் மாதிரியாக வைத்துத்தான் கற்றிருக்கிறேன். ஒரு புறத்திலே அதிகாரவர்க்க வாழ்க்கை வாழும் அப்பா, மறுபுறத்தில் நார்மடி கட்டி, கண்ணைக் குறுக்கி, உலகத்தை அதன் வழியாகப் பார்க்கும் பாட்டி. இந்த இரண்டு பேருக்கும் நடுவில் நீ பாலமாக எப்படி வாழ்ந்தாய் என்று நேரிடையாகப் பார்த்திருக்கிறேன். உன்னால் எப்படி வாழ முடிந்தது என்று யோசிக்கும் போது, நீ எல்லாக் கோணத்திலும் மனுஷியாக வாழ்ந்தது புரிகிறது. அப்படியே என்னையும் வாழப் பழக்கி விட்டது தானம்மா நீ செய்த அடிப்படைத் தவறு.

'எத்தனையோ இளமைப் பருவ நினைவுகள். வீட்டிலே தாத்தாவின் சிரார்த்தம் அமர்க்களப்பட்டுக் கொண்டிருக்கிறது, அம்மா மடிசார்

கட்டி, சமையல் மாமிக்கு உதவிக் கொண்டிருக்கிறாள். பின் புறம் துணிதுவைத்துக் கொண்டிருக்கும் வேலைக்காரி திடீரென மயங்கி விழ அம்மா கரண்டியைக் கீழே வைத்து விட்டு, அவசரமாகத் தெரு முனைக்கு ஓடுகிறாள் ரிக்ஷாவை அழைக்க. அப்பா வரைக்கும் செய்தி போவதற்குள் அம்மா மயங்கிய வேலைக்காரியை மார்பில் அணைத்தவாறு டாக்டர் வீட்டில் நிற்கிறாள். மஹாவிஷ்ணு இலையில் பரிமாற அம்மா இல்லை என்று பாட்டி குதிக்கிறாள். அப்பாவுக்கும் முகம் சிவக்கிறது. அம்மாவை நன்றாகவே புரிந்து கொண்டவர் என்றாலும் இந்த அமர்க்களம் அவசியம்தானா என்ற கேள்வி அவரிடம் எழுந்திருக்கக் கூடும்.

நாலரை மணிக்குத் தலை பறக்க, முகம் துவள அம்மா ரிக்ஷாவில் வந்து இறங்குகிறாள். வாசலிலேயே நிறுத்திக் கத்த ஆரம்பிக்கிறாள் பாட்டி. "நாளும், கிழமையுமா என்னை அவமானப்படுத்த என்றே வேலைக்காரியை அணைச்சிண்டு விழுப்புக் கலந்தாய்" என்பது அவள் வாதம்.

"அம்மா, நல்ல வேளை முனியம்மா உயிர் பிழைச்சா. மூளையிலே பெரிய கட்டியிருக்காம். நேரத்திலே ஆஸ்பத்திரிக்கு அழைச்சிண்டு போயிட்டேன். ரத்தம் ஏத்தறா. நாளைக்கு ஆபரேஷன். அவ வீட்டிற்குப் போய் புருஷனைத் தேடிப் பிடிச்சு ஆஸ்பத்ரியிலே உட்கார வச்சுட்டு வர்றேன்."

“உடம்பெல்லாம் தீட்டு, தலைக்குக் குளிச்சிட்டு வா." பாட்டி ஸ்வரம் இறங்கி விட்டது.

“ரமா, யூ ஆர் வெரி டயர்ட்... சாப்பிடு வா." அப்பா சட்டென்று அம்மாவை நோக்கிக் கைநீட்டிய போதும் அம்மா புன்சிரிப்புடன் விலகி பாட்டி சொன்னபடி தலைமுழுகி, அட்சதை போட்டுக் கொண்டு நமஸ்கரித்த பின்தான் இலைமுன் உட்காருகிறாள். இந்த வருஷ தாத்தா திவசம் பலனற்றுப் போனதாகப் பாட்டி புலம்புகிறாள்.

அம்மா மெல்லக் கூறுகிறாள்: “வருத்தப்படாதேங்கம்மா... அடுத்த வருஷம் இன்னும் கவனத்தோட செய்திடலாம்... இந்த வருஷம் இப்படியாயிடுத்து. பாவம் நம்மளை நாடி வந்தவ உடம்பை நாம கவனிக்காட்டாவேற யார் கவனிப்பா. தெவசத்தை விட்டுட்டு ஆஸ்பத்திரிக்குப் போக வேண்டி வந்துடுத்து... பெரியவா மன்னிச்சுடுங்கோ."

அம்மா ஏன் மன்னிப்புக் கேட்கிறாள்ன்னு கலாவுக்குப் பற்றிக் கொண்டு வந்தது. தொடர்ந்து பத்து நாள் ஆஸ்பத்திரி ஜெனரல் வார்டில் அவள் நடையாய் நடந்த போது, இந்தக் கேள்வியைக் கலா

கேட்டாள். "கலா நீ சின்னவ, உனக்குப் புரியாது. பாட்டியோட உலகம் நம்மளுடையதைப் போல விரிவடைய வாய்ப்பிருந்ததில்லைம்மா. அவர் தர்மம்ன்னு நினைக்கிறது நம் எண்ணங்களிலிருந்து அப்படித்தான் மாறுபடும். நான் என்னைப் புரியவைப்பதை விட, அவளைப் புரிந்து கொள்வது சுலபம். ஜாதி, சடங்குகள் அவள் காலத்திலே தர்மமா எண்ணப்பட்டவை.".

'நீ சொன்ன பதிலை நான் இப்போதும் யோசித்துத்தான் பார்க்கிறேன். 'நீ மனிதப் பண்புகளுடன் வாழ முடிந்த வரை பிறருக்கு விட்டுக் கொடுத்தாய்.'

கலா அம்மாவின் கடிதத்தை மடித்து வைத்து விட்டு – எழுந்தாள். அம்மாவைவிட அத்தை அவளைப் புரிந்து கொள்வாளா, அத்தை தான் எவ்வளவு திடமானவள்; அதே சமயம் எவ்வளவு மென்மையானவளும். அத்தைக்குப் பிறப்பிலேயே காலில் சின்ன ஊனம். அதனால் அவளைச் சுமாரான இடத்தில் தான் திருமணம் செய்து கொடுக்க முடிந்ததாம். அதுவும் தொடர முடியாமல் திருமணமான நாலாம் வருடம் இரண்டு பெண்களை மனைவிக்குச்சொத்தாக வைத்து விட்டுச்செத்தாராம் அத்திம்பேர். அப்பா, தங்கையின் உதவிக்கு ஓடினார். ஆனால் அத்தை ஒருவருடைய உதவியையும் எதிர்பார்க்காமல் திடமாக நின்றாள். கற்ற வேலை பார்த்து, மாலை வேளைகளில் வீடு, வீடாக ட்யூஷன் எடுத்துத் தனியே வாழ்ந்து காட்டினாள். இன்றும் வாழ்கிறாள்... தன் பெண்களையும் தன்னைப் போலவே வளர்த்து அவர்கள் சுய காலில் நின்றபிறகு மணமும் செய்து கொடுத்து விட்டாள்.

விடுமுறை வந்தாலே அத்தையின் வரவுக்குத்தான் கலா காத்திருப்பாள். ஒத்த வயது சுமதி, காந்தியை விட அத்தையின் நட்பை அவள் ரசித்தாள். ஏழைமையிலும் சுயமதிப்புக்குறையாத கம்பீரம், தன்னைச் சுற்றியுள்ள உலகில் அத்தனை பேரையும் நேசிக்கும் பரிவு, இவை சாமான்யமானவையா? கல்லூரியில் முதற்கவர்ச்சி தோன்றியபோது கூட அவள் அத்தையிடம்தான் பகிர்ந்து கொண்டாள்... அத்தைதான் அதன் குறுகிய கால வரையரையைப் புரிய வைத்தாள். சின்ன வயதில் இருட்டைக் கண்டு பயந்தபோது, அத்தை அவள் சின்ன விரல்களைப் பற்றி இருட்டுக்குள் நடத்திச் சென்றாள். 'இப்போது சொல்லு, எங்கே இருட்டுப் பூதம்' என்று அவள் துழாவித் துழாவிக் காட்டிய பிறகு, பூதத்தையே காணோம்! இருட்டும் இனிமையாயிற்று!

அத்தையும் அம்மாவும் தோழிகள். பாட்டிக்குத் தன் மகள் கஷ்டப்படும் போது, மருமகள் சுகமாக இருக்கிறாளே என்ற ஆதங்கம் சதா புலம்பலாக எழுந்தாலும் கூட, அதையும் மீறி அத்தைக்கும், அம்மாவுக்கும் ஒரு நெருக்கம் இருந்தது. அம்மா அத்தையின் 'இன்டிவிஜிவாலிடியை'

மதித்தாள். அதில் குறுக்கிடாமலே அத்தையுடன் அன்பைப் பகிர்ந்து கொண்டாள். ஒரு முறை அத்தைக்கு டைபாயிட் ஜுரம் என்று கடிதம் வந்தபோது அம்மா பதறிப் போய் பழக்கமில்லாத அந்தக் கிராமத்து ஓட்டு வீட்டில் ஒரு மாதம் தங்கி உதவி விட்டு வந்தாள். கலாவின் திருமணத்துக்கு அத்தை இரவும், பகலும் உழைத்தாள்.

'அத்தை ரிடையரான பிறகு. என் கூடத்தான் வந்து இருக்கணும்' என்று கலா அவள் முகத்தோடு முகம் இழைத்தாள்.

அன்று அத்தை அவளைத் தேடி வந்தபோது எவ்வளவு ஆவலுடன், 'அத்தை என்னோட இரண்டு நாள் இருந்து விட்டுத்தான் போகணும். கல்யாணத்தின் போதே ரமேஷை உனக்கு அறிமுகம் செய்ய முடியல்லை. உன்னைப் பற்றி அவரிடம் நிறையச் சொல்லியிருக்கேன்..." என்று சொன்னாள்.

ரமேஷ் அலுவலகத்திலிருந்து வந்ததும், டிபனை அளித்த வாறே, "எங்க அத்தை வந்திருக்கா. நான் சொல்லியிக்கேனே திருச்சியில் பாட்டு வாத்தியார்னு அவங்கதான்..." ரமேஷ் அவள் பேச்சைக் காதில் போட்டுக் கொண்டதாகத் தெரியவில்லை. காபியைப் பருகி எழுந்தவன், அத்தையைக் கடந்து உள்ளே போக விழைந்தவனிடம்.... "அத்தை , மீட் ரமேஷ்," என்றாள் கலா.

அத்தையின் கைக் கூப்பலைப் பார்ப்பதுகூட அவசியமாக ரமேஷ் நினைக்கவில்லை . அவள் எதிரிலேயே, "சீக்கிரம் பேசி முடிச்சு அனுப்பிச்சிட்டு வா. பீச்சுக்குப் போகலாம்." என அலட்சியமாகக் கலாவிடம் கூறி விட்டு நகர்ந்தான்.

விக்கித்து நின்றாள் கலா. கடந்த சில மாதங்களாக ரமேஷின் பல கோணங்களில் ஒரு சிலவற்றையாவது அவள் புரிந்து கொண்டுதான் இருந்தாள். ஆனாலும், தான் தாயினும் மேலாக மதிக்கும் அத்தையை இப்படி முகத்துக்கு நேர் அவமானப்படுத்து வான் என்று எண்ணவில்லை. அத்தை சமாளித்துக் கொண்டு கிளம்பினாள். ஆனால், அத்தை அந்த மன வக்ரத்தைப் புரிந்து கொள்ளாமல் இருப்பாளா? அத்தைக்கு இப்போது விவரமாக எழுதலாமா?

அத்தை வந்த இரவு. ரமேஷ் அவளை ஆக்ரோஷமாக ஆக்ரமித்த போது, அவள் மெதுவாகக் கேட்டாள்: "அத்தை கூட ஒரு சில வார்த்தையாவது பேசியிருக்கக் கூடாதா?"

ரமேஷ் அவளை ஒரே தள்ளலில் உதறினான். "என்னடீ சொன்னே... உன் அத்தைங்கறதுக்கா? ஏதோ ஒரு நொண்டி டீச்சரோட நான் பேசணுமா இனிமே இந்த மாதிரி சகவாச மெல்லாம் இந்த வீட்டுக்குக் கொண்டு வராதே."

நொண்டி டீச்சர் – அத்தையின் ஊனத்தையும், சமுதாய நிலையையும் தவிர, அவள் எடுத்துக்கூறியிருந்த அத்தையின் பண்புகள் எதுவுமே ரமேஷின் பார்வையில் படவில்லையா? மனித உறவுகளை ஸ்டேடஸ், பணம் இவை தவிர வேறு அளவு கோல்களால் பார்க்கவே முடியாதா? அவனால் பார்க்க முடியாவிட்டால் போகட்டும்... அவளையுமல்லவா கட்டாயப் படுத்தி அவற்றையே ஏற்க வைத்தான்?

தேன் நிலவு முடிவதற்குள்ளேயே அவனுடைய மன ஊனங்கள் அவள் பார்வையில் பட்டன. அப்போதே அடிபட்டு வலிக்கத் தொடங்கியது அவள் உள்ளம்.

ஊட்டியிலிருந்து காரில் வந்து இறங்கினார்கள். “இதோ பார், இதுதான் நம்ம பங்களா. உங்கப்பா சொல்லியிருப்பாரே ஸிக்ஸ் பெட்ரூம்ஸ்...''

கார் போர்டிகோவில் நிற்க, மூத்த கிழவர் ஒருவர் வணக்கம் கூறி சாமான்களை இறக்குகிறார். ரமேஷ் அவரை அறிமுகப் படுத்துவான் எனக் கலா எதிர் பார்க்கிறாள். மூத்தவருக்குக் கைகொடுத்து உதவ அவள் செல்லுமுன் கனம் அதிகமான பெட்டியை அவர் சற்றே வேகமாக தரையில் வைக்க.... “டேய் கெழவா, என்னடா திமிர் உனக்கு... தின்னு, தின்னு உடம்பிலே கொழுப்பு ஏறிப்போ யிட்டுதா... செவிட்டிலே விட்டேன்னா ஒண்ணு”, என்று கத்தியபடி அந்த மூத்தவரின் சட்டையை ரமேஷ் பற்றவும், கலா அவசரமாகக் குறுக்கிட்டாள். ‘நீ சும்மா இரு கலா, இவங்களையெல்லாம் வெக்கற இடத்திலே வைக்கணும்.’

''திமிர் யாருக்கு? அப்போதுகூடக் கலா புது மனைவியிடம் 'ஷோ?ஆப்' செய்கிறான் என்று தான் நினைத்தாள். மறுநாள் அதே எண்பது வயதுக் கிழவரை ரமேஷ் கோபத்துடன் காலால் இடறியபோது அவள் துடித்துத்தான் போய்விட்டாள். அவனிடம் உழைப்புக்கு ஊதியம் பெற்ற அனைவரையும் 'டாவாகவும் ஏய்யாகவும்' அவன் விளித்தபோது கலா அடிபட்டுப் போனது உண்மைதான்.

மூன்று வயதில் வெளியே அழைத்துப்போகும் ஆயாவை, 'நீ' என்று அவள் விளித்தபோது, அப்பா அவளை அழைத்து விளக்கினார்: ''கலா, நம்மைவிட வயசில் பெரியவாளை 'நீ'ன்னு அழைக்கக் கூடாதும்மா...'' சமையல் செய்த அம்புலு மாமியை, அவள் அப்பாவை விட வயதில் குறைந்தவளாக இருந்தும் கூட ''மாமி, வாங்கோ...'' என்றுதான் அப்பா அழைப்பார். தோட்டக்காரனை, ''தாத்தா, சௌக்யமா இருக்கீங்களா...' என்று முதுகில் தட்டித்தான் பேசுவார். பணிவையும், மரியாதையையும் பாலபாடமாக ஊட்டியதுதான் அவர்கள் செய்த தவறு..

இதே பழக்கத்தை அவள் ரமேஷ் வீட்டில் தொடர்ந்தபோது, ரமேஷ்

சீறினான்: "இந்தத் தெரு நாயிக் கெழவனையெல்லாம், தாத்தா, கீத்தான்னு உறவு கொண்டாட அவன் என்ன உனக்கு மாமனாரா? இந்த வழக்கமெல்லாம் இந்த வீட்டில் வச்சுக்காதே."

வயதில் மூத்தவர் காலால் உதைக்கப்படும் போது அவள் பார்த்து ரசிக்க வேண்டும். சௌகரியப்பட்டால் கூடச் சேர்ந்து இடறவேண்டும். இதுவே அவன் எண்ணம். இது சாத்யமா?

கடற்கரையில் மனைவி தோளில் கை போட்டு அவள் தலை மல்லிகை மணத்தை முகர்ந்து கொண்டிருக்கும் போது, அந்தச் சடைமுடிப் பையன், ஏக்கக் கண்களுடன் வருகிறான். "ஐயா, கார் துடைக்கிறேன். ஒரு ரூபா தாங்க..."

"போடா" அவனை ரமேஷ் விரட்டுகிறான்.

"காலையிலிருந்துச் சாப்பிடல்லை அக்கா... துடைக்கிறேன் ஐம்பது பைசா தாங்க..." பையன் துடைக்கத் தொடங்குகிறான். ரமேஷ் வெறி பிடித்தாற்போலப் பாய்ந்து இறங்குகிறான்.

"எங்காரிலே கை வைப்பாயா?" பளீர் எனப் பையன் கன்னத்தில் ஓர் அறை விழுகிறது.

“ஐய்யய்யோ..." கலாவின் குரலை, ரமேஷ் குரல் அடக்குகிறது.

“ஸ்டாப் இட்.. இந்த நியூசென்ஸுக்கெல்லாம் இப்படித்தான் புத்தி புகட்டணும்."

பசியும், பொட்டில் பட்ட அடியுமாகச் சேர்ந்து பையன் தடுமாறித் தடுமாறி நடக்கிறான். கலாவின் கையும், காலும் பதறுகின்றன. அந்தப் பையனை நிறுத்தி அவன் கன்னத்தைத் தடவவேண்டும்... ஒரு பொட்டலம் சுண்டலாவது வாங்கித் தரவேண்டும்.

“கலா, ஐஸ்க்ரீம் சாப்பிடறயா?"

"நோ, எனக்கு எதுவும் இனிமேல் தொண்டையில் இறங்காது... அந்தப் பையன் உங்களை என்ன செய்தான்? 'உழைக்கிறேன், காசு கொடுங்க'ன்னான்... விருப்பமில்லைன்னா கண்டிப்பாகச் சொல்ல வேண்டியதுதானே? யார் பெத்த பிள்ளையையோ, அவன் வயிற்றுக்கில்லாதவன் என்கிற காரணத்துக்காக அடிக்க உங்களுக்கு என்ன உரிமை இருக்கு?" கண்ணில் நீர் வழியப் பொங்கினாள் கலா....

"அட போடீ... பெரிய பிஸ்தா... எனக்குப் புத்தி சொல்ல வந்துட்டே...."

வேலைக்காரியின் பார்வையற்ற மகள் கார் செல்லும் பாதையில் நின்றாள் என்று அமர்க்களப்படுத்தி, "இந்தப் பொட்டையையெல்லாம்

நிக்க வச்சு ஷூட் பண்ணனும்.... இனிமே இவளை இங்க இட்டுட்டு வந்தே உன் சீட்டே கிழிஞ்சிடும்" என்றதும், வேலைக்காரி , "இல்லை சாமி, கூட்டிட்டு வரமாட்டேன்" என்று மன்னிப்புக் கேட்டபோதும், அம்மா மதிய நேரத்தில் இரண்டு பார்வையற்ற மாணவர்களுக்குப் பாடம் சொல்லித்தரும் காட்சிதான் நினைவின் மேலே வந்தது.

அம்மா பாட்டியை ஏற்றது போல் அவளும் அவனை ஏற்கப் பழக முயலவில்லையா? ஆனால், அவள் அநியாயங்களைப் பொறுத்துக்கொண்டு, மனித தர்மங்களை மறந்து, அவன் மதிப்பீடுகளை ஏற்றால் மட்டுமே வாழமுடியும் என்று புரிந்தபோது தானே இந்த முடிவெடுத்தாள்? தேடிக் கற்று, பக்குவப்படுத்தப்பட்ட பதமான கணிப்புகளை ஒரு ஆணின் உறவுக்காகமட்டும் விசிறி எறிந்துவிட முடியுமா? கணவனுக்குப் பிடிக்கவில்லை என்று உடையை மாற்றலாம்... முடியை வெட்டலாம்.... ஆனால் மனிதப் பண்புகளை மறந்து விட முடியுமா?

இரண்டு மாறுபட்ட கருத்துள்ளவர்கள் சேர்ந்து வாழலாம். கணவன் பொருள் தேட, மனைவி தத்துவம் படிக்கலாம். கணவன் கர்மயோகியாய் வாழ மனைவி பார்ட்டியில் திளைத்து ஆனந்தம் காணலாம். ஆனால் இரக்கம், அன்பு, பணிவு என்னும் அடிப்படை தார்மீகங்களைக் குறுக்கீடு இல்லாமல் தொடரமுடியாது எனும்போது, உறவுகளைவிட, மனுஷ தர்மம்தான் உயர்ந்தது என்று அவள் முடிவெடுத்திருக்கிறாள்.

இந்த முடிவைச் சொன்னபோது ரமேஷ் குதித்தான். “உனக்கு எதிலே குறை வெச்சேன்... நீ கனவுலே கூடக் காணாத பணம், சோஷியல் ஸ்டேடஸ், புடைவை, நகை அத்தனைக்கும் மேல ராத்திரியானா அனுபவிக்கல்ல... எதுலே குறை வெச்சேன்... வேணாம்னாப் போ... எவன் கிட்ட வேணாப் போ. உன்னைவிடப் பெரிய அழகி ஒருத்தி எனக்கும் கிடைக்காம போயிடமாட்டா..."

அவன் சொல்லும் அத்தனையும் உண்மைதான். அதனால்தான் அவனால் தன் குறையை உணரமுடியவில்லை .

அம்மாவும், அப்பாவும் ஊரிலிருந்து ஓடோடி வருகிறார்கள். இது ஒட்ட வைத்தாலும் நிலைக்கும் உறவல்ல என்று அவள் விளக்கியும் மறுபடியும் சேர்க்க முயலப்போகிறார்கள்..

ஆனால் கலாவைப் பொறுத்தவரை அவள் முடிவெடுத்து விட்டாள்.

அவள் மனுஷியாக மட்டுமே வாழ விரும்புகிறாள்.

அதனால் மனைவியாக வாழமுடியாமல் போனால் போகட்டும். பணம், வீடு, புடைவை, நகை அத்தனையையும் விட மானுட தர்மம் உயர்ந்தது.

www.ingramcontent.com/pod-product-compliance
Ingram Content Group UK Ltd.
Pitfield, Milton Keynes, MK11 3LW, UK
UKHW042138021026
15589UKWH00003B/917

9 788194 973812